Tự Học Trình Bầy Trang Web

Tự Học Trình Bầy Trang Web

Create Your Own Web Pages

Vũ Quốc Dũng

VNI
Westminster, USA

Tự Học Trình Bầy Trang Web
Create Your Own Web Pages

Library of Congress Cataloging-in-Publication Data

Vũ, Quốc Dũng.
Tự học trình bày trang Web = Create your own Web pages / Vũ Quốc Dũng. -- 1st ed.
p. cm.
Includes bibliographical references and index.
ISBN 0-9654744-2-9
1. Web sites--Design. 2. Web publishing. I. Title.
005.7'2--dc21 98-5073
CIP

Book design: Dung Quoc Vu

Printed in the United States of America
10 9 8 7 6 5 4 3 2 1

VNI
15103 Moran St.
Westminster, CA 92683
Phone: (714) 891-7656
FAX: (714) 891-1757

E-mail: dungvu@vnisoft.com

Tự Học Trình Bầy Trang Web
Create Your Own Web Pages

LIMITS OF LIABILITY AND DISCLAIMER OF WARRANTY

The author and publisher of this book have used their best efforts in preparing the book and the programs contained in it. These efforts include the development, research and testing of the theories and programs to determine their effectiveness. The author and publisher make no warranty of any kind, expressed or implied, with regard to these programs or the documentation contained in this book.

The author and publisher shall not be liable in the event of incidental or consequential damages in connection with, or arising out of, the furnishing, performance or use of the programs, associated instructions and/or claims of productivity gains.

The screen captures, illustrations, and examples used in this book are based on the true fact. The contents of those captured web pages belong to the owners. The author and publisher are not related to owners of those web pages, and those mentioned in the examples, except our own.

GIỚI HẠN VỀ TRÁCH NHIỆM VÀ LỜI PHỦ NHẬN

Tác giả và nhà xuất bản đã cố gắng hết sức để biên khảo, nghiệm xét, và chứng thực nội dung quyển sách này, và các tập tin đính kèm nhằm mang đến cho độc giả những kiến thức đã được đề ra nơi quyển sách. Tác giả và nhà xuất bản không chịu trách nhiệm về bất cứ một thay đổi nào liên quan tới nội dung của quyển sách, không chỉ giới hạn ở những thí dụ, kỹ thuật, thuật ngữ, đã được đề cập tới trong quyển sách này. Tác giả và nhà xuất bản cũng không chịu trách nhiệm về những ảnh hưởng có thể gây ra trực tiếp hay gián tiếp bởi những thay đổi đó, cũng như việc sử dụng các tập tin đính kèm. Tác giả và nhà xuất bản cũng không chịu trách nhiệm về bất cứ một thiệt thòi, ở bất cứ hình thức nào, có liên quan đến quyển sách này.

Các hình ảnh trang web, minh họa và thí dụ được đưa ra trong quyển sách này dựa trên những sự việc hiện hữu. Nội dung của các trang web thuộc quyền sở hữu của chủ nhân các trang web đó. Tác giả và nhà xuất bản không có liên hệ gì với chủ nhân của những trang web đó, ngoại trừ của chính nhà xuất bản, hay các đơn vị phụ thuộc.

TRADEMARKS

Trademarked names appear throughout this book. Rather than list the names and entities that own the trademarks, or insert a trademark symbol with each mention of the

CẢM TẠ

Quyển sách này đã không thành hình nếu không có sự khuyến khích của thân phụ và thân mẫu của tác giả, ông bà Vũ Duy Tự và Phan Chiêu Hà, người đã sinh thành, dưỡng dục và dẫn dắt cho tác giả nên người ngày hôm nay. Bên cạnh đó phải kể đến hiền thê của tác giả, Nguyễn T. Tisa và cháu Vũ Quốc-Anh Alexander. Trong suốt nhiều tháng biên soạn quyển sách này, tác giả đã luôn nhận được sự thông cảm, lo lắng, khích lệ, và giúp đỡ của nàng. Quyển sách này là đứa con tinh thần thứ hai, tác giả xin dành làm quà cho đứa con thứ hai sắp được hạ sanh của chúng tôi, cháu Vũ Thùy-An Ami.

Đặc biệt, tác giả xin cảm ơn anh Hồ Thành Việt, công ty VNI, đã gợi ý cho quyển sách, và giúp đỡ rất nhiều trong mọi việc. Sự giúp đỡ của anh Việt đã giúp cho việc hoàn tất quyển sách này trở nên dễ dàng và nhanh chóng. Tác giả cũng rất biết ơn Bác Nguyễn Văn Thắng, một người cha tinh thần của tác giả, đã góp ý và trợ giúp rất nhiều trong việc ấn loát.

Lời cuối, tác giả xin gửi đến các anh chị Nguyễn Đức, Jennifer Mạc, Lê Đình Nhất Lang, Nguyễn Hoàng Vĩnh-Niên và Võ Thế Bổng đã đọc, sửa bản thảo, cũng như khuyến khích, đóng góp ý kiến, và giúp tác giả hoàn thành quyển sách này.

VÀI HÀNG VỀ TÁC GIẢ

Vũ Quốc Dũng tốt nghiệp cử nhân ngành Toán và Điện Toán (Mathematics - Computer Science) tại Đại Học University of California, Los Angeles (UCLA), năm 1986. Tốt nghiệp cao học ngành Điện Toán tại Đại Học California State University, Fullerton (CSUF), năm 1992. Tác giả sách "Cẩm Nang Lên Lưới Internet", 1996; hiện đang dạy các lớp về Internet và trình bầy trang web tại Vinet Communications, Inc..

Ông đã là chủ bút của tờ Bản Tin VNI, và đã viết nhiều sách hướng dẫn cho các nhu liệu sản xuất bởi công ty VNI. Ông cũng đã đóng góp nhiều bài viết kỹ thuật cho các tờ báo địa phương. Ông đã soạn thảo và hướng dẫn chương trình huấn nghệ của công ty VNI cho sinh viên về điện toán, mùa hè năm 1989. Ông đã làm việc cho quận Los Angeles, California, từ năm 1985; hiện đang giữ chức vụ Systems Analyst; chịu trách nhiệm thiết kế các chương trình điện toán ứng dụng cho sở làm.

LỜI MỞ ĐẦU

Chỉ trong vài năm qua, với sự xuất hiện của Mạng Lưới Thông Tin Toàn Cầu (World Wide Web), một phương tiện truyền thông đại chúng mới đã được thành hình. Phương tiện truyền thông này không đòi hỏi một chi phí cao và cũng được thực hiện dễ dàng; do đó, số người vận dụng phương tiện này đã tăng thật nhanh. Ai ai trong chúng ta, giờ đây, cũng có thể tự do diễn đạt tư tưởng của mình đến một số cử tọa rộng lớn, số hàng triệu, và ở một không gian rộng lớn, có thể nói là toàn cầu.

Nhiều cá nhân, công ty, hãng xưởng, cơ quan chính phủ đã không bỏ qua cơ hội này. Họ đã nhanh chóng vận dụng phương tiện truyền thông rẻ tiền, nhưng có tầm vóc rộng lớn và nhanh chóng này để quảng cáo, phổ biến tin tức, làm tăng lợi nhuận. Những sinh hoạt này đã nẩy sinh ra một nhu cầu mới, và mở ra một số công việc làm mới, không đòi hỏi phải có bằng cấp cao. Chỉ với một chiếc máy điện toán, một cái điện thoại và một ít kiến thức tạo trang web, chúng ta có thể tự trang bị cho mình một phương tiện để quảng bá tư tưởng, một khả năng để có thể kiếm được việc làm, hay làm chủ một cơ sở quảng cáo hay dịch vụ của riêng mình.

Ở các nước tiên tiến, nhất là ở Hoa Kỳ, kiếm được một chiếc máy điện toán và một cái điện thoại không phải là khó. Vấn đề còn lại chỉ là học cho được những kiến thức trình bầy một trang web. Có được những kiến thức này, chúng ta có thể vững tin là mình đã có một tay nghề, có thể kiếm được một nguồn tài chánh, có thể tự thực hiện được việc phổ biến tư tưởng của mình, hay tự quảng cáo cho cơ sở của mình mà không phải tốn kém nhiều.

Học để biết cách trình bầy một trang web không có khó, chỉ có mất nhiều thời giờ. Thời giờ này là những thời gian tìm tòi, học hỏi và thực tập. Việc tìm tòi giờ đây đã không còn chiếm nhiều thời gian vì đã có quyển sách "Tự Học Trình Bầy Trang Web" này. Chúng ta chỉ cần một quyển sách này là đủ. Thời gian học hỏi cũng sẽ được rút ngắn vì sự giải thích cặn kẽ và sự chỉ dẫn rõ ràng của quyển sách sẽ giúp chúng ta học hành mau chóng. Sách giải thích cho chúng ta từ những khái niệm căn bản về cách làm việc của Mạng Lưới Thông Tin Toàn Cầu, từ cách tạo, sửa đổi, thử nghiệm một trang web, cách trình bầy một trang web, đến tìm chỗ để trang web, cách đưa trang web lên Mạng Lưới Thông Tin Toàn Cầu, và quảng bá các trang web của chúng ta cho toàn thể mọi người biết. Sách còn giải thích và chỉ dẫn cách làm các trang web tiếng Việt, và cách dùng những kỹ thuật tân tiến nhất như VRML, Cascading Style Sheet, Dynamic HTML và HTML 4.0.

NỘI DUNG VÀ CÁCH TRÌNH BẦY

Tự Học Trình Bầy Trang Web là cuốn cẩm nang không thể thiếu đối với những ai muốn soạn thảo trang web. Sách giải thích và hướng dẫn hầu hết tất cả các kỹ thuật trình bầy trang web, từ căn bản tới phức tạp. Sách không lệ thuộc vào một phiên bản HTML nào, và cũng không nghiêng về một kỹ thuật cá biệt của riêng một công ty nào. Sách tổng hợp tất cả những kỹ thuật hiện đang được sử dụng ngày nay và dùng nhu cầu học hỏi của độc giả làm trọng tâm. Sách bao gồm 23 chương, và phần phụ lục.

Chương Một giới thiệu những khái niệm cơ bản về World Wide Web.

Chương Hai nói về những thiết bị cần thiết để làm trang web.

Chương Ba nói về những thao tác và lý thuyết căn bản để làm một trang web như cất, mở, sửa, tạo một trang web, thử nghiệm trang web và cách đặt tên cho trang web.

Chương Bốn hướng dẫn về những căn bản trình bầy một trang web, phần I. Chương này chỉ dẫn cách làm tựa, đổi cỡ chữ, dùng tiếng Việt, làm đậm, nghiêng, gạch dưới chữ, giữ nguyên lối trình bầy một đoạn văn.

Chương Năm hướng dẫn về những căn bản trình bầy một trang web, phần II. Chương này chỉ dẫn cách đổi mầu cho nền, hay chữ, cách lập danh sách có thứ tự, không có thứ tự, danh sách các định nghĩa, cách ghi chú bên trong trang web và cách viết các ký tự đặc biệt như ©, ™, £, ¥.

Chương Sáu hướng dẫn cách lập bảng (table); giải thích cách dùng bảng để trình bầy trang web theo cột.

Chương Bẩy hướng dẫn cách tạo điểm nối (links) giữa các trang web, hay các phần bên trong cùng trang web.

Chương Tám giả thích về các loại và các kiểu hình ảnh gắn được vào trang web, và hướng dẫn cách thêm hình ảnh vào trang web.

Chương Chín hướng dẫn cách tạo khung (frame) để chia màn hình làm nhiều khung, theo cột hay theo hàng.

Chương Mười hướng dẫn cách tạo điểm nóng (hot spots) trên hình, với cả hai cách "Client-side" và "Server-side".

Chương Mười Một hướng dẫn cách thêm Form vào trang web, thâu thập dữ kiện từ Form, và gửi dữ kiện qua E-mail. Chương này cũng bàn về gắn Guest Book vào trang web.

Chương Mười Hai hướng dẫn cách chạy chữ và làm băng chữ (banner) trên trang web. Chạy chữ ngang, chạy chữ dọc; Chạy chữ bằng JavaScript, Applet, ActiveX, Animation, lệnh Marquee.

Chương Mười Ba hướng dẫn cách gắn nhạc hay các tập tin âm thanh vào trang web; giải thích và chỉ dẫn cách tạo các dạng nhạc như MIDI, WAV, "Streaming", RealAudio, Shockwave.

Chương Mười Bốn hướng dẫn cách gắn phim ảnh vào trang web; giải thích và chỉ dẫn cách tạo các dạng phim như AVI, MOV, RealVideo, Animation GIF.

Chương Mười Lăm hướng dẫn cách gắn hình 3 chiều (3-Dimensional) vào trang web; giải thích và chỉ dẫn cách tạo tập tin phim 3 chiều VRML.

Chương Mười Sáu hướng dẫn cách gắn Truy Nhập Kế (Access Counter) vào trang web; giải thích cách sử dụng Truy Nhập Kế để biết số người đến thăm trang web.

Chương Mười Bảy hướng dẫn cách dùng Cascading Style Sheets (đặc tính mới trong phiên bản **HTML 4.0**).

Chương Mười Tám hướng dẫn cách viết JavaScript để thực hiện những kỹ xảo mà HTML không thể làm được.

Chương Mười Chín hướng dẫn cách làm trang web tiếng Việt.

Chương Hai Mươi hướng dẫn cách đưa trang web lên Internet.

Chương Hai Mươi Mốt giải thích và hướng dẫn cách tìm chỗ để trang web trên Internet.

Chương Hai Mươi Hai giải thích và hướng dẫn cách quảng bá trang web trên Internet.

Chương Hai Mươi Ba bàn về Dynamic HTML và HTML 4.0, tương lai của HTML.

Phần Phụ Lục được chia làm 6 phần:

- **Phụ lục A** tóm tắt các lệnh HTML.
- **Phụ lục B** giải thích về bảng mầu và liệt kê các tên mầu được dùng nơi trang web.
- **Phụ lục C** giải thích về bảng chữ (Character Entities Table).
- **Phụ lục D** bàn về cách duyệt lại (validate) các trang web.
- **Phụ lục E** dịch nghĩa các danh từ chuyên môn.
- **Phụ lục F** liệt kê các bài mẫu, bài thực tập và thí dụ được đính kèm nơi đĩa.

GỢI Ý VỀ CÁCH ĐỌC

Sách được chia làm 3 phần chính và 1 phần mục lục. Phần một gồm 3 chương, từ chương Một tới chương Ba. Phần một giới thiệu về những căn bản cần biết về World Wide Web, những thiết bị cần thiết và các thao tác căn bản để tạo, sửa, cất và thử nghiệm một trang web. Nơi phần này, chúng ta cũng bàn về cách đặt tên cho các tập tin HTML. Phần một được xem là phần nhập môn.

Phần hai gồm có 16 chương. Từ chương Bốn tới chương Mười Chín. Ở phần hai, chúng ta sẽ học tất cả các mệnh lệnh để làm một trang web. Nơi hai chương đầu trong phần hai, chúng ta sẽ học hết những mệnh lệnh căn bản để trình bầy các trang web đơn giản. Nói là đơn giản nhưng nếu thuần thục các mệnh lệnh này chúng ta có thể tạo ra những trang web rất đầy đủ. Từ chương Sáu tới chương Mười Tám, mỗi chương bàn về một đề tài riêng biệt, từ bảng (table), khung (frame), "form", tới nhạc, phim, chạy chữ, "access counter", "cascading style sheet", JavaScript, tiếng Việt.

Phần ba nặng về phần quản lý (administration). Phần này gồm 4 chương, từ chương Hai Mươi tới chương Hai Mươi Ba. Nơi phần này, chúng ta sẽ học về tìm chỗ để trang web, cách gửi trang web lên Internet, quảng bá các trang web và tương lai của ngôn ngữ tạo trang web HTML.

Phần bốn là phần mục lục. Phần này gồm có 6 chương và được xem là phần tham khảo. Phần này tóm tắt cách sử dụng từng mệnh lệnh HTML, liệt kê tên các mầu chúng ta có thể dùng thay cho các mã số khó nhớ, liệt kê các mã tự chúng ta sẽ dùng khi không thể tạo ra các ký tự từ bàn phím máy điện toán. Nơi phần này, chúng ta cũng sẽ tìm thấy cách duyệt lại trang web, dịch nghĩa của các từ chuyên môn dùng trong sách, và lời giải thích về các tập tin và trang web mẫu đính kèm nơi đĩa.

Ngoài chương Bốn và chương Năm, các chương trong quyển sách này đều được soạn một cách độc lập; do đó, chúng ta có thể nhẩy chương. Chúng ta chỉ cần đọc một chương cho mỗi đề tài cần biết. Lý do chương Bốn và chương Năm khác với các chương khác vì các lệnh HTML căn bản thật đơn giản, không đủ tầm quan trọng để đứng riêng một chương; do đó, chúng được nhóm lại với nhau. Tuy nhiên, để cho một chương không quá dài, các lệnh HTML căn bản này được chia làm hai tiểu phần. Tiểu phần I, chương Bốn, gồm các lệnh thật căn bản. Tiểu phần II, chương Năm gồm các lệnh phức tạp hơn.

- Nếu đã biết thảo một trang web và chỉ cần biết về một đề tài nào đó như gắn nhạc vào trang web, chúng ta hãy dùng sách như là một sách tham khảo. Chúng ta xem qua phần Mục Lục để tìm vị trí của chương cần đọc và đến thẳng chương đó. Nơi phần Mục Lục, chúng ta nên đọc sâu hơn nữa để có thể xác định được ngay tiểu đoạn mà chúng ta cần đến, tránh phải đọc những đoạn không cần thiết.

- Nếu muốn biết cách trình bầy trang web nhưng chưa biết nhiều về Internet, chúng ta nên bắt đầu từ chương Một, và thực tập cho kỹ hai chương Bốn và Năm, "Căn Bản Trình Bầy Một Trang Web, Phần I và Phần II". Chúng ta chỉ dùng phần hai, từ chương Sáu tới chương Mười Chín khi cần biết về một đề tài nào đó. Chúng ta nên tập trung, đi thật chậm, theo từng bước được chỉ dẫn.

- Nếu muốn biết cách làm trang web tiếng Việt, chúng ta hãy đọc phần đầu của chương Bốn về cách dùng tag <FONT> với thuộc tính FACE=, và toàn bộ chương Mười Chín, "Đưa Tiếng Việt Vào Trang Web".
- Một khi đã rành về cách thảo trang web, nhưng không nhớ rõ về các lệnh HTML hay các thuộc tính có thể dùng để trang trí trang web, chúng ta hãy dùng phụ lục A, "Tóm Tắt Các Lệnh HTML", để tham khảo cho nhanh.
- Nếu chưa có chỗ để trang web và chưa bao giờ gửi trang web lên tới máy chủ, lên Internet, chúng ta nên đọc chương Hai Mươi, "Gửi Trang Web Lên Máy Chủ", và chương Hai Mươi Mốt, "Chỗ Để Trang Web".
- Chương Hai Mươi Hai, "Quảng Bá Trang Web", là một chương mà chúng ta không thể bỏ qua một khi đã đưa trang web lên Internet.
- Nếu cần hiểu rõ nghĩa về một số từ chuyên môn cho Internet, chúng ta đọc phụ lục E.
- Muốn biết cách thảo trang web trong các hình ảnh hay thí dụ đính kèm, chúng ta hãy đọc phụ lục F để đối chiếu với tập trong đĩa đính kèm, và cho in tập tin đó ra giấy.
- Nếu muốn bắt chước các thí dụ trong sách, chúng ta nên đánh máy y hệt như những gì đã được in trong sách. Có đánh máy lại, chúng ta mới có cơ hội đọc kỹ cách viết các thí dụ đó. Nếu không có thì giờ, và muốn có ngay đoạn mã trong các thí dụ, chúng ta hãy sao chép thẳng từ đĩa đính kèm. Dùng phụ lục F để đối chiếu tập tin trong đĩa đính kèm.
- Sau mỗi chương là phần trả lời các thắc mắc thường gặp. Đây là những câu hỏi thật và thực tế mà tác giả đã thu thập trong khi đi giảng dạy các lớp dạy làm trang web. Dùng các câu hỏi và trả lời này như là phần ôn tập.
- Sau mỗi chương đều có danh sách các tài liệu tham khảo và các tài liệu đọc thêm dành cho đề tài trong chương. Chúng ta nên đọc nếu có thời giờ.

Lưu Ý:

Địa chỉ của các tài liệu tham khảo và của những nơi được giới thiệu trong quyển sách đều có hiệu lực lúc được được tham khảo. Tuy nhiên, vì đặc tính tự nhiên của Internet là thay đổi luôn, hay ít nhất là thay đổi theo thời gian, tác giả không thể bảo đảm được là các địa chỉ đó còn chính xác sau khi sách được in. Các thay đổi đó nằm ngoài tầm tay của tác giả. Tác giả sẽ cố gắng cập nhật các thay đổi đó nơi trang web dành cho quyển sách này tại địa chỉ URL của quyển sách, www.vnisoft.com/books/webpage.htm. Cũng từ trang web này, chúng ta sẽ tìm thấy những điểm nối tới các trạm web (web site) phát nhu liệu, hình ảnh, hình tượng, phim, nhạc, phông tiếng Việt miễn phí đã được dùng trong quyển sách này. Tác giả cũng sẽ dùng trang web này để phổ biến những thay đổi nếu có về sau của cả nội dung của quyển sách lẫn các bài thực tập, các thí dụ, được đính kèm nơi đĩa. Chúng ta hãy đánh dấu (bookmark) trang web này nơi browser để dễ dàng đến thăm viếng.

CÁC KIỂU CHỮ VÀ LỐI VIẾT

VIẾT HOA HẾT: Tên hay thuộc tính của các tag HTML được viết bên trong đoạn văn sẽ được viết hoa hết.

`Chữ dạng cố định`: Các đoạn mã, hay lệnh HTML được viết trong phần thí dụ, hay những gì chúng ta sẽ đánh máy vào.

Viết nghiêng: Tên của các tập tin hay địa chỉ URL được ghi bên trong đoạn văn.

Dấu ...: Cho biết một số chữ đã được bỏ ra. Chúng ta sẽ thay vào đó những gì thích hợp. thí dụ <STRONG>...</STRONG>.

Dấu gạch đứng |: Thí dụ: Giá trị=LEFT | RIGHT. Dấu này được dùng để chỉ một lựa chọn. Trong thí dụ trên, "Giá trị" sẽ bằng LEFT hoặc RIGHT. Khi bàn về các lựa chọn nơi mệnh đơn (menu), thí dụ như File | Save, dấu gạch đứng cũng được dùng để liệt kê các lựa chọn theo thứ tự. Trong thí dụ này, chúng ta chọn mục File, xong chọn mục Save.

Dấu ngoặc (): Khi diễn tả các danh từ kỹ thuật, tác giả cố gắng dịch chúng ra tiếng Việt; tuy nhiên, chữ tiếng Anh nguyên gốc cũng được ghi bên cạnh, trong dấu ngoặc. Dấu ngoặc này cũng được dùng để viết địa chỉ URL của các trang web bên cạnh tên của trang web. Thí dụ: trang web của sách "Tự Học Trình Bầy Trang Web" (www.vnisoft.com/books/webpage.htm).

Lời ghi chú: *Các lời ghi chú sẽ được ghi bằng chữ nghiêng và kẹp giữa hai đường kẻ như ở đây.*

Địa chỉ URL: Địa chỉ URL đôi khi được ghi không có nghi thức trao đổi (http://) đi trước. Khi cần phải đánh máy vào browser, chúng ta cần thêm nghi thức trao đổi vào, nếu browser đòi hỏi. Vì giới hạn của khổ giấy, một số URL dài, thí dụ như www.w3.org/pub/W WW/Daemon/User/CGI/HTImageDoc.html, sẽ bị ngắt ở giữa và bị xuống hàng phần cuối. Trong trường hợp này, hãy xem như nó là một địa chỉ liên tục, như:

www.w3.org/pub/WWW/Daemon/User/CGI/HTImageDoc.html

Mục Lục

Chương 11 — 11-159

THÊM FORM VÀO TRANG WEB

Chương 12 — 12-181

CHẠY CHỮ VÀ BĂNG CHỮ (BANNER)

Chương 1

Những Khái Niệm Cơ Bản Về World Wide Web

Trong chương này chúng ta sẽ tìm hiểu về những khái niệm cơ bản về World Wide Web (WWW) và nguyên tắc làm việc của chúng.

Chúng ta sẽ tìm hiểu về:

- Nguồn Gốc Của World Wide Web
- Dùng Browser Để Vào WWW
- URL Là Gì?
- Cấu Trúc Của URL
- Cấu Trúc Của Địa Chỉ Internet
- WWW Làm Việc Như Thế Nào?
- Cấu Trúc Của Trang Web

1.1 Nguồn Gốc Của World Wide Web

Năm 1965, nhà khoa học điện toán Ted Nelson, trong bài viết mang tựa đề "Computer Dreams", tạm dịch là "Những Giấc Mơ của Máy Điện Toán", đã tưởng tượng ra rằng, rồi đây thế giới sẽ có những chiếc máy điện toán có cái nhìn và suy nghĩ như con người. Ông cũng đề cập tới một loại "siêu văn bản" mà mỗi chữ trong văn bản có thể là một tham chiếu tới một văn bản khác. Các văn bản này có thể có chữ, hình ảnh hay âm thanh (multimedia— đa phương diện).

Khái niệm "siêu văn bản" này đã được một kỹ sư người Anh, tên Tim Berners-Lee, tốt nghiệp trường Đại Học Hoàng Gia, Oxfort (Anh Quốc), điện toán hóa. Năm 1980, ông Tim đã bắt đầu thảo chương trình để thực thi khái niệm "siêu văn bản". Năm 1989, khi được chuyển về Trung Tâm Nghiên Cứu Hạt Nhân của Âu Châu (Counseil European pour la Recherche Nucleaire— viết tắt là CERN), ở Geneva, Thụy Sĩ, ông đã thấy các đồng nghiệp phải vất vả trong việc tra cứu các tài liệu. Ông đã đề nghị áp dụng kỹ thuật "siêu văn bản" của ông. Năm 1990, ông Tim cùng với ông Robert Cailliau đã đưa ra đề án thiết lập World Wide Web.

Mục đích ban đầu của WWW là để giúp các Vật Lý Gia tra cứu tài liệu, trao đổi, và phối hợp những kết quả nghiên cứu. Sáng kiến trao đổi tin tức bằng WWW đã được mọi người hưởng ứng nồng nhiệt, và trở nên thịnh hành tại Âu Châu. Năm 1992, WWW đã bắt đầu lan qua Hoa Kỳ. Đến năm 1995, chúng ta bắt đầu thấy WWW phổ biến rộng rãi trên toàn thế giới.

1.2 Dùng Browser Để Vào WWW

Muốn vào được WWW, chúng ta cần một nhu liệu đặc biệt có tên gọi chung là Browser. Mục đích của Browser là đơn giản hoá các thao tác để vào WWW. Nhiệm vụ của browser là gói các mệnh lệnh do chúng ta gửi ra thành dạng HTTP (Hypertext Transfer Protocol) rồi gửi về máy chủ (máy phục vụ web), và nhận các trang web gửi ra từ máy chủ, rồi diễn dịch nó trước khi hiện trên màn ảnh cho chúng ta đọc.

1.3 URL Là Gì?

URL là chữ viết tắt của Uniform Resource Locator—tạm dịch là "Phương Pháp Tìm Tin Đồng Nhất". URL là một hình thức xác định vị trí trên Internet. Nếu ta ví Internet như là khoảng không gian ngoài vũ trụ, nơi đó có những vì sao, tinh tú, hành tinh, thì URL như là ống viễn vọng kính. Muốn quan sát một vì sao nào, chúng ta hướng ống viễn vọng kính về vì sao đó. Trên mạng lưới Internet không có ngôi sao nhưng có hàng trăm ngàn máy điện toán được nối vào. Muốn tới được máy điện toán nào thì chúng ta hướng URL về máy đó.

Tuy nhiên, không phải máy nào trên Internet chúng ta cũng đến được. Trên Internet có hai loại máy: "máy cá nhân" và "máy chủ". "Máy cá nhân" là máy của cá nhân chúng ta, nối vào Internet để quan sát, thu thập tài liệu, hay mua sắm. "Máy chủ" (Internet Server) là máy có chứa tài liệu, hình ảnh. Tại đây, chúng ta sẽ đến thăm, để xem, hay sao chép tài liệu. Máy chủ còn được gọi là máy "phục vụ web".

Khi nói tới "hướng URL" tức là chúng ta đánh máy địa chỉ Internet, của một máy chủ hay trang web nào đó, nơi chỗ dành để đánh URL, nơi browser. Thí dụ, nơi hình 1-1 chúng ta đánh máy địa chỉ của công ty VNI (http://vnisoft.com) nơi hàng trắng bên phải của nhãn "Location" hay nhãn "Address". Lập tức browser sẽ gọi điện thoại tới số điện thoại của máy chủ của VNI. Khi sự kết nối thành công, máy chủ của VNI sẽ gửi cho chúng ta một trang web xác định bởi địa chỉ mà chúng ta điền nơi trên.

URL còn được dùng như là cầu nối giữa các trang web. Thí dụ, nơi trang web của VNI (hình 1-1) chúng ta thấy nhóm chữ VNI Software Products được gạch dưới. Khi chúng ta nhấp chuột (click the mouse) nơi nhóm chữ này, một trang web khác hiện ra trên màn ảnh của chúng ta (hình 1-2).

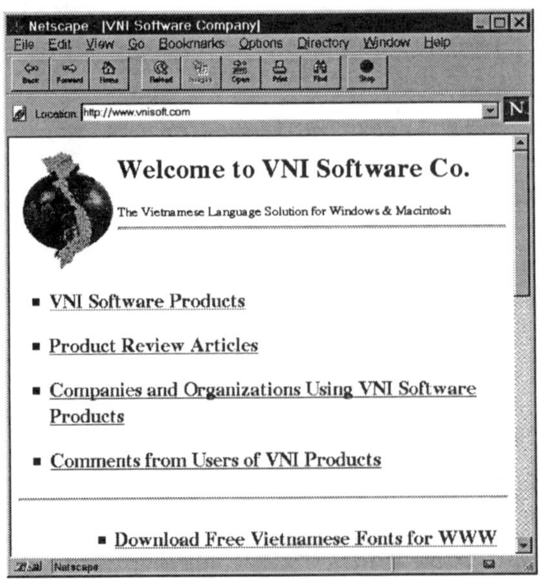

Hình 1-1: Viếng thăm trang web của công ty VNI

Hình 1-2: Trang web VNI Software Products của VNI

Núp dưới đường gạch dưới của nhóm chữ VNI Software Products là một URL nối giữa trang web ở hình 1-1 với trang web ở hình 1-2. URL này không hiện ra cho chúng ta thấy, nhưng đã được đặt ở đó khi trang web được biên soạn bởi VNI.

1.4 Cấu Trúc Của URL

Mỗi URL sẽ xác định chính xác một, và chỉ một, địa chỉ trên Internet mà thôi. URL có 2 phần:

- Phần thứ nhất là loại nghi thức trao đổi (protocol).
- Phần thứ hai là địa chỉ Internet.

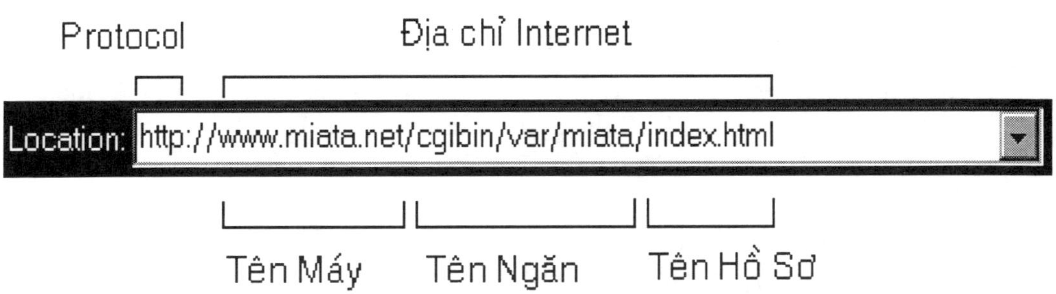

Hình 1-3: Cấu trúc của URL

Nghi Thức Trao Đổi

Dưới đây là danh sách một số các nghi thức trao đổi hiện đang được dùng trên Internet:

Protocol	Thí dụ
ftp	ftp://ftp.rice.edu/pub/vm/workshop93
file	file:///netscape/local/home.html (lưu ý: file protocol theo sau là 3 dấu /. Có một số browser đã phá luật và chỉ dùng có 2 dấu /.)
http	http://www.chin.gc.ca/
gopher	gopher://gopher.wais.com/
news	news:soc.culture.vietnamese
telnet	telnet access.usask.ca (lưu ý: không có :// theo sau chữ telnet)
finger	finger syder@dmc.iris.washington.edu (lưu ý: không có :// theo sau chữ finger)

Qua danh sách các loại nghi thức trao đổi kể trên, chúng ta có thể kết luận rằng, từ một trang web chúng ta có thể nhẩy tới một trang web khác (nếu dùng http), lấy xuống (download) một văn kiện (nếu dùng ftp), nhẩy tới và sử dụng một máy khác (nếu dùng Telnet, hay Gopher), hoặc tìm hiểu về một địa chỉ Internet nào đó (nếu dùng Finger).

1.5 Cấu Trúc Của Địa Chỉ Internet

Địa chỉ Internet xác định một trang web. Trang web này có thể là một menu Gopher, màn ảnh của nhu liệu WAIS, màn ảnh của một trạm Telnet, hay một trang web nơi ổ đĩa. Địa chỉ Internet thường được đánh ngay sau nghi thức trao đổi. Địa chỉ Internet gồm 3 phần:

- Tên máy chủ, hay tên vùng
- Tên ngăn, nơi cất trang web tại máy chủ
- Tên trang web (tên hồ sơ)

Khi điền địa chỉ Internet nơi URL, nếu chỉ cho biết tên máy chủ thì "trang nhà" (home page) ở địa chỉ đó sẽ là trang được cho xem (default). Thí dụ, nơi hình 1-1, chúng ta chỉ cho biết địa chỉ của máy chủ của VNI, thì trang nhà của VNI được hiện ra. Nếu ngay sau địa chỉ của máy chủ của VNI, chúng ta cho biết tên của trang web, như *products.htm*, chúng ta có được hình 1-2.

Tóm lại, chúng ta có thể tới thẳng một trang web nào đó, nếu biết đầy đủ tên ngăn và tên trang web. Chúng ta không cần phải bắt đầu từ trang nhà rồi lần mò tới trang web chúng ta muốn.

Ghi Chú: *Khi một địa chỉ Internet không có tên của trang web, dấu / ở cuối tên không cần thiết. Nếu viết ra cũng không sao. Thí dụ: http://vnisoft.com và http://vnisoft.com/ tương đương với nhau.*

1.6 WWW Làm Việc Như Thế Nào?

Cách làm việc của WWW được tóm gọn trong 5 bước sau đây:

1. Chúng ta cho biết URL nơi browser, hoặc nhấp chuột lên một điểm nối nơi trang web.
2. Browser gửi yêu cầu lấy (download) trang web mà chúng ta cần lên Internet, tới địa chỉ mà chúng ta đã cho biết nơi URL. Yêu cầu này khi gửi đi, được gói ghém theo một nghi thức mang tên Hypertext Transfer Protocol (HTTP).
3. Máy phục vụ web, ở địa chỉ mà chúng ta yêu cầu, hiểu được nghi thức HTTP. Sau khi thẩm định yêu cầu của chúng ta, nó sẽ làm một bản sao của thảo trình HTML tương đương với trang web chúng ta yêu cầu. Nếu chúng ta không xác định một trang web đặc biệt nào, browser sẽ yêu cầu trang nhà (trang gốc).

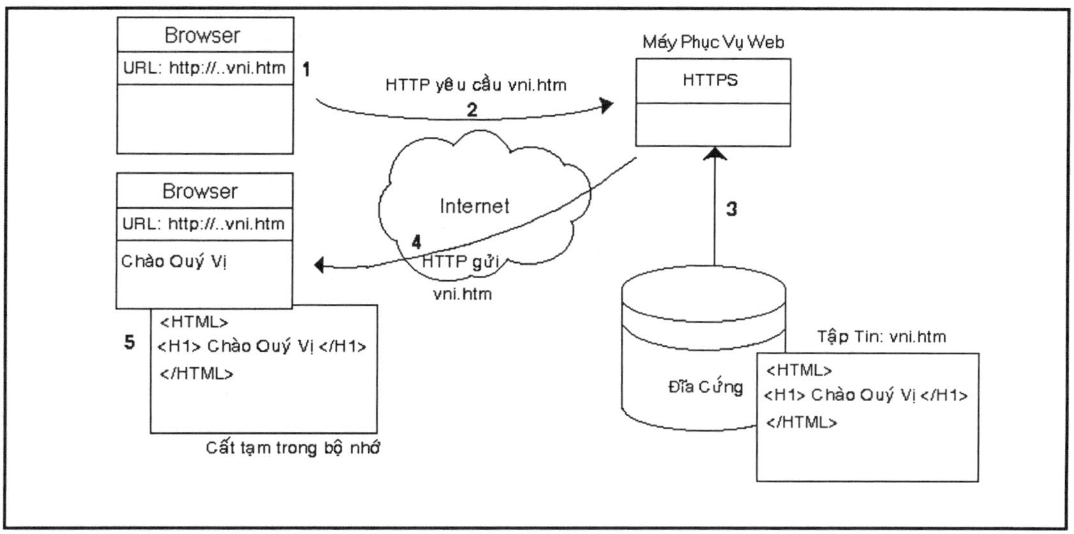

Hình 1-4: Cách làm việc của WWW

4. Máy phục vụ web gửi bản sao đó về máy điện toán của chúng ta qua Internet. Bản sao khi được gửi lên Internet cũng được gói ghém theo nghi thức HTTP.
5. Browser của chúng ta, sau khi nhận được trang web, sẽ diễn dịch trang web, và trình bầy nó trên màn ảnh của chúng ta.

1.7 Cấu Trúc Của Trang Web

Trang web được viết bằng ngôn ngữ thảo trang web HTML (Hypertext Markup Language). Hình 1-6 nơi trang kế là một trang web. Trang này khi hiện trong browser sẽ được thấy như ở hình 1-5.

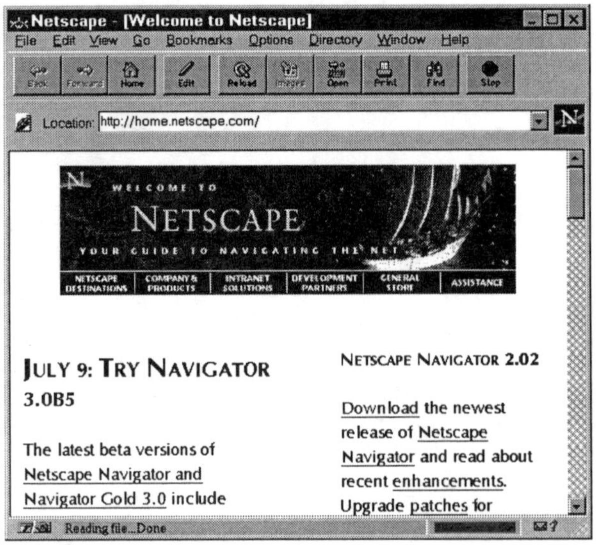

Hình 1-5: Trang nhà của Netscape

Hãy để ý tới những chữ ở trong ngoặc <>. Đó là những mệnh lệnh chính để trình bầy trang web. Các mệnh lệnh được đánh trong dấu ngoặc này được gọi là "**tag**". Hầu hết các mệnh lệnh trong trang web đều có một dấu hiệu để biểu thị sự bắt đầu, và một dấu hiệu biểu thị sự chấm dứt của mệnh lệnh. Mệnh lệnh chấm dứt này giống như mệnh lệnh mở đầu nhưng có thêm dấu / đi trước.

Thí dụ:

```
<TITLE>Welcome to Netscape</TITLE>
```

Mệnh lệnh <TITLE> cho biết những gì theo sau nó sẽ là tựa của trang web cho đến khi thấy chữ </TITLE>. Chúng ta sẽ đi sâu vào từng mệnh lệnh được dùng để soạn một trang web nơi chương Ba và các chương sau.

```
<HTML>
<HEAD>
..... (Một đoạn mã đã được xóa để thích nghi cho việc trình bầy)

<TITLE>Welcome to Netscape</TITLE>
</HEAD>

<BODY BGCOLOR="#ffffff" LINK="#0000ff" VLINK="#ff0000" ALINK="#ff0000" TEXT="#000000"
onLoad="if( top.frames.length ) parent.register();" onUnload="if( top.frames.length ) parent.loaded=0;">
<CENTER>

<A HREF="/misc/top.map"><IMG SRC="/images/home_igloo.jpg" WIDTH=468 HEIGHT=107
BORDER=0 USEMAP="#maintopmap" ISMAP ALT="WELCOME TO NETSCAPE"></A><BR><A
HREF="/misc/igloo_nav.map"><IMG SRC="/images/nav_home.gif" WIDTH=468 HEIGHT=25
BORDER=0 USEMAP="#mainmap" ISMAP></A><BR>

<MAP NAME="maintopmap">
<AREA COORDS="0,0,467,30" HREF="/ndx.html"></MAP>
<P>
The latest beta versions of
<AHREF="/comprod/products/navigator/version_3.0/index.html">Netscape
Navigator and Navigator Gold 3.0</A> include a JIT compiler for Java,
new layout features, and more. Download beta 5 now and try the new capabilities.
<BR CLEAR=RIGHT>
<P>

..... (Một đoạn mã đã được xóa để thích nghi cho việc trình bầy)

</CENTER>
</BODY>
</HTML>
```

Hình 1-6: Trang web của Netscape

1.8 Tóm Tắt

- WWW phát nguồn từ Trung Tâm Nghiên Cứu Hạt Nhân của Âu Châu, chỉ mới trở nên phổ biến từ năm 1995, nhưng lại là một ứng dụng số một của Internet.
- Các tập tin trao đổi trên Internet có thể là một văn bản thuộc loại chữ, cũng có thể là một tập tin thuộc loại nhị phân, như tập tin âm thanh, hình ảnh hay nhu liệu.
- Muốn vào được WWW chúng ta cần có một Browser.

- URL (Uniform Resource Locator) được dùng như là cầu nối tới các trang web trên Internet.
- URL có 2 phần: "nghi thức trao đổi" và địa chỉ Internet.
- Các "nghi thức trao đổi" thường được dùng là: http, ftp, file, gopher, telnet, news, finger.
- Địa chỉ Internet xác định một trang web và được đánh ngay sau nghi thức trao đổi.
- Địa chỉ tới một trang web trên Internet gồm 3 phần:
  - Tên máy chủ, hay tên vùng
  - Tên của ngăn, nơi cất trang web tại máy chủ
  - Tên của trang web
- Chúng ta có thể tới thẳng một trang web, nếu biết đầy đủ tên ngăn và tên trang web.
- Trang web được soạn bằng ngôn ngữ thảo trang web HTML.

1.9 Câu Hỏi & Trả Lời

1. WWW có phải là Internet không?

TL: Không, WWW chỉ là một dịch vụ của Internet.

2. WebTV cũng vào được WWW, vậy WebTV có cần browser không?

TL: WebTV đã có sẵn browser bên trong nó. Chúng ta không cần thêm browser cho WebTV.

3. Địa chỉ như vni@vnisoft.com có phải là địa chỉ Internet không?

TL: Không, tất cả các địa chỉ có dấu @ đều là địa chỉ điện thư, địa chỉ của mỗi cá nhân để nhận điện thư. Nhóm chữ đằng trước dấu @ là bí danh của một cá nhân hay một cơ quan. Nhóm chữ đằng sau dấu @ mới là địa chỉ Internet của máy chủ của cá nhân, hay cơ quan đó.

1.10 Tài Liệu Tham Khảo

[1] Dung Q. Vu, "Cẩm Nang Lên Lưới Internet," VNI Publishing, 1996, ISBN: 0-9654744-0-2.

[2] Scott Arpajian, "How to Use HTML3," Ziff-Davis Press, 1996, ISBN: 1-56276-390-3.

1.11 Tài Liệu Đọc Thêm

- Mark R. Brown, "Special Edition Using Netscape 3," QUE, 1995, ISBN: 0-7897-0904-x.

- "Guide to good practices for WWW authors-Contents," www.man.ac.uk/MVC/SIMA/Isaacs/toc.html.
- "Web Developer Library: Reference," Web Developer, www.webdeveloper.com/library/reference.html.

Chương 2

Những Thiết Bị Cần Thiết

Trong chương này, chúng ta sẽ tìm hiểu, và thu thập những thiết bị cần thiết để chúng ta soạn được một trang web và phổ biến trang web lên Internet cho mọi người biết.

Có rất nhiều cách để soạn một trang web, và phổ biến cho mọi người biết. Mỗi cách đều đòi hỏi một số trang thiết bị nào đó, và cách nào cũng giúp chúng ta đạt được kết quả. Tuy nhiên, để dễ dàng trao đổi giữa chúng ta, chúng ta sẽ chọn một cách đơn giản nhất, và ít tốn kém nhất. Chúng ta sẽ sử dụng những thiết bị mà đa số chúng ta đã có sẵn, hoặc có thể chép miễn phí từ Internet.

Chúng ta sẽ sử dụng những thiết bị như sau:

- Máy Điện Toán
- Hệ Điều Hành Windows 95
- Nhu Liệu Thảo Văn Bản WordPad
- Browser Netscape Navigator, Internet Explorer, hoặc Lynx
- Nhu Liệu Vẽ Hình Paint Shop Pro
- Trương Mục Internet Và Chỗ Để Trang Web
- Nhu Liệu Chuyển Tập Tin WS_FTP95 LE
- Modem

2.1 Máy điện toán

Một điều hiển nhiên là chúng ta cần có một máy điện toán để có thể soạn một trang web và phổ biến trang web đó trên Internet. Bất cứ máy điện toán nào có khả năng chạy được những nhu liệu và gắn được các thiết bị được đề cập nơi trên đều thích hợp.

Để thuận lợi cho việc soạn thảo các trang web ở nhà, cho dễ dàng, nhanh chóng và rẻ tiền, chúng ta nên dùng một máy điện toán cá nhân (PC) loại 486 hay mới hơn, với ít nhất 8 Meg RAM, tối thiểu 60 Megabyte trống nơi đĩa cứng. Chúng ta cũng có thể sử dụng các máy điện toán khác như Macintosh, hay Unix.

2.2 Hệ Điều Hành

Chúng ta có thể sử dụng bất cứ hệ điều hành nào thích hợp với máy điện toán của chúng ta, như DOS, Windows 3.1, Windows 95, Windows NT, Macintosh, hay X-Windows. Tuy nhiên, khi hoàn tất trang web và muốn gửi trang web đến các máy phục vụ trang web (web server) để phổ biến lên Internet, chúng ta cần theo sát các đòi hỏi của máy phục vụ trang web. Khi đó, chúng ta không phải bận tâm đến những sửa đổi sau khi hoàn tất trang web, để đáp ứng yêu cầu của máy phục vụ trang web.

Đa số các máy phục vụ trang web ngày nay là máy dùng hệ điều hành Unix, hay Windows NT. Windows NT thì dễ dãi hơn với tên gọi của các trang web, nhưng Unix thì lại rất "nhạy cảm" với tên gọi của các trang web. Không giống như các hệ điều hành khác, máy Unix phân biệt chữ thường và chữ hoa. Thí dụ, **CamNang** và **camnang** là hai chữ khác nhau. Nếu chúng ta đã đặt tên cho một trang web là **camnang**, khi chúng ta đề cập tới chúng bằng cách viết hoa chữ đầu như **CamNang** hay **Camnang**, hoặc viết hoa hết **CAMNANG**, máy sẽ không biết là chúng ta muốn nói tới trang web **camnang**.

Thêm vào đó, một số máy phục vụ trang web đặc biệt đòi hỏi trang gốc (home page) của chúng ta phải được đặt tên là *index.html* (tên mở rộng phải có 4 mẫu tự: *html*). Nếu chúng ta dùng hệ điều hành Windows 3.1, hay DOS để soạn trang web, khi cất (save), các tên gọi của trang web sẽ được cất dưới dạng chữ hoa, như **CAMNANG**, và tên mở rộng chỉ được tối đa 3 ký tự. Khi đó, chúng ta sẽ không thể có được một tập tin mang tên *index.html*.

Windows 95 hay mới hơn cho phép chúng ta dùng chữ thường hay chữ hoa để đặt tên cho một tập tin, và đồng thời cũng cho phép chúng ta đặt một tên dài (long file name) cho tập tin. Do đó, hệ điều hành Windows 95 rất thích hợp cho việc học cách soạn trang web.

2.3 Nhu Liệu Thảo Văn Bản

Trên nguyên tắc, chúng ta có thể dùng bất cứ một nhu liệu thảo văn bản nào, như WordPad, NotePage, Write, VNI-Word, Microsoft Word, WordPerfect, hay một nhu liệu đặc chế để thảo trang web như HotDog, FrontPage, HotMetal, PageMill, để thảo một trang web.

Chúng ta chỉ cần biết chắc là các nhu liệu đó cho phép chúng ta cất trang web ở dạng ASCII, tức là dạng chữ thường, tiêu chuẩn, không có gắn thêm các mệnh lệnh trình bầy trong trang web. Chúng ta sẽ chọn nhu liệu WordPad. Lý do là nhu liệu này đã có sẵn trong hệ điều hành Windows 95, nó cho chúng ta cất các tập tin ở dạng ASCII, và cho chúng ta đổi phông chữ.

2.4 Browser

Mục đích tối hậu của chúng ta là phổ biến trang web cho mọi người xem. Để xem được trang web trên Internet, mọi người phải dùng đến browser. Chúng ta cũng không được miễn trừ trong trường hợp này. Chúng ta có thể cho rằng chúng ta đã soạn nên trang web thì cần gì phải dùng browser để xem nó! Điều này có thể đúng với một thiểu số người cẩu thả. Đối với đa số những người cẩn thận họ lại nghĩ hoàn toàn ngược lại. Tức là, không những họ chỉ cần một browser mà họ cần vài browser khác nhau để kiểm lại trang web của họ trước khi phổ biến trang web lên Internet.

Cho đến nay ngôn ngữ để soạn trang web đã trải qua nhiều phiên bản. Mỗi phiên bản mới đều có thêm một số mệnh lệnh mới mà phiên bản cũ không có. Nếu chúng ta soạn trang web bằng một mệnh lệnh mới mà browser của người đọc không có khả năng thông dịch mệnh lệnh này, họ sẽ không đọc được trang web của chúng ta. Đây chính là chỗ nhức đầu cho các nhà soạn trang web. Số lượng browser thì rất nhiều nhưng không phải browser nào cũng hỗ trợ phiên bản mới nhất của HTML. Chúng ta cũng không biết chắc rằng độc giả của chúng ta sẽ dùng browser nào để xem trang web của chúng ta.

Nếu chúng ta cho rằng chỉ cần đáp ứng phần nào số độc giả trên Internet, và chỉ chú trọng đến những độc giả đang sử dụng một browser nào đó, thí dụ như Netscape Navigator hay Internet Explorer, chúng ta đã bỏ rơi từ 10% đến 20% độc giả. 10% số độc giả, tính ra cũng đến vài triệu người.

Tóm lại, để đạt được số đông độc giả, hay nói rõ hơn là để trang web của chúng ta đọc được bởi đa số độc giả trên Internet, chúng ta chỉ nên dùng những mệnh lệnh HTML nào đã được hỗ trợ bởi phần lớn các browser hiện hành. Do đó, sau khi soạn xong một trang web, chúng ta cần dùng các browser này để kiểm tra lại xem trang web của chúng ta có hiện ra rõ ràng như chúng ta muốn hay không.

Hai trong số các browser thông dụng nhất ngày nay là Netscape Navigator của hãng Netscape, và Internet Explorer của hãng Microsoft. Cả hai browser này đều được phát miễn phí, chúng ta có thể lấy xuống (download) từ các địa chỉ sau đây: *http://netscape.com*, *http://microsoft.com*, hay *http://vnisoft.com*. Để biết được cách chép nhu liệu từ Internet, hãy đọc thêm nơi sách "Cẩm Nang Lên Lưới Internet"[1]. Nơi hình 2-1 là bảng thống kê về các browser đã được dùng để đến thăm trạm web (web site) "Webhits". Bảng thống kê này cho thấy tính tới ngày 24 tháng 11 năm 1997, có tới 72% người dùng Netscape Navigator các loại, trong khi đó chỉ có 28% là dùng

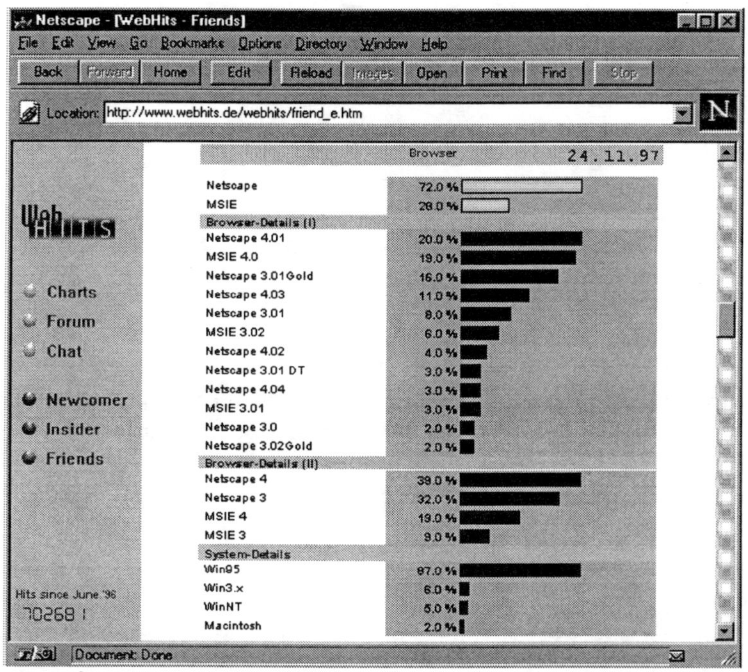

Hình 2-1: Thống kê về các loại browser

Microsoft Explorer. Lưu ý rằng thống kê này chỉ từ một trạm web (web site) cho nên con số có thể chênh lệch đôi chút.

Hai browser kể trên thuộc loại giao diện đồ họa (Graphic User Interface) mà hầu hết các độc giả sẽ dùng; tuy nhiên, có một số độc giả vẫn còn dùng browser loại giao diện chữ (Text User Interface), như Lynx. Browser này rất thích hợp cho những ai có trương mục Dial-up Unix, và chỉ đọc được chữ mà thôi (không có hình). Browser này cũng có một ấn bản cho hệ điều hành DOS và Windows. Chúng ta có thể chép browser này từ địa chỉ của trường đại học Kansas (ftp://ftp.cc.ukans.edu/pub/lynx), từ địa chỉ *http://www.fdisk.com/doslynx/lynxport.htm* hay *http://lynx.browser.org/.*

2.5 Nhu Liệu Vẽ Hình

Không ai phủ nhận rằng thêm hình ảnh vào trang web sẽ làm trang web của chúng ta bắt mắt hơn và lôi cuốn nhiều độc giả hơn. Hình ảnh đây có thể là một hình vẽ, một hình tượng (icon), một hình chụp (photograph) hay một cảnh trong một đoạn phim nào đó. Mỗi hình ảnh có thể được cất ở nhiều dạng khác nhau như: TIFF, Bitmap, JPEG, GIF, nhưng khi được gắn vào trang web chúng ta chỉ có hai lựa chọn. Đó là JPEG và GIF. Do đó, chúng ta cần có một nhu liệu vẽ hình để giúp chúng ta vẽ, tô sửa, hay đổi dạng các hình ảnh ra dạng JPEG và GIF.

Nếu đã có nhu liệu vẽ hình, chúng ta cần xem lại cho chắc rằng nhu liệu đó có hỗ trợ hai dạng trên. Nhu liệu hay nhất là Photoshop, nhưng giá bán lại rất cao (trên 500 đô). Chúng ta có thể tìm thấy nhiều nhu liệu vẽ hình rẻ hơn hoặc miễn phí, bằng cách hướng URL về địa chỉ *http://www.yahoo.com/computers_and_internet/Software/Graphics*. Nếu chưa có một nhu liệu nào, chúng ta hãy dùng nhu liệu Paint Shop Pro. Chúng ta có thể tìm thấy một bản dùng thử (evaluation copy) trên Internet ở địa chỉ *http://www.jasc.com* (hay ftp://ftp.jasc.com), hoặc mua một bản mới nhất tại các tiệm bán nhu liệu với giá vào khoảng 50 đô.

2.6 Trương Mục Internet Và Chỗ Để Trang Web

Sau khi hoàn tất trang web, chúng ta cần một chỗ trên Internet để đặt trang web. Nếu nơi sở làm hay trường học của chúng ta cho phép chúng ta đặt trang web, có lẽ đó là cách ít tốn kém nhất. Nếu không chúng ta có thể mướn một trương mục Internet ở một nơi cung cấp dịch vụ Internet nào đó, mà họ cho chúng ta đặt trang web. Thí dụ như Vinet (714-418-0899), AOL (800-827-3338), CompuServe (800-848-8990). Chúng ta cũng có thể tìm thấy những công ty cho chỗ để trang web miễn phí. Thí dụ như *www.geocities.com*. Hãy đọc thêm chương Hai Mươi Mốt, "Chỗ Để Trang Web".

Sau khi có được một trương mục và chỗ để trang web, chúng ta cần tìm hiểu thêm về các điều kiện của nơi đó liên quan tới trang web như: độ lớn tính bằng Megabyte (Thường các nơi đó cho chúng ta khoảng 2 Megabyte đầu miễn phí), số lượng tập tin (bao gồm cả trang web và hình ảnh), cách đặt tên các tập tin, và các điều kiện khác nếu có.

2.7 Nhu Liệu Chuyển Tập Tin (FTP)

Ngoài các điều kiện kể trên từ nơi cung cấp dịch vụ Internet, chúng ta cũng cần biết cách gửi trang web của chúng ta tới chỗ để trang web. Chúng ta cần biết địa chỉ của máy để trang web, thí dụ *ftp://vinet.com*; mật mã để ghi danh vào, và cuối cùng là một nhu liệu để gửi các tập tin. Nhu liệu này có tên gọi chung là **FTP**. FTP viết tắt của chữ *File Transfer Programs*.

Nếu chưa có một nhu liệu FTP nào, chúng ta có thể chép nhu liệu **WS_FTP95 LE** miễn phí từ địa chỉ *http://www.ipswitch.com*, hay nhu liệu HotFTP từ địa chỉ *http://www.sausage.com*. Chữ "LE" trong tên **WS_FTP95 LE** có nghĩa là Light Edition (bản nhẹ hay bản thu hẹp). Số 95 có nghĩa là cho Windows 95 hay mới hơn. Hãy đọc thêm chương Hai Mươi, đoạn 2, "Dùng Nhu Liệu WS_FTP" để biết thêm về cách dùng nhu liệu WS_FTP.

2.8 Modem

Modem có lẽ là một thiết bị mà chúng ta không cần phải nhắc tới vì một khi chúng ta đã vào được Internet tức là chúng ta đã có modem. Tuy nhiên, chúng ta cũng đề cập ở đây để có được một cái nhìn đầy đủ về tất cả những thiết bị cần thiết cho công việc soạn và phổ biến trang web.

Chúng ta cần có được một modem càng nhanh càng tốt. Nếu chưa có modem, chúng ta nên mua một cái có tốc độ tối thiểu 28.8 Kbps (Kilo Bit Per Seconds—Kílô Bít Mỗi Giây).

2.9 Tóm Tắt

Có rất nhiều cách để soạn một trang web, và phổ biến trên Internet. Chúng ta có thể chọn bất cứ cách nào mà chúng ta cảm thấy thích hợp. Nếu chúng ta chưa chọn được những thiết bị để làm theo cách riêng của mình, thì hãy thu thập những thiết bị dưới đây. Những nhu liệu mà chúng ta sẽ dùng cho mục đích này đã có sẵn trong máy, hoặc chúng ta có thể chép từ Internet miễn phí.

- Máy điện toán
- Hệ điều hành Windows 95
- Nhu liệu thảo văn bản WordPad
- Browser Netscape Navigator, Internet Explorer, hay Lynx; nếu có cả ba càng tốt
- Nhu liệu vẽ hình Paint Shop Pro
- Trương mục Internet và chỗ để trang web
- Nhu liệu chuyển tập tin WS_FTP95 LE
- Modem

Lưu Ý: *Hãy đến trang web www.vnisoft.com/books/webpage.htm để biết chỗ lấy nhu liệu miễn phí.*

2.10 Câu Hỏi & Trả Lời

1. Chúng ta dùng máy điện toán chạy với hệ điều hành DOS hay Windows 3.1 để soạn trang web được không?

TL: Máy nào chúng ta dùng cũng được, chỉ với một điều kiện là máy đó có một nhu liệu thảo văn bản. Tác giả gợi ý dùng hệ điều hành Windows 95 là vì hệ điều hành này cho phép chúng ta đặt một tên mở rộng (extension) dài như *index.html*. Đây là tên mà chúng ta cần đặt cho trang nhà (home page) của chúng ta. Thêm vào đó, Windows 95 cho phép chúng ta cất trang web với tên ở chữ thường. Đây là một điều kiện của máy phục vụ trang web (Web Server) hệ Unix. Hệ điều hành DOS và Windows 3.1 chỉ dùng chữ HOA khi cất tên cho trang web. Do đó, chúng ta phải làm thêm một bước nữa là đổi tên các trang web từ chữ HOA ra chữ thường, sau khi đã gửi đến máy phục vụ trang web.

2. Chúng ta lấy các nhu liệu miễn phí ở đâu?

TL: Địa chỉ Internet của các nơi cho lấy nhu liệu miễn phí đều được ghi ở trang nhà của VNI, ngoại trừ nhu liệu Lynx. Địa chỉ của VNI là www.vnisoft.com. Nơi trang web dành riêng cho quyển sách này ở địa chỉ *www.vnisoft.com/books/webpage.htm* cũng có điểm nối dẫn tới các nơi cho lấy nhu liệu miễn phí.

3. Chúng ta có thể dùng nhu liệu FrontPage của Microsoft để thảo trang web được không? Nhu liệu này được phát miễn phí bởi Microsoft.

TL: Nếu có được nhu liệu FrontPage thì cũng tốt, vì nhu liệu này là nhu liệu chuyên môn để thảo trang web. Ngoài FrontPage, chúng ta còn có thể dùng các nhu liệu chuyên môn khác như HomePage, PageMill, Web.Designer, HotDog, HotMetal, hay WebPublisher. Tuy nhiên, các nhu liệu này cũng phức tạp không kém. Nếu chúng ta cảm thấy có thì giờ học cách sử dụng các nhu liệu này thì cũng nên. Nếu không có thì giờ và không muốn tốn tiền thì hãy dùng nhu liệu WordPad (miễn phí khi gắn Windows 95) là đủ. Thêm vào đó, không có một nhu liệu chuyên môn nào có khả năng hỗ trợ hết các tag HTML; do đó, chúng ta vẫn cần biết cách dùng nhu liệu WordPad để bổ túc.

2.11 Tài Liệu Tham Khảo

[1] Dung Q. Vu, "Cẩm Nang Lên Lưới Internet," VNI Publishing, 1996, ISBN: 0-9654744-0-2.

[2] "FDISK.COM, Lynx2.7 for DOS 386+ or Win32," www.fdisk.com/doslynx/lynxport.htm.

Chương 3

Những Thao Tác Và Lý Thuyết Căn Bản

Trong chương này, chúng ta sẽ học về những điều căn bản nhất để soạn một trang web. Từ chương này trở đi, tác giả xin phép được coi như quý vị đã có đủ những thiết bị căn bản như đã đề cập nơi chương Hai. Nơi chương này, chúng ta sẽ sử dụng nhu liệu thảo văn bản WordPad để thảo trang web, và một browser để kiểm chứng lại trang web. Vì giới hạn của quyển sách, tác giả sẽ không dẫn chứng hình ảnh của cả 3 browser cho việc kiểm chứng. Tác giả xin dành việc làm đó cho quý độc giả. Tác giả sẽ dùng Netscape Navigator, hoặc Internet Explorer để kiểm chứng.

Những điều chúng ta học nơi chương này sẽ được dùng đi dùng lại cho mỗi trang web; do đó, chúng ta cần thuộc lòng những thao tác, và lý thuyết căn bản được thảo luận trong chương này. Trong các chương kế tiếp, tác giả sẽ coi như quý vị đã thuộc lòng những điều căn bản này, và sẽ chỉ nhắc tới chứ không giải thích, để chúng ta có thì giờ lướt nhanh tới những đề tài kế tiếp.

Trong chương này chúng ta sẽ học về:

- Dùng WordPad Để Viết Một Trang Web Mới
- Bật "Mốt Xuống Hàng Tự Động" (WordWrap)
- Chọn Phông Chữ
- Những Nguyên Tắc Căn Bản Của HTML
- Phần Đầu Của Trang Web
- Cất Một Trang Web (Save File)
- Thử Nghiệm Một Trang Web
- Sửa Một Trang Web Đã Có Sẵn
- Phần Thân Của Trang Web
- Đặt Tên Cho Các Trang Web

3.1 Dùng WordPad Để Viết Một Trang Web Mới

WordPad là một nhu liệu đã được đính kèm theo hệ điều hành Windows 95 hay Windows NT. Như đã được sắp trước, WordPad được đặt trong ngăn **Accessories**.

Nếu chưa bao giờ chạy nhu liệu này, chúng ta hãy làm theo những bước sau đây (nếu dùng Windows 95) để chạy WordPad:

1. Mở menu **Start**
2. Chọn ngăn **Programs**
3. Chọn ngăn **Accessories**
4. Nhấp nút trái của mouse hai lần (double-click) lên hình tượng (icon) của nhu liệu WordPad.

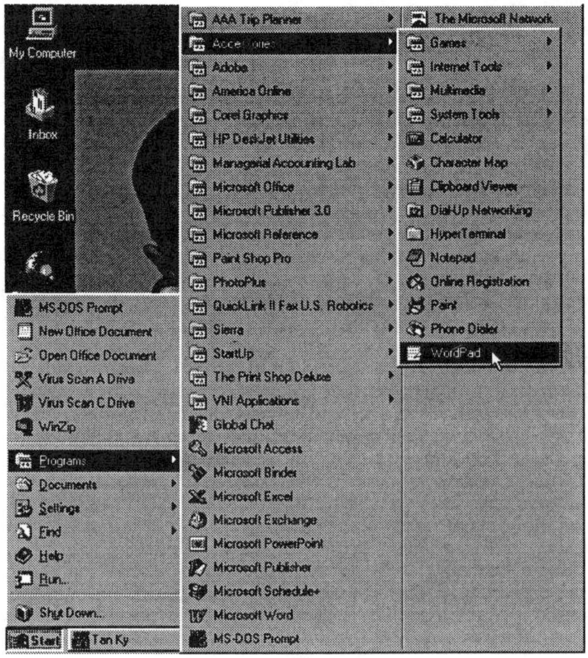

Hình 3-1: Chạy WordPad

Màn ảnh của WordPad sẽ nhìn như sau:

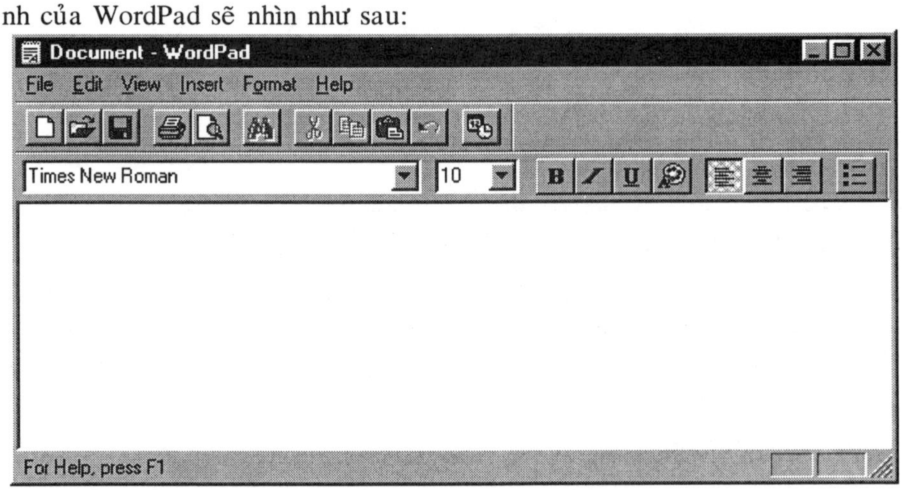

Hình 3-2: Màn ảnh của WordPad

3.2 Bật "Mốt Xuống Hàng Tự Động" (WordWrap)

Trên nguyên tắc, khi soạn một trang web, chúng ta không cần phải xuống hàng sau mỗi câu. Các browser sẽ tự động sửa đổi lề của trang web theo kích thước của browser lúc bấy giờ. Browser sẽ tự động xuống hàng các câu văn nào có xu hướng vượt qua lề phải của khung khi trình bầy trang web trên màn ảnh.

Do đó, khi viết một đoạn văn, chúng ta cứ việc viết thoải mái mà không cần phải lo lắng đến việc xuống hàng. Tuy nhiên, theo lối tự nhiên, khi chúng ta gần vượt qua lề phải của khung, WordPad sẽ tự động cuộn (scroll) màn ảnh qua trái để chúng ta tiếp tục đánh máy. Khi đó, chúng ta sẽ thấy thanh cuộn ngang (Horizontal Scroll Bar) di chuyển một chút về bên phải. Điều này gây nên một trở ngại là khi chúng ta vượt qua lề phải, chúng ta sẽ không thấy các chữ ở sát lề trái, vì màn ảnh đã cuộn qua phải.

Để tránh sự khó chịu này, chúng ta hãy bật mốt "Tự Động Xuống Hàng"(Auto Word Wrap). Muốn làm được điều đó, chúng ta:

1. Mở menu **View**
2. Chọn **Options...**

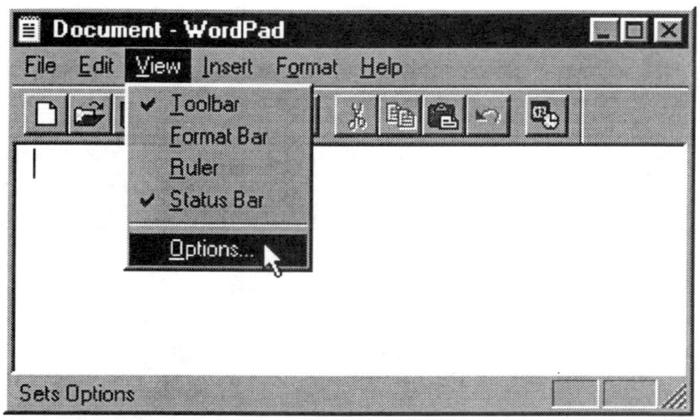

Hình 3-3: Chọn mệnh lệnh View | Option...

3. Chọn nhãn (tab) **Text**

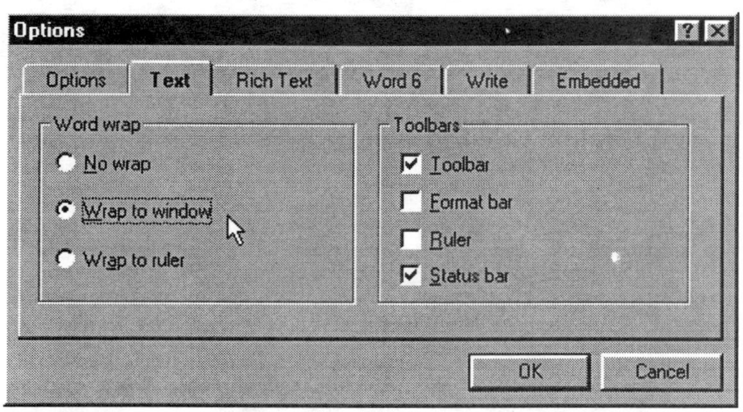

Hình 3-4: Chọn nhãn Text và Word Wrap

4. Nơi khung "Word wrap" (bên trái) chọn "**Wrap to Window**"
5. Nhấn nút **OK** khi hoàn tất

Lưu Ý: *Chúng ta phải bật mốt này lên trước khi đánh chữ. Nếu chúng ta bật mốt này lên sau khi đã đánh một câu vượt quá lề phải, câu hày sẽ không bị ảnh hưởng bởi mốt "Xuống Hàng Tự Động".*

3.3 Chọn Phông Chữ

Trên nguyên tắc, chúng ta không cần phải đổi phông chữ khi soạn một trang web nếu dùng tiếng Anh hoàn toàn. Các browser sẽ quyết định phông chữ nào sẽ được dùng. Thông thường, phông chữ sẽ được dùng là **Times Roman** hay **Arial**. Tuy nhiên, nếu chúng ta muốn dùng tiếng Việt trong các trang web chúng ta cần phải chọn phông chữ Việt. Cách dùng tiếng Việt trong trang web sẽ được giải thích nơi các chương sau. Nơi mục này chúng ta chỉ chú trọng vào việc chọn phông chữ nơi nhu liệu thảo văn bản WordPad.

Khi chọn một phông chữ chúng ta phải chọn trước khi đánh máy. Nếu không, những chữ đã được đánh rồi sẽ không bị ảnh hưởng bởi việc đổi phông chữ. Muốn chọn phông chữ, chúng ta nhấp nút trái của mouse nơi "ô mũi tên chỉ xuống", bên phải của khung tên phông chữ để hạ xuống một danh dách các phông chữ có trong máy. Chúng ta sẽ dùng thanh cuộn đứng nơi danh sách đó để tìm phông muốn tìm. Nhấp nút trái của mouse lên một tên phông sẽ chọn phông chữ đó. Nếu trong máy chưa có phông chữ Việt cho Internet, chúng ta hãy lấy phông chữ Việt từ trang nhà của VNI, *http://vnisoft.com*. Phông chữ Việt VNI cho Internet được phát miễn phí. Nếu máy của chúng ta đã có phông chữ Việt cho Internet, chúng ta nên chọn một phông chữ mà

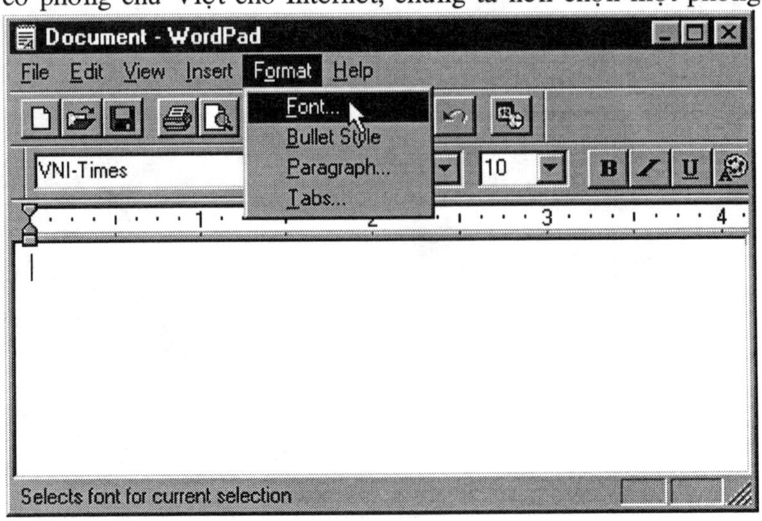

Hình 3-5: Đổi phông chữ nơi WordPad (cách #1)

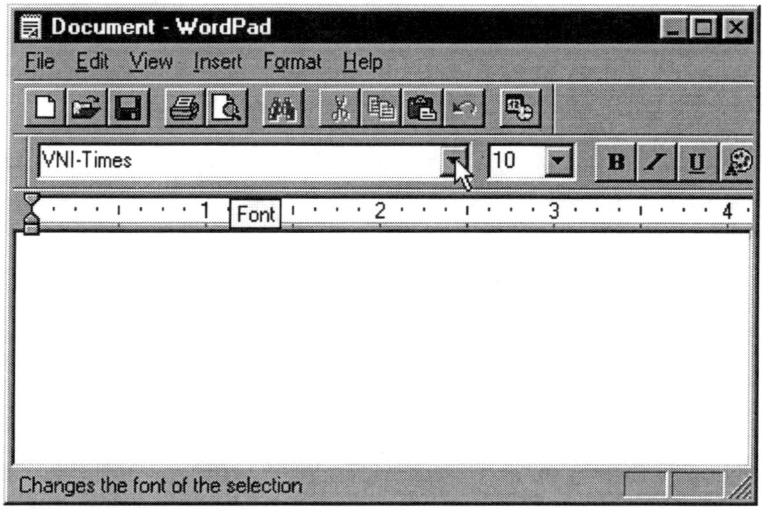

Hình 3-6: Đổi phông chữ nơi WordPad (cách #2)

thôi. Không nên chọn nhiều hơn một phông chữ cho một trang web trừ khi thật cần thiết. Đổi phông chữ nhiều lần trong một trang web sẽ làm rối mắt người đọc.

Phông chữ Việt phổ biến nhất trên Internet là phông VNI-Times, và phông VNI-Internet Mail. Phông VNI-Times là loại phông dạng tỉ lệ (Proposional–Bề ngang của các chữ rộng hẹp tùy theo mỗi chữ). Phông VNI-Internet Mail là phông dạng cố định (Fixed–Bề ngang của các chữ có bề rộng bằng nhau). Cách sử dụng phông chữ Việt sẽ được bàn tới trong các chương sau.

3.4 Những Nguyên Tắc Căn Bản Của HTML

Tag

Một trang web được cấu tạo bởi hai nhân tố chính. Một là những mệnh lệnh HTML. Hai là những gì chúng ta muốn viết nơi trang web—nội dung của trang web. Để phân biệt giữa hai nhân tố này, chúng ta cần đến các dấu ngoặc nhọn, < và > (dấu "nhỏ hơn" và dấu "lớn hơn"). Chúng ta sẽ gói các mệnh lệnh HTML giữa các dấu ngoặc nhọn như sau: <mệnh-lệnh-HTML>. Khi được viết giữa các dấu ngoặc nhọn như vậy, các mệnh lệnh HTML được gọi là Markup Tag, hay Tag cho ngắn gọn. Các tag HTML thường đi một cặp, gồm "tag mở" (open tag) và "tag đóng" (closing tag). Thí dụ: `<H1>` và `</H1>`. Tag mở và tag đóng chỉ khác nhau ở một điểm là tag đóng được viết trước bởi một "dấu gạch chéo tới" (forward slash). Chúng ta có thể gọi các cặp tag này là tag kép. Nơi tiếng Anh, các tag kép này được gọi là "container".

Có những tag chỉ đi một mình. Tức là, chỉ có tag mở mà không có tag đóng. Thí dụ như: `<HR>` (tag dùng để kẻ một đường ngang). Khi viết tên tag, chúng ta phải viết tên tag liền ngay sau dấu < hay / (trong tag đóng). Các browser sẽ không nhận ra tag, nếu chúng ta có khoảng trống (space) giữa ký hiệu < và mẫu tự đầu tiên của tên tag.

Lưu Ý: *Đối với các tag kép, khi viết chúng ta phải viết cho đủ cặp. Nếu viết thiếu, kết quả của trang web sẽ không thể đoán được. Mỗi browser sẽ phản ứng một cách khác nhau. Có browser bỏ lơ sự thiếu hụt đó, và có browser tự gán đại một tag nào đó. Tuy nhiên, chúng ta cũng đừng quên rằng có một số tag HTML chỉ là tag đơn, và cũng có một số tag HTML tuy là tag kép nhưng tag đóng không bắt buộc phải có. Chúng ta có thể gọi loại tag này là tag loại "lưỡng tính". Thí dụ của tag loại "lưỡng tính" là tag đánh dấu đoạn văn <P>. Sau mỗi đoạn văn, chúng ta viết thêm </P> hay không viết cũng chẳng có ảnh hưởng gì.*

Nhóm

Nếu nhìn quyển sách này, trên phương diện hình thức, chúng ta sẽ thấy, quyển sách có nhiều chương. Mỗi chương có nhiều đoạn. Mỗi đoạn thường có tựa đề, và một hay nhiều tiểu đoạn. Nếu nói theo cách nói của HTML thì quyển sách này có nhiều nhóm chữ (block of text). Trong các nhóm chữ lại có thể có một hay nhiều nhóm chữ khác. Có nhóm chữ là tựa đề. Có nhóm chữ là những đoạn văn.

Trở lại với trang web, chúng ta hãy nhìn trang web như là một tập hợp các nhóm chữ. Các nhóm chữ được phân định bởi các tag HTML. Các tag này sẽ cho biết nhóm chữ nào là tựa, nhóm chữ nào là đoạn văn. Thí dụ:

```
<H1>Đây là tựa</H1>

<P>Đây là đoạn văn. Phần nội dung thì chúng ta viết gì cũng được.
   Chúng ta muốn xuống hàng, thụt vào đầu hàng, hay viết liên tục cũng
   được. Cách trình bầy không có ảnh hưởng gì hết. Chỉ có các tag HTML
   là tag phân biệt giữa các nhóm chữ.</P>
```

Trong thí dụ trên, cặp tag `<H1>...</H1>` cho biết nhóm chữ được kẹp giữa chúng là tựa. Còn cặp tag `<P>...</P>` cho biết nhóm chữ được kẹp giữa chúng là một đoạn văn.

Chữ Thường/Chữ Hoa

Các tên tag không có phân biệt chữ thường hay chữ hoa. Nghĩa là, chúng ta viết các tên tag bằng chữ thường, chữ hoa hay lẫn lộn chữ thường và chữ hoa cũng được. Thí dụ, `<HR>`, `<hr>`, `<Hr>` hay `<hR>` đều tương đương với nhau.

Cách Trình Bầy Trang Web

Lối trình bầy của một trang web lệ thuộc vào các tag mà chúng ta dùng. Khi nhận được trang web, browser sẽ dựa trên các tag để trình bầy trang web; do đó, các lối trình bầy bằng cách xuống hàng, thụt vào đầu dòng, làm bằng lề phải, viết ngay giữa dòng, v.v... đều không có ảnh hưởng gì hết. Thí dụ, hai cách viết sau đây đều tương đương với nhau:

```
<H1>Day
              la
                        tua lon</H1>
<H1>Day la tua lon</H1>
```

Cả hai khi được hiện nơi browser đều trông như ở hình 3-7:

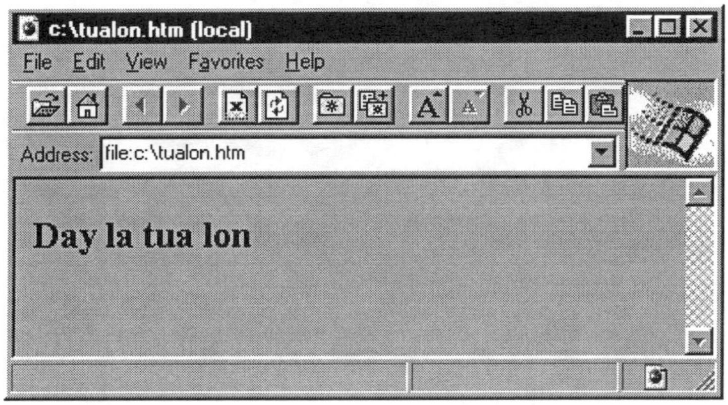

Hình 3-7: Dòng chữ được hiện nơi browser

Thuộc Tính

Một số tag có nhận thêm thuộc tính (attribute) để làm rõ nghĩa hơn về lối trình bầy. Thí dụ:

```
<H1 Align="center">Day la tua lon</H1>
```

Hình 3-8: Tựa được viết ở giữa dòng

Thuộc tính `Align=''center''` cho browser biết khi hiện tựa này thì đặt nó ở giữa dòng, như ở hình 3-8. Một điều đáng nhớ là các thuộc tính này được viết bên trong tag mở. Tag đóng không bao giờ có thuộc tính.

Một tag có thể không có thuộc tính, có một thuộc tính, và cũng có thể có nhiều hơn một thuộc tính. Thí dụ:

```
<IMG SRC="hinhbia.gif" ALIGN=left>
```

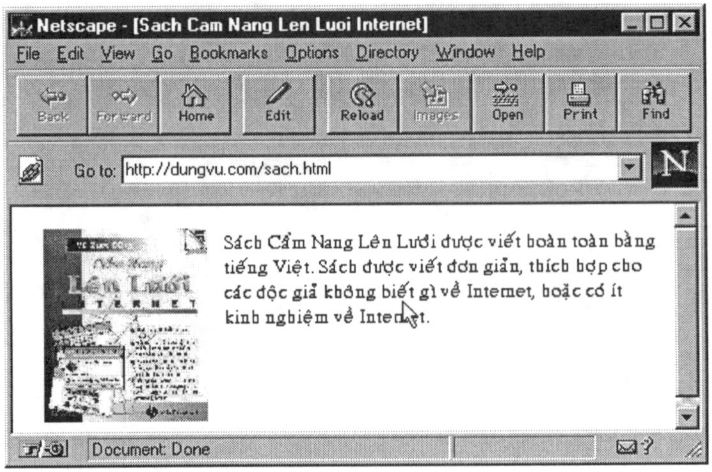

Hình 3-9: Đặt hinhbia.gif sát lề trái

Tag `<IMG>` ở trên có hai thuộc tính. Thuộc tính thứ nhất là `SRC`. Thuộc tính này cho biết tên của tập tin hình là *hinhbia.gif*. Thuộc tính thứ hai là `ALIGN`. Thuộc tính này cho browser biết, khi trình bầy thì đặt hình sát bên lề trái.

<HTML>...</HTML>

Cặp tag này bắt buộc phải có. Chúng cho biết những gì chúng ta viết giữa hai tag đó (một hay nhiều nhóm chữ) sẽ là nội dung của trang web.

3.5 Phần Đầu Của Trang Web

Hãy nhìn thoáng qua phần nội dung của trang web trong hình 3-10. Chúng ta có thể đoán ra nội dung của trang web này không? Thông thường, một trang web sẽ có phần đầu đề, hay phần nhận dạng (identification) để độc giả có thể biết ngay được nội dung của trang web trong cái nhìn đầu tiên. Phần đầu đề này thường được đặt ở phần đầu của trang web, vì đây là chỗ mọi người sẽ bắt đầu đọc. Sự sắp đặt này có gây ra một trở ngại. Đó là đối với những trang web có nội dung dài (hơn 2 trang), khi chúng ta di chuyển xuống phần cuối của trang web thì phần đầu đề đã bị đẩy ra khỏi màn ảnh.

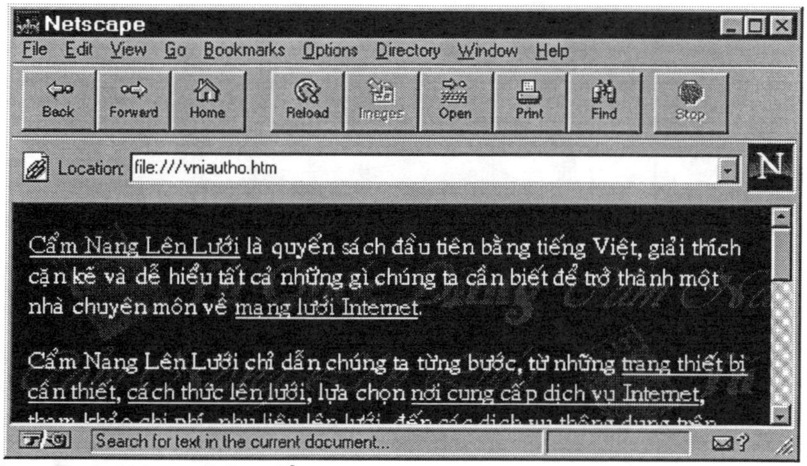

Hình 3-10: Trang web không có tựa đề

Để lúc nào độc giả cũng dễ dàng biết được đại ý của trang web, mọi người thường đặt thêm tựa đề hay đại ý của trang web trên thanh tựa (title bar) của browser, như hình 3-11. Thanh tựa này luôn cố định nên độc giả lúc nào cũng thấy được.

Hình 3-11: Tựa đề được viết trên thanh tựa

Muốn đặt tựa đề trên thanh tựa, chúng ta hãy dùng WordPad mở một trang mới, rồi đánh vào các hành chữ như sau:

```
<HTML>
   <HEAD>
    <TITLE>Day la tua cua trang web</TITLE>
   </HEAD>
</HTML>
```

Ghi chú: *Những gì được viết giữa cặp tag <TITLE>...</TITLE> là tựa của trang web.*

3.6 Cất Một Trang Web (Save File)

Sau khi đánh máy xong những gì cần đánh, chúng ta cần phải cất trang web đó để có thể thử nghiệm và phổ biến lên Internet sau này.

Để cất một trang web (tập tin) từ WordPad, chúng ta:

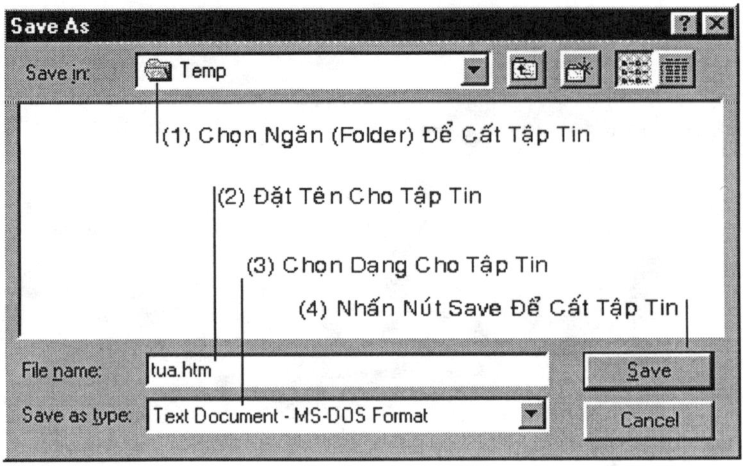

Hình 3-12: Cất trang web

1. Mở mệnh đơn **File**.
2. Chọn **Save As** nếu đây là một trang web mới, hoặc **Save** nếu chúng ta muốn cất trang web này với một tên mới.
3. Cho biết ngăn chứa (**folder**).
4. Cho biết tên đầy đủ (full name) kể cả tên nới rộng (extension) của trang web.
5. Chọn dạng cất là **Text Document** (dạng chữ tiêu chuẩn).
6. Nhấn nút **Save**.

Trong thí dụ này, chúng ta cất trang web mẫu nơi trên ở ngăn **Temp**, dưới tên *tua.htm*.

3.7 Thử Nghiệm Một Trang Web

Sau khi soạn xong một trang web, hay một phần của trang web, chúng ta cần thử nghiệm lại những gì chúng ta vừa làm bằng cách mang chúng vào ít nhất là một browser để biết được thật sự trang web đó nhìn như thế nào.

Chúng ta hãy chạy một brower nào đó. Thí dụ như Netscape Navigator hay Internet Explorer. Rồi mang trang web muốn xem vào. Muốn mang một trang web từ đĩa vào browser chúng ta làm theo một trong hai lối sau đây (tùy theo loại browser đang dùng):

Netscape Navigator

Nơi khung **Location**, đánh **file:///** theo sau bởi tên ngăn và tên của trang web. (Khi đánh chữ vào khung Location, nhãn Location sẽ đổi thành nhãn **Go to:**.)

Hình 3-13: Mang trang web vào Netscape Navigator

Internet Explorer

Nơi khung **Address**, đánh tên ngăn và tên của trang web. (Khi đánh chữ vào khung **Address,** nhãn **Address** sẽ đổi thành nhãn **Open**.) Chữ **file:** không cần thiết phải có.

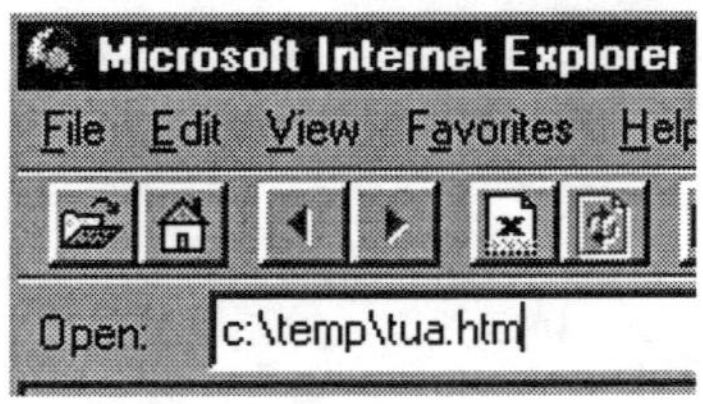

Hình 3-14: Mang trang web vào Internet Explorer

3.8 Sửa Một Trang Web Đã Có Sẵn

Soạn một trang web đòi hỏi chúng ta phải bỏ nhiều công sức hơn là viết một bài văn. Thường khi viết một bài văn, chúng ta phải viết đi viết lại nhiều lần để hoàn chỉnh phần nội dung. Soạn một trang web không những đòi hỏi chúng ta phải viết đi viết lại phần nội dung mà còn đòi hỏi chúng ta gọt dũa phần trình bầy sao cho trang web thật bắt mắt, vì có bắt mắt thì mới lôi cuốn người đọc.

Trong thí dụ nơi các trang trước, chúng ta đã soạn phần đầu của trang web, tức là đặt tựa đề của trang web nơi thanh tựa. Giờ đây, chúng ta sẽ soạn phần nội dung của trang web. Chúng ta sẽ mang trang web vừa mới soạn vào lại WordPad để viết thêm.

Mở lại một trang web đã có sẵn, chúng ta:

1. Chạy WordPad.
2. Vô menu **File**, chọn mệnh lệnh **Open**, hay nhấp chuột nơi hình tượng mở file. Khung **Open** sẽ được mở ra.
3. Chọn ngăn chứa trang web. Ngay sau khi chọn ngăn chứa trang web, thông thường chúng ta sẽ thấy tên các trang được liệt kê ra. Nếu không thấy tên trang web mà chúng ta muốn tìm thì hãy điền chữ ***.htm*** hay ***.*** nơi hàng **File Name:** rồi nhấn nút **Enter**.
4. Nhấp chuột lên tên của trang web để mang trang web vào WordPad.

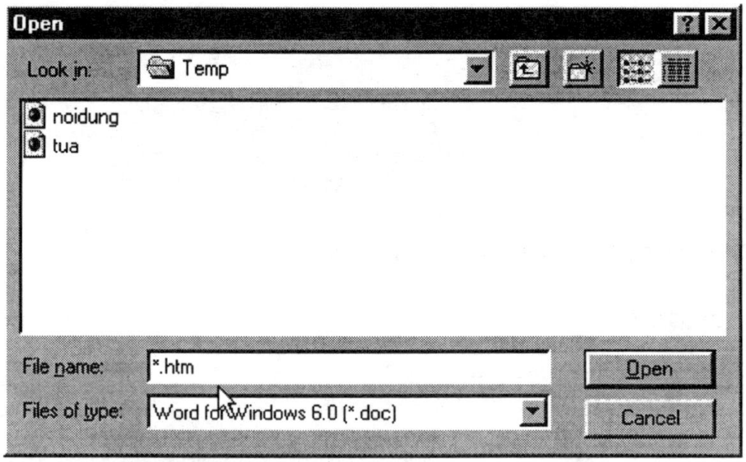

Hình 3-15: Mở trang web đã được soạn từ trước

3.9 Phần Thân Của Trang Web

Phần thân của trang web được gói gọn trong cặp tag <BODY>...</BODY>. Tag <BODY> này có nhận rất nhiều thuộc tính (attributes). Các thuộc tính đó sẽ được bàn thêm nơi các chương sau.

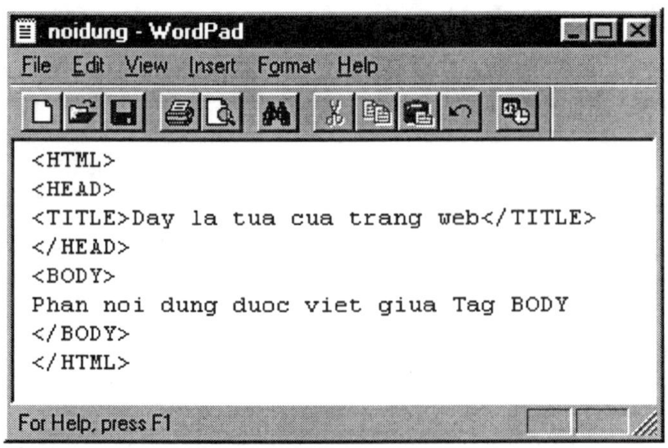

Hình 3-16: Soạn phần nội dung của trang web

Hãy điền thêm vào trang web *tua.htm* như trong hình 3-16. Khi hoàn tất chúng ta hãy cất trang web này với một tên khác (*noidung.htm*) để tránh viết chồng lên trang web cũ, rồi thử nghiệm lại trang web này, giống như đã làm từ trước. Trang web này khi được hiển thị nơi browser, sẽ nhìn như ở hình 3-17.

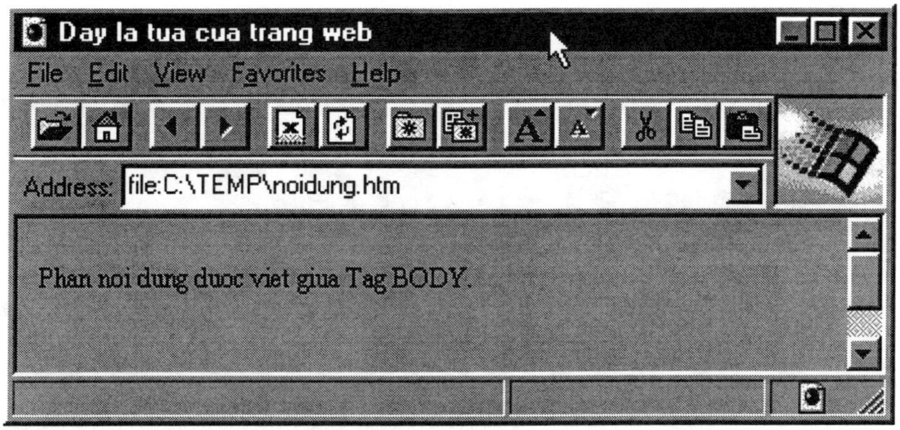

Hình 3-17: Trang web noidung.htm được thấy như sau

3.10 Đặt Tên Cho Các Trang Web

Khi cất một trang web vào đĩa, chúng ta cần đặt tên cho nó. Trên nguyên tắc, chúng ta có thể đặt tên cho trang web với bất cứ tên nào. Thí dụ như *MOI.htm* (mới), *baitap.htm* (bài tập), *Thidu.htm* (thí dụ), miễn làm sao nó đáp ứng những đòi hỏi sau:

1. Phản ảnh được nội dung của trang web.
2. Không trùng hợp với một tên khác.
3. "Tên nới rộng" (extension) là **htm** hay **html** tùy theo đòi hỏi của máy phục vụ web.

Ngoài các đòi hỏi căn bản trên, chúng ta cần tham khảo với người đại diện của nơi đặt máy phục vụ web để biết thêm về các đòi hỏi của họ. Thí dụ về các đòi hỏi đó là:

1. Toàn bộ tên của trang web phải là chữ thường.
2. Tên nới rộng phải là **html**.
3. Trang gốc (Home Page) của chúng ta phải có tên *index.html.*
4. Tên của trang web (không kể tên nới rộng) chỉ được tối đa 8 mẫu tự.

Nếu không biết chắc về các đòi hỏi của máy phục vụ web, chúng ta hãy làm theo những lời nhắn nhủ an toàn sau đây:

1. Dùng chữ thường để đặt tên cho trang web.
2. Tên nới rộng phải là **htm**.
3. Tên của trang web (không kể tên nới rộng) giới hạn ở 8 mẫu tự.

Khi browser nhận được một tập tin, nó cần biết tập tin đó thuộc loại gì để có thể trình bầy cho đúng. Nếu tập tin đó được gửi ra từ một máy phục vụ web thì đi trước tập tin sẽ là những chỉ dẫn cho browser diễn dịch tập tin được đi theo sau đó. Nếu browser đang dùng nghi thức FTP để đọc tin thì browser sẽ dùng đến "tên nới rộng" (extension) của tập tin để đoán biết dạng của tập tin. Do đó, khi đặt tên cho một trang web, hay một tập tin, tên mới rộng cũng quan trọng không kém.

Nếu quý vị chưa bao giờ dùng hệ điều hành Unix thì tên nới rộng với 4, hay nhiều hơn 4, mẫu tự sẽ là một điều ngạc nhiên lớn. Nhưng nếu quý vị biết rằng phần lớn các máy phục vụ web đều là máy dùng hệ điều hành Unix (chúng ta sẽ gọi tắt là máy Unix) thì quý vị sẽ chẳng có gì ngạc nhiên cả.

Lưu Ý: *Khi chúng ta chép một tập tin có tên mở rộng dài 4, hay hơn 4, mẫu tự xuống máy dùng hệ điều hành Windows 3.1 hay DOS, chỉ có 3 mẫu từ đầu được giữ lại. Thí dụ index.html sẽ trở thành index.htm.*

Sau đây là một số các tên nới rộng thường gặp:

Tên Nới Rộng (Filename Extension)	**Tượng Trưng Cho**
.au	Tập tin âm thanh (sound file) đã được hóa mã ở dạng aiff
.avi	Tập tin phim ảnh (video file) theo dạng AVI của Microsoft
.bmp	Tập tin hình ảnh (image file) theo dạng bitmap (thông dụng nơi các máy chạy Windows)
.exe	Nhu liệu (chạy trong các máy điện toán cá nhân)
.gif	Tập tin hình ảnh (image file) ở dạng GIF (rất phổ biến trên Internet)
.gz	Tập tin đã được nén bởi nhu liệu GNU gzip (nhu liệu này rất phổ biến nơi các máy Unix)
.html hay .htm	Trang web
.jpeg hay .jpg	Tập tin hình ảnh ở dạng jpeg (rất phổ biến trên Internet)
.mpeg, .mpg hay .mpe	Tập tin phim ảnh ở dạng MPEG
.pcx	Tập tin hình ảnh ở dạng PCX, tạo bởi nhu liệu vẽ hình PaintBrush
.qt	Tập tin phim ảnh ở dạng QuickTime trên máy Macintosh
.tif hay .tiff	Tập tin hình ảnh ở dạng TIFF
.txt	Tập tin chữ ở dạng thường (chuẩn). Khi browser nhận được một tập tin mà không nhận diện được dạng thì gán cho nó dạng này.
.xbm	Tập tin hình ảnh trắng đen ở dạng X-Bitmap
.xpm	Tập tin hình ảnh màu ở dạng X-Pixmap
.z	Tập tin đã được nén bởi công thức của Lempel-Ziv (dạng này rất phổ biến nơi các máy Unix)

3.11 Tóm Tắt

Trong chương này, chúng ta đã học về những thao tác căn bản khi dùng WordPad để thảo, và sửa đổi một trang web. Chúng ta cũng đã tìm hiểu về những lý thuyết căn bản để soạn một trang web, từ các mệnh lệnh căn bản, cách viết các tag, cách trình bầy tựa và nội dung trang web, đến cách đặt tên cho trang web. Chúng ta cũng biết cách thử nghiệm lại các trang web vừa được soạn.

3.12 Câu Hỏi & Trả Lời

1: Chúng ta có thể dùng nhu liệu NotePad để soạn trang web được không?

TL: Được. Chúng ta có thể dùng bất cứ một nhu liệu soạn thảo văn bản (Wordprocessor hay Text Editor) nào, miễn là chúng ta quen dùng. Nhưng nếu chúng ta muốn soạn một trang web tiếng Việt thì nên chọn một nhu liệu soạn thảo văn bản nào cho phép chúng ta đổi phông chữ. Nếu chúng ta có được những nhu liệu chuyên môn để soạn trang web, (HTML Editor) như HotDog, HotMetal, FontPage thì càng tốt. Lý do chúng ta chọn nhu liệu WordPad ở đây là vì WordPad miễn phí và cho phép chúng ta đổi phông chữ.

2.: Máy của tôi không có phông chữ Việt, tôi có thể soạn một trang web tiếng Việt được không?

TL: Được. Chúng ta sẽ bàn về cách làm này nơi chương Mười Chín, "Đưa Tiếng Việt Vào Trang Web". Tuy nhiên, cách làm này rất phức tạp. Nếu chỉ đánh vài chữ thì không sao. Nếu trang web có nhiều chữ thì nên gắn thêm phông chữ Việt vào máy. Phông chữ Việt đã được phát miễn phí từ trang web của VNI (http://vnisoft.com).

3: Chúng ta có thể bỏ dấu chữ Việt cho tựa đề trên thanh tựa được không?

TL: Có thể. Thường phông chữ dùng nơi thanh tựa của các khung là loại phông của hệ điều hành (System Font). Ít ai Việt hóa loại phông này. Nếu chúng ta có được một bộ phông chữ Việt thay thế cho bộ phông này thì chúng ta sẽ đánh được chữ Việt.

Tuy nhiên, chúng ta nên để ý rằng, dù chúng ta có được phông chữ Việt để thay thế phông của hệ điều hành này, chưa chắc độc giả của chúng ta có. Do đó, dù chúng ta có bỏ dấu tiếng Việt được nơi máy của chúng ta, chưa chắc là độc giả của chúng ta có thể đọc được. Tốt hơn hết là chúng ta hãy cứ dùng tiếng Việt không dấu cho tựa đề nơi thanh tựa.

4: Hầu như trang web nào chúng ta cũng phải dùng đến các mệnh lệnh <HTML> </HTML>, <HEAD> </HEAD>, <TITLE> </TITLE>, <BODY> </BODY>. Có cách nào chúng ta tự động đánh những mệnh lệnh này mỗi khi viết một trang web mới?

TL: Có, nhưng chúng ta phải tự làm lấy. Chúng ta hãy viết một trang web mẫu chỉ có các mệnh lệnh này rồi cất nó như là một khuôn mẫu (template). Mỗi lần soạn một trang web mới thì hãy chép (copy) trang web mẫu này ra một tên khác rồi dùng trang web mới đó để bắt đầu. Trong đĩa đính kèm có một trang web mẫu tên là *HTMLMAU.HTM*. Nếu nhu liệu soạn thảo văn bản cho phép chúng ta tạo vĩ lệnh (macro) chúng ta hãy dùng nó để tự động viết những mệnh lệnh HTML kể trên.

5. Khi soạn một trang web, tôi đã thụt vào đầu hàng cho mỗi đoạn văn. Tại sao khi thử nghiệm các đoạn văn đều không thụt vào đầu hàng?

TL: Trang web không giống như một bài viết trên giấy hay sách vở. Mọi sự trình bầy trang web đều lệ thuộc vào các tag và browser. Các trình bầy mà chúng ta làm nơi nhu liệu soạn thảo văn bản như thụt vào đầu hàng, làm bằng lề, đều bị vô hiệu hóa. Ngay cả xuống hàng sau mỗi đoạn văn cũng phải dùng tag để đánh dấu. Muốn trình bầy trước phần nội dung của trang web như đã nói mà không muốn browser thay đổi chúng, hãy dùng tag <PRE>...</PRE>. Xem đoạn 4.9 để biết cách dùng này.

6: Tôi đang sử dụng hệ điều hành Windows NT phiên bản 3.5, không có nhu liệu WordPad, vậy tôi có dùng nhu liệu NotePad được không?

TL: Được. Hệ điều hành Windows NT phiên bản 3.5 giống như Windows 3.1, chỉ có nhu liệu NotePad. Nhưng nhu liệu NotePad trong Windows NT 3.5 không giống như nhu liệu NotePad của Windows 3.1. Nhu liệu NotePad trong Windows NT 3.5

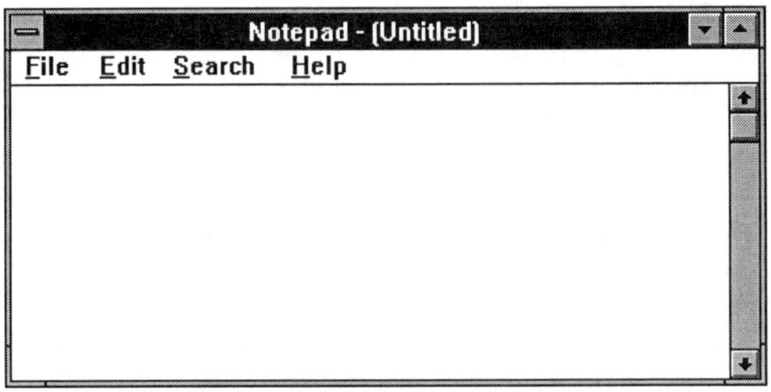

Hình 3-18: Dùng NotePad trong Windows NT 3.5

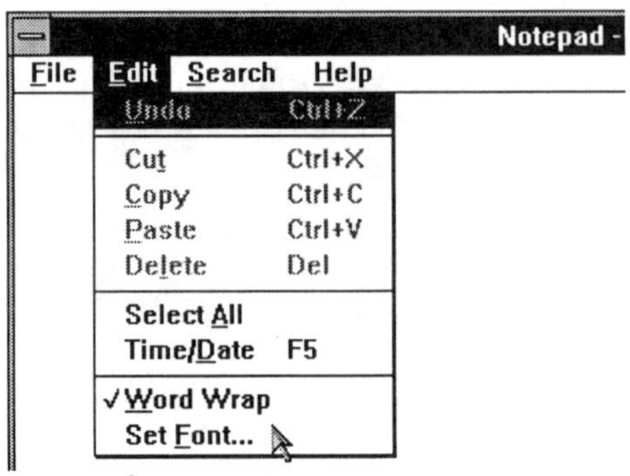

Hình 3-19: Bật mốt WordWrap và đổi phông chữ

có hỗ trợ đổi phông chữ và WordWrap mà trong nhu liệu NotePad của Windows 3.1 không có.

7: Tôi đã làm và cất một trang web vào đĩa, nhưng tại sao khi vào browser để thử nghiệm thì không thấy nó đâu cả?

TL: Vấn đề này thường xảy ra đối với những người mới nhập môn. Đa số các trường hợp xảy ra đều là do chúng ta cất trang web ở một chỗ nhưng đi tìm ở một chỗ khác. Chúng ta hãy vô lại nhu liệu soạn trang web, thử cất lại, và để ý kỹ nơi cất, gồm cả tên ngăn và tên ổ đĩa. Nếu chúng ta quả quyết rằng tên ổ đĩa và tên ngăn đã được ghi đúng mà vẫn không tìm ra trang web, chúng ta hãy kiểm lại tên tập tin, tên nới rộng (extension). Chúng ta có đặt tên trang web với tên nới rộng là .htm hay .html không? Chúng ta cũng đừng quên kiểm lại xem hệ điều hành hay nhu liệu chúng ta dùng có phân biệt chữ thường và chữ hoa hay không? Nếu có, hãy kiểm lại cách viết tên ngăn, ổ đĩa và tên trang web một lần nữa cho chắc rằng các chữ thường và chữ hoa được viết đúng như lúc cất. Để tránh trường hợp này, chúng ta nên đặt tên tất cả bằng chữ thường hết.

3.13 Tài Liệu Tham Khảo

[1] Scott Arpajian, "How to Use HTML3," Ziff-Davis Press, 1996, ISBN: 1-56276-390-3.

[2] Ian Graham, "Introduction To HTML and URLs," www.utoronto.ca/webdocs/HTMLdocs/NewHTML/intro.html.

3.14 Tài Liệu Đọc Thêm

- Laura Lemay, "Teach Yourself Web Publishing with HTML in a Week," SAMS Publishing, 1995.
- "Guide to good practices for WWW authors-Contents," www.man.ac.uk/MVC/SIMA/Isaacs/toc.html.

Chương 4

Căn Bản Trình Bầy Một Trang Web, Phần I

Trong chương này, chúng ta sẽ học sử dụng một số các tag HTML (HTML Markup Tag) để soạn một trang web đơn giản. Trang web mà chúng ta sẽ soạn là một trang web độc lập, không có điểm nối (link) tới các trang web khác, và chủ yếu là chữ. Chúng ta sẽ học soạn một bài giới thiệu về một sản phẩm, thí dụ một quyển sách. Nơi chương sau, chúng ta sẽ học trình bầy một trang web có hình ảnh.

Trong chương này chúng ta sẽ học:

- Dùng tiếng Việt trong các trang web
- Viết tựa chính cho trang web
- Viết tựa cho mỗi đoạn văn
- Viết nội dung của đoạn văn
- Làm đậm chữ
- Làm chữ nghiêng
- Gạch dưới chữ
- Kẻ đường ngang
- Trình bầy sẵn một đoạn văn
- Xuống hàng
- Các tag trình bầy đặc biệt

Ghi Chú: *Các tag HTML mà chúng ta sẽ dùng để trình bầy trang web trong chương này đều nằm giữa cặp tag* `<BODY>...</BODY>`*. Trừ khi có điều gì khác biệt, điều đó sẽ được giải thích rõ khi cần thiết.*

4.1 Dùng Tiếng Việt Trong Các Trang Web

Trước khi chúng ta quyết định dùng tiếng Việt trong các trang web, chúng ta nên để ý đến những điều sau đây:

1. Các trang web tiếng Việt chỉ là thiểu số trong tổng số các trang web. Muốn thấy được tiếng Việt, các browser phải hỗ trợ tag `<FONT FACE=...>` (Netscape Navigator và Internet Explorer phiên bản 3.0 hay mới hơn có hỗ trợ tag này).
2. Chúng ta không biết được độc giả của chúng ta đang sử dụng browser nào. Do đó, khi dùng tiếng Việt sẽ có một số độc giả không đọc được trang web của chúng ta.
3. Ngay cả khi browser của độc giả có hỗ trợ tag `<FONT FACE=...>`, độc giả của chúng ta cũng cần có phông chữ Việt giống với chúng ta. Điều này không khó. Chúng ta chỉ cần ghi thêm nơi trang web của chúng ta là chúng ta đang dùng phông chữ Việt của ai và họ có thể chép miễn phí phông đó ở đâu. Thí dụ: "Trang web này sử dụng phông chữ Việt của VNI" rồi tạo một cầu nối từ trang web này tới trang nhà của VNI. Cách tạo cầu nối sẽ được chỉ dẫn nơi chương Bẩy.

Muốn cho độc giả của chúng ta thấy được tiếng Việt chúng ta cần đặt các nhóm chữ tiếng Việt ở giữa cặp tag <FONT FACE= 'VNI-Times'>...</FONT>. Thí dụ:

1. <P>We are proudly to introduce you the first Internet book written in Vietnamese, title <FONT FACE= "VNI-Times"> "Cẩm Nang Lên Lưới Internet"</FONT>, written by <FONT FACE="VNI-Times">Vũ Quốc Dũng</FONT>.</P>

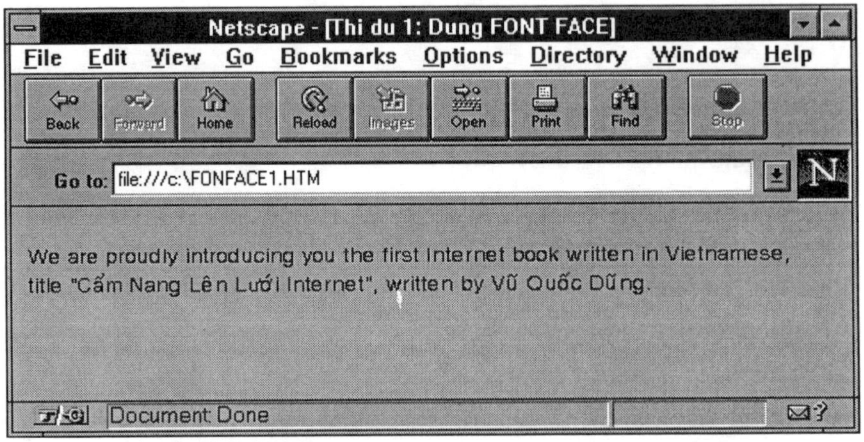

Hình 4-1: Thí dụ 1: Dùng FONT FACE

2. <P><FONT FACE="VNI-Times">Chúng tôi hân hạnh giới thiệu đến quý vị quyển sách đầu tiên về Internet được viết bằng tiếng Việt, "Cẩm Nang Lên Lưới Internet", của tác giả Vũ Quốc Dũng</FONT>. </P>

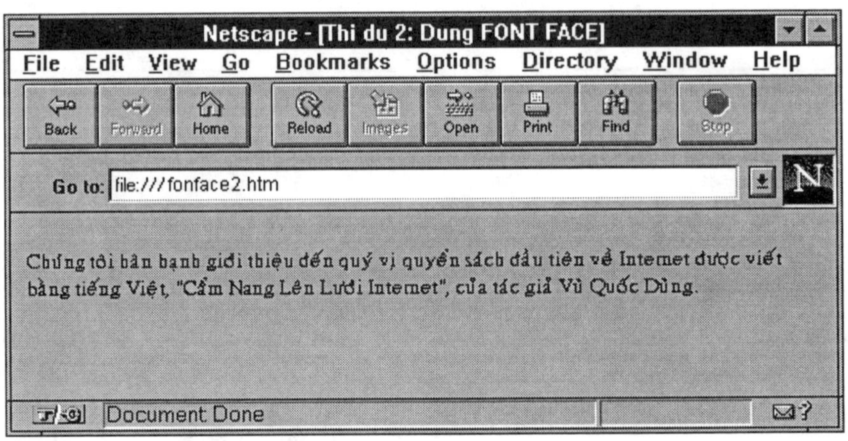

Hình 4-2: Thí dụ 2: Dùng FONT FACE

4.2 Viết Tựa Chính Cho Trang Web

Mọi quyển sách, bài văn, đều có một tựa chính. Các trang web cũng vậy. Tựa chính cần ngắn gọn nhưng phải nói ngay lên được đại ý của trang web, và phải được đặt ở một chỗ nào đó dễ thấy nhất và thấy ngay trong cái nhìn đầu tiên. Thông thường thì tựa chính, nếu là chữ, sẽ là dòng đầu tiên của trang web.

Nói về khổ chữ, thì tựa chính thường có kích thước lớn nhất, kế đến là các tiểu tựa của đoạn văn. Nếu một đoạn văn còn được chia thành nhiều tiểu đoạn thì tựa của tiểu đoạn sẽ nhỏ hơn tựa của đoạn văn một chút, rồi tới chữ thường trong đoạn văn.

Khi viết tựa của trang web, chúng ta sẽ dùng tag <H#>...</H#>. Ở đây dấu # sẽ được thay thế bởi các số từ 1 tới 6. Trong đó khổ H1 là lớn nhất và H6 là nhỏ nhất.

Kích thước của các khổ chữ từ H1 tới H6 hoàn toàn phụ thuộc vào các sắp đặt nơi mỗi browser. H1 sẽ được dùng để viết tựa chính của trang web. Khổ H2 sẽ được dùng để viết tựa của các đoạn văn. Nếu chúng ta có tiểu đoạn thì khổ H3 sẽ được dùng để viết tựa của tiểu đoạn. Lúc đó, chúng ta dùng khổ H4 làm khổ chữ thường. Khi cần phải ghi chữ nhỏ, như superscript hay subscript, chúng ta sẽ dùng các khổ chữ nhỏ hơn như H5, H6. Hình 4-3 sẽ cho chúng ta thấy rõ sự khác biệt giữa các khổ chữ.

Chúng ta hãy tạo một trang web mới và dùng khổ chữ H1 để viết tựa chính của trang web, tựa là "Cẩm Nang Lên Lưới Internet" (không có dấu ngoặc kép), như sau:

```
<H1>Cẩm Nang Lên Lưới Internet</H1>
```

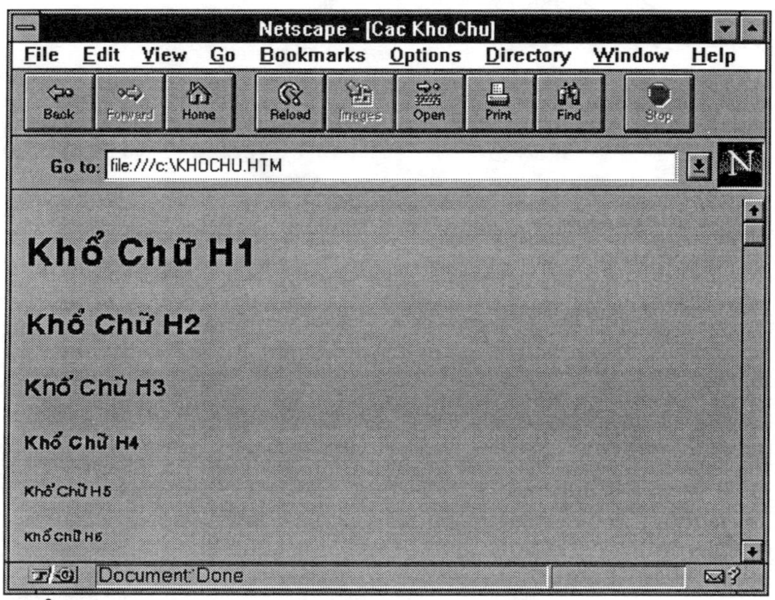

Hình 4-3: Các khổ chữ

Lưu Ý: *Nguyên câu trên phải nằm giữa cặp tag <BODY>. Thụt vào đầu hàng hay không không thành vấn đề. Nếu chúng ta không có phông chữ Việt hay không muốn đánh tiếng Việt, hãy đánh chữ như trên nhưng không có dấu chữ Việt. Tựa trên thanh tựa có thể được đặt bằng bất cứ chữ gì, như* **Gioi Thieu Ve Sach <Cam Nang Len Luoi Internet>**.

Tựa chính vừa rồi khi được hiện trong browser sẽ thấy như sau:

Hình 4-4: Tựa chính

Sắp Đặt Trong Câu

Bất cứ một đoạn văn, tựa đoạn văn, hay tựa chính của trang web đều có thể được sắp sát lề trái, giữa dòng hay sát lề phải. Muốn làm được điều đó, chúng ta thêm vào một trong các dòng chữ sau đây ngay sau tên tag <H1 và trước dấu >:

```
ALIGN="left"
ALIGN="center"
ALIGN="right"
```

Hình 4-5: Tựa chính được đặt giữa dòng

Thí dụ, nếu chúng ta viết tựa chính ở trên như sau:

```
<H1 ALIGN="center">Cẩm Nang Lên Lưới Internet</H1>
```

Khi hiện trong browser, tựa chính sẽ được viết giữa dòng như ở hình 4-5.

4.3 Viết Tựa Cho Mỗi Đoạn Văn

Sau tựa chính, chúng ta sẽ viết tựa cho đoạn văn đầu tiên, dùng khổ chữ H2 như sau:

```
<H2>Tác Giả</H2>
```

Hình 4-6: Tựa đoạn văn về tác giả

4.4 Viết Nội Dung Của Đoạn Văn

Chúng ta sẽ bắt đầu mỗi đoạn văn bằng tag <P>. Mỗi khi browser thấy tag <P>, nó sẽ chừa một hàng trống rồi mới cho hiện đoạn văn theo sau dấu <P>.

Ngay sau hàng `<H2>Tác Giả</H2>`, chúng ta viết:

```
<P>Vũ Quốc Dũng, sinh năm 1963 tại Việt Nam; cựu học sinh trường Trung
    học Chu Văn An, Sài Gòn. Tốt nghiệp cử nhân ngành Toán và Điện Toán
    tại Đại học UCLA, 1986. Tốt nghiệp cao học ngành Điện Toán tại Đại
    học CSUF, 1992.
```

Lưu Ý: *Tag <P> thuộc loại tag "lưỡng tính"; nghĩa là tag <P> không cần thiết phải có tag đóng </P> để chấm dứt đoạn văn.*

Trong khi viết đoạn văn, xuống hàng, tự động xuống hàng, hay thụt vào đầu hàng đều không ảnh hưởng tới cách trình bầy đoạn văn trong browser (như đã đề cập nơi chương Hai).

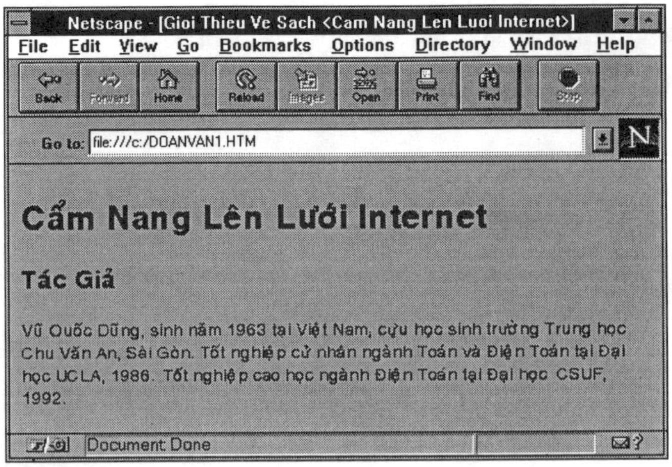

Hình 4-7: Viết nội dung đoạn văn

4.5 Làm Đậm Chữ

Trong một đoạn văn, nếu cần gây sự chú ý của người đọc ở một nhóm chữ nào đó chúng nên làm đậm nhóm chữ đó. Chúng ta sẽ bắt đầu nhóm chữ cần viết đậm bằng tag <B> (**B** là chữ viết tắt của chữ BOLD, nghĩa là "ĐẬM") và chấm dứt nhóm chữ cần viết đậm bằng tag đóng </B>. Như:

```
<P><B>Vũ Quốc Dũng</B>, sinh năm 1963 tại Việt Nam; cựu học sinh
   trường Trung học Chu Văn An, Sài Gòn. Tốt nghiệp cử nhân ngành Toán
   và Điện Toán tại Đại học UCLA, 1986. Tốt nghiệp cao học ngành Điện
   Toán tại Đại học CSUF, 1992.
```

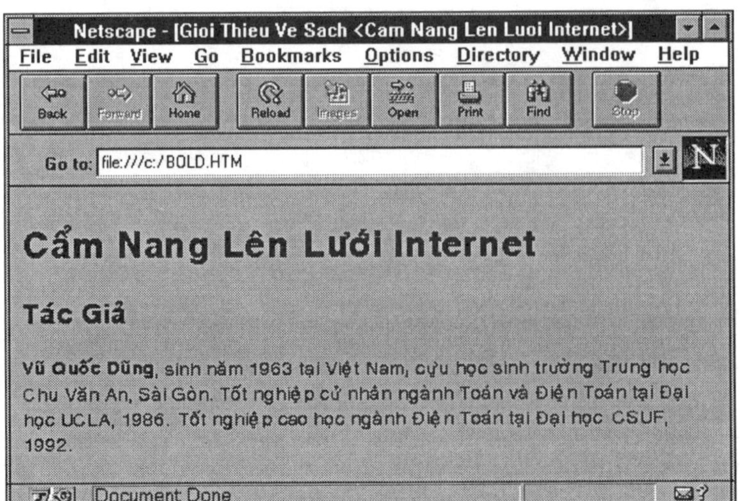

Hình 4-8: Viết đậm một nhóm chữ

Ghi Chú: *Chúng ta còn có thể dùng cặp tag* <STRONG>...</STRONG> *để viết đậm chữ như:*

```
<P><STRONG>Vũ Quốc Dũng</STRONG>, sinh năm...
```

4.6 Làm Chữ Nghiêng

Chúng ta cũng có thể gây sự chú ý của người đọc ở một nhóm chữ nào đó bằng cách viết nghiêng nhóm chữ đó. Chúng ta sẽ bắt đầu nhóm chữ cần viết nghiêng bằng tag <I> (I là chữ viết tắt của chữ ITALIC, nghĩa là "NGHIÊNG") và chấm dứt nhóm chữ cần viết nghiêng bằng tag đóng </I>. Như:

```
<P><I>Vũ Quốc Dũng</I>, sinh năm 1963 tại Việt Nam; cựu học sinh
   trường Trung học Chu Văn An, Sài Gòn. Tốt nghiệp cử nhân ngành Toán
   và Điện Toán tại Đại học UCLA, 1986. Tốt nghiệp cao học ngành Điện
   Toán tại Đại học CSUF, 1992.
```

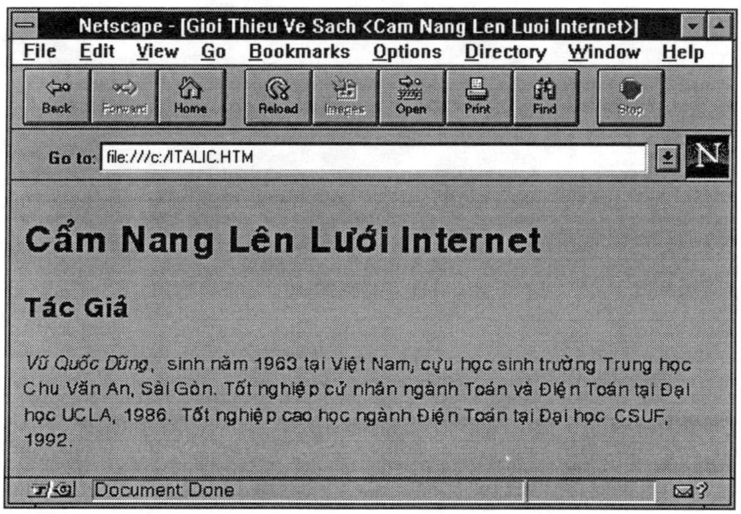

Hình 4-9: Viết nghiêng một nhóm chữ

Ghi Chú: *Chúng ta còn có thể dùng cặp tag* <CITE>...</CITE>, *hoặc* <EM>...</EM>, *để viết nghiêng chữ như:*

```
<P><CITE>Vũ Quốc Dũng</CITE>, sinh năm...
```

CITE là chữ viết tắt của CITATION. EM là chữ viết tắt của EMPHASIS.

4.7 Gạch Dưới Chữ

Chúng ta cũng có thể gây sự chú ý của người đọc ở một nhóm chữ nào đó bằng cách gạch dưới nhóm chữ đó. Chúng ta sẽ bắt đầu nhóm chữ cần được gạch dưới bằng tag <U> (U là chữ viết tắt của chữ UNDERLINE, nghĩa là "GẠCH DƯỚI") và chấm dứt nhóm chữ cần được gạch dưới bằng tag đóng </U>. Như:

```
<P><U>Vũ Quốc Dũng</U>, sinh năm 1963 tại Việt Nam; cựu học sinh
   trường Trung học Chu Văn An, Sài Gòn. Tốt nghiệp cử nhân ngành Toán
   và Điện Toán tại Đại học UCLA, 1986. Tốt nghiệp cao học ngành Điện
   Toán tại Đại học CSUF, 1992.
```

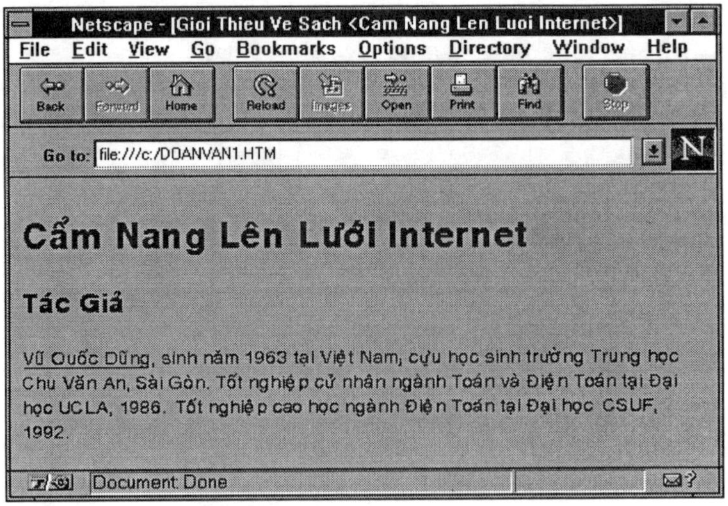

Hình 4-10: Gạch dưới một nhóm chữ

Ghi Chú: *Một số browser không hỗ trợ tag này. Khi đó browser sẽ coi như không có tag cặp* <U>...</U>*, và vẫn trình bầy nhóm chữ ở giữa như bình thường.*

4.8 Kẻ Đường Ngang

Nếu cần kẻ một đường ngang từ lề trái qua lề phải của browser để phân biệt giữa hai đoạn văn hay đóng khung một đoạn văn chúng ta sẽ dùng đến tag <HR>. **HR** viết tắt của chữ *Horizontal Ruled line* (Đường Kẻ Ngang).

```
<P>Vũ Quốc Dũng, sinh năm 1963 tại Việt Nam; cựu học sinh trường Trung
   học Chu Văn An, Sài Gòn. Tốt nghiệp cử nhân ngành Toán và Điện Toán
   tại Đại học UCLA, 1986. Tốt nghiệp cao học ngành Điện Toán tại Đại
   học CSUF, 1992.

<HR>
```

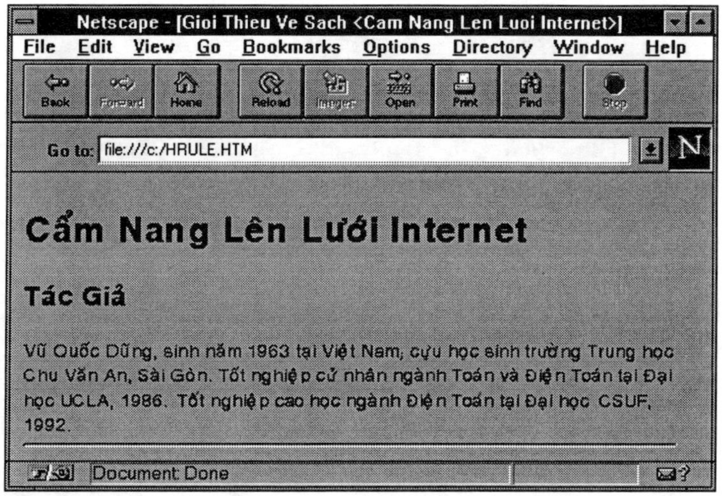

Hình 4-11: Kẻ đường ngang

Ghi Chú: <HR> *là tag đơn, chúng ta không cần phải có tag* </HR> *đi sau. Tag* <HR> *có thể được coi như là một mẫu tự. Câu cuối của thí dụ trên có thể được viết lại như sau mà vẫn được trình bầy y hệt.*

```
...ngành Điện Toán tại Đại học CSUF, 1982.<HR>
```

Nếu đang sử dụng browser Netscape Navigator, chúng ta có thể trang điểm thêm cho đường kẻ ngang bằng những thuộc tính sau:

Thuộc Tính	**Nghĩa**
SIZE=#	Xác định bề cao của đường kẻ, tính bằng ảnh tố (pixel). # là một số nguyên.
ALIGN="left", "center", hay "right"	Đặt đường kẻ ở sát lề trái, ở giữa dòng hay ở sát lề phải.
NOSHADE	Nếu không dùng thuộc tính này, đường kẻ sẽ có bóng như là hình khắc. Nếu dùng thuộc tính này đường kẻ sẽ là một đường kẻ đặc (không có bóng).
WIDTH=# hay %	Nếu không dùng thuộc tính này, đường kẻ sẽ kéo dài hết bề ngang của trang web. Nếu muốn giới hạn đường kẻ, chúng ta dùng đến thuộc tính này. # là một số nguyên tính bằng ảnh tố (pixel). % là một số nguyên xác định phần trăm của bề ngang trang web. Thí dụ 50% là 1/2 của trang web.

Thí dụ:

```
<HR>,
<HR SIZE=3 WIDTH=50>,
<HR SIZE=4 WIDTH=60%>,
```

`<HR SIZE=10 ALIGN="center">`, hay

`<HR SIZE=5 WIDTH=80% ALIGN="right" NOSHADE>`

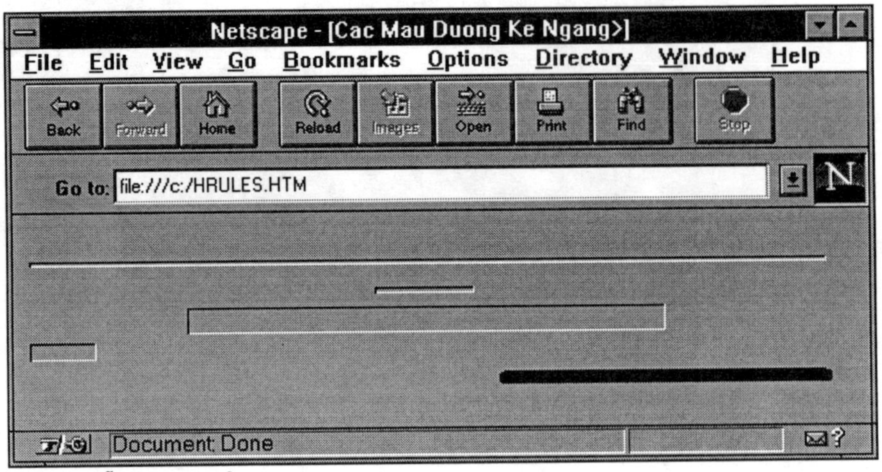

Hình 4-12: Các mẫu đường kẻ ngang

Các thuộc tính này được gợi ý bởi hãng Netscape và đã được coi là một phần của HTML từ phiên bản 3.0 (HTML version 3.0). Một số các browser khác cũng đã hỗ trợ các thuộc tính này. Nếu browser của độc giả không hỗ trợ các thuộc tính này, độc giả sẽ không thấy được các trang trí, mà chỉ thấy một đường kẻ ngang đầy màn ảnh như bình thường.

4.9 Trình Bầy Sẵn Một Đoạn Văn

Như đã được đề cập nơi chương Hai, các trình bầy mà chúng ta làm trong nhu liệu soạn thảo văn bản sẽ không có hiệu lực khi được hiện ra trong các browser. Lý do là ngôn ngữ HTML là một ngôn ngữ "trung hòa" để thảo trang web. Để không bị lệ thuộc vào một browser nào đó, ngôn ngữ này không để ý tới lối trình bầy sẵn nơi các nhu liệu soạn thảo văn bản mà chỉ chú tâm vào các tag HTML mà thôi.

Điều này đã gây ra một số trở ngại. Thí dụ như nếu chúng ta muốn thụt vào đầu hàng, và muốn có một khoảng trống ở giữa hai chữ chúng ta sẽ không thực hiện được. Thí dụ:

```
<P> Thụt vào đầu hàng     và chừa khoảng trống.
```

Để giải quyết vấn đề này chúng ta sẽ phải dùng tới tag `<PRE>...</PRE>`. Tất cả những gì được viết giữa cặp tag này sẽ được xem là đã được trình bầy sẵn. Các browser sẽ không được sửa đổi lối trình bầy này. PRE là chữ viết tắt của PREFORMATTED TEXT (nghĩa là "CHỮ ĐÃ ĐƯỢC TRÌNH BẦY SẴN". Hai dòng dưới đây khi được hiện trong browser sẽ thấy như trong thình 4-13:

```
<P> Thụt vào đầu hàng     và chừa khoảng trống.
```

```
<PRE>Thụt vào đầu hàng     và chừa khoảng trống.</PRE>
```

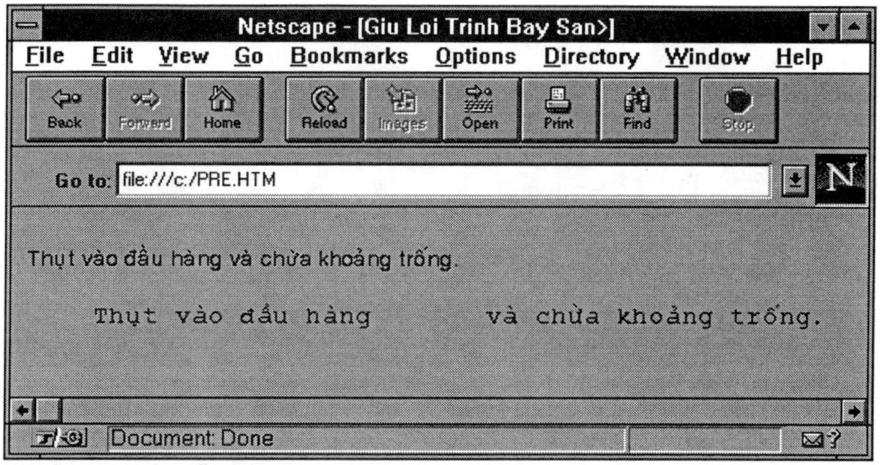

Hình 4-13: Lối trình bầy sẵn

Tag <PRE> có một thuộc tính, WIDTH. Chúng ta sẽ dùng thuộc tính này để xác định lề phải của đoạn văn. Nếu không dùng thuộc tính này lề phải sẽ được xem là ở cột số 80.

Lưu Ý: *Chúng ta vẫn dùng được các tag* <B>, <I>, <U>, <STRONG>, <EM>, <CITE> *bên trong cặp tag* <PRE>...</PRE>. *Nhưng các tag* <P>, <H#> *thì hoàn toàn vô hiệu lực. Thêm vào đó chúng ta không nên dùng dấu nhẩy (tab) khi cần thụt vào đầu hàng mà hãy dùng dấu trống (space).*

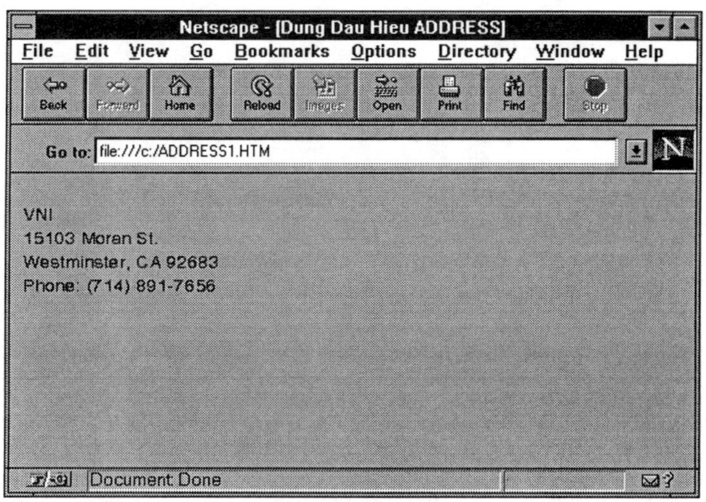

Hình 4-14: Xuống hàng

4.10 Xuống Hàng

Chúng ta hãy thử đoán tag nào đã được dùng để trình bầy đoạn văn như trong hình 4-14.

Chúng ta sẽ dùng tag <P> như sau?

```
<P> VNI
    15103 Moran St.
    Westminster, CA 92683
    Phone: (714) 891-7656
```

Hay:

```
<P>VNI
<P>15103 Moran St.
<P>Westminster, CA 92683
<P>Phone: (714) 891-7656
```

Hãy xem kết quả của hai đọan văn trên khi được trình bầy nơi browser (hình 4-15).

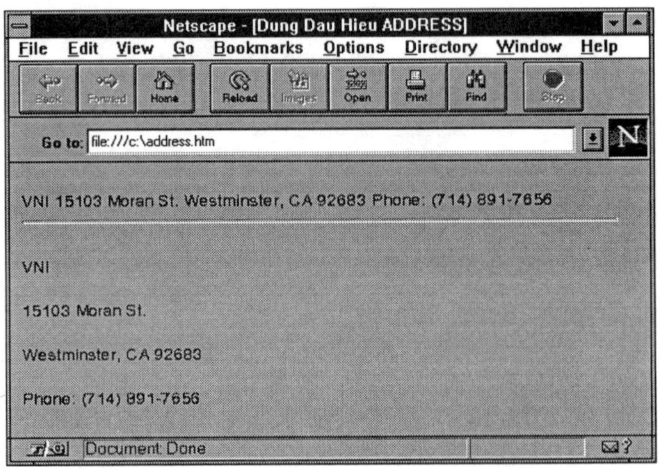

Hình 4-15: Trình bầy phần địa chỉ

Cách thứ nhất không thành, vì như đã để cập nơi mục "Trình Bầy Sẵn Một Đoạn Văn" mọi trình bầy sẵn đều không có hiệu lực trừ khi dùng tag <PRE>. Cách thứ hai có vẻ đạt được kết quả mong muốn nhưng khoảng cách giữa các hàng quá rộng. Đúng như vậy! Nếu muốn đạt được kết quả như mong muốn chúng ta cần dùng đến tag <BR>. Đây là một tag đơn, không cần tag đóng </BR> theo sau. BR viết tắt của chữ BREAK, có nghĩa là "NGẮT". Khi dùng tag <BR>, khoảng cách giữa các dòng trong đoạn văn vẫn đều và khít nhau, nhưng câu văn thì xuống hàng dưới.

Cách trình bầy đúng là như sau:

```
<P> VNI<BR>15103 Moran St.<BR>Westminster, CA 92683<BR>Phone: (714)
    891-7656
```

4.11 Các Tag Trình Bầy Đặc Biệt

Ngoài các tag HTML để trang trí một nhóm chữ như <B>, <I>, <STRONG>, <EM>, <CITE>, <PRE>, chúng ta còn một số các tag HTML đã được đề nghị trong phiên bản HTML 3, bởi hãng Microsoft hay hãng Netscape, và được dùng nhiều. Tuy nhiên, không phải browser nào cũng hỗ trợ hết các tag đặc biệt này, và ngay cả khi hỗ trợ chúng, mỗi browser cũng có thể trình bầy khác nhau cho cùng một tag.

<ADDRESS> </ADDRESS>

Address được dùng để trình bầy phần địa chỉ hay ghi chú nơi cuối của trang web. Lối trình bầy của tag này thay đổi tùy theo browser. Browser Mosaic và Netscape Navigator thì viết nghiêng nhóm chữ. Có browser viết nhóm chữ này sát lề phải hay thụt vào hàng. Tag này sẽ tạo một hàng trống trước và sau đoạn văn.

Thường các câu trong phần địa chỉ rất ngắn nên chúng ta cần dùng tag
 để xuống hàng sau mỗi câu. Address cho phép chúng ta dùng các tag trang trí nhóm chữ như <B>, <I>, hoặc hình ảnh hay điểm nối (link), bên trong cặp tag <ADDRESS>...</ADDRESS>, nhưng không được dùng các tag trình bầy đoạn văn như <P>, <FORM>, hay <BLOCKQUOTE>.

<BLOCKQUOTE> </BLOCKQUOTE>

Blockquote được dùng để trình bầy một đoạn văn được trích dẫn (quotation). Có browser thụt vào hàng (indent) cả đoạn, có browser viết nghiêng (italicize) đoạn văn. Tag này sẽ tạo một hàng trống trước và sau đoạn văn.

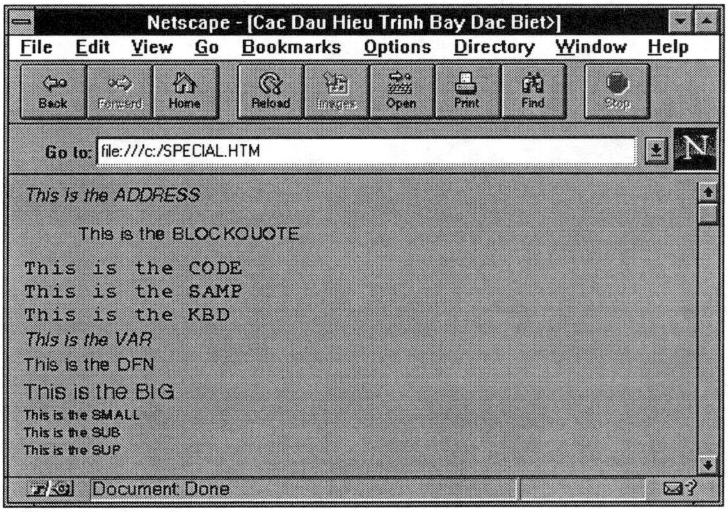

Hình 4-16: Cần lối trình bày sẵn

Chúng ta có thể dùng hầu hết các tag trang trí HTML bên trong <BLOCKQUOTE>, trừ các tag làm tựa <H#>.

<CODE> </CODE>

Tag này được dùng để trình bầy các thí dụ như các dòng mã mẫu (sample code). Nhóm chữ này thường được trình bầy bằng phông dạng cố định (Fixed-width font).

<TT> </TT>

Nhóm chữ được kẹp giữa cặp tag này sẽ được trình bầy bằng phông dạng cố định (Fixed-width font). TT là chữ viết tắt của TYPEWRITER (máy đánh chữ)--Các máy đánh chữ thường chỉ dùng phông dạng cố định.

<SAMP> </SAMP>

Tag này được dùng để trình bầy các thí dụ. SAMP là chữ viết tắt của SAMPLE (thí dụ).

<KBD> </KBD>

Chúng ta dùng tag này để trình bầy các nhóm chữ mà chúng ta muốn độc giả sẽ đánh máy từ bàn phím. KBD là chữ viết tắt của KEYBOARD (bàn phím).

<VAR> </VAR>

Tag này được dùng để trình bầy tên các biến số. VAR là chữ viết tắt của VARIABLE (biến số).

<DFN> </DFN>

Tag này được dùng để trình bầy phần giải thích nghĩa của một từ nào đó. DFN là chữ viết tắt của DEFINITION (giải nghĩa). Nhóm chữ này thường được trình bầy bằng chữ đậm hay vừa đậm vừa nghiêng.

<BIG> </BIG>

Nhóm chữ kẹp giữa tag này sẽ được hiện ở một cỡ chữ lớn hơn. BIG nghĩa là "LỚN". Tag này ít được dùng.

<SMALL> </SMALL>

Nhóm chữ kẹp giữa tag này sẽ được hiện ở một cỡ chữ nhỏ hơn. SMALL nghĩa là "NHỎ". Tag này ít được dùng.

SUB là chữ viết tắt của SUBSCRIPT, được dùng để trình bầy các chữ thụt xuống một chút, như: $_{\text{sub}}$script. Tag này ít được dùng.

SUP là chữ viết tắt của SUPERSCRIPT, được dùng để trình bầy các chữ thụt lên một chút, như: ^{super}script. Tag này ít được dùng.

<FONT SIZE=#> </FONT>

Tag này được dùng để đổi cỡ chữ của một nhóm chữ. `<FONT SIZE="+1">` sẽ tăng cỡ chữ lên một cỡ. `<FONT SIZE="-1">` sẽ giảm cỡ chữ xuống một cỡ. `<FONT SIZE="3">` sẽ dùng cỡ chữ 3 để trình bầy.

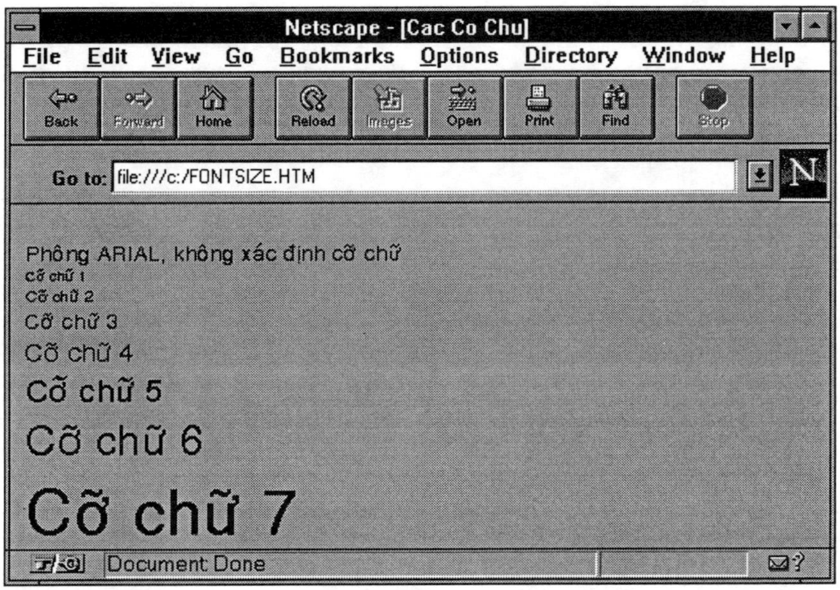

Hình 4-17: Các Cỡ Chữ

Ghi Chú: *Cỡ chữ 3 ở đây không có nghĩa là cỡ 3 chấm (3 point), mà nghĩa là cỡ thứ 3 trong 7 cỡ chữ đã được sắp đặt nơi browser của chúng ta.*

`<FONT SIZE=#>` có thể được dùng chung với `<FONT FACE=...>` để đổi kiểu chữ và cỡ chữ, như đã đề cập nơi đoạn 4.1, "Dùng Tiếng Việt Trong Các Trang Web". Thí dụ, `<FONT FACE="arial" SIZE=3>AAA</FONT>`. Chữ AAA sẽ được trình bầy bằng phông chữ ARIAL và cỡ chữ 3.

Ghi Chú: *Nếu để ý nơi các tag kể trên, chúng ta thấy rằng có nhiều tag gần như cùng mang đến một kết quả như nhau. Đúng như vậy. Ngôn ngữ HTML đã trải qua nhiều phiên bản. Mỗi phiên bản mới có thêm một số tag mới, và cũng thay thế một số tag cũ bằng tag mới. Tuy nhiên, vì nhiều browser chưa sẵn sàng hỗ trợ các tag mới; do đó, các tag cũ vẫn còn dùng. Kết quả là có vài tag cùng mang đến một mục đính như nhau. Thí dụ tag* `<B>` *và tag* `<STRONG>`, *tag* `<I>` *và tag* `<EM>`.

Nhìn về khía cạnh kỹ thuật thì chúng ta phân loại các tag kể trên thành hai loại: Logical (Luận Lý) và Physical (Vật Lý). Các tag thuộc nhóm Luận Lý là:
CITE, CODE, DFN, EM, KBD, SAMP, STRONG, VAR

Các tag thuộc nhóm Vật Lý là:
B, BIG, FONT, SMALL, SUB, SUP, TT, U

Nếu có sự lựa chọn thì chúng ta nên chọn các tag thuộc nhóm Luận Lý, vì các tag này được hỗ trợ bởi hầu hết các browser. Các tag thuộc nhóm Vật Lý chỉ được hỗ trợ bởi một ít các browser mà thôi. Tuy nhiên, nếu các tag này được sử dụng rộng rãi, một ngày gần đây chúng sẽ được hỗ trợ bởi tất các các browser.

4.12 Tóm Tắt

Chúng ta đã biết cách viết tựa chính, tựa đoạn văn, viết một đoạn văn, kẻ đường ngang, xuống hàng, viết sát lề phải, viết sát lề trái, viết giữa dòng (center), và biết cách đổi phông chữ, cỡ chữ cũng như trang trí các nhóm chữ đậm, nghiêng, gạch dưới, dùng phông dạng cố định. Những kiến thức này đã đủ để chúng ta soạn một trang web thật đầy đủ. Hãy dùng những kiến thức đã học để thực hiện trang web như ở hình 4-19. Nếu cần giúp đỡ, hãy xem bài mẫu nơi đĩa đính kèm dưới tên *SACH1.HTM*.

4.13 Câu Hỏi & Trả Lời

1: Tại sao khổ chữ lại dùng ký hiệu H?

TL: Ký hiệu H được lấy từ mẫu tự đầu của chữ Headline, có nghĩa là 'Tựa''. Chúng ta dùng các tag từ H1 tới H6 để trình bầy tựa.

2: Netscape Extension là gì?

TL: Ngôn ngữ HTML là một ngôn ngữ của đại chúng và được một Ủy Ban Tiêu Chuẩn thường xuyên tu chính. Các tag đã được Ủy Ban này phê chuẩn và chọn là tag chuẩn thì sẽ được thể hiện đồng nhất trong mọi browser. Tuy nhiên, vì các tag chuẩn không đủ để đáp ứng mọi nhu cầu, một số hãng chế tạo browser lớn, như Netscape, Microsoft, đã tự đặt ra một số các tag HTML mới và chưa được Ủy Ban Tiêu Chuẩn phê chuẩn. Các tag mới do các hãng lẻ tẻ đề nghị được gọi là Extension (mở rộng). Các tag extension do Netscape đề nghị thì được gọi là Netscape Extension. Các tag extension do Microsoft đề nghị thì được gọi là Microsoft Extension.

3: Chuyện gì sẽ xảy ra nếu chúng ta dùng một tag trong nhóm Netscape Extension, hay Microsoft Extension?

TL: Vì các extension này chưa được phê chuẩn là tag chuẩn nên sự hỗ trợ chúng được coi là tự nguyện. Tức là có browser hỗ trợ, có browser không hỗ trợ. Do đó, nếu chúng ta dùng một tag trong nhóm extension, tag đó có thể sẽ không được hiểu bởi browser của vài độc giả. Sự trình bầy các tag này không lường được. Có browser thì bỏ lơ coi như không có tag đó. Có browser thì tự gán cho một tag nào đó. Có browser thì "mắc nghẽn", và bỏ luôn phần còn lại của trang web từ vị trí tag đó.

4: Nếu chúng ta dùng tiếng Việt trong trang web mà độc giả không có phông chữ Việt thì sao?

TL: Họ sẽ thấy như là tiếng ngoại quốc (xem hình 4-18), và dĩ nhiên là sẽ không hiểu gì hết. Thí dụ, nơi trang web dưới đây là một trang web tiếng Việt được đọc bằng browser Netscape Navigator dùng phông Arial.

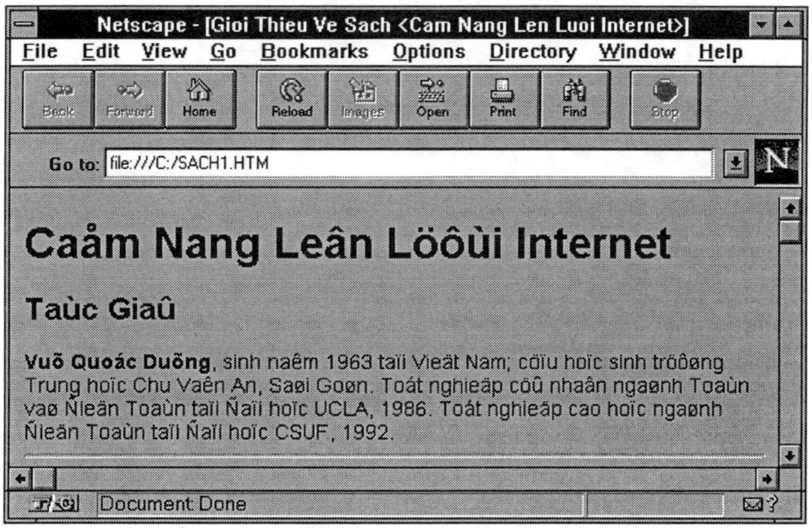

Hình 4-18: Đọc tiếng Việt bằng phông Arial

5: Có thể dùng tag <BR> thay cho tag <P> để tạo một hàng trống giữa các đoạn văn được không?

TL: Có thể được. Tuy nhiên, chúng ta nên biết rằng, bề cao của hàng trống do tag <BR> và tag <P> tạo ra có phần khác nhau. Chỉ dùng <BR> khi chúng ta cần xuống hàng ngay giữa đoạn văn, như trong hình 4-14. Tag <BR> có một thuộc tính CLEAR=. Cách dùng thuộc tính này sẽ được giải thích ở phụ lục A.

4.14 Tài Liệu Tham Khảo

[1] Scott Arpajian, "How to Use HTML3," Ziff-Davis Press, 1996, ISBN: 1-56276-390-3.

[2] Ian Graham, "Introduction To HTML and URLs," www.utoronto.ca/webdocs/HTMLdocs/NewHTML/intro.html.

[3] Laura Lemay, "Teach Yourself Web Publishing with HTML in a Week," Sams Publishing, 1995, ISBN: 0-672-30667-0.

4.15 Tài Liệu Đọc Thêm

- Daniel LaLiberte, "Web Mastery," union.ncsa.uiuc.edu:80/HyperNews/get/www/html/guides.htm
- "HTML Reference," Microsoft, www.microsoft.com/workshop/author/newhtml/htmlref.htm.
- "Useful URLs," www.hwg.org/resources/useful.html.
- "HyperText Markup Language Toolbox," cedar.cic.net/~rtilmann/htmltools.html.
- "HyperText Markup Languag (HTML)," www.w3.org/MarkUp/.
- "HTML Authoring: Tutorials, Graphics, Software, Style Guides," www-engr.sjsu.edu/help/resources.html.
- "HTML Basics," developer.netscape.com/library/documentation/htmlguid/basic.htm.

Thực Tập

Chúng ta hãy thử thực tập làm một trang web như ở hình sau. Trang web này có trong đĩa đính kèm, dưới tên *sach1.htm*.

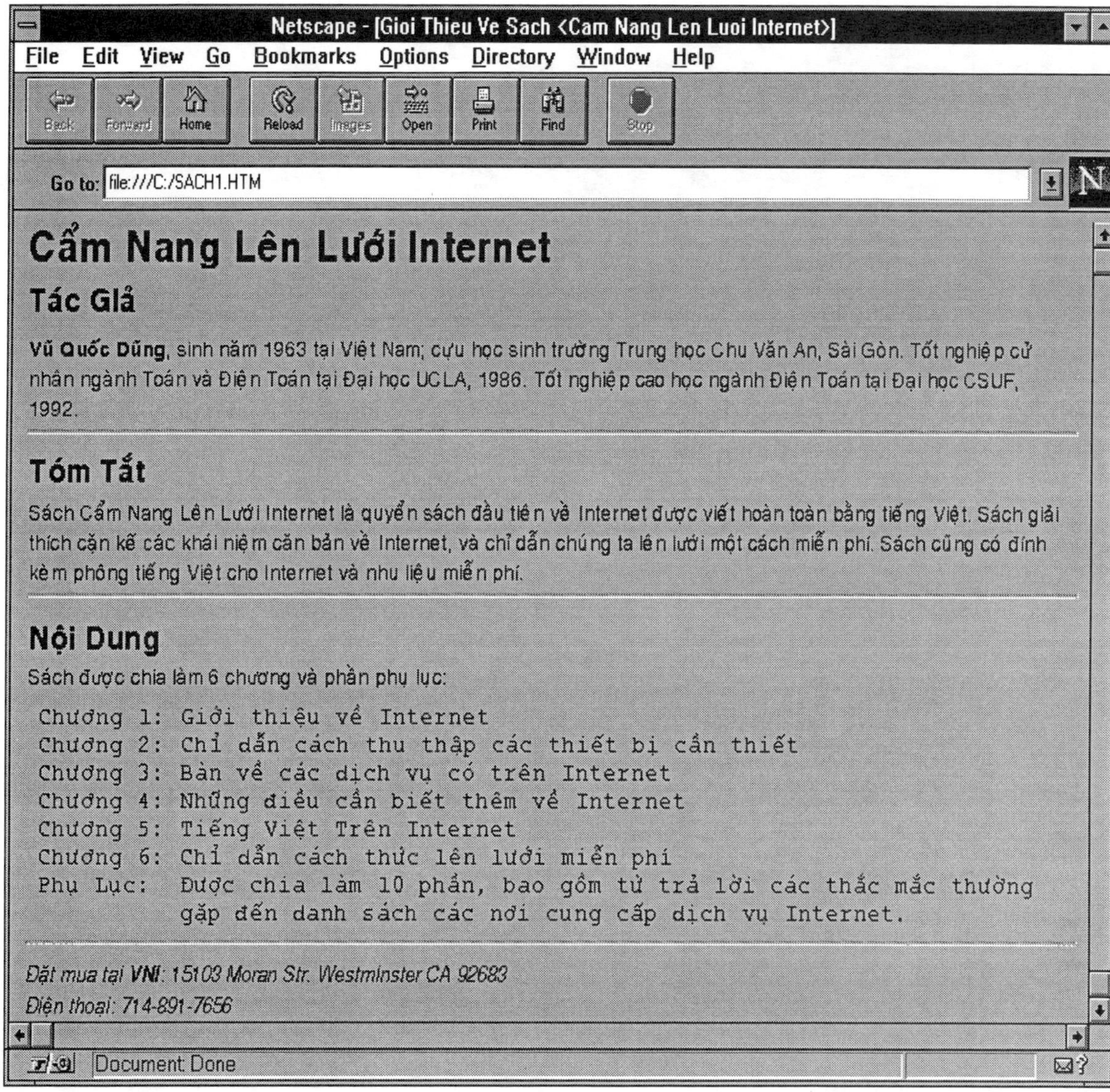

Hình 4-19: Bài thực tập

Chương 5

Căn Bản Trình Bầy Một Trang Web, Phần II

Trong chương này chúng ta sẽ dùng mầu sắc để làm nổi bật hơn trang web của chúng ta. Chúng ta cũng sẽ học về cách trang trí các đoạn văn theo lối danh sách như thư mục, thực đơn, và cuối cùng là cách viết các ghi chú riêng cho chúng ta mà không muốn browser hiện chúng nơi màn ảnh của độc giả. Chúng ta cũng sẽ học cách viết các ký tự đặc biệt như ©, ™, £, ¥.

Chúng ta sẽ học về:

- Đổi mầu của nền
- Đổi mầu của chữ
- Lập danh sách không có thứ tự
- Lập danh sách có thứ tự
- Lập danh sách các định nghĩa
- Lập danh sách bên trong một danh sách
- Ghi chú bên trong trang web
- Viết các ký tự đặc biệt

5.1 Đổi Mầu Của Nền

Thông thường mỗi browser đều cho chúng ta chọn mầu cho nền của màn ảnh, thường là mầu trắng hay mầu xám. Nếu nghĩa là trang web của chúng ta sẽ nhìn đẹp hơn với một mầu nền khác, chúng ta có thể ghi thêm nơi trang web rằng "`yêu cầu độc giả đổi mầu nền như sau ...`". Điều này có thể thực hiện được nhưng nó không được khuyến khích, vì ít có độc giả nào muốn làm những điều đó.

Vì vậy, tốt nhất chúng ta nên đổi mầu của nền ngay trên trang web. Từ đó, bất cứ độc giả nào xem trang web của chúng ta cũng thấy mầu của nền được đổi đúng. Chúng ta đổi mầu của nền bằng cách thêm thuộc tính `BGCOLOR=#xxyyzz` vào trong tag `<BODY>`.

Sau dấu # chúng ta có 3 cặp số. Mỗi cặp số tượng trưng cho một mầu: **xx** tượng trưng cho mầu Đỏ, **yy** tượng trưng cho mầu Xanh Lá Cây, **zz** tượng trưng cho mầu Xanh Da Trời. Đây là 3 mầu chính của tất cả các màn ảnh tivi. Mỗi cặp số thay đổi từ 0 tới 255. Thay đổi cường độ của từng cặp mầu này theo các số từ 0 tới 255, chúng ta sẽ tạo ra được khoảng 16.7 triệu mầu khác nhau.

Oái ăm thay các cặp mầu này khi viết lại được viết bằng số theo hệ thập-lục phân (Hexadecimal—Hệ số mười sáu). Điều này gây phiền toái không ít, nhưng chúng ta không có cách nào hơn. Nếu quý vị gặp khó khăn trong cách diễn tả mầu bằng số ở hệ thập-lục phân thì hãy kiếm cho mình một nhu liệu phân mầu. Các nhu liệu này có trên Internet. Một trong những nhu liệu hay nhất là HTML Color Reference, được đặt tại địa chỉ: *ftp://ftp.winternet.com/users/faz/HCR/hcrv2all.zip.*

Ghi Chú: *Nhu liệu này ở dạng zip. Sau khi lấy xuống, nhớ tải rời (unzip) nó trước khi dùng.*

Thí dụ, muốn đổi mầu nền thành mầu trắng, chúng ta viết:

```
<BODY BGCOLOR=#FFFFFF>
```

Ở đây chúng ta bật cả 3 mầu lên tối đa, và được mầu trắng. Nếu muốn dùng mầu đỏ cho nền, chúng ta tắt hết mầu xanh lá cây và mầu xanh dương. Thí dụ: `<BODY BGCOLOR=#FF0000>` (FF trong hệ thập-lục phân tương đương với 255 trong hệ thập phân).

Netscape đã đề nghị một danh sách tên các mầu để dùng thay cho các mã số mầu #xxyyzz. Thí dụ: `<BODY BGCOLOR="white">`. Hãy xem phụ lục B để biết tên các mầu. Sau Netscape, Microsoft cũng đồng ý hỗ trợ tên các mầu đó. Do đó, chúng ta có thể an tâm khi dùng tên các mầu này mà không sợ vấn đề bất tương thích.

5.2 Đổi Mầu Của Chữ

Nếu đã đổi được mầu của nền, chúng ta cũng đổi được mầu của chữ. Để đổi mầu của chữ, chúng ta thêm thuộc tính `TEXT=#xxyyzz` vào trong tag <BODY>. Các cặp số xx, yy, zz cũng tương tự như những cặp số dùng để đổi mầu nền. Thí dụ, nếu chúng ta muốn viết chữ mầu trắng trên nền mầu đen, chúng ta viết như sau:

```
<BODY BGCOLOR=#000000 TEXT=#ffffff>
```

Lưu Ý: *Với 16.7 triệu mầu cho chữ và 16.7 triệu mầu cho nền, chúng ta có thể phối hợp để có được hàng tỉ bộ mầu. Tuy nhiên chúng ta đừng nên lạm dụng mầu sắc quá đáng. Chúng ta cần biết rằng chỉ có một số mầu là thích hợp khi dùng với màn ảnh máy điện toán mà thôi. Lấy thí dụ, chúng ta có thể viết chữ mầu trắng trên nền mầu vàng nhạt, hay chữ mầu đỏ xậm trên nền mầu đen, nhưng cả hai bộ mầu này đều không thích hợp, vì mầu trắng và vàng là hai mầu sáng, và mầu đen và đỏ xậm là hai mầu tối. Mầu chữ và nền gần giống nhau quá sẽ làm cho chữ bị mờ hay có thể nói là không thể đọc được.*

Tốt nhất là chúng ta nên chọn mầu sao cho mầu của chữ và mầu của nền tương phản nhau, và nên dùng mầu xậm làm mầu cho nền.

5.3 Lập Danh Sách Không Có Thứ Tự

Nơi các trang web, chúng ta thường dùng danh sách không có thứ tự để liệt kê một danh mục các điểm nối tới các trang web khác, như trong hình 5-1.

Để tạo được danh sách này, chúng ta sẽ làm như sau:

1. Bắt đầu danh sách bằng tag <UL> (UL viết tắt của chữ Unordered List—Danh sách không có thứ tự).
2. Tiếp theo chúng ta viết tựa của danh sách. Tựa của danh sách không bắt buộc phải có, nhưng tốt hơn, chúng ta nên có để độc giả biết được danh sách này là danh sách gì. Tựa của danh sách được kẹp trong cặp tag: <LH>...</LH>. (LH viết tắt của chữ List Header—Tựa của danh sách).
3. Kế tiếp chúng ta liệt kê các mục trong danh sách. Mỗi mục được bắt đầu bằng tag <LI>. (LI viết tắt của chữ List Item—Một mục trong danh sách). Thí dụ như:

```
<LI>Trang nhà của VNI.
```

<u>**Lưu ý:**</u> Chúng ta không cần viết dấu </LI> nơi sau mỗi mục.

4. Cuối cùng chấm dứt danh sách bằng tag </UL>.

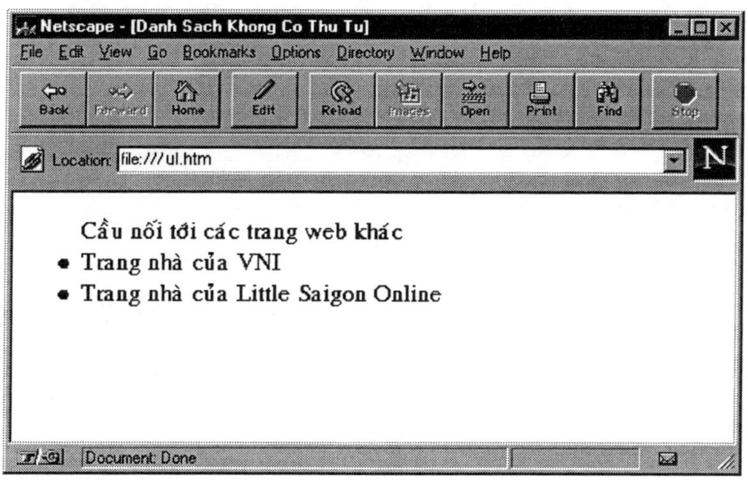

Hình 5-1: Danh sách không có thứ tự

Nội dung của trang web trong hình 5-1 được viết như sau:

```
<UL>
   <LH>Điểm nối tới các trang web khác</LH>
   <LI>Trang nhà của VNI
   <LI>Trang nhà của Little Saigon Online
</UL>
```

Ghi Chú: *Các dấu chấm (bullet) đằng trước các mục trong danh sách sẽ tự động được viết bởi browser. Hầu hết các browser còn thụt vào lề khi hiện một danh sách.*

Chúng ta có thể thay dấu chấm nơi đầu mỗi mục bằng một hình khác bằng cách thêm thuộc tính TYPE= trong tag <UL>, và theo sau bởi một trong ba chữ sau đây: "disc", "square", hay "circle". Thuộc tính này chỉ được hỗ trợ bởi một vài browser, như Netscape Navigator.

```
Thí dụ: <UL TYPE=square>
```

5.4 Lập Danh Sách Có Thứ Tự

Khi cần viết một danh sách có thứ tự để liệt kê các việc phải làm như trong hình 5-2, chúng ta sẽ làm như sau:

1. Bắt đầu danh sách bằng tag <OL> (OL viết tắt của chữ Ordered List—Danh sách có thứ tự).
2. Tiếp theo chúng ta viết tựa của danh sách. Tựa của danh sách không bắt buộc phải có, nhưng tốt hơn, chúng ta nên có để độc giả biết được danh sách này là danh sách gì. Tựa của danh sách được kẹp trong cặp tag: <LH>...</LH>. (LH viết tắt của chữ List Header—Tựa của danh sách).
3. Kế tiếp, chúng ta liệt kê các mục trong danh sách. Mỗi mục được bắt đầu bằng tag <LI>. (LI viết tắt của chữ List Item—Một mục trong danh sách). Thí dụ như:

```
<LI>Hỏi tên người gọi.
```

<u>Lưu ý</u>: Chúng ta không cần viết dấu </LI> nơi sau mỗi mục.

4. Cuối cùng chấm dứt danh sách bằng tag </OL>.

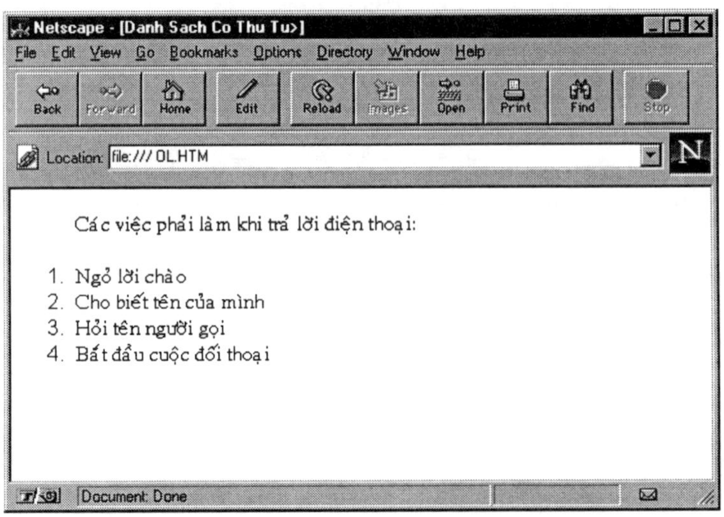

Hình 5-2: Danh sách có thứ tự

Nội dung của trang web trong hình 5-2 được viết như sau:

```
<OL>
   <LH>Các việc phải làm khi trả lời điện thoại:</LH>
```

```
    <LI>Ngỏ lời chào
    <LI>Cho biết tên của mình
    <LI>Hỏi tên người gọi
    <LI>Bắt đầu cuộc đối thoại
</OL>
```

<OL START=...>

Thường số thứ tự sẽ được tự động viết vào bởi các browser, và sẽ bắt đầu từ số 1 rồi từ từ tăng dần cho mỗi mục kế tiếp trong danh sách. Nếu chúng ta muốn bắt đầu danh sách bằng một số khác, chúng ta hãy thêm thuộc tính `START` vào trong tag `<OL>` như sau:

```
<OL START=#>
```

Ở đây, dấu # được thay thế bởi một con số nguyên nào đó. Thí dụ:

```
<OL START=4>.
```

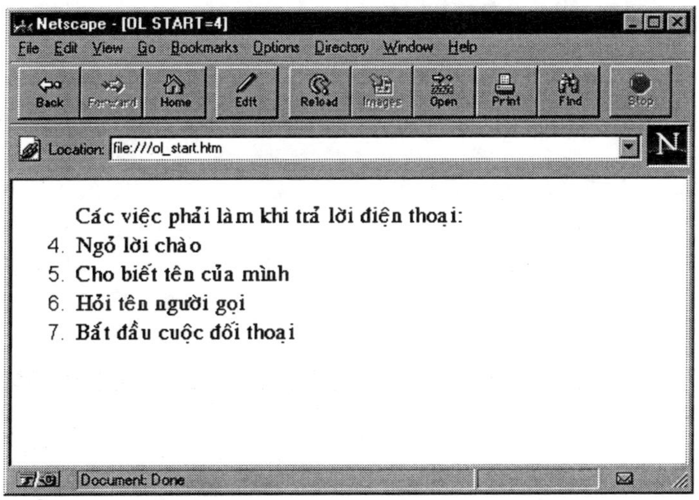

Hình 5-3: Bắt đầu bằng một số lớn hơn 1

<LI VALUE=#>

Nếu muốn nhẩy số cho một mục nào đó trong danh sách chúng ta thêm thuộc tính `VALUE` vào trong tag `<LI>`:

```
<LI VALUE=#>
```

Ở đây, dấu # được thay thế bởi một con số nguyên dương nào đó. Thí dụ:

```
<LI VALUE=6>
```

Mục được bắt đầu bằng tag này sẽ được đánh số từ con số đó.

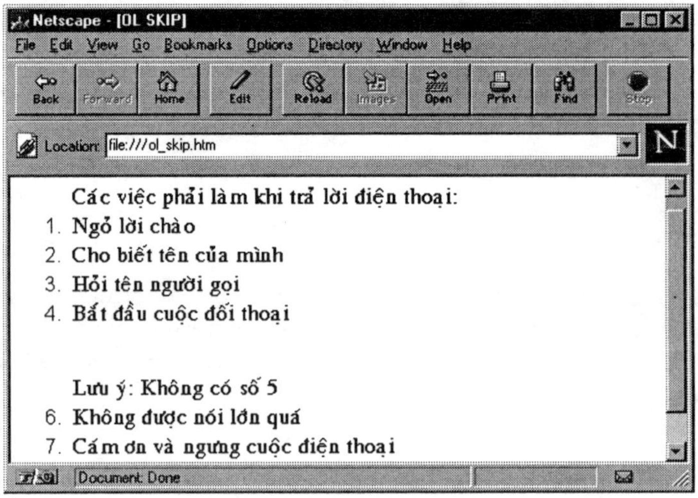

Hình 5-4: Nhẩy số

<OL TYPE= >

Chúng ta có thể thay con số nơi đầu mỗi mục bằng chữ hay số La-mã bằng cách thêm thuộc tính `TYPE=` vào trong tag `<OL>`, và theo sau bởi chữ `A`, `I` hay `i`. Thuộc tính này chỉ được hỗ trợ bởi một vài browser, như Netscape Navigator.

Thí dụ: `<UL` **`TYPE=A`**`>` sẽ thay số thứ tự trong danh sách của chúng ta bằng các chữ A, B, C, v.v.... **`TYPE=I`** sẽ thay số thứ tự trong danh sách bằng số La-mã viết hoa, như I, II. **`TYPE=i`** sẽ thay số thứ tự trong danh sách bằng số La-mã viết thường, như i, ii.

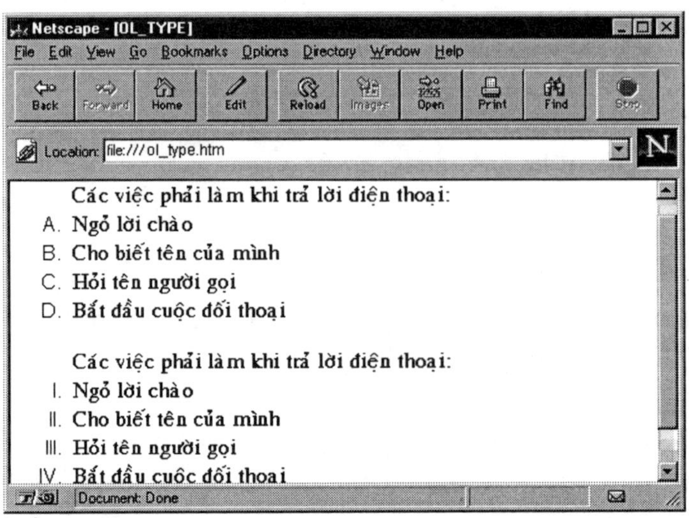

Hình 5-5: Thay số bằng chữ

5.5 Lập Danh Sách Các Định Nghĩa

Danh sách các định nghĩa (Definition List) khác với các danh sách kể trên ở chỗ mỗi mục có hai phần: chữ cần được giải nghĩa và phần giải nghĩa của chữ đó.

Thí dụ:

```
VNI
    Một công ty sản xuất nhu liệu điện toán tiếng Việt.

Cẩm Nang Lên Lưới
    Sách về Internet của tác giả Vũ Quốc Dũng.
```

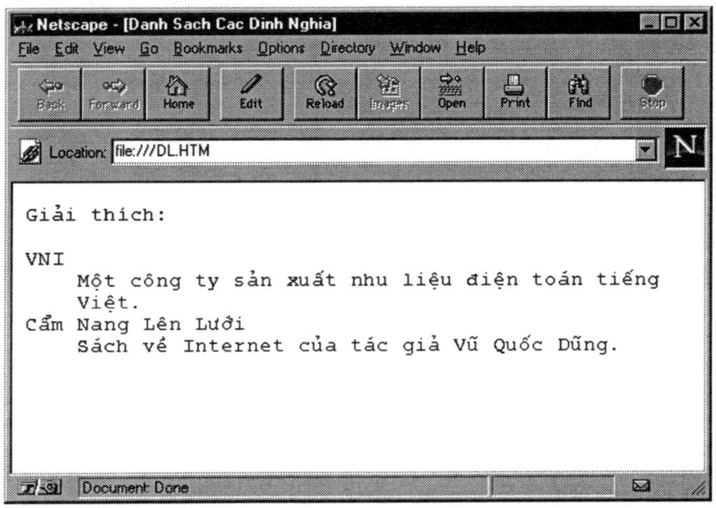

Hình 5-6: Danh sách các định nghĩa

Để tạo được danh sách này, chúng ta sẽ làm như sau:

1. Bắt đầu danh sách bằng tag <DL> (DL viết tắt của chữ Definition List—Danh sách các định nghĩa).
2. Tiếp theo chúng ta viết tựa của danh sách. Tựa của danh sách không bắt buộc phải có, nhưng tốt hơn, chúng ta nên có để độc giả biết được danh sách này là danh sách gì. Tựa của danh sách được kẹp trong cặp tag: <LH>...</LH>. (LH viết tắt của chữ List Header—Tựa của danh sách).
3. Kế tiếp chúng ta liệt kê các mục trong danh sách. Mỗi mục bắt đầu bằng chữ cần được giải nghĩa (Term) đánh dấu bằng tag <DT>. (DT viết tắt của chữ Definition Term— Chữ cần được giải nghĩa).

   Lưu ý: Chúng ta không cần viết tag </DT> theo sau.

4. Sau mỗi chữ cần được giải nghĩa là phần giải nghĩa của chữ. Các lời giải nghĩa được dẫn đầu bằng tag <DD>. (DD viết tắt của chữ Definition—Phần giải nghĩa).

5. Cuối cùng chấm dứt danh sách bằng tag </DL>.

Lưu ý: Tương tự như <DT>, chúng ta không cần viết tag đóng </DD>.

Phần giải nghĩa theo sau tag <DD> không bị giới hạn ở chữ. Nó có thể là bất cứ những gì, như hình ảnh hay bảng (table). Nội dung của trang web trong hình 5-6.

```
<DL>
   <P><LH><FONT FACE="VNI-Internet Mail">Giải thích:</LH> </FONT></P>
   <DT><FONT FACE="VNI-Internet Mail">VNI </FONT></DT>
   <DD><FONT FACE="VNI-Internet Mail">Một công ty sản xuất nhu liệu
   điện toán tiếng Việt.</FONT></DD>

   <DT><FONT FACE="VNI-Internet Mail">Cẩm Nang Lên Lưới</FONT></DT>
   <DD><FONT FACE="VNI-Internet Mail">Sách về Internet của tác giả Vũ
   Quốc Dũng.</FONT></DD>
</DL>
```

Ghi Chú: *Trong danh sách các định nghĩa, chúng ta không cần phải có tag <DT> và <DD> đi theo cặp. Chúng ta có thể chỉ viết phần <DT> mà không có phần <DD>, hoặc ngược lại. Tóm lại, các browser chỉ dựa trên các tag này để trính bầy. Nếu một câu mà được đánh dấu là <DT> thì được viết sát ra lề trái. Câu nào được đánh dấu là <DD> thì được viết thụt vào hàng.*

5.6 Lập Danh Sách Bên Trong Một Danh Sách

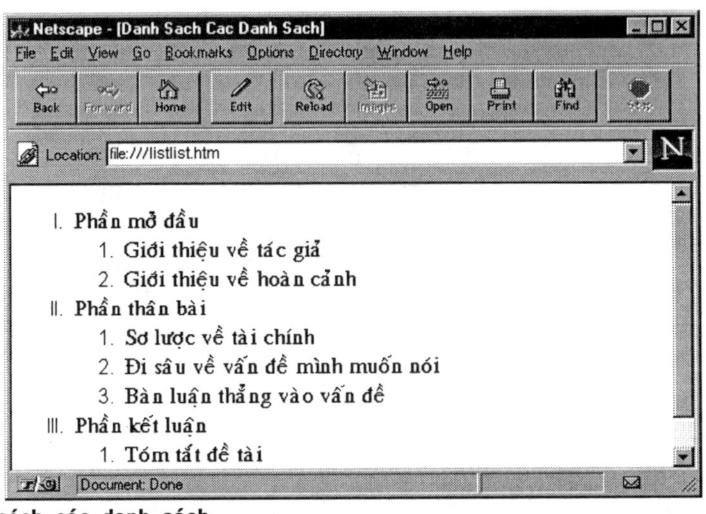

Hình 5-7: Danh sách các danh sách

Các tag để tạo danh sách nơi trang web rất là uyển chuyển. Chúng ta có thể tạo các danh sách bên trong các danh sách. Nói cách khác, trong một danh sách, mỗi mục có thể là một danh sách khác. Thí dụ như trong hình 5-7.

Chúng ta có thể gói bất kỳ một loại danh sách nào trong bất kỳ một loại danh sách nào. Thí dụ, danh sách không thứ tự bên trong danh sách có thứ tự; danh sách định nghĩa bên trong danh sách không thứ tự; danh sách thứ tự bên trong danh sách định nghĩa; hay ngay cả danh sách thứ tự bên trong danh sách thứ tự.

Ghi Chú: *Chúng ta có thể gói nhiều danh sách bên trong các danh sách thành nhiều tầng. Tuy nhiên trên thực tế chúng ta không nên tạo một danh sách có quá 3 tầng. Trừ khi chúng ta thật cần. Chỉ một lý do đơn giản là làm rối mắt người đọc.*

Khi viết các danh sách trong WordPad (hay NotePad), chúng ta nên thụt vào hàng cho mỗi tầng hay mục của danh sách cho dễ đọc; mặc dù chúng ta biết rằng các khoảng trống thụt vào hàng đều bị bỏ đi bởi các browser.

Chúng ta hãy thực tập, thảo một danh sách như trong hình 5-7. Bài mẫu được ghi trong đĩa đính kèm dưới tên *ListList.htm.*

5.7 Ghi Chú Bên Trong Trang Web

Thông thường, chúng ta sẽ cố giữ cho phần thân của trang web càng ngắn càng tốt, mà vẫn diễn đạt được nội dung của điều mình muốn nói. Tuy nhiên, có những trường hợp, chúng ta phải trình bầy trang web với nhiều kiểu cách phức tạp. Trong những trường hợp này, chúng ta đôi khi sẽ cần tới phần ghi chú cho chính chúng ta. Chúng ta cần nhấn mạnh ở đây là phần ghi chú này là phần ghi chú của chính chúng ta (của người soạn trang web). Chúng ta không muốn độc giả đọc được những hàng chữ này. Thí dụ, trong trang web chúng ta ghi thêm hàng chữ "`thay đoạn này bằng hình`". Ý muốn nhắc chính chúng ta là sau này sẽ thay đoạn chữ này bằng một tấm hình. Dĩ nhiên, chúng ta không muốn độc giả của chúng ta đọc được lời ghi chú này. Để làm được điều đó, chúng ta sẽ kẹp lời ghi chú đó ở giữa hai tag sau đây: <!-- và -->.

Hay nói cách khác, chúng ta bắt đầu lời ghi chú cho chính chúng ta bằng dấu < (nhỏ hơn), theo sau bởi dấu ! (chấm than) và hai dấu gạch ngang ngắn --. Kế tiếp là lời ghi chú và tận cùng là hai dấu gạch ngang ngắn --, rồi dấu > (lớn hơn).

Ghi Chú: *Trong lời ghi chú, chúng ta không được dùng các dấu giống với các dấu đã được dùng.)*

Bốn ký tự trong bộ dấu <!--, và 3 ký tự trong bộ dấu -->, phải được viết liền nhau, không được có khoảng trống ở giữa.

Các thí dụ sau đây là không hợp lệ:

```
<  !--Có khoảng trống trước dấu chấm than-->
<!--Dùng thêm 2 dấu gạch ngang -- bên trong-->
```

Một điều ghi chú nữa là chúng ta không nên dùng tag ghi chú này để ghi chú một đoạn văn trong trang web có tag HTML. Thí dụ, `<!--Làm đậm<B>-->`*. Có một số browser sẽ nhận lấy tag* `<B>` *bên trong lời ghi chú và trông đợi tag đóng* `</B>`*. Đó là điều chúng ta không muốn.*

5.8 Viết Các Ký Tự Đặc Biệt

Nếu để ý, có lẽ chúng ta sẽ thắc mắc là dấu **<** và dấu **>** đã được dùng để đánh dấu các tag HTML, vậy nếu khi chúng ta cần viết hai dấu này như trong câu văn này thì chúng ta phải làm sao?

Thật ra, chúng ta không chỉ gặp khó khăn trong hai dấu này mà còn nhiều ký tự rất thường gặp như ©, ™, £, ¥, hay các ký hiệu toán học. May mắn thay HTML phiên bản 3.0 trở đi đã cho chúng ta một cách giải quyết. Phương pháp này cho phép chúng ta đánh được hầu hết các ký tự trong bộ chữ chuẩn quốc tế ISO-Latin-1 (ISO 8859). Một điều lý thú là dùng bộ chữ chuẩn này chúng ta cũng đánh được hầu hết các chữ Việt. Danh sách các tên gọi và mã số để tạo các ký tự trong bộ chữ chuẩn này được liệt kê đầy đủ trong phụ lục C.

Muốn viết các ký tự này chúng ta làm theo những bước sau đây:

1. Dò trong phụ lục C để tìm mã bằng tên hay mã bằng số tương đương với ký hiệu chúng ta muốn viết.
2. Bắt đầu cách viết bằng dấu **&**.
3. Theo sau bởi mã bằng tên hay mã bằng số tương đương với ký hiệu chúng ta muốn viết. Nếu là mã bằng số thì phải viết thêm dấu **#** trước con số.
4. Chấm dứt bởi dấu **;** (chấm phẩy)

Thí dụ để đánh được hai dấu < và > như trong trích đoạn sau đây:

```
''...dấu < và dấu > đã được dùng...''
```

Chúng ta sẽ đánh:

```
''...dấu &lt; và dấu &gt; đã được dùng...''
```

Sau đây là một số các ký tự thường dùng:

Mã	Nghĩa	Ký Tự
©	Dấu hiệu bản quyền	©
®	Dấu hiệu cầu chứng đã đăng ký	®
™	Dấu hiệu cầu chứng	™
<	Dấu nhỏ hơn	<

Mã	Nghĩa	Ký Tự
>	Dấu lớn hơn	>
&	Dấu ampersand	&

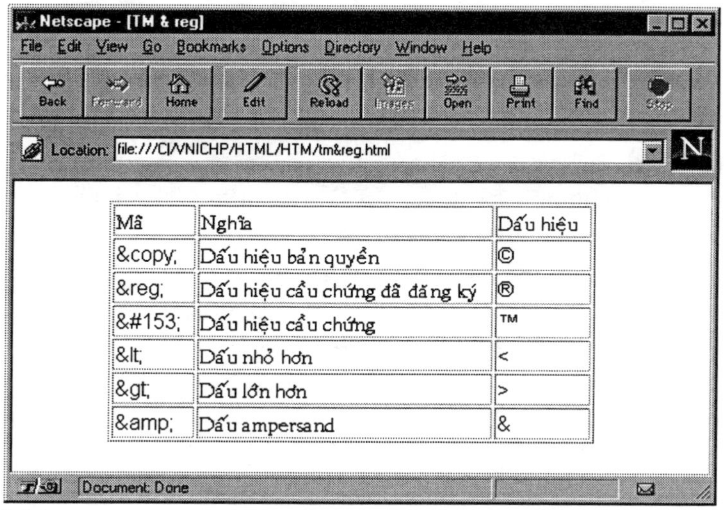

Hình 5-8: Các ký tự

Chú Ý: *Có một số ký tự chỉ có mã bằng số tương đương. Có một số ký tự chỉ có mã bằng chữ tương đương. Cũng có một số ký tự có cả mã bằng số lẫn bằng chữ, như ký tự ® có thể được viết bằng* **®** *hay* **®**. *Tuy nhiên, các mã bằng số được hỗ trợ bởi nhiều browser hơn; do đó, cho chắc chắn, chúng ta nên dùng các mã bằng số.*

5.9 Tóm Tắt

Chúng ta đã học về cách đổi mầu của nền và mầu của chữ. Với hơn 16 triệu mầu cho mỗi thứ chúng ta có thể phối hợp để có được nhiều bộ mầu khác nhau. Chúng ta cũng nên nhớ nằm lòng rằng mầu của chữ và mầu của nền phải thật tương phản nhau thì mới dễ đọc được chữ trên màn ảnh.

Chúng ta cũng biết cách tạo các danh sách, danh sách không có thứ tự, có thứ tự hay danh sách các định nghĩa. Chúng ta có thể biến hóa các kiểu danh sách này để đạt được một kiểu danh sách cho chúng ta. Khi lồng một danh sách bên trong một danh sách, chúng ta nhớ ghi cho đủ những dấu mở đầu và chấm dứt của danh sách. Đồng thời, chúng ta cũng nên tránh lồng danh sách nhiều hơn 3 tầng. Danh sách có nhiều hơn 3 tầng sẽ tạo cho trang web của chúng ta khó đọc, nhất là khi khung browser của độc giả được thâu nhỏ lại.

Chúng ta chỉ dùng dấu ghi chú bên trong trang web cho những đoạn ghi chú ngắn, và tránh ghi chú các tag HTML. Khi cần viết các ký hiệu đặc biệt như ©, ™, chúng ta sẽ dùng dấu hiệu &xxx; ở đây xxx là một trong những tên hay số mã được ghi nơi phụ lục C.

5.10 Câu Hỏi & Trả Lời

1. Chúng ta có thể trình bầy các nhóm chữ bên trong các danh sách, như làm đậm, nghiêng?

TL: Dĩ nhiên là được. Thí dụ muốn làm đậm tựa của danh sách, chúng ta viết `<LH><B>Danh sách</B></LH>`.

2. Nếu chúng ta dùng các thuộc tính nới rộng của Netscape như TYPE= để đổi hình các dấu chấm (bullet) trong danh sách không có thứ tự, đối với các độc giả không dùng browser Netscape thì họ sẽ thấy như thế nào?

TL: Chúng ta không đoán trước được, nhưng thường thì sẽ thấy chấm tròn đen hay ô vuông đen, tùy theo mỗi browser. Tốt nhất là chúng ta nên thử nghiệm trước trên một vài browser để biết trước được sự thay đổi của nó.

3. Khi nào chúng ta dùng đến ký hiệu đặc biệt ** **?

TL: Chúng ta biết rằng khung của browser có thể được thu nhỏ hay nới rộng. Mỗi lần như vậy các đoạn văn nơi trang web sẽ được sắp đặt lại để thích ứng với lề mới. Trong khi sắp chữ nếu nơi khoảng trống bên lề phải (hay lề trái) không đủ chỗ để sắp một chữ mới, nguyên chữ mới đó sẽ được xuống hàng để bắt đầu một hàng mới và các chữ theo sau được viết tiếp bên cạnh. Nếu chúng ta có một chữ kép và không muốn chữ kép này bị cắt làm hai do việc sắp lề, chúng ta dùng ký hiệu ** ** (**n**o **b**reak **sp**ace) để nối chữ kép đó. Thí dụ "Cẩm** **Nang". Khi được hiện trên màn hình, chữ trên vẫn được thấy như bình thường "Cẩm Nang", nhưng nếu chữ "Nang" bị bắt buộc phải đưa xuống hàng dưới thì chữ "Cẩm" cũng đi theo.

4. Tôi thử bỏ ký hiệu   đi và không thấy có gì thay đổi cả, tại sao?

TL: Chúng ta chỉ thấy ảnh hưởng của sự mất đi ký hiệu   khi mà lề của browser bị thay đổi làm cho một trong hai chữ được nối bởi ký hiệu đó bị mang xuống hàng dưới.

5. Tôi dùng các ký hiệu đặc biệt để đánh tiếng Việt. Tôi đánh thử chữ "Phaàn" thì nhìn thấy chữ "Phần". Nhưng sao trong bảng ký hiệu đặc biệt nói rằng "à" là chữ "à". Như vậy đúng ra tôi phải thấy chữ "Phaàn" mới đúng chứ?

TL: Đúng như vậy. Chúng ta sẽ thấy y hệt như những gì đã được kể trong câu hỏi nếu chúng ta đang dùng phông tiếng Anh (bảng mã ISO 8859/1 Latin 1 Character Set). Nếu chúng ta đã chọn phông chữ của VNI làm phông chữ chính cho browser, nơi vị trí của ký hiệu à (ô thứ 192 trong bảng mã), VNI đã thay ký hiệu đó bằng dấu ^. Tức là khi chúng ta đánh "Phaàn" chúng ta được "Phần". Còn muốn đánh được chữ "à" chúng ta phải đánh "aø", vì vị trí của ký hiệu ø là dấu huyền khi dùng bảng dấu của VNI.

6. Có cần dùng tag <BR> theo sau các tiểu mục (<LI>) để xuống hàng và vẫn giữ khoảng cách giữa các hàng đều nhau không?

TL: Không. Các browser tự động xuống hàng các tiểu mục mỗi khi thấy tag <LI>, do đó chúng ta không cần dùng thêm tag <BR>. Tuy nhiên bên trong các tiểu mục dài, nếu chúng ta muốn xuống hàng ở ngay giữa tiểu mục chúng ta phải dùng đến tag này hoặc tag <P>.

5.11 Tài Liệu Tham Khảo

[1] Scott Arpajian, "How to Use HTML3," Ziff-Davis Press, 1996, ISBN: 1-56276-390-3.

[2] Ian Graham, "Introduction To HTML and URLs," www.utoronto.ca/webdocs/HTMLdocs/NewHTML/intro.html.

[3] Creating Your Own Home Page: Advanced Techniques," frank.mtsu.edu/~oit/faculty/advhandout.html.

[4] Mark R. Brown, "Special Edition Using Netscape 3," QUE, 1995, ISBN: 0-7897-0904-x.

5.12 Tài Liệu Đọc Thêm

- ColorCenter, www.hidaho.com/colorcenter/cc.html.
- "Color Manipulation Device," L'Industrie De Meat, www.meat.com/software/cmd/body.html.
- "HTML Color Pickers," www.windows95.com/apps/colorpick.html.
- Daniel LaLiberte, "Web Mastery," union.ncsa.uiuc.edu:80/HyperNews/get/www/html/guides.htm
- "HTML Authoring: Tutorials, Graphics, Software, Style Guides," www-engr.sjsu.edu/help/resources.html.
- "HTML Reference," Microsoft, www.microsoft.com/workshop/author/newhtml/htmlref.htm.
- "Useful URLs," www.hwg.org/resources/useful.html.
- "HyperText Markup Language Toolbox," cedar.cic.net/~rtilmann/htmltools.html.
- "HyperText Markup Languag (HTML)," www.w3.org/MarkUp/.
- "Graphics Tools, Techniques, Examples and Resources," CyberWeb SoftWare, WWW.Stars.com/Authoring/Graphics/Colour/colors.cgi.
- "How nice of you to stop by!" www.w3-tech.com/crash/HTMLMenu.html.

Chương 6

Cách Lập Bảng (Table)

Trước phiên bản HTML 3.0, chúng ta phải dùng tag <PRE>...</PRE> để tạo bảng (table). Từ phiên bản 3.0 trở đi chúng ta đã có tag HTML riêng để tạo bảng. Các tag này chỉ mới xuất hiện mà đã gây ảnh hưởng lớn tới cách trình bầy các trang web. Thoạt đầu khi nghe nói tới lập bảng, chúng ta sẽ nghĩ ngay ra là chúng ta chỉ dùng đến nó khi cần làm các bảng số như các bảng chiết tính hay các bảng giá cả. Thật ra những người có óc sáng tạo đã nghĩ ra là chúng ta có thể dùng bảng để trình bầy trang web thành nhiều cột như được thấy trên các tờ nhật báo. Các mệnh lệnh để lập bảng cũng rất là phong phú. Chúng cho phép chúng ta lập một bảng với các ô có kích thước khác nhau, ngay cả các hàng hay cột không cần có số ô bằng nhau. Tức là trong một hàng chúng ta có thể có một ô kéo dài vài cột, hay trong một cột có một ô kéo dài vài hàng.

Vì sự phong phú của các tag HTML được dùng để lập bảng, chúng ta sẽ dùng toàn bộ chương này để bàn về cách lập bảng. Chúng ta sẽ học về:

- Lập một bảng đơn giản
- Lập bảng không có khung
- trình bầy bên trong một ô
- Tạo ô kéo dài nhiều cột
- Tạo ô kéo dài nhiều hàng
- Xác định kích thước của bảng và cột
- Kẻ đường thẳng giữa các hàng hay cột
- Lập một bảng bên trong một bảng

6.1 Lập Một Bảng Đơn Giản

Để thiết lập một bảng dữ kiện, chúng ta làm theo những bước sau đây:

1. Bắt đầu bằng tag <TABLE BORDER> để lập một bảng với đường viền mỏng chung quanh.
2. Theo sau là lời ghi chú cho bảng (caption) được kẹp giữa hai tag <CAPTION> và </CAPTION>. Lời ghi chú cho bảng có thể được coi là tựa của bảng, tuy nhiên chúng ta cũng có thể không cần lời ghi chú. Lúc đó, chúng ta không dùng đến cặp tag này. Thí dụ:

```
<CAPTION>Bảng giá biểu</CAPTION>
```

3. Kế tiếp, chúng ta sẽ viết từng hàng một. Mỗi hàng được kẹp giữa hai tag <TR> và </TR>. TR là chữ viết tắt của Table Row—Một hàng trong bảng. Thông thường, hàng đầu tiên sẽ là hàng tựa của các cột trong bảng. Nếu chúng ta muốn làm nổi bật hàng tựa thì cứ mỗi tựa của một cột, chúng ta viết tên tựa giữa cặp tag <TH>...</TH> (TH là chữ viết tắt của Table Heading—Tựa trong bảng.) Thí dụ:

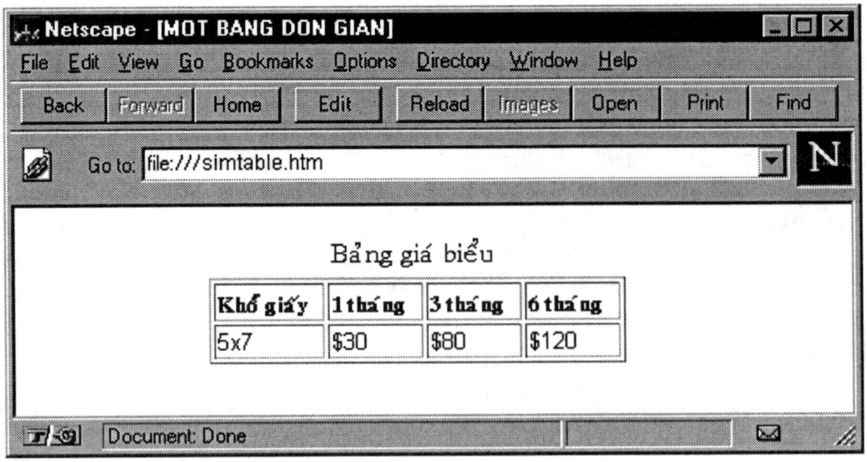

Hình 6-1: Một bảng đơn giản

```
<TR>
    <TH>Khổ giấy</TH>
    <TH>1 tháng</TH>
    <TH>3 tháng</TH>
    <TH>6 tháng</TH>
</TR>
```

Nếu chúng ta muốn tựa của cột được trình bầy giống như các ô khác thì thay thế tag <TH> và </TH> bằng tag <TD> và </TD>. TD là chữ viết tắt của Table Data—Dữ kiện trong bảng. Cặp tag <TD>...</TD> sẽ được dùng để viết phần chi tiết trong mỗi ô. Thí dụ:

```
<TR>
    <TD>5x7</TD>
    <TD>$30</TD>
    <TD>$80</TD>
    <TD>$120</TD>
</TR>
```

4. Cuối cùng chấm dứt phần mã bằng tag </TABLE>.

Bảng Có Đường Viền

Nếu browser của chúng ta (và của độc giả) có hỗ trợ phần nới rộng HTML của Netscape (Netscape Extension), chúng ta có thể thay đổi kích thước của đường viền chung quanh bảng bằng cách viết theo sau chữ BORDER là một dấu = (dấu bằng) và một số nguyên. Thí dụ: <TABLE BORDER=9> sẽ tạo một bảng có khung, và đường viền chung quanh bảng có bề dầy 9 ảnh tố (pixel).

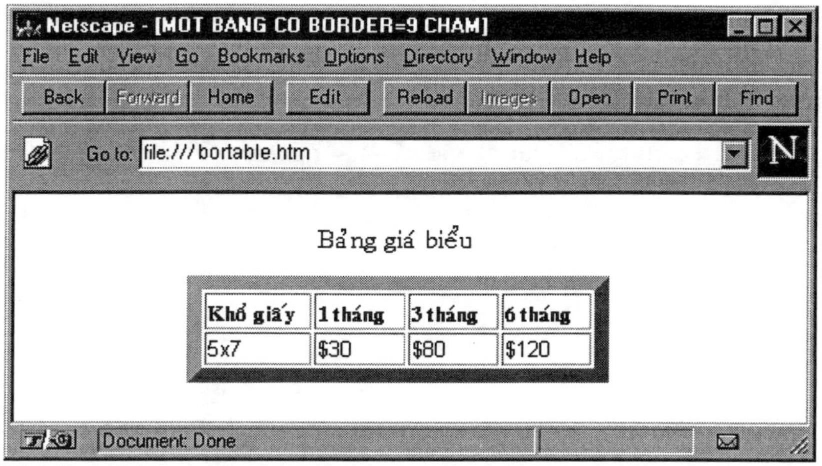

Hình 6-2: Một bảng có khung lớn

Lưu Ý: *Khi cho biết kích thước của đường viền, BORDER=##, chỉ có đường viền chung quanh bảng là bị ảnh hưởng. ## được tính bằng số ảnh tố (pixel).*

6.2 Lập Bảng Không Có Khung

Nếu chúng ta không muốn kẻ đường viền chung quanh bảng và mỗi ô trong bảng, chúng ta sẽ bắt đầu một bảng bằng tag `<TABLE>` thay vì `<TABLE BORDER>` như ở đoạn 6.1.

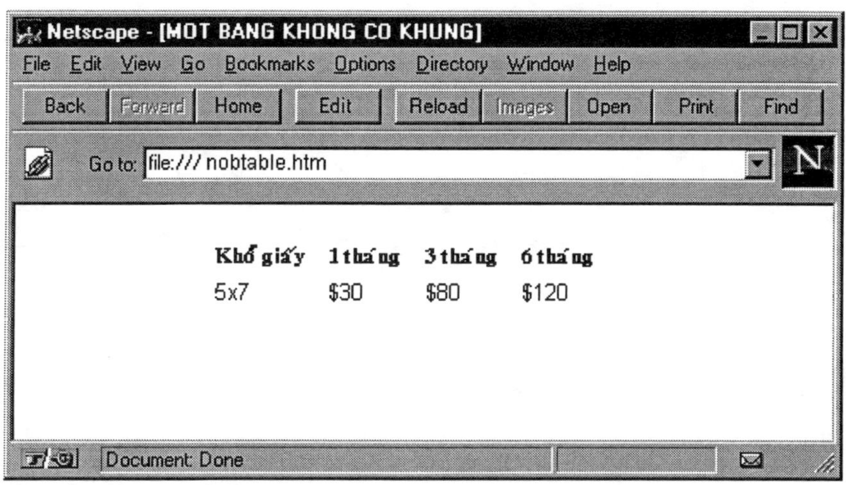

Hình 6-3: Một bảng không có khung

6.3 Trình Bầy Bên Trong Một Ô

Đường Viền Chung Quanh Mỗi Ô

Muốn tăng bề rộng của đường viền chung quanh mỗi ô, chúng ta thêm thuộc tính `CELLSPACING=##` bên trong tag `<TABLE BORDER>`. Thí dụ:

```
<TABLE BORDER CELLSPACING=6>
```

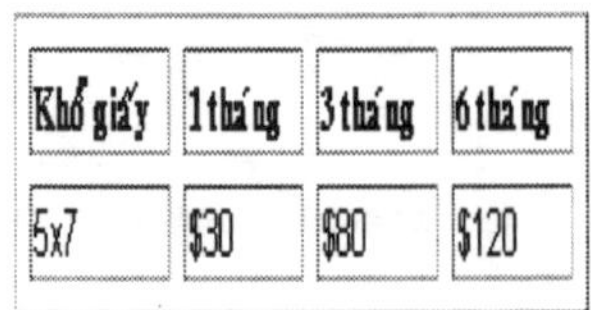

Hình 6-4: Đường viền chung quanh các ô

Thêm Khoảng Trống Bên Lề Trái Và Phải Của Mỗi Ô

Để tránh trường hợp đường viền chung quanh các ô được kẻ quá sát với phần nội dung ghi trong mỗi ô, chúng ta cần thêm khoảng trống bên lề trái và phải của mỗi ô. Để làm được điều đó, chúng ta viết thêm thuộc tính `CELLPADDING=#`. Ở đây # được thay thế bởi một số nguyên. Đơn vị tính bằng ảnh tố (pixel). Thí dụ:

```
<TABLE BORDER CELLPADDING=3>
```

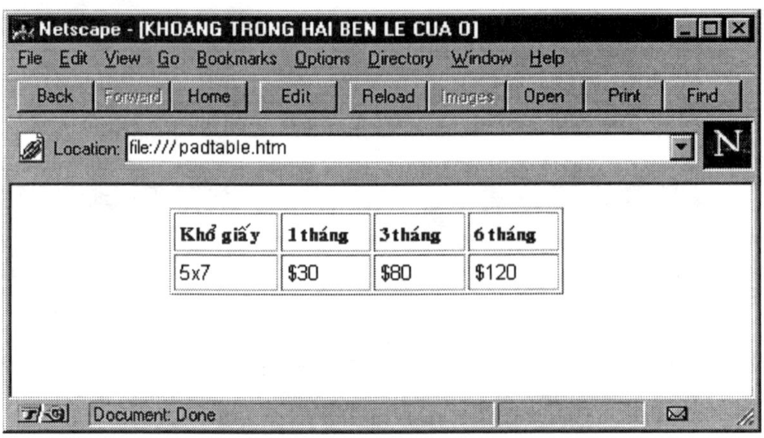

Hình 6-5: Khoảng trống hai bên lề của ô

Trang Trí Phần Nội Dung Của Ô

Chúng ta vẫn có thể trang trí cho phần nội dung của mỗi ô, bằng các tag `<B>`, `<I>`. Ngay cả xuống hàng, `<BR>`, giữa ô. Cách trang trí này chỉ ảnh hưởng tới từng ô.

Khổ giấy	1 tháng	3 tháng	6 tháng
5x7	$30	$80	$120

Hình 6-6: Trang trí ô

Sắp Đặt Theo Lề

Phần nội dung của từng ô có thể được sắp sát lề trái (LEFT), ngay giữa ô (CENTER), hay sát lề phải (RIGHT). Sự sắp xếp này có thể chiếu theo bề ngang, bề dọc, hay cả hai. Thí dụ:

```
<TD ALIGN=CENTER VALIGN=CENTER>$30</TD>
```

Phần nội dung của ô này sẽ được viết ở ngay giữa ô tính cả hai chiều. Thuộc tính `ALIGN` chỉ bề ngang của ô. Thuộc tính `VALIGN` chỉ bề dọc của ô.

Ghi Chú: *Nếu tất cả các ô trong hàng đều có cùng một sự sắp đặt như nhau, chúng ta hãy mang thuộc tính* `ALIGN=` *và* `VALIGN=` *lên tag* `<TR>`.

Nếu trong dấu `<TR>` *đã có thuộc tính* `ALIGN=`, *hay* `VALIGN=`, *và trong một ô trong hàng đó cũng có thuộc tính* `ALIGN` *hay* `VALIGN`, *thuộc tính trong ô sẽ có thẩm quyền cao hơn.*

6.4 Tạo Ô Kéo Dài Nhiều Cột

Nếu muốn tạo một ô kéo dài nhiều cột, chúng ta sẽ thêm thuộc tính `COLSPAN=#` bên trong tag `<TD>` của ô đang cần kéo dài. Thí dụ: `<TD COLSPAN=2>`

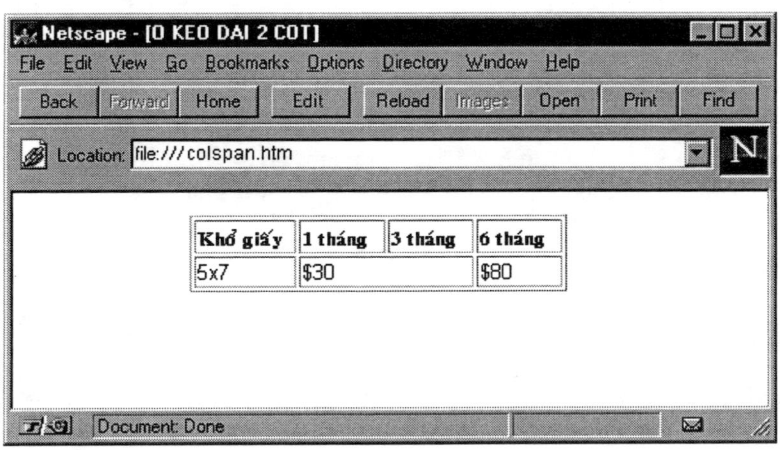

Hình 6-7: Ô kéo dài 2 cột

6.5 Tạo Ô Kéo Dài Nhiều Hàng

Muốn tạo một ô kéo dài nhiều hàng, chúng ta sẽ thêm thuộc tính ROWSPAN=# bên trong tag <TD> của ô đang cần kéo dài. Thí dụ: <TD ROWSPAN=2>

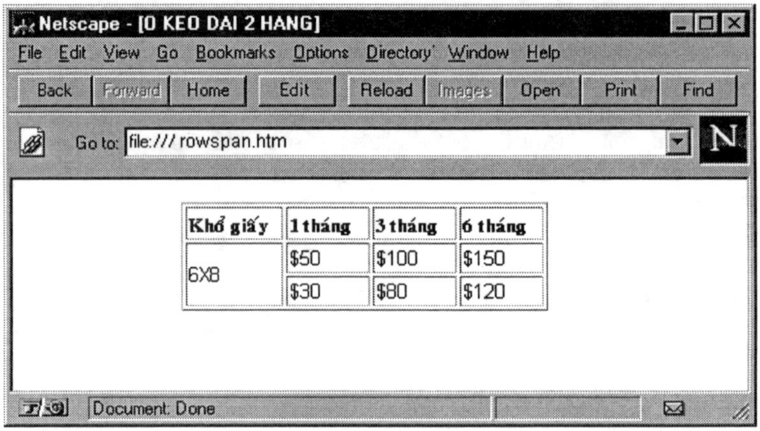

Hình 6-8: Ô kéo dài 2 hàng

6.6 Xác Định Kích Thước Của Bảng Và Cột

Bình thường, kích thước của các cột và bảng được xác định tùy theo số chữ trong cột hay bảng. Sự xác định này khác biệt tùy từng browser. Nếu muốn chỉ định sẵn kích thước của từng cột hay bảng, chúng ta sẽ dùng đến thuộc tính WIDTH= (Bề Rộng=). Thuộc tính này áp dụng riêng rẽ cho từng cột hay bảng. Nếu chúng ta viết <TABLE WIDTH=##> (## là một số nguyên hay phần trăm) thì bề rộng của bảng được xác định bởi số ## theo sau WIDTH=. Nếu chúng ta viết <TD WIDTH=##> hay <TH WIDTH=##> (## là một số nguyên hay phần trăm) thì bề rộng của cột được xác định bởi số ## theo sau WIDTH=.

Nếu số theo sau thuộc tính WIDTH= là một số nguyên thì bề rộng của cột hay hàng sẽ được xác định chính xác bằng số ảnh tố (pixel) được ghi.

Nếu số theo sau thuộc tính WIDTH= là một số phần trăm và được áp dụng cho **bảng** thì bề rộng của bảng sẽ được xác định tính theo phần trăm của khung browser. Có nghĩa là nếu khung của browser thay đổi thì bề rộng của bảng cũng thay đổi theo. Số phần trăm phải có dấu % theo sau con số. Thí dụ như WIDTH=80%.

```
<TABLE WIDTH=500>
...
</TABLE>
```

Hình 6-9: Chỉ định bề rộng của bảng là 500 chấm

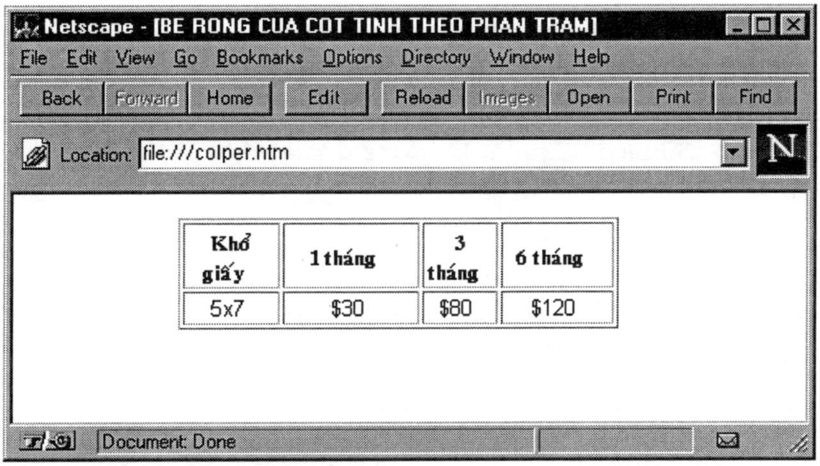

Hình 6-10: Bề rộng của cột tính theo phần trăm

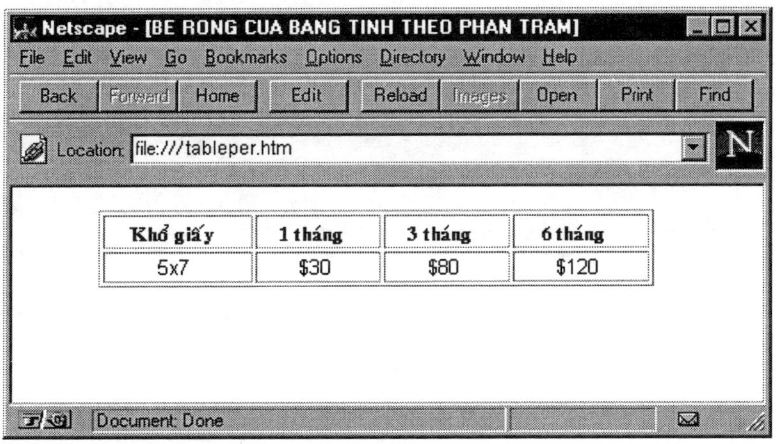

Hình 6-11: Bề rộng của bảng tính theo phần trăm

Nếu số theo sau thuộc tính WIDTH= là một số phần trăm và được áp dụng cho **cột** thì bề rộng của cột sẽ được xác định tính theo phần trăm của bảng, không phải của khung browser. Có nghĩa là nếu bề rộng của bảng thay đổi thì bề rộng của cột này sẽ thay đổi theo số phần trăm đã định.

6.7 Kẻ Đường Thẳng Giữa Các Hàng Hay Cột

Nếu chúng ta chỉ muốn kẻ đường thẳng giữa các hàng hay giữa các cột chúng ta thêm vào thuộc tính RULES=AA. Trong tag <TABLE>, như <TABLE RULES=COLS>. **AA** ở đây được thay thế bởi một trong bốn giá trị sau đây:

- ALL (kẻ đường thẳng cho tất cả các hàng và cột)
- NONE (không kẻ đường thẳng giữa các hàng và cột)

- COLS (chỉ kẻ đường thẳng giữa các cột)
- ROWS (chỉ kẻ đường thẳng giữa các hàng)

Ghi Chú: <TABLE RULES=ALL> *tương đương với* <TABLE>, *cả hai đều kẻ đường thẳng giữa tất cả các hàng và cột.*

Một số browser không hỗ trợ thuộc tính RULES. *Trong trường hợp này chúng ta cần tạo thêm những cột thật mỏng giữa các cột có sẵn (Thí dụ* WIDTH=1*). Trong mỗi cột mỏng đó chúng ta để hình đường kẻ đứng mỏng vừa đủ hay đổi mầu của nền của cột ra mầu khác. Khi đó chúng ta sẽ có được đường kẻ đứng giữa các cột. Chúng ta cũng làm tương tự cho các hàng để có đường kẻ ngang.*

Thuộc tính RULES này rất là tiện dụng khi chúng ta cần chia trang web thành nhiều cột như những cột báo vẫn thấy trên các tờ báo. Tuy nhiên, nó chỉ mới được hỗ trợ bởi các browser của Microsoft và Netscape ở phiên bản 4.0 trở đi mà thôi. Browser của chúng ta phải hỗ trợ HTML phiên bản 4.0 mới thấy được ảnh hưởng của thuộc tính này.

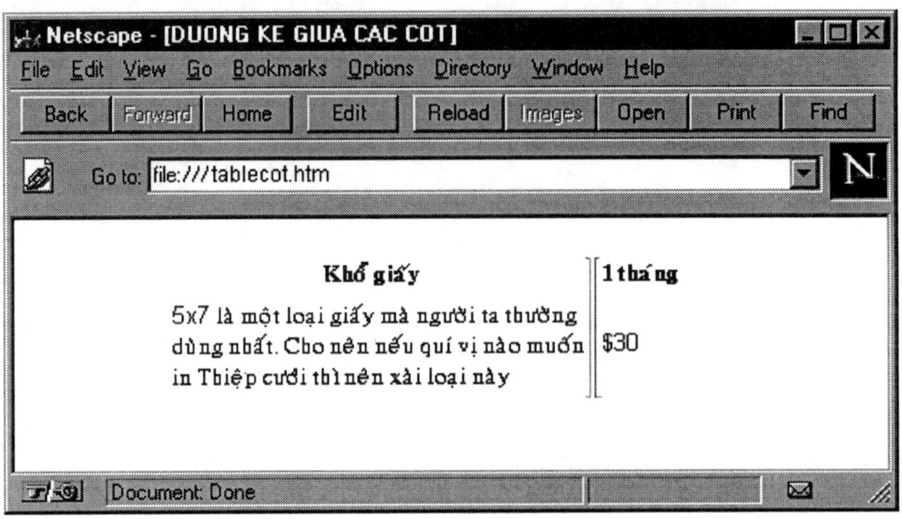

Hình 6-12: Đường kẻ giữa các cột

6.8 Lập Một Bảng Bên Trong Một Bảng

Bảng cho chúng ta rất nhiều sự kiểm soát về lối trình bầy một trang web. Chúng ta có thể chỉ định vị trí chính xác cho từng đoạn văn hay hình ảnh trong trang web. Sự kiểm soát này còn chính xác hơn nữa khi chúng ta có thể lập một bảng bên trong một bảng. Hay nói cách khác chúng ta có thể chia trang web thành nhiều vùng và đặt chữ hay hình ảnh một cách chính xác trong mỗi vùng.

Khả năng này thoạt nghe tưởng phức tạp, nhưng thật ra rất dễ hiểu. Chúng ta chỉ việc thêm cặp tag <TABLE>...</TABLE> bên trong một ô của bảng. Thí dụ:

```
<TD>
    <TABLE>
    ...
    </TABLE>
</TD>
```

Tất cả các thuộc tính mà chúng ta đã học trong chương này như WIDTH, BORDER, RULES đều áp dụng cho bảng nhỏ này.

Ghi Chú: *Khi chúng ta lập một hay nhiều bảng bên trong một bảng, chúng ta nên cẩn thận. Nên phác họa và sắp xếp mẫu các bảng trên giấy trước khi viết. Nếu chúng ta bỏ xót hay không có đủ số ô cho một bảng, chúng ta sẽ khó đoán được kết quả sẽ ra sao khi bảng đó được hiện trên màn ảnh. Tốt hơn hết, nhớ thử nghiệm cho kỹ trước khi phổ biến trang web.*

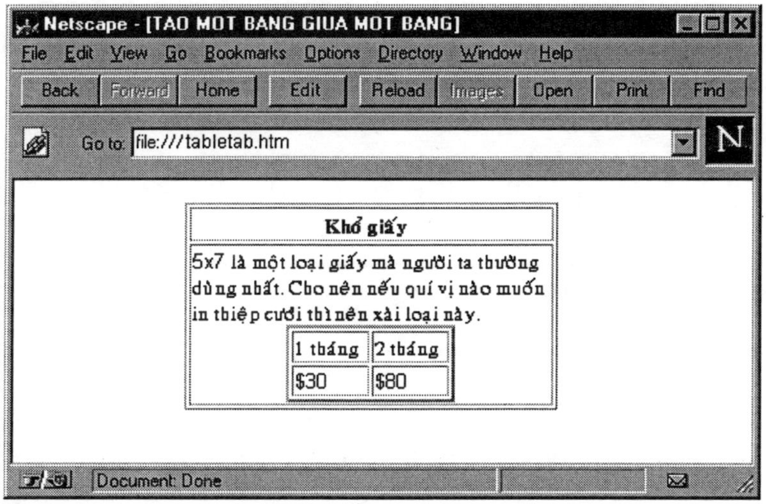

Hình 6-13: Tạo một bảng giữa một bảng

6.9 Tóm Tắt

Chúng ta đã biết được cách lập một bảng trong trang web. Thông thường, bảng được dùng để trình bầy các bảng chiết tính hay liệt kê danh sách, giá cả. Nhưng ngày nay chúng ta có thể tìm thấy nhiều trang web đã dùng bảng để trình bầy trang web thành từng cột, như cột báo, hay từng vùng. Nội dung trong các ô không bị giới hạn ở các con số. Chúng ta có thể viết chữ, hay dùng ngay cả hình ảnh.

Trước phiên bản HTML 4.0, bảng là cách dùng hay nhất để sắp đặt chính xác vị trí của từng đoạn văn hay hình ảnh. Chúng ta có thể tạo một bảng ngay bên trong một ô của một bảng khác. Chúng ta cũng làm được một ô kéo dài nhiều hàng hay một ô kéo dài nhiều cột. Chúng ta cũng kiểm soát được đường viền và khoảng cách chung quanh các ô trong bảng.

Nếu dùng tiếng Việt bên trong bảng và đã đặt tag <FONT FACE=...> ở đầu trang nhưng tiếng Việt vẫn không hiện ra đúng, chúng ta hãy lập lại cặp tag <FONT FACE=...>...</FONT> trong từng ô. Hay nói cách khác, chúng ta phải dùng cặp tag <FONT>...</FONT> sau mỗi tag <TD>.

Muốn xem các trang web mẫu đã dùng bảng để trình bầy trang web theo cột, hướng URL về các địa chỉ sau đây:

- http://www.ibm.com
- http://www.latimes.com
- http://www.amazon.com
- http://www.barnesandnoble.com
- http://www.claris.com/index.html
- http://www.hotfiles.com
- http://www.winmag.com/library/
- http://www.cgi-perl.com
- http://www.geocities.com
- http://www.sitia.org
- http://www.vietfun.com

6.10 Câu Hỏi & Trả Lời

1. Khi nào chúng ta cần dùng bảng?

TL: Hãy để cho đầu óc tưởng tượng đầy phong phú của chúng ta trả lời câu hỏi này. Trên căn bản là khi những gì chúng ta muốn viết nơi trang web có thể trình bầy theo hàng hay cột là chúng ta dùng tới bảng. Nếu muốn có thêm khái niệm về cách dùng bảng, hãy hướng URL về những địa chỉ đã ghi nơi trên.

2. Chúng ta có thể đặt CAPTION của bảng ở những vị trí nào?

TL: Chúng ta có thể đặt CAPTION ở cạnh trên hoặc cạnh dưới của bảng. Thí dụ:

```
<CAPTION ALIGN="bottom">Ở Dưới</CAPTION>
<CAPTION ALIGN="top">Ở Trên</CAPTION>
```

Các giá trị "left" và "right" sẽ sắp "caption" sát lề trái, hay sát lề phải **bên trên bảng**.

```
<CAPTION ALIGN="left">Ở Bên Trái</CAPTION>
<CAPTION ALIGN="right">Ở Bên Phải</CAPTION>
```

3. Có một số trang web không có viết </TH>, </TD>, </TR> khi sử dụng <TH>, <TD>, và <TR>. Như vậy có hợp lệ không?

TL: Có. Trên thực tế chúng ta có thể không viết các tag </TH>, </TD>, </TR> khi sử dụng <TH>, <TD>, và <TR>, cũng giống như chúng ta có thể không dùng </P> để chấm dứt một đoạn văn. Để cho đồng nhất, chúng ta nên viết cho đủ cặp, nhất là khi chúng ta cần tạo một bảng bên trong một bảng khác.

4. Khi có sự mâu thuẫn giữ việc sắp đặt của hàng và ô, như <TR ALIGN="Center"><TD ALIGN="Left">, thì cái nào có ưu tiên hơn?

TL: Các sắp đặt trong ô có ưu tiên hơn các sắp đặt trong hàng. Các sặp đặt trong hàng có ưu tiên hơn các sắp đặt trong bảng. Tóm lại, đơn vị nhỏ có ưu tiên hơn đơn vị lớn.

6.11 Tài Liệu Tham Khảo

[1] Scott Arpajian, "How to Use HTML3," Ziff-Davis Press, 1996, ISBN: 1-56276-390-3.

[2] Ian Graham, "Introduction To HTML and URLs," www.utoronto.ca/webdocs/HTMLdocs/NewHTML/intro.html.

[3] "Creating Your Own Home Page: Advanced Techniques," frank.mtsu.edu/~oit/faculty/advhandout.html.

[4] Laura Lemay, "Teach Yourself Web Publishing with HTML in a Week," Sams Publishing, 1995, ISBN: 0-672-30667-0.

6.12 Tài Liệu Đọc Thêm

- "Tables," developer.netscape.com/library/documentation/htmlguid/tags9.htm.
- Daniel LaLiberte, "Web Mastery," union.ncsa.uiuc.edu:80/HyperNews/get/www/html/guides.htm
- "HTML Reference," Microsoft, www.microsoft.com/workshop/author/newhtml/htmlref.htm.
- "Useful URLs," www.hwg.org/resources/useful.html.
- "HyperText Markup Language Toolbox," cedar.cic.net/~rtilmann/htmltools.html.
- "HyperText Markup Language (HTML)," www.w3.org/MarkUp/.
- "How nice of you to stop by!" www.w3-tech.com/crash/HTMLMenu.html.
- "Other Sources of Information on Tables," www.botany.hawaii.edu/tables/sources.htm.

Chương 7

Tạo Điểm Nối (Links)

Sự liên kết giữa các trang web chính là cột sống của Mạng Lưới Thông Tin Toàn Cầu (World Wide Web). Nếu mỗi người chúng ta chỉ có vài trang web của riêng mình, và chẳng có sự liên hệ gì giữa các trang web thì các trang web này không làm nên Mạng Lưới Thông Tin Toàn Cầu. Muốn có sự liên lạc toàn cầu, các trang web cần có sự móc nối với nhau để có thể đưa độc giả của chúng ta tới mọi tin tức thông tin có liên hệ với nhau một cách triệt để. Nói một cách khác, độc giả có thể lần mò theo những điểm nối bên trong các trang web để di chuyển khắp toàn cầu.

Các điểm nối mà chúng ta sẽ tạo không những chỉ móc nối giữa hai trang web ở hai địa điểm xa, mà còn móc nối giữa hai trang web ở ngay trong cùng một máy của chúng ta. Hơn thế nữa, chúng ta còn có thể nối giữa các đoạn trong cùng một trang web, trong trường hợp trang web quá dài.

Trong chương này chúng ta sẽ học cách:

- Tạo điểm nối giữa các trang web ở hai địa điểm khác nhau
- Tạo điểm nối giữa các trang web ở cùng một địa điểm
- Tạo điểm nối tới các đoạn trong cùng một trang web
- Đổi mầu của điểm nối
- Dùng điểm nối để gửi điện thư

7.1 Tạo Điểm Nối Giữa Các Trang Web Ở Hai Địa Điểm Khác Nhau

Chúng ta có thể nối trang web của chúng ta tới tất cả các trang web trên Mạng Lưới Thông Tin Toàn Cầu. Khi cần nối giữa hai trang web xa như vậy, chúng ta cần biết toàn bộ địa chỉ dẫn tới trang web mà chúng ta muốn nối tới. Chữ "*toàn bộ địa chỉ*" ở đây nghĩa là chúng ta phải biết nghi thức trao đổi (`http:` hay `Gopher:`, v.v...), tên của máy chủ của trang web (thí dụ: `vnisoft.com`), tên của ngăn chứa trang web nếu có (thí dụ: `\books\`), và tên của trang web mà chúng ta sẽ nối tới (thí dụ: `camnang.htm`).

Thí dụ về địa chỉ của vài trang web chúng ta có thể nối tới là:

```
http://vnisoft.com/products.htm
http://vnisoft.com/books/camnang.htm
http://vnisoft.com/books/camnang/noidung.htm
```

Để tạo được một điểm nối chúng ta sẽ làm theo những bước sau đây:

1. Hướng browser đến một trang web mà chúng ta muốn nối tới để kiểm chứng sự tồn tại của trang web đó.
2. Ghi rõ toàn bộ địa chỉ của trang web đó. Thường, địa chỉ của trang web sẽ được ghi rõ nơi browser của chúng ta.
3. Xác định vị trí trong trang web mà chúng ta muốn đặt điểm nối. Bắt đầu bằng tag `<A HREF=''`, theo sau đó là địa chỉ mà chúng ta đã tìm thấy nơi trên, và

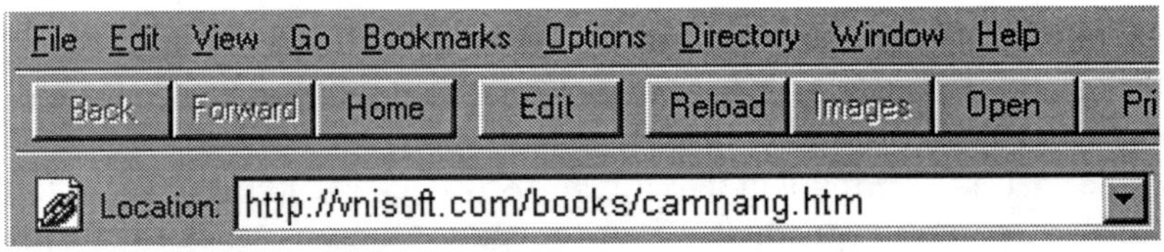

Hình 7-1: Nơi ghi địa chỉ của một trang web

chấm dứt bằng dấu ''>. Tag <A HREF= được gọi là tag "neo" (anchor tag) hay "điểm nối" (link tag).

```
<A HREF="http://vnisoft.com/books/camnang">Sách Cẩm Nang Lên Lưới
```

Hình 7-2: Viết địa chỉ vào trang web

4. Theo sau tag "neo" kể trên là một chữ hay nhóm chữ cho độc giả biết điểm nối này sẽ dẫn về đâu. Lý do là những gì chúng ta ghi trong tag "neo" ở trên sẽ không hiện trên màn ảnh của độc giả. Nói cách khác, điểm nối tới các trang web luôn là điểm nối ẩn, nó núp ở phía sau một chữ hay một nhóm chữ nào đó. Chữ hay nhóm chữ này được gọi là "link text".

```
<A HREF="http://vnisoft.com/books/camnang">Sách Cẩm Nang Lên Lưới</A>
```

Hình 7-3: Hoàn tất điểm nối bằng dấu </A>

5. Cuối cùng chúng ta đóng tag "neo" bằng dấu </A>.

Sau khi hoàn tất các điểm nối, chúng ta cần thử nghiệm lại để biết chắc là nó không bị "gẫy" (chẳng dẫn tới đâu hết). Thường, các "link text" sẽ được gạch dưới và ghi bằng một mầu khác với mầu của các chữ thường.

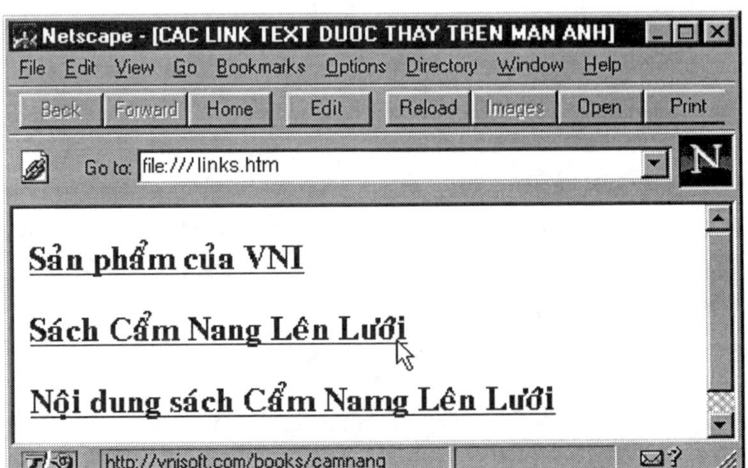

Hình 7-4: Các link text được thấy trên màn ảnh

7.2 Tạo Điểm Nối Giữa Các Trang Web Ở Cùng Một Địa Điểm

Tạo điểm nối giữa các trang web ở cùng một địa chỉ cũng tương tự như tạo điểm nối giữa các trang web ở hai địa điểm khác nhau. Chúng ta cũng phải làm theo 5 bước như trong đoạn 7.1. Có khác chăng là địa chỉ của trang web mà chúng ta nối tới. Các trang web của chúng ta ở trong cùng một địa điểm, một máy; do đó, chúng ta không cần phải viết tên của máy phục vụ web.

Chúng ta chỉ cần ghi tên ngăn chứa trang web nếu cần, và tên của trang web mà chúng ta sẽ nối tới. Thí dụ:

```
<A HREF=''book/camnang/noidung.htm''>, hay
<A HREF=''../tacgia.htm''>, hay
<A HREF=''../../mucluc.htm''>, hay
<A HREF=''datmua.htm''>
```

Ghi Chú: *Nếu chúng ta nối tới một trang web ở ngay trong cùng một ngăn với trang web hiện tại, chúng ta chỉ cần viết tên của trang web kia.*

Nếu chúng ta nối tới một trang web ở một ngăn khác, chúng ta cần viết đầy đủ lộ trình (path) dẫn tới trang web đó. Dù chúng ta đang dùng máy PC hay máy MAC, chúng ta vẫn phải dùng các ký hiệu xác định ngăn của máy Unix; đó là, chúng ta sẽ dùng dấu hai chấm (..) để chỉ ngăn trước ngăn hiện tại. Dùng dấu gạch chéo về trái (forward slash) để ngắt giữa các tên ngăn, hay giữa tên ngăn và tên trang web.

Nếu trang web mà chúng ta nối tới ở trong một ổ đĩa khác, chúng ta sẽ phải ghi rõ tên đĩa, trước tên ngăn. Thí dụ:

```
<A HREF=''d:/noidung.htm''>.
```

Vì máy Unix coi chữ hoa và chữ thường là hai chữ khác nhau; do đó, khi viết tên ngăn và tên trang web chúng ta cũng cần thống nhất lối viết chữ hoa hay chữ thường. Tốt nhất là chúng dùng chữ thường hết, hoặc chỉ viết hoa mẫu tự đầu của mỗi chữ. Thí dụ như **noidung** *hay* **NoiDung**.

Trước khi chúng ta tạo điểm nối giữa hai trang web trong cùng một máy, chúng ta cần bỏ ra ít thời giờ suy nghĩ cho kỹ về cách đặt tên các ngăn. Nếu chúng ta tạo các ngăn chứa trang web nơi máy của chúng ta giống y như các ngăn nơi máy phục vụ web, chúng ta sẽ tiết kiệm được rất nhiều thời giờ về sau, khi chúng ta đưa các trang web qua máy phục vụ web.

Hãy tưởng tượng, nếu chúng ta có mười trang web có cùng một điểm nối tới trang web ở ngăn */books/camnang* nơi máy của chúng ta. Sau khi hoàn tất mười trang web đó, và sẵn sàng để gửi lên (upload) máy phục vụ web, chúng ta mới được cho biết rằng tên ngăn ở máy phục vụ web là */newbooks/camnang*. Chúng ta sẽ phải đi lại cả mười trang web và sửa tất cả các tên ngăn */books/* thành */newbooks/*. Nếu chúng ta biết trước được tên ngăn nơi máy phục vụ web là */newbooks/* thì chúng ta cũng đặt tên ngăn nơi máy của chúng ta là */newbooks/*. Khi đó, chúng ta có thể thử nghiệm các trang web ở ngay trên máy của chúng ta, và sau này khi chúng ta gửi lên máy phục vụ web, chúng ta không phải sửa đổi gì hết.

7.3 Tạo Điểm Nối Tới Các Đoạn Trong Cùng Một Trang Web

Nếu để ý, chúng ta sẽ thấy khi tạo các điểm nối như ở đoạn trước, mỗi lần chúng ta di chuyển tới một trang web khác, chúng ta luôn được thấy bắt đầu từ dòng đầu của trang web. Đối với các trang web quá dài, đôi khi chúng ta cũng muốn nhảy tới các đoạn nơi giữa hay cuối của trang web mà không muốn phải bắt đầu từ dòng đầu. (Xem thí dụ nơi trang web *MUCLUC.HTM* trong đĩa đính kèm.) Muốn làm được điều đó, chúng ta cần phải:

1. Đánh dấu những nơi chúng ta muốn tới, hay muốn độc giả của chúng ta tới, bằng cách thêm vào tag <A NAME=''...''>. (Thay dấu ... bằng một tên gọi nào đó cho dễ nhớ. Thí dụ:
   <A NAME=''Chapter1''>).

Hình 7-5: Đánh dấu chỗ muốn đến, giữa trang web

2. Kế tiếp chúng ta chấm dứt bằng tag </A>

Từ bất kỳ một chỗ nào trong trang web, nếu chúng ta muốn tạo điểm nối tới vị trí này, chúng ta sẽ dùng tới tag 'neo'' (anchor tag) như đã đề cập nơi đoạn 7.1 của chương này. Thí dụ:

```
<A HREF=''#Chapter1''>Xem chương 1</A>
```

Khi chúng ta nhấp chuột lên chữ "**Xem chương 1**", browser sẽ mang chúng ta tới ngay chỗ được đánh dấu "Chương1".

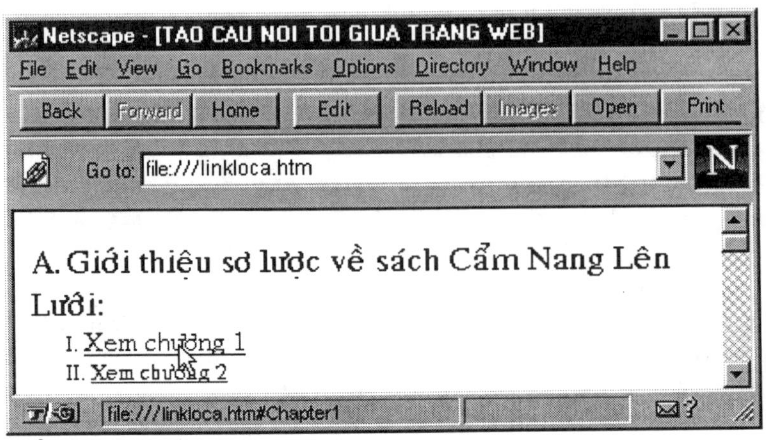

Hình 7-6: Tạo điểm nối tới giữa trang web

Lưu Ý: *Đừng quên dấu # như trong* `<A HREF=''#Chapter1''>` *khi tạo điểm nối, và chỉ dùng tới dấu # này trong thuộc tính* `HREF=`. *Không dùng dấu # trong thuộc tính* `NAME=`, *như trong*

```
<A NAME= ''Chapter1''>.
```

Nếu chúng ta tạo điểm nối tới chỗ được đánh dấu này từ một trang web khác, chúng ta cần phải cho biết toàn bộ địa chỉ dẫn tới trang web này trước khi đề cập tới tên của chỗ được đánh dấu. Thí dụ:

```
<A HREF=''../camnang/mucluc.htm#Chapter1''>
```

Thông thường, chúng ta chỉ tạo các điểm nối tới giữa một trang web của chính chúng ta. Nếu chúng ta tạo điểm nối tới một trang web của người khác, chúng ta đang mạo hiểm với cái điểm nối đó. Chúng ta không làm chủ được tên đánh dấu của nơi muốn tới; do đó, khi chủ nhân của trang web đổi tên của chỗ chúng ta muốn tới, cầu nối của chúng ta sẽ bị "gẫy".

Ghi Chú: *Phiên bản 3.0 của HTML đã khuyến khích chúng ta thay mã* **NAME** *trong tag* `<A NAME=...>` *bằng mã* **ID**, *như* `<A ID=...>`*; tuy nhiên, cho đến khi sách này lên khuôn thì chỉ có vài browser hỗ trợ mã ID này. Do đó, chúng ta cần cân nhắc kỹ trước khi dùng mã ID.*

7.4 Đổi Mầu Của Điểm Nối

Khi chúng ta tạo điểm nối giữa một trang web hay một đoạn nào đó trong trang web như:

```
<A HREF=''#Chapter1''>Xem chương 1</A>
```

các "link text", chữ nằm giữa tag `<A HREF=...>` và tag `</A>` (như trong thí dụ này là *Xem chương 1*), sẽ được gạch dưới và được đổi mầu khác với các chữ khác trong trang web. Mầu của các "link text" này được xác định bởi browser của người đọc, hoặc bởi tác giả của trang web. Nếu tác giả của trang web không đề cập tới mầu sắc khi tạo các điểm nối, mầu của điểm nối sẽ được xác định bởi browser của người đọc. Nếu tác giả xác định mầu sắc của trang web khi tạo điểm nối thì mầu sắc này sẽ có ưu tiên cao hơn là mầu được xác định bởi browser của người đọc.

Thông thường, chúng ta chỉ nên đổi mầu của các điểm nối nếu chúng ta đã đổi mầu của chữ hay nền của trang web. Dùng thống nhất một mầu sắc cho mỗi phần tử trong trang web như chữ, tựa, điểm nối, sẽ tạo nên sự thoải mái cho độc giả khi đọc trang web của chúng ta. Từ đó, chúng ta sẽ dễ dàng diễn đạt nội dung của trang web hơn, trừ khi chúng ta muốn nhấn mạnh khía cạnh nghệ thuật của trang web hơn là nội dung của trang web.

Mỗi điểm nối có ba trạng thái, một là "*chưa đụng tới*", hai là "*đang chọn*", ba là "*đã đụng tới*" hay "*đã thăm viếng*" (visited). Chúng ta có thể chọn ba mầu khác nhau cho mỗi trạng thái. Thí dụ, điểm nối có mầu xanh lá cây khi chưa đụng tới. Đang khi nhấp chuột lên điểm nối đó, điểm nối đổi thành mầu đỏ, cho biết chúng ta đang chọn điểm nối này. Sau khi đã nhấp chuột lên điểm nối để đến trang web bên kia, điểm nối sẽ đổi mầu thành mầu tím cho biết chúng ta đã thăm viếng điểm nối này.

Để chọn mầu cho các trạng thái của điểm nối, chúng ta thêm vào trong tag <BODY> một, hai hoặc cả ba thuộc tính sau đây:

`LINK=#xxyyzz` (Mầu của trạng thái chưa đụng đến)
`VLINK=#xxyyzz` (Mầu của trạng thái đã thăm viếng)
`ALINK=#xxyyzz` (Mầu của trang thái đang được chọn)

Ở đây các cặp số xx, yy, zz là các số từ 0 tới 255 được viết theo hệ số thập-lục phân như đã được giải thích nơi đoạn 5.1 và 5.2.

7.5 Dùng Điểm Nối Để Gửi Điện Thư

Nơi trang web, chúng ta có thể tạo môi trường cho độc giả gửi điện thư tới chúng ta. Trên thực tế, chúng ta có thể để cho độc giả gửi điện thư tới bất cứ ai, nhưng thường mọi người chỉ dùng để cho độc giả gửi điện thư góp ý kiến với tác giả của trang web, hay gửi điện thư đặt mua hàng.

Muốn tạo một điểm nối mà khi độc giả nhấp chuột vào, một nhu liệu soạn thư sẽ hiện ra để độc giả điền nội dung và rồi gửi lá thư đó cho chúng ta, chúng ta sẽ thay địa chỉ của điểm nối trong tag <A HREF="..."> bằng chữ `mailto:` theo sau là địa chỉ điện thư.

Hình 7-7: Tạo môi trường để gửi điện thư

Lưu Ý: *Không có khoảng trống giữa "***mailto:***" và địa chỉ điện thư theo ngay sau đó. Thí dụ:* **mailto:vni@vnisoft.com**

Thí dụ, trong trang web, chúng ta muốn tạo môi trường để độc giả gửi thư góp ý. Chúng ta sẽ chọn một nơi nào đó trong trang web, rồi viết thêm đoạn sau đây:

```
<A HREF=''mailto:vni@vnisoft.com''>Góp ý với VNI</A>
```

Trên màn ảnh, chúng ta sẽ thấy chữ **Góp ý với VNI** được gạch dưới và đổi mầu như là một điểm nối. Nhưng khi nhấp chuột vào nhóm chữ này chúng ta sẽ thấy một nhu liệu soạn thư hiện ra. Sau khi hoàn tất lá thư, chúng ta nhấn nút **OK** hay **Send** (tùy theo từng browser), lập tức lá thư đó sẽ được gửi tới địa chỉ được ghi nơi điểm nối (trong thí dụ này là vni@vnisoft.com).

7.6 Tóm Tắt

Trong chương này, chúng ta đã học về cách thiết lập các điểm nối tới một trang web khác, dù trang web đó là của một người khác, nơi một máy nào đó trên Internet, hay là của chính chúng ta. Chúng ta cũng có thể tạo các điểm nối dẫn tới bất kỳ một chỗ nào đó trong cùng một trang web. Tuy nhiên, chúng ta cũng cần cẩn thận, chỉ nên tạo các điểm nối loại này trong trang web của chúng ta mà thôi. Tránh tạo các điểm nối dẫn tới giữa trang web của người khác. Khi đó, chúng ta phải ghi rõ tên của nơi muốn tới trong trang web của chúng ta, nhưng chúng ta lại không làm chủ được tên đó. Nếu người chủ của trang web đó đổi tên đó, điểm nối của chúng ta sẽ bị "gẫy". Chúng ta cũng học được cách đổi mầu cho từng trạng thái của các điểm nối. Cách đổi mầu này cũng tương tự như cách đổi mầu của nền hay chữ của trang web mà chúng ta đã học nơi chương Năm. Cuối cùng, chúng ta học được cách tạo môi trường để cho độc giả gửi thư góp ý kiến với chúng ta qua việc sử dụng điểm nối.

7.7 Câu Hỏi & Trả Lời

1. Điểm nối có phải bắt bược bằng chữ hay không?

TL: Không. "Link Text" thật ra có thể bằng hình ảnh. Chúng ta sẽ học cách tạo điểm nối từ một bức hình nơi đoạn 8.9.

2. Đầu kia của điểm nối có bắt buộc phải là một trang web không?

TL: Không. Đầu kia của điểm nối có thể là một chỗ để chép nhu liệu (FTP site), có thể là một "Gopher site", hay một "Telnet site". Khi đó chúng ta cần phải ghi cho đúng nghi thức trao đổi nơi địa chỉ của đầu bên kia. Thí dụ như: http://, ftp://, hay gopher://.

7.8 Tài Liệu Tham Khảo

[1] Scott Arpajian, "How to Use HTML3," Ziff-Davis Press, 1996, ISBN: 1-56276-390-3.

[2] Ian Graham, "Introduction To HTML and URLs," www.utoronto.ca/webdocs/HTMLdocs/NewHTML/intro.html.

[3] "Creating Your Own Home Page: Advanced Techniques," frank.mtsu.edu/~oit/faculty/advhandout.html.

[4] Laura Lemay, "Teach Yourself Web Publishing with HTML in a Week," Sams Publishing, 1995, ISBN: 0-672-30667-0.

7.9 Tài Liệu Đọc Thêm

- Daniel LaLiberte, "Web Mastery," union.ncsa.uiuc.edu:80/HyperNews/get/www/html/guides.htm
- "Useful URLs," www.hwg.org/resources/useful.html.
- "HyperText Markup Language Toolbox," cedar.cic.net/~rtilmann/htmltools.html.
- "HyperText Markup Languag (HTML)," www.w3.org/MarkUp/.
- "How nice of you to stop by!" www.w3-tech.com/crash/HTMLMenu.html.
- "HTML Authoring: Tutorials, Graphics, Software, Style Guides," www-engr.sjsu.edu/help/resources.html.
- "Guide to good practices for WWW authors-Contents," www.man.ac.uk/MVC/SIMA/Isaacs/toc.html.

Chương 8

Thêm Hình Ảnh Vào Trang Web

Trong những năm đầu của Mạng Lưới Thông Tin Toàn Cầu (WWW), dùng hình ảnh trong trang web hầu như chỉ là một giấc mơ. Không phải vì hình ảnh khó vẽ mà là vì giới hạn của máy móc lúc bấy giờ. Ngày nay thì ngược lại, chúng ta có thể nói là hiếm có trang web nào không có hình ảnh. Hình ảnh làm tăng thêm vẻ đẹp cho trang web và cũng là trọng tâm để thu hút sự chú ý của mọi người. Tuy nhiên, chúng ta cũng thấy không ít các trang web lạm dụng hình ảnh quá mức. Các trang web có càng nhiều hình ảnh, hay hình ảnh quá lớn sẽ cần thêm thời gian để lấy xuống và hiện trên màn ảnh; do đó, thời gian chờ đợi sẽ dài hơn.

Trong chương này chúng ta sẽ tìm hiểu về:

- Các dạng hình ảnh dùng được nơi trang web
- Đổi dạng các hình ảnh ra dạng GIF hay JPEG
- Chống bể nét (Anti-alias)
- Gắn hình ảnh vào trang web
- Tạo hình ảnh theo dạng Interlaced GIF
- Tạo hình ảnh theo dạng Transparent GIF
- Thử nghiệm các hình ảnh dạng Transparent GIF
- Dùng hình ảnh làm nền cho trang web
- Thụt vào đầu hàng
- Dùng hình ảnh làm điểm nối

8.1 Các Dạng Hình Ảnh Dùng Được Nơi Trang Web

Nói về các dạng hình ảnh đang được sử dụng trong các máy điện toán thì chúng ta có rất nhiều. Nhiều đến độ không ai có thể nhớ hết được. Chúng ta có thể liệt kê một số các dạng hình ảnh như: TIFF, PCX, GIF, CDR, PIC, GEM, SLD, JPEG, BMP, CGM, CLP, CUT, DIB, DXF, IMG, DRW, HGL, IFF, PCD, XBM, WPG, TGA, PGM, RAW, v.v... Nhưng may mắn cho chúng ta là cho đến nay chỉ có hai dạng được dùng nơi trang web. Đó là dạng GIF và JPEG.

Tuy thế, nhu liệu Paint Brush (miễn phí) có trong Windows 3.1 và Paint trong Windows 95 lại không (hoặc chưa) có khả năng cất hình ảnh ở hai dạng này. Vì thế, muốn tạo hình ảnh trong các trang web, chúng ta cần phải có một nhu liệu có khả năng cất hình ảnh ở hai dạng này. Chúng ta có thể dễ dàng kiếm được những nhu liệu có khả năng này với giá vài chục đồng, hoặc miễn phí. Ở đây, chúng ta sẽ dùng nhu liệu Paint Shop Pro, của JASC. Nhu liệu này rất phổ biến mà lại rẻ, giá vào khoảng $40. Hơn nữa, công ty JASC còn cho chúng ta lấy xuống từ trang web của họ (http://www.jasc.com) và dùng thử.

Dạng GIF

Dạng GIF đã được phát minh trước dạng JPEG nên được sử dụng rộng rãi hơn. Tuy nhiên, dạng JPEG ngày nay cũng đã được hỗ trợ bởi nhiều browser. Dạng GIF được phát minh bởi công ty CompuServe với chủ đích sử dụng trên mọi hệ điều hành. Do đó, rất thích hợp với nhu cầu sử dụng trên Mạng Lưới Thông Tin Toàn Cầu. Tuy nhiên, dạng GIF bị một chỗ yếu là nó chỉ cho phép chúng ta có được tối đa 256 mầu trong bức hình.

GIF có hai phiên bản, phiên bản GIF87 và phiên bản GIF89a. Phiên bản GIF87 là phiên bản gốc, nay thì ít được sử dụng hơn. GIF89a là phiên bản nâng cấp của GIF87 đã được mọi người hưởng ứng rất nhiều vì nó cho phép chúng ta tạo được hình ảnh với kiểu *transparent* (trong suốt, nhìn xuyên qua được, như ở hình bên trái trong hình 8-1), và kiểu *Interlace* (xem hình 8-2, 8-3 và 8-4).

Kiểu Transparent

Thông thường, khi chúng ta đặt một hình lên trang web, chúng ta không thấy được những gì bị che dấu bên dưới nó, như ở hình bên phải trong hình 8-1. Kiểu hình *transparent* cho phép chúng ta nhìn xuyên qua bức hình đó. Thí dụ như hình bên trái trong hình 8-1.

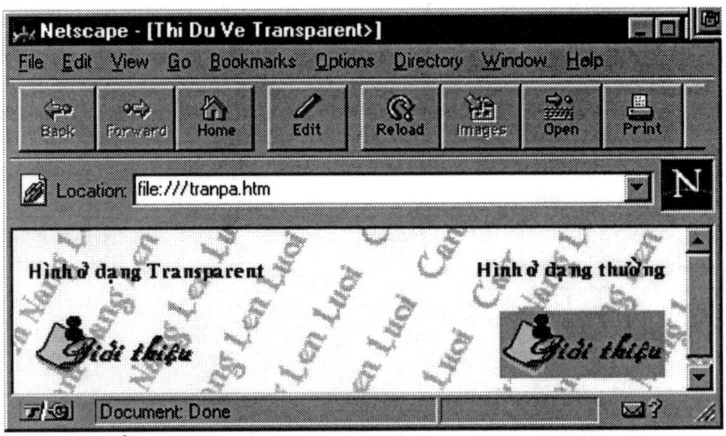

Hình 8-1: So sánh giữa kiểu Transparent và thường

Kiểu Interlace

Khi cho hiển thị một bức hình trong trang web, đối với một bức hình bình thường, các browser sẽ vẽ từ trên xuống, giống như chúng ta đọc sách. Đối với các tấm hình lớn, để có thể nhận biết được nội dung của tấm hình chúng ta sẽ phải đợi cho browser vẽ gần hết tấm hình. Do đó, thường chúng ta phải đợi khá lâu. Để khắc phục sự chờ đợi này, kiểu hình *Interlace* đã được dùng.

Một tấm hình được cất ở kiểu Interlace khi được hiển thị sẽ được vẽ toàn bộ bức hình, nhưng mờ, như ở các hình 8-2, rồi từ từ rõ dần như ở hình 8-3 và 8-4. Với cách

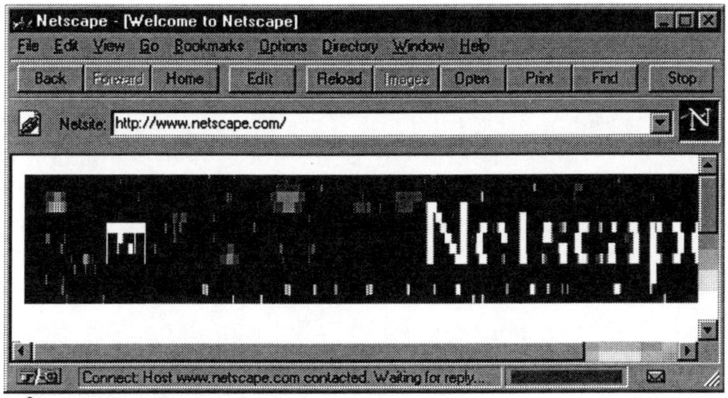

Hình 8-2: Hình kiểu Interlace ở giai đoạn 1

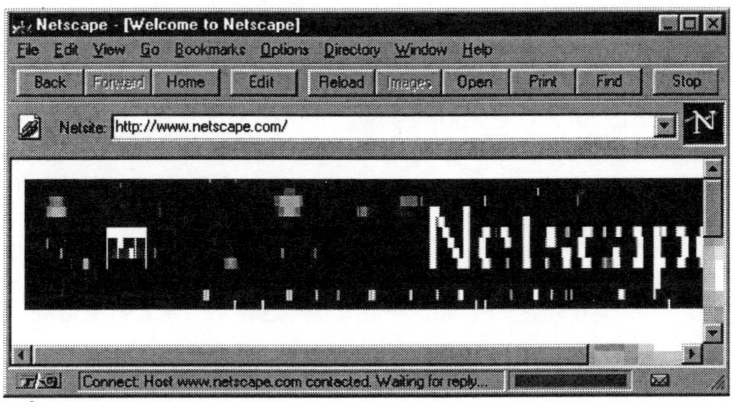

Hình 8-3: Hình kiểu Interlace ở giai đoạn 2

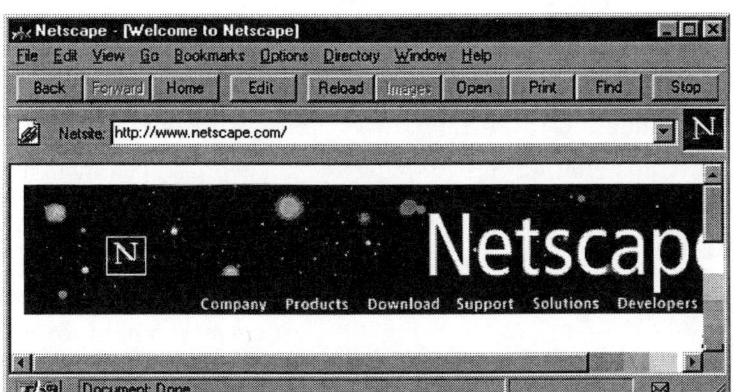

Hình 8-4: Hình kiểu Interlace ở giai đoạn cuối

vẽ này, chúng ta sớm đoán biết được nội dung của tấm hình hơn là kiểu hình bình thường.

Dạng GIF Sống Động (Animation GIF)

Từ phiên bản đầu của GIF, bản quy định (specification) đã ghi rõ chúng ta có thể cất nhiều hơn một hình trong tập tin GIF. Đây là cánh cửa dẫn chúng ta đến các hình ảnh ở dạng GIF sống động hay còn gọi là hình hoạt họa (animation GIF). Sang phiên bản GIF89a, bản quy định còn cho chúng ta cơ hội nghỉ giữa các hình, đợi cho người sử dụng tiếp xúc, và từng tấm hình sẽ được xóa đi như thế nào sau khi hiện ra. Bản quy định này cho chúng ta nhiều khả năng kiểm soát các hoạt động của hình GIF sống động hơn nữa.

Chúng ta sẽ không đi sâu vào bản quy định của dạng GIF. Nếu muốn tìm hiểu thêm, hãy hướng URL về địa chỉ *http://member.aol.com/royalef/gifabout.htm*. Tóm lại, một hình GIF sống động cũng giống như các hình GIF thường, chỉ khác có một điểm là nó chứa nhiều hơn một hình bên trong tập tin của nó. Hình GIF sống động có thể được dùng lại, tức là chúng ta có thể đặt một hình GIF sống động tại vài nơi trên trang web, mà hình GIF đó chỉ cần lấy xuống một lần. Browser nào hỗ trợ dạng này sẽ kích hoạt các di động cùng một lúc.

Khi sử dụng các hình GIF sống động, chúng ta nên để ý tới kích thước và sự di động của nó. Tính di động của hình GIF sống động có thể sẽ làm chậm việc lấy xuống (download) các chi tiết khác trong trang web. Muốn tạo các hình GIF sống động, chúng ta trước tiên sẽ phải kiếm đủ (hoặc vẽ) tất cả các hình chúng ta muốn gộp lại. Thông thường mỗi hình hơi khác với hình trước đó một chút. Sau đó, chúng ta cần một nhu liệu để giúp chúng ta gộp hết các hình này lại thành một hình GIF sống động. Các nhu liệu dùng để tạo hình GIF sống động như chúng ta thường thấy là

- **Gifbuilder** (http://www.pascal.com/mirrors/gifbuilder/)
- **Animation Works Interactive** (http://www.edtech-cps.com/golddisk.htm)
- **Astound** (http://www.astound.com/)
- **Egor** (http://www.sausage.com)
- **Targa Animator** (http://povray.org)
- **Microangelo GIFted** (http://www.impactsoft.com/gifted)
- **GIF Construction Set** (http://www.mindworkshop.com/alchemy/gifcon.html).

Dạng JPEG

Dạng JPEG được phát minh bởi một Nhóm Các Nhà Chuyên Môn Về Hình Ảnh (Joint Photographic Experts Group). Dạng JPEG cũng được nhắm tới nhu cầu được sử dụng trên mọi hệ điều hành. JPEG cho phép chúng ta sử dụng 16.7 triệu mầu (24-bit color) trong một tấm hình. Khắc phục giới hạn ở 256 mầu nơi dạng GIF. Tuy nhiên, JPEG lại không có hỗ trợ kiểu *Transparent* và *Interlace*. Một ưu điểm khác của dạng JPEG

Hình 8-5: So sánh hình ở dạng JPEG và GIF

là kích thước của tập tin hình khá nhỏ so với dạng GIF. Nhờ ưu điểm ở kích thước nhỏ này các hình ảnh ở dạng JPEG sẽ được lấy xuống và hiện trên màn ảnh nhanh hơn.

Để có được một tấm hình có khả năng dùng 16.7 triệu mầu mà kích thước lại nhỏ, các hình ảnh ở dạng JPEG được nén. Một khi đã được nén chúng ta không khỏi mất đi sự sắc nét của tấm hình. Tùy theo bố cục của các tấm hình, mỗi tấm hình sẽ mất đi sự sắc nét khác nhau. Tuy nhiên, sự mất mát này ít được nhận thấy bởi mắt thường.

Chúng ta cũng nên lưu ý rằng, để có thể thấy được đủ 16.7 triệu mầu, thẻ hình (graphic card) nơi máy của chúng ta cũng phải có đủ khả năng phân mầu này. Chúng ta cũng phải chọn mốt 16.7 triệu mầu cho màn hình. Nếu máy của chúng ta chỉ chọn được mốt 256 mầu, thì các hình ảnh có 16.7 triệu mầu sẽ tự động bị điều chỉnh xuống còn 256 mầu. Cách điều chỉnh này được gọi là "color dithering".

Qua các đặc tính trên của dạng GIF và JPEG, chúng ta có thể kết luận rằng:

- Dạng JPEG thích hợp cho các hình ảnh như là hình chụp, (có nhiều mầu) và các hình lớn.
- Dạng GIF thích hợp cho các hình ảnh vẽ, nhỏ và ít mầu như là các hình bitmap trong Windows, các hình tượng (icons), các huy hiệu (logo).
- Nếu cần kiểu *Transparent* hay *Interlace* chúng ta phải dùng dạng GIF, và chịu bị giới hạn ở 256 mầu.

Lưu Ý: *Hình càng lớn thì các độc giả của chúng ta càng phải đợi lâu khi lấy trang web xuống; do đó, khi quyết định sử dụng hình ảnh trong trang web, chúng ta nên cắt xén tấm hình càng nhỏ càng tốt, chỉ lấy những chỗ nào thật là cần thiết. Thêm vào* *đó, giảm thiểu số lượng mầu trên tấm hình, càng ít mầu càng tốt. Hãy thử giảm số lượng mầu xuống còn 16 mầu, nếu mầu sắc trên hình làm cho hình khó nhận dạng thì chúng ta sẽ tăng mầu lên. Nếu không thì hãy giữ ở càng ít mầu càng tốt. Chúng ta cũng nên thử cất hình ảnh ở cả hai dạng GIF và JPEG. Nếu hình ảnh không khác biệt nhau nhiều thì dạng nào càng cho kích thước nhỏ, càng tốt.*

Dạng PNG

Nếu đem so sánh về kỹ thuật với các dạng trên thì dạng PNG (Portable Network Graphics), đọc là "PING", gần như hoàn hảo nhất. Dạng PNG đã được World Wide Web Consortium (W3C) chỉ định là dạng tiêu chuẩn để thay thế dạng GIF.

Tại sao lại phải thay thế dạng GIF khi nó rất là phổ biến? Lý do là dạng GIF đã dùng phương pháp nén LZW của Unisys Corporation. Lúc đầu Unisys cho dùng phương pháp này một cách tự do. Đến năm 1995, Unisys đổi ý muốn đòi tiền sử dụng. Do đó, nhiều hãng đã họp lại với nhau để chế ra một dạng mới thay thế dạng GIF.

Dạng PNG đã được đúc kết từ các dạng GIF, IFF (Interchange File Format), JFIF (JPEG File Interchange Format), và TIFF (Tag Image File Format). PNG có hỗ trợ kiểu transparent, cho phép sử dụng hàng triệu mầu như JPEG, dùng công thức nén tốt hơn, và có chứa lời ghi chú tạo dễ dàng trong việc tìm kiếm hình ảnh. PNG chỉ có một điểm yếu là không có hỗ trợ dạng sống động, tức không có chứa nhiều hơn một hình trong tập tin. Lý do này có lẽ sẽ giữ cho dạng GIF tồn tại lâu hơn.

Muốn tìm hiểu thêm về dạng PNG, hãy hướng URL về địa chỉ *http://www.wco.com/~png*.

8.2 Đổi Dạng Các Hình Ảnh Ra Dạng GIF, JPEG hay PNG

Nhu liệu Paint Shop Pro, phiên bản 4.0 trở đi, có khả năng đọc được rất nhiều dạng hình ảnh khác nhau, và cho phép chúng ta cất ở các nhiều dạng, kể cả GIF, JPEG và PNG. Thông thường, các hình ảnh dùng nơi Windows, như các hình "wallpaper", là ở dạng bitmap (BMP).

Để đổi dạng của một tấm hình từ một dạng khác ra dạng GIF, chúng ta làm theo những bước sau đây:

1. Trước tiên, chúng cần phải có nhu liệu Paint Shop Pro. Nếu chưa có, chúng ta hãy hướng URL về địa chỉ *http://www.jasc.com* để lấy nhu liệu này xuống máy của chúng ta, và cài nó vào máy.
2. Chạy nhu liệu Paint Shop Pro và mở tập hình ảnh, thí dụ hình *camnang.bmp* (có trong đĩa đính kèm). Khi mở một tập hình ảnh dạng **BMP**, hãy chọn dạng hình (Files of type) là "**OS/2 or Windows Bitmap**", nơi khung Mở Hình Ảnh.

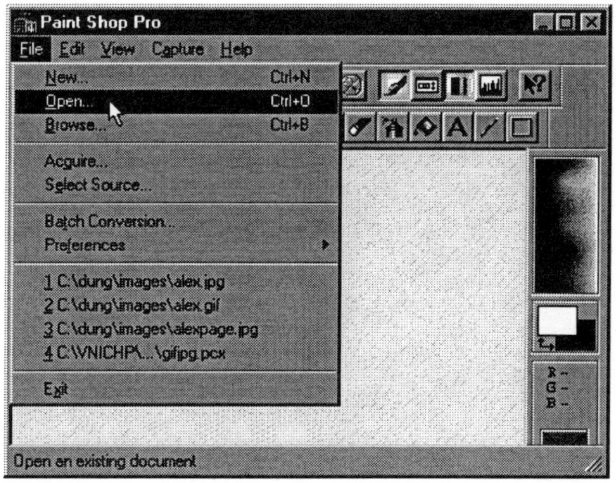

Hình 8-6: Mở tập hình ảnh

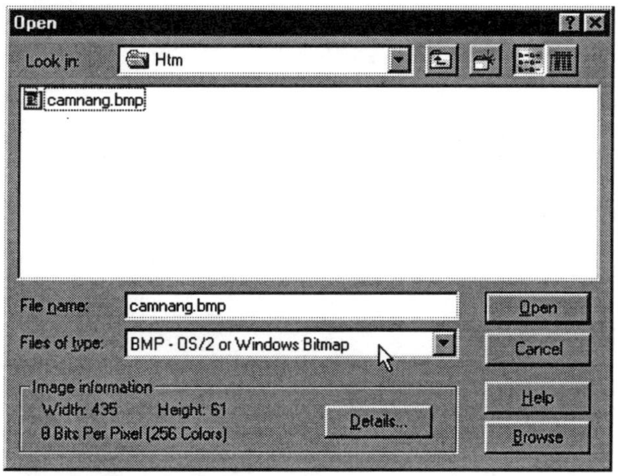

Hình 8-7: Chọn dạng OS/2 or Windows Bitmap

3. Để ý xem hình ảnh của chúng ta có bao nhiêu mầu, nơi thanh tình trạng (status bar). Nếu hình ảnh của chúng ta có từ 256 mầu trở xuống, chúng ta có thể cất lại ở dạng GIF. Nếu hình ảnh có hơn 256 mầu, chúng ta có hai lựa chọn. Một là cất nó ở dạng JPEG. Hai là giảm số mầu xuống còn 256 mầu hay ít hơn và cất ở dạng GIF.
4. Nếu cần giảm thiểu số mầu nơi hình ảnh, nơi menu **Colors**, chọn **Decrease Color Depth**, rồi chọn 256 mầu hay 16 mầu.
5. Nơi khung **Decrease Color Depth**, chúng ta có một số lựa chọn. Về bảng mầu (palette), **Optimized** sẽ chọn số lượng mầu (256 mầu nếu chúng ta chọn 256 mầu) dựa trên những mầu có trong hình của chúng ta. Thí dụ, nếu hình của chúng ta chỉ có toàn mầu đỏ, thì bảng mầu **Optimized** sẽ chỉ có đa số là mầu đỏ. Bảng mầu **Standard** sẽ dùng bảng mầu chuẩn của Windows, trong đó có đủ

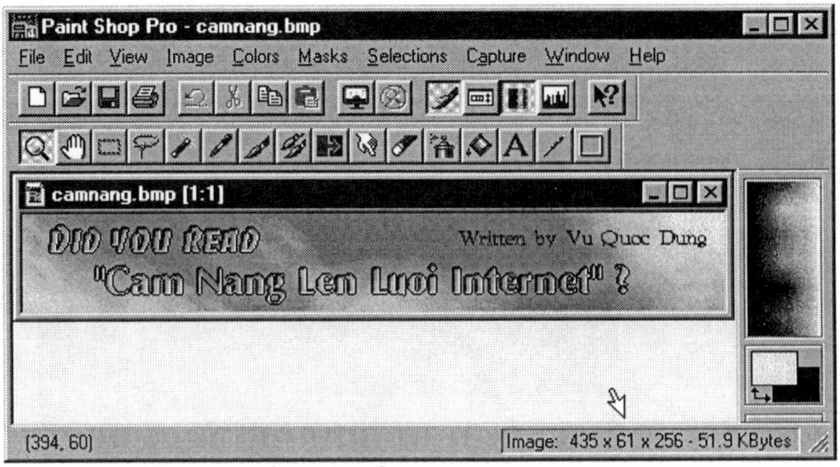

Hình 8-8: Xem lại kích thước và số lượng mầu

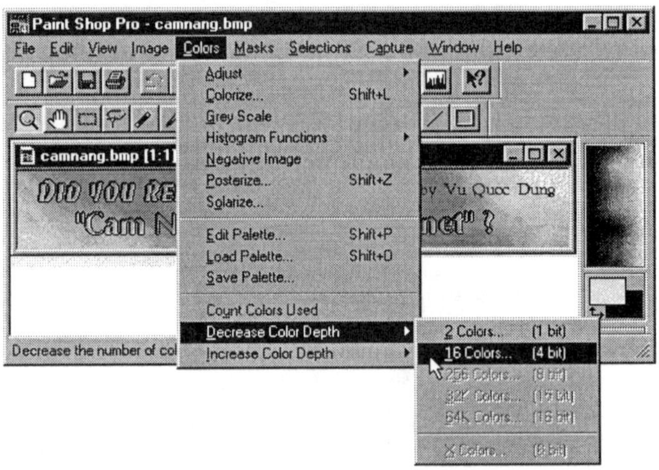

Hình 8-9: Xem lại kích thước và số lượng mầu

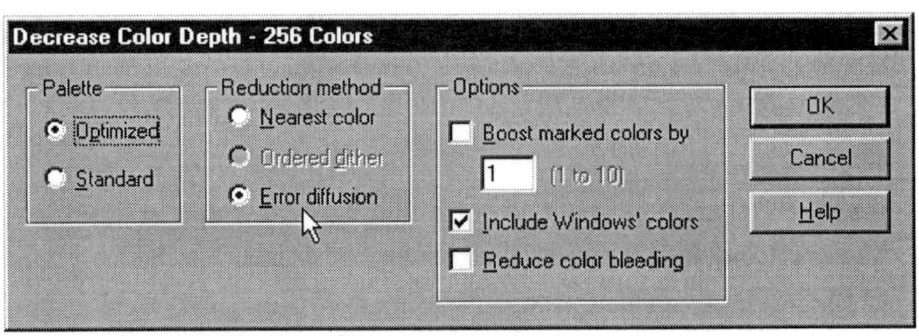

Hình 8-10: Chọn phương pháp giảm mầu

tất cả các mầu, xanh, đỏ, tím, vàng, đen, trắng, v.v... không kể hình ảnh của chúng ta có hay không có những mầu đó.

Kế tiếp, chúng ta lựa chọn phương pháp giảm mầu (Reduction Method). Không có một công thức nào bảo đảm hình ảnh của chúng ta sẽ có kết quả tốt. Tùy theo nội dung của hình ảnh, số lượng mầu và bố cục của mầu mà chúng ta sẽ lựa chọn bảng mầu nào và phương pháp giảm mầu nào. Chúng ta hãy bắt đầu bằng bảng mầu **Standard**, phương pháp giảm mầu **Error Diffusion**, và lựa chọn **Reduce Color Bleeding**. Chúng ta nên thử thay đổi các lựa chọn và thử nghiệm ngay trên browser để biết được công thức nào là thích hợp nhất.

Lưu Ý: *Để đổi dạng của một tấm hình từ một dạng khác ra dạng JPEG, chúng ta chỉ việc mang hình ảnh đó vào trong Paint Shop Pro rồi cất ra đĩa với dạng mới là JPEG (JPG, JPEG hay JFIF Compliant). Chúng ta không phải lo lắng về việc giảm mầu vì dạng JPEG dùng đến 16.7 triệu mầu.*

8.3 Chống Bể Nét (Anti-alias)

Chống bể nét là một phương pháp che đậy sự bể nét của các đường vẽ trên màn ảnh máy điện toán. Màn ảnh máy điện toán như là một tấm lưới đan bởi những đường kẻ ngang và dọc. Do đó, các lỗ lưới là những hình vuông. Khi phải kẻ một đường xéo hay một đường cong trên màn ảnh, nét vẽ không tránh khỏi bị bể nét. Như chữ A bên trái của hình 8-11.

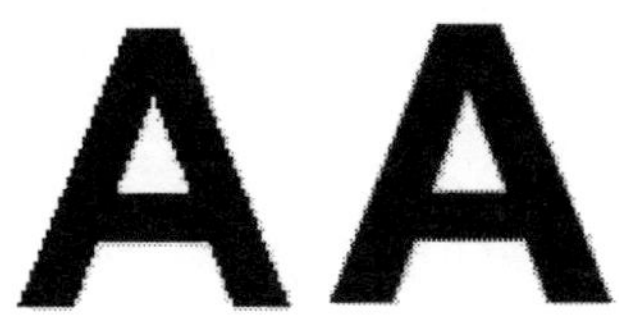

Hình 8-11: Đường kẻ bị bể nét

Để làm cho các đường kẻ đỡ bị bể nét, chúng ta cần dùng đến phương pháp "Chống Bể Nét" (Anti-alias). Phương pháp này sẽ so sánh các mầu chung quanh đường kẻ và thay đổi mầu sắc của các ô chung quanh đường kẻ sao cho đường kẻ ít thấy bị bể nét. Như chữ A bên phải của hình 8-11.

Áp dụng phương pháp chống bể nét hay không tùy thuộc vào từng ứng dụng của chúng ta. Phần lớn các họa sĩ đều sử dụng phương pháp này cho các hình vẽ thường. Đối với các hình ở dạng transparent, chúng ta cần phải cân nhắc kỹ. Lý do là phương pháp này đã dùng nhiều mầu để hòa giữa các mầu chung quanh các cạnh của hình để làm cho mắt chúng ta không còn nhận ra nét bể. Khi cất hình ở dạng transparent chỉ có một mầu được chọn là mầu transparent (mầu sẽ bị bỏ đi); do đó, các mầu còn lại bên cạnh hình sẽ vẫn hiện ra. Trừ khi chúng ta sử dụng nhu liệu vẽ hình như Photoshop. Nhu liệu này cho phép chúng ta đổi nhiều mầu ra một mầu.

8.3 Gắn Hình Ảnh Vào Trang Web

Có hai phương pháp để gắn một tấm hình vào trang web. Phương pháp "In-Line Image" (tạm dịch là "Hình Cùng Hàng") hay phương pháp "External Image" (tạm dịch là "Hình Ngoại"). Trong phương pháp "Hình Cùng Hàng", hình ảnh sẽ được xem như là một ký tự, và được đặt trong trang web như mọi ký tự trong các chữ khác. Khi trang web được mang vào browser, tấm hình này cũng sẽ được mang vào cùng với các chữ trong trang web.

Hình ảnh dùng theo phương pháp "Hình Ngoại" chỉ được hiện trên màn ảnh khi chúng ta yêu cầu, tức là nhấp chuột vào "điểm nối" (Hypertext Link). Khi đó, một khung khác hay một nhu liệu xem hình (Viewer) sẽ được hiện ra. Thí dụ về một *viewer* loại này là FlashPix Web Browser *plug-in*, dùng để xem các hình ảnh ở dạng FlashPix. *Plug-in* là một nhu liệu nhỏ gắn thêm để bổ túc chức năng cho một nhu liệu nào đó. *Plug-in* này có thể được tìm thấy ở địa chỉ *http://www.livepicture.com*. Hình ảnh dùng theo phương pháp này không cho phép chúng ta kèm theo chữ nơi hình như khi dùng phương pháp "Hình Cùng Hàng". Nghĩa là chúng ta chỉ xem hình mà thôi. Tuy nhiên, khi dùng phương pháp này chúng ta có thể dùng được nhiều dạng hình hơn, ngoài hai dạng JPEG và GIF, thí dụ như PCX, XBM. Số dạng hình được hỗ trợ thay đổi tùy theo mỗi nhu liệu xem hình.

Hình ảnh được gắn trong trang web qua tag <IMG>. Tag này thuộc loại đơn. Tức là giống như tag <HR> hay <BR> nó không cần tag đóng </IMG>. Tag <IMG> có nhiều thuộc tính. Ba thuộc tính thường dùng nhất là: `SRC` (Source—Nguồn Gốc), `ALT` (Alternate—Thay Thế), và `ALIGN` (Alignment— Sắp Đặt). Thuộc tính `SRC`, bắt buộc phải có, chỉ nguồn gốc (nơi cất) của bức hình. Thí dụ:

```
<IMG SRC=''../Image.gif''> hay
<IMG SRC=''http://vnisoft.com/books/logo.gif''>
```

Tương tự như cách tạo điểm nối (<A HREF=...>) đã được đề cập nơi chương Bẩy, lộ trình để dẫn tới bức hình `Image.gif` hay `logo.gif` như ở thí dụ trên có thể là loại "Tương Đối" (Relative) hay 'Tuyệt Đối" (Absolute). Loại 'Tương Đối" thường được dùng để chỉ các hình ảnh ở trong cùng một máy của chúng ta. Loại "Tuyệt Đối" thường được dùng để chỉ các hình ảnh nơi các máy khác. Dĩ nhiên là trong trường hợp các hình ảnh ở trong cùng một máy chúng ta vẫn có thể dùng lộ trình loại "Tuyệt Đối". Nhưng lối này không được khuyến khích. Lý do là nếu chúng ta dùng một hình ảnh nhiều lần trong cùng một trang web, lối 'Tương Đối" chỉ đọc hình ảnh đó một lần, trong khi lối 'Tuyệt Đối" sẽ đọc hình ảnh đó mỗi lần chúng ta dùng đến. Tóm lại, lối 'Tương Đối" sẽ "nạp" (load) trang web nhanh hơn.

Các Thuộc Tính Của Tag IMG

ALT="chữ để thay thế hình"

Tuy không bị bắt buộc phải dùng thuộc tính này, chúng ta **nên** dùng nó cho mỗi hình. Có một số browser không hiện được hình, hoặc độc giả tắt mốt đọc hình, khi

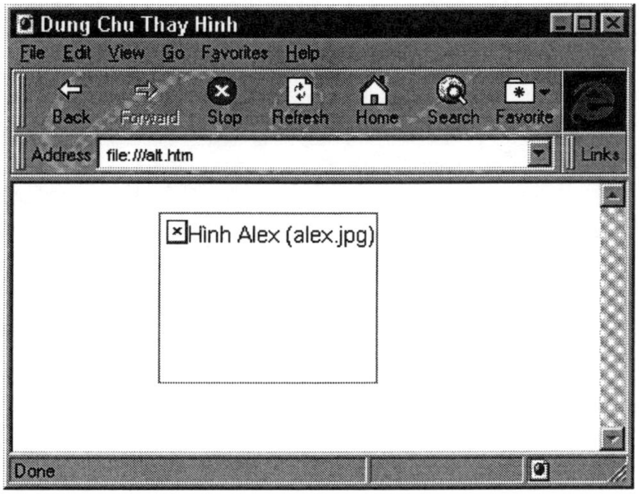

Hình 8-12: Dùng chữ thay thế hình

đó nơi chỗ để hình sẽ là một ô trống. Độc giả sẽ bối rối, không biết chúng ta muốn diễn đạt cái gì. Nếu chúng ta dùng thuộc tính này, những gì chúng ta viết trong dấu ngoặc kép sẽ được thay vào chỗ bức hình, khi hình không hiện ra được. Có một số browser hiện "chữ để thay thế hình" này trong khi đang đọc hình vào browser. Như thế, chúng ta sẽ một phần nào biết được nội dung của bức hình trước khi thấy được nó. Tóm lại, lợi điểm của thuộc tính **ALT** là chúng ta sớm biết được nội dung của bức hình, ngay cả khi browser không hiện được hình.

ALIGN="bottom", "middle", "top", "left", "right"

Thuộc tính này giúp chúng sắp đặt (điều chỉnh) hình ảnh với các chữ chung quanh nó. Nếu chúng ta không dùng thuộc tính này thì **ALIGN=**"bottom" được coi như là mặc định (default). **ALIGN=**"bottom" sẽ đặt cạnh đáy của bức hình ngang với cạnh đáy của các chữ chung quanh nó. **ALIGN=**"middle" sẽ đặt điểm giữa của bức hình ngang với cạnh đáy của các chữ chung quanh nó. **ALIGN=**"top"sẽ đặt đỉnh của bức hình ngang với đỉnh của chữ cao nhất trong cùng hàng. **ALIGN=**"left" sẽ đặt bức hình sát với lề trái của trang web. **ALIGN=**"right" sẽ đặt bức hình sát với lề phải của trang web.

Hãng Netscape đã đề nghị 4 cách sắp đặt mới. Cho đến khi sách này được in, chỉ có một vài browser (dĩ nhiên là trong đó có Netscape Navigator) hỗ trợ 4 cách sặp đặt này. Như đã đề cập tới từ chương đầu nếu chúng ta dùng một tag HTML lạ nào mà browser không hỗ trợ, ảnh hưởng của nó phần lớn là không có gì. Nhưng cũng tùy vào browser mà chúng ta dùng. Bốn cách sắp đặt mới này là "absbottom", "absmiddle", "texttop", "baseline". "**abs**" là chữ viết tắt của absolute (tuyệt đối). Các cách sắp đặt này cũng như là "bottom", "middle", "top". Sự khác biệt của nó rất khó thấy. Do đó, cách tốt nhất để biết được sự khác biệt của các cách sắp đặt này là tự chúng ta thử nghiệm lấy.

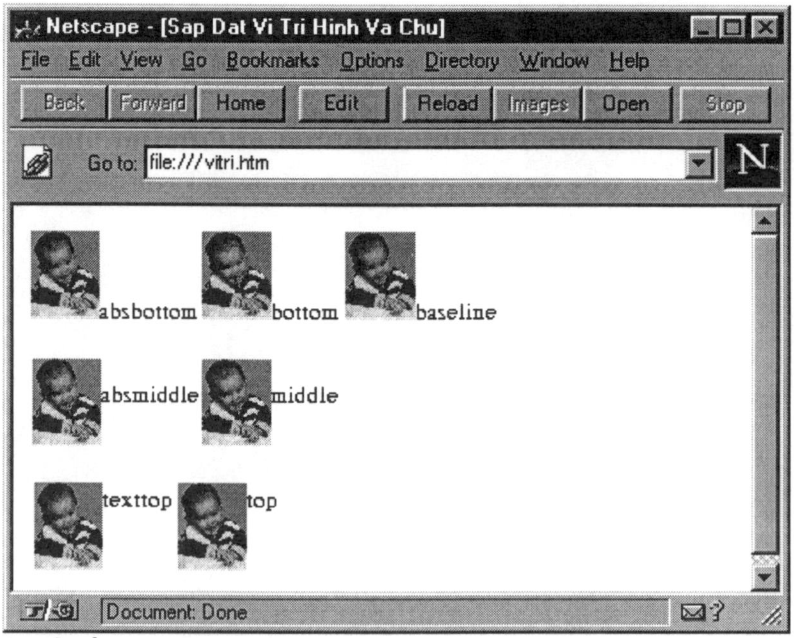

Hình 8-13: Các lối sắp đặt hình với chữ

HEIGH="n", **WIDTH=**"m"

Hai thuộc tính này thường đi đôi với nhau, và không bắt buộc phải có, nhưng nếu có các browser sẽ giữ chỗ trước, nơi trang web, cho bức hình. Hành động này sẽ làm cho trang web được trình bầy nhanh hơn. Lý do là các browser có thể trình bầy các chữ chung quanh hình được ngay, mà không phải đợi cho toàn bộ bức hình được đọc vào máy, và kích thước của nó được đo. Đối với các máy chạy nhanh, sự khác biệt về tốc độ trình bầy trang web khi dùng hoặc không dùng thuộc tính này khó nhận biết được. Thêm vào đó thuộc tính này còn có một lợi điểm khác là nếu bức hình của chúng ta không đúng kích thước, nó sẽ được co giãn để đạt đủ kích thước như chúng ta muốn. " n" và "m" ở đây được tính bằng ảnh tố (pixel).

Lưu Ý: *Kích thước của bức hình sẽ được chỉ rõ nơi thanh hiện trạng (status bar) trong nhu liệu Paint Shop Pro.*

BORDER="n"

Thông thường một bức hình khi được hiện ra trong browser sẽ không có khung chung quanh. Nếu muốn đóng khung bức hình, chúng ta cần sử dụng thuộc tính này. "n" ở đây được tính bằng ảnh tố (pixel). Cho đến khi sách được viết, chỉ có Netscape Navigator là hỗ trợ thuộc tính này. Tương lai, có thể sẽ có thêm các browser khác hỗ trợ thuộc tính này.

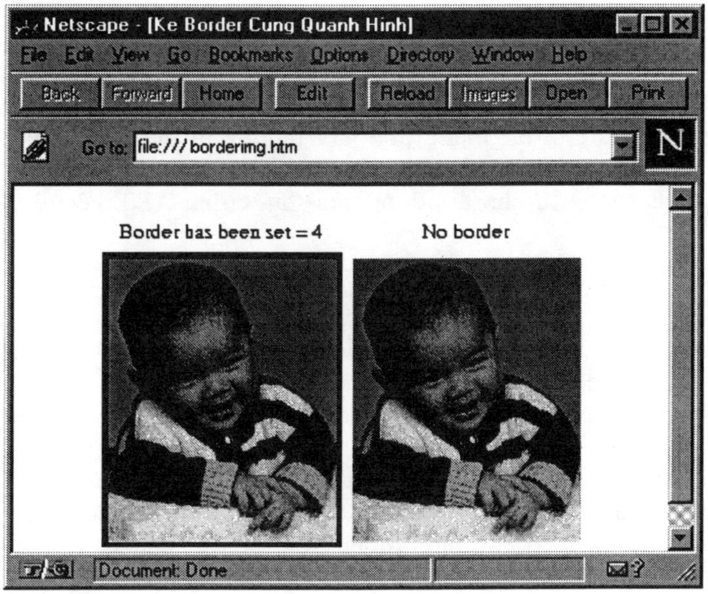

Hình 8-14: Kẻ đường viền

HSPACE="n", VSPACE="m"

Hai thuộc tính này sẽ chừa một khoảng cách chung quanh bức hình. HSPACE (Horizontal Space) là khoảng ở hai bên của bức hình. VSPACE (Vertical Space) là khoảng cách ở trên và dưới bức hình. "n" và "m" ở đây được tính bằng ảnh tố (pixel).

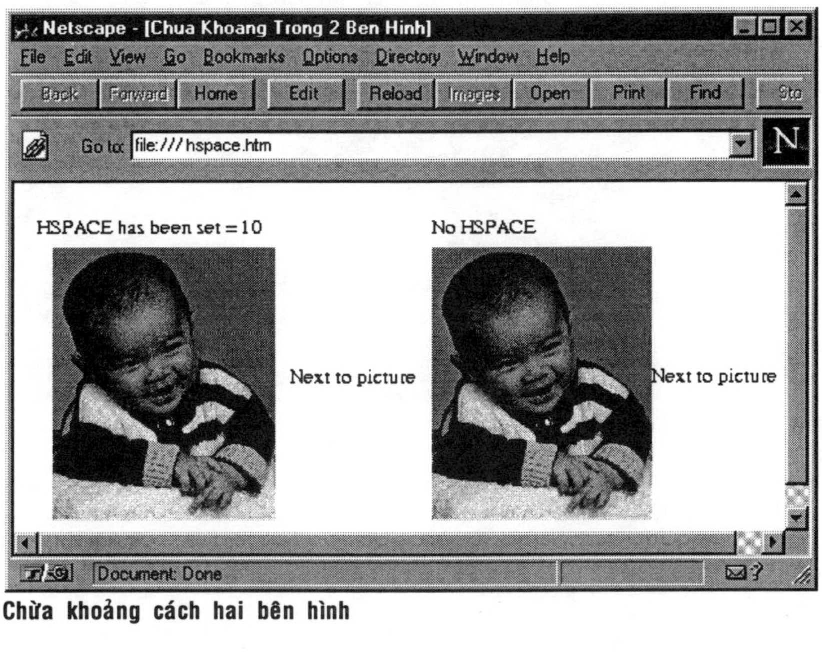

Hình 8-15: Chừa khoảng cách hai bên hình

LOWSRC="URL"

Netscape Navigator dùng thuộc tính này để hiện một bức hình khác trong khi đang đọc bức hình thật vào máy. "URL" ở đây chỉ toàn bộ địa chỉ của bức hình. Bức hình được dùng trong thuộc tính này thường là một bức hình tương tự như bức hình thật, nhưng có độ lớn nhỏ hơn để có thể hiện thật nhanh. Tác dụng của thuộc tính này cũng tương tự như tác dụng của thuộc tính **ALT** kể trên.

8.4 Tạo Hình Ảnh Theo Dạng Interlaced GIF

Nếu trang web của chúng ta có nhiều hình ảnh và/hoặc bức hình của chúng ta lớn, browser sẽ cần nhiều thời gian để đọc các hình ảnh đó; do đó, chúng ta phải đợi. Thời gian mà chúng ta phải đợi sẽ rất lâu. Để phần nào giải quyết thời gian chờ đợi này, chúng ta sẽ dùng đến kiểu Interlace của dạng GIF (đã đề cập nơi đoạn trước). Kiểu Interlace này sẽ cho chúng ta thấy ngay bức hình ở độ phân giải thấp, rồi từ từ bức hình sẽ được làm rõ thêm. Do đó, chúng ta có thể đoán được nội dung của bức hình trước khi toàn bộ bức hình được hiện ra. Kết quả là chúng ta sẽ nhận diện được trang web nhanh hơn.

Để tạo được một bức hình ở dạng GIF, kiểu Interlace chúng ta làm theo những bước sau đây:

1. Mang bức hình vào nhu liệu Paint Shop Pro.
2. Cất bức hình bằng cách, nơi menu **File**, chọn mục **Save As**.

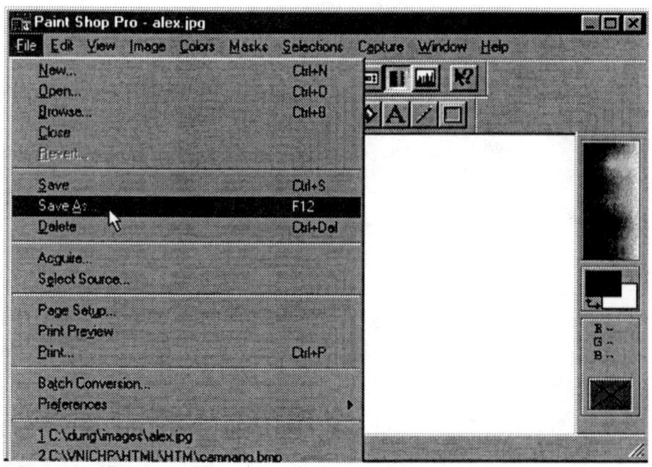

Hình 8-16: Cất lại bức hình

3. Đặt tên bức hình cùng với tên cũ nếu muốn cất chồng lên, hoặc chọn một tên mới cho bức hình.
4. Chọn **File Type** (dạng tập tin) là **GIF – Compuserve**, **sub-type** (dạng phụ) là **Version 89a – Interlaced**.

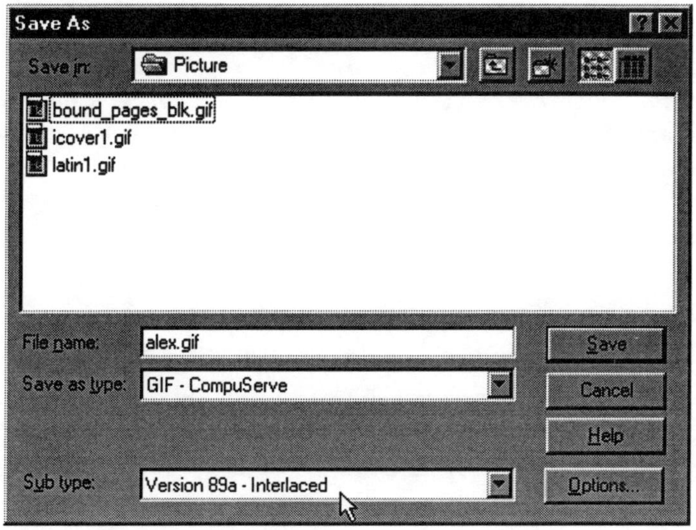

Hình 8-17: Đặt tên, chọn File Type và Sub-type

5. Nhấn nút **OK** để cất bức hình.

8.5 Tạo Hình Ảnh Theo Dạng Transparent GIF

Hình ảnh ở dạng Transparent Gif thường được xem là loại hình ảnh nghệ thuật, do hình đằng trước và nền đằng sau hòa hợp với nhau. Hãy xem hình 8-18, bên trái là hình ở dạng transparent, bên phải là hình ở dạng thường. Ở dạng transparent, chúng ta thấy được nền của trang web hòa hợp với hình. Nói cách khác, chúng ta có thể nhìn xuyên qua hình. Ở dạng thường, nền của trang web bị che bởi hình.

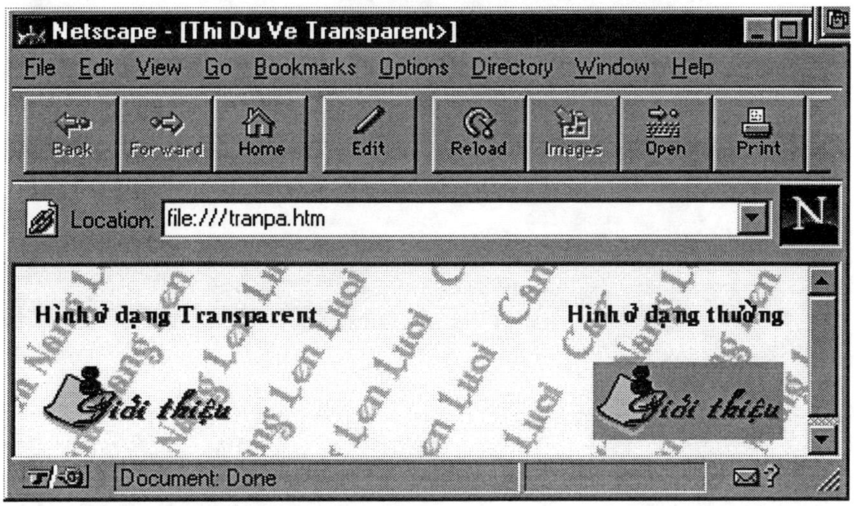

Hình 8-18: Dạng transparent đối với dạng thường

Lưu Ý: *Chúng ta chỉ được chọn* **một** *mầu duy nhất để tạo mầu transparent, tức là mầu sẽ không hiện ra. Thông thường mầu được chọn làm mầu transparent là mầu của nền của tấm hình. Nếu tấm hình không có một mầu nền đồng nhất, chúng ta cần đổi mầu của nó trước cho đồng nhất.*

Để tạo được một bức hình ở dạng Transparent GIF chúng ta làm theo những bước sau đây:

1. Mang bức hình vào nhu liệu Paint Shop Pro.
2. Cất bức hình bằng cách, nơi **menu File**, chọn mục **Save As**.
3. Đặt tên bức hình cùng với tên cũ nếu muốn cất chồng lên, hoặc chọn một tên mới cho bức hình.
4. Chọn File Type là **GIF – Compuserve**, sub-type là **Version 89a – Interlaced**, hoặc **Version 89a – Noninterlaced**, không thành vấn đề.
5. Nhấn nút **Options...**. Khung **File Preferences** hiện ra cho chúng ta một số lựa chọn. Chúng ta cần lựa chọn cho đúng. Nhớ rằng chỉ có loại GIF là cho chúng ta tạo dạng transparent. Nơi hình 8-19 cho thấy chúng ta có hai cách để chọn mầu transparent (ở hai ô tròn bên dưới).

   Nếu hình ảnh của chúng ta có một mầu nền đồng nhất, chúng ta nên chọn ô tròn thứ 3:

   `Set the transparent value to the background color`

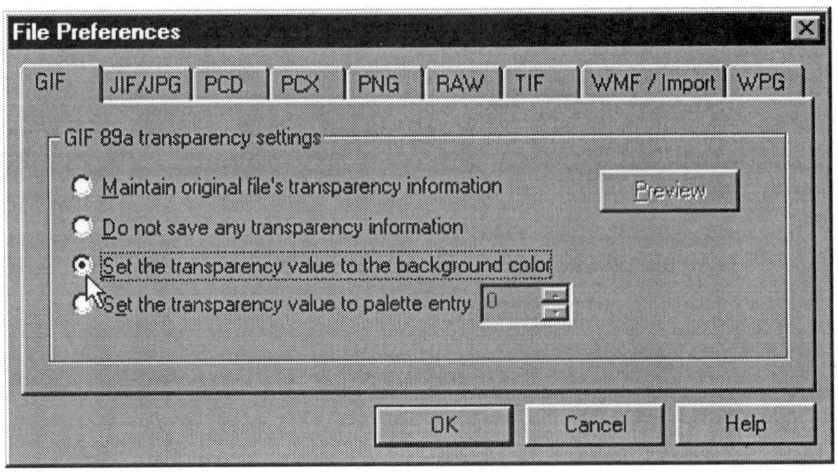

Hình 8-19: Chọn màu transparent

Lưu Ý: *Trước khi chọn ô này, chúng ta phải chọn mầu nền nơi nhu liệu là mầu nền của tấm hình. Muốn làm được điều đó, nơi khung hình chính, chúng ta nhấn nút "Ống Hút Chọn Mầu" (hình 8-20) rồi nhấp nút phải của chuột nơi nền của tấm hình.*

Hình 8-20: Chọn nút ống hút chọn mầu

Nếu hình ảnh của chúng ta không có một mầu đồng nhất, và chúng ta không muốn đổi mầu của nền thành một mầu đồng nhất chúng ta phải cho biết mầu nào sẽ là mầu transparent. Trước tiên, chúng ta cần biết số chỉ mục của mầu mà chúng ta muốn chọn làm mầu transparent. Chúng ta hãy nhấn nút "*Ống Hút Chọn Mầu*". Kế tiếp, di chuyển ống hút đó về bức hình. Khi ống hút đi qua mầu nào, nơi gần góc dưới bên phải của khung sẽ cho biết số chỉ mục của mầu (số bên phải của chữ I). Trong hình 8-21, số chỉ mục của mầu được chọn là 11.

Hình 8-21: Tìm số chỉ mục

Trong trường hợp này, nơi khung **File Preferences** (hình 8-19) chúng ta chọn ô tròn cuối cùng, và cho biết số chỉ mục (trong thí dụ trên là số 11).

```
Set the transparent value to palette entry: 11
```

6. Khi hoàn tất, tiếp tục nhấn nút **OK** để cất bức hình.

8.6 Thử Nghiệm Các Hình Ảnh Dạng Transparent GIF

Để thử nghiệm các hình ảnh dạng Transparent GIF, chúng ta hãy gắn hình ảnh đó vào trang web như đã đề cập nơi đoạn 8.3, "Gắn Hình Ảnh Vào Trang Web". Nếu mầu của nền trùng với mầu transparent, chúng ta nên đổi mầu nền để dễ thấy (đọc thêm đoạn 5.1).

8.7 Dùng Hình Ảnh Làm Nền Cho Trang Web

Hầu hết các browser cho phép chúng ta dùng một bức hình làm nền cho trang web. Trước khi tìm hiểu về cách làm, chúng ta cần chú ý tới ảnh hưởng của việc làm này. Khi dùng hình ảnh làm nền có nghĩa là phía trước chúng ta sẽ viết chữ hay đặt một hình ảnh khác; do đó, chúng ta cần để ý tới *contrast* của hình. Nếu mầu của nền gần giống với mầu của chữ phía trước sẽ làm cho chữ rất khó đọc.

Nếu tinh ý, chúng ta sẽ thắc mắc ngay rằng khi dùng một bức hình để làm nền, kích thước của hình thì cố định trong khi đó màn ảnh của browser thì co giãn được. Vậy chuyện gì sẽ xảy ra sau khi chúng ta đọc trang web có hình làm nền, rồi thay đổi kích thước của màn ảnh (resize the screen)?

Câu trả lời là browser sẽ làm giống như chúng ta lát gạch sàn nhà. Nghĩa là nếu kích thước của bức hình làm nền nhỏ hơn kích thước của màn ảnh browser sẽ đặt bức hình đó bắt đầu từ góc trên bên trái. Nếu chưa che kín được nền của browser, bức hình đó được dùng lại và đặt kế cạnh bên phải. Browser sẽ tiếp tục làm như thế cho đến khi che đủ được một hàng thì nó xuống hàng, và tiếp tục lát gạch xuống hàng thứ hai.

Hình 8-22: Hình dùng làm nền ở kích thước nhỏ

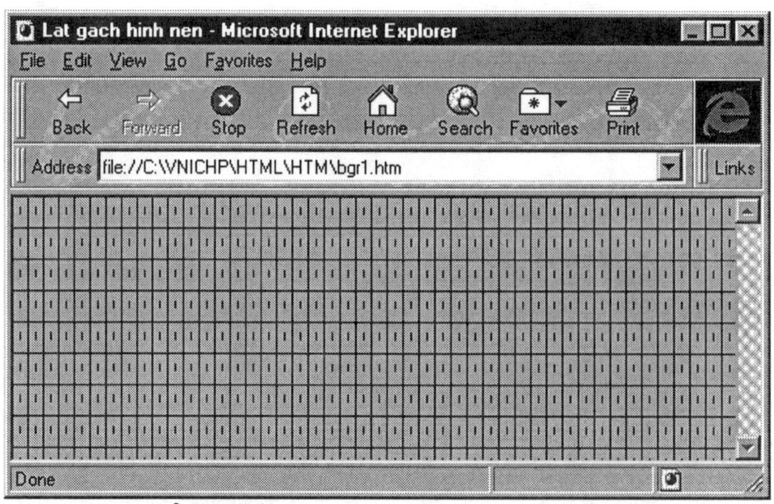

Hình 8-23: Dùng hình 8-22 để làm nền

Qua kết quả này, chúng ta thấy rằng, nếu bức hình của chúng ta có một mầu đồng nhất, hoặc chúng ta muốn có hình giống như lát gạch, chúng ta nên tạo một bức hình càng nhỏ càng tốt. Như vậy, chúng ta sẽ vừa có được kết quả chúng ta muốn mà kích thước bức hình lại nhỏ, giúp cho bức hình được lấy xuống (download) nhanh hơn.

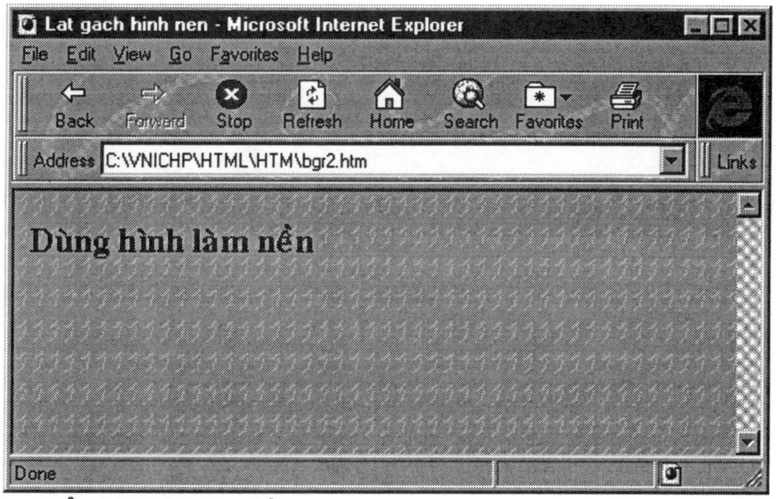

Hình 8-24: Dùng kiểu lát gạch làm nền

Hình 8-25: Hình kiểu

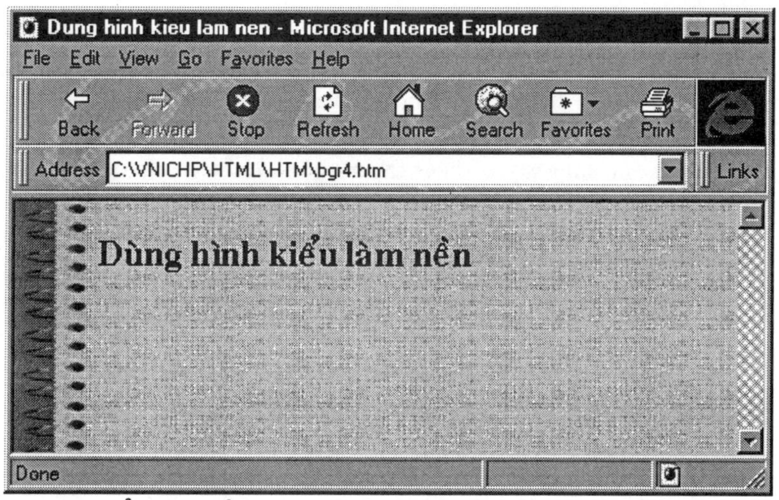

Hình 8-26: Dùng hình kiểu làm nền

Từ bài học này, chúng ta thấy rằng nếu bức hình của chúng ta rộng đủ để che kín nguyên một hàng thì browser chỉ việc lát bức hình đó theo bề dọc. Hãy xem hình 8-26, chúng ta đã dùng bức hình ở hình 8-25 để làm nền.

Trong đĩa đính kèm, chúng ta còn một số các hình được dùng làm nền. Chúng ta hãy thử thực tập với các hình đó để làm quen với cách dùng hình ảnh làm nền. Các hình đó có tên bắt đầu bằng **bgr** hay **backgr** và tên mở rộng là **GIF**.

Muốn dùng hình ảnh làm nền, chúng ta hãy thêm thuộc tính BACKGROUND="xxx" vào trong tag <BODY>. Ở đây, **xxx** là lối dẫn tới bức hình. Thí dụ:

```
<BODY BACKGROUND="..\PICTURE\BGR1.GIF">
```

8.8 Thụt Vào Đầu Hàng

Như chúng ta đã biết, các khoảng trống giữa các chữ hay hình ảnh đều không có giá trị khi browser đọc trang web. Điều này gây nên một trở ngại khi chúng ta cần thụt vào đầu hàng, như ở hình 8-26.

Làm sao để thụt vào đầu hàng? Chúng ta có nhiều cách:

Cách thứ nhất là chúng ta dùng bảng (table). Như ở hình 8-26. chúng ta có thể lập một bảng có 2 cột. Cột thứ hai biên chữ. Cột thứ nhất bỏ trống.

Cách thứ hai là chúng ta dùng frame. Như chúng ta đã bàn ở chương 6 là chúng ta có thể dùng frame để tạo cái nhìn giống như chúng ta dùng bảng.

Cách thứ ba là chúng ta dùng đến tag <SPACER>. Tag này bị giới hạn là chỉ áp dụng cho browser Netscape 3.0 trở lên mà thôi. Xem thí dụ bgr5.htm nơi đĩa đính kèm.

Cách thứ tư là chúng ta dùng những tag HTML nào có tác dụng thụt vào đầu hàng, thí dụ như <UL>, <DL>, hay <BLOCKQUOTE>.

Cách thứ năm là dùng ký hiệu . Chúng ta phải lập lại nhiều lần ký hiệu này nơi đầu đoạn văn để đạt được khoảng cách chúng ta mong muốn. Nhưng ký hiệu này chỉ dùng được nếu đoạn văn ngắn hơn một hàng. Nếu đoạn văn dài hơn một hàng, chúng ta sẽ không có được ảnh hưởng "thụt vào đầu dòng".

Cách thứ sáu là dùng style sheet. Xem thêm về style sheet ở chương Mười Bẩy.

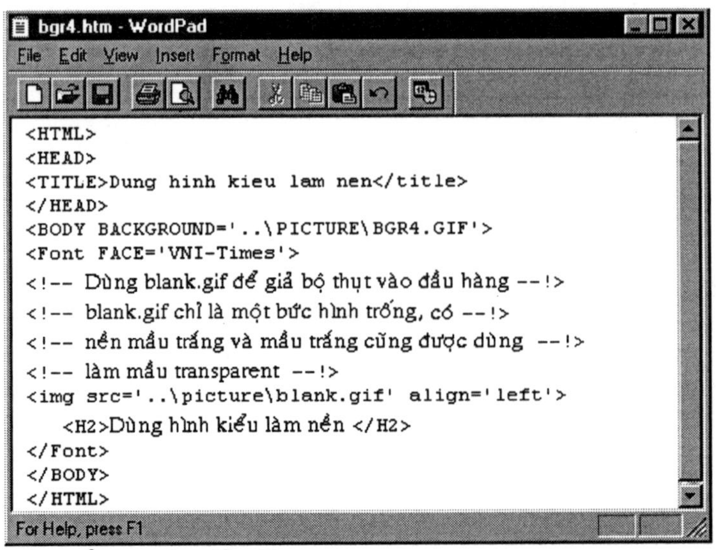

Hình 8-27: Dùng hình để thụt vào đầu dòng

Cách thứ bẩy là chúng ta dùng một bức hình trong suốt (transparent) đặt ở bên lề trái, như trong thí dụ *bgr4.htm* (đính kèm trong đĩa). Nơi thí dụ này, chúng ta dùng một bức hình tên *blank.gif* (đính kèm trong đĩa) để chêm vào bên trái. Một điểm cần chú ý là bức hình blank.gif này phải ở dạng *transparent*.

8.9 Dùng Hình Ảnh Làm Điểm Nối

Hình ảnh dù lớn hay nhỏ cũng được xem như là một ký tự. Do đó, dùng hình ảnh làm điểm nối tới các trang web khác cũng sẽ được làm tương tự như chúng ta dùng chữ làm điểm nối. Tức là bức hình sẽ được bọc hai bên bởi tag mở `<A HREF="....">` và tag đóng `</A>`.

Thí dụ:

```
<A HREF="../camnang.html"><IMG SRC="hinh.gif"> </A>
```

8.10 Tóm Tắt

Chúng ta có thể thêm hình ảnh, ở bất cứ dạng hình ảnh nào, vào trang web. Nếu hình ảnh đó không phải là dạng GIF hay JPEG thì độc giả của chúng ta phải có những nhu liệu cộng thêm (plug-in) để xem các hình ảnh đó. Cho đến khi sách này hoàn tất thì dạng PNG cũng đòi hỏi người đọc phải có plug-in để xem hình ảnh. Theo phỏng đoán thì qua năm 1998 hình ảnh này mới được hỗ trợ bởi các browser Netscape Navigator và Internet Explorer. Do đó, nếu quyết định dùng dạng PNG, chúng ta cần kiểm lại xem các browser đã hỗ trợ dạng đó chưa.

Chúng ta có thể dùng hình ảnh làm nền hay gắn thêm vào trang web để trang trí cho trang web thêm bắt mắt. Tuy nhiên, chúng ta cũng phải nên để ý tới số lượng hình ảnh và kích thước của chúng. Càng nhiều hình ảnh và kích thước càng lớn thì trang web càng cần nhiều thời giờ để được lấy xuống.

Nếu hình của chúng ta là một hình chụp thì chúng ta nên dùng dạng JPEG, nó cho chúng ta lên tới triệu mầu. Nếu hình của chúng ta là những hình tượng, đường kẻ, hay hình không cần nhiều mầu thì chúng ta nên dùng dạng GIF. Nếu một hình ở dạng GIF mà quá lớn, chúng ta nên cất nó ở dạng Interlaced để độc giả có thể nhận diện nó nhanh hơn. Nhớ rằng hình càng ít mầu thì tập tin càng nhỏ.

Dùng hình ảnh trong suốt (dạng transparent) sẽ làm cho hình ảnh trông hòa đồng với phần chữ của trang web hơn. Tuy nhiên, hình ảnh ở dạng này thường không thể áp dụng phương pháp chống bể nét (anti-alias) để làm cho các cạnh chung quanh hình trông nhuyễn hơn. Hình ảnh ở dạng transparent có thể được dùng để chêm vào bên trái hay bên phải của trang web để tạo nên những kỹ xảo hay, như thụt vào đầu dòng.

8.11 Câu Hỏi & Trả Lời

1. Chúng ta lấy hình ảnh ở đâu?

TL: Để khỏi mang tiếng là lấy của người khác, chúng ta nên tự vẽ lấy. Chúng ta cũng có thể chụp các hình rồi dùng máy "quét hình" (scan) để chụp lại thành dạng nhị phân (digital). Nếu không có khiếu vẽ, chúng ta có thể lấy các hình ảnh trên Internet. Thí dụ như ở địa chỉ:

- www.ender-design.com/rg
- www.geocities.com/SiliconValley/Heights/1272/index.html
- www.photodisc.com
- www.idmalls.com/gifs/front.htm

hoặc từ các điểm nối từ trang nhà của VNI, www.vnisoft.com/english/other.htm, hay từ trang Web Resources của Lam Nguyen[4]. Lưu ý, khi lấy hình của người khác, chúng ta nên kiểm lại sự cho phép của người đó trước khi dùng trên trang web của chúng ta.

2. Ngoài Paint Shop Pro chúng ta còn nhu liệu nào nữa không để tạo hình ảnh dưới dạng GIF và JPEG?

TL: Có rất nhiều, thí dụ như PhotoShop, CorelDraw, Expression, Painter, v.v..

3. Muốn tìm hiểu thêm về cách dùng hình ảnh trong trang web chúng ta phải làm sao? Nhất là các hình hoạt họa.

TL: Chúng ta nên đọc thêm các sách chuyên đề về hình ảnh cho trang web. Chúng ta cũng có thể tìm thấy rất nhiều trang web trên Internet chỉ dẫn chúng ta làm hình ảnh cho trang web, thí dụ như tại các địa chỉ:

- member.aol.com/royalef/gifanim.htm
- www.ist.net/clipart/
- mvassist.pair.com/Webling_home.html
- www.photodex.com/gwiz.html.

Chúng ta cũng có thể tìm mua các nhu liệu để làm các hình ảnh hoạt họa cho trang web từ các tiệm bán nhu liệu. Đọc thêm đoạn 14.7

4. Có một số trang web có hình ảnh rất đẹp. Làm sao tôi lấy được các hình ảnh đó?

TL: Khi lấy hình ảnh của người khác chúng ta nên để ý tới bản quyền của tấm hình đó. Chúng ta phải chịu trách nhiệm trước pháp luật về việc sử dụng các hình ảnh có tác quyền. Muốn lấy các hình trên trang web, chúng ta di chuyển mouse về tấm hình, nhấp nút phải của chuột lên hình. Một menu hiện ra. Chúng ta chọn mục cất hình và cho biết chỗ cất tấm hình.

5. Tôi có bức hình chụp, làm sao tôi đưa hình đó vào trang web?

TL: Trước hết chúng ta phải đưa nó vào máy ở dạng nhị phân (digitized), bằng cách dùng máy "quét hình" (scan) để chụp lại tấm hình đó. Sau đó chúng ta cất tấm hình mới này ở một dạng nào đó thích hợp. Xin nhắc lại, thường một tấm hình chụp được cất ở dạng JPEG vì dạng này cho chúng ta lên đến hơn 1 triệu mầu;

do đó, hình sẽ giống với hình chụp nhiều hơn. Một khi đã có bức hình ở dạng JPEG, chúng ta hãy dùng tag `<IMG SRC='...'>` để đặt hình vào trang web.

6. Tôi muốn dùng một bức hình làm nền nhưng bức hình hơi nhỏ, tôi phải làm sao?

TL: Như đã bàn ở đoạn 8.7, nếu hình ảnh của chúng ta nhỏ hơn khung của browser thì browser sẽ "lát gạch" (tile) bức hình đó. Để tránh cho browser lát gạch bức hình, chúng ta sẽ phải nới rộng bức hình. Nghĩa là chúng ta sẽ thêm khoảng trống chung quanh hình.

Lưu Ý: *Chúng ta sẽ thêm khoảng trống chung quanh hình chứ không phải làm lớn bức hình. Làm lớn bức hình (enlarge by resizing) sẽ làm bức hình bị mờ đi. Để thêm khoảng trống chung quanh hình, chúng ta sẽ làm lớn khung hình (enlarge the canvas) nhưng vẫn giữ nguyên kích thước của bức hình. Sau đó chúng ta dời bức hình tới chỗ thích hợp.*

Khi phải nới rộng bức hình, chúng ta cần phải cân nhắc cho kỹ xem việc làm đó có cần thiết hay không, vì bức hình lớn sẽ cần nhiều thời gian hơn để lấy xuống. Điều đó có thể làm cho độc giả nản chí và không muốn tiếp tục xem trang web của chúng ta nữa.

7. Tại sao lại cần đến thuộc tính `ALT=` bên trong tag gắn hình?

TL: Có một số browser không hiển thị được hình. Có một số độc giả cũng tắt mốt xem hình nơi browser của họ để lấy trang web xuống cho nhanh. Trong các trường hợp này, độc giả sẽ không thấy hết được những gì chúng ta muốn nói, qua hình ảnh. Để giúp cho độc giả biết hết những gì chúng ta muốn nói, chúng ta dùng đến thuộc tính này. Nói cách khác, chúng ta dùng thuộc tính này để diễn tả bằng chữ những gì chúng ta muốn nói nơi chỗ bức hình. Nếu browser nào hiển thị được hình thì bức hình sẽ hiện ra. Nếu browser nào không hiển thị được hình thì chữ viết nơi thuộc tính `Alt=` sẽ hiện ra.

Các browser mới còn dùng các chữ ghi nơi thuộc tính này để cho hiện lời giải thích khi chúng ta đặt con trỏ lên trên bức hình. Một số trạm tìm địa chỉ cũng dùng chữ ghi nơi thuộc tính này để sắp hạng trang web. Thuộc tính này còn có một ích lợi khác. Đọc thêm đoạn 22.6.

8. Tại sao khi chúng ta dùng nhu liệu Paint Shop Pro để xem một bức hình hoạt họa chúng ta chỉ thấy được một bức hình đầu tiên trong một chuỗi các hình di động?

TL: Trường hợp này xảy ra đối với tất cả các nhu liệu vẽ hình không có khả năng đọc hình hoạt họa. Khi đó các nhu liệu loại này chỉ đọc được một bức hình đầu tiên trong một chuỗi các bức hình bên trong một hình hoạt họa. Trong trường hợp này, chúng ta không nên cất bức hình đè lên bức hình gốc. Chúng ta sẽ vô tình thay bức hình hoạt họa bằng bức hình đầu tiên trong chuỗi hình, và kết quả là chúng ta sẽ mất đi bức hình hoạt họa.

Tóm lại, chúng ta chỉ nên mở các bức hình hoạt họa bằng nhu liệu có khả năng hiểu được chúng. Thí dụ như nhu liệu GIF Construction Set.

9. Làm sao làm được một bức hình hoạt họa?

TL: Cách tốt nhất là dùng nhu liệu GIF Construction Set mở thử một bức hình hoạt họa. Chúng ta sẽ thấy được cấu trúc bên trong của bức hình. Cấu trúc của nó cũng dễ hiểu vì hình hoạt họa là một chuỗi các hình có cùng kích thước được gộp lại thành một. Giữa từng tấm hình trong chuỗi hình đó là mã kiểm soát (control) thời gian giữa các bức hình. Thời gian đó được tính bằng phần trăm của một giây. Một thí dụ về cấu trúc hình hoạt họa như sau:

```
LOOP
Hình 1
CONTROL: 50
Hình 2
```

`LOOP` cho biết các chuỗi hình sẽ được lập lại mãi mãi. `CONTROL: 50` cho biết "Hình 2" sẽ được hiện ra nửa giây sau "Hình 1". Xem thêm đoạn 4 chương 12. Nhu liệu này thích hợp cho chúng ta làm bảng chạy chữ và làm các hình hoạt họa từ những hình ảnh có sẵn.

Nếu muốn tự vẽ lấy các hình hoạt họa, chúng ta có thể dùng nhu liệu Microangelo GIFted (www.impactsoft.com/gifted/). Hãng Impact Software cho chúng ta lấy xuống (download), và sử dụng thử Microangelo GIFted trong vòng 30 ngày. Màn ảnh của nhu liệu giống như ở hình 8-28. Khung bên phải là bảng mầu. Khung ở giữa là nơi chúng ta vẽ. Những gì chúng ta vẽ sẽ được nhìn thấy ngay nơi khung bên trái. Khi chúng ta có hơn một khuôn hình (frame), khung bên trái sẽ cho phép chúng ta xem các di động của các hình chúng ta vẽ.

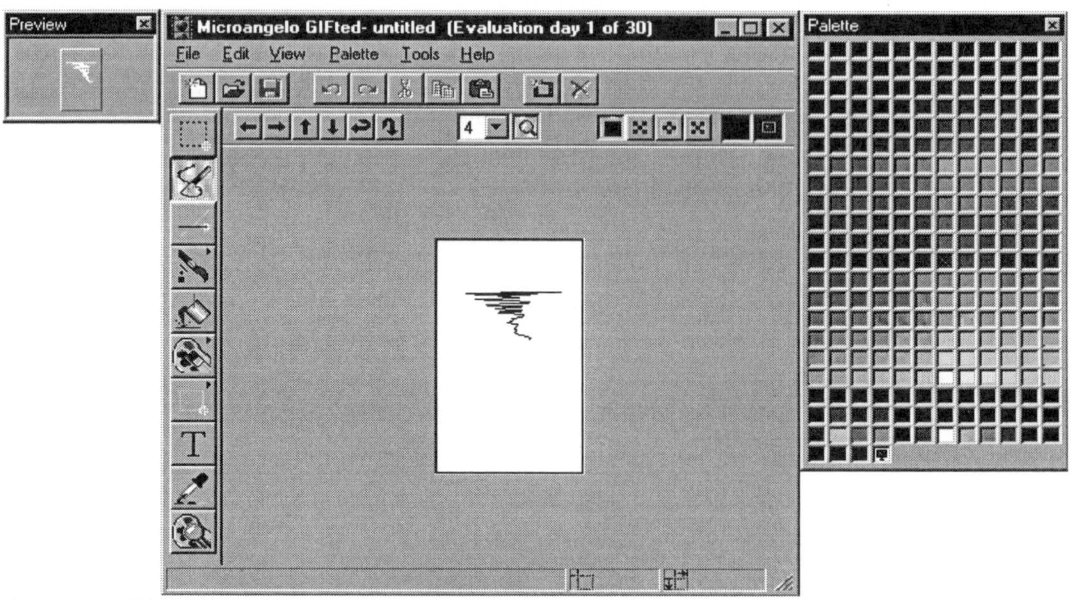

Hình 8-28: Màn ảnh nhu liệu Microangelo GIFted

Nhu liệu Microangelo GIFted thích hợp nếu chúng ta tự vẽ lấy các hình. Mỗi khi chúng ta tạo một khuôn (frame) mới, nhu liệu này cho chúng ta một bản sao của khuôn trước đó. Từ đó, chúng ta sửa đổi đôi chút để có bức hình kế.

Chúng ta cũng có thể dùng nhu liệu Flash của Macromedia. Đọc thêm chương Mười Ba, "Thêm Nhạc/Âm-Thanh Vào Trang Web," về cách lấy và chạy nhu liệu Flash. Nhu liệu Flash được dùng để làm phim hoạt họa. Flash cho chúng ta xuất (export) phim ra dạng động ảnh (animation). Flash không đánh được tiếng Việt.

8.12 Tài Liệu Tham Khảo

[1] Scott Arpajian, "How to Use HTML3," Ziff-Davis Press, 1996, ISBN: 1-56276-390-3.

[2] Ian Graham, "Introduction To HTML and URLs," www.utoronto.ca/webdocs/HTMLdocs/NewHTML/intro.html.

[3] "Graphics formats for the World Wide Web," www.w3.org/pub/WWW/Graphics/.

[4] Lam Nguyen, "Web Resources," www.scs.ryerson.ca/~lnguyen/webtools.htm.

[5] Royal E. Frazier Jr., "GIF Animation on the WWW," member.aol.com/royalef/gifanim.htm.

[6] "Microangelo GIFted," Impact Software, www.impactsoft.com/gifted/.

[7] "Id-Malls: Internet Services, hardware, Software and Galleries," www.idmalls.com/gifs/front.htm.

8.13 Tài Liệu Đọc Thêm

- "Adding graphics to HTML files," developer.netscape.com/library/documentation/htmlguid/grapha.htm.
- "Web Developer Library: Reference," Web Developer, www.webdeveloper.com/library/reference.html.
- "Vancouver Webpages Tool Index," vancouver-webpages.com/index.col1.html.
- "HTML Authoring: Tutorials, Graphics, Software, Style Guides," www-engr.sjsu.edu/help/resources.html.
- "Guide to good practices for WWW authors-Contents," www.man.ac.uk/MVC/SIMA/Isaacs/toc.html.
- "Useful URLs," www.hwg.org/resources/useful.html.
- "HyperText Markup Language Toolbox," cedar.cic.net/~rtilmann/htmltools.html.
- "HyperText Markup Languag (HTML)," www.w3.org/MarkUp/.
- Web Animator, DeltaPoint Inc, www.deltapoint.com/animate/index.htm.

- Yves Piguet, "clip2gif Home Page," iawww.epfl.ch/Staff/Yves.Piguet/clip2gif-home/clip2gif.html.
- Ann Stretton, "The GIFShops," www.geocities.com/SoHo/4941/lightbars.html.
- "Ulead GIF Animator", Athenia Associates, www.webreference.com/graphics/animation.html.
- Tsuyoshi Yamamoto, "The WWW Signboard Factory," madeira.cc.hokudai.ac.jp/RD/yamamoto/Factory/.
- "Creating graphics for the Web," Wide Area Communications, www.widearea.co.uk/designer/.
- "Alchemy Mindworks' World Wide Web," www.mindworkshop.com/alchemy/alchemy.html.
- Manh Nguyen, "ANIMATION I CREATED," users.ica.net/athda/m/animatio.htm.
- "Ender Design: Realm Graphics," Ender Design Inc., www.ender-design.com/rg/.
- "GIF Animation Designs," ProMotion, www.Webpromotion.com/stock.html.
- "Graphics Wiz - Free Graphics Tutorial," Photodex, www.photodex.com/gwiz.html.
- "CompuPics," Photodex, www.photodex.com/products.html.
- Laurie McCanna, "Free Art Site," www.mccannas.com/.
- "LiveImage", Mediatech Inc., www.mediatec.com/.
- "Pixelsite Manglers," Pixelsight, www.pixelsight.com:80/PS/pixelsite/pixelsite.html.
- Eric H. Force, "The Clip Art Connection," www.ist.net/clipart/.
- Ian Tweedie and Martin Reddy, "The Graphics File Formats Page," www.dcs.ed.ac.uk/~mxr/gfx/index.html.
- "WebSurfshop," PRO MOTION Inc., www.webmotion.com/Websurfshop/index.html.
- "Graphics Tools, Techniques, Examples and Resources," CyberWeb SoftWare, WWW.Stars.com/Authoring/Graphics/Colour/colors.cgi.
- "HTML Reference," Microsoft, www.microsoft.com/workshop/author/newhtml/htmlref.htm.
- Greg Roelofs, "Portable Network Graphics," www.wco.com/~png/png.html.
- "PNG (Portable Network Graphics)," www.w3.org/pub/WWW/Graphics/PNG/.
- "Developer's Corner," Athenia Associates, webreference.com/dev/.

Chương 9

Tạo Khung
(Frame)

Khung (Frame) bắt đầu là một lệnh mở rộng (extension) của Netscape. Nó xuất hiện từ phiên bản 2.0 của Netscape, nhưng nay đã được chấp nhận và hỗ trợ bởi nhiều browser. Tuy nhiên, điều này vẫn không có gì bảo đảm. Do đó, tốt nhất là chúng ta nên dùng nhiều browser để thử nghiệm.

Khung (Frame) cho chúng ta khả năng chia màn ảnh của browser thành nhiều khu (panes). Xem hình 9-1. Mỗi khu sẽ chứa một trang web. Các khu hoàn toàn độc lập với nhau, tức là khi chúng ta scroll một khung hay thay đổi nội dung của một khung thì các khung khác không bị ảnh hưởng. Chúng ta có thể quy định khu nào sẽ trình bầy trang web nào từ bất kỳ một khu nào.

Hình 9-1: Thí dụ về Frames

Thông thường, mọi người dùng khung để chia màn ảnh làm hai cột như các cột báo. Cột bên trái chứa trang web mục lục, cột bên phải chứa trang web nội dung. Khi chúng ta chọn một mục nào đó trong khung mục lục bên trái, nội dung của mục đó được trình bầy nơi khung nội dung bên phải.

Có trường hợp, người ta dùng khung để chia màn ảnh làm 2 hàng. Hàng trên dùng để trình bầy các mẫu quảng cáo. Hàng dưới thì lại được chia làm 2 cột như vừa kể ở trên. Với cách trình bầy này, dù chúng ta có thay đổi phần nội dung nơi cột bên phải của hàng thứ hai, hàng chứa mẫu quảng cáo (hàng trên cùng) vẫn không bị ảnh hưởng.

Ý niệm về khung rất là lạ và đòi hỏi chúng ta phải thấy hoặc dùng nó mới hiểu được lợi điểm của nó. Khi dùng khung chúng ta trình bầy được nhiều hơn một trang web cùng một lúc; do đó, broswer cần nhiều thời gian hơn để lấy xuống các trang web. Hay nói cách khác là khi dùng khung việc lấy xuống sẽ chậm hơn là khi không dùng khung. Vì vậy, chúng ta nên thử dùng khung để biết, nhưng cũng nên thử nghiệm cho kỹ, để ý vào về thời gian browser cho hiện các khung. Một trang web mà lấy thời gian quá lâu sẽ làm độc giả nản chí.

Soạn một trang web dùng khung khác với soạn các trang web bình thường mà chúng ta vẫn làm. Nơi trang web dùng khung, chúng ta không trình bầy phần nội dung của trang web ngay, mà chỉ chia màn ảnh thành từng khu bằng tag <FRAMESET> và <FRAME>, rồi chỉ định khu nào trình bầy trang web nào. Thí dụ như trang web sau đây:

```
<HTML>
   <HEAD>
      <TITLE>Two frames</TITLE>
   </HEAD>
   <FRAMESET rows="40%,*">
      <FRAME name="window1" src="document1.htm">
      <FRAME name="window2" src="document2.htm">
   </FRAMESET>
</HTML>
```

Trang web này, khi hiện ra nơi màn ảnh sẽ thấy như ở hình 9-2. Trang web này có hai khung chia browser làm hai hàng. Hàng trên lấy 40% của browser. Hàng dưới lấy phần còn lại (ghi bằng dấu *). Hàng trên được đặt tên là "window1" và là chỗ để đặt trang web "document1". Hàng dưới được đặt tên là "window2" và là chỗ để đặt trang web "document2".

Qua thí dụ trên, chúng ta thấy trang web dùng khung sẽ không có phần <BODY> như các trang web thường. Một điểm cần chú ý nữa là nút BACK nơi browser sẽ không làm việc như chúng ta mong đợi. Bình thường khi chúng ta xem qua vài trang web, nhấn nút **BACK** nơi browser, browser sẽ hiện lại trang web trước đó. Chúng ta cũng đã biết các khung hoàn toàn độc lập với nhau. Nếu chúng ta đã xem vài trang web ở

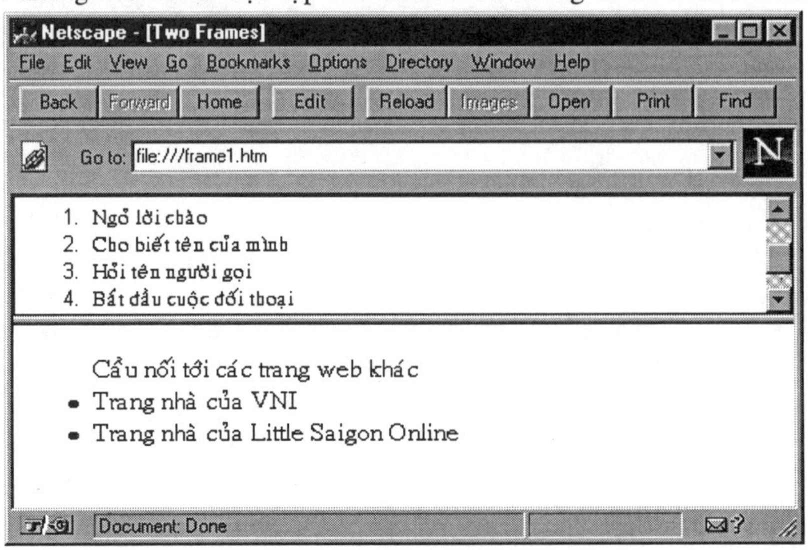

Hình 9-2: Dùng Frames

window1, và vài trang web ở window2, vậy khi nhấn nút **BACK**, trang web nào sẽ được hiện lại? Câu trả lời xin được dành làm bài thực tập. Hãy thử xem các thí dụ về khung rồi nhấn nút **BACK**.

Frame Trống

Khung (frame) có thể là một khung trống. Tức là chúng ta không cho hiện một trang web nào hết trong khung đó. Để làm điều đó, chúng ta không viết thuộc tính SRC="..." trong tag <FRAME>. Thí dụ:

```
<FRAMESET COLS="10%, *, 40%">
  <FRAME NAME="empty frame">
  <FRAME NAME="Column2" SRC="ol.htm">
  <FRAME NAME="Column3" SRC="ul.htm">
</FRAMESET>
```

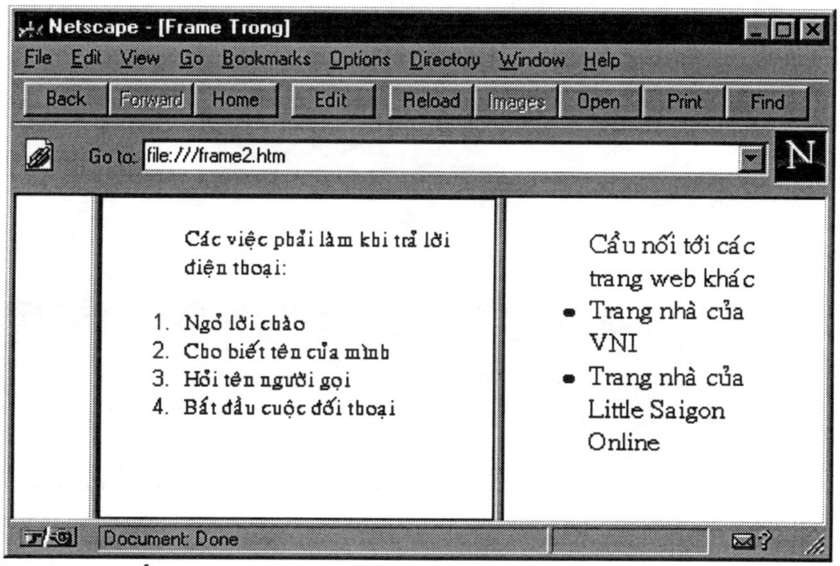

Hình 9-3: Tạo frame trống

Trong chương này, chúng ta sẽ học về:

- Tạo khung theo hàng
- Tạo khung theo cột
- Khung bên trong khung
- Đặt trang web bên trong khung
- Các thuộc tính khác của khung
- Khung cho người không dùng được khung

9.1 Tạo Khung (Frame) Theo Hàng

Chúng ta sẽ dùng đến thuộc tính ROWS của tag <FRAMESET> để tạo khung theo hàng. Thí dụ:

<FRAMESET ROWS="10%,80%,10%">, hay

<FRAMESET ROWS="10%,80%,*">

Các giá trị theo sau thuộc tính ROWS sẽ xác định số hàng và kích thước của mỗi hàng. Cả hai thí dụ trên đều chia browser làm 3 hàng. Hàng đầu có kích thước 10% của màn ảnh của browser. Hàng thứ hai có kích thước 80% của màn ảnh của browser. Hàng thứ ba có kích thước 10%, hay tất cả phần còn lại của màn ảnh (dùng dấu *). Trong thí dụ 2 kể trên, tất cả phần còn lại cũng là 10%.

```
<HTML>
   <HEAD>
   <TITLE>Three-ROWS Frames</TITLE>
   </HEAD>
    <FRAMESET ROWS="10%,80%,10%">
        <FRAME NAME="frame1">
        <FRAME NAME="frame2">
        <FRAME NAME="frame3">
    </FRAMESET>

</HTML>
```

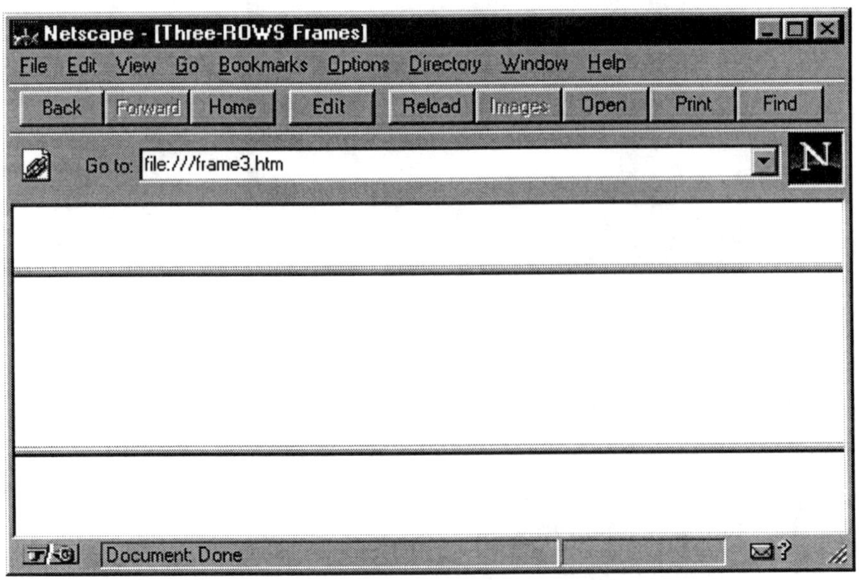

Hình 9-4: Tạo khung theo hàng

9.2 Tạo Khung (frame) Theo Cột

Chúng ta sẽ dùng đến thuộc tính `COLS` của tag `<FRAMESET>` để tạo khung theo cột. Thí dụ:

```
<FRAMESET COLS="20%,50%,30%">
```
hay
```
<FRAMESET COLS="20%,50%,*">
```

Các giá trị theo sau thuộc tính `COLS` sẽ xác định số cột và kích thước của mỗi cột. Cả hai thí dụ trên đều chia browser làm 3 cột. Cột bên trái có kích thước 20% của màn ảnh của browser. Cột giữa có kích thước 50% của màn ảnh của browser. Cột thứ ba có kích thước 30%, hay tất cả phần còn lại của màn ảnh (dùng dấu *). Trong thí dụ 2 kể trên, tất cả phần còn lại cũng là 30%.

```
<HTML>
   <HEAD>
      <TITLE>Three-COLS Frame</TITLE>
   </HEAD>
   <FRAMESET COLS="10%,30%,60%">
    <FRAME NAME="leftframe">
    <FRAME SRC="sound.htm" NAME="middleframe">
    <FRAME SRC="listlist.htm" NAME="rightframe">
   </FRAMESET>
</HTML>
```

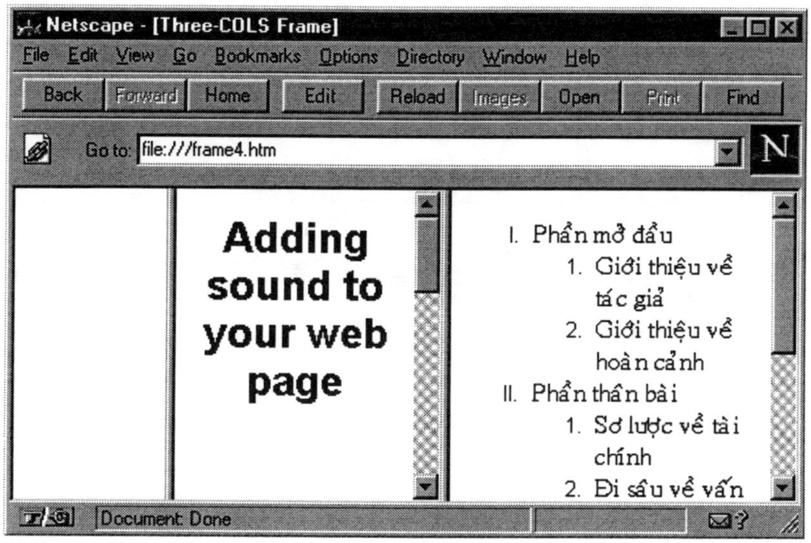

Hình 9-5: Tạo khung theo cột

9.3 Khung (Frame) Bên Trong Khung

Tương tự như chúng ta đã làm *list* bên trong *list*, *table* bên trong *table*, chúng ta cũng có thể làm khung bên trong khung. Hay nói cách khác, chúng ta có thể tiếp tục chia các khung thành những khung nhỏ hơn. Trước khi quyết định chia nhỏ các khung ra, chúng ta nên nhớ rằng mỗi khung sẽ có đường viền chung quanh. Các đường viền này chiếm một ít chỗ; do đó, nếu chúng ta có quá nhiều khung, các đường viền này sẽ chiếm khá nhiều chỗ và chúng ta chẳng còn bao nhiêu chỗ để trình bầy trang web.

Muốn chia một hàng hay cột nào đó thành nhiều khung nhỏ khác, chúng ta thay tag <FRAME> của hàng hay cột đó thành bộ tag <FRAMESET>...</FRAMESET>. Nơi thí dụ dưới đây, chúng ta dùng khung chia màn ảnh làm 3 hàng. Hàng trên chiếm 10%. Hàng cuối chiếm 10%. Hàng giữa chiếm tất cả phần còn lại (tức là 80%). Hàng giữa được chia làm hai cột. Mỗi cột lấy một nửa bề ngang của browser (50%):

```
<HTML>
   <HEAD>
   <TITLE>Frame Ben Trong Frame</TITLE>
   </HEAD>
   <FRAMESET ROWS="10%,*,10%">
      <FRAME NAME="row1">
                  <FRAMESET COLS="50%, 50%">
                  <FRAME NAME="row2, col1">
                  <FRAME NAME="row2, col2">
                  </FRAMESET>
      <FRAME NAME="row3">
   </FRAMESET>

</HTML>
```

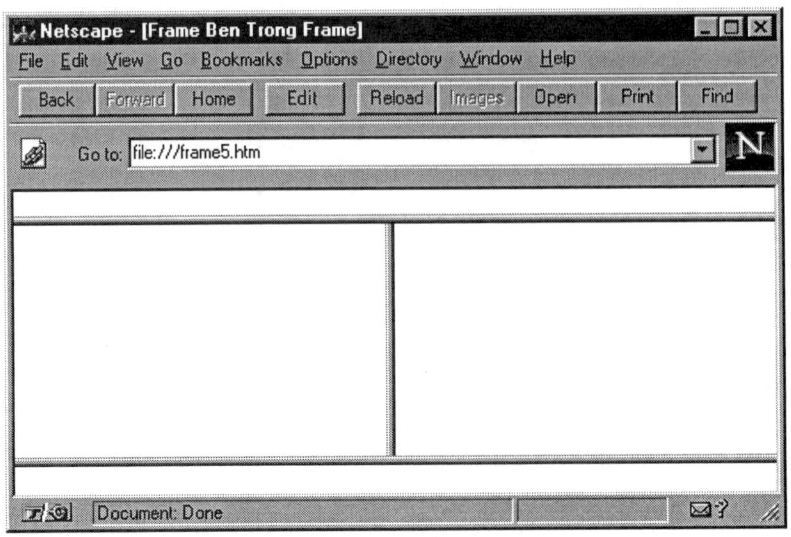

Hình 9-6: Khung bên trong khung

9.4 Đặt Trang Web Bên Trong Khung (Frame)

Muốn đặt trang web bên trong một khung chúng ta dùng thuộc tính `SRC="..."` bên trong tag `<FRAME>`. Thí dụ:

```
<frame name="window1" src="document1.htm">
```

Khi chúng ta có nhiều hơn một khung, mỗi khi chúng ta cho hiển thị một trang web, chúng ta phải quyết định là sẽ đặt trang web ở khung nào. Thí dụ, trong trang web *document1.htm*, nếu chúng ta có một điểm nối, tức dùng tag `<A HREF="new.htm"> ... </A>`, chúng ta cần xác định khi độc giả nhấp chuột lên điểm nối đó thì chúng ta sẽ hiện trang web *new.htm* ở khung nào. Cách dùng khung này giới thiệu một thuộc tính mới của tag `<A ...>`. Đó là thuộc tính **`TARGET="..."`**.

Trong thí dụ dưới đây, chúng ta sẽ thấy rằng, khi độc giả nhấp chuột lên điểm nối "hiện trang web ol.htm nơi frame 3" trang web ol.htm sẽ được hiện nơi khung có tên là frame3:

```
<A HREF="ol.htm" TARGET="frame3">hiện trang web ol.htm nơi frame
  3</A>
```

Một ứng dụng phổ thông của việc dùng thuộc tính này là các trang web có mục lục. Các trang web loại này dùng khung bên trái chứa mục lục, và khung bên phải chứa bài viết. Khi độc giả nhấp chuột lên một mục thì bài viết thích hợp với mục đó được hiện ra nơi khung bên phải.

Đối với các ứng dụng loại "mục lục" như vừa đề cập chúng ta phải nhắc đến `TARGET="..."` cho mỗi mục trong mục lục. Điểm này gây phiền phức không ít. Một lần trải qua phiền phức này chúng ta sẽ không khỏi ước gì chúng ta chỉ phải ghi thuộc tính này một lần. HTML đã thỏa mãn ước muốn này của chúng ta với tag `<BASE>`, đặt trong phần `<HEAD>`. Thí dụ:

```
<HEAD> <BASE TARGET="..."> ... </HEAD>
```

Thuộc tính `TARGET` trong tag `<BASE>` xác định khung muốn dùng cho tất cả các điểm nối dùng tag <A HREF=...> trong trang web.

Các Giá Trị Đặc Biệt Của TARGET

Trong phiên bản 3.2 của HTML, `TARGET` có bốn giá trị đặc biệt: **_blank**, **_self**, **_parent**, và **_top**. Các giá trị này đều bắt đầu bằng dấu gạch dưới. Do đó, khi đặt tên các khung, chúng ta không nên bắt đầu bằng dấu gạch dưới, để tránh lẫn lộn.

_blank

Tag `<A HREF="abc.htm"... TARGET=_blank>` sẽ cho hiện trang web **abc** trong một window mới. Window này sẽ không có tên.

_self

Tag <A HREF="abc.htm"... TARGET=_self> sẽ cho hiện trang web **abc** trong cùng một khung với trang web chứa tag ghi trên. Trong trường hợp này TARGET=_self có thể được coi là không cần thiết. Đúng như vậy! Trừ khi chúng muốn vô hiệu hóa tên của khung đã được dùng trong tag <BASE> trong cùng một trang.

_parent

Tag <A HREF="abc.htm"... TARGET=_parent> sẽ cho hiện trang web **abc** trong khung trước khung đang chứa tag này. Nếu khung đang chứa trang web này là khung đầu tiên thì _parent ở đây sẽ tương đương với _self.

_top

Tag <A HREF="abc.htm"... TARGET=_top> sẽ cho hiện trang web **abc** trong window chứa điểm nối này. Tất cả các khung sẽ bị loại bỏ.

9.5 Các Thuộc Tính Khác Của Khung (Frame)

Ngoài các thuộc tính mà chúng ta đã thấy như NAME, SRC, ROWS, COLS, khung còn một số thuộc tính khác như:

NORESIZE

Tuy chúng ta đã xác định kích thước của các khung nhưng độc giả của chúng ta vẫn có thể thay đổi các kích thước đó. Nếu không muốn độc giả thay đổi kích thước của khung, chúng ta thêm thuộc tính NORESIZE bên trong tag <FRAME> của khung đó, như:

```
<FRAME NAME="window1" NORESIZE>
```

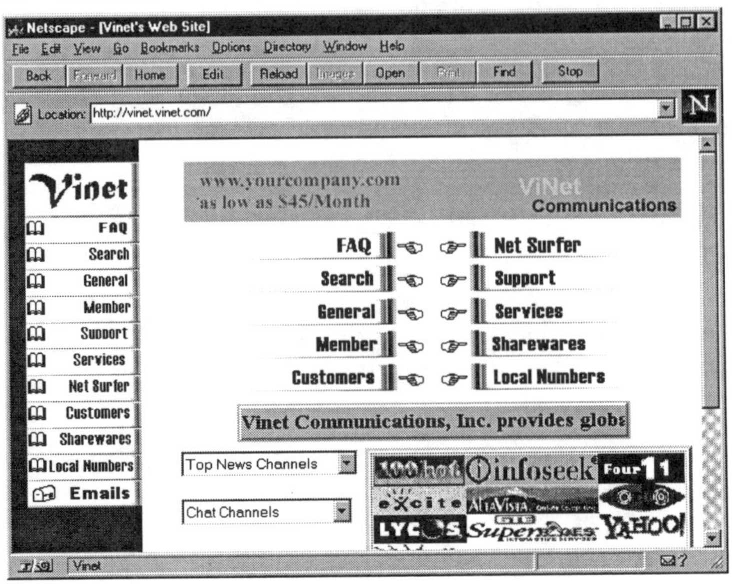

Hình 9-7: Frame không resize và không border

SCROLLING

Bình thường khi trang web được đặt trong khung có kích thước lớn hơn khung. Thanh cuộn (Scroll bar) đứng hay thanh cuộn ngang sẽ tự động hiện ra. Nếu chúng ta không muốn các thanh cuộn đó, chúng ta phải thêm thuộc tính `SCROLLING=NO`. `SCROLLING=YES` sẽ luôn luôn hiện thanh cuộn cho dù trang web không vượt quá các lề của khung. Nếu chúng ta không đề cập tới thuộc tính `SCROLLING`, nó sẽ tương đương với khi chúng ta viết `SCROLLING=AUTO`.

MARGINHEIGHT, MARGINWIDTH

Dùng hai thuộc tính này để chừa khoảng trống giữa lề của khung và những gì chúng ta đặt bên trong khung. Thí dụ, chừa 20 ảnh tố (pixel) hai bên lề trái và phải:

```
<FRAME ... MARGINWIDTH=20>
```

Giá trị của hai thuộc tính này phải lớn hơn 1 và nhỏ hơn bề rộng của khung. Giá trị này được tính bằng ảnh tố (pixel).

Ghi Chú: *Những thuộc tính sau đây mới được thêm vào bởi Microsoft và Netscape. Ảnh hưởng của các thuộc tính này có phần khác biệt giữa các browser.*

FRAMEBORDER

Netscape dùng thuộc tính này để tắt hoặc bật giữa đường viền 3 chiều (3-D) và đường viền 2 chiều (2-D). Nếu thuộc tính này không được dùng, Netscape sẽ dùng đường viền 3 chiều. Viết `FRAMEBORDER=NO` sẽ cho đường viền 2 chiều. Thuộc tính này được viết trong tag `<FRAMESET>` hay tag `<FRAME>`. Nếu được viết trong tag `<FRAMESET>` đường viền sẽ có ảnh hưởng lên tất cả các khung. Ngược lại nó chỉ ảnh hưởng lên một khung. Tag `<FRAME>` có ảnh hưởng cao hơn `<FRAMESET>`. Tức là nếu chúng ta dùng `FRAMEBORDER` nơi cả hai tag thì cái ghi nơi tag `<FRAME>` sẽ thay thế cái ghi nơi tag `<FRAMESET>`.

Ghi Chú: *Explorer dùng* **1** *và* **0** *thay cho giá trị* **Yes** *và* **No**.

BORDERCOLOR

Dùng thuộc tính này để đổi mầu của khung. Tương tự như `FRAMEBORDER`, `BORDERCOLOR` có thể được dùng trong tag `<FRAMESET>` hay tag `<FRAME>`. Cách diễn tả mầu cũng tương tự như chúng ta diễn tả mầu của chữ hay nền. Đọc thêm đoạn 5.1 và 5.2.

BORDER

Thông thường khi chúng ta không dùng thuộc tính này, bề rộng của đường viền là 5 ảnh tố (pixel). Dùng thuộc tính này, chúng ta sẽ thay đổi độ lớn của đường viền. Tag này được viết bên trong tag <FRAMESET>. Nếu muốn tạo một khung không có đường viền (nơi Netscape), chúng ta dùng `BORDER=0 FRAMEBORDER=NO`.

FRAMESPACING

Xác định khoảng cách giữa các khung. Tag này được ghi trong tag <FRAMESET> và chỉ có hiệu lực đối với Explorer. Nơi Explorer, nếu muốn tạo các khung không có đường viền, chúng ta dùng `FRAMESPACING=0 FRAMEBORDER=0`.

Ghi Chú: *Internet Explorer còn giới thiệu một tag mới đó là* <IFRAME> ... </IFRAME>. *Tag này dùng để tạo một khung nổi (floating frame), tức nó có thể được đặt ở bất kỳ vị trí nào bên trong trang web giống như hình ảnh. Loại khung nổi này cũng có đầy đủ tính năng và thuộc tính của một khung bình thường.* <IFRAME> *dùng tất cả các thuộc tính của* <IMG>, *như* WIDTH, HEIGHT, ALIGN.

9.6 Khung (Frame) Cho Người Không Dùng Được Khung

Không phải browser nào cũng hỗ trợ khung; do đó, có một số độc giả sẽ không thấy được khung nơi trang web của chúng ta. Chính vì thế mà HTML có thêm tag <NOFRAME>...</NOFRAME>. Những gì chúng ta ghi trong cặp tag này sẽ chỉ hiện ra trong trường hợp browser của độc giả không hỗ trợ khung. Ngược lại, browser của họ

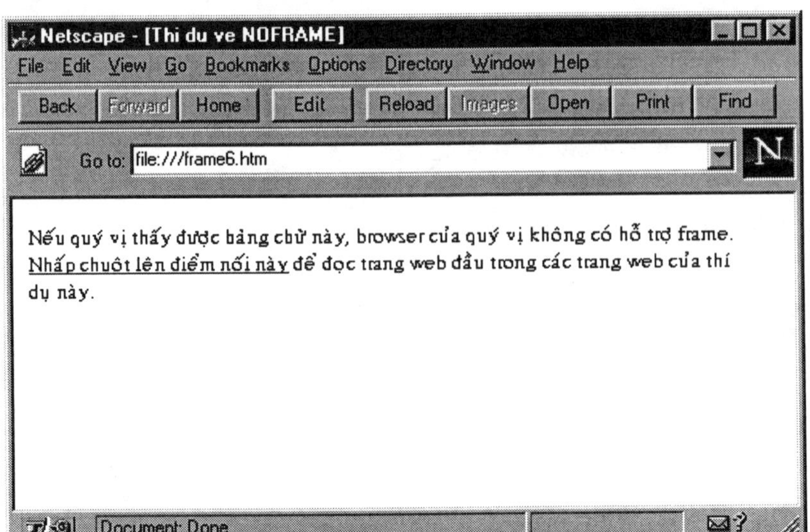

Hình 9-8: Dùng tag NOFRAME

sẽ không hiện phần này nếu nó có hỗ trợ khung. Thứ tự của tag <NOFRAME> trong tag <FRAMESET> không có gì quan trọng. Tuy nhiên, thông thường mọi người đặt phần <NOFRAME>...</NOFRAME> ở phần cuối của trang, trước tag </FRAMESET>.

Thí dụ về cách dùng tag <NOFRAME>...</NOFRAME> như sau:

```
<html>
   <head>
      <title>Thí dụ về NOFRAME</title>
   </head>
   <frameset rows="40%,*">
      <frame name="window1" src="ol.htm">
      <frame name="window2" src="ul.htm">

   <NOFRAME><FONT FACE="VNI-Times">
   Nếu quý vị thấy được hàng chữ này, browser của quý vị không có hỗ
   trợ frame. <A HREF="ol.htm">Nhấp chuột lên điểm nối này</A> để đọc
   trang web đầu trong các trang web của thí dụ này.</FONT>
   </NOFRAME>
   </frameset>
</html>
```

9.7 Tóm Tắt

Muốn tạo khung, chúng ta bắt đầu bằng tag mở <FRAMESET> và tag đóng </FRAMESET>. Kế tiếp chúng ta phải cho biết là muốn chia màn ảnh theo hàng hay cột. Mỗi hàng hay cột đó có bề cao hay rộng bao nhiêu ảnh tố (pixel). Thực hiện việc chia hàng hay cột đó bằng cách thêm thuộc tính ROWS="..." hay COLS="..." vào trong tag <FRAMESET>. Sau khi chia xong hàng hay cột, chúng ta sẽ đặt tên của mỗi hàng hay cột và cho biết trang web nào sẽ được đặt vào hàng hay cột nào bằng cách dùng các tag <FRAME> thí dụ:

```
<FRAMESET rows="40%,*">
   <FRAME name="window1" src="document1.htm">
   <FRAME name="window2" src="document2.htm">
</FRAMESET>
```

Trong trang web, thí dụ như *document1.htm* hay *document2.htm* ở trên, nếu chúng ta làm một điểm nối qua tag <A HREF="..."> chúng ta phải cho biết là khi độc giả nhấp chuột vào điểm nối đó thì trang web mới sẽ được đặt ở khung nào, bằng cách thêm thuộc tính TARGET=*tên_của_frame*. Thí dụ:

```
<A HREF="..." TARGET= "window1">.
```

Khung cho chúng ta một khả năng mới để chia màn ảnh thành từng khu (giống như Table). Chúng ta có thể tạo các khung không có đường viền, và không sửa đổi kích thước (resize), để được một trang web trông như trang web bình thường, nhưng vị trí các nhóm chữ hay hình lại được đặt chính xác nơi màn ảnh. Nếu chúng ta không đặt SCROLLING=... màn hình sẽ tự động hiện ra thanh cuộn (scrolling bar) nếu phần nội dung lớn hơn sức chứa của khung.

Các giá trị của ROWS hay COLS có thể là số ảnh tố (pixel) hay tỷ lệ phần trăm. Nếu dùng phần trăm thì tổng số phần trăm phải bằng 100%. Nếu dùng số ảnh tố, khi browser bị thay đổi kích thước, kích thước các khung sẽ được thay đổi theo tỷ lệ đã được sắp lúc ban đầu.

Các thuộc tính liên quan tới đường viền, mầu và khoảng cách của đường viền có khác nhau giữa hai trường phái Explorer và Netscape; do đó, cần thận trọng khi sử dụng các thuộc tính liên quan tới đường viền.

Một điều cần chú ý cuối cùng nhưng rất quan trọng là không phải browser nào cũng hỗ trợ khung. Do đó, chúng ta cần chuẩn bị trang web cho cả các độc giả không dùng được khung. Tức là phải dùng đến tag <NOFRAME>.

9.8 Câu Hỏi & Trả Lời

1. Đặt <FRAMESET>...</FRAMESET> bên trong cặp tag <HEAD>...</HEAD> hay theo sau cặp tag đó?

TL: Lối nào cũng được. Tuy nhiên để thống nhất cách viết, chúng ta đặt tag <FRAMESET>...</FRAMESET> bên dưới tag <HEAD>...</HEAD> (thay cho cặp tag <BODY> ... </BODY>.

2. Nếu chúng ta không cho biết TARGET= nơi một điểm nối. Trang web sẽ được hiện ở đâu?

TL: Trang web sẽ được hiện nơi một window hoàn toàn mới và tựa (title) của window này sẽ là tên của khung. Từ đó window này được coi như là một khung.

3. Tại sao lại phải dùng tag <BODY>...</BODY> bên trong tag NOFRAME?

TL: Không phải browser nào cũng hỗ trợ các tag FRAME. Gặp phải một browser không hỗ trợ tag <FRAME>, tất cả những tag nào có chữ FRAME trong đó đều bị bỏ lơ. Khi đó tag <BODY>...</BODY> sẽ được nhận diện và những gì ghi giữa các tag đó sẽ được hiển thị. Đối với một browser có hỗ trợ tag <FRAME>, nó sẽ bỏ lơ những gì viết giữa tag <NOFRAME> và </NOFRAME>.

4. Có chỗ nào cho chúng ta xem các trang web mẫu dùng tag <FRAME>?

TL: Có, hãy tìm đến các địa chỉ như:
http://www.ibic.com:80/NIndex/Frames/EZhome.html
http://searchenginewatch.com/exampleframes/index.htm
http://helix.net/bcrea/
http://www.abbreviate.com/frame_2.htm
http://www.admart.simplenet.com/
http://v-videomagazine.com/
http://www.kapnet.com

http://www.rockfound.org/frameset.html
http://mhonlinelearning.com
http://206.86.148.162/coverpage.htm

9.9 Tài Liệu Tham Khảo

[1] Scott Arpajian, "How to Use HTML3," Ziff-Davis Press, 1996, ISBN: 1-56276-390-3.

[2] Ian Graham, "Introduction To HTML and URLs," www.utoronto.ca/webdocs/HTMLdocs/NewHTML/intro.html.

[3] "Frames: An Introduction," Netscape Communications Corp., home.netscape.com/assist/net_sites/frames.html.

[4] O'Reilly & Associates, "HTML: The Definitive Guide - Chapter 10. Frames," www.ora.com/info/html/ch10.html.

9.10 Tài Liệu Đọc Thêm

- Alan Spar, "Displaying Pages That Contain Frames Within Frames," developer.netscape.com/library/examples/html/nested_frames.html.
- "Frames", developer.netscape.com/library/documentation/htmlguid/frames.htm.
- "HTML Reference," Microsoft, www.microsoft.com/workshop/author/newhtml/htmlref.htm.
- "Useful URLs," www.hwg.org/resources/useful.html.
- "HyperText Markup Language Toolbox," cedar.cic.net/~rtilmann/htmltools.html.
- "HyperText Markup Languag (HTML)," www.w3.org/MarkUp/.
- Dan Brown, "Framing the Web," webreference.com/dev/frames/.

Chương 10

Tạo Điểm Nóng Trên Hình (Hot Spots)

Chúng ta đã biết cách dùng chữ để làm điểm nối (chương Năm), và dùng hình ảnh làm điểm nối (chương Tám). Khi dùng hình ảnh làm điểm nối như đã được đề cập ở chương Tám, toàn bộ bức hình là một điểm nối. Có nghĩa là nhấp chuột lên bất cứ một vị trí nào trên hình đều dẫn chúng ta tới trang web được nối tới. Nếu đã du ngoạn trên WWW một thời gian, chúng ta chắc đã có dịp thấy một số hình ảnh mà mỗi chỗ trên hình ảnh dẫn đến một trang web khác nhau. Thí dụ như trang web của *www.littlesaigon.com.*

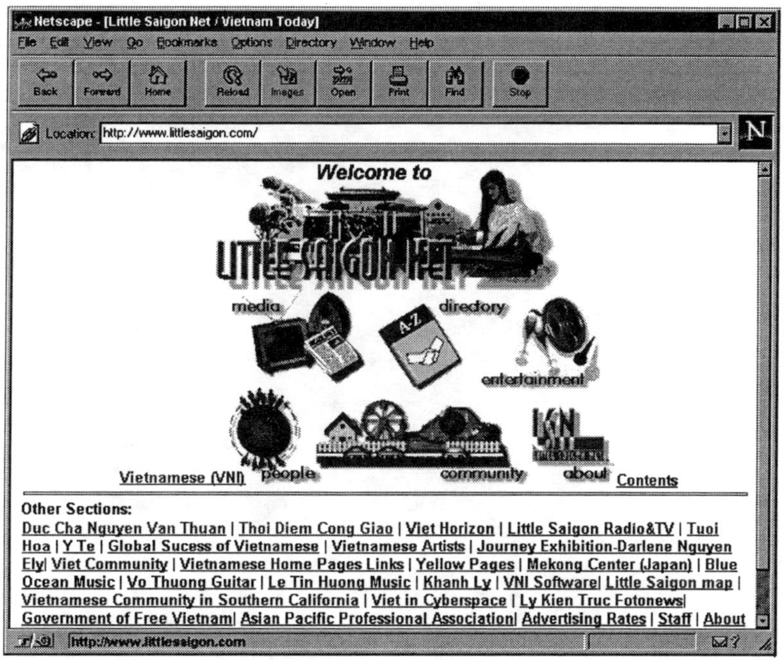

Hình 10-1: Hình có khoảng cách rõ ràng

Lối dùng một phần của hình ảnh để làm điểm nối được gọi là "image maps", "clickable maps" hay "hot spots" (điểm nóng). Trong chương này chúng ta sẽ học cách tạo các hot spots. Chúng ta sẽ học:

- Chọn hình ảnh thích hợp
- Xác định phương pháp dùng điểm nóng
- Xác định các khu vực đặt điểm nóng
- Thảo trang web dùng điểm nóng theo phương pháp **Client-side**
- Thảo trang web dùng điểm nóng theo phương pháp **Server-side**
- Thảo trang web dùng điểm nóng theo cả 2 phương pháp **Client-side** và **Server-side**

10.1 Chọn Hình Ảnh Thích Hợp

Muốn tạo được các điểm nóng, trước tiên chúng ta cần phải có một bức hình. Điều này rất dễ, chúng ta có thể lấy bất cứ một bức hình GIF hay JPEG nào. Tuy nhiên, chúng ta cần lưu ý rằng, chúng ta cần chia khu trên bức hình, và xác định khu nào sẽ là điểm nóng. Nếu hai điểm nóng có cùng một biên giới (sát nhau), chúng ta nên phân định rõ ràng đường biên giới giữa hai điểm nóng đó. Điều này rất dễ hiểu. Chúng ta không muốn độc giả nhấp chuột lộn chỗ.

Các bức hình thích hợp là các hình nút bấm như ở hình 10-2 hay các hình có khoảng cách phân biệt rõ ràng giữa các khu, như ở hình 10-3.

Hình 10-2: Hình các nút bấm

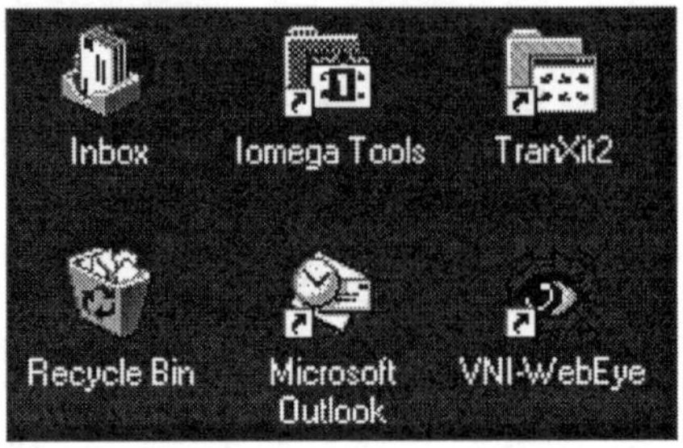

Hình 10-3: Hình có khoảng cách rõ ràng

10.2 Xác Định Phương Pháp Dùng Điểm Nóng

Có hai phương pháp dùng điểm nóng: **Server-side** và **Client-side**. Khi chia khu một bức hình để đặt điểm nóng, chúng ta phải xác định vị trí và hình thù của các điểm nóng. Nghĩa là, chúng ta sẽ phải có một bộ tọa độ các điểm nóng. Sự khác biệt giữa hai phương pháp trên là chúng ta sẽ đặt bộ tọa độ đó ở đâu?

Nếu dùng phương pháp **Server-side**, chúng ta sẽ đặt bộ tọa độ (một tập tin như ở hình 10-4) nơi máy chủ. Nếu quyết định dùng phương này, chúng ta cần hỏi nơi chúng ta đặt trang web xem họ có cho phép chúng ta đặt bộ tọa độ (map file) này không.

```
#$-- This imagemap was created for NCSA kind of server. --
   default ol.htm
   rectangle ul.htm 1,0 100,41
   rectangle ol.htm 101,1 202,41
```

Hình 10-4: Tập tin tọa độ

Điểm lợi duy nhất cho phương pháp này là nó sẽ chạy với hầu hết các browser của độc giả. Tuy nhiên, nó cũng mang đến nhiều điều kiện. Ngoài điều kiện chúng ta phải xin phép đặt bộ tọa độ nơi máy chủ, muốn cho phương pháp này làm việc hiệu quả, các độc giả của chúng ta phải lên Internet (nối với máy chủ), và máy chủ nơi chúng ta đặt bộ tọa độ phải đang làm việc.

Dùng phương pháp **Client-side**, chúng ta chỉ cần viết tọa độ của các khu vào ngay trong trang web của chúng ta. Như thế, chúng ta bảo đảm rằng lúc nào trang web của chúng ta cũng chạy đúng. Một giới hạn của phương pháp này là sẽ có vài browser không hỗ trợ việc dùng điểm nóng theo lối này. Nhưng may mắn là tỷ lệ đó rất ít. Hầu hết các browser thông dụng như Netscape, Explorer hay Mosaic đều hỗ trợ phương pháp này. Nếu đem so sánh giữa hai phương pháp thì chúng ta nên dùng phương pháp Client-side vì nó thuận tiện.

10.3 Xác Định Các Khu Vực Đặt Điểm Nóng

Sau khi quyết định phương pháp dùng điểm nóng, việc kế tiếp chúng ta sẽ phải làm là xác định các khu vực đặt điểm nóng và ghi chú tọa độ của các khu đó. Hình dạng các điểm nóng có thể được chọn một trong ba hình sau đây: hình chữ nhật, hình tròn, hay hình đa giác.

- Nếu chọn **hình chữ nhật**, chúng ta cần biết tọa độ của góc trên bên trái và tọa độ của góc dưới bên phải của hình chữ nhật.
- Nếu chọn **hình tròn**, chúng ta cần biết tọa độ của tâm điểm và bán kính của hình tròn.
- Nếu chọn **hình đa giác**, chúng ta cần biết tọa độ của từng đỉnh của hình đa giác.

Tất cả các đơn vị xác định tọa độ đều tính bằng ảnh tố (pixel). Phương pháp dễ nhất để xác định tọa độ của các khu vực là dùng một nhu liệu vẽ hình nào đó. Thí dụ như Paint Shop Pro. Mang hình ảnh vào rồi dùng nút lựa chọn (xem thí dụ ở hình 10-5) để

Hình 10-5: Xác định tọa độ

tìm tọa độ. Như trong hình 10-5, khi di chuyển cross-hair tới góc trên bên trái của khung hình Giúp đỡ (ở giữa), nơi góc dưới bên trái của nhu liệu Paint Shop Pro cho biết tọa độ của điểm đó là (102,1).

10.4 Thảo Trang Web Dùng Điểm Nóng Theo Phương Pháp Client-side

Nơi hình *imagemap.gif* (kích thước 302 nhân 41), hình 10-5, chúng ta có ba khu vực hình chữ nhật. Tọa độ của các khu vực hình chữ nhật đó là: (1,0)-(100,41), (101,0)-(200,41), và (201,0)-(300,41). Xem hình 10.6.

Hình 10-6: Tọa độ của các điểm cần thiết

Lưu Ý: *Tọa độ không cần thiết phải chính xác. Tỷ lệ sai biệt vài phần trăm không đáng kể.*

Sau khi đã biết được các tọa độ, viết các mã HTML để biểu thị các điểm nóng sẽ không có gì khó khăn. Vì điểm nóng cũng dùng hình ảnh; do đó, chúng ta cũng sẽ dùng tag `<IMG>` để hiển thị. Chúng ta sẽ thêm vào nơi tag `<IMG>` thuộc tính `USEMAP` như sau:

```
<IMG SRC="imagemap.gif" USEMAP="#Tên_map">
```

`#Tên_map` sẽ là bất cứ một tên nào đó chúng ta đặt cho phần *MAP* theo sau:

```
<MAP NAME="Tên_map">
    <AREA SHAPE=RECT COORDS="1, 0, 100, 41"
    HREF="webpage1.htm">
    <AREA SHAPE=RECT COORDS="101, 0, 200, 41" HREF="webpage2.htm">
    <AREA SHAPE=RECT COORDS="201, 0, 300, 41" HREF="webpage3.htm">
</MAP>
```

Tóm lại, muốn tạo các điểm nóng chúng ta cần đến hai tag. Tag `<IMG>` để đặt bức hình, và tag `<MAP>` để xác định các tọa độ. Tên của *MAP* sẽ là giá trị của thuộc tính `USEMAP` trong tag `<IMG>`.

Bên trong cặp tag `<MAP>` và `</MAP>` chúng ta sẽ dùng tag `<AREA>` để xác định các khu vực điểm nóng. Trong thí dụ trên, chúng ta dùng 3 tag `<AREA...>` để xác định ba khu vực trong hình *imagemap.gif*. Tag `<AREA>` không cần tag đóng `</AREA>`. Các khu vực trong hình *imagemap.gif* có hình chữ nhật nên chúng ta dùng thuộc tính `SHAPE="RECT"`. "RECT" là chữ viết tắt của chữ RECTANGLE (hình chữ nhật). Tọa độ của các hình chữ nhật đó được viết nơi thuộc tính `COORDS`. "COORDS" là chữ viết tắt của chữ COORDINATES (tọa độ). Địa chỉ của các trang web mà chúng ta sẽ được dẫn tới khi chúng ta nhấp chuột vào các điểm nóng sẽ được ghi nơi các thuộc tính HREF="...".

Các Dạng Của Điểm Nóng

RECT hay RECTANGLE

Xác định các điểm nóng hình chữ nhật. Dùng thuộc tính này, chúng ta cần cho biết tọa độ của góc trên bên trái của hình chữ nhật (top-left corner), và góc dưới bên phải của hình chữ nhật (bottom-right corner). Thí dụ:

```
<AREA SHAPE="RECT" COORDS="0, 0, 100, 41" HREF="...">
```

POLY hay POLYGON

Xác định các điểm nóng hình đa giác (polygon). Dùng thuộc tính này, chúng ta cần cho biết tọa độ của từng đỉnh của hình đa giác. Thí dụ, hình ngũ giác với năm đỉnh ở các tọa độ (213, 41) (144, 23) (173, 57) (200, 44) (244, 19):

```
<AREA SHAPE="POLY" COORDS="213, 41, 144, 23, 173, 57, 200, 44, 244,
   19" HREF="...">
```

CIRC hay CIRCLE

Xác định các điểm nóng hình tròn. Dùng thuộc tính này, chúng ta cần cho biết tọa độ của tâm điểm và chiều dài của bán kính. Thí dụ, một hình tròn với tọa độ của tâm điểm ở (342, 42) và bán kính 30 ảnh tố (pixel):

```
<AREA SHAPE="CIRC" COORDS="342, 42, 30" HREF="...">
```

10.5 Thuộc Tính NOHREF

Khi xác định các điểm nóng, chúng ta có thể chừa lại các khu vực không quan trọng. Khi nhấp chuột lên vùng đó, cũng như khi chúng ta nhấp chuột bên ngoài hình, chẳng có gì xảy ra. Nếu cần xác định những khu vực "chết" như vậy, chúng ta cũng sẽ dùng tag <AREA> và các thuộc tính như trên. Khi đó, chúng ta chỉ cần thay thuộc tính HREF="..." bằng NOHREF. Thí dụ:

```
<AREA SHAPE="CIRC" COORDS="342, 42, 30" NOHREF>
```

10.6 Thảo Trang Web Dùng Điểm Nóng Theo Phương Pháp Server-side

Dùng phương pháp **Server-side**, chúng ta sẽ viết ít code nơi web page của chúng ta, nhưng chúng ta sẽ phải tạo một tập tin tọa độ (map file), và phải đặt tập tin tọa độ này nơi máy chủ. Một điều khó khăn cho chúng ta là mỗi máy chủ có thể đòi hỏi một thể thức khác nhau (xem các thí dụ dưới đây); do đó, trước khi quyết định dùng phương pháp này, chúng ta cần biết là máy chủ của chúng ta thuộc loại gì? CERN,

NCSA, Netscape, WebSpace, Plexus? Hai loại máy chủ phổ biến nhất là NCSA và CERN.

Trong thí dụ mà chúng ta đã dùng nơi đoạn 10.4, nơi trang web chúng ta sẽ viết như sau:

```
<A HREF="cgi-bin/ten_map.map">
   <IMG SRC="imagemap.gif" ISMAP>
   </A>
```

Điểm khác biệt duy nhất ở đây là thuộc tính `USEMAP="..."` đã được thay thế bằng thuộc tính `ISMAP`.

CERN

Nếu chúng ta dùng **CERN** (Counseil European pour la Recherche Nucleaire) server, tập tin tọa độ của thí dụ trên sẽ được viết như sau:

```
#$-- This imagemap was created for CERN kind of server. --
   default ol.htm
   rect (1, 0) (100, 41) ul.htm
   rect (101, 2) (200, 41) ol.htm
   rect (201, 1) (300, 41) ol_start.htm
```

Hình 10-7: Tập tin tọa độ cho CERN server

NCSA

Nếu chúng ta dùng **NCSA** (the National Center for Supercomputing Applications) server, tập tin tọa độ của thí dụ trên sẽ được viết như sau:

```
#$-- This imagemap was created for NCSA kind of server. --
   default ol.htm
   rectangle ul.htm 1,0 100,41
   rectangle ol.htm 101,1 200,41
```

Hình 10-8: Tập tin tọa độ cho NCSA server

Sự khác biệt giữa hai loại máy chủ này là cách diễn tả các điểm nối và tọa độ.

Chú Ý: *Các tập tin tọa độ trên cần phải được cất ở máy chủ nơi ngăn* **cgi-bin**, *dưới tên* **ten_map.map**. *Các tên này chúng ta có thể đặt bằng bất cứ tên gì, miễn là giống như tên mà chúng ta đã viết trong trang web nơi tag <A ...>.*

10.7 Thảo Trang Web Dùng Điểm Nóng Theo Cả 2 Phương Pháp Client-side Và Server-side

Như chúng ta đã bàn ở trên, phương pháp Client-side tiện lợi hơn nhưng bị giới hạn bởi các browser. Chỉ có một số browser hỗ trợ phương pháp này. Còn phương pháp Server-side hỗ trợ bởi hầu hết các browser nhưng lại đòi hỏi chúng ta phải đặt tập tin tọa độ nơi máy chủ. Do đó, nếu có khả năng, chúng ta nên thảo trang web của chúng ta với cả hai phương pháp Client-side và Server-side. Điều này rất dễ làm. Chúng ta chỉ cần thêm cả hai thuộc tính ISMAP và USEMAP="..." vào trong tag IMG như sau:

```
<IMG SRC="imagemap.gif" ISMAP USEMAP="#Tên_map">
```

Dĩ nhiên là chúng ta phải chuẩn bị các tập tin tọa độ để đặt trên máy chủ và viết ngay trong trang web.

10.8 Tóm Tắt

Điểm nóng là một đặc tính khá hấp dẫn của trang web. Với phương pháp này, chúng ta có thể thực hiện cả trang web là một bức hình mà vẫn tạo được các điểm nối. Tuy nhiên, nếu làm điều đó, chúng ta cũng nên nghĩ tới những người mà browser của họ không cho phép họ xem hình ảnh. Chúng ta nên dùng thêm chữ với các hình ảnh để cho các browser không thấy được hình có thể hoạt động được. Lối dùng chữ thông thường nhất là đặt các điểm nối bằng chữ ngay bên dưới bức hình. Nếu bức hình không hiện ra thì cũng có các điểm nối bằng chữ ở ngay vị trí của bức hình. Xem hình 10.1.

Một điểm cần chú ý nữa là khi dùng hình ảnh cho cả trang web, kích thước của hình ảnh ảnh hưởng trực tiếp tới tốc độ lấy (download) trang web. Hình ảnh quá lớn, đòi hỏi nhiều thời gian lấy xuống (download), sẽ làm cho độc giả nản chí và chạy xa trang web của chúng ta. Kích thước mà mọi người thường dùng là khoảng 500 ảnh tố (pixel) rộng và 400 ảnh tố (pixel) cao. Chúng ta cũng nên để ý tới độ lớn của tập tin hình (file size).

Sau khi có được bức hình vừa ý, chúng ta sẽ phải nghĩ tới vị trí và hình dạng của các điểm nóng. Các điểm nóng nên tách rời nhau với một khoảng cách rõ ràng để độc giả khỏi nhấp chuột lầm chỗ. Chúng ta sẽ dùng một nhu liệu vẽ hình nào đó, như Paint Shop Pro, để xác định các tọa độ cần thiết. Cuối cùng là chọn phương pháp dùng điểm nóng: Client-side, Server-side, hay cả hai.

Nếu cả bức hình chỉ có một điểm nóng, chúng ta có thể dùng form với tag `INPUT=image`. Đọc thêm về cách dùng này ở chương Mười Một.

10.9 Câu Hỏi & Trả Lời

1. Có nhu liệu nào giúp chúng ta tạo các điểm nóng một cách dễ dàng mà không phải viết code?

TL: Có. Hai nhu liệu thông dụng nhất trên Windows là **LiveImage** (www.mediatec.com/download.htm) và **MapEdit** (www.boutell.com/mapedit/). Cho máy Macintosh chúng ta có thể dùng **WebMap** (www.city.net). Nơi địa chỉ *www.ihip.com/tools.html* chúng ta có thể tìm thấy một danh sách nhiều các nhu liệu loại này. Các nhu liệu này cho chúng ta chọn hình ảnh, chọn hình dạng các điểm nóng, và phương pháp Client-side hay Server-side. Nếu chọn phương pháp Server-side, chúng ta sẽ chọn loại CERN hay NCSA. Sau đó, nó sẽ viết phần mã (code) cho chúng ta. Khi hoàn tất, chúng ta chỉ việc chép phần mã đó vào những nơi thích hợp (trang web nếu dùng phương pháp Client-side, đặt nơi máy chủ nếu dùng phương pháp Server-side).

Một số các nhu liệu thảo trang web "hạng nặng" đã có sẵn chức năng tạo điểm nóng. Thí dụ như nhu liệu HAHTSite đã có sẵn nhu liệu phụ tên HAHTspot để tạo các điểm nóng.

2. Chuyện gì sẽ xảy ra nếu hai điểm nóng một phần nào chồng lên nhau, hay điểm nóng này che điểm nóng kia?

TL: Trong trường hợp này, điểm nóng nào được xác định trước sẽ có tác động trước. Hãy tưởng tượng như chúng ta đọc sách, chữ nào được viết trước sẽ được đọc trước.

3. Nguyên tắc hoạt động của điểm nóng như thế nào?

TL: Khi chúng ta nhấp chuột lên một bức hình nào đó. Nếu bức hình đó có thuộc tính USEMAP="...", browser sẽ lấy tọa độ của nơi chúng ta nhấp chuột và dò với các tọa độ chúng ta viết trong tag <MAP>. Nếu tọa độ đó nằm trong một bộ tọa độ nào đó thì trang web được ghi nơi tham chiếu HREF tương đương sẽ được gọi ra. Nếu bức hình đó có thuộc tính ISMAP, browser sẽ lấy tọa độ của nơi chúng ta nhấp chuột và gửi về máy chủ của trang web được ghi trong tag <A HREF=...>. Thí dụ như:

```
http://www.vinet.com/cgi-bin/ten_map.map?12,43
```

www.vinet.com là tên của máy chủ. *cgi-bin* là ngăn chứa tập tin tọa độ. *ten_map.map* là tên của tập tin tọa độ. *12,43* là tọa độ nơi chúng ta nhấp chuột.

Máy chủ lúc bấy giờ cũng sẽ dò tọa độ được gửi tới (trong thí dụ này là 12, 43) với tập tin tọa độ để xác định URL nào sẽ được gửi trở lại nơi browser của chúng ta. Nếu browser của chúng ta nhận được một URL nó sẽ đi lấy trang web chỉ định bởi URL đó và hiện lên cho chúng ta.

Nếu tọa độ của nơi chúng ta nhấp chuột không thuộc một bộ tọa độ nào hết thì sẽ chẳng có chuyện gì xảy ra.

4. Giữa hai phương pháp Client-side và Server-side chúng ta nên chọn phương pháp nào?

TL: Như đã đề cập trong câu trả lời trên, phương pháp Server-side đòi hỏi nhiều di chuyển ra vào Internet hơn (more traffic) do đó sẽ chậm hơn. Nếu chúng ta biết được browser của các độc giả có hỗ trợ phương pháp Client-side thì chúng ta nên dùng phương pháp Client-side, nó không cần phải di chuyển ra vào Internet nhiều nên nhanh hơn. Thêm vào đó, phương pháp Client-side dễ bảo trì hơn, vì bộ tọa độ nằm ngay trong trang web của chúng ta.

10.10 Tài Liệu Tham Khảo

[1] Scott Arpajian, "How to Use HTML3," Ziff-Davis Press, 1996, ISBN: 1-56276-390-3.

[2] Ian Graham, "Introduction To HTML and URLs," www.utoronto.ca/webdocs/HTMLdocs/NewHTML/intro.html.

[3] "NCSA Imagemap Tutorial," hoohoo.ncsa.uiuc.edu/docs/tutorials/imagemapping.html.

[4] "Implementing Client-side Image Maps," Spyglass, Inc., www.spyglass.com/techspec/tutorial/img_maps.html.

[5] Rick Livine, "Image Maps," www.sun.com/styleguide/tables/Image_Maps.html.

[6] "Writing .map files," catless.ncl.ac.uk/phttpd/doc/user/map/.

[7] "Implementing Client-side Image Maps," Spyglass Inc., www.spyglass.com/techspec/tutorial/img_maps.html.

[8] Steve Rogers, "Welcome to the Imagemap Help Page-IHiP," www.ihip.com/.

[9] Sonia Lyris and Devin Ben-Hur, "Image Maps," www.teleport.com/~cos/cospages/art5.html.

[10] "W3C httpd Clickable Image Support," www.w3.org/pub/WWW/Daemon/User/CGI/HTImageDoc.html.

10.11 Tài Liệu Đọc Thêm

- "The Virtual Library of WWW Development: Imagemaps," CyberWeb SoftWare, www.stars.com/vlib/Authoring/Imagemaps.html.
- Steve Rogers, "Imagemapping Tools," www.ihip.com/tools.html.
- Richard Rutter, "Image Maps," www.woodhill.co.uk/html/imagemap.htm.
- Daniel LaLiberte, "Web Mastery," union.ncsa.uiuc.edu:80/HyperNews/get/www/html/guides.htm
- "HTML Reference," Microsoft, www.microsoft.com/workshop/author/newhtml/htmlref.htm.
- "Useful URLs," www.hwg.org/resources/useful.html.
- "HyperText Markup Language Toolbox," cedar.cic.net/~rtilmann/htmltools.html.
- "HyperText Markup Languag (HTML)," www.w3.org/MarkUp/
- "HTML Authoring: Tutorials, Graphics, Software, Style Guides," www-engr.sjsu.edu/help/resources.html.

Chương 11

Thêm Form Vào Trang Web

Form cho chúng ta cơ hội lấy dữ kiện từ phía độc giả. Form cũng là phương tiện để chúng ta dùng trang web thực hiện các trao đổi thương mãi, hay thu thập ý kiến từ độc giả. Với khả năng dùng form, chúng ta có thể biến trang web của chúng ta thành các giao diện (interface) giống như của các chương trình ứng dụng trao đổi hay thâu thập dữ kiện. Ứng dụng của form không bị giới hạn ở các thí dụ như sau:

- Thâu thập ý kiến hay dữ kiện
- Làm đơn đặt hàng
- Tạo các cuốn sách mẫu (catalog) để giới thiệu và giao dịch thương mãi
- Cho độc giả cơ hội đóng góp ý kiến

Hình 11-1: Thí dụ về form

Nơi chương này, chúng ta sẽ học về:

- Nguyên tắc làm việc của form
- Tạo form nơi trang web
- Dùng text field
- Dùng password field
- Dùng file-selection field
- Dùng check boxes field
- Dùng radio button
- Dùng combo box
- Dùng list box
- Dùng multiline text box
- Dùng image input field
- Dùng hidden field
- Thâu thập dữ kiện đã được điền nơi form
- CGI và form
- Thâu thập dữ kiện nơi form qua hình thức email
- Guest book

11.1 Nguyên Tắc Làm Việc Của Form

Cho đến bây giờ, ngoài điện thư, form vẫn là phương tiện duy nhất trên Internet để thâu thập dữ kiện từ độc giả. Thường, một form có nhiều field (ô để chúng ta điền vào), xem hình 11-1. Theo sau các field đó là hai nút (button). Một nút để xóa hết những gì vừa điền vào. Một nút để nạp form. Nút xóa thường được đặt tên là **Clear** hay **New Form**. Nút nạp form thường được đặt tên là **Submit**. Tuy nhiên, các nhãn gắn trên các nút này có thể được thay đổi bởi tác giả của trang web bất cứ lúc nào; do đó, các tên gọi trên có thể được đổi khác.

Sau khi điền vào các ô nơi form, độc giả có hai lựa chọn. Một là nhấn nút **Clear** (hay **New Form**) để xóa hết các chi tiết vừa điền để bắt đầu điền lại. Hai là nhấn nút **Submit** để nạp form đó. Khi nút **Submit** được nhấn các chi tiết đã được điền nơi form được gửi tới một thảo trình, đã được ghi phía sau form, nơi máy chủ. Thảo trình này có bổn phận phân tích và thực thi một nhiệm vụ đã được đặt sẵn đối với các chi tiết điền nơi form. Thí dụ, nếu form được dùng để thâu thập ý kiến, và bên sau form có ghi `ACTION="http://vnisoft.com/cgi-bin/process.pl"` thì khi chúng ta nhấn nút **Submit**, các chi tiết chúng ta điền nơi form sẽ được gửi về thảo trình tên *process.pl* đặt nơi ngăn *cgi-bin* của máy chủ *vnisoft.com*. Thảo trình *process.pl* sẽ thâu nhận những chi tiết được gửi tới và cất chúng vào một cơ sở dữ liệu (database).

Qua nguyên tắc làm việc vừa kể, chúng ta thấy rằng muốn đặt một form trên trang web chúng ta cần làm hai việc. Thứ nhất là thảo form nơi trang web, như hình 11-1. Thứ hai là phải chuẩn bị một thảo trình để tiếp nhận và xử lý các chi tiết điền nơi form. Thường thảo trình này được gọi là *CGI script*. **CGI** là chữ viết tắt của Common Gateway Interface. CGI không phải là một ngôn ngữ lập trình. Nó chỉ là một số nguyên tắc để các thảo trình trao đổi với máy chủ. Tác giả xin tạm dịch là "thảo trình CGI".

11.2 Tạo Form Nơi Trang Web

Để tạo một form, chúng ta bắt đầu bằng tag mở <FORM> và tag đóng </FORM>. Kế tiếp chúng ta sẽ phải quyết định các thuộc tính nào của form sẽ được dùng. Hãy xem phụ lục A để biết về các thuộc tính của form. Hai thuộc tính chính thường được dùng nhất là METHOD và ACTION. Xem đoạn 11.3 và 11.4 để biết về cách dùng thuộc tính METHOD và thuộc tính ACTION.

Kế tiếp chúng ta sẽ quyết định đến các phần tử của form (form elements). Nơi hình 11-1 các hàng **What's your name?**, **How old are you?**, v.v.. là các phần tử của form. Form không có giới hạn số phần tử bên trong một form. Các phần tử của form sẽ được viết theo thứ tự từ trên xuống, hay bất kỳ một thứ tự nào chúng ta muốn. Mỗi phần tử của form thường có hai phần: nhãn ghi chú (label) và ô để điền (field). Nhãn ghi chú có thể ghi bên phải (xem hình 11-1) hay bên trên của ô để điền.

Nơi hình 11-2 là phần mã của form nơi hình 11-1. Chúng ta thấy tag FORM có hai thuộc tính: METHOD và ACTION. Các chữ như: **What's your name?**, **How old are**

```
<FORM METHOD=POST ACTION="http://www.vinet.com/~dvu/cgi-bin/generic.pl">
    What's your name? <INPUT TYPE=TEXT SIZE=30 NAME="name"> <BR>
    How old are you? <INPUT TYPE=TEXT SIZE=30 NAME="age"> <BR>
    What kind of computer do you have? <INPUT TYPE=TEXT SIZE=30
    NAME="computer"> <BR>
    I like to drink coke. <INPUT TYPE=CHECKBOX NAME="coke" CHECKED> <P>
    <INPUT TYPE="submit" VALUE="submit">

</FORM>
```

Hình 11-2: Phần mã thảo form cho hình 11-1

you?, **What kind of computer do you have?**, **I like to drink coke** là nhãn ghi chú (các label cho các field). Các tag <INPUT> dùng để đặt các ô (field) cho độc giả điền vào. Các tag <INPUT> cũng có thuộc tính. Các thuộc tính của tag <INPUT> sẽ xác định loại field nào sẽ được dùng, và tag này không cần có tag đóng </INPUT>.

Sau đây là phần chỉ dẫn về cách dùng của từng phần tử trong form.

Text Entry

Được dùng nhiều nhất và cũng là một ô điền mặc định (default input field). Có nghĩa là nếu chúng ta có ý tạo một phần tử của form nào đó, nhưng lỡ đánh vần sai loại phần tử đó, phần tử form đó tự động đổi thành ô *text entry* này. Để tạo một ô text entry như ở hình dưới đây chúng ta thêm vào giữa tag <FORM> và </FORM> tag <INPUT> với các thuộc tính như sau:

```
Input Text <INPUT TYPE=TEXT NAME="input_text" SIZE=30 MAXLENGTH=20
   VALUE="single line text">
```

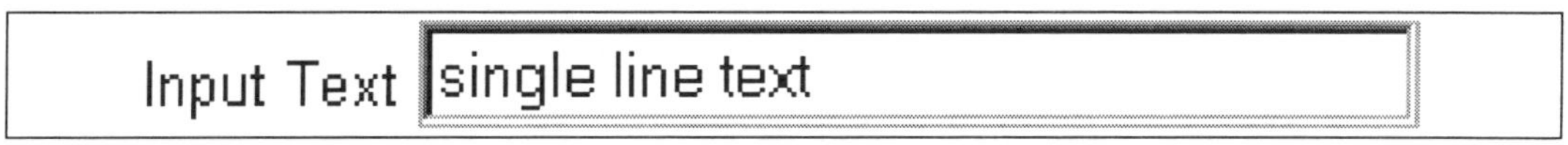

Hình 11-3: Text entry field

Thuộc tính TYPE=TEXT cho biết chúng ta muốn tạo một ô *text entry*. NAME=... là tên của ô này. SIZE=... cho biết bề ngang của ô. Nếu chúng ta không dùng thuộc tính SIZE=, bề rộng của ô sẽ do browser quyết định. Mỗi browser sẽ có một cách hành xử khác nhau. MAXLENGTH=... cho biết tối đa ô này chứa được bao nhiêu ký tự (số ký tự tối đa chúng ta có thể điền vào nơi ô này). Nếu chúng ta không dùng thuộc tính này, browser sẽ giả sử là không có giới hạn (unlimited). VALUE=... cho biết giá trị ban đầu của ô này là gì. Chúng ta không bắt buộc phải dùng hết các thuộc tính trên. Trong các thuộc tính vừa kể, chỉ có TYPE= và NAME= là bắt buộc phải có để xác định ô loại này.

Password

Ô loại này tương tự như ô *text entry* nơi trên, chỉ có một điểm khác biệt là chúng ta dùng giá trị PASSWORD nơi thuộc tính TYPE, như `TYPE=`**`PASSWORD`**. Khi chúng ta điền vào ô loại này, các chữ chúng ta đánh vào không hiện ra mà chúng được thay thế bởi các dấu ***, như ở hình 11-4. Một điểm cần lưu ý khi sử dụng ô loại này là mặc dù những gì chúng ta đánh vào được dấu dưới các dấu *** nhưng khi chúng ta nạp form, những gì chúng ta điền nơi ô đó sẽ được gửi đi ở dạng bình thường, không phải dạng đã được mã hóa.

Hình 11-4: Password field

Check Box

Ô loại này cho chúng ta dùng những check box để thâu thập ý kiến. Độc giả sẽ đánh dấu vào **một hay nhiều** ô trong các ô đã ghi. Để làm được ô loại *check box* này, chúng ta vẫn dùng tag `<INPUT TYPE=...>` nhưng thay giá trị của `TYPE` là **CHECKBOX** như:

```
Check a Box:
   <INPUT TYPE=CHECKBOX NAME="check" VALUE="1" CHECKED> one
   <INPUT TYPE=CHECKBOX NAME="check" VALUE="2" > two
   <INPUT TYPE=CHECKBOX NAME="check" VALUE="3" > three
```

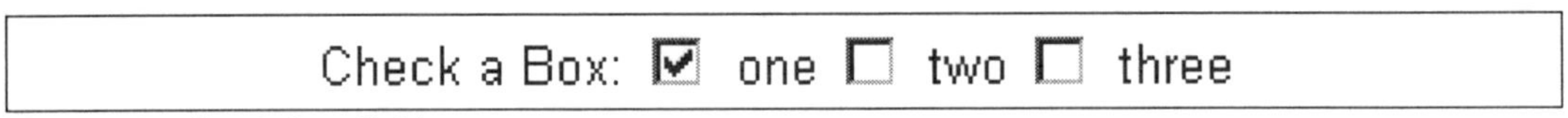

Hình 11-5: Check box field

Tên của bộ *check box* trên là "*check*". Lý do chúng ta gọi nó là bộ *check box* vì đây là một tập hợp của ba *check box* với cùng một tên "*check*". Nếu chúng ta dùng ba tên khác nhau cho mỗi ô *check box* thì chúng ta có 3 bộ *check box* riêng rẽ. Tên của bộ *check box* có thể được đặt với bất cứ tên gì. Các giá trị mà chúng ta gán cho từng ô trong bộ *check box* trên có thể là bất cứ giá trị gì. Trong thí dụ trên, chúng ta đã gán cho chúng các giá trị 1, 2 và 3 cho từng ô. Chú ý nơi ô *check box* có value="1" chúng ta có thêm thuộc tính `CHECKED` (đánh dấu). Mỗi ô *check box* chỉ có một trong hai trạng thái, "CHECKED" hoặc "không checked". Trong thí dụ trên, chúng ta đã tự động đánh dấu trước cho ô số 1 của bộ *check box* qua thuộc tính `CHECKED`. Nếu nhiều hơn một ô được đánh dấu, các giá trị tương đương với các ô được đánh dấu sẽ được gửi tới máy chủ cách nhau bởi dấu phẩy, (theo dạng "comma separated"). Thí dụ như 2, 3. Điều này sẽ giúp máy chủ hiểu biết các lựa chọn một cách dễ dàng hơn.

Radio Button

Radio button được dùng để thâu thập ý kiến giống như các *check box*. Tuy nhiên, có một sự khác biệt là độc giả **chỉ đánh dấu vào một trong các ô** mà thôi. Để làm được các *radio button* này, chúng ta vẫn dùng tag `<INPUT TYPE=...>` nhưng thay giá trị của `TYPE` là **RADIO** như:

```
Select a Radio Button:
    <INPUT TYPE=RADIO NAME="radio" VALUE="yes" CHECKED> Yes
    <INPUT TYPE=RADIO NAME="radio" VALUE="no"> No
```

Hình 11-6: Radio button field

Tên của bộ *radio button* trên là "*radio*". Giống như các ô *check box*, lý do chúng ta gọi nó là bộ *radio button* vì đây là một tập hợp của hai *radio button* với cùng một tên "*radio*". Nếu chúng ta dùng hai tên khác nhau cho mỗi *radio button* thì chúng ta có 2 bộ *radio button* riêng rẽ. Tên của bộ *radio button* có thể được đặt với bất cứ tên gì. Các giá trị mà chúng ta gán cho từng nút trong bộ *radio button* trên có thể là bất cứ giá trị gì. Trong thí dụ trên, chúng ta đã gán cho chúng các giá trị "*yes*" và "*no*" cho từng ô. Chú ý nơi *radion button* có *value="yes"*. Chúng ta có thêm thuộc tính `CHECKED`. Mỗi *radio button* chỉ có một trong hai trạng thái "CHECKED" hoặc "không checked". Trong thí dụ trên, chúng ta đã tự động đánh dấu trước cho *button* "yes" của bộ *radio button* trên qua thuộc tính `CHECKED`. Nếu không có một *button* nào được đánh đấu, browser sẽ tự động đánh dấu *button* đầu tiên.

Combo Box

Combo box được dùng khi chúng ta muốn độc giả chọn một mục trong một danh sách các mục có sẵn. Nơi hình 11-7, chúng ta thấy rằng khi *combo box* được hiện ra, chúng ta chỉ thấy được một trong các mục mà thôi. Mục nào mà chúng ta thấy nơi ô *combo box* tức là chúng ta đã chọn mục đó. Nơi cạnh phải của ô *combo box* chúng ta thấy có ô hình tam giác chỉ xuống. Nhấp chuột vào ô đó sẽ cho chúng ta một "*pulldown menu*" với danh sách các mục đã được ghi sẵn cho chúng ta chọn.

```
Pick One
    <SELECT NAME="combo box">
    <OPTION VALUE="1">item 1</OPTION>
    <OPTION SELECTED VALUE="2">item 2</OPTION>
    <OPTION VALUE="3">item 3</OPTION>
    <OPTION VALUE="4">item 4</OPTION>
    </SELECT>
```

Nhấp chuột lên mục chúng ta chọn, tên của mục đó sẽ được hiện ra nơi ô *combo box*, và "*pulldown menu*" sẽ biến mất. Tên của ô *combo box* có thể được đặt với bất cứ tên nào. Trong thí dụ trên, chúng ta đặt cho nó tên "*combo box*". Chúng ta dùng các

Hình 11-7: Combo box field

cặp tag <OPTION>...</OPTION> để xác định các mục trong *combo box*. Chúng ta dùng thuộc tính VALUE= nơi các tag *option* để gán giá trị cho từng mục. Thí dụ, khi chúng ta chọn mục "item 4" như ở thí dụ trên, ô *combo box* này sẽ cho ra giá trị "4".

Tương tự như các ô *check box* và *radio button*, chúng ta cũng dùng thuộc tính CHECKED để gán trước sự lựa chọn cho một mục nào đó. Khi dùng ô *combo box* chúng ta **chỉ chọn được một trong các mục** mà thôi. Muốn chọn nhiều hơn một mục, chúng ta cần dùng tới *list box* sẽ được giải thích tiếp theo. Nếu không có mục nào được nào được chọn, browser sẽ không gửi dữ kiện này về máy chủ.

Lưu Ý: *Tag* <SELECT> *cần có tag đóng* </SELECT>, *trong khi tag* <OPTION> *không cần thiết phải có tag đóng* </OPTION>. *Chúng ta không được dùng thêm bất cứ một tag nào (như* <B>, <I>, <U>, *v.v...) bên trong cặp tag* <SELECT> *và* </SELECT>.

List Box

List box tương tự như *combo box* nhưng cho chúng ta thấy nhiều hơn một mục nơi ô *list box*. Mục nào được làm sáng (highlight) tức là mục đó được chọn. Bên phải của khung, chúng ta có một thanh cuộn (scroll bar). Chúng ta sẽ dùng *scroll bar* này để xem các mục có trong *list box* trong trường hợp chúng ta có nhiều mục hơn số mục mà *list box* có thể hiện ra.

```
Pick One In List Box
   <SELECT NAME="list box" SIZE=3>
   <OPTION VALUE="1">item 1</OPTION>
   <OPTION SELECTED VALUE="2">item 2</OPTION>
   <OPTION VALUE="3">item 3</OPTION>
   <OPTION VALUE="4">item 4</OPTION>
   </SELECT>
```

Hình 11-8: List box field

Các tag dùng để tạo một *list box* rất giống với các tag dùng để tạo *combo box*. Một điểm khác biệt duy nhất là thuộc tính SIZE=. *List box* có thuộc tính này trong khi *combo box* không có. Chúng ta đừng để bị lừa bởi cái tên được đặt cho *list box* hay *combo box*. Tên mà chúng ta đặt nơi thuộc tính NAME= chỉ là để cho chúng ta biết, chứ không dùng để xác định *combo box* hay *list box*.

Giá trị mà chúng ta đặt nơi thuộc tính SIZE= sẽ xác định số mục *list box* sẽ hiện ra nơi màn ảnh. Nếu giá trị của SIZE lớn hơn số mục có nơi *list box*, thanh cuộn (scroll bar) có thể sẽ không hiện ra. Chúng ta nhấp chuột lên một mục trong list box để chọn. Mục được chọn được làm sáng (highlight). Giống như *combo box*, chúng ta cũng chỉ chọn được một mục mà thôi. Nếu muốn chọn nhiều hơn một mục chúng ta cần thêm thuộc tính MULTIPLE nơi tag SELECT như nơi thí dụ sau:

```
Pick Some In List Box
   <SELECT NAME="list box" SIZE=4 MULTIPLE>
   <OPTION VALUE="1">item 1</OPTION>
   <OPTION SELECTED VALUE="2">item 2</OPTION>
   <OPTION VALUE="3">item 3</OPTION>
   <OPTION VALUE="4">item 4</OPTION>
   </SELECT>
```

Multiline Text Box

Multiline text box thường được dùng để cho độc giả viết ý kiến của họ, giống như trong thí dụ về guest book. Độc giả sẽ có cơ hội đánh máy cả một đoạn văn. Phần mã để tạo một *multiline text box* như ở hình 11-9 như sau:

```
Write Several Lines of Text<BR>
   <TEXTAREA NAME="multiline text box" COLS=50 ROWS=3
   WRAP=physical>Default text</TEXTAREA>
```

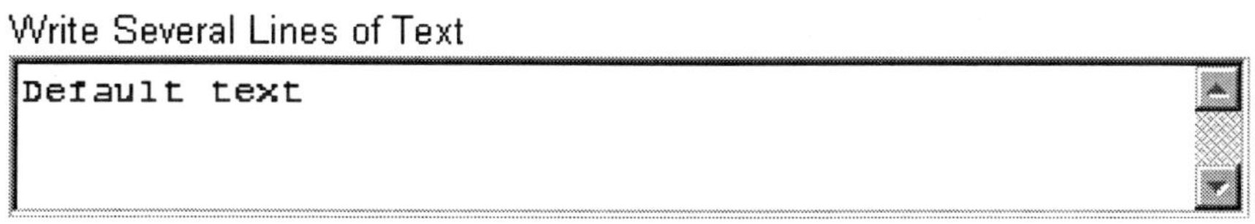

Hình 11-9: Multiline text box field

Cặp tag <TEXTAREA>...</TEXTAREA> xác định ô multiline text box. Giống như các ô khác, ô *multiline text box* cũng cần phải có một tên (thuộc tính NAME=). Thuộc tính COLS= và ROWS= sẽ xác định bề rộng và bề cao của khung đánh máy. Giá trị của thuộc tính COLS được tính bằng số ký tự. Giá trị của ROWS được tính bằng hàng.

Thuộc tính WRAP= cho biết ô *multiline text box* này sẽ cư xử như thế nào đối với một đoạn văn có nhiều hàng. WRAP sẽ mang một trong 3 giá trị: OFF, VIRTUAL, hay PHYSICAL. OFF sẽ không tự động xuống hàng, những gì đánh vô sẽ được gửi về máy chủ y hệt như đã đánh. VIRTUAL sẽ tự động xuống hàng (wrap around) khi hàng chúng ta đánh dài hơn bề rộng của khung, nhưng khi gửi kết quả tới máy chủ thì gửi cả đoạn văn như là một hàng dài (không có xuống hàng). PHYSICAL sẽ tự động xuống hàng và cũng gửi đoạn văn với lối xuống hàng như khi chúng ta đánh máy và thấy nơi màn ảnh.

Lưu Ý: *Có một số browser còn chấp nhận giá trị SOFT và HARD cho thuộc tính WRAP. SOFT tương đương với VIRTUAL. HARD tương đương với PHYSICAL.*

Submission Button

Hầu hết các browser đều có nút *Submit*. Khi nút này được nhấn, browser sẽ biết rằng chúng ta đã hoàn tất việc điền form và gửi tất cả các dữ kiện thâu thập được tới máy chủ. Muốn tạo nút *Submit* chúng ta dùng tag INPUT nhưng dùng thuộc tính `TYPE=SUBMIT`. Thí dụ:

```
<INPUT TYPE=SUBMIT VALUE="Submit Form">
```

Chữ chúng ta gán cho thuộc tính `VALUE=` sẽ là nhãn của nút bấm.

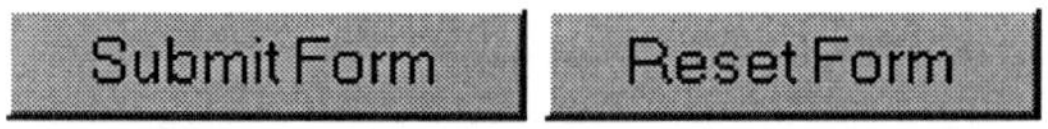

Hình 11-10: Nút Submit và Reset

Reset Button

Mặc dù nút này không bắt buộc phải có nhưng thông thường chúng ta nên thêm nút *Reset* này để độc giả có cơ hội xóa hết những gì đã điền nơi form để bắt đầu lại từ đầu một cách nhanh chóng. Khi nút này được nhấn, browser sẽ biết rằng chúng ta xóa hết những gì đã được điền nơi form. Muốn tạo nút *Reset* chúng ta dùng tag <INPUT> nhưng dùng thuộc tính `TYPE=RESET`. Thí dụ:

```
<INPUT TYPE=RESET VALUE="Reset Form">
```

Chữ chúng ta gán cho thuộc tính `VALUE=` sẽ là nhãn của nút bấm.

File Selection

Chúng ta dùng ô loại này để tạo cơ hội cho độc giả gửi một tập tin (file) từ máy của họ tới máy chủ. Tag này được giới thiệu bởi Netscape; do đó, có thể có một số browser không hỗ trợ nó. Thí dụ về cách tạo ô *file selection* như sau:

```
<FORM ENCTYPE="multipart/form-data" ACTION="_URL_" METHOD=POST>
   Select a File <INPUT TYPE=FILE NAME="selected file" SIZE=35
   MAXLENGTH=60 ACCEPT="*/*">
```

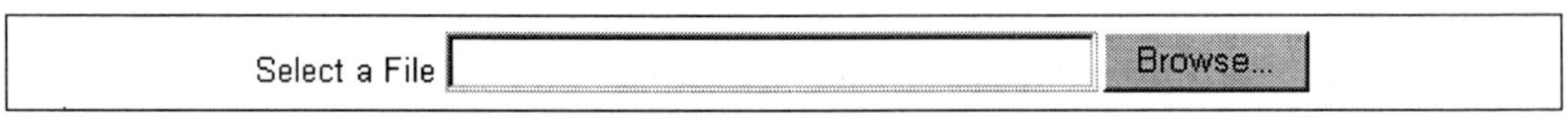

Hình 11-11: File selection field

Chúng ta cũng dùng tag INPUT, nhưng dùng `TYPE=FILE`. Thuộc tính `NAME` xác định tên của ô. Ô này cũng dùng thuộc tính `SIZE` và `MAXLENGTH` tương tự như ô text entry. Thuộc tính SIZE xác định bề rộng của ô. Thuộc tính MAXLENGTH xác định số ký tự tối đa chúng ta có thể đánh vào trong ô. Dĩ nhiên, những gì chúng ta đánh vào trong ô này phải có đầy đủ lộ trình (path) dẫn tới một tập tin nào đó nơi máy của chúng ta. Thí dụ như:

```
C:\windows\samples\myfile.txt
```

Nếu không nhớ hết tên ngăn và tên của tập tin chúng ta hãy sử dụng nút *Browse* bên cạnh ô để tìm tập tin. Nút *Browse* này được tự động thêm vào khi chúng ta tạo ô *file selection.* Ô *file selection* còn một thuộc tính nữa là ACCEPT=. Những gì chúng ta gán cho thuộc tính này sẽ là một bộ lọc (filter) cho tên của các tập tin. Các giá trị cho thuộc tính này phải theo dạng của *MIME* (Multipurpose Internet Mail Extention). *MIME* là một số các thông số để xác định loại tập tin được trao đổi trên Internet. Thí dụ như: image/jpeg, image/gif, application/zip, audio/x-wav, text/html, text/plain, video/mpeg, */*.

Nếu chúng ta đặt ACCEPT=image/gif, khi chúng ta nhấn nút browse, nơi khung lựa chọn tập tin sẽ chỉ hiện ra những tập tin nào có tên nới rộng (extension) là **.gif**. Lối này tương tự như chúng ta đánh **dir *.gif** nơi Windows. Ký hiệu * là một "wild card". Nó thay thế cho tất cả các chữ. Do đó, ***/*** nghĩa là cho hiện hết tất cả, bất kể tên của tập tin là gì đi nữa.

Một điểm cần lưu ý nữa là khi dùng ô *File Selection* này, chúng ta phải dùng thêm thuộc tính ENCTYPE nơi tag <FORM>. Cách dùng thuộc tính này và giá trị của nó cần được ghi y hệt như trong thí dụ trên. Giá trị của thuộc tính METHOD bắt buộc phải là POST. Chúng ta nhớ thay giá trị *_URL_* nơi thuộc tính ACTION bằng một địa chỉ nào đó, nơi chúng ta muốn thâu nhận tập tin.

Image

Chúng ta có thể dùng hình ảnh như là một cách lấy ý kiến của độc giả. Thí dụ như ở hình 11-12, chúng ta có thể hỏi ý kiến độc giả là họ muốn chọn phần nào? Zone 1, Zone 2, hay Zone 3?

Khi chúng ta nhấp chuột lên hình, tọa độ của nơi chúng ta nhấp chuột lên sẽ được gửi về máy chủ. Máy chủ sẽ dựa trên tọa độ đó mà biết được chúng ta muốn chọn vùng (zone) nào. Hình thức này cũng giống như là điểm nóng (hot spot) mà chúng ta đã học nơi chương trước.

Phần mã để tạo một *image input field* là:

```
<INPUT TYPE=IMAGE NAME="..." SRC="..." ALIGN="...">
```

Phần mã cho thí dụ ở hình 11-12 là:

```
Click On The Image:
   <INPUT TYPE=IMAGE NAME="image_field" SRC="imagemap.gif"
   ALIGN="absmiddle">
```

Hình 11-12: Image input field

Lưu Ý: *Một điểm chúng ta cần chú ý khi dùng image input field là giống như các điểm nóng (hot spots) trên hình. Ngay khi chúng ta nhấp chuột vào một chỗ nào đó trên hình là browser gửi ngay về máy chủ tọa độ của chỗ nhấp chuột. Do đó, nếu sử dụng "image input field", chúng ta nên để nó là câu hỏi cuối cùng.*

Ngoài các thuộc tính bắt buộc phải có như `TYPE=IMAGE NAME="..."` và `SRC="..."`, chúng ta có thêm thuộc tính `ALIGN=`. Các vị trí mà chúng ta dùng để sắp đặt (align) bức hình sẽ giống như các vị trí mà chúng ta dùng khi học về thêm hình vào trang web (chương Tám). Do lối làm việc của *image input field* chúng ta có thể dùng nó để làm điểm nóng, như đã giới thiệu ở chương Mười.

Hidden

Tất cả các *input field* mà chúng ta vừa học qua dùng để thâu thập dữ kiện từ độc giả. Đôi khi chúng ta cần thâu thập dữ kiện từ chính trang web của mình mà không cần phải hỏi độc giả. Thí dụ như phiên bản của trang web, ngày trang web được tu bổ. Để làm được điều đó chúng ta cần đến các *hidden field*. Các *field* này sẽ không hiện ra nơi form nhưng vẫn được xem là một phần tử của form. Do đó, khi chúng ta nạp (submit) form, giá trị của field này cũng sẽ được gửi về máy chủ.

Cú pháp (syntax) của *hidden field* tương tự như của *text entry field*, chỉ khác có một điểm là dùng `TYPE=HIDDEN` thay vì `TYPE=TEXT`. Thí dụ về cách dùng *hidden field* như sau:

```
<INPUT TYPE=HIDDEN NAME="..." SIZE=# MAXLENGTH=# VALUE="...">
```

11.3 Thâu Thập Dữ Kiện Đã Được Điền Nơi Form

Những gì chúng ta học nơi đoạn 11.2 vừa qua chỉ là tô điểm cho bề mặt của form. Như đã bàn qua nơi đoạn 11.1, "Nguyên Tắc Làm Việc Của Form," sau khi chúng ta điền form và nhấn nút *Submit* để nạp form, các chi tiết thâu thập được nơi form sẽ được gửi về máy chủ. Có hai hình thức gửi dữ kiện về máy chủ mà ta có thể ghi nơi form là `METHOD=GET` hay `METHOD=POST`.

Ghi Chú: `METHOD` *là một thuộc tính của tag* `<FORM>`*; do đó, sẽ được ghi bên trong tag* `<FORM>` *như sau:* `<FORM METHOD=...>`.

METHOD=GET

Phương pháp GET sẽ gửi các dữ kiện thâu thập từ form theo sau URL. Thí dụ, sau khi chúng ta trả lời các câu hỏi ở hình 11-1 (xem phần mã nơi hình 11-2) và nhấn nút *Submit*, nơi hàng địa chỉ (Address) của browser sẽ hiện ra như sau:

```
http://www.vinet.com/~dvu/cgi-bin/generic.pl?name=Alex+Vu&age=2&compu
  ter=pc&coke=1
```

http://www.vinet.com/~dvu/cgi-bin/generic.pl là URL mà chúng ta đã ghi nơi thuộc tính `ACTION=`. URL này chỉ tới máy chủ ở địa chỉ *www.vinet.com*, ngăn *~dvu/cgi-bin*. Thảo trình CGI tên *generic.pl,* nơi ngăn đó, sẽ tiếp nhận các dữ kiện theo sau dấu chấm hỏi. *Alex+Vu* là những gì chúng ta trả lời nơi câu hỏi "What's your name?" Dấu + được dùng để thay thế ô trống (spaces) chúng ta đánh vào giữa chữ **Alex** và chữ **Vu**. Các ô trống đôi khi cũng được thay thế bằng mã số **%20**. Đó là mã số của ô trống trong bảng mã ASCII.

2 là số tuổi mà chúng ta đã trả lời cho câu hỏi "How old are you?" *pc* là câu trả lời cho câu hỏi "What kind of computer do you have?" và *1* là câu trả lời cho câu "I like to drink coke". Số 1 có nghĩa là CHECKED đối với các *check box*. Các chữ *name*, *age*, *computer* và *coke* là các chữ chúng ta đã dùng để đặt tên cho các ô nơi nơi form. Dấu & dùng để nối các câu lại với nhau.

Như chúng ta đã biết khi điền một URL chúng ta phải đánh liên tục, không có khoảng cách (hay ô trống) giữa các phần tử của URL. Chính vì thế mà các dấu *?*, + và & được dùng để nối các dữ kiện của form vào một URL. Những gì theo sau dấu *?* là dữ kiện chúng ta điền nơi form.

Lưu Ý: *Đối với ô text entry và password, nếu chúng ta không điền vào các ô này, giá trị của các ô này là "rỗng" (empty), nhưng tên của các ô đó vẫn được kèm theo nơi chuỗi dữ kiện như:* `name=&age=2&computer=pc&coke=1`.

METHOD=POST

Phương pháp POST sẽ gửi các dữ kiện thâu thập từ form như là một tập tin đính kèm (attached file). Nội dung của tập tin đính kèm đó là các dữ kiện chúng ta điền nơi form. Thí dụ, nội dung của tập tin đính kèm cho thí dụ đã được đề cập nơi phương pháp GET như sau:

```
name=Alex+Vu&age=2&computer=pc&coke=1
```

Hình thức ghép chuỗi các dữ kiện cũng giống y hệt như ở phương pháp GET.

Dùng Phương Pháp Nào?

Sau khi đã biết về hai phương pháp thâu thập tin từ form và gửi về máy chủ, chúng ta sẽ dùng phương pháp nào? Phương pháp GET chuyển dữ kiện qua URL do đó bất cứ ai cũng có thể thấy được các dữ kiện chuyển đi khi nhìn thấy URL đó. Nếu chọn phương pháp này, chúng ta không nên gửi những dữ kiện cần bảo mật. Thêm vào đó, vì chuyển tin qua URL, các dữ kiện chúng ta gửi đi bị giới hạn bởi chiều dài của hàng URL. Mỗi máy chủ có một giới hạn khác nhau, thường là 1024 ký tự (character). Giả dụ, nếu URL bị giới hạn ở 125 ký tự, sau khi trừ đi tên của máy chủ, tên ngăn và tên của thảo trình CGI, chúng ta chẳng còn lại bao nhiêu chỗ để gửi dữ kiện. Một thí dụ thường thấy về lối dùng phương pháp GET là khi chúng ta nạp các đề tài cần tìm nơi các trung tâm tìm tin (search engine) như Infoseek, Yahoo.

Phương pháp POST gửi dữ kiện qua tập tin đính kèm; do đó, các chi tiết chúng ta thâu thập được không bị lộ ra ngoài. Thêm vào đó, tập tin đính kèm không bị giới hạn bởi số chữ. Do đó, đa số các ứng dụng về form đều dùng phương pháp POST.

Tóm lại, nếu các dữ kiện thâu thập từ form ít và không quan trọng, chúng ta có thể dùng phương pháp GET. Phương pháp POST được dùng khi các dữ kiện thâu thập từ form dài hoặc cần giữ bí mật. Nếu chúng ta không đề cập phương pháp nào được dùng, phương pháp GET sẽ được coi là mặc định (default).

11.4 CGI và Form

Thảo trình CGI và Form như là hai điều kiện cần và đủ để thâu thập và phân tích các dữ kiện lấy được từ form. Nơi thuộc tính `ACTION=` của tag `<FORM>` chúng ta cho biết tên của thảo trình CGI nào sẽ đứng ra tiếp nhận các dữ kiện của form. Bất kể form dùng phương pháp GET hay POST. Thảo trình CGI có thể được viết bằng bất kỳ một ngôn ngữ điện đoán nào. Các ngôn ngữ thường dùng là PERL, C/C++, Tcl, Python cho các máy thuộc hệ Unix. Visual Basic, C/C++ cho các máy thuộc hệ Windows. Applescript và C/C++ cho các máy Macintosh. Nói chung, bất kỳ ngôn ngữ nào tạo được thảo trình để nhận lấy dữ kiện của form ở máy chủ đều có thể được dùng để tạo thảo trình CGI.

Một thí dụ về thảo trình CGI viết bằng ngôn ngữ PERL để tiếp nhận và xử lý dữ kiện name=Alex+Vu được gửi về máy chủ qua phương pháp POST như sau:

```
#!/usr/local/bin/perl
   $form_size = $ENV{'CONTENT_LENGTH'};
   read (STDIN, $form_info, $form_size);
   $form_info =~ s/%([\dA-Fa-f] [\dA-Fa-f])/pack ("C", hex ($1))/eg;
   ($field_name, $name) = split (/=/, $form_info);

exit (0);
```

Cách thức thảo một thảo trình CGI vượt ra ngoài chủ đề của quyển sách này. Tác giả xin dành việc làm này cho quý độc giả nào ưa thích về thảo trình. Quý vị hãy tìm đọc thêm về cách viết thảo trình CGI qua các quyển sách dạy CGI programming hay PERL programming. Thí dụ như:

- "The CGI Book" của William E. Weinman (http://www.cgibook.com)
- "Teach Yourself Perl 5 in 21 Days" của David Till (ISBN 0-672-30894-0)
- "Web Client Programming with Perl" của Clinton Wong (ISBN 1-56592-214-X)

- "Programming Perl" của Larry Wall, Tom Christiansen và Randal L. Schwartz (ISBN 1-56592-149-6)
- "HTML and CGI Unleashed" của John December và Mark Ginsburg (ISBN 0-672-30745-6).

Chúng ta có thể tìm hiểu thêm về cách viết CGI nơi các trạm tìm địa chỉ (search engine) như Yahoo, AltaVista, Infoseek. Nơi các trạm tìm địa chỉ cho biết chữ chính muốn tìm là "CGI Programming", hay "PERL". Nếu không thích thảo trình, chúng ta có thể tìm kiếm các CGI viết sẵn. Có nơi cho miễn phí, có nơi đòi chi phí. Thí dụ, chúng ta có thể lấy các thảo trình CGI miễn phí nơi Matt's Script Archive, Inc. (http://www.worldwidemart.com/scripts), hay CGI Resources (http://www.halcyon.com/sanford/cgi).

11.5 Thâu Thập Dữ Kiện Nơi Form Qua Hình Thức E-mail

Khi dùng CGI để tiếp nhận các dữ kiện từ form, chúng ta có thể trực tiếp xử lý các dữ kiện đó, như bỏ vào cơ sở dữ liệu (database), hay gửi thông báo về độc giả qua hình thức một trang web. Ngoài phương pháp dùng CGI, chúng ta có thể lấy các dữ kiện mà độc giả điền nơi form và gửi về cho chúng ta qua hình thức E-mail.

mailto:

Cách thứ nhất là dùng thuộc tính `METHOD=POST` và `ACTION="mailto:yourmailbox@yourisp.com"` nơi tag `<FORM>`, như sau:

```
<FORM METHOD=POST  ACTION="mailto:yourmailbox@yourisp.com">
   ...
</FORM>
```

Lưu Ý: *Chúng ta cần thay yourmailbox và yourisp.com bằng địa chỉ E-mail thật của chúng ta.*

Các dữ kiện gửi về cho chúng ta theo hình thức này được viết như khi dùng `METHOD=GET`. Thí dụ như:

```
name=Alex+Vu&age=2
```

Phần mã nơi hình 11-2, muốn được gửi về bằng E-mail chúng ta viết lại hàng ACTION như ở hình 11-13. Nhắc lại một lần nữa, chúng ta cần thay *yourmailbox* và *yourisp.com* bằng địa chỉ E-mail thật của chúng ta.

(Xem thí dụ của form2.htm nơi đĩa đính kèm về cách dùng này)

CGI-Mail

Cách thức thứ hai này dùng một CGI đã được viết sẵn và thảo trình CGI này đã được đặt ở một máy chủ nào đó. Chúng ta không có làm chủ thảo trình CGI này, nhưng chúng ta nhờ nó thâu thập dữ kiện từ form và gửi về cho chúng ta qua hình thức E-mail. Cách thức này giống như là chúng mướn người đọc form giùm. Có nơi thu lệ phí, nhưng cũng có nơi cho dùng miễn phí. Thí dụ về một nơi cho dùng miễn phí là trường đại học Princeton (http://www.princeton.edu/cgi-bin/Princeton/mailform).

Cách thức nhờ thảo trình CGI "mailform" này như sau:

```
<FORM METHOD=POST và
   ACTION="http://www.princeton.edu/cgi-bin/Princeton/mailform?yourma
   ilbox@yourisp.com">
   ...
</FORM>
```

```
<FORM METHOD=POST ACTION="mailto:yourmailbox@yourisp.com">
   What's your name? <INPUT TYPE=TEXT SIZE=30 NAME="name"> <BR>
   How old are you? <INPUT TYPE=TEXT SIZE=30 NAME="age"> <BR>
   What kind of computer do you have? <INPUT TYPE=TEXT SIZE=30
   NAME="computer"> <BR>
   I like to drink coke. <INPUT TYPE=CHECKBOX NAME="coke" CHECKED> <P>
   <INPUT TYPE="submit" VALUE="submit">
</FORM>
```

Hình 11-13: Thâu thập dữ kiện nơi form qua Email

Lưu Ý: *Chúng ta cũng vẫn cần thay yourmailbox và yourisp.com bằng địa chỉ E-mail thật của chúng ta.*

(Xem thí dụ của form1.htm và form3.htm nơi đĩa đính kèm về cách dùng này)

Lưu Ý: *Chúng ta có thể tìm thêm được một thảo trình CGI cho chúng ta dùng miễn phí để thâu thập dữ kiện nơi form cho chúng ta qua hình thức E-mail là ở địa chỉ:*

http://toolbox.usa1.com/mailform.html

Xin đọc thêm về cách thức sử dụng các mailform này ở các trang web nơi các URL kể trên.

11.6 Guest Book

Guest book là một ứng dụng của form được dùng nhiều nơi các trang web. Thường các *guest book* thâu thập các dữ kiện như tên, địa chỉ điện thư, URL, và ý kiến. Phần mã để thảo một *guest book* với những chi tiết trên như sau:

```
<FORM METHOD=POST ACTION="/cgi-bin/guestbook.pl">
    Name: <INPUT TYPE=TEXT NAME="name">
    E-mail: <INPUT TYPE=TEXT NAME="email">
    URL to your homepage: <INPUT TYPE=TEXT NAME="url">
    Comment: <TEXTAREA NAME="comment"></TEXTAREA>
    <INPUT TYPE="submit">
    </FORM>
```

Nơi thí dụ này, chúng ta cần một thảo trình CGI tên *guestbook.pl* để đặt nơi máy chủ. Xin nhắc lại là chúng ta có thể lấy CGI miễn phí tại một trong những địa chỉ đã được đề cập nơi đoạn 11.5, hay tự viết lấy một CGI của mình. Thảo trình *guestbook.pl* sẽ thâu thập các dữ kiện từ form và nối tiếp chúng vào một trang web *guestbook.htm* mà chúng ta đã viết sẵn. Thường, các dữ kiện thâu thập được được viết thêm vào trang web *guestbook.htm* như sau:

```
<HR>
    Name: <B>tên gì đó<BR><BR>
    E-mail: địa chỉ điện thư nào đó<BR>
    Homepage: url nào đó<BR>
    Comment: ý kiến nào đó<BR>
```

Mỗi tên thêm vào *guest book* được bắt đầu bằng một đường kẻ ngang. Tên được viết đậm, và các chi tiết theo sau đó.

Lưu Ý: *Như đã đề cập nơi đoạn trước, chúng ta có thể tìm được những thảo trình CGI miễn phí để thâu thập dữ kiện cho chúng ta. Một thí dụ về các nơi cung cấp thảo trình hay dịch vụ Guest book miễn phí là Rtsavor Inc. hay Lpage. Địa chỉ của Lpage là http://www.lpage.com, của Rtsavor là http://vietfun.com/guestbook/.*

11.7 Tóm Tắt

Khi tạo form, chúng ta bắt đầu bằng tag mở `<FORM>` và tag đóng `</FORM>`. Kế tiếp chúng ta sẽ quyết định các thuộc tính nào của form sẽ được dùng. Hai thuộc tính chính, thường được dùng nhất, là `METHOD` và `ACTION`. Kế tiếp, chúng ta sẽ quyết định đến các phần tử của form (form elements). Form không có giới hạn số phần tử bên trong một form. Các phần tử của form sẽ được viết theo thứ tự từ trên xuống, hay bất kỳ một thứ tự nào chúng ta muốn. Mỗi phần tử của form thường có hai phần: nhãn ghi chú (label) và ô để điền (field). Nhãn ghi chú có thể ghi bên phải (xem hình

11-1) hay bên trên của ô để điền. Các form thường chấm dứt bằng nút *Submit* và nút *Clear*.

Form là một cách thức để thâu thập dữ kiện từ nơi độc giả. Nếu chúng ta tự viết được các thảo trình CGI để xử lý các dữ kiện đó, chúng ta sẽ có nhiều kiểm soát, và có nhiều tự do hơn đối với các dữ kiện chúng ta muốn thâu thập từ form. Nếu chúng ta không có khả năng viết thảo trình, chúng ta vẫn có thể dùng form để thâu thập dữ kiện bằng cách nhờ những nơi cho mượn thảo trình CGI. Tức là, chúng ta đặt địa chỉ của thảo trình CGI đó nơi trang web của chúng ta. Khi độc giả nạp form. Thảo trình CGI mà chúng ta mượn đó sẽ thâu thập giúp chúng ta và gửi bản báo cáo cho chúng ta qua hình thức E-mail. Có nơi, như hãng Lpage, còn cung cấp luôn dịch vụ giữ dữ kiện (guest book) miễn phí.

Nếu có tính hoài nghi, chúng ta không khỏi thắc mắc về những nơi cho mượn hoặc cho miễn phí dịch vụ thâu thập dữ kiện. Họ có thật sự giúp chúng ta vô điều kiện? hay họ có một ý đồ gì đó? Các câu hỏi này xin hãy để dành để hỏi trực tiếp các hãng hay cơ quan đó. Tác giả chỉ xin trình bầy những gì chúng ta có thể làm được. Một điều thật dễ hiểu là nếu họ thâu thập giúp chúng ta, tức là họ có thể cũng đọc được những gì được ghi nơi đó. Có thể họ muốn sưu tầm các địa chỉ điện thư, URL hay muốn làm một thống kê gì đó. Do đó, chúng ta tránh dùng form để thâu thập những dữ kiện quan trọng mà chúng ta không hoàn toàn kiểm soát được các dữ kiện mà độc giả cung cấp cho chúng ta.

Khi dùng form, chúng ta nên nhớ rằng chúng ta có thể tạo nhiều form trong cùng một trang web. Mỗi form có nút reset và submit riêng, nhưng chúng ta không thể tạo một form bên trong một form. Các form phải tách rời và độc lập với nhau.

Nếu chúng ta quên đề cập tới phương pháp thâu thập dữ kiện (GET hay POST), phương pháp GET sẽ được coi là mặc định. Nếu thuộc tính `ACTION` bị bỏ quên, các dữ kiện thâu thập được nơi form sẽ được gửi về địa chỉ URL của trang web chứa form.

Các ô để lấy dữ kiện nơi form có nhiều hình dạng và lối hoạt động khác nhau, nhưng tựu trung chúng ta chỉ có 3 tag chính để tạo ô: `INPUT`, `SELECT` and `TEXTAREA`. Tag `<INPUT>` với thuộc tính `TYPE` cho chúng ta tạo nhiều loại ô khác nhau như: Text entry, Password, Checkbox, Radio box. Tag `<SELECT>` cho chúng ta tạo các ô có sự lựa chọn từ những vật cho sẵn. Tag `<TEXTAREA>` cho chúng ta tạo ô multiline text box.

Vì các form dùng nơi trang web không tự phân biệt nó với các phần khác nơi trang web, chúng ta nên làm một dấu hiệu gì đó để nhắc cho độc giả biết đây là một form. Thường, mọi người kẻ đường ngang (dùng tag `<HR>`) trước và sau form.

Nếu những dữ kiện chúng ta thâu về ít, chúng ta có thể dùng phương pháp GET. Phương pháp này gửi các dữ kiện thâu thập được nơi form cho chúng ta bằng cách đính kèm chuỗi dữ kiện ngay nơi URL. Đa số mọi người dùng phương pháp POST, vì nó không giới hạn số lượng dữ kiện chúng ta muốn thâu thập. Phương pháp POST gửi dữ kiện về cho chúng ta dưới hình thức tập tin đính kèm.

Nếu muốn thử nghiệm các form chúng ta muốn dùng, chúng ta hãy thử dùng các phương pháp sau đây:

Cho phương pháp METHOD=POST, dùng

ACTION="http://hoohoo.ncsa.uiuc.edu/cgi-bin/post-query"

Cho phương pháp METHOD=GET, dùng

ACTION="http://hoohoo.ncsa.uiuc.edu/cgi-bin/query"

Các thảo trình CGI post-query và query được cho mượn miễn phí bởi cơ quan NCSA (The National Center for Supercomputing Applications) nơi trường đại học University of Illinois tại thành phố Urbana-Champaign.

Điểm lưu ý cuối cùng là nếu dùng image field, nên để nó ở cuối form, nơi chúng ta dự định đặt nút Submit. Khi nhấp chuột lên hình, form sẽ được nạp ngay lập tức, tương tự như chúng ta nhấn nút Submit.

11.8 Câu Hỏi & Trả Lời

1. Tôi thấy có một số trang web dùng form. Nơi tag `<FORM>` họ có thuộc tính `ENCTYPE="text/plain"`. Thuộc tính này có nghĩa là gì?

TL: `ENCTYPE` là một thuộc tính của tag `<FORM>`. Chúng ta dùng nó để cho browser biết là sẽ gửi các dữ kiện của form về máy chủ theo dạng nào (which format). Dạng mặc định (default) là `application/x-www-form-urlencoded`. Chúng ta không có nhiều lựa chọn về dạng được dùng; do đó, trong các thí dụ nơi chương này tác giả đã không nhắc tới thuộc tính này. Nếu muốn dùng thuộc tính này, chúng ta chỉ có hai lựa chọn khác bên cạnh dạng mặc định trên là: `text/plain` hay `multipart/form-data`. Lưu ý rằng không phải máy chủ nào cũng hỗ trợ các dạng trên.

2. Có dùng JavaScript để thay thảo trình CGI nhận và xử lý dữ kiện lấy từ form hay không?

TL: Không. Lý do là vì vấn đề an toàn (security), JavaScript không cho chúng ta viết hay tạo tập tin (create file) nơi máy chủ. Chính vì thế JavaScript không được dùng để xử lý form.

3. Có một số form họ dùng các thuộc tính như `onClick="check(this.form)"` nơi các tag `<INPUT>`. Những thuộc tính này có phải của form hay không? Có nghĩa là gì?

TL: Các thuộc tính thuộc dạng này chỉ được thêm vào nếu browser của chúng ta có hỗ trợ JavaScript. Không phải browser nào cũng hỗ trợ JavaScript; do đó, các thuộc tính này được coi là phần nới rộng của Netscape (hãng chế ra JavaScript). Trong tương lai, nếu JavaScript được Ủy Ban Tiêu Chuẩn công nhận thì các thuộc tính này mới được hợp thức hóa. Đọc thêm về JavaScript nơi chương Mười Tám.

4. Tại sao tôi dùng `ACTION="mailto:..."` mà có máy làm việc được, có máy thì không?

TL: Chỉ có một số browser hỗ trợ cách thức này. Netscape Navigator và MS Internet Explorer phiên bản 3.0 beta 2 hay mới hơn có hỗ trợ cách thức này.

11.9 Tài Liệu Tham Khảo

[1] Scott Arpajian, "How to Use HTML3," Ziff-Davis Press, 1996, ISBN: 1-56276-390-3.

[2] Ian Graham, "Introduction To HTML and URLs," www.utoronto.ca/webdocs/HTMLdocs/NewHTML/intro.html.

[3] Laura Lemay, "Teach Yourself Web Publishing with HTML in a Week," SAMS Publishing, 1995.

[4] Rob Rittenhouse, "Using Forms in HTML," cs1.mcm.acu.edu/tutorial/htmlguid/formover.htm.

[5] "Creation of Forms," Academic Computing, ritchie.acomp.usf.edu/~sschullo/howto/inthtml3.html.

[6] Yuriko Ienaga, "FORM TAGS," www2.eis.net.au/./design/form.html.

[7] Lpage.com, www.Lpage.com/.

[8] "Creating Your Own Home Page: Advanced Techniques," frank.mtsu.edu/~oit/faculty/advhandout.html.

[9] Mark R. Brown, "Special Edition Using Netscape 3," QUE, 1995, ISBN: 0-7897-0904-x.

11.10 Tài Liệu Đọc Thêm

- "Button, Password, Hidden, and Submit Input Elements," developer.netscape.com/library/documentation/htmlguid/forms.htm.
- "Forms," developer.netscape.com/library/documentation/htmlguid/tags10.htm.
- Chris Caldwell, "Writing and Processing Forms," www.utm.edu/bd/forms/forms.html.
- Meng Weng Wong, "Forms in Perl," www.seas.upenn.edu/~mengwong/forms/.
- "mailform CGI", http://toolbox.usa1.com/mailform.html.
- "Interacting with the Web," World Wide Web Information Pack, www.abdn.ac.uk/AUCC/wwwinfopack/chap10.html.
- Carlos A. Pero, "FORMS Tutorial Goals," robot0.ge.uiuc.edu/~carlosp/cs317/ft.2.html.
- Peter Hirdina, "CGI-Scripts and Tools for Windows NT," bonzium.wohnheim.uni-ulm.de/Tools/index_english.html.
- Daniel LaLiberte, "Web Mastery," union.ncsa.uiuc.edu:80/HyperNews/get/www/html/guides.htm
- "HTML Reference," Microsoft, www.microsoft.com/workshop/author/newhtml/htmlref.htm.
- "Useful URLs," www.hwg.org/resources/useful.html.
- "HyperText Markup Languag (HTML)," www.w3.org/MarkUp/

- "How nice of you to stop by!" www.w3-tech.com/crash/HTMLMenu.html.
- "HTML Authoring: Tutorials, Graphics, Software, Style Guides," www-engr.sjsu.edu/help/resources.html.
- "Interacting with the Web, Chapter Ten: Form," World Wide Web Information Pack, www.abdn.ac.uk/AUCC/wwwinfopack/chap10.html.

Chương 12

Chạy Chữ và Băng Chữ (Banner)

Trong một trang web tĩnh, một hình ảnh di động nào đó sẽ tự động gây chú ý của độc giả. Để làm được điều đó một lối trình bầy mới đã được nghĩ ra. Đó là dăng các băng chữ (banner) ngang hay dọc trang web, hoặc tạo nên một hàng chữ di chuyển (scrolling text) ngang qua trang web. Hãy xem thêm nơi trang web *banner.htm* nơi đĩa đính kèm để có được cái nhìn chung các kiểu chữ chạy ngang trang web hay banner.

Trong chương này chúng ta sẽ học về:

- Vị trí chạy chữ trên trang web
- Các kiểu chạy chữ
- Dùng tag marquee
- Dùng hình hoạt họa
- Dùng Javascript
- Dùng Applet
- Dùng ActiveX

12.1 Vị Trí Chạy Chữ Trên Trang Web

Nơi màn ảnh của trang web chúng ta có ba khu vực có thể được dùng để hiển thị chữ. Đó là thanh tựa (title bar), thanh hiện trạng (status bar) và khung vẽ (canvas). Qua các chương đầu chúng ta đã biết cách viết chữ lên thanh tựa qua tag `<TITLE>...</TITLE>`. Mỗi trang web chỉ có một thanh tựa nên chúng ta chỉ dùng được một bộ tag `<TITLE>` mà thôi. Chúng ta cũng biết được tag `<TITLE>` không có thuộc tính; do đó, chúng ta chỉ có thể hiển thị chữ nơi thanh tựa, nhưng hoàn toàn không kiểm soát được kích thước, mầu sắc của thanh tựa và cũng không thể chạy chữ nơi thanh tựa.

Như vậy, màn ảnh của browser chỉ còn có hai chỗ mà chúng ta có thể chạy chữ được là thanh hiện trạng và khung vẽ. Nơi thanh hiện trạng, chúng ta chỉ có thể chạy chữ và không thể đặt hình ảnh. Nơi khung vẽ chúng ta có thể đặt cả chữ lẫn hình và bao nhiêu chữ, bao nhiêu hình cũng được.

12.2 Các Kiểu Chạy Chữ

Hiện tại có 3 kiểu chạy chữ: chỉ có chữ, hình ảnh, và bảng đèn ("led panel" hay "electronic billboard"). Sau đây là thí dụ về các kiểu chạy chữ.

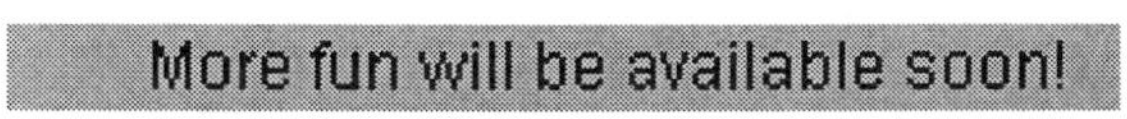

Hình 12-1: Kiểu chạy chữ chỉ có chữ

Hình 12-2: Kiểu chạy chữ dùng hình ảnh

Hình 12-3: Kiểu chạy chữ bảng đèn

12.3 Dùng Tag Marquee

Dùng tag <MARQUEE>, chúng ta chỉ có thể làm chạy chữ "chỉ có chữ" (text only). Tag này mới được thêm vào bởi hãng Microsoft trong phiên bản 3.0 của Internet Explorer. Do đó, không phải browser nào cũng hỗ trợ tag này. Nói cách khác, nếu dùng tag <MARQUEE> để chạy chữ sẽ có browser không hiểu tag này. Khi đó, các chữ đúng ra phải chạy trên trang web sẽ chỉ đứng yên một chỗ.

Muốn chạy dòng chữ nào đó, thí dụ **Tìm đọc Cẩm Nang Lên Lưới Internet**, chúng ta kẹp dòng chữ đó giữa cặp tag <MARQUEE>...</MARQUE>, như:

```
<MARQUEE>Tìm đọc Cẩm Nang Lên Lưới Internet</MARQUEE>
```

Hình 12-4: Chạy chữ bằng tag MARQUEE

Khi trang web được hiển thị trên màn ảnh, dòng chữ **Tìm đọc Cẩm Nang Lên Lưới Internet** sẽ chạy ngang khung vẽ của browser.

Lưu Ý: *Cho đến khi sách được viết, chỉ có Internet Explorer version 3 trở lên là hỗ trợ tag* <MARQUEE>.

Tag <MARQUEE> còn có một số thuộc tính để chúng ta kiểm soát sự di chuyển của chữ như tốc độ, hướng đi.

BEHAVIOR

Thuộc tính BEHAVIOR có 3 giá trị: **scroll**, **slide** và **alternate**. Giá trị mặc định (default) là **scroll**. Ảnh hưởng "scroll" sẽ chạy chữ từ lề bên phải qua lề bên trái. Khi đi khuất nơi lề trái, nhóm chữ lại bắt đầu lại từ lề phải. Ảnh hưởng "slide" sẽ chạy chữ từ lề bên phải qua lề bên trái. Khi đụng phải lề trái nhóm chữ sẽ đứng lại. Ảnh hưởng "alternate" sẽ bắt đầu từ lề trái, chạy chữ qua lề phải. Khi đụng lề thì nhóm chữ dội ngược lại (đổi hướng) về lề bên kia. Nói cách khác, nhóm chữ chạy qua chạy lại giữa hai lề.

DIRECTION

Hướng đi của nhóm chữ chạy được xác định bởi browser. Thí dụ, khi chúng ta chọn BEHAVIOR=scroll, nhóm chữ sẽ chạy từ bên phải qua trái, nếu dùng browser Internet Explorer 3.0 hay mới hơn. Để xác định hướng đi của nhóm chữ chúng ta dùng đến thuộc tính DIRECTION. Thuộc tính này chỉ có hai giá trị: "LEFT" và "RIGHT". Thí dụ:

```
<MARQUEE DIRECTION=right>Tìm đọc Cẩm Nang Lên Lưới Internet</MARQUEE>
```

HEIGHT và WIDTH

Thay vì để cho chữ chạy từ lề này qua lề kia của browser, chúng ta có thể giới hạn bề rộng của khu vực chạy chữ bằng thuộc tính WIDTH. Đồng thời, chúng ta cũng chọn được bề cao của chữ được chạy với thuộc tính HEIGHT. Đơn vị để dùng cho hai thuộc tính này là ảnh tố (pixel), hay phần trăm. Phầm trăm ở đây là phần trăm của khung vẽ của browser. Thí dụ, nếu chúng ta muốn cho chữ chạy trong khung có bề rộng 100 ảnh tố (pixel) và có bề cao bằng một phần tư của khung vẽ chúng ta sẽ viết như sau:

```
<MARQUEE WIDTH=100 HEIGHT=25%>Tìm đọc Cẩm Nang Lên Lưới
  Internet</MARQUEE>
```

LOOP

Nếu BEHAVIOR=slide, nhóm chữ chỉ chạy đúng một lần từ bên này qua bên kia. Nếu dùng "scroll" hay "alternate", nhóm chữ sẽ chạy mãi mãi. Nếu muốn giới hạn số lần chạy, chúng ta sẽ dùng đến thuộc tính LOOP. Thí dụ, cho nhóm chữ chạy 10 lần:

```
<MARQUEE LOOP=10>Tìm đọc Cẩm Nang Lên Lưới Internet</MARQUEE>
```

SCROLLAMOUNT

Bình thường, nhóm chữ được chạy sẽ di chuyển từng ảnh tố (pixel) một. Nếu muốn cho nhóm chữ chạy nhanh hơn, chúng ta dùng đến thuộc tính SCROLLAMOUNT để cho biết số ảnh tố (pixel) nhóm chữ sẽ di chuyển mỗi lần. Giống như là chúng ta bước bước lớn hay bước nhỏ. Nếu chúng ta muốn nhóm chữ di chuyển 5 ảnh tố (pixel) mỗi lần, chúng ta viết như sau:

```
<MARQUEE SCROLLAMOUNT=5>Tìm đọc Cẩm Nang Lên Lưới Internet</MARQUEE>
```

SCROLLDELAY

Ngoài SCROLLAMOUNT, chúng ta còn kiểm soát được tốc độ của việc chạy chữ qua thuộc tính SCROLLDELAY. Thuộc tính này xác định thời gian chờ giữa mỗi bước của việc chạy chữ. Thời gian này được tính bằng phần ngàn của một giây (milliseconds). Nếu chúng ta muốn nhóm chữ ngừng cho 1 phần 10 của một giây trong mỗi bước, chúng ta viết như sau:

```
<MARQUEE SCROLLDELAY=100>Tìm đọc Cẩm Nang Lên Lưới Internet</MARQUEE>
```

BGCOLOR

Thuộc tính này cho chúng ta đặt mầu nền của khung chạy chữ. Nếu chúng ta muốn mầu nền của khung chạy chữ là mầu trắng, chúng ta sẽ viết như sau (đọc thêm đoạn 5.1 để biết cách đổi mầu):

```
<MARQUEE BGCOLOR=#ffffff>Tìm đọc Cẩm Nang Lên Lưới Internet</MARQUEE>
```

ALIGN

Chúng ta dùng thêm thuộc tính này để sắp hàng (ALIGN) các chữ được chạy tương đối với "top" (đỉnh), "middle" (giữa), hay "bottom" (đáy) của các chữ chung quanh nó.

HSPACE và VSPACE

Thuộc tính này cho phép chúng ta chừa một số khoảng trống (tính bằng ảnh tố) hai bên (HSPACE), hay trên dưới (VSPACE) hàng chữ được chạy.

12.4 Dùng Hình Hoạt Họa

Dùng tag <MARQUEE>, chúng ta không thể cam đoan rằng tất cả mọi browser đều thấy được ảnh hưởng chạy chữ. Nếu chúng ta giả sử rằng tất cả mọi browser đều hỗ trợ hình ảnh thì chúng ta nên chọn lối chạy chữ bằng một bức hình hoạt họa. Thí dụ về chạy chữ bằng hình hoạt họa như sau (xem thí dụ *banner2.htm* nơi đĩa đính kèm):

Hình 12-5: Chạy chữ bằng hình hoạt họa

Chúng ta sẽ tạo một bức hình ở dạng animated GIF như chúng ta đã học ở chương Tám. Nội dung của bức hình sẽ là nhóm chữ chúng ta muốn chạy. Dùng phương pháp này chúng ta cũng chỉ có thể cho chữ chạy trong khung vẽ của browser.

Một điểm chúng ta cần chú ý là nếu dòng chữ dài, hay khung chạy chữ lớn kích thước của tập tin hình sẽ rất lớn. Khi đó, browser sẽ cần nhiều thời gian hơn để lấy xuống (download). Thí dụ, nếu bề ngang của bức hình là 100 ảnh tố (pixel), và chúng ta muốn dòng chữ di chuyển 1 ảnh tố mỗi bước. Để có thể di chuyển hết một vòng của khung, chúng ta cần 100 bức hình. Mỗi bức hình nhích qua trái hoặc phải một ảnh tố. Để giảm thiểu kích thước của tập hình GIF, chúng ta nên tăng số ảnh tố trong mỗi bước (bước một bước lớn hơn). Trong thí dụ trên, nếu chúng ta bước mỗi bước là 20 ảnh tố, để hoàn tất ảnh hưởng trên chúng ta chỉ cần 5 bức hình.

Có một số nhu liệu tiện ích giúp chúng ta tạo được các chạy chữ bằng hình ảnh loại này như GIF Construction Set của Alchemy Mindworks Inc. (đây là một shareware) (http://www.mindworkshop.com/alchemy/gifcon.html), hay Object Dancer cho Macintosh (http://paceworks.com).

Dưới đây là một số hình thí dụ về dùng nhu liệu GIF Construction Set để làm các banner chạy chữ. Sau khi hoàn tất, chúng ta sẽ cất banner đó như là một hình ở dạng GIF, rồi dùng phương pháp gắn hình vào trang web như đã học ở chương Tám để hoàn tất trang web.

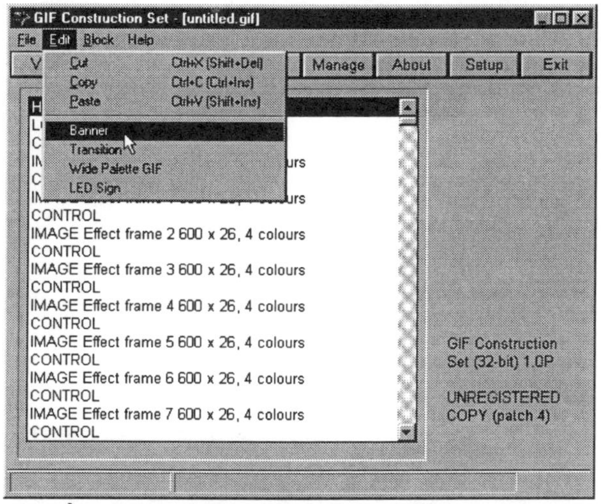

Hình 12-6: Làm chạy chữ bằng GIF Construction Set

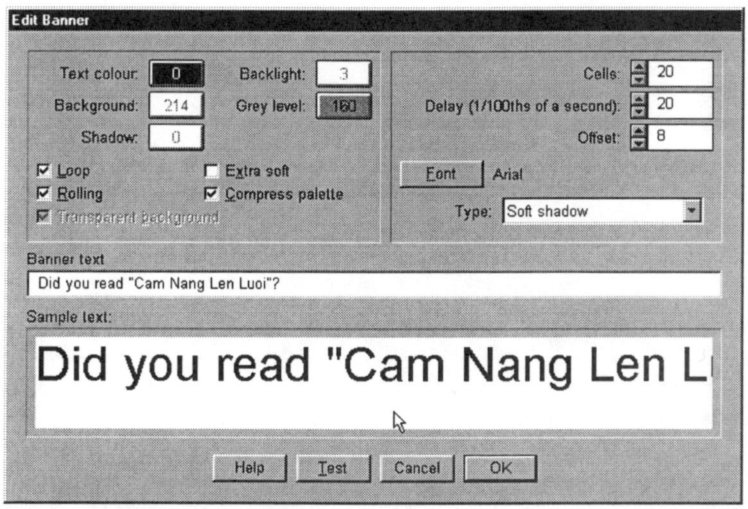

Hình 12-7: Đánh chữ và chọn mầu cho chữ

Hình 12-8: Chạy chữ được tạo ra

Làm chạy chữ kiểu bảng đèn từ nhu liệu GIF Construction Set.

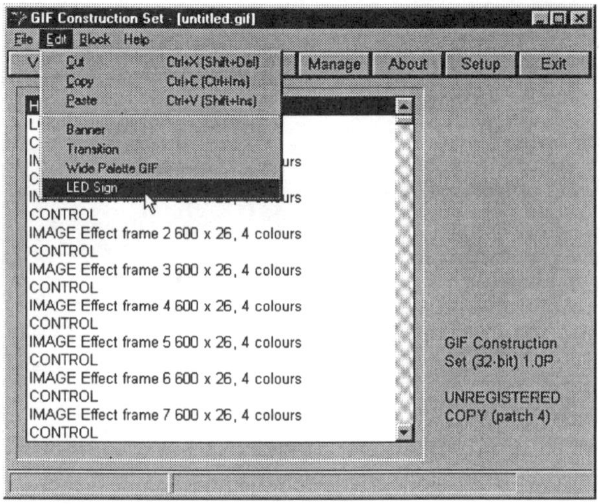

Hình 12-9: Chọn kiểu LED Sign

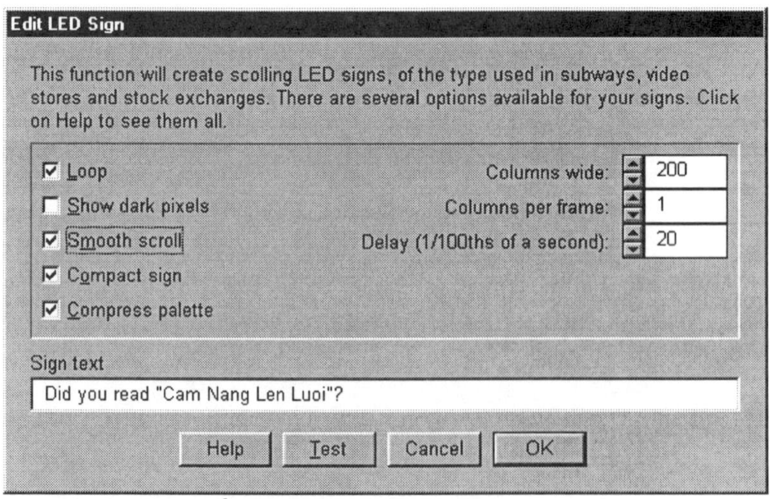

Hình 12-10: Đánh chữ và chọn kiểu chạy chữ

Hình 12-11: Chạy chữ kiểu bảng đèn được tạo ra

12.5 Dùng JavaScript

Cách viết thảo trình dùng ngôn ngữ JavaScript vượt ra khỏi nội dung của quyển sách này. Tuy nhiên, để có đầy đủ chi tiết về tất cả các cách làm chạy chữ hiện tại tác giả đã phải đề cập tới phương pháp này ở đây. Nơi chương Mười Tám, chúng ta cũng sẽ học đôi chút về JavaScript. Nếu muốn tìm hiểu cặn kẽ hơn về cách lập trình bằng ngôn ngữ JavaScript, chúng ta hãy tìm đọc các quyển sách chuyên đề về JavaScript có bán nơi các tiệm sách computer. Phương pháp dùng JavaScript này bị giới hạn ở những browser có hỗ trợ JavaScript. Nếu browser không có hỗ trợ JavaScript chúng ta không thể dùng phương pháp này.

Dùng JavaScript, chúng ta có thể làm chạy chữ nơi hàng hiện trạng và trong khung vẽ của browser. Trước khi thử nghiệm các thí dụ sau đây, chúng ta cần biết chắc là browser của chúng ta có hỗ trợ JavaScript. Trong hai thí dụ sau đây, chúng ta sẽ học cách dùng JavaScript để chạy chữ.

Chạy Chữ Trong Khung Vẽ

Trong thí dụ này, chúng ta dùng JavaScript để thực hiện việc chạy chữ. Các chữ được chạy sẽ được ghi nơi một *text field* của form. *Function banner()* dưới đây sẽ bắt đầu hoạt động khi browser đọc tới thuộc tính `ONLOAD="banner()"` nơi tag `<BODY>`.

```
<HTML>
   <HEAD>
   <SCRIPT LANGUAGE="JavaScript">
   <!--script begins
   var id, pause=0, position=0;
   function banner() {
    var i, k;
    var msg1=" Did you order the book";
    var msg2="\"Cam Nang Len Luoi Internet\"yet!";
    var msg = msg1+msg2;
    k = (50/msg.length)+1;
```

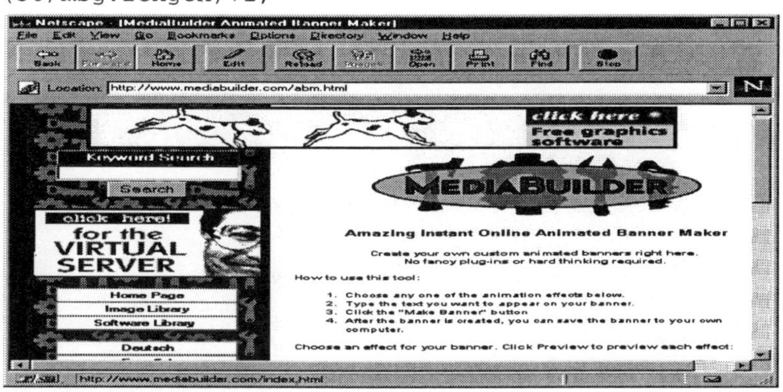

Hình 12-12: Chạy chữ trong khung vẽ

```
    for (i=0; i<=k; i++) msg+="                "+msg;
    document.form1.banner.value =
                 msg.substring(position, position+80);
    if (position++==msg.length) position = 0;
    id=setTimeout("banner()",200);
   }
   // script ends -->
</SCRIPT>
</HEAD>
<BODY ONLOAD="banner()">
   <CENTER>
   <FORM NAME = "form1"><INPUT TYPE="text" NAME="banner" VALUE=" "
   SIZE=60></FORM>
   </CENTER>
</BODY>
</HTML>
```

Chạy Chữ Nơi Thanh Hiện Trạng

Trong thí dụ này, chúng ta dùng JavaScript để thực hiện việc chạy chữ. Các chữ được chạy sẽ được ghi nơi hàng hiện trạng. Những gì chúng ta muốn được chạy được ghi nơi các biến số msg1, msg2, msg3. Nếu dòng chữ dài, chúng ta có thể tạo thêm các biến số mới, msg4, msg5, v.v... Chúng ta cũng đừng quên cộng thêm những biến số này vào hàng kế tiếp: var msg = msg1 + msg2 + msg3;

```
<HTML>
<HEAD><TITLE>Chay Chu Noi Status Bar</TITLE>
<SCRIPT LANGUAGE="JavaScript">
   <!-- Beginning of JavaScript
   function scroll(seed){
```

Hình 12-13: Chạy chữ nơi thanh hiện trạng

```
 var msg1 = "\"Cam Nang Len Luoi Internet\" ";
 var msg2 = "is the book everyone should have. It explains almost
everything you ";
 var msg3 = "need to know about the Internet.
                 Written by Vu Quoc Dung.";
 var msg = msg1 + msg2 + msg3;
 var blank = " ";
 var i = 0;
 var seedvar = 500;
 if (seed > seedvar) {
    seed--;
    var cmd="scroll(" + seed + ")";
    timer=window.setTimeout(cmd,160);
 } else if (seed <= seedvar && seed > 0) {
    for (i=0 ; i < seed ; i++) {
          blank+=" ";
       }
       blank+=msg;
       seed--;
       var cmd="scroll(" + seed + ")";
       window.status=blank;
       timer=window.setTimeout(cmd,160);
  } else if (seed <= 0) {
      if (-seed < msg.length) {
       blank+=msg.substring(-seed,msg.length);
       seed--;
           var cmd="scroll(" + seed + ")";
           window.status=blank;
           timer=window.setTimeout(cmd,160);
      } else {
           window.status=" ";
                timer=window.setTimeout(
                          "scroll(100)",160);
      }
    }
}
// -- End of JavaScript code ------- -->
</SCRIPT>
</HEAD>
   <BODY onLoad="timerONE= window.setTimeout('scroll(100)',500);" >
   <H1>Look at the status bar below</H1>
   </BODY>
</HTML>
```

12.6 Dùng Applet

Một cách khác chúng ta có thể dùng để chạy chữ là dùng các applet (những thảo trình được viết bằng ngôn ngữ lập trình Java). Cách này có phần phức tạp hơn vì applet mà chúng ta viết ra cần được đặt ở máy chủ. Cách viết các applet cũng tương tự như cách viết các JavaScript mà chúng ta đã dùng nơi 2 đoạn trên. Sau đây là đoạn mã mà chúng ta sẽ viết nơi trang web để gọi applet "*broadway.class*" thực hiện việc chạy chữ. Thảo trình *broadway.class* và phần mã này (*lightbox.htm*) được đính kèm trong đĩa.

```
<HTML>
<HEAD><TITLE>Broadway LED Preview</TITLE></HEAD>
<BODY>
  <CENTER>
  <APPLET CODE=broadway.class WIDTH=500 HEIGHT=100>
  <param name="from" value="Broadway - Sausage Software 1996">
  <param name="date" value="30/05/97">
  <param name="fontfile" value="font.fnt">
  <param name="scriptfile" value="script1.scp">
  <param name="space" value="5">
  <param name="spacewidth" value="1">
  <param name="borderOuter" value="3">
  <param name="borderSize" value="4">
  <param name="borderInner" value="1">
  <param name="borderColor" value="255,128,255">
  <param name="ledOffColor" value="255,255,255">
  <param name="appletColor" value="255,255,255">
  <param name="oval" value="true">
  <param name="reguser" value="unregistered">
  <param name="serialid" value="IBIC">
     If you see this message then the browser is
     unable to run this Java Applet.
  </APPLET>
  </CENTER>
</BODY>
</HTML>
```

Hình 12-14: Dùng Applet chạy chữ kiểu light box

Phần mã này được tạo bởi nhu liệu Broadway của hãng Sausage Software. Chúng ta có thể tìm thấy rất nhiều các nhu liệu tạo applet chạy chữ kiểu này trên Internet. Có nhu liệu cho không, có nhu liệu được bán. Thí dụ như: Flash 32-bit hay Broadway của hãng Sausage Software (www.sausage.com).

12.7 Dùng ActiveX

Cách thứ tư để làm chạy chữ là dùng ActiveX. ActiveX giống như là Applet. Nó là một thảo trình nhỏ được viết bằng ngôn ngữ C hay Visual Basic. ActiveX chỉ chạy với browser Internet Explorer của Microsoft; do đó, chúng ta cần cân nhắc kỹ trước khi dùng phương pháp này để làm chạy chữ.

Nếu đang dùng Internet Explorer 3.0, hay mới hơn, trong máy của chúng ta đã có sẵn một số ActiveX đã được cài sẵn. Một trong những ActiveX đó là *ActiveX marquee control*. Khi sử dụng *ActiveX marquee control* này chúng ta cần có hai tập tin. Tập tin thứ nhất là trang web mà chúng ta muốn tạo trong đó có chạy chữ. Tập tin thứ hai là hàng chữ chúng ta muốn chạy. Một điểm đặc biệt của *ActiveX marquee control* này là nó được viết rất tổng quát. Nó cho phép chúng ta chạy chữ theo chiều ngang, hay theo chiều dọc tùy theo ý muốn. Chúng ta cũng có thể chạy chữ từ trái qua phải, phải qua trái, trên xuống dưới hay dưới lên trên đều được. Tóm lại, nó rất hữu dụng, nhưng chỉ có một chỗ yếu là chỉ áp dụng cho các browser của Microsoft, như Internet Explorer 3.0 hay mới hơn.

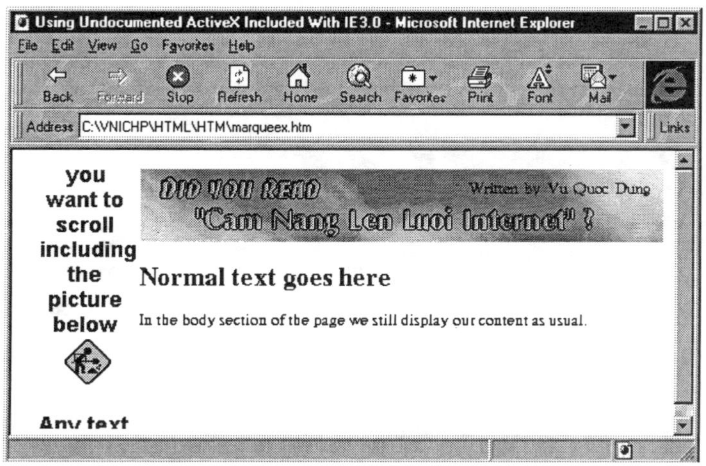

Hình 12-15: Dùng ActiveX chạy chữ trong IE3.0

Tập tin thứ nhất mà chúng ta cần viết tương tự như sau:

```
<HTML>
   <HEAD>
   <TITLE>Using Undocumented ActiveX Included With IE3.0</TITLE>
   </HEAD>
   <BODY>
   <OBJECT
```

```
    ALIGN=left  //location of object: left or right
    CLASSID="clsid:1a4da620-6217-11cf-be62-0080c72edd2d"
    WIDTH=96 HEIGHT=90%  //size of object frame
    BORDER=0
    ID=WhateverName> <!--name of the object-->
    <PARAM NAME="ScrollStyleX" VALUE="circular">
    <PARAM NAME="ScrollStyleY" VALUE="circular">
    <PARAM NAME="szURL" VALUE="marqtext.htm">
                <!--file contains scrolling text-->
    <PARAM NAME="ScrollDelay" VALUE=60>
                <!--delay time between step-->
    <PARAM NAME="LoopsX" VALUE=-1>
    <PARAM NAME="LoopsY" VALUE=-1>
    <PARAM NAME="ScrollPixelsX" VALUE=0>
                <!--x-direction of scrolling-->
    <PARAM NAME="ScrollPixelsY" VALUE=-1>
                <!--y-direction of scrolling-->
    <PARAM NAME="DrawImmediately" VALUE=0>
    <PARAM NAME="Whitespace" VALUE=0>
                <!--gap between text-->
    <PARAM NAME="PageFlippingOn" VALUE=1>
    <PARAM NAME="Zoom" VALUE=100>
                <!--zooming factor-->
    <PARAM NAME="WidthOfPage" VALUE=100>
    </OBJECT>
    <!-- end of marquee -->
    <IMG SRC="camnang.gif">
    <H2>Normal text goes here</H2>
    <P>In the body section of the page we still display our content as
    usual.</P>
    </BODY>
  </HTML>
```

Trong thí dụ này, chúng ta dùng tag <OBJECT> để cài ActiveX marquee control. Tag <OBJECT>...</OBJECT> là một extension của Microsoft và cho đến nay chỉ có các browser của Microsoft mới hỗ trợ nó. Trong tương lai, hy vọng rằng Ủy Ban Tiêu Chuẩn sẽ chấp nhận, và các browser khác cũng sẽ hỗ trợ tag này. Đến lúc đó, chúng ta mới có thể dùng ActiveX để làm chạy chữ một cách thoải mái. Tag <OBJECT> được dùng để cài các ActiveX, OLE controls, hay các "media objects" như MicrosoftWord document, Excel file, hay PowerPoint file.

Tập tin thứ hai mà chúng ta cần lập, phải có tên giống như tên mà chúng ta đã đặt nơi hàng:

```
<PARAM NAME="szURL" VALUE="marqtext.htm">
```

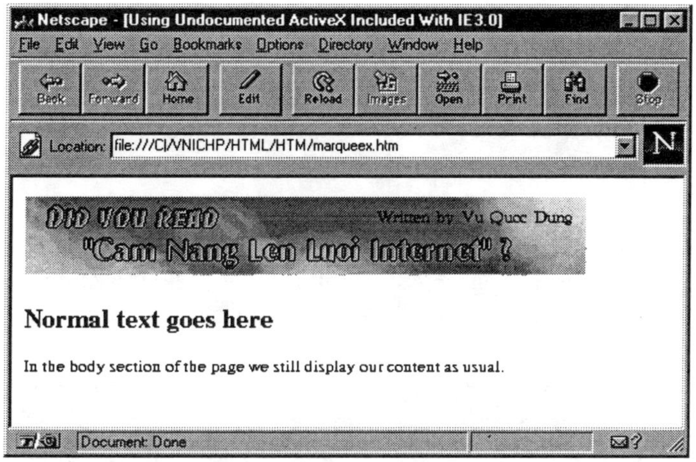

Hình 12-16: ActiveX không chạy đúng với Netscape

đó là *marqtext.htm*. Chúng ta có thể đặt bất cứ tên nào cho tập tin thứ hai này, nhưng chúng ta cần thay đổi tên của tập tin nơi hàng **PARAM NAME="szURL"** trên cho thích hợp. Trong tập tin thứ hai này chúng ta sẽ viết như sau:

```
<HTML>
   <HEAD>
   <TITLE>Scrolling Text and Picture</TITLE>
   </HEAD>
   <BODY>
   <TABLE BORDER=0 >
   <TR>
     <TD WIDTH=100 ALIGN=center >
       <SPAN STYLE="font: 14pt/16pt Arial; color:
                blue; font-weight: bold">
     <!--Put all scrolling text and pictures here-->
     Any text you want to scroll including the
     picture below
     <BR>
     <IMG ALIGN=center WIDTH=40 HEIGHT=40
      SRC="at_work.gif" BORDER=0>
     </TD>
    </TR>
   </TABLE>
   </BODY>
</HTML>
```

Tập tin này sẽ ghi các chữ và hình chúng ta muốn chạy bên trong một bảng (table). Bảng này chỉ có một ô (cell) duy nhất, chứa các chữ và hình chúng ta muốn chạy. Cách lập bảng đã được giải thích nơi chương Sáu. Điểm đặc biệt của ActiveX này là chúng ta có thể chạy cả hình, không giới hạn chỉ có chữ như những phương pháp khác. Tất cả hình và chữ được chạy phải được đặt trong một bảng. Bảng này đóng vai trò như là khung của chữ và hình được chạy.

Trong tập tin thứ hai này, chúng ta đã dùng đến tag <SPAN>. Tag này sẽ được giải thích nơi chương Mười Bẩy, "Cascading Style Sheet". Tag này:

```
<SPAN STYLE="font: 14pt/16pt Arial; color:
                blue; font-weight: bold">
```

cho chúng ta đổi kích thước, mầu sắc và kiểu của nhóm chữ được chạy. Tag trên nói rằng chúng ta dùng phông chữ kích thước *14pt*. Khoảng cách giữa các hàng chữ là *16pt*. Mầu của chữ là mầu xanh dương. Kiểu chữ là đậm.

Như đã đề cập trước, ActiveX này rất hữu dụng. Nó cho chúng ta kiểm soát hướng đi và tốc độ của chữ và hình được chạy. `ScrollPixelsX` kiểm soát hướng đi của chiều ngang. Giá trị *X* kiểm soát khoảng cách của bước đi. `ScrollPixelsY` kiểm soát hướng đi của chiều dọc. Giá trị *Y* kiểm soát khoảng cách của bước đi. Thí dụ:

```
<PARAM NAME="ScrollPixelsX" VALUE=-2>
```

di chuyển chữ/hình từng 2 ảnh tố (pixel) về bên trái.

```
<PARAM NAME="ScrollPixelsX" VALUE=0>
```

không di chuyển theo chiều ngang.

```
<PARAM NAME="ScrollPixelsY" VALUE=-1>
```

di chuyển chữ/hình từng 1 ảnh tố (pixel) lên trên.

```
<PARAM NAME="ScrollPixelsY" VALUE=3>
```

di chuyển chữ/hình từng 3 ảnh tố (pixel) xuống dưới.

Ảnh hưởng của các "PARAM NAME" khác như sau:

ScrollStyleX: Xác định loại chạy chữ theo chiều ngang. Các giá trị gồm có: `Bounce` và `Circular` (giá trị mặc định).

ScrollStyleY: Xác định loại chạy chữ theo chiều dọc. Các giá trị gồm có: `Bounce` và `Circular` (giá trị mặc định).

ScrollDelay: Xác định thời gian tính bằng phần ngàn của một giây (milliseconds) giữa các bước đi. Các giá trị phải là số nguyên dương (positive integers). Giá trị mặc định là 100.

LoopsX: Xác định số lần di chuyển từ một lề này qua lề khác theo chiều ngang. Các giá trị được ghi bằng số nguyên dương hay `-1`. Giá trị 0 cho biết nhóm chữ sẽ trượt (slide) từ lề này qua lề khác một lần. Giá trị `-1` sẽ chạy chữ mãi mãi (infinite).

LoopsY: Xác định số lần di chuyển từ một lề này qua lề khác theo chiều dọc. Các giá trị được ghi bằng số nguyên dương hay `-1`. Giá trị 0 cho biết nhóm chữ sẽ trượt (slide) từ lề này qua lề khác một lần. Giá trị `-1` sẽ chạy chữ mãi mãi (infinite).

DrawImmediately: Cho biết là các chữ và hình sẽ được vẽ xong rồi mới chạy, hay vừa vẽ vừa chạy. Các giá trị hợp lệ là 1 (true) hay 0 (false). Giá trị mặc định là 1.

Whitespace: Xác định khoảng cách giữa các nhóm chữ được chạy. Các giá trị hợp lệ là các số nguyên dương. Giá trị mặc định là 0.

Zoom: Xác định phần trăm của kích thước gốc (original size) của nhóm chữ và hình được chạy. Các giá trị hợp lệ là các số nguyên dương. Giá trị mặc định là 100 (100%).

WidthOfPage: Xác định bề ngang, tính bằng ảnh tố (pixel), của khung chạy chữ. Các giá trị hợp lệ là các số nguyên dương. Giá trị mặc định là 640.

12.8 Banner

Một hình thức khác cũng thường được dùng để gây sự chú ý của độc giả là banner. Các banner thường được dùng để quảng cáo các sản phẩm hay dịch vụ trên trang web. Một hình ảnh hoạt họa chạy chữ như đã được đề cập ở đoạn 12.4 cũng có thể được dùng làm banner. Tuy nhiên, vì là một bảng quảng cáo nên đa số mọi người làm banner như là một bức hình hoạt họa với các chữ nhảy múa, chạy qua chạy lại, hay thêm hình ảnh làm nền cho banner. Chúng ta có thể tạo banner như là một bức hình hoạt họa dùng nhu liệu GIF Construction Set, hay bằng một nhu liệu đặc chế chỉ để làm banner.

Chúng ta có thể tìm thấy các nhu liệu đặc chế để làm banner trên Internet như *Hot Banners* của Jalapeno Software (www.jalapenosoftware.com), *Banner*Show* của Web Genie (www.webgenie.com/software/banner). Chúng ta cũng có thể làm được banner ngay trên Internet nơi địa chỉ *www.coder.com/creations/banner*. Nơi trang web này, chúng ta sẽ được hỏi một số câu hỏi về cách trang trí banner, chọn kiểu chữ, dòng chữ. Khi chúng ta nộp câu trả lời thì trang web đó sẽ gửi lại cho chúng ta một trang web trong đó có banner mà chúng ta muốn làm (dưới dạng hình GIF). Để cất banner đó vào đĩa, chúng ta nhấp nút phải của chuột lên banner rồi chọn cất hình ra đĩa nơi mệnh đơn (menu).

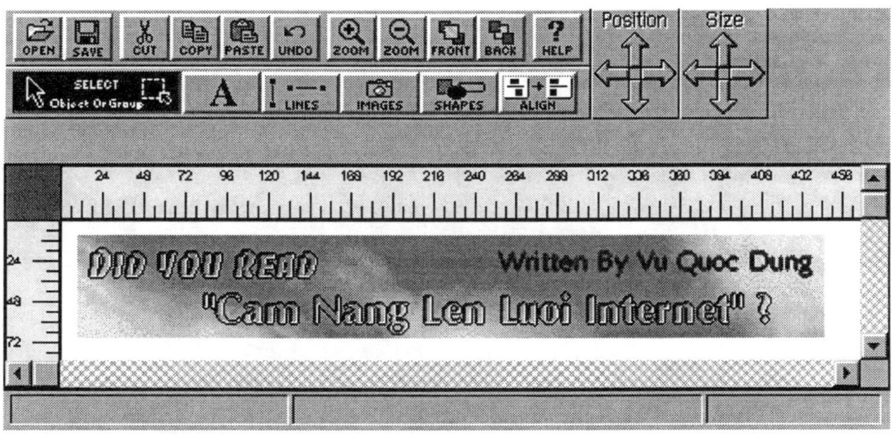

Hình 12-17: Làm banner bằng nhu liệu Hot Banners

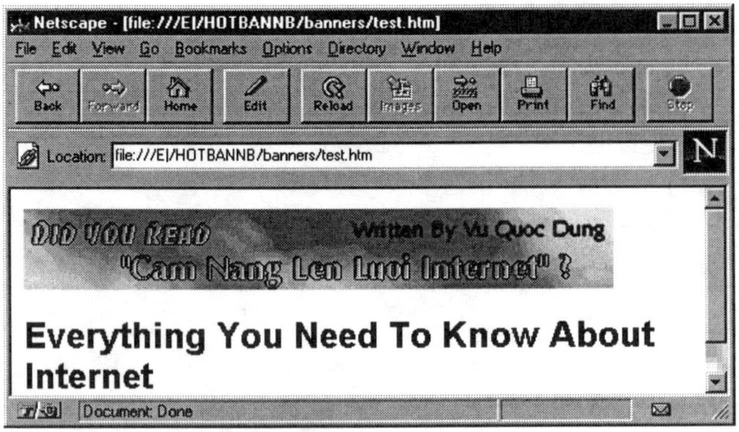

Hình 12-18: Banner được dùng nơi trang web

Ghi Chú: *Một số các nhu liệu đặc chế làm banner có thể cho chúng ta đánh được tiếng Việt, nhưng khi hiện ra thì lại không hiện ra dấu tiếng Việt. Thí dụ như nhu liệu Hot Banners, GIF Construction Set.*

Hình 12-19: Một thí dụ khác về banner

Hình 12-20: Một thí dụ khác về banner

12.8 Tóm Tắt

Tag <MARQUEE> là một tag nới rộng của Microsoft đặt ra. Cho đến khi sách này được in thì chỉ các browser của Microsoft (Internet Explorer phiên bản 3.0 hay mới hơn) mới hỗ trợ tag này. Tag <MARQUEE> chỉ cho chúng ta chạy chữ với chỉ có chữ. Nếu muốn chạy chữ như là hình ảnh, chúng ta cần sự giúp đỡ của một số nhu liệu chuyên để làm chạy chữ như *Broadway*, hay nhu liệu làm hình hoạt họa như *GIF Construction Set*. Chúng ta cũng có thể làm chạy chữ bằng cách lập trình bằng ngôn ngữ JavaScript hay Java. Các lập trình được viết bằng JavaScript cần được đặt trong trang web, nhưng các lập trình được viết bằng Java (applet) thì phải được đặt ở máy chủ. Chỉ có phần mã đính kèm các applet là đặt trong trang web.

Một hình thức khác để làm các hình chạy chữ nhằm gây sự chú ý của độc giả là làm banner. Trên Internet có một số trung tâm cho chúng ta làm banner tại chỗ. Ngoài ra, chúng ta cũng có thể dùng các nhu liệu chuyên để làm banner như *Banner*Show*, *Hot Banners,* hay nhu liệu làm hình hoạt họa như *Object Dancer.* Xem thí dụ về dùng banner làm chạy chữ ở địa chỉ *http://www.paceworks.com/_products/_gallery/gallery.html.*

12.9 Câu Hỏi & Trả Lời

1. Khi dùng tag <MARQUEE> để làm chạy chữ. Nếu browser của chúng ta không hỗ trợ tag đó thì chuyện gì sẽ xảy ra.

TL: Bất cứ browser nào không hỗ trợ tag <MARQUEE> cũng sẽ hiển thị các chữ được kẹp giữa tag mở và đóng <MARQUEE> nhưng các chữ đó chỉ đứng yên chứ không di chuyển.

2. Tại sao tôi dùng tag <MARQUEE> để làm chạy chữ nhưng một số thuộc tính không thể hiện đúng nhiệm vụ của nó?

TL: Đó là lỗi lầm của browser. Thứ nhất, <MARQUEE> chỉ dùng được nơi browser Internet Explorer. Ngay cả Internet Explorer cũng có nhiều phiên bản. Mỗi phiên bản hỗ trợ đến một số thuộc tính mà thôi. Hy vọng là những phiên bản mới của các browser sẽ hỗ trợ hết và đúng các thuộc đính đã được quy định. Nếu muốn chắc ăn, chúng ta dùng JavaScript. Cách này thể hiện tốt trên mọi browser với điều kiện các browser đó phải bật mốt chấp nhận JavaScript.

3. Tôi dùng tag <FONT SIZE=+3> chung với tag <MARQUEE> để làm lớn chữ được chạy. Tại sao cỡ chữ không thay đổi gì hết?

TL: Một lần nữa, chúng ta giả sử là độc giả đang dùng Internet Explorer. Internet Explorer phiên bản 3.x đã bị lỗi lầm (bug) là không đổi cỡ chữ nếu tag <FONT> được viết bên trong tag <MARQUEE>. Microsoft đã gợi ý chúng ta đi đường vòng là viết tag <FONT> bên ngoài tag <MARQUEE> như sau:

```
<FONT SIZE=+3><MARQUEE> chữ được chạy </MARQUEE> </FONT>
```

4. Tại sao tôi dùng nhu liệu Paint Shop Pro để xem một banner bằng hình hoạt họa tôi chỉ thấy có một ít chữ chứ không phải toàn bộ nhóm chữ?

TL: Trường hợp này xảy ra đối với tất cả các nhu liệu vẽ hình không có khả năng đọc hình hoạt họa. Khi đó các nhu liệu loại này chỉ đọc được một bức hình đầu tiên trong một chuỗi các bức hình bên trong một hình hoạt họa. Banner dùng hình hoạt họa là một chuỗi các hình. Mỗi hình chỉ hiện ra một phần của nhóm chữ. Do đó, bức hình đầu mà nhu liệu Paint Shop Pro cho hiện ra chỉ có một phần của nhóm chữ trong banner.

12.10 Tài Liệu Tham Khảo

[1] Scott Arpajian, "How to Use HTML3," Ziff-Davis Press, 1996, ISBN: 1-56276-390-3.

[2] "Microsoft ActiveX Controls--Programming Reference," www.microsoft.com/workshop/prog/controls/ctrlref-f.htm.

[3] "T-Banner," www.geocities.com/~yehuda/.

[4] "N-Banner," www.geocities.com/~yehuda/.

[5] "VooDoo's Introduction To JavaScript" rummelplatz.uni-mannheim.de/~skoch/.

12.11 Tài Liệu Đọc Thêm

- WebGenie's Banner*Show, www.webgenie.com/Software/Banner/.
- "The Banner Generator," www.coder.com/creations/banner/.
- "Animated Banner Maker," MediaBuilder, www.mediabuilder.com/abm.html.
- "Smart Clicks Frequently Asked Questions," TECS Inc., www.smartclicks.com/faqpage.html.
- "Developer's Corner," Athenia Associates, www.webreference.com/dev/.

Chương 13

Thêm Nhạc/Âm-Thanh Vào Trang Web

Nơi chương này, chúng ta sẽ tìm hiểu về cách gắn nhạc vào trang web. "Gắn nhạc vào trang web" chỉ là một câu nói trung trung. Trên thực tế, một khi đã gắn được nhạc vào trang web tức là chúng ta có thể gắn được bất cứ một thứ gì phát ra âm thanh vào trang web, như bài phỏng vấn, bài phát thanh radio, lời kể chuyện. Chính vì thế, tựa của chương này nhấn mạnh là "Thêm Nhạc/Âm-Thanh Vào Trang Web". Tuy nhiên, để cho ngắn gọn chúng ta sẽ chỉ dùng chữ "thêm nhạc vào trang web", nhưng chúng ta phải hiểu rằng chữ "nhạc" ở đây ý muốn nói là âm thanh.

Thêm nhạc vào trang web không đơn giản như chúng ta nghĩ, dựa vào những gì chúng ta đã học từ các trang trước. Thứ nhất, chúng ta có rất nhiều cách thâu nhạc, số hóa (digitized) bản nhạc, rồi cất vào ổ đĩa. Thứ nhì, một bản nhạc khi được cất vào đĩa cũng có rất nhiều dạng. Thứ ba, muốn nghe được nhạc chúng ta phải có sound card, loa và nhu liệu. Nhất là nghe nhạc qua trang web chúng ta lại cần phải có *plug-in* cho browser của chúng ta. Một điểm cần nhấn mạnh là không phải độc giả nào của chúng ta cũng có cùng browser, nhu liệu nghe nhạc hay *plug-in* giống chúng ta. Điểm phức tạp thứ tư là ngay cả các browser cũng không thống nhất với nhau về tag để gắn nhạc vào trang web.

Trong chương này, chúng ta sẽ học về:

- Cách gắn nhạc vào trang web
- Chọn cách gắn nhạc thích hợp
- Nguyên tắc nghe nhạc từ trang web
- Các dạng tập tin nhạc
- Plug-in để nghe nhạc
- Làm cách nào để có được một tập tin nhạc
- Streaming Audio
- Tạo một tập tin nhạc dạng RealAudio
- Tạo một tập tin nhạc dạng Shockwave

Thay vì đi theo thứ tự từ nguyên tắc đến cách gắn nhạc vào trang web, chúng ta sẽ đảo ngược thứ tự. Chúng ta học về cách gắn nhạc vào trang web trước. Đối với những ai đã có tập tin nhạc, muốn học cách gắn nhạc vào trang web sẽ thực hiện được điều đó ngay mà không phải đọc nhiều. Nếu chúng ta chưa quen với cách nghe nhạc từ máy điện toán, từ Internet, hay muốn tìm hiểu cặn kẽ thêm về nguyên tắc hãy tiếp tục đọc tiếp.

13.1 Cách Gắn Nhạc Vào Trang Web

Chúng ta có thể gắn bất cứ tập tin nhạc chúng ta có vào trang web với điều kiện browser của chúng ta có sẵn *plug-in* để tiếp nhận tập tin đó. Các dạng tập tin thường dùng nhất là MIDI (the Musical Instrument Digital Interface), WAV (Waveform Audio), AU (Audio Format) và AIFF (Audio Interchange File Format). Extension của các tập tin nhạc đó là .MID, .WAV, .AU, .AIF. *plug-in* cho các tập tin này thường đã có sẵn nơi các browser.

Cách 1: Điểm Nối

Có ba cách gắn nhạc vào trang web. Cách thứ nhất là gắn nhạc như là một điểm nối (link). Giống như điểm nối mà chúng ta đã học ở các chương trước (dùng tag `<A HREF=...>`). Khi chúng ta nhấp chuột lên điểm nối đó, nhạc sẽ được phát ra.

Lưu Ý: *Muốn nghe được nhạc, máy của chúng ta phải có sound card và loa.*

Thí dụ về dùng điểm nối tới bản nhạc như sau:

```
Nhạc <A HREF="diepkhuc.mid">Điệp Khúc Mùa Xuân</A>
```

Khi hiện trên màn ảnh, nhóm chữ **Điệp Khúc Mùa Xuân** sẽ được gạch dưới và có mầu xanh dương (nếu chúng ta không đổi mầu của điểm nối nơi browser) như là mọi điểm nối khác. Nhấp chuột lên nhóm chữ này, chúng ta sẽ nghe được bản nhạc được cất trong tập tin *diepkhuc.mid.*

Một số browser khi chơi nhạc, sẽ cho hiện ra một "*console*" như các hình dưới đây để chúng ta có thể ngừng nhạc, quay tới, quay lui hay phát tiếp bản nhạc.

Hình 13-1: Console của Live Audio của Netscape

Hình 13-2: Console chơi nhạc MIDI của Microsoft

Hình 13-3: Console chơi nhạc WAV của Microsoft

Các Báo Lỗi Thường Gặp

Nếu chúng ta dùng Netscape Navigator, hay máy chúng ta không có sound card và loa để nghe nhạc, chúng ta có thể sẽ thấy một khung báo lỗi như sau:

Hình 13-4: Báo lỗi khi không có sound card

Nhấp chuột lên nút **OK**, chúng ta sẽ thấy khung báo lỗi như ở hình sau:

Hình 13-5: Báo lỗi khi không chơi được nhạc

Kết quả là chúng ta chẳng nghe được tiếng động gì. Nếu dùng Internet Explorer, khung báo lỗi mà chúng ta có thể nhận được sẽ nhìn như sau:

Hình 13-6: Báo lỗi khi không chơi được nhạc nơi IE

Nếu máy có sound card và loa nhưng máy chủ đã không dùng đúng *MIME type* cho bản nhạc, nơi browser chúng ta sẽ thấy như sau và dĩ nhiên là không nghe được nhạc:

Nếu máy chủ đã gửi đúng *MIME type*, nhưng browser của chúng ta không có đúng *plug-in* cho *MIME type* đó, chúng ta có thể sẽ thấy một báo lỗi như sau:

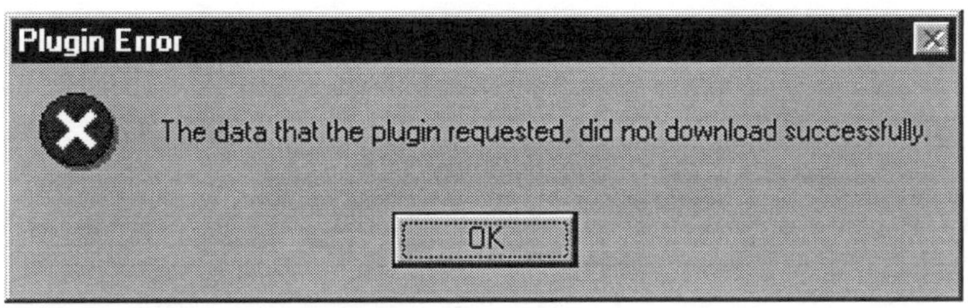

Hình 13-7: Báo lỗi khi không chơi được nhạc

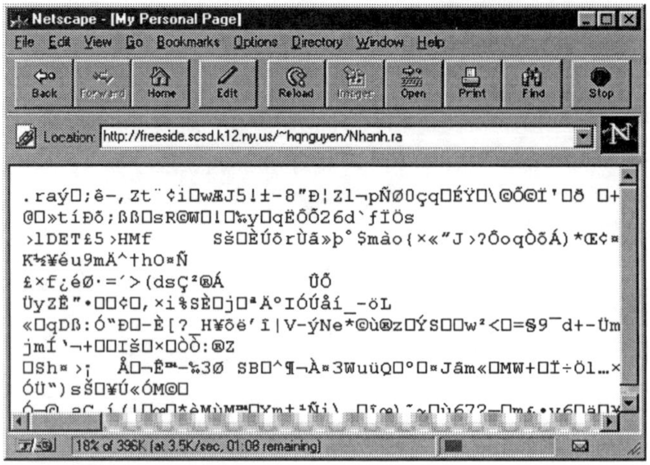

Hình 13-8: Server không gửi đúng MIME type

Cách 2: Background Music

Cách thứ hai là chúng ta cho nghe nhạc một cách tự động ngay khi trang web được lấy xuống (download). Cách thứ nhất ghi nơi trên chỉ có một tag duy nhất (<A HREF=...>) để thực hiện, nhưng cách thứ hai này có tới hai tag: <EMBED> và <BGSOUND>. Tag <EMBED> là tag nới rộng của Netscape. Tag <BGSOUND> thì lại là một tag nới rộng của Microsoft. Browser IE của Microsoft chỉ chạy được nơi các hệ điều hành Windows; do đó, chỉ có những ai dùng Internet Explorer trong Windows mới nghe được nhạc khi chúng ta dùng tag <BGSOUND>. Trong khi đó, Netscape browser chạy trên nhiều hệ điều hành khác nhau; do đó, tag <EMBED> được sử dụng nhiều hơn. Ngay cả browser IE của Microsoft cũng hỗ trợ tag <EMBED>. Tóm lại, chúng ta nên thử dùng tag <EMBED> trước. Nếu tag đó không dùng được thì chúng ta dùng tag <BGSOUND>. Chúng ta cần thử nghiệm cho kỹ xem tag nào thích hợp với chúng ta. Xem thêm nơi trang web mẫu, *autosou2.htm*, nơi đĩa đính kèm về cách dùng tag <EMBED>.

<EMBED>

Cách dùng tag <EMBED> như sau:

```
<EMBED SRC="diepkhuc.mid" AUTOSTART=true LOOP=true WIDTH=144
   HEIGHT=15 CONTROLS=smallconsole>
```

Lưu Ý: *"diepkhuc.mid" chỉ là một thí dụ về một tập tin nhạc đã được đính kèm nơi đĩa. Chúng ta thay thế nó bằng bất cứ tên của một bản nhạc thích hợp nào chúng có. Chúng ta có thể tìm thấy rất nhiều những bản nhạc ngoại quốc và Việt đã được cất ở dạng MIDI trên Internet. Địa chỉ của những nơi này sẽ được ghi nơi đoạn 13.7.*

Thuộc tính SRC= xác định một địa chỉ tương đối (relative address), hay tuyệt đối (absolute address) của tập tin nhạc. Thuộc tính AUTOSTART=true sẽ tự động chơi bản nhạc ngay sau khi lấy xuống (download). Nếu AUTOSTART=false, bản nhạc sẽ không được tự động phát mà chúng ta phải bấm nút "play" nơi "console" để bắt đầu phát nhạc. LOOP=true sẽ phát đi phát lại bản nhạc không nghỉ. WIDTH và HEIGHT xác định khung chứa "console". Loại "console" được hiện ra được ghi nơi thuộc tính CONTROLS=. "Console" là hình vẽ chính diện của các nút bấm nơi máy *cassette*. Xem câu hỏi số 4, đoạn 13.12 để biết về các dạng "console".

Lưu Ý: *Tag* <EMBED> *chỉ có 3 thuộc tính chính là* SRC, WIDTH *và* HEIGHT, *các thuộc tính còn lại thay đổi tùy theo từng loại "multimedia object" hay từng loại plug-in. Để biết thêm về các thuộc tính và giá trị dùng được với tag* <EMBED> *cho âm thanh (audio), hãy xem trang web "Embed Tag Syntax" ở địa chỉ www.netscape.com /assist/net_sites/embed_tag.html, trang web "LiveAudio Syntax" ở địa chỉ home.netscape.com/comprod/products/navigator/version_3.0/multimedia/audio/how.html, và trang web "Using the RealAudio Plug-in" ở địa chỉ www.realaudio.com/products/ra2.0/plug_ins/index.html.*

<BGSOUND>

Cách dùng tag <BGSOUND> như sau:

```
<BGSOUND SRC="diepkhuc.mid" LOOP=infinite>
```

Thuộc tính **SRC** chỉ tập tin nhạc sẽ được phát, giống như nơi tag <EMBED>. Thuộc tính LOOP xác định số lần bản nhạc sẽ được phát. Giá trị của LOOP là một số nguyên lớn hơn không, hoặc INFINITE (phát hoài không ngừng). Tag <BGSOUND> không có thuộc tính để lựa chọn "console" như ở thuộc tính <EMBED>; do đó, cũng không có các thuộc tính WIDTH và HEIGHT. Khi dùng tag <BGSOUND>, bản nhạc được tự động phát; do đó, nó cũng không có thuộc tính AUTOSTART.

Cách 3: Client Pull

Cách thứ ba cũng cho nghe nhạc một cách tự động ngay khi trang web được lấy xuống (download). Đó là phương pháp "Client Pull". Cách gắn nhạc theo phương pháp "Client Pull" được viết như sau:

```
<META HTTP-EQUIV="refresh" CONTENT="1; URL=diepkhuc.mid">
```

Lưu Ý: *Tag* <META> *này phải được đặt giữa cặp tag* <HEAD>...</HEAD>. **"1; URL=diepkhuc.mid"** *là giá trị của thuộc tính* CONTENT. **URL=diepkhuc.mid** *phải được viết bên trong dấu ngoặc kép cùng với* **1;**.

Tag này nói cho browser biết là sau một thời gian được xác định, browser hãy đi lấy tập tin được ghi nơi nhãn URL. Trong thí dụ này, thời gian được xác định là 1 giây (*CONTENT="1;*) và tập tin nhạc được ghi nơi nhãn URL là *diepkhuc.mid.*

13.2 Chọn Cách Gắn Nhạc Thích Hợp

So sánh giữa các lối gắn nhạc vào trang web, mỗi lối có các ưu và khuyết điểm khác nhau. Lối "Dùng Điểm Nối" cho độc giả sự lựa chọn nghe hay không nghe nhạc. Không phải ai cũng có đầy đủ những thiết bị để nghe nhạc, và cũng không phải ai cũng thích nghe nhạc. Dùng các lối nghe nhạc tự động sẽ làm phiền lòng các độc giả này không ít. Nếu họ không có đầy đủ các thiết bị nghe nhạc, như *sound card*, họ phải đương đầu với các khung báo lỗi mỗi khi đi đọc trang web có nhạc. Lối "Dùng Điểm Nối" cũng được coi là thích hợp nhất trong các trường hợp độc giả cần sự im lặng, thí dụ như đang làm việc trong sở làm, đang làm việc khuya trong phòng ngủ và có người thân đang ngủ gần đó. Nếu dùng lối "Dùng Điểm Nối", chúng ta cũng nên ghi rõ nơi điểm nối về kích thước và ước lượng thời gian lấy xuống (download) để độc giả dễ dàng quyết định nên nghe bản nhạc đó hay không. Chúng ta cũng nên ghi rõ các thiết bị cần thiết để nghe được bản nhạc đó, nhất là loại *plug-in* nào. Thí dụ: "Cần có RealAudio".

Dùng tag `<EMBED>` hay `<BGSOUND>` có một cái hay là bản nhạc tự động phát, tạo một không khí thoải mái, chúng ta vừa đọc trang web vừa nghe nhạc. Ngược lại, như đã nói ở trên, nó có thể tạo ra nhiều rắc rối đối với người không thích nghe nhạc, không có đủ dụng cụ, hay cần sự im lặng. Thêm vào đó, chúng ta phải lựa chọn một trong hai tag này. Netscape Navigator không hỗ trợ tag <BGSOUND>; do đó, chúng ta phải dùng tag <EMBED>. Khi dùng các tag này chúng ta có thể phải gạt bỏ ra ngoài một số độc giả chỉ có browser không phải là Netscape Navigator hay Internet Explorer phiên bản 3.01 (hay mới hơn). Dùng tag <BGSOUND> sẽ chạy được với mọi phiên bản của Internet Explorer nhưng lại không chạy được với Netscape Navigator.

Dùng lối "Client Pull" chúng ta cũng phát được bản nhạc một cách tự động, như khi dùng tag <EMBED> và <BGSOUND>. Vì thế lối này cũng có những khuyết điểm như tạo ra nhiều rắc rối đối với người không thích nghe nhạc, không có đủ dụng cụ, hay cần sự im lặng. Tuy nhiên, lối này chạy tốt đẹp với mọi browser. Lối "Client Pull" còn một điểm bất lợi khác là vì nó dùng tag <META. . .>, bản nhạc sẽ bị lấy xuống lại mỗi khi trang web được xem lại (revisited).

Nếu chúng ta quyết định dùng tag <EMBED> và <BGSOUND>, chúng ta có thể giải quyết sự khác biệt giữa các brower bằng sự giúp đỡ của JavaScript. Tuy nhiên, cách này cũng không phải là một cách hoàn hảo vì nếu browser của chúng ta không hỗ trợ JavaScript, hay mốt JavaScript bị tắt (turned off) thì chúng ta lại gặp trở ngại.

Dùng JavaScript

Nếu muốn dùng LOOP (lập lại), thêm phần mã dưới đây vào cuối trang web, trước tag </BODY>:

```
<SCRIPT LANGUAGE="JavaScript">
   <!-- Hide the script from JavaScript-unaware browsers
   IF (navigator.appName=="Netscape") {
      document.write("\<EMBED ");
      document.write("SRC=\"your_midi_url\" ");
      document.write("TYPE=\"audio/midi\" ");
      document.write("AUTOSTART=true LOOP=true\>");
   } ELSE {
      document.write("\<BGSOUND ");
      document.write("SRC=\"your_midi_url\" ");
      document.write("LOOP=infinite\>");
   }
   //-->
</SCRIPT>
<NOSCRIPT> <BGSOUND SRC="your_midi_url" LOOP=infinite>
</NOSCRIPT>
```

Lưu Ý: *Chúng ta cần thay* **your_midi_url** *bằng địa chỉ của bản nhạc mà chúng ta muốn phát. Thí dụ: diepkhuc.mid hay http://vinet.vinet.com/~dvu/furelis.mid.*

Nếu không muốn dùng LOOP (lập lại), thêm phần mã dưới đây vào cuối trang web, trước tag </BODY>:

```
<SCRIPT LANGUAGE="JavaScript">
   <!-- Hide the script from JavaScript-unaware browsers
   IF (navigator.appName=="Netscape") {
      document.write("\<EMBED ");
      document.write("SRC=\"your_midi_url\" ");
      document.write("AUTOSTART=true\>");
   } ELSE {
      document.write("\<BGSOUND ");
      document.write("SRC=\"your_midi_url\"\>");
   }
   //-->
</SCRIPT>
<NOSCRIPT> <BGSOUND SRC="your_midi_url">
</NOSCRIPT>
```

Dùng Tag <NOEMBED>

Ngoài cách dùng JavaScript để gắn nhạc cho nghe được với hầu hết các browser, chúng ta còn một cách khác là dùng tag <NOEMBED>...</NOEMBED>. Lối này cũng không phải là lối hoàn hảo nhất vì tag <NOEMBED> không phải là một tag do Ủy Ban Tiêu Chuẩn đề nghị, và không phải browser nào cũng hiểu được tag này. Do đó, chúng ta vẫn phải thử nghiệm cho kỹ trước khi quyết định dùng tag này. Cách dùng tag <NOEMBED> này như sau:

```
<EMBED SRC="your_midi_url" AUTOSTART=true LOOP=true> </EMBED>

<NOEMBED> <BGSOUND SRC="your_midi_url" LOOP=infinite> </NOEMBED>
```

Dùng phương pháp này, chúng ta hy vọng rằng nếu browser nào hiểu được tag <EMBED> thì chỉ phát bản nhạc trong tag <EMBED>. Nếu không, nó sẽ phát bản nhạc bên trong tag <BGSOUND>.

13.3 Nguyên Tắc Nghe Nhạc Từ Trang Web

Như đã được đề cập trong phần mở đầu, muốn gắn nhạc vào trang web cho tất cả mọi người nghe được không phải là dễ. Nơi đoạn này chúng ta sẽ tìm hiểu về nguyên tắc gắn và nghe nhạc nơi trang web.

Gắn và nghe nhạc từ trang web liên quan tới 3 đối tượng: tác giả của trang web, máy chủ nơi chứa bản nhạc, và độc giả của trang web. Mỗi đối tượng đều phải làm một số chuẩn bị để việc nghe nhạc qua trang web đạt được kết quả.

Phía Tác Giả

Tác giả của trang web có nhạc cần phải:

- Có bản nhạc được cất ở một dạng nào đó, thí dụ `WAV`, `MID`, `AIF`, `AU`. Làm sao để có được một bản nhạc nghe được trên trang web, và các dạng tập tin nhạc, sẽ được bàn thêm nơi đoạn sau.
- Chọn cách gắn bản nhạc vào trang web.
- Có sound card và loa để nghe thử bản nhạc.
- Gửi cả bản nhạc và trang web lên máy chủ.

Phía Máy Chủ

Máy chủ phải được sắp đặt để hỗ trợ tập tin nhạc mà tác giả đặt nơi trang web. Khi độc giả thăm trang web có nhạc, và yêu cầu được nghe nhạc, máy chủ gửi một số tin tức về tập tin nhạc và cả tập tin nhạc được yêu cầu tới browser của độc giả. Trong số các tin tức về tập tin nhạc là *MIME type* (dạng của tập tin nhạc).

Dạng của một trang web là `text/html`. Dạng của một tập tin bình thường là text/plain. Trong khi đó, chúng ta có cả chục dạng tập tin nhạc khác nhau như:

audio/midi, audio/basic, audio/x-midi, audio/rmf, audio/wave, audio/soundtrack, audio/mod, audio/x-pn-realaudio, audio/x-pn-realaudio-plugin, audio/x-midi-creative, audio/x-midi-roland, audio/x-aiff, audio/x-midi-yamaha, music/crescendo, x-music/x-midi, application/x-midi.

Trước khi gửi tập tin nhạc đến browser của độc giả, máy chủ phải xác định được loại tập tin là gì và gửi đúng *MIME type*. Hầu hết các máy chủ khi không đoán được loại tập tin nó sẽ gửi tập tin nhạc theo dạng `text/plain` hay `application/octet-stream`. Nếu máy chủ gửi tập tin nhạc theo các dạng này, độc giả có thể sẽ gặp khung báo lỗi như ở hình 13-8 thay vì nghe được nhạc.

Làm sao máy chủ đoán được dạng của tập tin nhạc? Đây là việc làm của người quản lý máy chủ (administrator). Hầu hết các máy chủ được chỉ dẫn, bởi người quản lý máy chủ, là dựa trên tên nới rộng (extension) của tập tin nhạc. Thí dụ, nếu thấy tên nới rộng là .MID hay .MIDI thì gửi ra `audio/midi`, nếu thấy .MOD thì gửi ra `audio/mod`, nếu thấy .RA hay .RAM thì gửi ra `audio/x-pn-realaudio`. Do đó, nếu chúng ta gắn một tập tin nhạc nào đó lên trang web nếu không phải là một trong các dạng căn bản như .MID, .AIF, .AU, .WAV thì phải hỏi người quản lý máy chủ sắp đặt các *MIME type* cho đúng. Dạng căn bản để nghe nhạc là `audio/midi`.

Phía Độc Giả

Tác giả đã làm được bản nhạc, máy chủ đã xác định được loại tập tin nhạc, về phía độc giả, muốn nghe được bản nhạc độc giả cần phải:

- Có sound card và loa để nghe bản nhạc.
- Có đúng *plug-in* **(nhu liệu phụ) cho loại tập tin nhạc được gửi tới.**

Đoán ra dạng của tập tin nhạc trong số các dạng kể trên không phải là dễ. Trừ khi tác giả của trang web nhắc chúng ta. Đây cũng là một yêu cầu của đại đa số độc giả là tác giả của trang web có nhạc nên cho biết loại tập tin nhạc của bản nhạc là gì và dùng *plug-in* nào thì nghe được. Thông thường, chúng ta thấy nơi các trang web có nhạc có ghi hàng chữ như "need RealAudio", hay có gắn huy hiệu của loại *plug-in* cần thiết như ở hình 13-9. Khi đó, chúng ta cần phải có đúng *plug-in* đó mới nghe được nhạc. Có một số *plug-in* hỗ trợ được nhiều dạng tập tin nhạc khác nhau. Thí dụ, *plug-in* của RealAudio hỗ trợ cả dạng .RA, .RAM, .MDI, .WAV. Trong trường hợp này, chúng ta không cần phải có đúng loại *plug-in* nếu biết chắc rằng *plug-in* mà chúng ta đang có có hỗ trợ dạng của tập tin nhạc nơi trang web.

Hình 13-9: Cho biết plug-in cần có

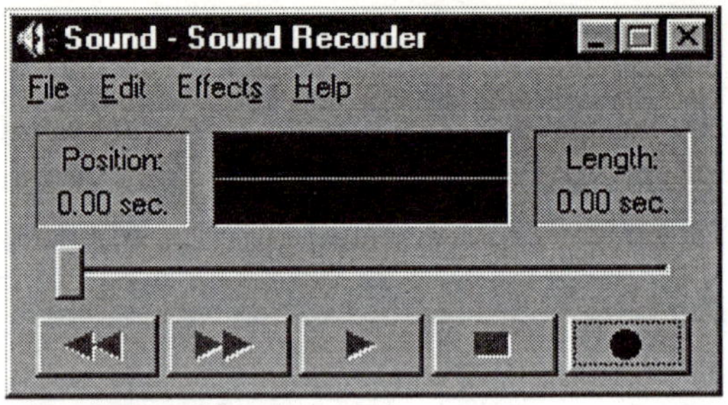

Hình 13-10: Nhu liệu Sound Recorder của Microsoft

13.4 Các Dạng Tập Tin Nhạc

Nhạc hay âm thanh có thể được thâu và cất dưới dạng "digital" bằng nhiều cách. Thí dụ, chúng ta có thể thâu lời nói chuyện bằng nhu liệu "Sound Recorder" của Microsoft, có gắn sẵn trong các máy dùng Windows 3.1, 95, NT hay mới hơn. Dĩ nhiên là chúng ta phải có *microphone* và *sound card*. Để thâu nhạc, chúng ta có thể dùng các *MIDI keyboard*, đàn organ, *CD player*, hay các *synthesizer*. Nói chung, chúng ta có thể dùng bất cứ một nhạc khí nào cho phép chúng ta thâu (record) và cất bản nhạc dưới dạng MIDI (output to MIDI). Cách thứ hai để có được một bản nhạc dưới dạng "digital" là dùng các nhu liệu viết nhạc như Vision, Cakewalk, Finalé. Các nhu liệu này thường được dùng bởi các nhạc sĩ để viết nhạc trên máy điện toán.

Tùy theo từng cách tạo tập tin nhạc/âm thanh, từng dụng cụ, khí cụ dùng để tạo bản nhạc, mà chúng ta có các tập tin nhạc khác nhau. Chúng ta có 3 nhóm dạng tập tin nhạc chính: Music Data Only (Chỉ Có Nốt Nhạc), Music Data + Instrument Info (Nốt Nhạc Và Loại Nhạc Khí Được Dùng), Audio Format (Dạng Âm Thanh).

Nhóm Music Data Only

Dạng tập tin nhạc phổ thông nhất trong nhóm này là "general MIDI". MIDI là chữ viết tắt của Musical Instrument Digital Interface (Giao-diện Số-tự Nhạc-khí). Trong dạng "general MIDI", các tập tin nhạc chỉ chứa tên các nốt nhạc. Khi cần phát lại một bản nhạc được cất dưới dạng "general MIDI" này, các *sound card* sẽ phát lại từng nốt nhạc được ghi bên trong, nhưng không thể diễn tả được là bản nhạc này được thâu từ nhạc khí nào. Nói cách khác, dù bản nhạc được thâu bằng nhạc khí nào đi nữa, khi nghe đều giống nhau, như được thâu bằng cùng một nhạc khí. Điểm lợi của dạng tập tin MIDI là nó rất nhỏ, vì nó chỉ chứa các nốt nhạc của bản nhạc. Tên nới rộng của các tập tin nhạc loại này là .MID hay .MIDI.

Nhóm Music Data + Instrument Info

Các tập tin nhạc trong nhóm này ngoài các nốt nhạc như ở dạng MIDI kể trên chúng còn chứa thêm "âm thanh mẫu" (sampled sounds). "Âm thanh mẫu" này được dùng để xác định loại nhạc khí nào được dùng; do đó, khi bản nhạc được phát, "âm thanh mẫu" sẽ được dùng để phân tích loại nhạc khí được dùng. Lúc đó, bản nhạc sẽ được nghe giống như khi được thâu. Nói cách khác, nếu bản nhạc được thâu bằng đàn thùng dây *nylon* thì khi nghe lại bằng *sound card*, chúng ta cũng sẽ nghe như tiếng đàn thùng dây *nylon* thật, chứ không phải một nhạc cụ nào khác.

Các dạng tập tin phổ thông trong nhóm này là SF2, SDS, MOD, S3M, XM. Nổi bật nhất là dạng MOD được phát nguồn từ nhu liệu viết nhạc của máy Amiga tên "SoundTracker". Nhu liệu này khi cất bản nhạc sẽ cất các nốt nhạc của bản nhạc cộng thêm "âm thanh mẫu" để xác định loại nhạc khí. Điểm lợi của nhóm dạng tập tin này là cho chúng ta nghe lại bản nhạc giống với thực tế hơn là dạng MIDI, nhưng ngược lại, kích thước tập tin sẽ lớn hơn. Điểm bất lợi nhất của nhóm dạng tập tin này là có quá nhiều dạng tập tin thuộc nhóm này. Chúng dẫn đến vấn đề không tương thích giữa các tập tin cùng nhóm.

Nhóm Audio Format

Nhóm dạng tập tin này cho chúng ta nghe lại nhạc/âm thanh trung thực nhất vì khi thâu và cất tập nhạc thuộc nhóm này chúng ta thâu âm thanh phát ra từ thiết bị hòa nhạc (mixer), chứ không phải của từng nhạc cụ. Âm thanh lời nói của chúng ta cũng thuộc nhóm *audio format* này. Nói tóm lại, các tập tin nhạc thuộc nhóm này chứa làn sóng âm thanh thật, chứ không phải nốt nhạc. Do đó, kích thước tập tin sẽ rất lớn. Ngược lại, chúng ta có được một âm thanh rất trung thực khi được nghe lại từ thẻ âm thanh (sound card). Nói cách khác, âm thanh được thâu vào tập tin nhạc như thế nào thì phát ra y hệt như vậy.

Lưu Ý: *Sự khác biệt của nhóm này so với các nhóm trước là chúng ta thâu âm thanh thật chứ không phải nốt nhạc.*

Các dạng tập tin thuộc nhóm này thì rất nhiều mà điển hình là các dạng: .AU, .WAV, .AIFF, .MPEG, RealAudio, ShockWave.

Dạng .AU

Dạng .AU (Audio Format) thường được dùng để thâu các bản nhạc dưới làn sóng thấp, 8khz, với mục đích giảm kích thước chứa tập tin. Do đó, phẩm chất của âm thanh ở dạng này rất thấp. Chúng ta có thể dùng những dạng khác với công thức nén tốt có thể đạt được kích thước tương tự mà phẩm chất của âm thanh tốt hơn.

Dạng .WAV

Dạng .WAV (Waveform Audio) thường được thấy nơi hệ điều hành Windows. Ở một số máy dùng hệ điều hành Windows, khi chúng ta thực hiện một thao tác nào đó, thí dụ như đóng một tập tin, tắt máy, chúng ta thường nghe những tiếng động như "ta ta", "ping", hay tiếng chim hót. Đó là những tiếng động phát ra từ các tập tin âm thanh ở dạng .WAV.

Nơi hệ điều hành Windows chúng ta cũng có sẵn nhu liệu tên "Sound Recorder" (xem hình 13-10) để thâu tiếng nói hay âm thanh (nếu chúng ta có *microphone* và *sound card*). Dạng tập tin này thường không có khả năng nén nên kích thước chứa tập tin khá lớn. Một phút nhạc được cất ở dạng .WAV cần khoảng từ 5 tới 10 Mbyte chỗ chứa, so với khoảng 10 Kbyte nếu cất ở dạng MIDI.

Dạng .AIFF

Dạng .AIFF (Audio Interchange File Format) tương tự như dạng .WAV, nhưng được dùng nơi hệ điều hành Macintosh.

Dạng MPEG

Dạng MPEG (Moving Picture Expert Group) được đề đạt trở thành một dạng tiêu chuẩn, vì nó có khả năng nén rất tốt mà vẫn giữ được phẩm chất của âm thanh. Nhưng cho đến nay, chưa có nhiều nhà sản xuất nhu liệu hỗ trợ dạng mới này; do đó, nó chưa được phổ biến lắm.

Dạng RealAudio

Dạng RealAudio là của riêng hãng Progressive Networks, nhưng vì được sử dụng rất nhiều trên Internet nên được xem như là "de-facto standard format". Lý do dạng này được ưa thích nhiều có lẽ vì nó là dạng đầu tiên được sáng chế ra cho ứng dụng Internet. Thêm vào đó, công ty Progressive Networks đã cho dùng miễn phí các *plug-in* (RealAudio phiên bản 3.0 trở đi) để dùng với các browser. Họ cũng cho miễn phí nhu liệu để thâu nhạc và cất dưới dạng này. Chúng ta sẽ tìm hiểu về nhu liệu này trong đoạn sau.

Nói về phẩm chất và khả năng nén thì dạng RealAudio này không thua kém ai. Dạng RealAudio này còn cho phép chúng ta nghe nhạc ngay khi tập tin nhạc được lấy xuống chứ không đợi cho toàn bản nhạc được lấy xuống rồi mới phát như các dạng khác.

Plug-in là một nhu liệu nhỏ gắn thêm vào một nhu liệu khác để bổ túc thêm chức năng.

Dạng Shockwave

Dạng Shockwave (của hãng Macromedia) đang cạnh tranh trực tiếp với dạng RealAudio. Về khả năng, kích thước chứa và phẩm chất cũng xấp xỉ với RealAudio. Tuy nhiên, vì ra sau nên chưa được dùng nhiều.

Các Dạng Khác

Ngoài các dạng vừa kể, chúng ta có thể tìm thêm các dạng tập tin nhạc khác như của hãng Crescendo, Yamaha, Voxware. Về khả năng, kích thước chứa và phẩm chất thì các dạng này cũng xấp xỉ với RealAudio hay có thể hơn. Tuy nhiên, chúng không được phổ biến lắm.

13.5 Plug-in Để Nghe Nhạc

Có rất nhiều dạng tập tin nhạc khác nhau đang được sử dụng trên Internet. Điều này gây nên một trở ngại. Đó là muốn nghe được một bản nhạc, chúng ta phải có một *plug-in* hiểu được dạng tập tin đó để phát lại bản nhạc cho chúng ta nghe.

Hầu hết các *plug-in* để nghe nhạc đều hỗ trợ các dạng tập tin căn bản như MIDI, WAV. Do đó, chúng ta chỉ cần một *plug-in* hiểu được dạng tập tin đó là đủ. Riêng đối với các dạng tập tin đặc biệt như Yamaha, RealAudio, Shockwave, chúng ta phải có đúng *plug-in* cho dạng tập tin đó. Muốn có được một *plug-in* của hãng nào, chúng ta hãy tìm đến trang nhà của hãng đó. Hãng Netscape có một danh sách khá đầy đủ các *plug-in* mà chúng ta có thể lấy được. Địa chỉ của danh sách đó là: *http://search.netscape.com/comprod/products/navigator/version_2.0/plugins/audio-video.html*. Chúng ta cũng có thể tìm thấy các *plug-in* nơi các trang web nói về audio hay MIDI như:

- www.stars.com/Multimedia/Sound/MIDI/
- www.webdeveloper.com/categories/multimedia/multimedia_qa.html
- www.aitech.ac.jp/~ckelly/midi/help/midi-players.html
- www.geocities.com/SunsetStrip/4294/miditips.html
- www.midifarm.com/midifarm/free.asp

13.7 Làm Cách Nào Để Có Được Một Tập Tin Nhạc

Để tránh những rắc rối về pháp lý cách tốt nhất là chúng ta tự tạo lấy tập tin nhạc của chúng ta. Chúng ta cũng có thể lấy xuống các tập tin nhạc trên Internet nếu chúng được cho miễn phí. Nếu không có được một tập tin nhạc theo các cách kể trên, chúng ta có thể trả tiền để mướn người làm giùm, hay mua lại từ các trung tâm nhạc.

Chúng ta có thể tìm thấy các tập tin nhạc trên Internet ở các địa chỉ sau đây:

- <u>Nhạc ngoại quốc</u>
  - http://www.tcp-jp.or.jp/~ebiten/midi/midi.html
  - http://www.stars.com/Multimedia/Sound/MIDI/
- <u>Nhạc Việt</u>
  - http://pw1.netcom.com/~nguyenli/midi.html

- http://sunsite.unc.edu/vietnam/midi.html
- http://acm.cps.msu.edu/~vuvinhqu/music/
- http://sunsite.unc.edu/vietnam/audio.html
- http://www.bayside.net/users/quangle/entertainment/
- http://www.comnet.ca/~muzik/on_line2.htm
- http://mac-mai.concordia.ca/nhac/default.html
- http://www.ceic.unsw.edu/staff/Tuan-Pham/music.htm
- http://www.daimi.aau.dk/~u940498/index.html
- http://www.geocities.com/Tokyo/Ginza/5055/midi.html
- http://www-public.rz.uni-duesseldorf.de/~nguyent/main.html
- http://vietfun.com/midi/

Cách thức tự làm lấy tập tin nhạc đã được đề cập nơi đoạn 13.4, "Các Dạng Tập Tin Nhạc".

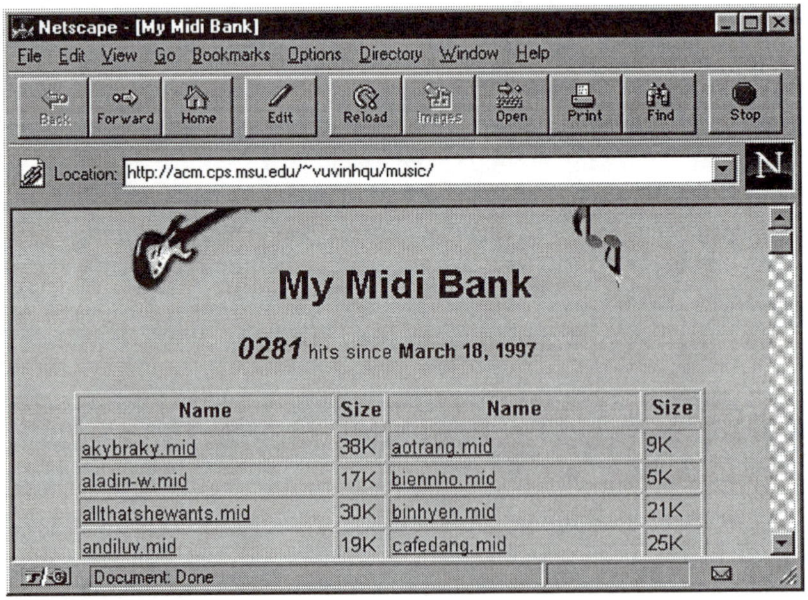

Hình 13-11: Tập tin nhạc trên Internet

13.8 Streaming Audio

Nếu đã một lần thử nghe nhạc hay bài nói chuyện từ Internet dưới các dạng như MIDI, WAV, AIFF, chúng ta thấy rằng chúng ta phải đợi cho toàn bộ bản nhạc hay bài nói chuyện được lấy xuống máy rồi mới bắt đầu nghe được. Trở ngại này áp dụng

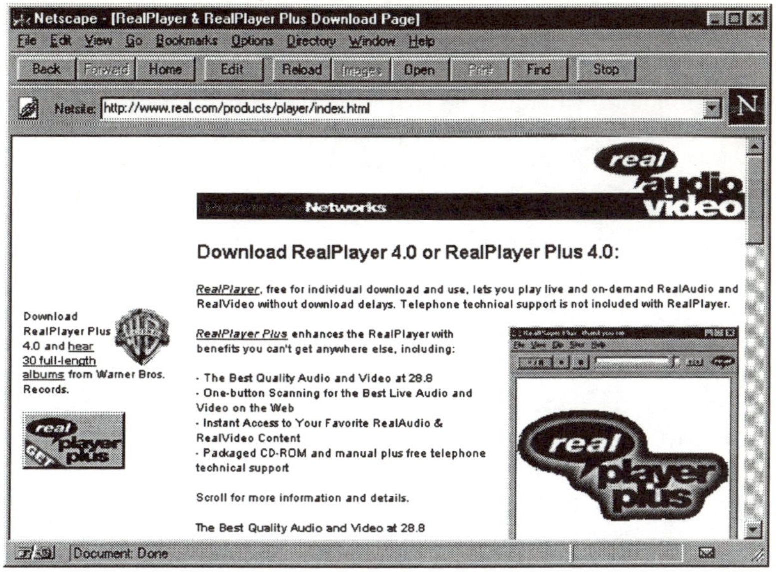

Hình 13-12: Download RealAudio plug-in

cho tất cả các dạng tập tin nhạc mà chúng đã đọc qua. Để chế ngự trở ngại này, công ty Progressive Networks (www.real.com) đã đi tiên phong trong việc phát minh ra một kỹ thuật mới mà chúng ta có thể nghe được bản nhạc ngay từ phút đầu lấy xuống. Kỹ thuật đó là "streaming" (streaming technology).

Kỹ thuật "streaming" thay đổi cách gửi dữ kiện từ máy chủ tới browser của chúng ta và cách browser diễn tả tập tin nhạc. Kỹ thuật này không bị giới hạn ở âm thanh mà có thể áp dụng với phim ảnh, hình ảnh. Dùng kỹ thuật này máy chủ sẽ lần lượt gửi từng đoạn nhạc tới cho chúng ta, và browser sẽ bắt đầu phát ngay khi nhận được các đoạn nhạc đầu. Nhờ kỹ thuật này mà chúng ta có thể nghe trực tiếp từ các đài phát thanh hay theo dõi các chương trình truyền hình.

Sản phẩm đầu tiên của Progressive Networks có tên là RealAudio. Sản phẩm này còn có một cái hay là chúng ta có thể nghe nhạc ngay lập tức ngay cả khi nối với Internet ở tốc độ thấp 14.4 Kbps. RealAudio cho chúng ta nghe nhạc stereo, phẩm chất gần giống như nghe từ dĩa CD. Muốn nghe được các bản nhạc được cất dưới dạng RealAudio, chúng ta cần có một *plug-in* cho browser của chúng ta. RealAudio plug-in (RealPlayer) có thể được lấy miễn phí từ địa chỉ *www.real.com/products/player/index.html.*

Ngoài dạng RealAudio của Progressive Networks, ngày nay chúng ta có thể thấy thêm một số dạng khác cũng dùng kỹ thuật streaming, như XingMPEG của XingTech (www.xingtech.com), MetaVoice của Voxware (www.voxware.com/voxmstr.htm), Shockwave của Macromedia (www.macromedia.com/shockwave/). Các dạng này không có tương đương với nhau; do đó, cho mỗi dạng tập tin này chúng ta phải có riêng *plug-in* của dạng đó. Các *plug-in* được phát miễn phí ở các địa chỉ Internet trên.

13.9 Tạo Một Tập Tin Nhạc Dạng RealAudio

Dạng tập tin nhạc RealAudio đã là một dạng phổ biến nhất trong nhóm dạng streaming. Lý do dễ hiểu là nó được xuất hiện đầu tiên. Hãng Progressive Networks còn cho miễn phí nhu liệu RealEncoder ở nhiều phiên bản (www.real.com/products/encoder/realaudio/index.html).

Encoder 5.0 cho chúng ta đổi dạng tập tin nhạc ra dạng RealAudio để chúng ta có thể đặt trên trang web. Độc giả của chúng ta sẽ nghe được tập tin nhạc đó nếu có RealAudio *plug-in*. Encoder 5.0 cho chúng ta thực hiện việc nghe nhạc ở dạng RealAudio qua các máy chủ HTTP (HTTP server) bình thường. Chúng ta không cần thiết phải có máy chủ đặc biệt riêng (RealAudio Server) để đặt tập tin nhạc, đối với các tập tin nhạc đã được thâu sẵn. Chúng ta cần tới máy chủ RealAudio nếu chúng ta muốn trở thành một trung tâm phát thanh, phát nhạc với các ứng dụng như phát thanh trực tiếp, hay cho phép thính giả chọn nghe từng đoạn trong một bài phát thanh dài.

Muốn tìm hiểu kỹ hơn về máy chủ RealAudio (RealAudio Server), nguyên tắc và cách tạo tập tin nhạc, thâu nhạc, phát nhạc dưới dạng RealAudio, chúng ta nên tìm đọc "RealAudio Server Administration and Content Creation Guide" ấn bản 3.0 của Progressive Networks. Sách này có thể lấy miễn phí từ Real Forum ở trang web *www.real.com/help/ccguide/index.html*, dưới dạng Acrobat. Chúng ta cần phải có nhu liệu Acrobat Reader của hãng Adobe để đọc và in quyển sách này ra máy in.

Sau đây, chúng ta sẽ học về các bước căn bản để tạo và đặt tập tin nhạc dưới dạng RealAudio lên trang web. Chúng ta sẽ dùng nhu liệu RealEncoder 5.0. Sau khi đặt lên trang web, chúng ta cũng đừng quên nói với độc giả của chúng ta là tập tin này ở

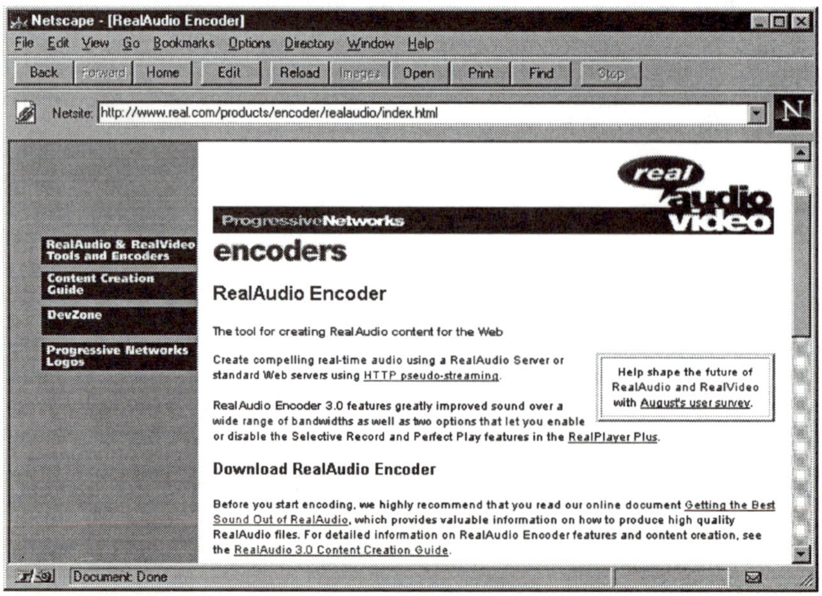

Hình 13-13: Download RealAudio plug-in

dạng RealAudio và nhắc độc giả tới trang nhà của Progressive Networks để lấy *plug-in*.

Bước 1: Cần "Source File"

Chúng ta cần phải có một bản nhạc hay bài phát thanh. Bản nhạc hay bài phát thanh có thể được thâu trực tiếp từ microphone, từ các nhạc cụ hay các nhu liệu viết nhạc. Muốn tìm hiểu thêm về các nhu liệu để thâu nhạc, hãy tìm đọc bài "Digital Audio Software For Multimedia" của Craig Anderton [15]hay bài "Produce Streaming Audio That Satisfies" [17].

Hiện nay RealEncoder 5.0 chỉ hiểu được các dạng tập tin như sau: **.WAV**, **.AU**, **.PCM**, **.SND**, **.SD2**, **.AIFF** và thâu trực tiếp (live input). Nếu các tập tin nhạc thâu sẵn được cất dưới dạng đã được nén (compressed input files), chúng ta phải dùng một trong những nhu liệu thâu nhạc được đề cập trong hai bài báo trên để đổi dạng của chúng thành một trong những dạng được hỗ trợ bởi RealEncoder 5.0.

Trong thí dụ này, chúng ta dùng nhu liệu Sound Recorder của Microsoft, đã có sẵn nơi Windows 95, để thâu trực tiếp một bài nhạc chơi từ chiếc đàn *organ*. Tác giả dùng một chiếc đàn *organ* và chọn chơi một bài mẫu (demo). Tác giả cho âm lượng (volume) khá lớn để cố tình lấn át những âm thanh chung quanh. Tác giả dùng ESS AudioDrive *sound card* cho máy *notebook*, và một chiếc *microphone* nhỏ.

Hình 13-14: Thâu nhạc trực tiếp bằng microphone

Như đã sắp đặt trước, nhu liệu Sound Recorder thâu trong một phút. Sau đó, tác giả vô menu **File** và chọn cất bài nhạc dưới tên *mydemo.wav*. Nhu liệu này chỉ cho chúng ta cất bản nhạc dưới dạng **.WAV**.

Trước khi thâu, chúng ta có thể chọn phẩm chất, làn sóng (frequency) và loại âm thanh từ menu **Edit | Audio Properties**. Trong thí dụ này, tác giả vẫn giữ nguyên các lựa chọn mặc định của nhu liệu Sound Recorder. Đó là Radio Quality, format PCM, làn sóng 22,050 Hz, 8 Bit, Mono (22 KB/s).

Sau khi thâu xong, chúng ta vẫn có thể thay đổi các lựa chọn trên để giảm kích thước chứa của tập tin nhạc bằng cách vô menu **File**, chọn **Properties**, rồi nhấn nút **Convert Now**.

Sau khi đã cất một bản nhạc với phẩm chất Radio Quality, tác giả đã dùng phương pháp đổi này để tạo ra một bản khác với phẩm chất thấp hơn, Telephone Quality, 11,025Hz, 8 Bit, Mono (11KB/s). Bản đầu tiên (mydemo.wav) với phẩm chất Radio Quality có kích thước tập tin là 1293Kb. Bản thứ hai (mydemo2.wav) với phẩm chất

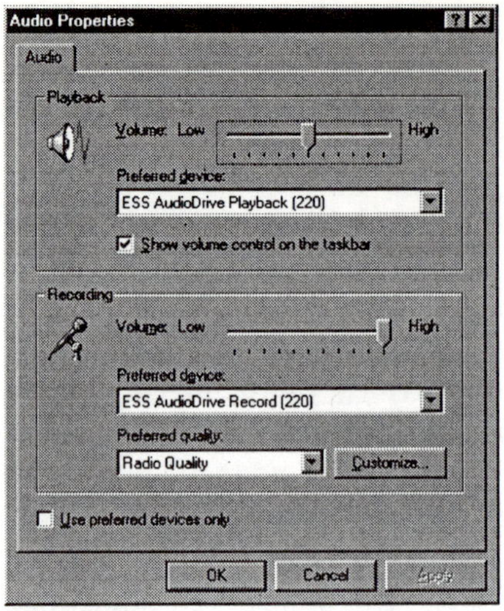

Hình 13-15: Lựa chọn phẩm chất thâu

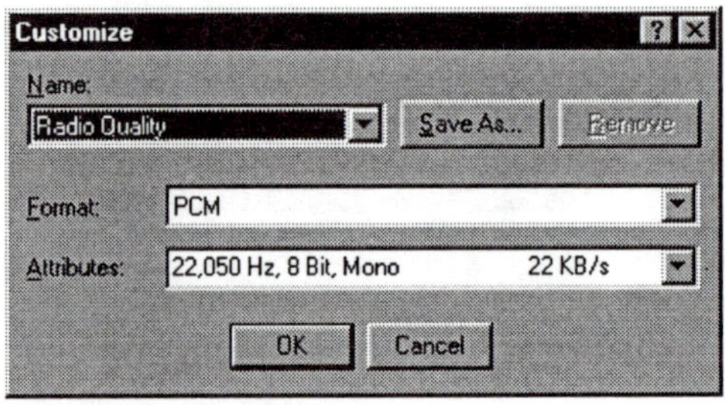

Hình 13-16: Chạy nhu liệu RealAudio Encoder

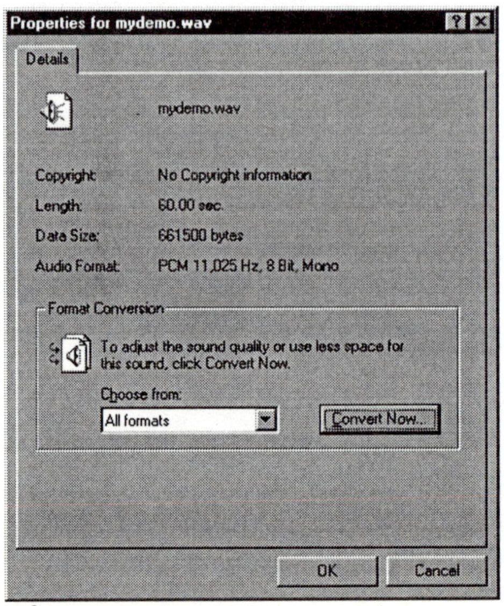

Hình 13-17: Đổi phẩm chất để có kích thước nhỏ

Telephone Quality có kích thước thấp hơn là 647Kb. Các tập tin này đã được cắt ngắn để có kích thước nhỏ và đính kèm nơi đĩa.

Bước 2: Đổi Ra Dạng RealAudio

Chúng ta chạy nhu liệu RealEncoder 5.0, cho đọc tập tin nhạc vào và phát ra một tập tin dạng RealAudio cùng tên, thí dụ *"mydemo"* nhưng có tên nới rộng là **.RM** (tập tin mới có tên là *"mydemo.rm"*). **RM** viết tắt của chữ "Real Media". Khi dùng nhu liệu RealEncoder, chúng ta có nhiều lựa chọn về cách đổi dạng, như "stereo" hay "mono", bandwidth 28.8 hay 14.4. Muốn biết về cách tạo một tập tin nhạc có phẩm chất tốt nhất hãy tìm đọc bài "Getting the Best Sound out of RealAudio".[24]

Hình 13-18: Chạy nhu liệu RealEncoder

Một số nhu liệu viết nhạc cho chúng ta lập ra tập tin nhạc dưới dạng RealAudio một cách trực tiếp, như Macromedia Sound Edit (Macintosh), Sonic Foundry Sound Forge, Syntrillium CoolEdit (www.snd.uc.edu/uccn/archives/utils/sound/).

Trong thí dụ này, chúng ta dùng bản nhạc *mydemo.wav* đã được thâu ở bước 1 để đổi ra dạng **.RM**.

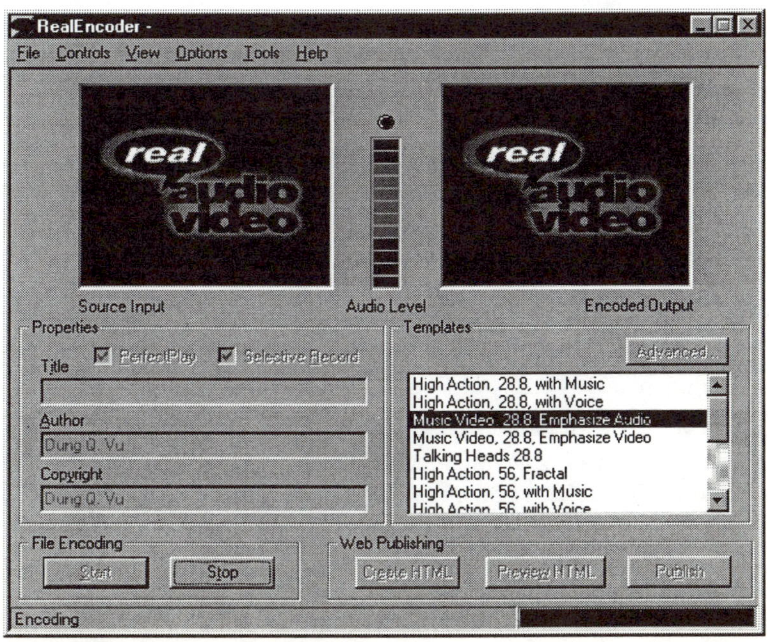

Hình 13-19: Dùng RealEncoder tạo tập tin .rm

Chạy nhu liệu RealAudio Encoder chúng ta sẽ thấy một màn ảnh nhìn như ở hình 13-19. Nửa bên trái dành cho tập tin nguồn. Nửa bên phải dành cho tập tin mới tạo.

1. Mở menu **File**, rồi chọn đề mục **Open Session**.

Hình 13-20: Mở tập tin mới

2. Nơi màn ảnh **Open Session**, chúng ta nhấp chuột lên nút **Add**, hình 13-21, để mở tập tin nguồn. Trong thí dụ này chúng ta sẽ chọn tập tin nguồn *mydemo.wav*.

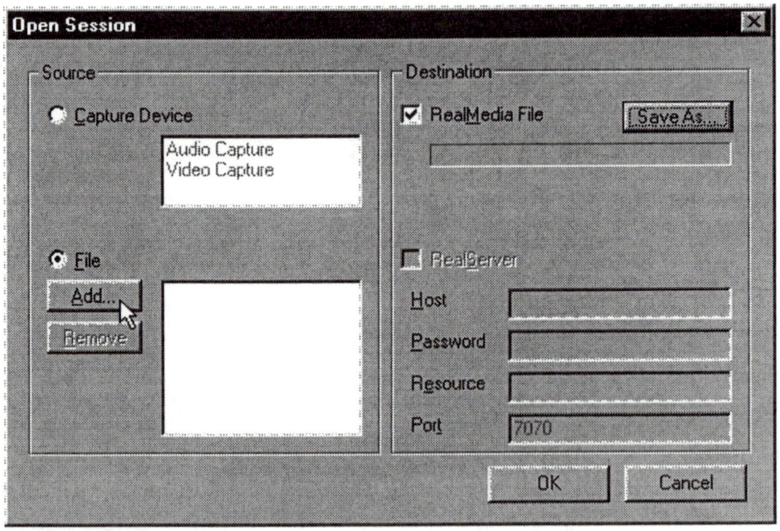

Hình 13-21: Mở tập tin nhạc nguồn

3. Kế tiếp, nhấn nút **Save As...** để cho biết tên của tập tin mới. Trong trường hợp này, chúng ta cho biết tên của tập in mới là *mydemo.rm*. Sau khi cho biết tên tập tin nguồn và tên tập tin mới, nhấn nút **OK** để trở ra.

4. Trở về màn ảnh chính của RealEncoder, nơi khung **Properties**, bên trái, chúng ta cho biết tựa của bài nhạc, tên của tác giả, cũng như chi tiết về bản quyền. Nơi khung **Templates**, bên phải, chúng ta cho biết loại phẩm chất của tập tin mới. Muốn biết chọn loại phẩm chất nào cho thích hợp, hãy đọc thêm nơi "Getting the Best Sound out of RealAudio" [24]. Trong thí dụ này, chúng ta chọn loại phẩm chất "Music Video, 28.8, Emphasize Audio". Khi hoàn tất các lựa chọn, chúng ta nhấp chuột lên nút **Start**, nơi góc dưới bên trái của màn hình RealEncoder, như ở hình 13-22.

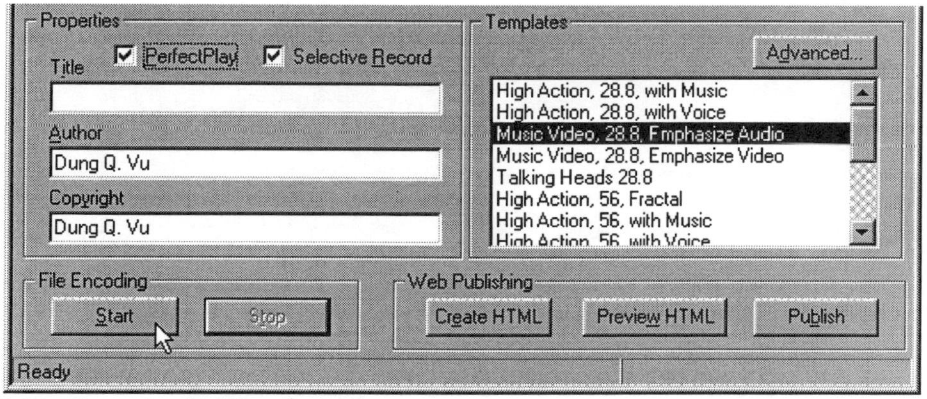

Hình 13-22: Chọn các dữ kiện cần thiết

5. Khi việc chuyển đổi hoàn tất, chúng ta sẽ thấy một màn hình như sau:

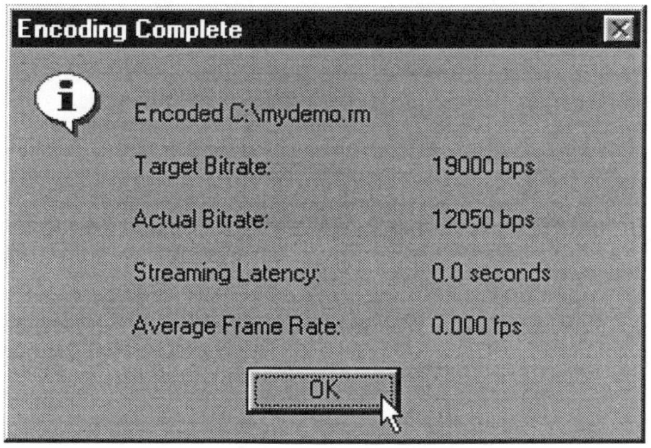

Hình 13-23: Hoàn tất tạo tập tin nhạc .RM

Nếu "tốc độ thật" (Actual Bitrate) lớn hơn "tốc độ mong muốn" (Target Bitrate), màn ảnh trên sẽ được nới rộng và có ghi thêm lời ghi chú, nhắc nhở chúng ta điều chỉnh lại tốc độ. Nếu gặp phải trường hợp này, chúng ta sẽ làm theo những lời chỉ dẫn được gợi ý nơi màn ảnh, giảm tốc độ mong muốn, hay sửa đổi công thức nén (optimize frame rate).

Bước 3: Tạo Một "Stub File"

Chúng ta dùng bất kể một nhu liệu xử lý văn bản (wordprocessor) nào đó, thí dụ như WordPad, hay NotePad để tạo một tập tin có tên nới rộng (extension) là **.RPM**. Nội dung của "stub file" này chỉ có một hàng. Đó là địa chỉ Internet dẫn đến tập tin nhạc có tên nới rộng **.RM**. Thí dụ, nếu tập tin nhạc mà chúng ta tạo được ở bước 2 được cất ở máy chủ, nơi địa chỉ *http://vinet.vinet.com/~dvu/mydemo.rm*, trong tập tin *mydemo.rpm* chúng ta viết:

```
http://vinet.vinet.com/~dvu/mydemo.rm
```

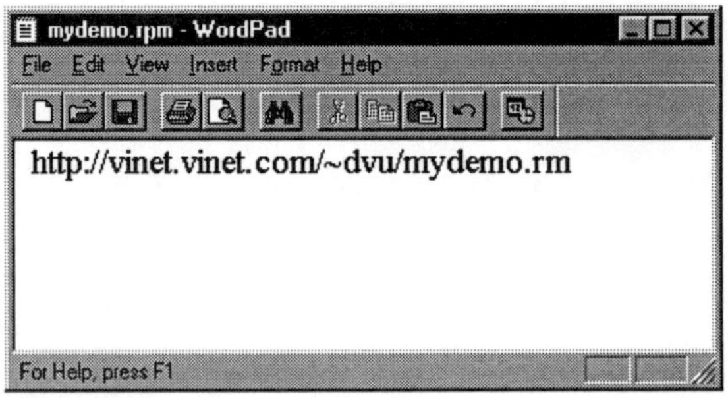

Hình 13-24: Tạo "stub file" mydemo.rpm

Bước 4: Tạo Điểm Nối Trong Trang Web

Đặt tập tin với tên nới rộng **.RPM,** nơi trên, trong trang web như là một điểm nối, như chúng ta đã học ở đoạn 13.1. Thí dụ:

```
<HTML>
    . . .
    <BODY>
    <A HREF="mydemo.rpm">Click here to listen</A>
    </BODY>
</HTML>
```

Bước 5: Dùng Đúng MIME Type

Sau khi gửi trang web có chứa "stub file" kể trên tới máy chủ, chúng ta cần kiểm soát lại cho chắc rằng máy chủ của chúng ta đã được sắp đặt để hỗ trợ đúng *MIME type* như sau:

```
audio/x-pn-realaudio
```

Nếu đang có trương mục với một ISP, chúng ta cần liên lạc với nhân viên quản trị của ISP đó và yêu cầu họ hỗ trợ dạng *MIME type* trên.

Tóm lại, chúng ta cần:

1. Có được tập tin nhạc hay bài phát thanh.
2. Dùng RealEncoder đổi nó ra dạng **.RM**.
3. Tạo một "stub file" có tên nới rộng **.RPM**. Thường chúng ta đặt tên của "stub file" này trùng tên với tên của tập tin có tên nới rộng **.RM** ở bước 2, cho dễ nhớ.
4. Đặt tên của "stub file" vào trang web.
5. Kiểm lại cho chắc rằng máy chủ có hỗ trợ *MIME type*: audio/x-pn-realaudio.

Chú Ý: *Để có thể thử nghiệm các tập tin nhạc của RealAudio ngay trên máy của mình, trong tập tin* **.RPM** *mà chúng ta tạo ở bước 3 nơi trang trước, chúng ta thay* *protocol* **http:** *bằng protocol* **file:**. *Thí dụ, nội dung của "stub file" mydemo.rpm nơi trang trước cần được đổi thành như sau:* `file:mydemo.rm`

13.10 Tạo Một Tập Tin Nhạc Dạng Shockwave

Shockwave của Macromedia là một loại khác của dạng "streaming". Phẩm chất của Shockwave khá cao; do đó, cũng được ưa chuộng nhiều. Theo Macromedia thì có 4 nhu liệu chúng ta có thể dùng để làm tập tin nhạc dạng Shockwave: Authorware, Director, Flash và SoundEdit. 3 nhu liệu đầu có phiên bản cho Windows nhưng lại không phải là nhu liệu tạo tập tin nhạc mà chính là làm các phim ảnh, động ảnh (animation) và chương trình đa phương diện (multimedia) như trò chơi, chương trình dạy học. Các nhu liệu này cho chúng ta lồng nhạc vào phim. Các phim ảnh và nhạc này sau đó được đổi ra dạng Shockwave. Nhu liệu SoundEdit được dùng chính để làm tập tin nhạc Shockwave nhưng lại chỉ có phiên bản cho Macintosh.

Giá bán một bộ nhu liệu SoundEdit khoảng $300US. Giá một bộ Authorware 4.0 khoảng $2000US. Giá một bộ Director 6.0 khoảng $935. Giá một bộ Flash 2.0 khoảng $185. Nếu có máy Macintosh, thì chúng ta dùng nhu liệu SoundEdit là thích hợp nhất. Vì là nhu liệu chuyên làm nhạc dạng Shockwave nên SoundEdit tương đối cũng dễ dùng. Nhưng nếu chỉ có máy PC dùng Windows và tài chánh eo hẹp chúng ta sẽ gặp khó khăn. Chúng ta có thể dùng Authorware hay Director để tạo một tập tin nhạc ở dạng Shockwave, nhưng các nhu liệu này quá đắt. Do đó, chúng ta sẽ tìm một giải pháp khác để tạo tập tin nhạc dạng Shockwave. Trừ khi chúng ta có khả năng tài chánh khá.

Giải pháp đó là tìm đến một nhu liệu loại rẻ tiền nhất của Macromedia là Flash. Phiên bản hiện nay của Flash là 2.0. Macromedia cho chúng ta lấy xuống và sử dụng thử nhu liệu Flash trong vòng 30 ngày. Chúng ta sẽ nắm lấy cơ hội này để làm những tập tin âm thanh cần thiết của chúng ta ở dạng Shockwave.

Dùng Director 6

Nếu có khả năng có được nhu liệu Director 6, chúng ta sẽ làm theo những bước sau đây để tạo một tập tin nhạc dạng Shockwave bằng Director 6:

1. Thâu được một tập tin nhạc ở bất kỳ thể loại nào, như WAV, AU.
2. Chạy nhu liệu Director và chọn **Convert WAV to SWA** từ mệnh đơn (menu) **Xtra**.
3. Nhấn nút **Add Files** rồi chọn tập tin nhạc.
4. Nhấn nút **Select New Folder** để chọn nơi cất tập tin nhạc sau khi đổi.
5. Chọn tốc độ làn sóng, thí dụ 16 Kbps. Director sẽ tự động đổi làn sóng stereo ra mono nếu tốc độ làn sóng chúng ta chọn là 32Kbps hay ít hơn.
6. Chọn **Convert**. Tập tin nhạc khi được đổi dạng sẽ có tên giống như tên tập tin cũ nhưng tên nới rộng (extension) thì được đổi là **.SWA**.

7. Làm một tập tin Director (Director file) để gọi bản nhạc dạng **.SWA**.

8. Dùng nhu liệu **AfterBurder** (đính kèm theo nhu liệu Director 6) để nén tập tin Director (có tên nới rộng là **.DIR**) thành tập tin có tên nới rộng **.DCR**.

9. Gắn tập tin **.DCR** vào trang web.

Muốn biết rõ hơn về cách tạo tập tin nhạc dạng Shockwave bằng SoundEdit hay Director hãy đọc sách chỉ dẫn của nhu liệu, hoặc tìm đọc các trang web "Developing Shockwave & Streaming Audio"[29], "Converting .WAV files to Shockwave Audio files in Director 5 for Windows"[30], "Batch Processing SWA Files (SoundEdit 16 version 2.0.4 and higher only)"[31], "Create Streamable Shockwave Audio Files (SWA Files)"[32], "Shockwave Audio Streaming using SoundEdit 16"[33], "Using the Example Movies to Play Your Own Shockwave Audio Files"[34].

Dùng Flash 2.0

Trong thí dụ sau chúng ta sẽ dùng nhu liệu Flash như chúng ta đã dùng RealEncoder, ở đoạn trước, để đổi dạng một tập tin WAV ra dạng SWF (Shockwave Flash). Shockwave *plug-in* của Macromedia cho Nescape Navigator và Explorer hiểu được nhạc ở dạng shockwave làm bằng Flash (SWF) và Director (DIR, DCR). Vì các nhu liệu cho Windows của Macromedia không phải chính là làm nhạc nên chúng đều đòi hỏi, chúng ta phải có tập tin nhạc ở một thể dạng nào đó, như WAV hay AU. Chúng ta sẽ giả sử rằng chúng ta đã có một tập tin nhạc thuộc dạng .WAV. Trong thí dụ sau, chúng ta sẽ dùng bản nhạc *mydemo.wav* có đính kèm trong đĩa. Nếu muốn biết cách tạo một bản nhạc dạng .WAV, hãy đọc đoạn 13.9, "Tạo Một Tập Tin Nhạc Dạng RealAudio".

Lấy Nhu Liệu Flash

Nếu chưa có nhu liệu Flash, chúng ta hãy hướng browser về địa chỉ *http://www.macromedia.com/software/flash/00_main.html* và lấy xuống nhu liệu Flash. Sau khi lấy Flash xuống, chúng ta cần cài đặt nó vào máy. Chúng ta cũng cần lấy xuống Shockwave *plug-in* cho browser, để có thể thử nghiệm nhạc ở dạng shockwave sau khi hoàn tất. Địa chỉ để lấy *plug-in* là *www.macromedia.com/shockwave/download/*. Macromedia dùng ActiveX cho Microsoft Internet Explorer và *plug-in* cho Netscape Navigator; do đó, chúng ta cần lấy cho đúng Shockwave *plug-in*. Muốn biết rõ chi tiết, hãy viếng thăm trang nhà của Macromedia (http://www.macromedia.com). Trong tương lai, Progressive Networks có thể cũng sẽ làm cho *plug-in* của họ (RealPlayer) hiểu được dạng Shockwave. Chúng ta hãy kiểm lại khả năng này nơi máy của chúng ta.

Dùng Nhu Liệu Flash

Dùng nhu liệu Flash để tạo tập tin nhạc dạng Shockwave từ một tập tin nhạc dạng .WAV, chúng ta làm theo những bước sau đây:

1. Thâu được một tập tin nhạc ở bất kỳ thể loại nào, như WAV hay AU.

2. Chạy nhu liệu Flash, và chọn **Import** nơi mệnh đơn (menu) **File**. Khi mới chạy nhu

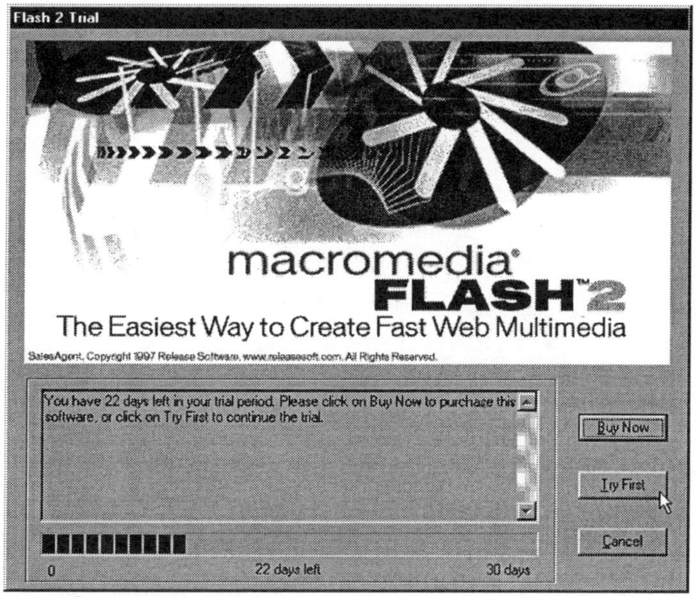

Hình 13-25: Màn ảnh đầu tiên của Flash 2.0

liệu Flash chúng ta sẽ thấy một màn ảnh tương tự như ở hình 19-25. Vì đây là bản sử dụng thử, nên chúng ta cứ việc nhấn nút **Try It** để tiếp tục. Nếu chúng ta muốn mua liền thì nhấn nút **Order Now**.

3. Chọn dạng tập tin vào là **.WAV**, rồi chọn tập tin **mydemo.wav**.

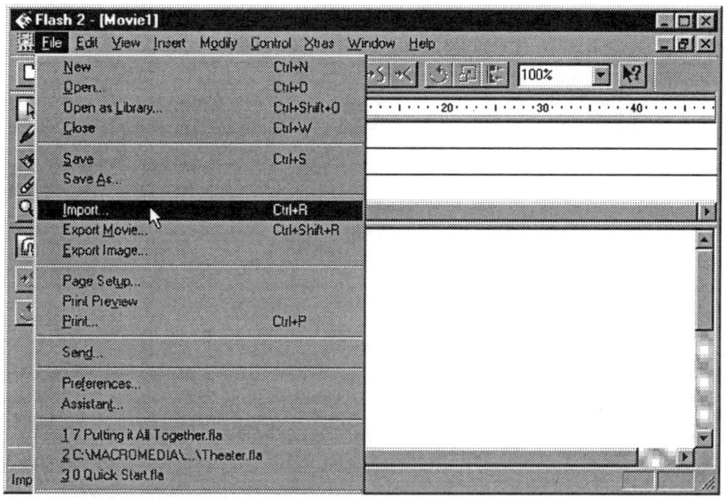

Hình 13-26: Chọn nhập hồ sơ (Import)

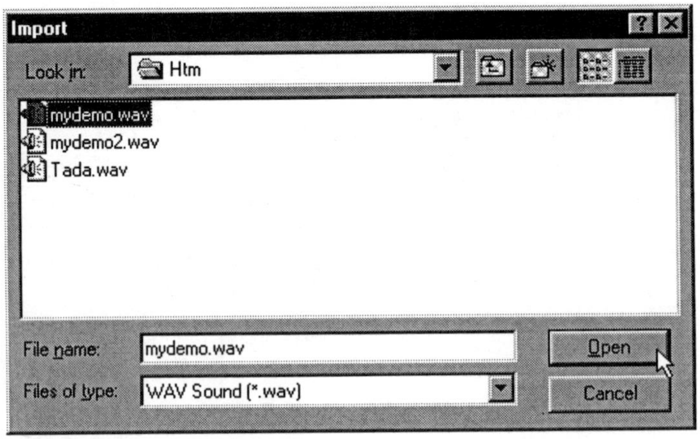

Hình 13-27: Chọn tập tin nhạc mydemo.wav

4. Nhấp nút trái của chuột nơi dòng kẻ đầu tiên, bên phải của cây bút chì ở dòng **Layer 1**, để tạo một khuôn (frame). Một hình nút bấm nhỏ sẽ hiện ra nơi đó.

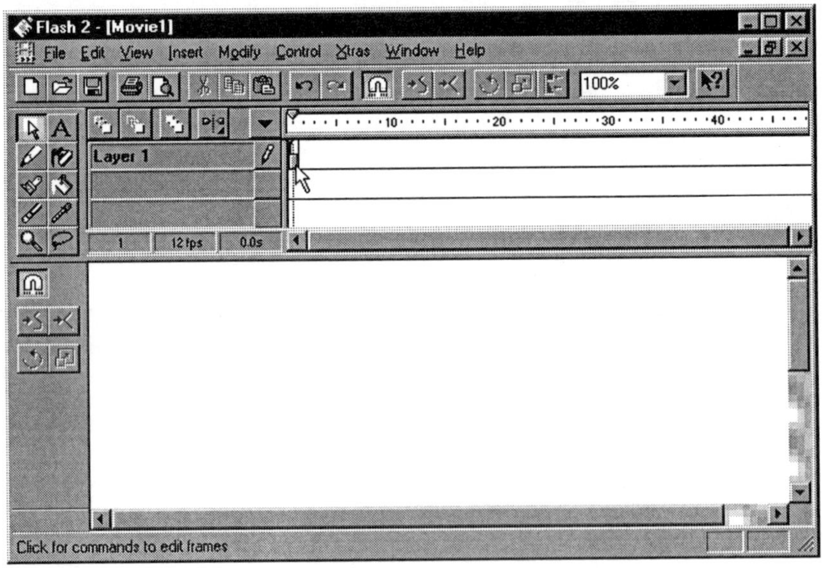

Hình 13-28: Tạo một khuôn

5. Nhấp nút phải của chuột lên hình nút nhỏ vừa mới tạo ra để gọi mệnh đơn (menu).
6. Chọn mục thứ 3, **Sound**.
7. Nơi dòng **Sound:** của khung Sound, chọn bản nhạc của chúng ta, **mydemo.wav**. Làn sóng của bản nhạc sẽ được tự động vẽ nơi hai khung dưới. Nơi dòng **Synchronization**, chúng ta giữa nguyên lựa chọn **Event**.
8. Nếu muốn nghe thử, chúng ta bấm nút **Play**. Khi hoàn tất thì bấm nút **OK**.

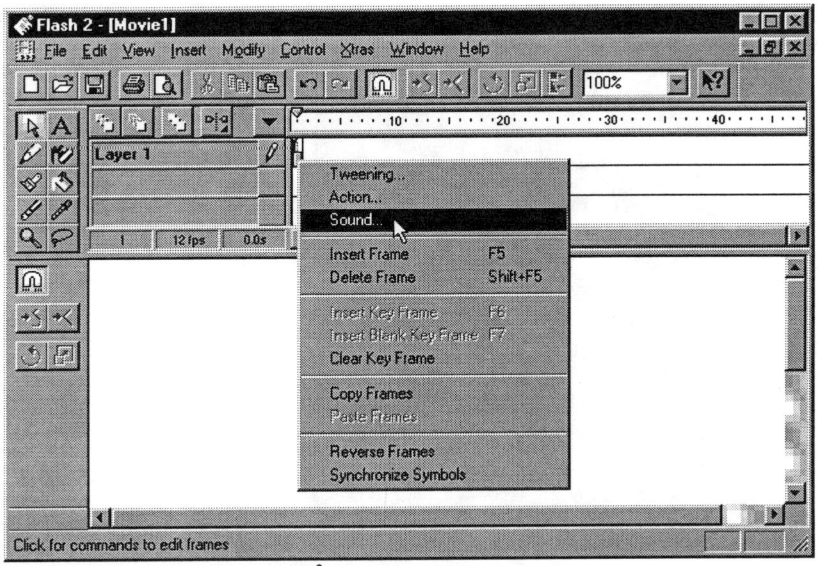

Hình 13-29: Nhấp nút phải của chuột để gọi menu

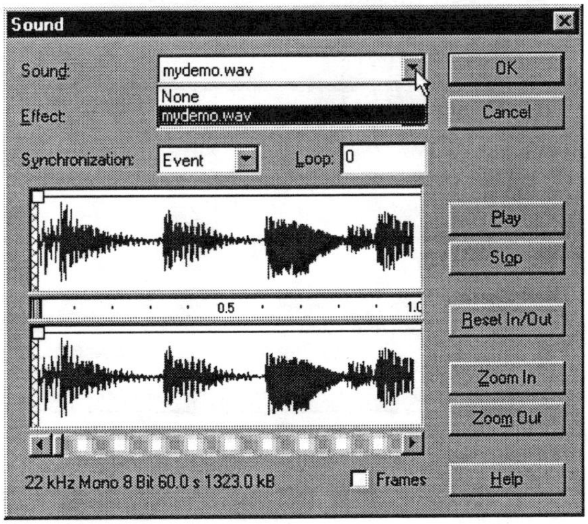

Hình 13-30: Chọn đúng tập tin nhạc

9. Chọn mệnh đơn (menu) **File**, rồi chọn **Export Movie**. Dạng của phim sẽ được mặc định là **.SWF** (Shockwave Flash).

10. Đặt tên cho tập tin nhạc. Trong thí dụ này là *mydemo*. Tên nới rộng **.SWF** sẽ được tự động gắn vào tập tin. Khi hoàn tất thì nhấn nút **Save**.

11. Nơi khung **Export Shockwave Flash**, chúng ta có cơ hội thay đổi tốc độ làn sóng và công thức nén. Với lối đổi dạng tập tin này, chúng ta chỉ chú trọng vào dòng thứ 2 từ dưới đếm lên (**Audio Stream:**). Tốc độ làn sóng càng cao và công thức nén càng thấp sẽ tạo ra âm thanh càng rõ. Nhưng ngược lại, kích thước tập tin sẽ

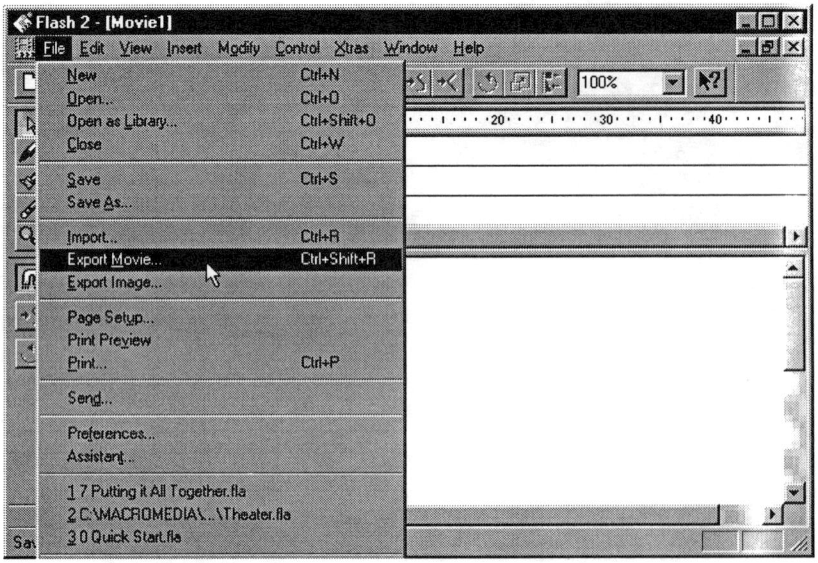

Hình 13-31: Chọn xuất (export) tập tin

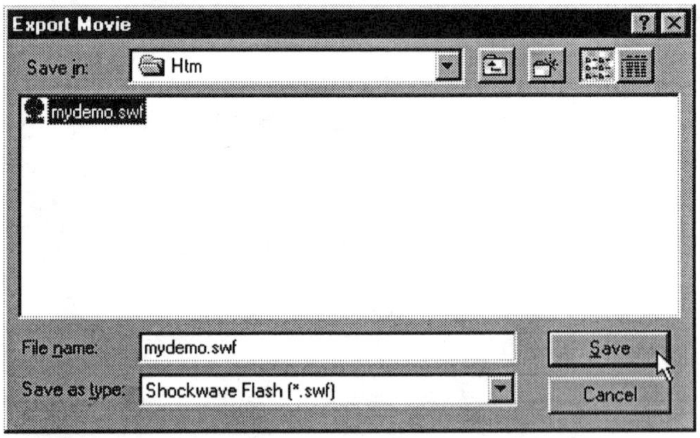

Hình 13-32: Đặt tên cho tập tin nhạc mới

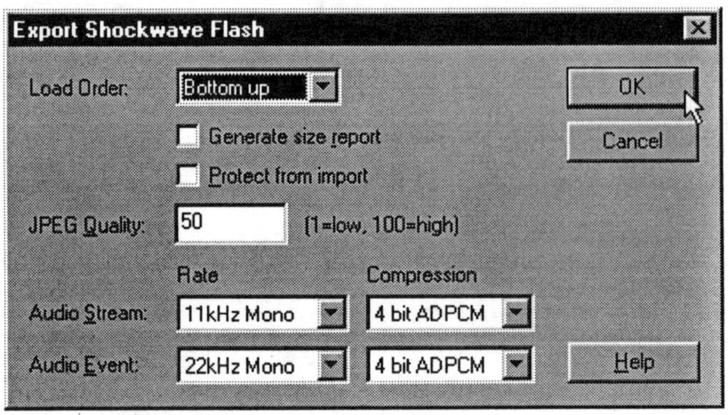

Hình 13-33: Đổi tốc độ làn sóng

càng lớn và thời gian lấy tập tin càng lâu. Nếu không biết cách chọn, thì chúng ta cứ giữ yên các sắp đặt mặc định. Muốn tìm hiểu thêm về các phương thức nén, hãy đọc "Streaming Techniques for Shockwave Flash"[40].

12. Nhấn nút **OK** để bắt đầu xuất nhạc. Khi hoàn tất thì đóng nhu liệu Flash lại. Flash sẽ nhắc chúng ta cất tập tin Flash. Chúng ta có thể không cần cất tập tin Flash vì chúng ta chỉ cần tập tin nhạc **.SWF**. Nếu chúng ta muốn dùng lại tập tin Flash thì nên cất nó.

13. Thử nghiệm tập tin nhạc, bằng cách chạy nhu liệu Shockwave Flash (player) có đính kèm theo Flash 2.0. Rồi chọn mệnh đơn (menu) **File**, mục **Open**.

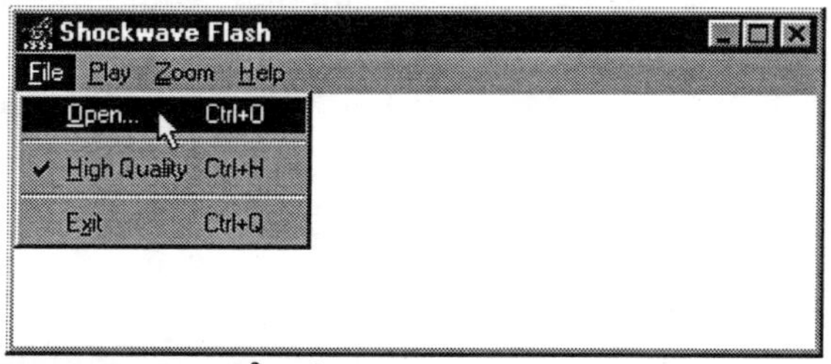

Hình 13-34: Dùng Shockwave Player để mở tập tin

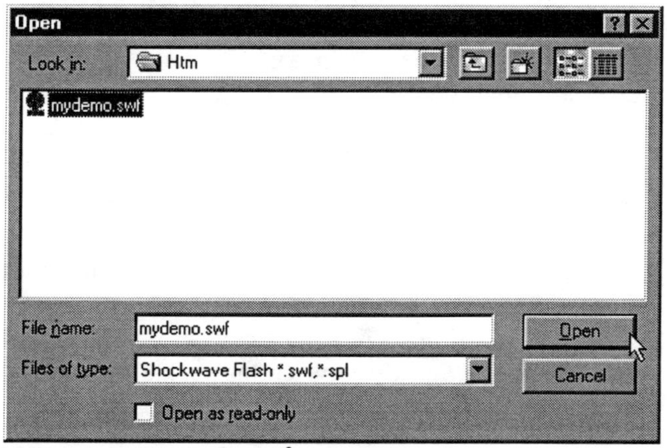

Hình 13-35: Chọn tập tin nhạc Shockwave để nghe thử

14. Tìm tập tin *mydemo.swf* mà chúng ta mới tạo ra, hoặc một tên nào đó nếu chúng ta đổi tên.

Một bản nhạc dài độ 70 giây, ở dạng **.WAV** có kích thước 1.3 Megabyte khi được đổi ra dạng **.SWF**, kích thước giảm xuống còn khoảng 320 Kbyte.

13.11 Khi Nào Cần Tránh Đặt Tập Tin Nhạc Trên Trang Web

Tạo ra được một tập tin nhạc, gắn được nó vào trang web, rồi nghe được nó qua cặp loa nơi máy, quả là một thử thách đầy lý thú. Những giây phút hoan hỉ khi đạt được một kết quả thành công như vậy làm tăng thêm lòng ham muốn tạo ra được nhiều tập tin nhạc. Nếu có được những giây phút như vậy, chúng ta nên tận hưởng chúng. Nhưng rồi chúng ta có quyết định biến trạm web (web site) của chúng ta thành một trung tâm văn nghệ chăng? Nếu có dự tính như vậy, chúng ta nên tìm hiểu thêm khi nào chúng ta không nên để tập tin nhạc vào trang web.

Hãy nhìn kỹ kích thước chứa (file size) của các tập tin nhạc. Thường các tập tin nhạc dạng MIDI chiếm khoảng 10Kb cho mỗi phút. Các tập tin dạng WAV thì chiếm khoảng 10 Mb cho mỗi phút. Tập tin RealAudio thì cần khoảng 100 K cho mỗi phút. Chúng ta hãy nhân kích thước chứa đó với thời gian trung bình của một bản nhạc, từ 3 tới 4 phút. Kích thước chứa của một tập tin nhạc quả không ít. Do đó, nếu chúng ta cho độc giả nghe nhạc từ trang web, chúng ta sẽ phải đương đầu với hai vấn đề. Một là chúng ta sẽ mất đi nhiều chỗ chứa. Hai là chúng sẽ nhanh chóng tiêu thụ hết bandwidth của đường dây điện thoại nơi máy chủ, và đưa đến kết quả là làm tắc nghẽn đường dây.

Nếu chúng ta mướn chỗ đặt trang web nơi một ISP, chúng ta sẽ được cho giới hạn một số chỗ chứa nào đó, như 1 hay 2 Mb. Sức chứa này không đủ để chứa 30 giây của một tập tin nhạc dạng WAV. Nếu là dạng MIDI, 2 Mb chỗ chứa đủ để cất khoảng 50 bản nhạc, không kể các trang web và hình ảnh.

Nếu giao kèo mướn chỗ của chúng ta với ISP giới hạn chúng ta chỉ có thể truyền tối đa 300 Mb mỗi ngày, với một bài nói chuyện dài 3 phút ở dạng WAV, chúng ta chỉ có thể cho được 10 người nghe một ngày. Nói riêng về đường truyền của máy chủ, nếu máy chủ dùng đường dây T1 (1.56Mbps), và bài nói chuyện của chúng ta dài 5 phút được cất dưới dạng RealAudio (RealAudio stream được truyền với tốc độ 10Kbps), chúng ta chỉ có thể có được khoảng 100 người nghe bài nói chuyện đó cùng một lúc. Số lượng đó đủ làm tắc nghẽn đường dây T1 trong vòng 5 phút.

Tóm lại, cho nghe nhạc hay bài nói chuyện từ trang web đòi hỏi chúng ta phải có nhiều chỗ chứa. Nếu máy chủ của chúng ta dùng đường dây truyền có "bandwidth" thấp, chẳng mấy chốc những độc giả yêu thích nghe nhạc của chúng ta sẽ làm tắc nghẽn đường truyền, hay làm tê liệt máy chủ. Do đó, nếu xét rằng chúng ta có thể rơi vào một trong hay trường hợp này, chúng ta không nên, hoặc giới hạn ít đi, việc cho nghe nhạc hay bài nói chuyện từ trang web.

13.12 Tóm Tắt

Muốn cho độc giả nghe được nhạc hay các bài phát thanh nơi trang web, chúng ta cần:

1. Có được bài nhạc hay bài phát thanh. Các bài này được cất dưới dạng "digital" hay "streaming" thích hợp.
2. Đặt tập tin nhạc hay bài phát thanh vào trang web.
3. Gửi trang web và bản nhạc hay bài phát thanh lên máy chủ.
4. Nhắc người quản lý máy chủ sắp đặt máy chủ cho hỗ trợ đúng *MIME type*.
5. Nơi trang web, nhắc độc giả về kích thước tập tin nhạc, dạng của tập tin nhạc và loại *plug-in* cần có.

6. Nếu muốn đáp ứng được tất cả mọi giới độc giả chúng ta cần phải có nhiều bản của cùng một bản nhạc, ở các dạng khác nhau như Shockware, RealAudio, hoặc tốc độ khác nhau như 14.4K, 28.8K, 56K.

Chúng ta có nhiều cách tạo một tập tin nhạc. Chúng ta có thể thâu trực tiếp từ microphone, từ nhu liệu soạn nhạc, hay từ các nhạc cụ. Lối gắn nhạc "nhã nhặn" nhất là tạo điểm nối với những lời giải thích cặn kẽ về nội dung, kích thước, và dạng tập tin. Dành quyền quyết định nghe hay không nghe cho độc giả. Nếu chúng ta kiên quyết bắt buộc độc giả phải nghe bản nhạc, chúng ta sẽ phải lựa chọn giữa hay tag `<EMBED>` và `<BGSOUND>` để đặt bản nhạc vào trang web như là nhạc đệm (background). Hy vọng là trong tương lai các browser sẽ thống nhất với nhau một tag duy nhất để đặt nhạc đệm. Nếu không chờ đợi được, chúng ta hãy dùng JavaScript hay tag `<NOEMBED>` để giải quyết. Chúng ta cũng đừng quên rằng JavaScript và `<NOEMBED>` cũng chỉ là những cách giải quyết tương đối.

13.13 Câu Hỏi & Trả Lời

1. Tại sao khi tôi đặt bản nhạc vào trang web, bản nhạc nghe rất tốt nơi máy của tôi nhưng sau khi gửi trang web lên máy chủ thì không nghe được nữa?

TL: Kiểm lại nơi máy chủ cho chắc rằng nó cho ra đúng *MIME type* cho loại tập tin nhạc mà chúng ta đặt nơi trang web. Đồng thời cũng kiểm lại lối viết tên các tập tin nhạc. Nếu chúng ta dùng hệ điều hành Windows như Windows 95, hay NT, tên của tập tin viết thường hay viết hoa đều giống nhau, nhưng ở hệ điều hành Unix viết thường và viết hoa là hai chữ khác nhau. Nếu tập tin nhạc của chúng ta được đặt tên là `DIEPKHUC.MID`, nhưng trong trang web chúng ta viết `<EMBED SRC="diepkhuc.mid">`. Chúng ta sẽ nghe được ở máy của chúng ta nếu dùng Windows, nhưng khi gửi trang web và tập tin nhạc này lên máy chủ dùng Unix chúng ta sẽ không nghe thấy gì hết. Lý do là máy chủ, dùng hệ điều hành Unix, sẽ tìm tập tin "`diepkhuc.mid`" chứ không phải "`DIEPKHUC.MID`".

2. Tôi có thể cất các "stub file" **.RPM** và các tập tin nhạc RealAudio **.RM** ở hai ngăn (subdirectory) khác nhau được không?

TL: Được, vì trong "stub file" chúng ta đã ghi rõ nơi đặt tập tin nhạc RealAudio **.RM**.

3. Tại sao lại phải tạo nên các tập tin nhạc ở những tốc độ khác nhau cho cùng một bản nhạc?

TL: Chúng ta không phải làm như vậy nếu chúng ta dùng audio server. Nếu chúng ta cho nghe nhạc qua HTTP server, chúng ta cần có các tập tin nhạc ở những tốc độ khác nhau cho cùng bản nhạc để giữ phẩm chất của bản nhạc, mỗi khi liên lạc với máy chủ qua một tốc độ khác nhau. Nghe một bản nhạc được thâu ở tốc độ 56K khi nối với HTTP server ở tốc độ 14.4K giống như là nghe một băng nhạc bị nhão.

4. Tại sao có nơi dùng RealAudio mà khi tôi xem mã gốc (view source) tôi chỉ thấy họ dùng "stub file" có tên nới rộng **.RAM** chứ không phải **.RPM**?

TL: Progressive Networks đã dùng nhiều tên nới rộng khác nhau cho nhiều phiên bản khác nhau của RealAudio và RealPlayer. Điều này đã gây nên nhiều trở ngại cho chúng ta. Trước khi có RealPlayer, Progressive Networks chỉ có RealAudio 2.0. Khi đó họ gợi ý dùng tên nới rộng **.RAM** (**RA** viết tắt của chữ RealAudio). Sau này khi có RealPlayer, họ đặt thêm một tên nới rộng khác là **.RPM** (**RP** viết tắt của chữ RealPlayer). RealPlayer không những xem được phim mà còn nghe được nhạc từ các tập tin **.RA**. Từ phiên bản 5, Progressive Networks dùng tên nới rộng **.RM** cho cả hai dạng tin âm thanh và phim ảnh. **RM** viết tắt của chữ "Real Media". Điều khó khăn cho chúng ta là không biết các độc giả của chúng ta đang có *plug-in* hay "helper App" loại gì? RealAudio hay RealPlayer? Phiên bản 2.0, 3.0, 4.0 hay mới hơn? Do đó, nếu chúng ta bỏ nhạc lên trang web và dùng dạng RealAudio, chúng ta dùng **.RAM** hay **.RPM**, chúng ta phải nói rõ cho độc giả biết là họ cần *plug-in* phiên bản nào để nghe được.

Nói riêng về tập tin có tên nới rộng **.RAM** và **.RPM**, cả hai đều có nội dung giống y hệt nhau. Chỉ có khác là tên nới rộng. Chúng ta có thể thử đổi tên các "stub file" từ **.RAM** ra **.RPM** hay ngược lại để xem tên nào thích hợp. Xem thêm trang web "Using the RealAudio Plug-in"[25].

5. Tôi muốn phát thanh trực tiếp trên Internet tôi phải làm sao?

TL: Chúng ta cần phải có "live audio server" và "audio encoder" để có thể thâu và phát trực tiếp. Hãy tìm đọc thêm: RealAudio Server Administration and Content Creation Guide[22], Streaming Audio[19], WebCast ProServer (www.gcomm.com), NetShow (www.microsoft.com).

6. Có nơi nào nhận thâu và tạo các bản nhạc ở dạng streaming không? Giá bao nhiêu?

TL: Có. Hãy tìm đọc bài viết "An Interactive Developers' Guide to Sounds for Sale, Rent or License"[28], hay các quảng cáo trên các báo chuyên đề về âm nhạc, như Multimedia. Chúng ta cũng có thể tìm thấy các công ty này trên Internet. Thí dụ, như công ty Cummings Video (www.cummingsvideo.com/home/ratecard2.htm). Giá cả thay đổi tùy theo công ty, và phải nói là khá mắc, từ vài chục tới hơn $100 cho mỗi phút nhạc. Trong cộng đồng Việt cũng có một số công ty đang nhận phát thanh cho các đài phát thanh tiếng Việt như Kí Con (www.kicon.com), hay Little Saigon Net (www.littlesaigon.com).

7. Tại sao khi tôi cho giá trị `WIDTH` và `HEIGHT` bằng 0 khi dùng tag `<EMBED>` thì máy bị "crash"?

TL: Dùng giá trị nhỏ quá cho các thuộc tính `WIDTH` hay `HEIGHT` có thể đứng (crash) máy. Dưới đây là một số các kích thước thường được dùng cho các loại *plug-in*:

- Nếu dùng tag `<BGSOUND>`, browser Internet Explorer sẽ không hiện Console.
- Beatnik: 143 rộng, 60 cao
- Crescendo: 200 rộng, 50 cao
- Arnold Masson's MidiPlugin:

    - Plain: không nên dùng
    - Equalizer: 200 rộng, 80 cao
    - Karaoke: 280 rộng, 180 cao
- Yamaha MIDPlug:
    - Small: 40 rộng, 35 cao
    - Medium: 100 rộng, 30 cao
    - Large: 150 rộng, 40 cao
- Live Audio:
    - Console: 144 rộng, 60 cao
    - SmallConsole: 144 rộng, 15 cao
    - VolumeLever: 74 rộng, 20 cao
    - SmallConsole: 51 rộng, 15 cao (tương đương với Button)

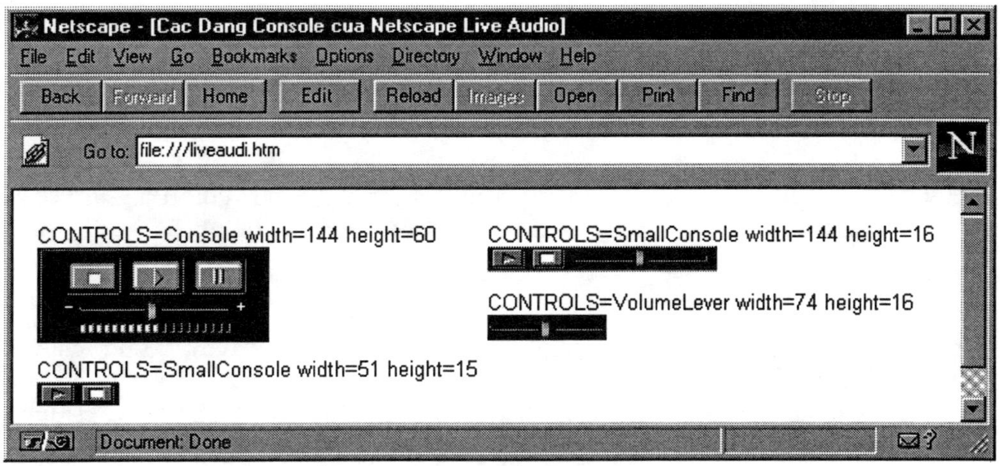

Hình 13-36: Các dạng console của Live Audio Plug-in

- RealPlayer:
    - ALL: 300 rộng, 134 cao
    - ControlPanel: 300 rộng, 30 cao
    - PlayButton: 50 rộng, 20 cao
    - StopButton: 20 rộng, 20 cao
    - StatusBar: 300 rộng, 25 cao
    - VolumeSlider: 30 rộng, 60 cao
    - InfoPanel: 270 rộng, 65 cao

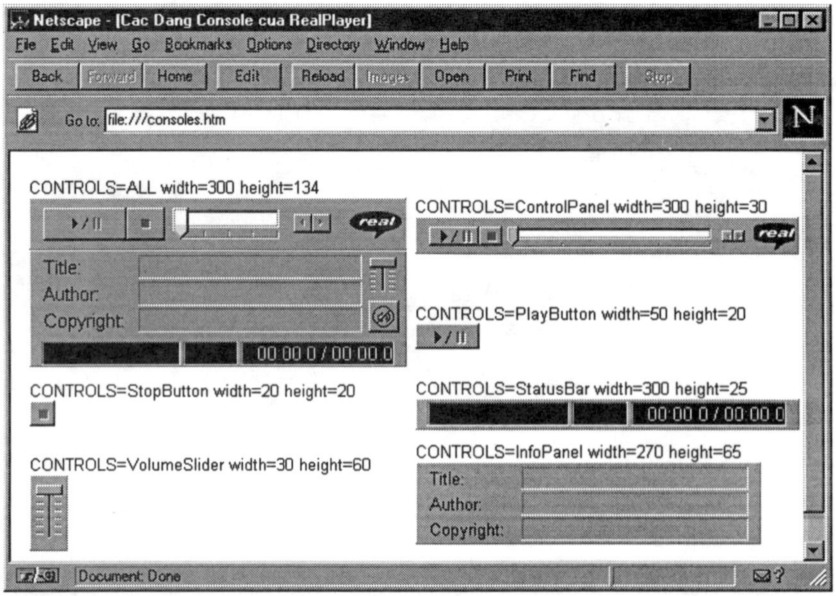

Hình 13-37: Các dạng console của RealPlayer Plug-in

8. Tôi có thể hiển thị một phần của console, thí dụ như các nút bấm play, stop, mà thôi, được không?

TL: Được, hãy đọc thêm nơi trang web "Using the RealAudio Plug-in"[25], hay xem các trang web trong đĩa đính kèm, tương đương với hình 13-36 và 13-37.

9. Tôi muốn bỏ một bài hát thâu từ băng *cassette* lên trang web. Tôi phải dùng dạng nhạc nào?

TL: Âm thanh thâu từ máy nhạc sẽ là dạng làn sóng (wave); do đó, chúng ta không thể dùng dạng MIDI. Tập tin MIDI chỉ chứa nốt nhạc. Chúng ta chỉ còn hai dạng là dạng làn sóng như **.WAV** hay là dạng "streaming" như là RealAudio.

10. Tôi có một tập tin nhạc ở dạng **.WAV** khá lớn, có cách nào tôi làm cho nó nhỏ lại không?

TL: Chúng ta có hai cách. Một là lấy mẫu (sampling) vẫn ở dạng **.WAV** nhưng ở làn sóng thấp hơn. Hai là đổi tập tin nhạc đó ra dạng "streaming". Thí dụ, một bản nhạc được lấy mẫu ở làn sóng 22,025 Hz, 16 Bit, Mono chiếm khoảng 1612K. Khi được lấy mẫu ở làn sóng 11,025 Hz, 8 Bit, Mono chỉ còn khoảng 806K. Cùng bản nhạc đó khi đổi ra dạng RealAudio chỉ còn 142K.

11. Có nhu liệu nào giúp chúng ta đổi dạng tập tin nhạc từ **.WAV** ra **.MID** không?

TL: Điều này dường như là một điều không tưởng vì tập tin **.MID** chỉ chứa nốt nhạc. Trong khi đó tập tin **.WAV** lại chỉ chứa làn sóng. Âm thanh chứa trong tập tin **.WAV** có thể là một sự phối hợp của đàn guitar thùng, đàn guitar điện, đàn piano, trống, mõ, kèn đồng, tiếng hát. Ngay cả tiếng hát cũng còn có giọng tenor, giọng base, v.v.. Không có cách nào chúng ta có thể xác định được phần nào của làn sóng thuộc về nhạc cụ hay giọng hát nào. Do đó, hiện nay không có một nhu liệu nào có khả năng đổi dạng một tập tin nhạc từ dạng **.WAV** ra dạng **.MID**.

12. Muốn nghe nhạc Shockwave Flash chúng ta phải dùng *MIME type* như thế nào?

TL: Cho Mac Servers chúng ta ghi:

Action: Binary
Type: SWFL
Creator: SWF2

Cho tất cả các server khác:

MIME Type: application/x-shockwave-flash
Suffix: .swf

13. Tôi cũng làm một "stub file" **.RPM** để dẫn tới tập tin nhạc **.RM** như chỉ dẫn, nhưng khi dùng browser Internet Explorer để mở thì được hỏi là "Open it" hay là "Save it to disk"? Trường hợp này không xảy ra với browser của Netscape.

TL: Trường hợp này cũng có thể xảy ra với browser của Netscape và không xảy ra với browser Internet Explorer. Nói chung, trường hợp này có thể xảy ra với bất kỳ một browser nào. Lý do mà chúng ta bị hỏi ý kiến thay vì browser sẽ phát bản nhạc là vì browser không biết phải xử lý như thế nào khi thấy một tập tin lạ. Nói cách khác, trong trường hợp này, browser gặp phải tập tin có tên nới rộng là **.RPM**, nhưng nó chưa được chỉ dẫn cách xử lý tập tin này.

Để chỉ dẫn cho browser Internet Explorer biết cách xử lý tập tin mới, chúng ta làm như sau:

1. Chạy browser.
2. Lên mệnh đơn (menu) **View**, chọn mục **Option**.
3. Chọn *tab* **Programs**, rồi nhấn nút **File Types...**
4. Dò trong danh sách các loại tập tin xem đã có loại tập tin mà chúng ta muốn chưa. Trong trường hợp này là "RPM file". Nếu chưa, thì chúng ta nhấn nút **New** để tạo một loại tập tin mới. Nếu đã có thì nhấn nút **Edit** để sửa.

Chúng ta cần chọn đúng *MIME type* và *Action*. Trong trường hợp này, nếu chúng ta dùng RealPlayer thì chọn *MIME type* là `audio/x-pn-realaudio-plugin` và *Action* là `open`. Chúng ta cũng đừng quên nhấn nút **New** hay **Edit** (tùy theo trường hợp) để cho biết tên ngăn và tên của nhu liệu RealPlayer. Khi hoàn tất thì đóng hết các khung đối thoại lại.

13.14 Tài Liệu Tham Khảo

[1] Skip Pizzi and Steve Church, "Audio Webcasting Demystified," Web Techniques, August 1997, pp 55-60.

[2] Hakan Anderson, "Zap's MUSIC-ON-THE-NET Tutorial!, Streaming RealAudio 3.0 files with a normal WWW server," www.lysator.liu.se/~zap/tutorial/ra.html.

[3] Hakan Anderson, "Zap's MUSIC-ON-THE-NET Tutorial!, Adding MIDI background music," www.lysator.liu.se/~zap/tutorial/midi.html.

[4] Hakan Anderson, "Zap's MUSIC-ON-THE-NET Tutorial!, What format to use," www.lysator.liu.se/~zap/tutorial/formats.html.

[5] Hakan Anderson, "Zap's MUSIC-ON-THE-NET Tutorial!, MIME types," www.lysator.liu.se/~zap/tutorial/mime.html.

[6] Charles Belov, "Charles Belov's MIDI Tips for ISP's and Web Server," www.geocities.com/SunsetStrip/4294/miditipi.html.

[7] Charles Belov, "Charles Belov's Troubleshooting Your MIDI Web Site," www.geocities.com/SunsetStrip/4294/miditrbs.html.

[8] Charles Belov, "Charles Belov's Netscape MIDI Plug-in Tips," www.geocities.com/SunsetStrip/4294/midisem.html.

[9] Charles Belov, "Charles Belov's MIDI Tips for Web Surfers," www.geocities.com/SunsetStrip/4294/miditips.html.

[10] Charles I. Kelly, "MIDI files on the Web," www.geocities.com/Heartland/8954/web_midi.html.

[11] "Embed Tag Syntax," Netscape Communication Corp., www.netscape.com/assist/net_sites/embed_tag.html.

[12] "LiveAudio Syntax," Netscape Communication Corp., home.netscape.com/comprod/products/navigator/version_30/multimedia/audio/how.htm

[13] "What is MIDI," MIDI Manufacturers Association, www2.midi.org/mma/abtmidi.html.

[14] Victor Lombardi, "Audio on The Internet," www.nyu.edu/atg/library/papers/internet.audio/.

[15] Craig Anderton, "Digital Audio Software For Multimedia," NewMedia, Jan. 29, 1996, www.hyperstand.com/NewMedia/96/02/td/audio/Digital_Audio_Software.html.

[16] Don Larson, "Does Multimedia Have a Dark Side?" www.webdeveloper.com/categories/multimedia/multimedia_dark_side.html.

[17] Jay Lorenzo, "Produce Streaming Audio That Satisfies," www.webdeveloper.com/categories/multimedia/multimedia_produce_streaming_audio.html.

[18] Jake Richter, "Streaming Data and Consciousness," www.richterscale.org/pcgr/pc961029.htm.

[19] Gary Welz, "Streaming Audio," www.webdeveloper.com/devforum/multimedia/96/mw960417.html.

[20] Rudy Trubitt and Tim Tully, "Getting Real with RealAudio," NewMedia , Apr. 22, 1996, www.hyperstand.com/NewMedia/96/06/tech/RealAudio_Techniques.html.

[21] "The Web Developer's Virtual Library, MIDI," www.stars.com/Multimedia/Sound/MIDI/.

[22] "RealAudio Server Administration and Content Creation Guide," Version 3.0, Progressive Networks, Inc., www.real.com.

[23] "All About Multimedia," Web Developer , www.webdeveloper.com/categories/multimedia/multimedia_qa.html.

[24] "Getting the Best Sound out of RealAudio," Netscape Navigator, www.real.com/help/content/audiohints.html.

[25] "Using the RealAudio Plug-in," Progressive Networks, Inc., www.realaudio.com/products/ra2.0/plug_ins/index.html.

[26] Lori Piquet, "the 33 Best Plug-Ins," ZD Internet Magazine , June 1997, pp. 50-64.

[27] "Inline Plug-Ins: Audio/Video," Netscape Comm. Corp. search.netscape.com/comprod/products/navigator/version_2.0/plugins/audio-video.html.

[28] Lea Anne Bantsari and Samantha Martin, "An Interactive Developers' Guide to Sounds for Sale, Rent or License," Interactivity, Oct. 1997, pp. 40-49.

[29] Bob Caligiuri, "Developing Shockwave & Streaming Audio," www5.electriciti.com/m3/trick/shockstr.html.

[30] "Converting .WAV files to Shockwave Audio files in Director 5 for Windows," www.macromedia.com/support/director/how/shock/convertwav.html.

[31] "Batch Processing SWA Files (SoundEdit 16 version 2.0.4 and higher only)," www.macromedia.com/support/soundedit/how/shock/batch.html.

[32] "Create Streamable Shockwave Audio Files (SWA Files)," www.macromedia.com/support/soundedit/how/shock/creatswa.html.

[33] "Shockwave Audio Streaming using SoundEdit 16," www.macromedia.com/support/soundedit/how/shock/00_main.html.

[34] "Using the Example Movies to Play Your Own Shockwave Audio Files," www.macromedia.com/support/soundedit/how/shock/moviplay.html.

[35] "Configuring Your Server For Shockwave," www.macromedia.com/support/config.html.

[36] Nathan Katogir, "Shockwave Audio," www5.zdnet.com/products/content/zdim/0204/zdim0067.html.

[37] Shvatz, "How It Was Done... Preparing the audio," www.hotwired.com/webmonkey/demo/96/33/shvatz.how.html.

[38] "Make Shockwave," wwwmacromedia.com/shockwave/make_shock.html.

[39] "Flash 2," www.macromedia.com/software/flash/00_main.html.

[40] "Streaming Techniques for Shockwave Flash," www.macromedia.com/support/flash/how/subjects/Stream1/Stream02.html#998350.

13.15 Tài Liệu Đọc Thêm

- "Windows 95 Music Shareware," www.hitsquad.com/smm/rta/win95.html.
- "A Select List of Only the Very Best Midi Pages, MIDI Midi midi," www.tcp-ip.or.jp/~ebiten/midi/midi.html.
- Charles Kelly, "Templates For MIDI File Pages," www.aitech.ac.jp/~ckelly/SMFguide/
- Charles Kelly, "MIDI Players, MIDI Plugins & Karaoke Players," www.aitech.ac.jp/~ckelly/midi/help/midi-players.html
- "WebCrawler Guide Computers: Multimedia," www.webcrawler.com/select/comput.mmedia.html.
- "Shockwave Audio Settings," www.macromedia.com/support/soundedit/how/shock/settings.html.
- "Audio Processing Tips," www.macromedia.com/support/soundedit/how/shock/audproctips.html.
- "Streaming External Shockwave Audio Files," www.macromedia.com/support/director/how/shock/extstream.html.
- "Adding Sound," www.macromedia.com/support/flash/docstuff/edocs/files/ch03d.html.
- "Using the template movies," www.macromedia.com/support/director/how/shock/tmpltmovs.html.
- Bob Schimitt, "Shockwave Studio, Designing Multimedia for the Web," March 1997, O'reilly, ISBN: 1-56592-231-X.
- "Working with Shockwave for Director," www.macromedia.com/support/director/how/shock/00_main.html.
- "Top Flash TechNotes," www.macromedia.com/support/flash/ts/nav/contents.html.
- "How do I setup my server software with the Shockwave Flash's MIME type?" www.macromedia.com/support/flash/ts/documents/tn4159.html.
- "Flash Subjects in Depth," www.macromedia.com/support/flash/how/subjects/00_main.html.
- "Made with Macromedia, Powered by Shockwave," www.macromedia.com/support/programs/mwm/swb.html.
- Chris Manners, "The Sound of Streaming," Interactivity, Vol. 3, No. 11, November 1997, pp. 15-24.

Chương 14

Thêm Phim Vào Trang Web

Thêm phim ảnh vào trang web được làm tương tự như thêm nhạc vào trang web. Nếu chưa đọc qua chương Mười Ba, chúng ta hãy ít nhất đọc đoạn 13.1 để biết cách đặt bản nhạc vào trang web. Chúng ta sẽ dùng các tag tương tự để đặt phim ảnh vào trang web. Chúng ta cũng sẽ tìm hiểu thêm về các dạng tập tin phim ảnh và cách tạo chúng.

Chúng ta sẽ học:

- Cách gắn phim ảnh vào trang web
- Nguyên tắc xem phim từ trang web
- Các dạng tập tin phim
- Plug-in để xem phim
- Làm cách nào để có được một tập tin phim
- Streaming Video
- Tạo một tập tin phim

14.1 Cách Gắn Phim Ảnh Vào Trang Web

Kích thước của một tập phim rất lớn; do đó, đòi hỏi một thời gian khá lâu để có thể download và trình chiếu hết. Chính vì vậy, hầu như không ai cho phim ảnh tự động trình chiếu mà không có sự đồng ý của độc giả. Loại trừ lối trình chiếu tự động, chúng ta chỉ còn một cách duy nhất để gắn phim ảnh vào trang web là tạo một điểm nối. Điểm nối của chúng ta có thể là tên của đoạn phim hay một tấm ảnh từ đoạn phim (screen shot). Chúng ta cũng đừng quên cho độc giả biết về dạng của tập tin, kích thước chứa, thời gian lấy xuống (download) và chiều dài của đoạn phim tính bằng

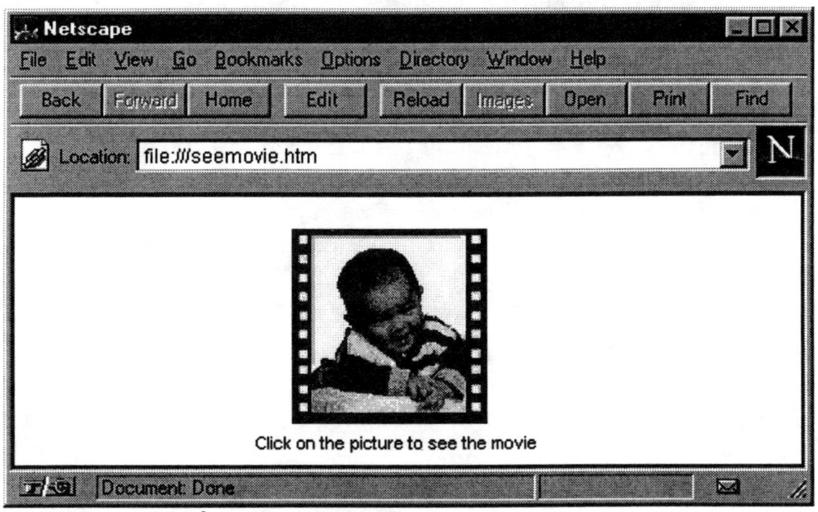

Hình 14-1: Dùng hình làm điểm nối tới phim

giây hay phút. Hầu hết mọi người rất ngại chọn xem một đoạn phim nếu không biết được thời gian lấy xuống, kích thước hay chiều dài của đoạn phim.

Thông thường, mọi người sẽ dùng một tấm ảnh từ đoạn phim để làm điểm nối tới đoạn phim. Phương pháp này tương tự như chúng ta tạo điểm nối từ một tấm hình (xem chương Tám). Chỉ có một sự khác biệt là điểm nối này sẽ dẫn tới một khung chiếu phim chứ không phải một trang web khác.

Thí dụ, chúng ta có tấm ảnh như ở hình 14-1 (phim.gif) và một đoạn phim ở dạng QuickTime (phimqt.mov). Chúng ta sẽ gắn đoạn phim đó vào trang web bằng cách thêm vào trang web đoạn mã như sau:

```
<A HREF="phimqt.mov"><IMG SRC="phim.gif" WIDTH=80 HEIGHT=60>
```

Giá trị của WIDTH and HEIGHT là bề rộng và cao của bức hình *phim.gif*. Trong thí dụ này, *phimqt.mov* và *phim.gif* được đặt ở cùng ngăn và máy với trang web. Nếu các tập tin này được đặt ở những nơi khác, chúng ta phải ghi cho đủ cả tên máy, tên ngăn của tập tin nếu cần thiết. Thí dụ: *http://vnisoft.com/phim/phimqt.mov*.

Tự Động Chiếu Phim

Nếu chúng ta vẫn cương quyết muốn trình chiếu đoạn phim ngay khi độc giả mở trang web, chúng ta sẽ dùng đến tag <EMBED>, giống như chúng ta đã làm khi gắn nhạc vào trang web. Trong trang web, chúng ta dùng tag <EMBED> để ghi tên đoạn phim được trình chiếu.

Cách dùng tag <EMBED> như sau:

```
<EMBED SRC="phimqt.mov" WIDTH=160 HEIGH=120>
```

Giá trị của WIDTH và HEIGHT là bề rộng và cao của màn ảnh chiếu phim. Nếu chúng ta không biết bề rộng và bề cao của màn ảnh chiếu phim, hãy dùng một nhu liệu xem phim nào đó như MoviePlayer (cho Macintosh) để mở đoạn phim. Sau đó, vô phần **GetInfo** nơi mệnh đơn (menu), để biết về bề rộng và bề cao của đoạn phim. Nếu chúng ta muốn cho hiện thêm "controller" nơi khung chiếu phim, chúng ta nên cộng thêm 24 vào chiều cao (HEIGHT).[1]

Trong thí dụ này, *phimqt.mov* được đặt cùng nơi với trang web. Nếu các tập tin này được đặt ở những nơi khác, chúng ta phải ghi cho đủ cả tên máy, tên ngăn của tập tin nếu cần thiết. Thí dụ *http://vnisoft.com/phim/phimqt.mov*. Tag <EMBED> thật ra còn có nhiều thuộc tính nữa để kiểm soát nhiều đặc tính khác nhau của đoạn phim, như âm lượng (volume), console, loop. Để biết thêm đầy đủ những thuộc tính này, hãy tìm đọc "QuickTime Syntax",[1] "The QuickTime WebMaster's Page".[2]

Ngoài hai cách kể trên, chúng ta cũng có thể dùng cách thứ 3, "Client Pull", giống như chúng ta đã học ở chương Mười Ba. Nếu biết lập thảo trình bằng ngôn ngữ JavaScript, chúng ta cũng có thể gắn phim vào trang web. Lập trình bằng JavaScript đã vượt ra khỏi nội dung của quyển sách này. Nếu muốn tìm hiểu thêm về cách dùng JavaScript, xin đọc thêm bài "Using the RealAudio Plug-in With Java/JavaScript".[3]

14.2 Nguyên Tắc Xem Phim Từ Trang Web

Gắn và xem phim từ trang web liên quan tới 3 đối tượng: tác giả của trang web, máy chủ nơi chứa các đoạn phim, và độc giả của trang web. Mỗi đối tượng đều phải làm một số chuẩn bị để việc xem phim qua trang web đạt được kết quả.

Phía Tác Giả

Tác giả của trang web có phim cần phải:

- Có đoạn phim được cất ở một dạng "digital" nào đó, thí dụ: MOV, MPEG, VIV, AVI, RMF, VOX, VDO, ASF, VLO, SPH. Làm sao để có được một đoạn phim chiếu được trên trang web và các dạng tập tin phim sẽ được bàn thêm nơi đoạn sau.
- Chọn cách gắn đoạn phim vào trang web.
- Có sound card và loa để nghe thử lời của đoạn phim.
- Gửi cả đoạn phim và trang web lên máy chủ.

Phía Máy Chủ

Máy chủ phải được sắp đặt để hỗ trợ tập tin phim mà tác giả đặt nơi trang web. Khi độc giả thăm trang web có phim và yêu cầu được xem phim, máy chủ gửi một số tin tức về tập tin phim, và cả tập tin phim được yêu cầu, tới browser của độc giả. Trong số các tin tức về tập tin phim là *MIME type* (dạng của tập tin phim).

Dạng của một trang web là `text/html`. Dạng của một tập tin bình thường là `text/plain`. Trong khi đó, dạng của một tập tin phim có thể là: `video/mpeg`, `video/x-msvideo`, `video/quicktime`, `video/x-mpeg2`.

Trước khi gửi tập tin phim đến browser của độc giả, máy chủ phải xác định được loại tập tin là gì, và gửi đúng *MIME type*. Hầu hết các máy chủ khi không đoán được loại tập tin nó sẽ gửi tập tin phim theo dạng `text/plain` hay `application/octet-stream`. Nếu máy chủ gửi tập tin phim theo các dạng này, độc giả có thể sẽ gặp khung báo lỗi thay vì được xem phim.

Làm sao máy chủ đoán được dạng của tập tin phim? Đây là việc làm của người quản lý máy chủ (administrator). Hầu hết các máy chủ được chỉ dẫn, bởi người quản lý máy chủ, là dựa trên tên nới rộng (extension) của tập tin phim. Thí dụ, nếu thấy tên nới rộng là .MPG hay .MPEG thì gửi ra `video/mpeg`, nếu thấy .MOV thì gửi ra `video/quicktime`. Nếu thấy .RM hay .RAM thì gửi ra `audio/x-pn-realaudio`. Nếu thấy ASF thì gửi ra `video/x-msvideo`. Do đó, khi chúng ta gắn một tập tin phim lên trang web nếu không phải là một trong các dạng căn bản như .AVI, .MOV, .RAM thì phải hỏi người quản lý máy chủ sắp đặt các *MIME type* cho đúng.

Phía Độc Giả

Tác giả đã làm được đoạn phim, máy chủ đã xác định được loại tập tin phim, về phía độc giả, muốn xem được đoạn phim đó độc giả cần phải:

- Có sound card và loa để nghe lời đoạn phim.
- Có đúng *plug-in* (nhu liệu phụ) cho loại tập tin phim được gửi tới.

Đoán ra dạng của tập tin phim trong số các dạng kể trên không phải là dễ, trừ khi tác giả của trang web nhắc chúng ta. Đây cũng là một yêu cầu của đại đa số độc giả là tác giả của trang web có phim nên cho biết loại tập tin phim của đoạn phim là gì, và dùng *plug-in* nào thì xem được. Thông thường, chúng ta thấy nơi các trang web có phim có ghi hàng chữ như "need RealPlayer" hay có gắn huy hiệu của loại *plug-in* cần thiết như ở hình 14-2. Khi đó chúng ta cần phải có đúng *plug-in* đó mới xem được phim.

Hình 14-2: Báo cần plug-in cho dạng QuickTime

14.3 Các Dạng Tập Tin Phim

Một đoạn phim có thể được thâu và cất dưới dạng số hóa (digital) bằng nhiều cách. Thí dụ, chúng ta có thể thâu trực tiếp từ máy quay phim, hay từ máy VCR. Một cách khác để có được một đoạn phim dưới dạng số hóa là dùng các nhu liệu sửa phim như Adobe Premiere, Avid Cinema, Macromedia Director, Ephyx V-Active, Terran Interactive Movies Cleaner Pro, In:sync Speed Razor, để chuyển các bức hoạt ảnh (animated pictures) như Flic file, animated GIF hay các tấm hình chụp, hoặc vẽ thành phim.

Sau khi đã được số hóa (digitized), một đoạn phim sẽ được cất trong ổ đĩa dưới dạng số hóa (digital format). Tùy theo loại nhu liệu (software) hay dụng liệu (hardware) mà chúng ta dùng để số hóa mà chúng ta có các dạng như sau: AVI của Microsoft, MOV (QuickTime) của Apple, hay MPEG (Moving Pictures Experts Group). Đây là 3 dạng chính. Trong 3 dạng này, QuickTime là được biết đến nhiều nhất. Kế đến là MPEG.

Dạng AVI chỉ có trên các hệ điều hành Windows. Lý do nó không được phổ biến như là hai dạng kia là vì nó thiếu khả năng đồng bộ (synchronize) âm thanh và hình ảnh. Thêm vào đó dạng QuickTime cũng dùng được trên hệ điều hành Windows; do đó, dạng AVI dần dần bị bỏ quên trên địa bàn Internet.

Dạng MPEG có hai điểm lợi cao hơn QuickTime là nó cho ra phẩm chất cao hơn, và có thể chạy được 30 khuôn (frame) mỗi giây (bằng tốc độ chuẩn cho TV ở Hoa Kỳ). Nhưng ngược lại, kích thước chứa của tập tin cao hơn. Điều này chưa hẳn đã làm cho MPEG kém phổ biến hơn QuickTime. Điểm chính làm cho MPEG kém phổ biến hơn

QuickTime là chi phí để tạo được một đoạn phim ở dạng MPEG cao hơn. Chúng ta phải có những dụng liệu (hardware) đắt tiền (khoảng 4 ngàn US trở lên) để có thể số hóa (digitize) phim. Nếu nhờ các cửa tiệm bên ngoài số hóa ra dạng MPEG, chúng ta có thể phải tốn chừng $60US cho mỗi phút phim.

Dạng QuickTime được xem là dạng tiêu chuẩn về phim ảnh cho máy điện toán do hãng Apple sáng chế. Nó dùng được trên cả máy PC lẫn máy Macintosh. Giá tiền mua dụng liệu để số hóa phim ra dạng QuickTime rẻ hơn nhiều so với dạng MPEG. Một số máy Macintosh được bán ra đã có sẵn thẻ A/V gắn trong máy để chúng ta dùng làm số hóa phim ra dạng QuickTime. QuickTime thuộc dạng "software based" nên các nhu liệu để sửa/cắt/ráp (edit) phim rẻ hơn nhiều so với dạng MPEG (hardware based).

Ngoài các dạng tập tin phim kể trên, chúng ta còn tìm thấy các dạng khác như: RealMedia của Progressive Networks, Xing MPEG của Xing Technology Corp., MetaVoice của Voxware, Shockwave của Macromedia, VDOLive của VDONet, CineWeb của Digigami, VivoActive của Vivo Software. Hầu hết các dạng tập tin phim này thuộc quyền sở hữu riêng của một công ty chủ quyền. Chúng chưa có một tiêu chuẩn nào nhất định. Do đó, nếu muốn đưa phim ảnh vào trang web chúng ta phải chọn một hay vài dạng nào đó mà độc giả của chúng ta yêu cầu.

14.4 Plug-in Để Xem Phim

Có rất nhiều dạng tập tin phim khác nhau đang được sử dụng trên Internet. Điều này gây nên một trở ngại. Đó là muốn xem được một đoạn phim, chúng ta phải có một *plug-in* hiểu được dạng tập tin đó để chiếu lại đoạn phim cho chúng ta xem.

Plug-in là một nhu liệu nhỏ gắn thêm vào một nhu liệu khác để bổ túc thêm chức năng.

Chúng ta phải có đúng *plug-in* cho mỗi dạng tập tin phim. Muốn có được một plug-in của hãng nào, chúng ta hãy tìm đến trang nhà của hãng đó. Hãng Netscape có một danh sách khá đầy đủ các *plug-in* mà chúng ta có thể lấy được. Địa chỉ của danh sách đó là: *http://search.netscape.com/comprod/products/navigator/version_2.0/plugins/audio-video.html*. Chúng ta cũng có thể tìm thấy các *plug-in* nơi bài viết "the 33 Best Plug-Ins"[4]. Sau khi đã có *plug-in*, chúng ta phải gắn (install) *plug-in* vào máy, trước khi chúng ta có thể xem được phim.

14.5 Làm Cách Nào Để Có Được Một Tập Tin Phim

Chúng ta có rất nhiều cách để có được một tập tin phim, sẵn sàng để gắn lên trang web. Tựu trung, cách tạo một tập tin phim được tóm gọn ở 4 bước sau đây:

1. Có được đoạn phim gốc có phẩm chất cao.

2. Đổi dạng đoạn phim ra dạng số hóa (digitized).
3. Cắt sửa đoạn phim cho gắn gọn và thích hợp.
4. Nén tập tin phim cho nhỏ lại.

Có Được Đoạn Phim Gốc Có Phẩm Chất Cao

Chúng ta có thể có được đoạn phim gốc bằng cách thâu trực tiếp bằng máy quay phim, hay chuyển dạng từ các bộ hình hoạt họa. Cũng có nhu liệu cho chúng ta vẽ từng khuôn (frame) hình như làm phim hoạt họa. Dù bằng cách nào đi nữa chúng ta cũng nên cố gắng làm sao cho có băng gốc thật tốt, thật rõ. Vì sau này khi cắt sửa và ném tập tin, phẩm chất sẽ bị giảm đi một chút. Nếu muốn thâu trực tiếp, thì dùng loại máy quay phim BetaCam là tốt nhất. Thứ đến là "digital camera". Kế đến là S-VHS hay Hi-8. Cuối cùng là VHS.

Đoạn phim được quay cũng nên có phần ánh sáng tốt. Nên dùng mầu sáng để quay phim. Phim càng sáng chúng ta càng đạt được tỉ lệ nén cao. Chúng ta cũng nên tránh di động máy quay phim nhiều quá. Nếu đặt máy quay phim lên chân máy quay thì càng tốt. Chúng ta cũng đừng quên là lấy kích thước thâu vừa đủ, bỏ bớt các vật không cần thiết chung quanh nhân vật chính. Nhân vật trong phim cũng di động càng ít càng tốt. Hay nói cách khác, hình càng ít di động càng tốt.

Đổi Dạng Đoạn Phim Ra Dạng Số Hóa

Phim chúng ta quay được thâu vào băng từ dưới dạng *analog*. Trong khi đó máy điện toán lại xử lý tin tức dưới dạng số hóa (digital). Vì vậy chúng ta cần phải đổi dạng của đoạn phim ra dạng số hóa. Muốn làm được điều đó chúng ta cần đến một *capture card*. Nếu dùng máy BetaCam để thâu hình, mỗi một phút hình có thể cần đến 20 Megabytes. Chính vì thế, chúng ta cũng nên chuẩn bị một đĩa cứng thật lớn nếu chúng ta muốn thâu đoạn phim dài, hoặc chúng ta chỉ nên thâu những đoạn phim ngắn mà thôi.

Việc đổi dạng cũng khá đơn giản. Các *capture card* thường có chỗ cho chúng ta cắm thẳng dây từ máy quay phim (camcorder) hay đầu máy (VCR) vào capture card. Nhu liệu được kèm theo *capture card* sẽ nhận tín hiệu trực tiếp từ máy quay phim, hay đầu máy và chuyển ra dạng số hóa. Mọi việc đều tự động. Chỉ có một điều chúng ta phải bận tâm tới là chọn dạng ra (output) của phim. Dạng ra lệ thuộc vào nhiều thứ khác như tốc độ (bao nhiêu khuôn--frame--mỗi giây), kích thước khung chiếu (nên chọn khung chuẩn là 160x120 pixels), độ lớn của đường dẫn (bandwidth). Không có lựa chọn nào là đúng cho tất cả mọi người. Mỗi trường hợp sẽ cần một loại lựa chọn khác nhau. Chúng ta phải thử nhiều mới biết được loại lựa chọn nào thích hợp nhất với chúng ta.

Cắt Sửa Đoạn Phim Cho Ngắn Gọn Và Thích Hợp

Sau khi đã có đoạn phim cất dưới dạng số hóa (digital), chúng ta cần nên xem lại đoạn phim và cắt bỏ những đoạn phim không cần thiết. Chúng ta có thể làm việc này trước khi đổi dạng, nhưng ở dạng *analog*, việc cắt sửa đòi hỏi nhiều công phu và máy móc tốn kém hơn. Nhu liệu thông dụng nhất cho bước này là Premiere (www.adobe.com), Avid Cinema (www.avidcinema.com) hay Strata VideoShop (www.strata3d.com/products/VideoShop/SVspec.html). Nếu muốn dùng nhu liệu miễn phí chúng ta có thể dùng MoviePlayer của Apple (www.apple.com). Nhu liệu MoviePlayer chỉ có cho chúng ta cắt xén đoạn phim một cách đơn giản. Các nhu liệu đắt tiền kia cho chúng ta dùng thước thời gian để cắt; do đó, nó cắt chính xác hơn. Thêm vào đó, chúng còn cho chúng ta tạo những kỹ xảo đặc biệt (special effects).

Nếu chỉ muốn gắn thêm các kỹ xảo đặc biệt, chúng ta có thể dùng đến nhu liệu AfterEffects của Adobe. Nhu liệu này rất hay, nhưng cũng rất khó sử dụng. Nó đòi hỏi chúng ta phải có năng khiếu và tay nghề cao. Muốn làm dễ dàng và đơn giản, chúng ta có thể dùng các nhu liệu như MediaPaint của Strata, hay Painter của Fractal Design. Các nhu liệu này cho chúng ta tô, vẽ thêm lên phim.

Trong bước cắt sửa này, chúng ta cũng nên để ý tới âm thanh. Chúng ta có thể ghép âm thanh vào phim trong giai đoạn này. Muốn có được âm thanh rõ ràng và chính xác, chúng ta cũng nên tìm những nhu liệu chuyên môn cao (professional) như SoundEdit của Macromedia (www.macromedia.com).

Nén Tập Tin Phim Cho Nhỏ Lại

Bước cuối cùng, sau khi đã đổi dạng và cắt xén là nén tập tin phim cho nhỏ lại. Chúng ta có thể nén tập tin phim bằng các dụng liệu (hardware) hay bằng nhu liệu. Điểm lợi của thiết bị nén *hardware* là nó có khả năng nén cao, nhưng lại có một bất lợi là muốn xem được đoạn phim đã được nén ở dạng nén cao đó, chúng ta phải có *hardware* tương tự để bung đoạn phim. Chính vì điểm bất lợi đó mà nhu liệu nén được ưa chuộng hơn.

Các nhu liệu nén thông dụng là Cinapak của Radius (www.radius.com/cinepak/) hay Media Cleaner Pro của Terran Interactive (www.terran-int.com/prod/index.htm). Mỗi nhu liệu nén có một thủ thuật khác nhau nên có những khả năng khác nhau. Khả năng nén có thể thay đổi từ 10:1 tới 100:1. Thí dụ, dùng một nhu liệu nén có khả năng nén 50:1, chúng ta có thể thâu nhỏ một đoạn phim từ 10Mb xuống còn 200K. Chúng ta cũng nên biết rằng mỗi thủ thuật nén sẽ làm cho đoạn phim bị giảm phẩm chất (image degradation) ở một mức độ khác nhau. Chính vì vậy mà từ đầu chúng ta đã nhấn mạnh rằng chúng ta cần có một đoạn phim gốc càng rõ càng tốt.

Thông thường, khi dùng các nhu liệu nén này, chúng ta cũng phải lựa chọn mức độ nén. Mức độ nén tùy thuộc vào cách sử dụng tập tin phim. Nếu chúng ta dùng đoạn phim cho CD-ROM, chúng ta dùng mức độ nén thấp vì CD-ROM có nhiều chỗ chứa. Nếu chúng ta dùng đoạn phim nơi trang web, chúng ta dùng mức độ nén cao để đạt được kích thước chứa nhỏ.

Sau khi nén xong, chúng ta có được tập tin phim sẵn sàng để đặt lên trang web. Các cách đặt tập tin phim lên trang web đã được đề cập tới trong đoạn đầu của chương này.

14.6 Streaming Video

Tương tự như các dạng tập tin nhạc MIDI, WAV, AIFF, các dạng tập tin phim AVI, MOV, MPEG đòi hỏi chúng ta phải đợi cho toàn bộ tập phim được lấy xuống máy rồi mới bắt đầu xem được. Để chế ngự trở ngại này, một kỹ thuật mới đã được phát minh bởi Progressive Networks gọi là "streaming" (streaming technology). Kỹ thuật này đã cho phép chúng ta xem được ngay đoạn phim ngay từ phút đầu lấy xuống.

Kỹ thuật "streaming" thay đổi cách gửi dữ kiện từ máy chủ tới browser của chúng ta và cách browser diễn tả tập tin phim. Kỹ thuật này không bị giới hạn ở phim ảnh mà có thể áp dụng với âm thanh và hình ảnh. Dùng kỹ thuật này, browser sẽ lấy xuống một đoạn nhỏ của đoạn phim (khoảng 4 giây) và cất nơi một *buffer*. Sau đợt lấy xuống này, những gì chứa trong *buffer* sẽ được trình chiếu. Cùng lúc ấy những đoạn phim kế tiếp sẽ được chuyển về máy chúng ta và nhập tiếp vào *buffer*. Nhờ kỹ thuật này mà chúng ta có thể xem trực tiếp các bộ phim, như xem xin-nê, trên Internet. Sự trì trệ nếu có cũng chỉ trong vài giây.

Các dạng tập tin phim dùng kỹ thuật "streaming" gồm có: RealMedia của Progressive Networks (www.real.com), VDOLive của VDONet (www.vdolive.com), Vivo của Vivo Software (www.vivo.com), NetShow của Microsoft. Muốn xem được phim ảnh cất dưới các dạng này chúng ta cần có đúng *plug-in* cho browser. Các *plug-in* này phần đông có thể được lấy xuống từ Internet. Thí dụ, RealMedia plug-in (RealPlayer) có thể được lấy miễn phí từ địa chỉ *www.real.com/products/player/index.html.*

14.7 Tạo Một Tập Tin Phim

Trước khi bắt đầu tạo một tập tin phim, chúng ta nên lựa chọn dạng tập tin phim cũng như thể loại ("streaming" hay không) của tập tin phim. Cho mục đích học tập, chúng ta sẽ học tạo một tập tin phim ở dạng AVI (Microsoft), MOV (QuickTime) và RM (RealMedia).

Chú Ý: *Trước khi bắt đầu, chúng ta cần biết rằng vì mục đích học tập chúng ta chỉ học cách tạo tập tin. Chúng ta không chú trọng vào phẩm chất của đoạn phim. Do đó, chúng ta sẽ học tạo một đoạn phim ngắn và có phẩm chất thấp để có được những tập tin phim càng nhỏ càng tốt.*

Dạng AVI

Thay vì dùng một *video capture card* để thâu hình trực tiếp qua máy quay phim, chúng ta có thể tạo một đoạn phim từ các hình ảnh có sẵn mà không cần *video capture card.* Chúng ta có thể dùng nhu liệu AVI Constructor (http://henge1.henge.com/~caracena/about.html), hay Personal AVI Editor (http://www.flickerfree.com/Pae1_shareware.html). Các nhu liệu này là những *shareware* có thể được lấy xuống từ các địa chỉ trên. Trong thí dụ này, chúng ta dùng nhu liệu Personal AVI Editor, gọi tắt là PAE. Sau khi lấy xuống và cài đặt nhu liệu PAE vào máy, chúng ta cho chạy nhu liệu này. Màn ảnh của nhu liệu PAE nhìn như ở hình 14-3.

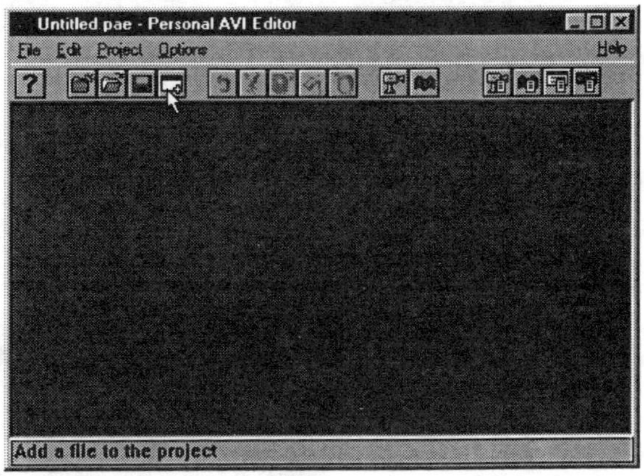

Hình 14-3: Màn ảnh nhu liệu Personal AVI Editor

1. Chọn menu **File**, rồi chọn mục **New** để tạo một tập tin phim mới.
2. Bấm nút "Cộng Thêm Hình" (nút thứ 5 từ trái đếm qua) như được chỉ bằng mũi tên ở hình 14-3.

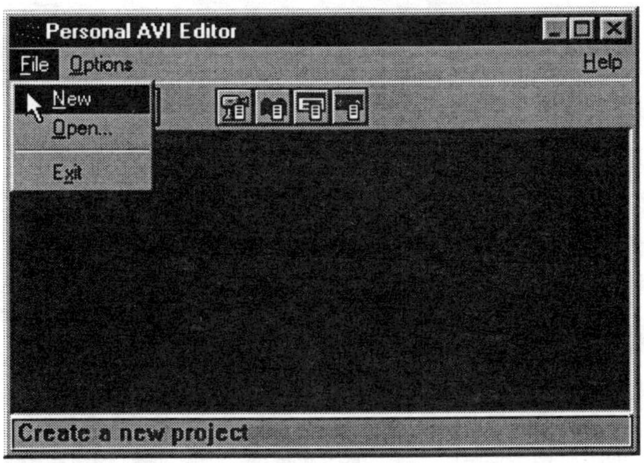

Hình 14-4: Tạo một tập phim mới

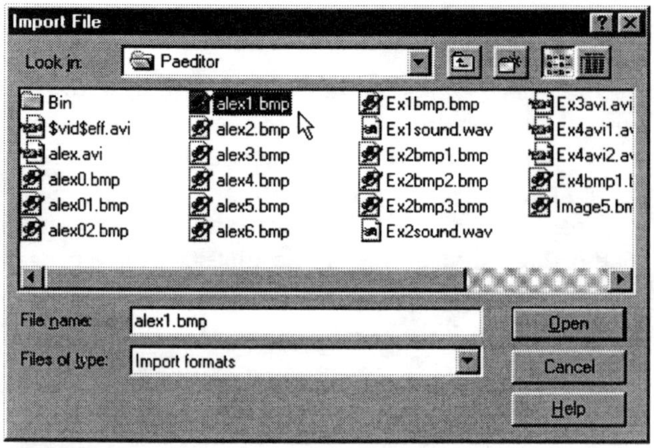

Hình 14-5: Nhập các hình ảnh

3. Chọn một tập tin hình ở dạng **.bmp** (PAE chỉ cho nhập các dạng .BMP, .AVI, .WAV), rồi nhấn nút **Open**.
4. Tiếp tục các bước 2 và 3 cho tất cả các hình mà chúng ta muốn dùng để tạo tập tin phim. Màn ảnh PAE lúc bấy giờ sẽ có một danh sách các hình như ở khung bên dưới góc trái của hình 14-6.

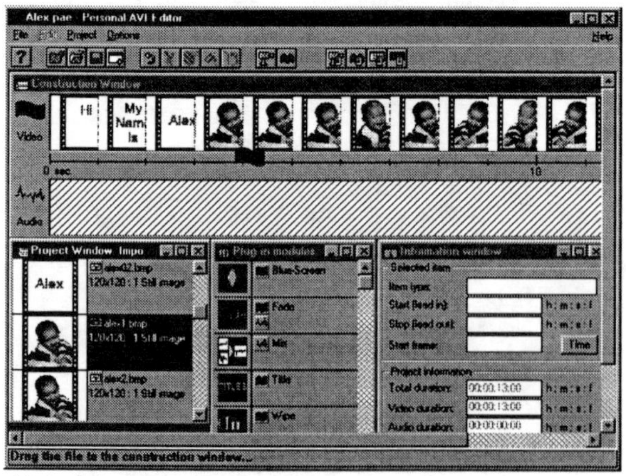

Hình 14-6: Kéo và thả hình ảnh vào phim

5. Kéo và thả các hình ở khung bên dưới, góc trái vào hàng phim hình bên trên. Cho mỗi tấm hình, chúng ta sẽ chọn thời gian chiếu là 1 giây. Chúng ta có thể đặt cùng một bức hình ở nhiều thời điểm khác nhau trong đoạn phim.
6. Sau khi đã kéo và thả hết các hình cần thiết, chúng ta có thể kéo và thả các ảnh hưởng (effect), như **Fade In/Out** hay **Slide**, từ khung ở giữa, bên dưới, vào hàng phim hình bên trên. Chúng ta cũng có thể kéo và thả tập tin âm thanh vào hàng âm thanh. Chúng ta có thể thay đổi thời gian phát nhạc hay các ảnh hưởng tùy theo ý muốn.

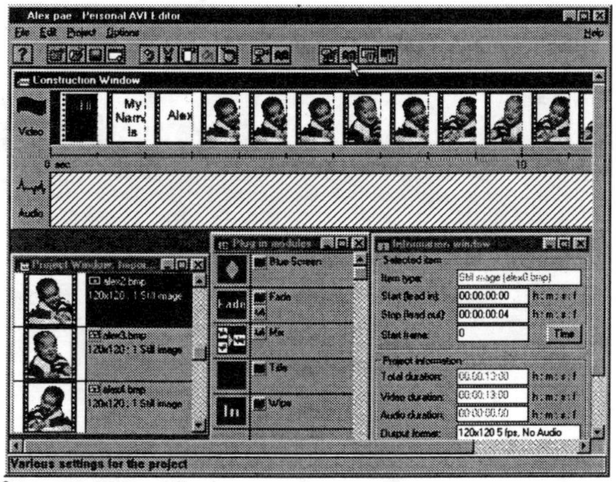

Hình 14-7: Nhấn nút để chọn cách cất

7. Sau khi hoàn tất việc chọn hình, chúng ta nhấn nút "lựa chọn cách cất" như được chỉ bằng mũi tên ở hình 14-7.
8. Nơi khung **Project Option**, tác giả chọn **color** là **24 bit** vì muốn dùng tập tin phim này để tạo một tập tin phim dạng QuickTime nơi thí dụ kế tiếp. Tác giả cũng tắt phần âm thanh vì muốn giữ cho tập tin phim nhỏ. Chúng ta hãy thay đổi các lựa chọn nơi khung đó cho thích hợp với dự định của mình. Chúng ta cũng đừng quên chọn kích thước của khung chiếu nhỏ vừa đủ để giữ cho kích thước tập tin nhỏ.

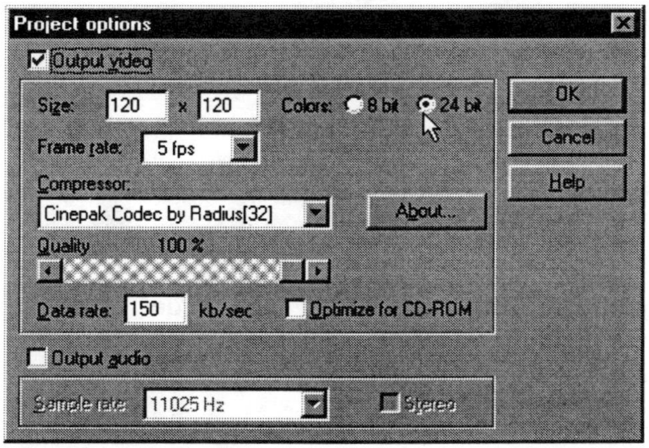

Hình 14-8: Lựa chọn các cách cất thích hợp

9. Xem thử đoạn phim. Nếu cần thay đổi, chúng ta hãy lập lại các bước trên cho đến khi vừa ý. Khi chiếu thử, màn ảnh của chúng ta sẽ nhìn tương tự như sau (để ý nơi giữa màn ảnh):

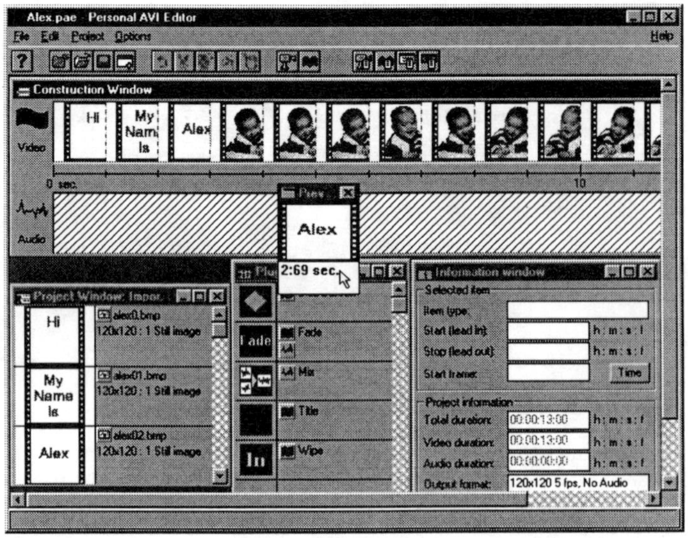

Hình 14-9: Xem thử

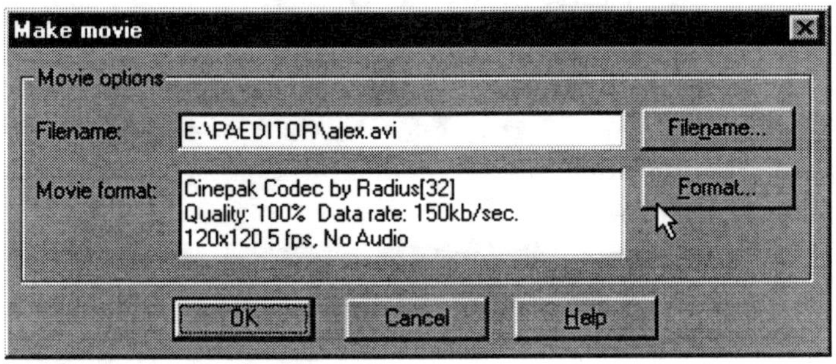

Hình 14-10: Đặt tên và chọn nơi cất đoạn phim

10. Nhấn nút "tạo tập tin phim" (generate the movie), nút thứ 5 từ phải đếm qua. Chúng ta sẽ được hỏi về tên và nơi cất của tập tin phim. Chúng ta cũng có cơ hội thay đổi các thuộc tính của phim nếu cần thiết.

11. Nếu cần thiết, chúng ta có thể xem lại đoạn phim bằng nhu liệu **Media Player** đính kèm nơi Windows 95, hay mới hơn. Từ menu **Start**, chọn mục **Programs**, rồi chọn **Accessories**, **Multimedia**, và cuối cùng **Media Player**.

Màn ảnh của nhu liệu Media Player nhìn tương tự như ở hình 14-11.

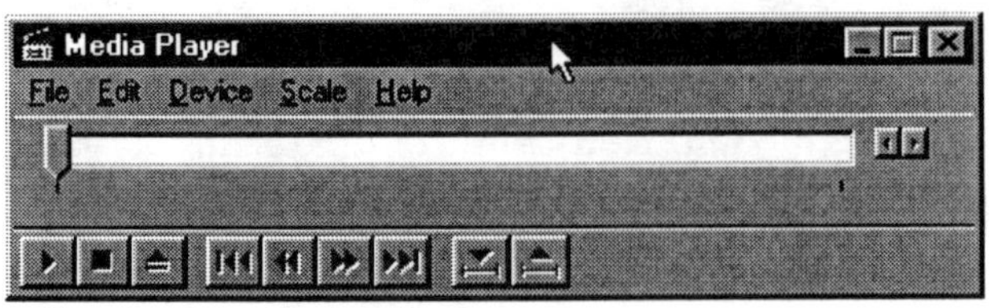

Hình 14-11: Màn ảnh của nhu liệu Media Player

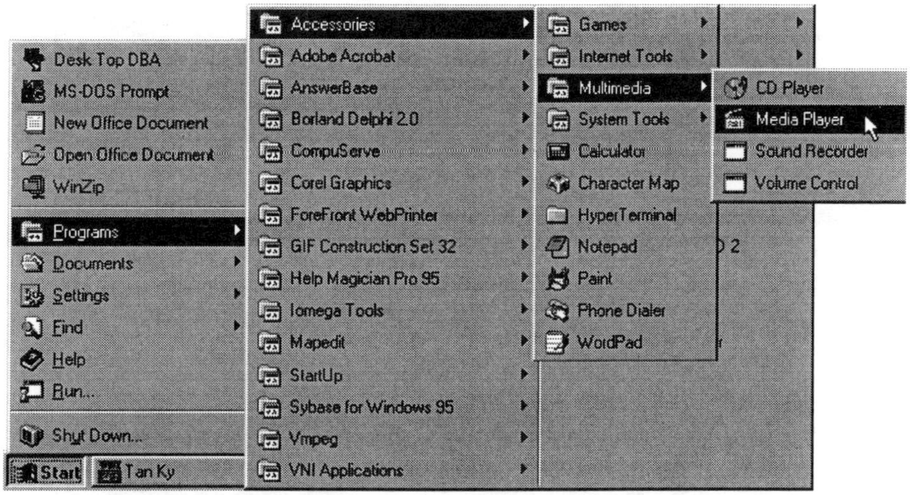

Hình 14-12: Chạy nhu liệu Media Player

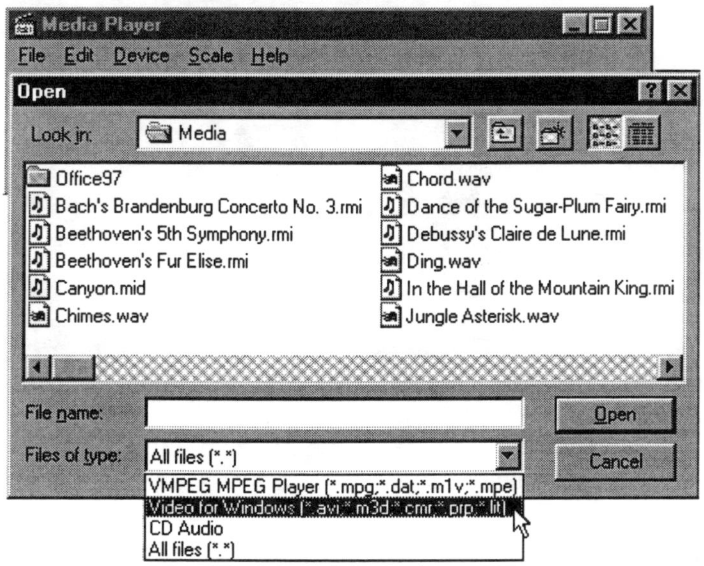

Hình 14-13: Chọn file type

12. Nơi menu **File** của nhu liệu Media Player, chọn mục mở tập tin. Chúng ta sẽ được hỏi về nơi cất tập tin. Đừng quên chọn **Files of type** là **"Video for Windows (*.avi ...)"**

13. Chọn tập tin để xem. Trong thí dụ này, chúng ta chọn tập tin *Alex.avi*. Tập tin mẫu *Alex.avi* có trong đĩa đính kèm.

    Màn ảnh sẽ hiện thêm một khung mới với tấm ảnh đầu của đoạn phim được xem. Dùng các nút bấm nơi khung của nhu liệu Media Player để xem toàn bộ đoạn phim hay một phần của đoạn phim.

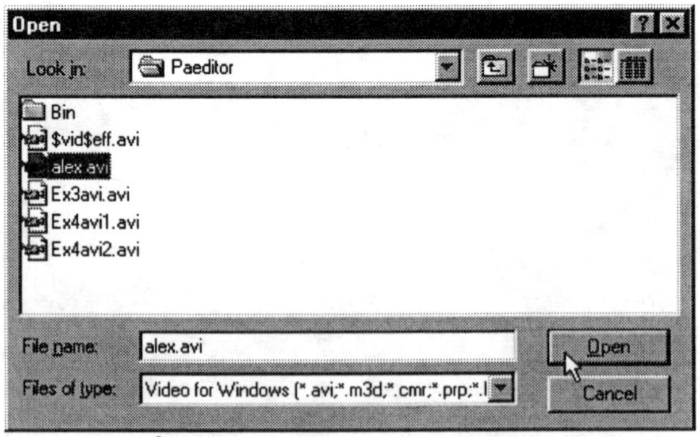

Hình 14-14: Chọn tập tin phim để xem

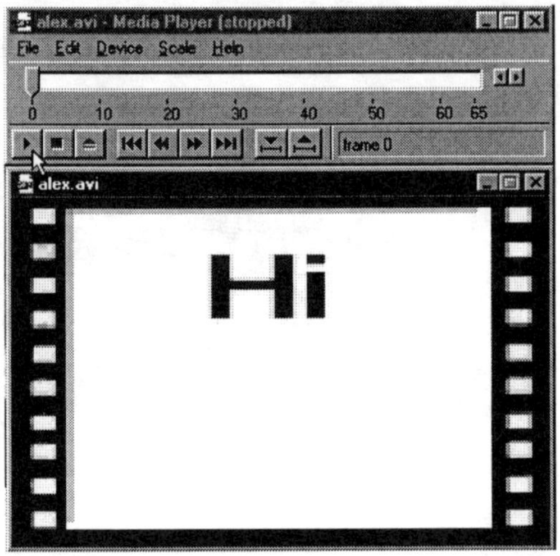

Hình 14-15: Xem phim bằng nhu liệu Media Player

Chúng ta đã hoàn tất việc tạo một tập tin phim dạng .AVI. Tiếp theo, chúng ta sẽ học cách tạo một tập tin phim dạng .MOV.

Dạng MOV

Thay vì dùng một *video capture card* để thâu hình trực tiếp qua máy quay phim rồi cất dưới dạng MOV, chúng ta có thể tạo một đoạn phim dạng MOV từ một đoạn phim ở dạng AVI. Chúng ta sẽ dùng đoạn phim *Alex.avi* ở trên, và dùng nhu liệu SmartVid của Intel. Nhu liệu này được phát miễn phí trên Internet ở địa chỉ *http://www.intel.com/pc-supp/multimed/indeo/smartvid.htm*.

Lưu Ý: *Nhu liệu SmartVid được viết cho MS-DOS 6.22 và Windows 3.1. Cả hai phiên bản đều được nén chung với nhau dưới tên smartvid.exe. Sau khi lấy xuống, tạo một ngăn (subdirectory) với tên smartvid, dời tập tin smartvid.exe vào ngăn đó. Chạy tập* *tin smartvid.exe để gỡ rời nó ra. Đọc kỹ tập tin install.txt về cách cài đặt và sử dụng nhu liệu SmartVid.*

---

1. Chạy nhu liệu SmartVid. Màn hình của nhu liệu SmartVid nhìn như ở hình 14-16.
2. Nơi menu **File**, chọn **Open Source (Ctrl-O)**.

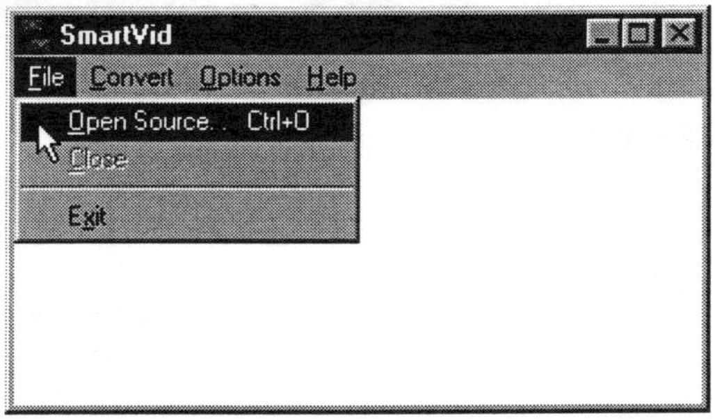

Hình 14-16: Màn ảnh của nhu liệu SmartVid

3. Nơi menu **Convert**, chọn **Start (Ctrl-S)**. Xem hình 14-17.

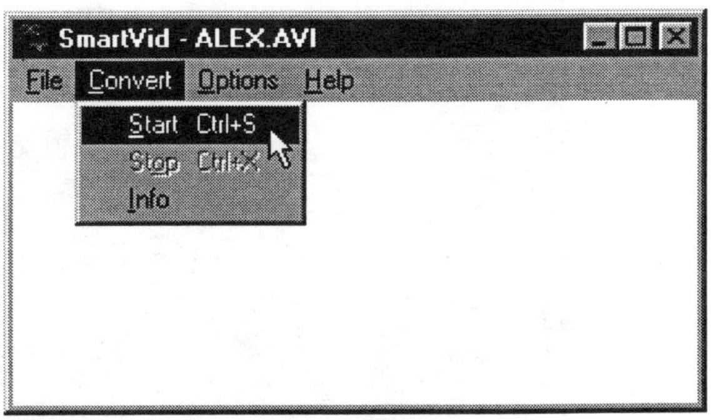

Hình 14-17: Chọn lệnh Start

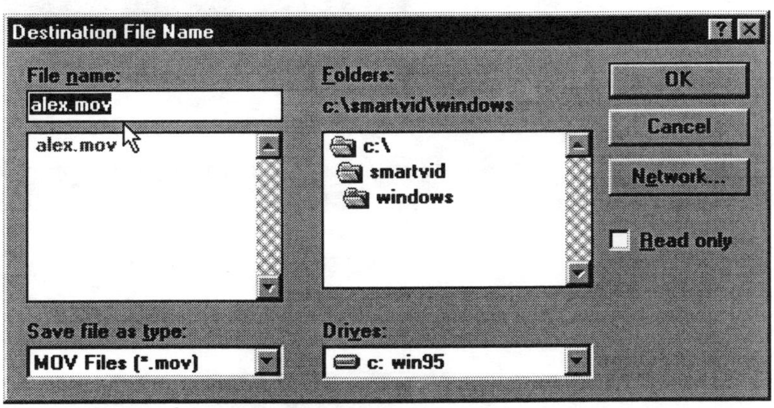

Hình 14-18: Chọn tên, nơi cất và dạng mới

4. Kế tiếp, chúng ta sẽ được hỏi về tên, nơi cất và dạng mới cho tập tin phim. Như nơi hình 14-18, chúng ta cho biết tên của tập tin phim là *Alex.mov*, và dạng tập tin là **MOV files**.
5. Khi hoàn tất, màn hình của chúng ta sẽ nhìn tương tự như sau:

Hình 14-19: Đổi dạng tập tin phim

6. Nếu cần thiết, chúng ta sẽ xem thử đoạn phim vừa mới được đổi dạng. Chúng sẽ chạy nhu liệu Movie Player của Apple. Nhu liệu này được phát miễn phí cùng với *plug-in* QuickTime nơi địa chỉ *http://www.quicktime.apple.com*. Chúng ta có thể chạy nhu liệu Movie Player và mở tập tin *Alex.mov* một cách tự động bằng cách double-click lên tên tập tin phim (nơi hệ điều hành Windows 95, hay mới hơn).
7. Màn hình của Movie Player nhìn như ở hình 14-20.

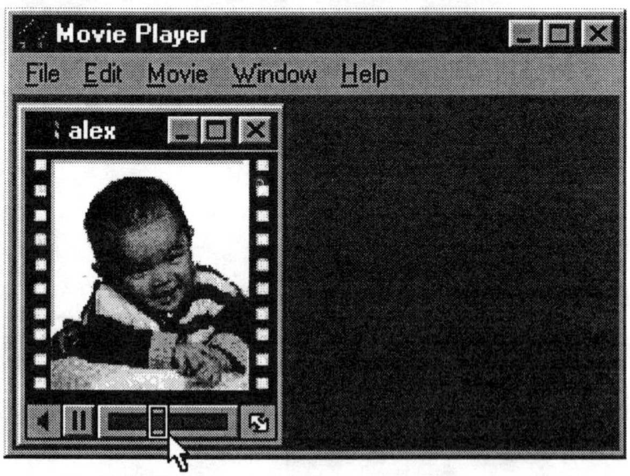

Hình 14-20: Phim đang được chiếu

8. Bấm nút "*Play*" để xem đoạn phim. Vì đoạn phim *Alex.mov* không có âm thanh nên nút hình cái loa bên góc trái bị lu mờ. Chúng ta có thể dùng khung lựa

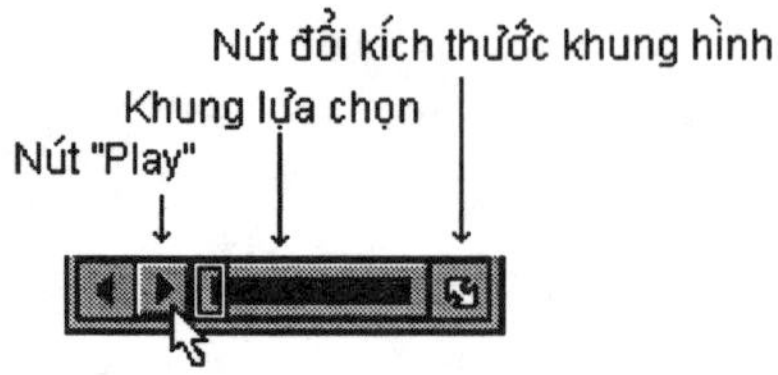

Hình 14-21: Bấm nút Play

chọn bên phải của mũi tên, nơi hình trên, để chọn lựa nơi bắt đầu xem. Trong lúc đoạn phim đang được trình chiếu, khung lựa chọn sẽ di động cho biết vị trí trong đoạn phim.

Khi xem một đoạn phim ở dạng MOV nơi trang web, hay bằng nhu liệu Movie Player, chúng ta sẽ thấy huy hiệu QuickTime nháy lên một chút trong thời gian đoạn phim đang được lấy xuống. Hình huy hiệu của QuickTime nhìn như ở hình 14-22.

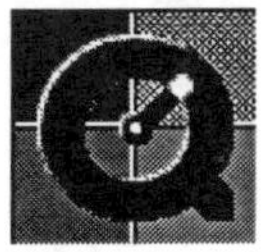

Hình 14-22: Huy hiệu của QuickTime

Chúng ta đã hoàn tất việc tạo một tập tin phim dạng MOV. Tiếp theo, chúng ta sẽ học cách tạo một tập tin phim dạng RealMedia.

Dạng RealMedia

Muốn tạo một tập in dưới dạng RealMedia (dùng kỹ thuật streaming), chúng ta phải thu trực tiếp từ máy quay phim hay dùng một đoạn phim có sẵn. Trong thí dụ này, chúng ta dùng đoạn phim *Alex.avi* để tạo tập tin phim *Alex.rm* dưới dạng RealMedia. Trước tiên, chúng ta cần phải có nhu liệu RealEncoder. Nhu liệu này được phát miễn phí ở địa chỉ *http://www.prognet.com/products/encoder/realvideo/index.html*. Sau khi lấy xuống, chúng ta cần cài đặt nhu liệu vào máy.

1. Chạy nhu liệu RealEncoder. Màn hình sẽ nhìn tương tự như sau:

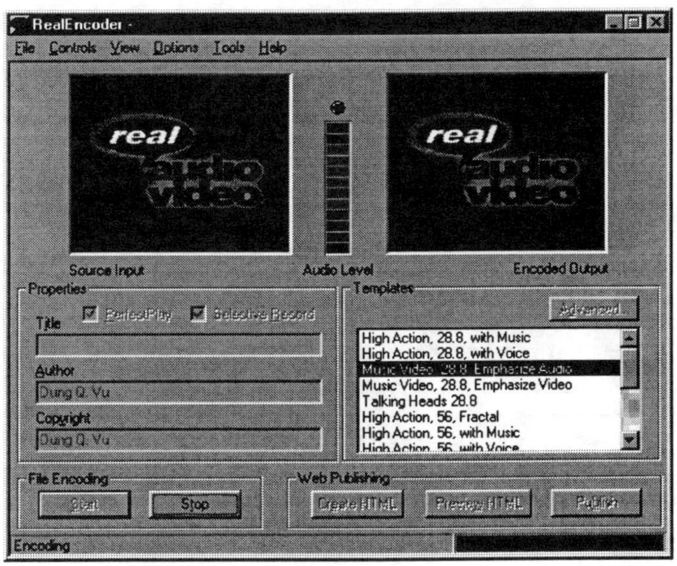

Hình 14-23: Màn hình của RealEncoder

Nơi khu **Properties** bên trái, phía dưới, chúng ta điền tựa, tên tác giả của đoạn phim và lời xác định bản quyền. Nơi khu **Templates** bên phải, phía dưới, chúng ta chọn dạng chiếu phim. Vì đoạn phim *Alex.avi* không có những chuyển động thực (real live action) chúng ta chọn dạng chiếu phim thấp nhất là "Talking Head".

2. Khi cần thay đổi các lựa chọn cho dạng chiếu phim chúng ta nhấn nhút **Advanced** nơi màn ảnh. Khi ấy, màn hình sẽ nhìn như ở hình 14-24. Nhu liệu RealEncoder đã chọn trước phần phẩm chất (quality) là trung bình. Trong trường hợp này, đoạn phim được tạo ra sẽ không được rõ như là đoạn phim gốc. Tác giả đã chọn phầm phẩm chất cao nhất (Smoothest Motion) để cố giữ cho phẩm chất của phim gần giống với phẩm chất của phim gốc. Kết quả sẽ cho ra tập tin phim với kích thước chứa lớn hơn một chút. Sau khi chọn phẩm chất, nhấn nút **Save**, rồi nhấn nút **Close** ngay trong khung đó.

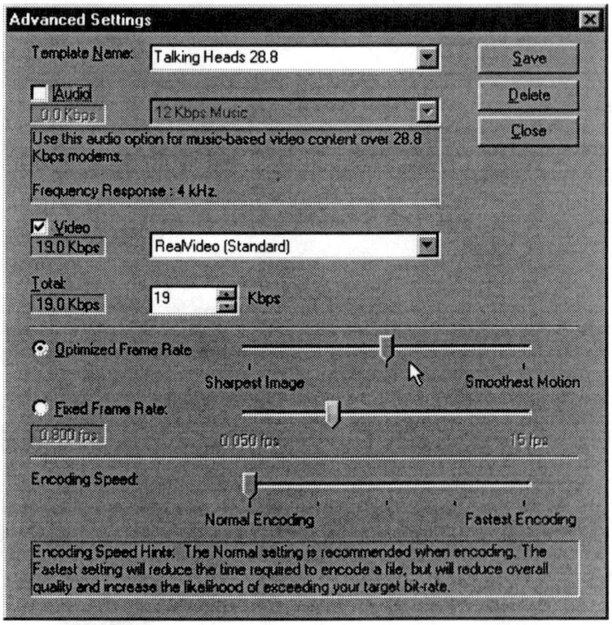

Hình 14-24: Thay đổi các lựa chọn

Lưu Ý: *RealEncoder* đã dùng kỹ thuật nén "lossy", nên phẩm chất chúng ta chọn dù cao đến cỡ nào cũng vẫn không được rõ bằng phim gốc. Kỹ thuật nén này đã bỏ bớt một số khuôn (frame) trong đoạn phim.

---

3. Nơi menu **File**, chọn **Open Session**, hình 14-25.

Màn ảnh **Open Session** sẽ nhìn như ở hình 14-26:

4. Nhấn nút **Add**, nơi phía trái của màn hình, để chọn đoạn phim gốc.

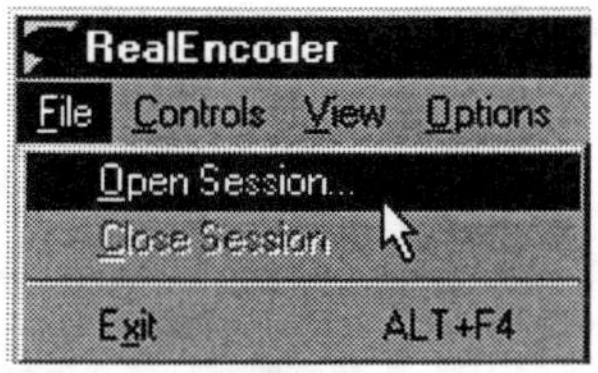

Hình 14-25: Bắt đầu chương trình làm việc mới

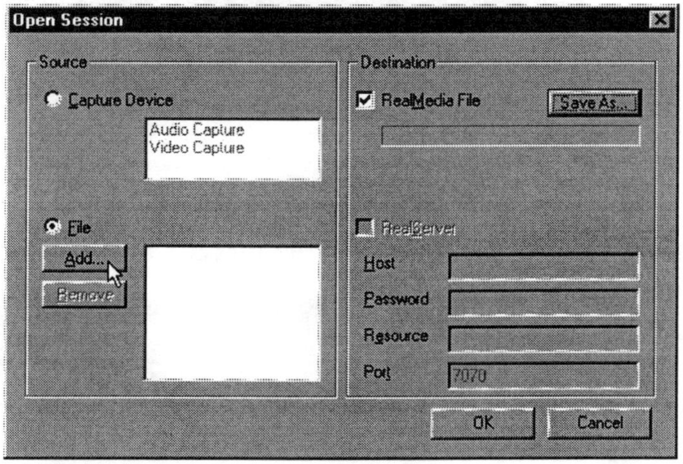

Hình 14-26: Mang phim vào "Encoder"

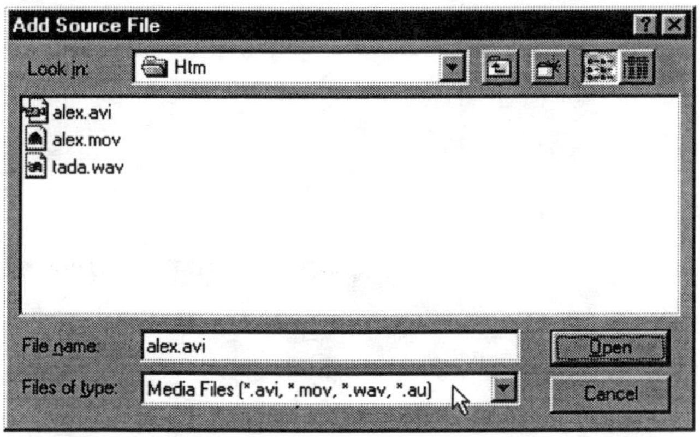

Hình 14-27: Chọn tập tin phim

5. Nơi khung chọn tập tin, nhớ chọn dạng tập tin gốc là **.AVI**, rồi chọn tập tin phim. Trong thí dụ này, chúng ta dùng tập tin *Alex.avi.*
6. Trở lại màn ảnh của RealEncoder, nơi khung bên trái, phía dưới, sẽ liệt kê tên của đoạn phim gốc (xem hình 14-28).
7. Nơi góc trên, khu **Destination**, chúng ta nhấn nút **Save As** (xem hình 14-28).
8. Chúng ta đặt tên cho tập tin mới là *Alex.rm* rồi nhấn nút **Save** (xem hình 14-29).

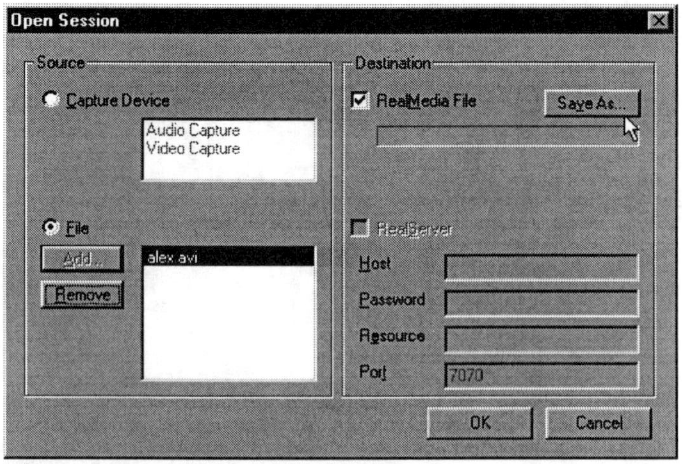

Hình 14-28: Cho biết tên của tập tin dạng RealMedia

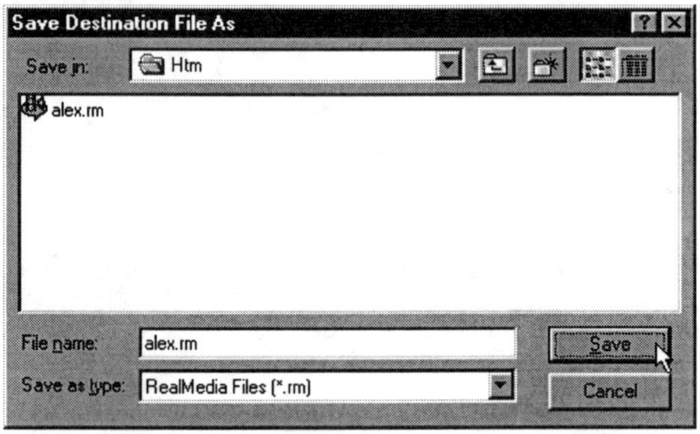

Hình 14-29: Chọn tên cho tập tin dạng RealMedia

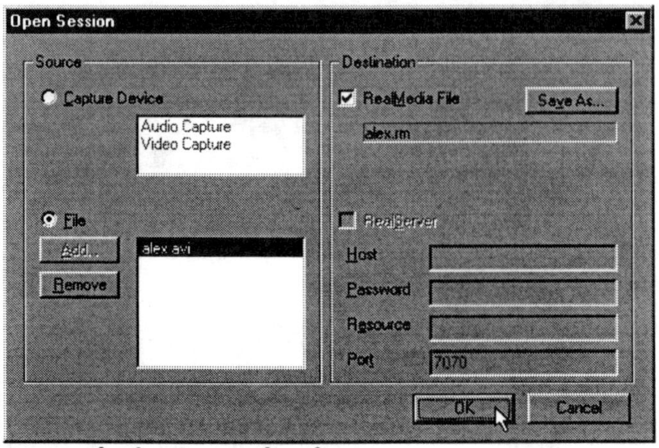

Hình 14-30: Nhấn nút OK để bắt đầu chuyển đổi

9. Trở về màn ảnh của RealEncoder, chúng ta sẽ thấy tên của tập tin mới được viết nơi khu **Destination** (xem hình 14-29).
10. Nhấn nút **OK**, nơi góc dưới, bên phải (xem hình 14-30).
11. Trở lại màn hình chính của RealEncoder, nhấn nút **Start** nơi góc dưới, bên trái để bắt đầu chuyển đổi.

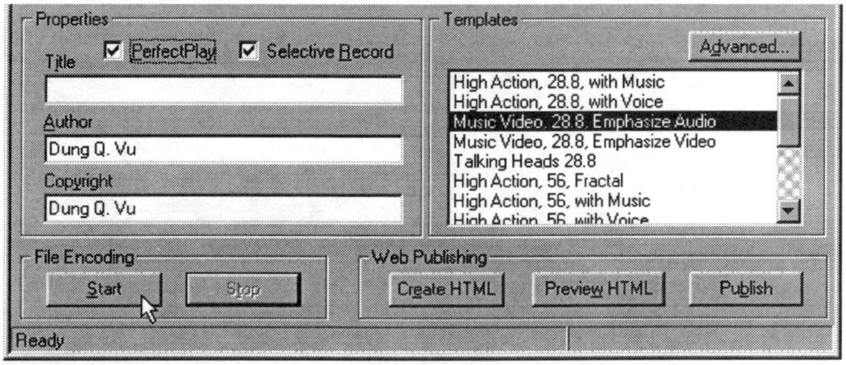

Hình 14-31: Nhấn nút Start ở dưới

Nơi ô bên phải, **Encoded Output**, của màn hình, đoạn phim ở dạng mới sẽ được trình chiếu. Xem hình 14-32. Nếu chúng ta nhận được một khung báo lỗi, chúng ta cần lập lại bước 2 để đổi tốc độ (bit rate). Chúng ta có thể thử với các tốc độ khác nhau để chọn ra tốc độ thích hợp. Sau khi thay đổi các dữ kiện, chúng ta lập lại bước 11.

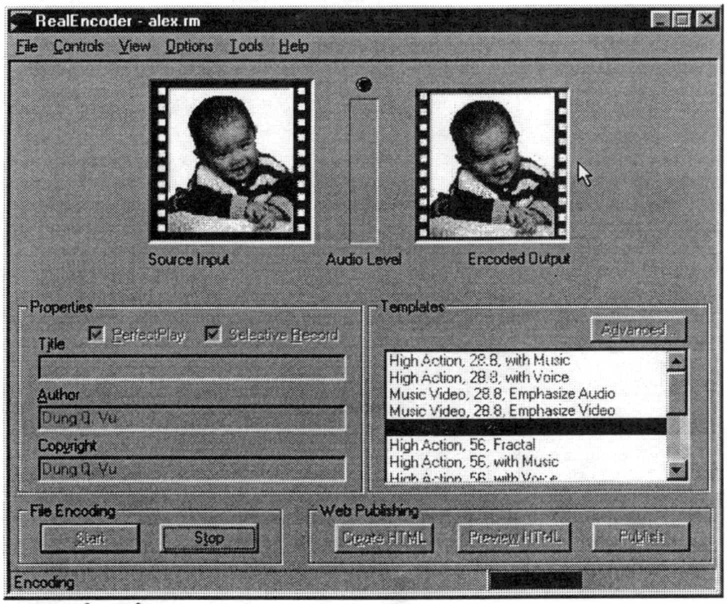

Hình 14-32: Đang chuyển đổi

12. Sau đã đổi dạng và sửa đổi các lỗi lầm nếu có, chúng ta sẽ thấy khung báo hoàn tất như ở hình 14-33.

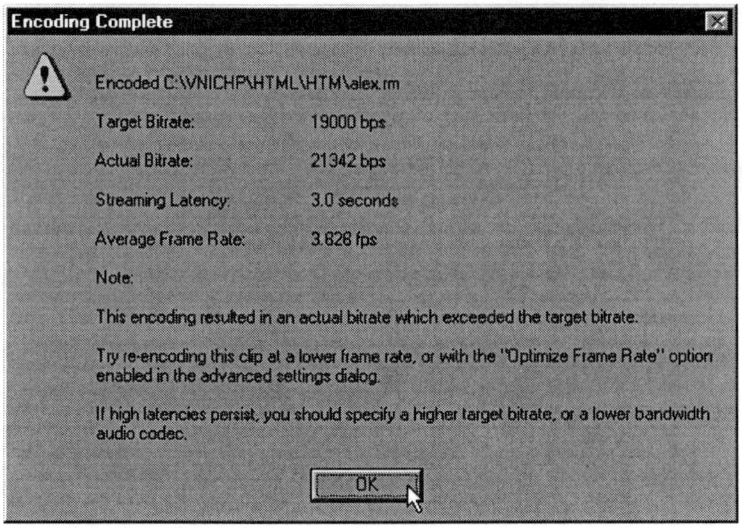

Hình 14-33: Khung báo hoàn tất

13. Xem thử đoạn phim mới bằng *plug-in* RealPlayer. Nhu liệu này được phát miễn phí ở địa chỉ http://www.real.com. Nhấp đúp (Double-click) lên tên tập tin phim, *Alex.rm*, (nơi hệ điều hành Windows 95, hay mới hơn) máy sẽ tự động chạy *plug-in* RealPlayer và mang tập tin *Alex.rm* vào. Màn hình của RealPlayer nhìn như sau:

Hình 14-34: Xem phim bằng nhu liệu RealPlayer

Nhấn nút "**Play**" để xem đoạn phim.

Chúng ta đã hoàn tất việc tạo một tập tin phim dạng RealMedia. Tiếp theo, chúng ta sẽ học cách tạo một tập tin phim dạng Animation GIF.

Animation GIF

Sau khi xem qua các đoạn phim mẫu trên, có lẽ chúng ta sẽ tự hỏi tại sao không dùng animation GIF (đọc thêm chương Tám về hình animation GIF) để làm một đoạn phim tương tự? Đúng như vậy, **nếu đoạn phim của chúng ta ngắn, chỉ gồm những hình ảnh rời, không có âm thanh và không có các ảnh hưởng đặc biệt như fade in/out, chúng ta có thể dùng animation GIF**.

Muốn dùng animation GIF để tạo một tập tin phim tương tự, chúng ta có thể dùng bất cứ nhu liệu nào có khả năng làm hình hoạt họa, như Macromedia Flash, PaceWorks ObjectDancer, mBed Interactor[15]. Trong thí dụ này, chúng ta dùng nhu liệu GIF Construction Set của Alchemy Mindworks (một *shareware*, giá khoảng $20US, lấy xuống từ địa chỉ *http://www.mindworkshop.com/alchemy/gifcon.html*).

1. Chạy nhu liệu GIF Construction Set. Màn hình của GIF Construction Set nhìn như hình 14-35.

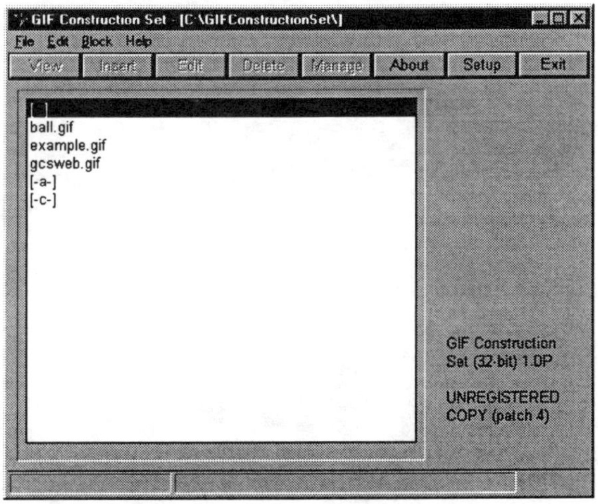

Hình 14-35: Màn hình của GIF Construction Set

2. Vào menu **File**, chọn **Animation Wizard** (*Ctrl-A*). Xem hình 14-36.
3. Màn hình của Animation Wizard nhìn như ở hình 14-37. Theo dõi kỹ những chỉ dẫn nơi màn hình. Đa số các việc phải làm đã được sắp đặt trước. Chúng ta chỉ cần nhấn nút **Next**.
4. Chọn làm Animation GIF cho trang web rồi nhấn nút **Next**.
5. Nơi màn hình kế tiếp, hình 14-39, chúng ta lựa chọn chiếu một lần rồi ngừng hay cho lập đi lập lại mãi mãi. Trong thí dụ này, chúng ta chọn chiếu một lần rồi ngừng, rồi nhấn nút **Next**.

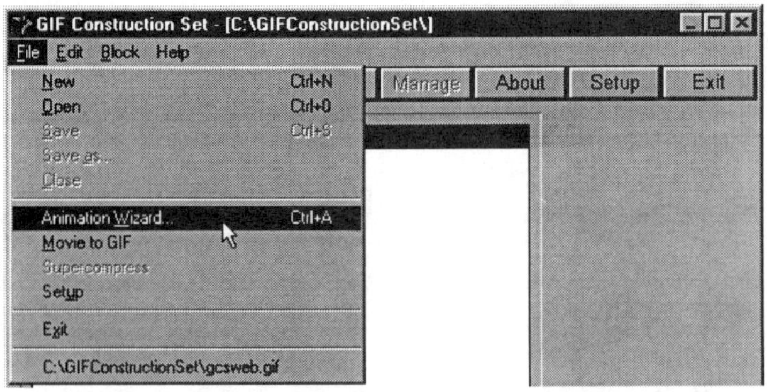

Hình 14-36: Animation Wizard

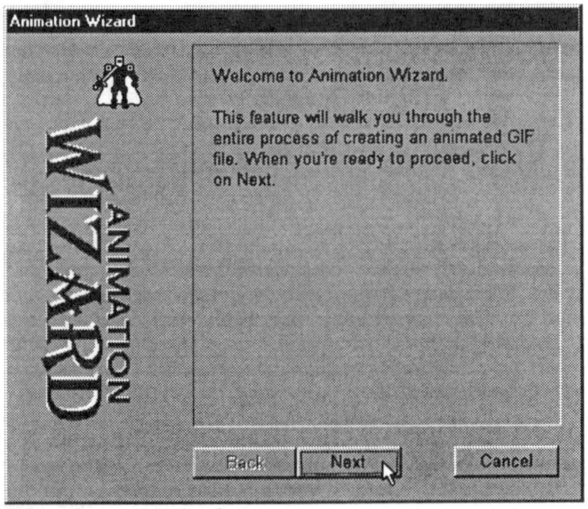

Hình 14-37: Animation Wizard màn hình đầu tiên

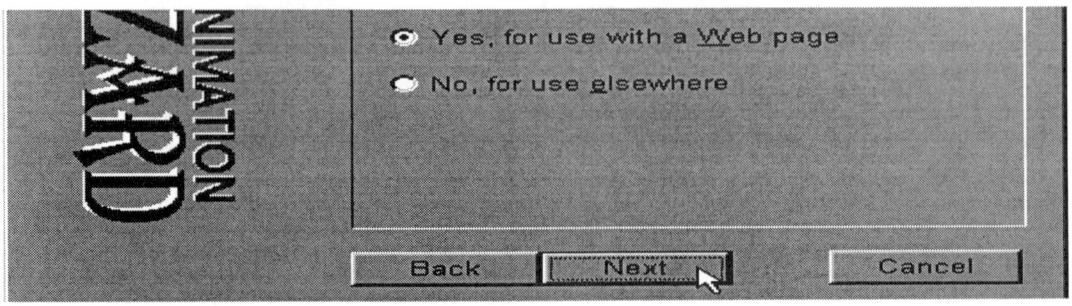

Hình 14-38: Làm animation GIF cho trang web

6. Kế tiếp, chúng ta chọn bảng mầu để dùng. Vì chúng ta sẽ dùng nhiều hình khác nhau. Mỗi hình có thể có một bảng mầu khác nhau, nhưng sau khi gắn hết vào Animation GIF này, chúng ta chỉ còn lại một bảng mầu duy nhất. Nơi bước này, GIF Construction Set cố gắng giải quyết các mầu cần thiết để có được một bảng mầu thích hợp nhất cho đoạn phim, dựa vào sự lựa chọn của chúng ta.

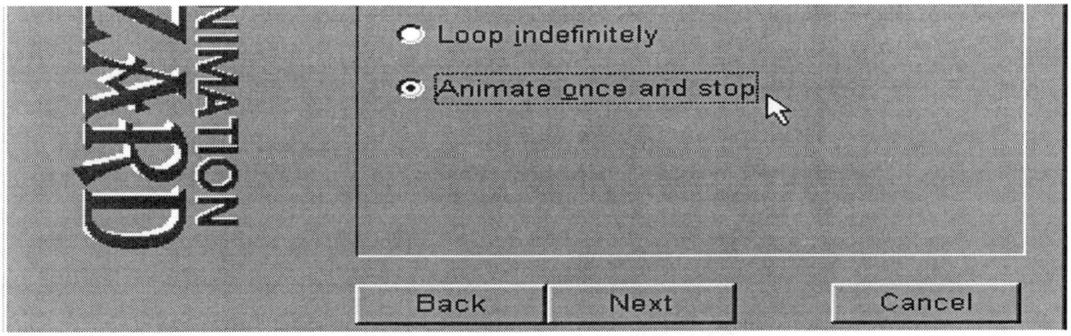

Hình 14-39: Chọn chiếu lại hay chiếu một lần

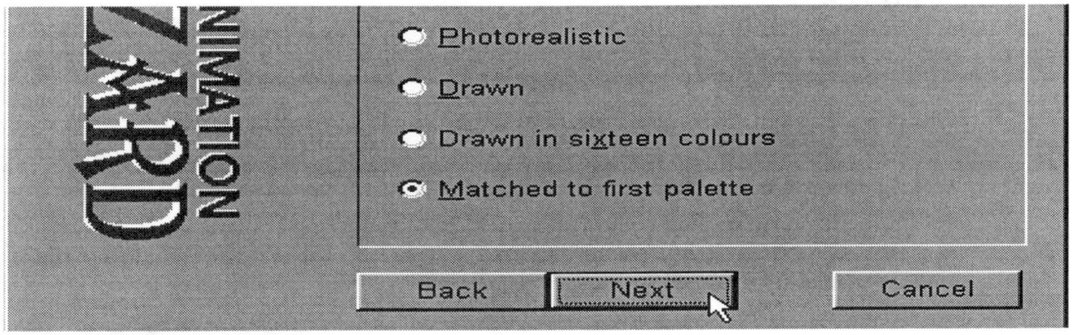

Hình 14-40: Chọn bảng mầu

Nếu không biết cách chọn bảng mầu, chúng ta cứ giữ lấy sự lựa chọn sẵn là **Match to first palette**, rồi nhấn nút **Next**.

7. Khi làm việc với các nhu liệu sửa phim như Personal AVI Editor, chúng ta sẽ phải chọn một thời gian dài bao lâu để giữ một bức hình trên màn ảnh. Nhưng khi làm việc với các nhu liệu tạo hình hoạt họa (animation), chúng ta dùng cách gọi khác nhưng cũng cùng một kết quả. Đó là, chúng ta chọn thời gian nghỉ giữa các hình. Các nhu liệu sửa phim cho chúng ta nhiều cơ hội kiểm soát thời gian hơn, nhưng trong thí dụ đơn giản này thời gian nghỉ giữa các hình cũng đủ cho chúng ta tạo một kết quả tương tự.

Hình 14-41: Chọn thời gian nghỉ giữa các hình

Chúng ta hãy thử vài số thời gian khác nhau để có được một cái nhìn chính xác về mỗi lựa chọn. Nếu không quyết định được, hãy chọn lối sắp đặt sẵn là 100 phần trăm của một giây (tức là 1 giây).

8. Chọn hình ảnh để gộp vào Animation GIF. Nơi màn hình này, chúng ta nhấn nút **Select**. Chúng ta sẽ được hỏi về các tấm hình mà chúng ta muốn gộp lại.

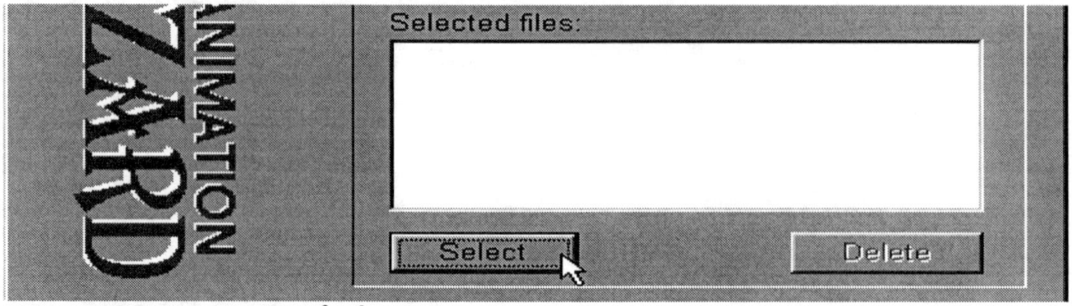

Hình 14-42: Chọn các hình để gắn vào

Đọc kỹ lời chỉ dẫn nơi màn hình này. Chúng ta sẽ lựa chọn hết các hình ảnh cần cho đoạn phim của chúng ta nơi màn hình kế tiếp (hình 14-43). Sau khi chọn một tấm hình, chúng ta nhấn nút **Open**. Lập lại thao tác này cho đến khi có đủ hết các hình.

Lưu Ý: *Thứ tự hình chúng ta chọn cũng là thứ tự hình sẽ được trình chiếu. Do đó, chúng ta nên hoạch định trước thứ tự các hình sẽ được dùng. Chúng ta cũng có thể dùng lại bức hình vào một thời điểm khác trong đoạn phim.*

Khi hoàn tất thì nhấn nút **Cancel** nơi màn hình.

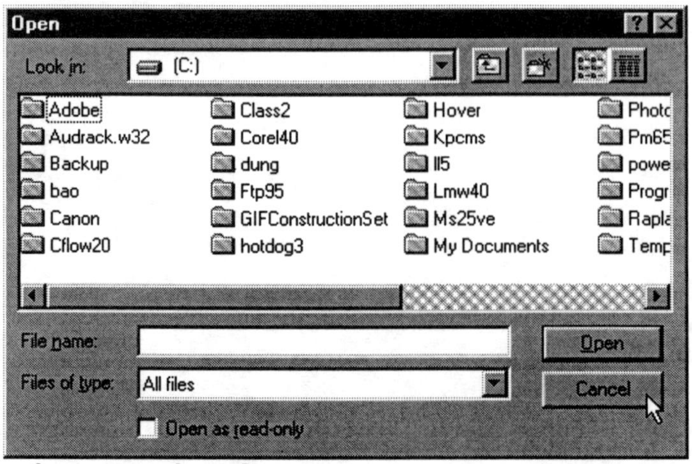

Hình 14-43: Chọn hết các hình cần thiết

9. GIF Construction Set sẽ cho biết thứ tự các hình đã được dùng. Nhấn nút **View** để xem thử.

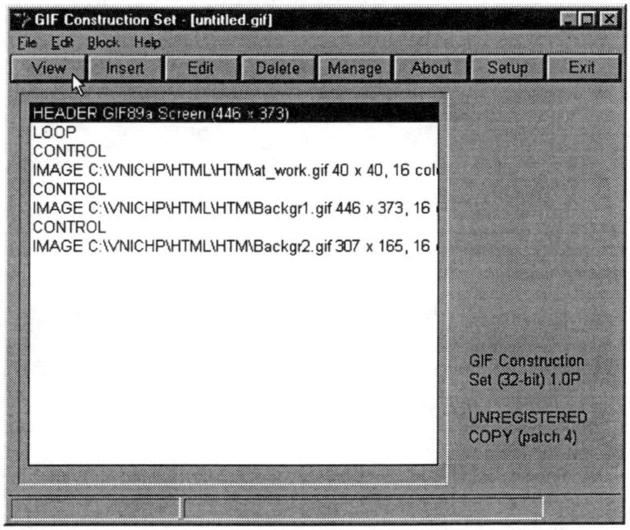

Hình 14-44: Xem thử kết quả

10. Vào menu **File**, và chọn **Save As** để cất đoạn phim, rồi đóng nhu liệu GIF Construction Set lại.

So sánh giữa kích thước chứa của các tập tin phim mà chúng ta đã tạo, chúng ta có: AVI (72K), MOV (70K), RealMedia (32K), và Animation GIF (62K).

14.8 Gắn Phim Ở Dạng RealMedia Vào Trang Web

Gắn phim ở dạng RealMedia vào trang web đòi hỏi chúng ta phải có một tập tin phim được cất ở dạng RealMedia. Trong thí dụ này, chúng ta sẽ dùng tập tin phim *Alex.rm* đã được tạo ra trong thí dụ nơi đoạn trước. Tập tin này cũng có trong đĩa đính kèm.

Bước 1: Tạo Một "Stub File"

Chúng ta dùng bất kể một *word processor* hay *editor* nào, thí dụ như WordPad, NotePad, để tạo một tập tin có tên nới rộng (extension) là **.RPM**. Nội dung của "stub file" này chỉ có một hàng. Đó là địa chỉ Internet dẫn đến tập tin phim có tên nới rộng **.RM**. Thí dụ, tập tin phim mà chúng ta tạo được ở đoạn trước được cất ở máy chủ, nơi địa chỉ *http://vinet.vinet.com/~dvu/alex.rm*, trong tập tin *alex.rpm* chúng ta viết:

```
http://vinet.vinet.com/~dvu/alex.rm
```

Bước 2: Tạo Điểm Nối Trong Trang Web

Đặt tập tin với tên nới rộng **.RPM,** nơi trên, trong trang web như là một điểm nối, như chúng ta đã học ở đoạn 14.1. Thí dụ:

```
<HTML>
   ...
   <BODY>
   <P>Click on the link below to view an RealVideo movie.</P>
   <P><A HREF="alex.rpm">Alex.RPM (32K)</A></P>
   </BODY>
</HTML>
```

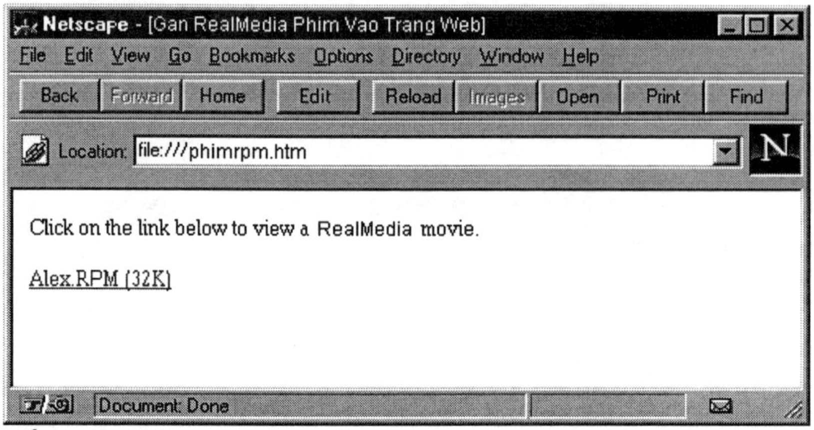

Hình 14-45: Gắn phim vào trang web

Bước 3: Dùng Đúng MIME Type

Sau khi gửi trang web có chứa "stub file" kể trên tới máy chủ, chúng ta cần kiểm soát lại cho chắc rằng máy chủ của chúng ta đã được sắp đặt để hỗ trợ đúng *MIME type* như sau:

```
audio/x-pn-realaudio
```

Nếu đang có trương mục với một ISP, chúng ta cần liên lạc với nhân viên quản trị của ISP đó, và yêu cầu họ hỗ trợ dạng *MIME type* trên.

Tóm lại, chúng ta cần:

1. Có được tập tin phim ở dạng .AVI.
2. Dùng **RealEncoder** đổi nó ra dạng **.RM**.
3. Tạo một "stub file" có tên nới rộng **.RPM**. Thường, chúng ta đặt tên của "stub file" này trùng tên với tên của tập tin có tên nới rộng **.RM**, cho dễ nhớ.
4. Đặt tên của "stub file" vào trang web.

5. Kiểm lại cho chắc rằng máy chủ có hỗ trợ *MIME type*: `audio/x-pn-realaudio`.

Khi độc giả của chúng ta xem trang web, họ nhấp chuột lên điểm nối. Lập tức, một khung báo được hiện ra cho biết RealPlayer *plug-in* đang được khởi động.

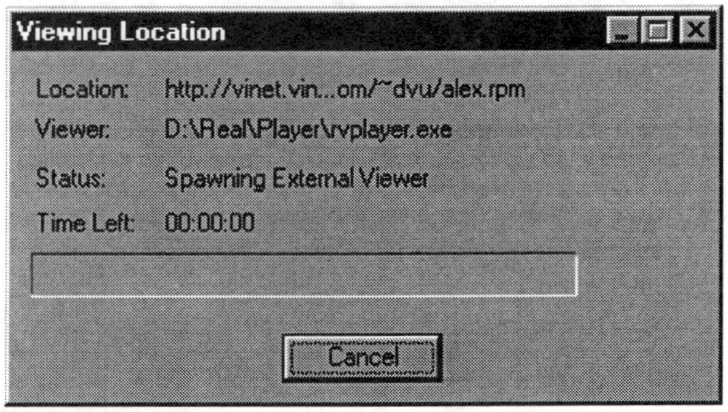

Hình 14-46: Chạy RealPlayer plug-in

Nếu không có gì trở ngại, RealPlayer *plug-in* sẽ được chạy và cho biết đang liên lạc, và lấy xuống tập tin phim. Để ý nơi khung hiện trạng.

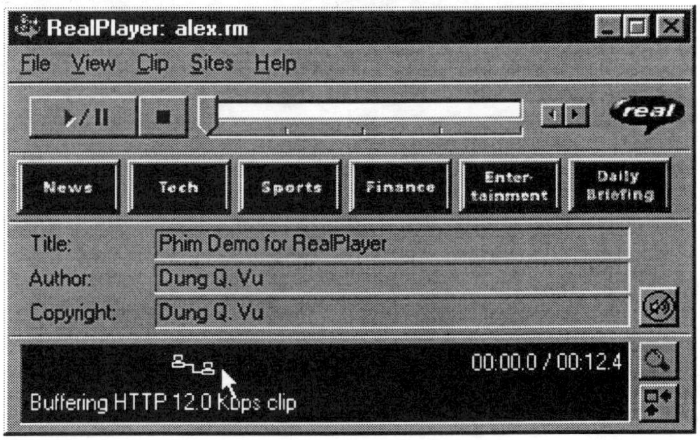

Hình 14-47: RealPlayer đang download tập tin phim

Sau vài giây, RealPlayer sẽ bắt đầu trình chiếu đoạn phim.

Nếu thay vì được xem đoạn phim, chúng ta nhận được một khung báo lỗi như ở hình 14-49, chúng ta cần kiểm lại *MIME type*. Cách gắn phim ở dạng RealMedia vào trang web mà chúng ta học ở đây đòi hỏi tập tin *Alex.rpm* phải được đặt nơi máy chủ. Nếu muốn thử nghiệm trực tiếp từ máy của mình, chúng ta hãy nối điểm nối nơi trang web trực tiếp tới tập tin *Alex.rm* thay vì *Alex.rpm*.

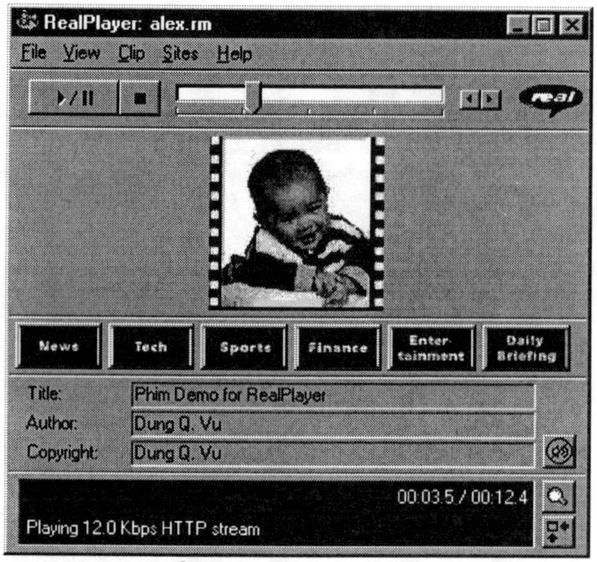

Hình 14-48: RealPlayer đang trình chiếu đoạn phim

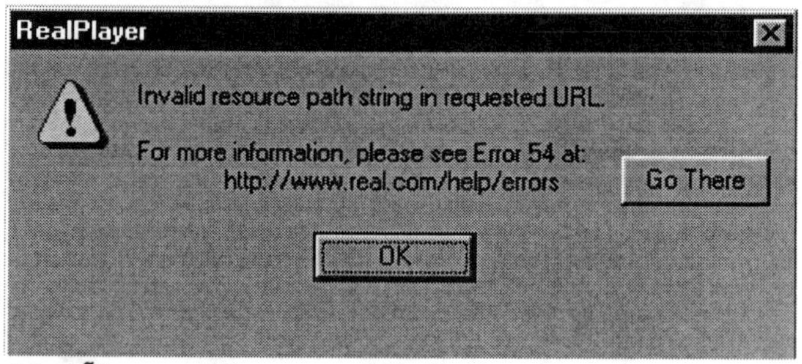

Hình 14-49: Khung báo lỗi

14.9 Tóm Tắt

Muốn xem được phim nơi trang web, chúng ta cần:

1. Có được đoạn phim đã được số hóa (digitized) và cất dưới dạng thường hay dạng "streaming".
2. Đặt tập tin phim vào trang web.
3. Gửi trang web lên máy chủ.
4. Nhắc người quản lý máy chủ sắp đặt máy chủ cho hỗ trợ đúng *MIME type*.
5. Nơi trang web, nhắc độc giả về kích thước tập tin phim, dạng của tập tin phim và loại *plug-in* cần có.
6. Nếu muốn đáp ứng được tất cả mọi giới độc giả chúng ta cần phải có nhiều bản của cũng một đoạn phim ở các dạng khác nhau như AVI, MOV, RealMedia, hoặc các tốc độ khác nhau như 14.4K, 28.8K, 56K.

Chúng ta có nhiều cách tạo một tập tin phim. Chúng ta có thể thâu trực tiếp từ máy quay phim, từ đầu máy VCR, hay từ các hình ảnh có sẵn.

Lối gắn phim "nhã nhặn" nhất là tạo điểm nối, với những lời giải thích cặn kẽ về nội dung, kích thước, và dạng tập tin. Dành quyền quyết định xem hay không xem cho độc giả. Nếu chúng ta kiên quyết bắt độc giả phải xem đoạn phim của mình, chúng ta có thể sẽ nhận được phản ứng ngược. Tức là độc giả sẽ nhấn nút **Stop** để ngừng và đi qua trang web khác.

Trước khi chấm dứt chương này, chúng ta cũng nên đọc lại đoạn 13.10, "Khi Nào Cần Tránh Đặt Tập Tin Nhạc Trên Trang Web", để biết khi nào cần tránh đặt tập tin phim vào trang web. Tập tin phim cũng tương tự tập tin nhạc, hoặc có khi còn lớn hơn.

14.10 Câu Hỏi & Trả Lời

1. Tại sao khi tôi đặt đoạn phim vào trang web, tôi xem được đoạn phim nơi máy của tôi nhưng sau khi gửi trang web lên máy chủ thì không xem được nữa?

TL: Kiểm lại nơi máy chủ cho chắc rằng nó cho ra đúng *MIME type* cho loại tập tin phim mà chúng ta đặt nơi trang web.

2. Tôi có thể cất các "stub file" **.RPM** và các tập tin phim RealMedia **.RM** ở hai ngăn (subdirectory) khác nhau được không?

TL: Được, vì trong "stub file" chúng ta đã ghi rõ nơi đặt tập tin phim RealMedia **.RM**.

3. MPEG đã được xem là dạng tiêu chuẩn tại sao chúng ta không dùng nó?

TL: Dạng MPEG đã được khuyến khích dùng làm tiêu chuẩn, nhưng để tạo được một tập tin dạng MPEG chúng ta sẽ tốn kém rất nhiều. Một phút phim ở dạng MPEG mất khoảng 50 phút để nén cho một máy PC thường. Nếu muốn nhanh hơn, chúng ta phải dùng đến các dụng liệu khá tốn kém (khoảng vài ngàn dollar).

4. Chúng ta có thể xem phim ở dạng QuickTime hầu như ngay từ phút đầu lấy xuống. Có phải QuickTime đã dùng kỹ thuật "streaming" không?

TL: QuickTime, cho đến bây giờ, vẫn không được xem là "real-time" streaming. QuickTime dùng kỹ thuật "pseudo-streaming". Kỹ thuật này cũng cho chúng ta xem phim ngay từ phút đầu lấy xuống, nhưng mỗi lần xem, chúng ta phải xem từ đầu đoạn phim. Trong khi đó các dạng phim dùng kỹ thuật "real-time" streaming cho chúng ta xem phim ở bất cứ chỗ nào trong đoạn phim.

5. Hiện nay có những nhu liệu nào hỗ trợ kỹ thuật "pseudo-streaming"?

TL: Hiện nay các nhu liệu hỗ trợ kỹ thuật "pseudo-streaming" gồm có:

- QuickTime (www.quicktime.apple.com)
- Microsoft's ActiveX (www.microsoft.com/advtech/activemovie/amstream.htm)
- CineWeb (www.digigami.com)
- InterVU's MPEG Player (www.intervu.com)

- IP/TV (www.precept.com)

6. Tôi có một cuộn phim quay bằng máy quay phim, làm sao để tạo một tập tin phim từ cuộn phim đó để gắn lên trang web?

TL: Hình ảnh từ cuộn phim đó ở dạng *analog*. Chúng ta cần đổi chúng ra dạng số hóa (digital). Muốn làm được điều đó, chúng ta cần một *video capture card*, và một nhu liệu làm việc với *capture card* đó để sửa đổi, cắt ngắn hay nén tập tin phim. Các *capture card* và nhu liệu này được nâng cấp liên tục. Thêm vào đó, những cái mới cũng xuất hiện thường xuyên. Do đó, tốt nhất là theo dõi nơi các báo chuyên về *Video* hay *Compuer Video*.

Hiện nay, các *video capture card* phổ biến là:

- Smart Video Recorder (SVR) và SVR Pro của Intel
- Video Blaster của Creative Lab
- MiroVideo DCI và DCT/TV của MiroVideo

Các nhu liệu phổ biến là:

- VidCap và VidEdit được đính kèm trong bộ Video for Windows của Microsoft
- SmartCap của Intel
- Premiere của Adobe

Đa số các *video capture card* ngày nay đều kèm theo nhu liệu. Do đó, chúng ta khoan hãy lo lắng về nhu liệu, cho đến khi kiếm được một *video capture card* thích hợp. Các máy PowerMac "series" AV có sẵn video card có khả năng "capture" phim. Các máy này cũng đã có sẵn nhu liệu để sửa đổi, cắt xén phim tên FusionRecorder. Nếu chúng ta đang có một máy loại đó, chúng ta không phải mua thêm dụng liệu hay nhu liệu.

14.11 Tài Liệu Tham Khảo

[1] "QuickTime Syntax," Netscape Communication Corp., home.netscape.com/comprod/products/navigator/version_30/multimedia/quicktime/how.html.

[2] "The QuickTime WebMaster's Page," Apple Inc., quicktime.apple.com/dev/devweb.html.

[3] "Using the RealAudio Plug-in With Java/JavaScript," Progressive Networks, Inc. www.real.com/products/.../demos/java/rajavascript.html

[4] Lori Piquet, "the 33 Best Plug-Ins," ZD Internet Magazine, June 1997, pp. 50-64.

[5] "Inline Plug-Ins: Audio/Video," Netscape Comm. Corp. search.netscape.com/comprod/products/navigator/version_2.0/plugins/audio-video.html.

[6] "Making Multimedia Movies," Terran Interactive, www.terran-int.com/info/MMMOverview.html.

[7] Wayne Bremser, "Putting Video on Your Web Site," Web Developer, www.webdeveloper.com/categories/multimedia/multimedia_putting_video_on_website.html.

[8] "LiveVideo Syntax," Netscape Communication Corp., home.netscape.com/comprod/products/navigator/version_30/multimedia/video/how.html.

[9] "Using the SmartVid Conversion Utility," Intel Corp., www.intel.com/pc-supp/multimed/indeo/smartvid.htm.

[10] "Personal AVI Editor," FlickerFree Multimedia Products, www.flickerfree.com/Pae1_shareware.html.

[11] Wayne Bremser, "Putting Video on Your Web Site: The Basics," www.webdeveloper.com/categories/multimedia/multimedia/multimedia_putting_video_on_website.html.

[12] Tristan Savatier, "MPEG Pointers and Resources," www.mpeg.org/index.html/.

[13] Craig Preston, "Adding Video to Your Web Site," Web Techniques, Aug. 1997, pp. 41-46.

[14] "All About Multimedia," Web Developer, www.webdeveloper.com/categories/multimedia/multimedia_qa.html.

[15] Brad Honywill, "Shake, and Rattle Roll," ZD Internet Magazine, August 1997, pp. 134-140.

[16] Brent Hurrtig, "QuickTime, ActiveX and Other Alternatives," www.hyperstand.com/NewMedia/96/14/td/quicktime.html.

14.12 Tài Liệu Đọc Thêm

- Jon Leland, "A Video Surfer's Guide to Cyberspace," www.mediamall.com/mmal..ovideo.surf/pro.surf.1.5.html.
- John F. McGowan, "AVI Overview," www.rahul.net/jfm/avi.html.
- Rich Young, "Digital Video for Multimedia Basics," www.cel.sfsu.edu/msp/instructors/rey/VIDEOPGE.HTM.
- Alan Levine, "Video: Making those pretty Moooooooooove!," www.mcli.dist.maricopa.edu/authoring/mm-video.html.
- "Helper Applications," Macworld Communications, Inc., 1996, www.macworld.com/netsmart/helperapps.html.
- "Helper Applications," www.lib.virginia.edu/dmmc/Media/helperapps.html.
- "QuickTime and QuickCam," Jan. 21, 1997, www.cast.uni-linz.ac.at/st/staff/rm/QTquickcam/.
- "Tools and Other Resources," Apple Computer, Inc., quicktime.apple.com/dev/tool.html.

- "Adobe Premiere 4.2 Tryout Version," Adobe Systems Incorporated, www.adobe.com/prodindex/premiere/download.html.
- Robert Lentz, "Cross-platform QuickTime," www.astro.nwu.edu/lentz/mac/qt/home-qt.html.
- "Video for Webspinners," www.metatools.com/webtips/moovtip/tool.html.
- "Web Development Tools," Progressive Networks, www.real.com/products/tools/web.html.
- Hong Seungwook, "Hyper MPEG Player," www6.zdnet.com/cgi-bin/texis/swlib/hotfiles/info.html?fcode=0008T0.
- "QuickTime and the Internet," Apple Computer, Inc, quicktime.apple.com.
- John Rizzo, "Making Movies Video Editing for the Rest of Us," Computer Currents Publishing Corp., www.currents.net/magazine.../archives/columns/crem1570.html.
- Tristan Savatier, "Configuring your Web Browser to Play MPEG Video," www.mpeg.org/index.html/MPEG-video-player.html.
- Gary Welz, "Multimedia Web," www.webdeveloper.com/devforum/multimweb.html.
- "Shockwave is animation and entertainment on the Web," www.macromedia.com/shockwave/about_shockwave.html.
- "Producing High Quality Video," Progressive Networks, www.real.com/help/content/videohints.html.
- "RealVideo Technical White Paper," Progressive Networks, www.real.com/products/realvideo/overview/index.html.
- "Creating RealVideo Content," Progressive Networks, www.real.com/help/content/vidcreate.html.
- "How to Broadcast Live in RealVideo," Progressive Networks, www.real.com/products/realvideo/reviewg/rvlive.html.
- "Design and Production Agencies," Progressive Networks, www.real.com/products/thirdparty/design.html.
- "About Netscape Helper Apps," www.csuchico.edu/computing/INTERNET/helpers.html.

Chương 15

Thêm Hình 3 Chiều (3-D) Vào Trang Web

Trang web không chỉ có giới hạn ở chữ, hình ảnh 2 chiều, âm thanh và phim ảnh. Nơi chương này, chúng ta sẽ học về cách gắn hình ảnh 3 chiều vào trang web. Chúng ta hãy thử hình dung độc giả của chúng ta sẽ phản ứng như thế nào khi thấy được hình ảnh 3 chiều trên trang web của chúng ta? Có lẽ họ sẽ rất là ngạc nhiên và thích thú.

Gắn hình ảnh 3 chiều vào trang web rất là đơn giản, làm được một tấm ảnh 3 chiều "đơn giản" cũng rất dễ. Tuy nhiên, để làm được một tấm ảnh 3 chiều diễn tả được một cảnh vật trong không gian 3 chiều thì phải nói là khá phức tạp. Nó đòi hỏi chúng ta phải có óc tưởng tượng phong phú, và có kiến thức sâu rộng về toán hình học 2 chiều (2-D graphics) và 3 chiều (3-D graphics).

Ghi Chú: *Trước khi chúng ta bắt đầu, tác giả xin ghi chú một điều ở đây là tạo dựng những hình ảnh không gian 3 chiều đã vượt quá nội dung của quyển sách này. Nếu muốn đi sâu vào lãnh vực này một cách nghiêm chỉnh, chúng ta nên tìm đọc thêm các sách chuyên môn về VRML. Nơi chương này chúng ta sẽ chỉ học cách dựng những hình 3-chiều đơn giản như hình khối vuông (cube), hình cầu (sphere), hình trụ (cylinder), và chú trọng chính vào cách gắn hình 3 chiều vào trang web.*

Chúng ta sẽ học về:

- Khái niệm về dùng hình ảnh 3 chiều nơi trang web
- Gắn hình 3 chiều vào trang web
- Plug-in để xem hình 3 chiều
- Cách tạo một tấm hình 3 chiều
- Tạo các khối hình học 3 chiều đơn giản

Tác giả sẽ chỉ dẫn cách gắn hình ngay nơi phần đầu của chương để những ai đã có các tập tin hình 3 chiều có thể đặt chúng vào trang web được ngay. Nếu chưa có tập tin hình 3 chiều, chúng ta hãy tiếp tục đọc tiếp cho đến cuối chương rồi trở lại phần gắn hình.

15.1 Khái Niệm Về Dùng Hình Ảnh 3 Chiều Nơi Trang Web

Nơi chương Tám, chúng ta đã học cách đặt hình ảnh vào trang web. Những hình ảnh đó dù là hình chụp phong cảnh, chân dung hay hình vẽ cũng chỉ được xem là hình 2 chiều (2-Dimensional). Tức là, chỉ có chiều ngang và chiều dọc. Các hình ảnh này hoàn toàn không có chiều sâu. Để diễn tả một khung cảnh 3 chiều (3-Dimensional) nơi trang web, chúng ta có thể dùng nhiều phương pháp khác nhau. Thí dụ như dùng phương pháp QuickTimeVR, hay ActiveAnimation. Nhưng các phương pháp này chỉ cho chúng ta một hình ảnh 3 chiều "bất động". Các hình ảnh này có chiều ngang, chiều dọc và chiều sâu, nhưng các vật thể trong hình này không có sự sống, không có tiếng động, không chuyển động và không tác động lên nhau.

Muốn dựng được một thế giới 3 chiều "sống" (living world) nơi trang web, chúng ta phải dùng đến ngôn ngữ thảo trình VRML2.0 (Virtual Reality Modeling Language phiên bản 2.0). Chúng ta nhấn mạnh đến chữ "sống" ở đây vì dùng VRML 2.0 chúng ta tạo được một khung cảnh 3 chiều mà trong đó có tiếng động (sound), vật thể di chuyển được (animation). Khi chúng ta sờ hay đụng vào những vật thể trong hình, chúng có thể có những hành động đáp ứng.

Thí dụ về một hình ảnh 3 chiều "sống" mà chúng ta có thể tạo được bằng VRML 2.0 là một chiếc máy bay đậu nơi phi trường. Chúng ta có thể tiến tới gần máy bay, leo lên máy bay, mở cửa, mở máy và cất cánh lên không. Mỗi động tác trên còn có tiếng động đi kèm, như tiếng chân đi. Khi chúng ta đụng vào cửa, cửa mở và có tiếng mở cửa. Khi cất cánh chúng ta nghe được cả tiếng gầm của động cơ.

VRML 2.0 được xem là một ngôn ngữ dùng để diễn tả một cảnh vật "sống" 3 chiều. Nó chỉ mới được đưa ra trình làng vào tháng 8 năm 1996, tại hội nghị SIGGRAPH 96 tại New Orleans, Hoa Kỳ. Tháng 4 năm 1997 thì VRML 2.0 được nộp cho Tổ Chức Tiêu Chuẩn Thế Giới (International Standards Organization-ISO) để xin được chấp nhận là tiêu chuẩn cho toàn cầu. Cho đến khi sách này được ấn hành thì VRML 2.0 vẫn còn đang được cứu xét và được gọi là VRML97 (theo quy định của ISO).

Trước VRML 2.0, chúng ta có VRML 1.0. Ngôn ngữ này cho chúng ta dựng được cảnh vật 3 chiều nhưng chỉ là một cảnh vật "bất động", giống như dùng phương pháp QuickTimeVR hay ActiveAnimation. Ngôn ngữ VRML nói chung có cách viết rất giống với HTML. Cả hai đều là loại ngôn ngữ diễn tả (script language). Lát nữa đây, chúng ta sẽ làm quen với VRML bằng cách dùng nó để dựng những cảnh vật đơn giản. Khi nói về ngôn ngữ diễn tả tức là chúng ta sẽ dùng nó để diễn tả cảnh vật, chứ không thật sự dựng cảnh vật như khi chúng ta vẽ hình. Nếu chúng ta mở một tập tin diễn tả cảnh 3 chiều được viết bằng VRML chúng ta chỉ thấy chữ như sau:

```
#VRML V1.0 ascii
    Info {string "Created By Dung Q. Vu 1997."}
    # Set background color to White
    DEF BackgroundColor Info { string "1 1 1" }
    # Define the texture for the box
    Texture2 { filename "alexfilm.gif" }

    # Define the box
    SpinGroup {
          rotation 0 1 .8 .07
          Cube { width 32
                   height 32
                   depth 32
                 }
    } #end of SpinGroup
```

Tập tin này có trong đĩa đính kèm dưới tên *vrmldem7.wrl*. Tập tin này diễn tả một cái hộp vuông, mỗi chiều 32 đơn vị, được bọc bằng giấy hình (alexfilm.gif) đang quay trong không gian. Chiếc hộp này quay mỗi bước 0.07 Radians chung quanh một trục đi qua tọa độ (x=0 y=1 z=0.8). Đằng sau là nền mầu trắng. Hình được diễn tả bởi tập tin trên nhìn như ở hình 15-1.

Hình 15-1: Hộp vuông quay trong không gian

Hàng mệnh lệnh (mầu đen), bên dưới màn hình, là của Cosmo Player (plug-in). Chúng ta sẽ lựa chọn những mệnh lệnh trong hàng mệnh lệnh đó để lựa chọn cách di chuyển trong thế giới 3 chiều. Sau khi chọn một mệnh lệnh, chúng ta sẽ dùng thao tác "nắm kéo" (drag) bằng nút trái của chuột (left mouse button) để di chuyển bên trong thế giới 3 chiều.

Nếu chọn **Gravity**, chúng ta sẽ di chuyển trên mặt đất. Nếu không chọn Gravity, chúng ta sẽ bay trên không. Chọn **Walk** để bước đi trong thế giới 3 chiều. Chọn **Slide** để đi thẳng lên, xuống hay đi ngang trái phải. Chọn **Look** để nhìn chung quanh như chúng ta quay đầu. Chọn **Examine** để qua cảnh vật chung quanh tâm điểm, điểm giữa của màn ảnh. Chọn **View** để trở về "điểm nhìn" (view point). Chọn **?** để kêu gọi chỉ dẫn.

Lưu Ý: *Lối điều khiển này chỉ áp dụng cho plug-in Cosmo Player. Mỗi plug-in hay VRML browser có một cách điều khiển khác nhau.*

Muốn xem một khung cảnh 3 chiều, được diễn tả qua một tập tin được viết bằng VRML, chúng ta dùng VRML Browser. Thí dụ, như V-Realm Browser của Ligos Technology, hay browser mà chúng ta vẫn dùng để xem trang web như Netscape

Navigator, Internet Explorer. Trong trường hợp thứ hai, chúng ta phải cần có VRML *plug-in* cho browser.

Sau đây là một vài hình ảnh 3 chiều, được viết bằng VRML và nhìn từ browser có *plug-in* **Cosmo** và **Live3D**:

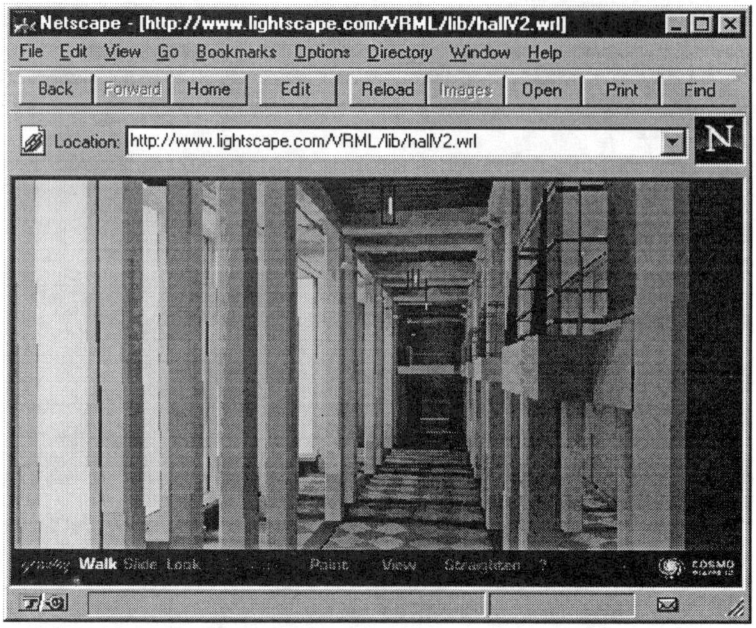

Hình 15-2: Khung cảnh bên trong một hành lang

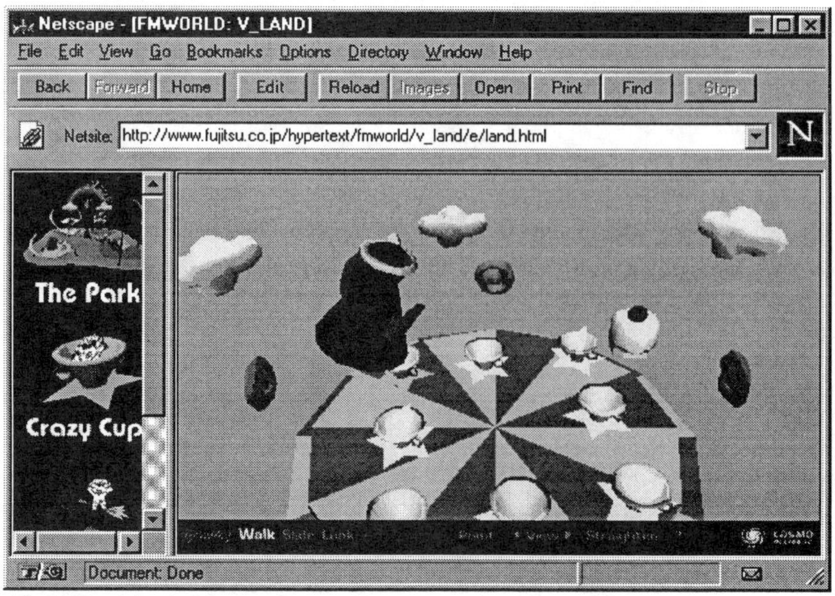

Hình 15-3: Cảnh khu trò chơi

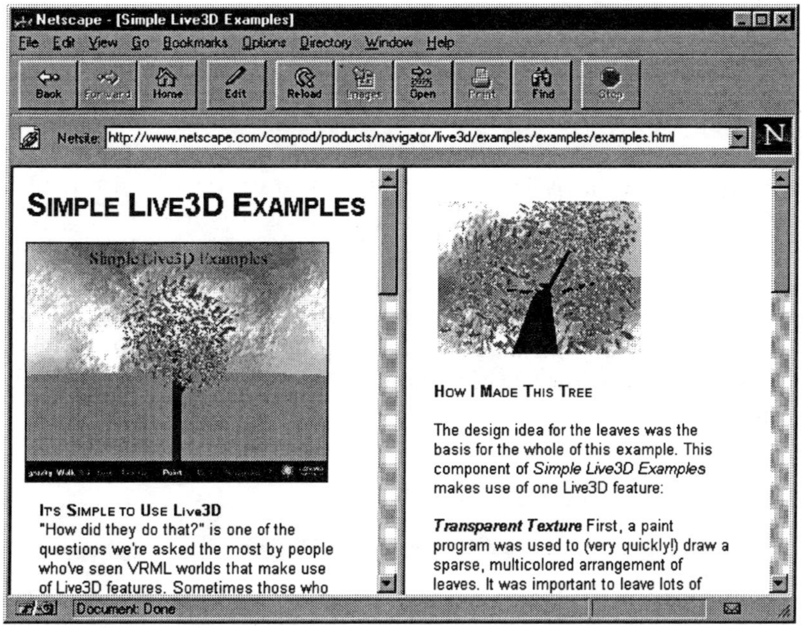

Hình 15-4: Hình cái cây

Muốn xem thêm các thí dụ về hình 3 chiều chúng ta hãy hướng URL về các địa chỉ sau đây:

- www.viettouch.com/vietnam_architecture.html
- www.netscape.com/comprod/products/navigator/live3d/examples/examples/examples.html.
- www.netscape.com/comprod/products/communicator/multimedia/live3d/cool_worlds/index.html.
- www.sdsc.edu/siggraph96vrml/course/prim.wrl.
- www.ywd.com/freevrml.html.

15.2 Gắn Hình 3 Chiều Vào Trang Web

Muốn gắn hình 3 chiều vào trang web, trước tiên chúng ta phải có được tập tin diễn tả hình 3 chiều. Tập tin này sẽ có tên nới rộng là .WRL. Trong đĩa đính kèm có sẵn một số hình 3 chiều. Chúng ta hãy dùng chúng mà thực tập.

Một tập tin hình 3 chiều, tuy chỉ có chữ, nhưng cũng được gắn giống như một bức hình 2 chiều hay một tập tin âm thanh. Tức là, chúng ta có thể tạo một điểm nối (link) từ một trang web tới tập tin .WRL (dùng tag `<A HREF=...>`), hay dùng tag `<EMBED>` để gắn hình 3 chiều cùng với chữ và hình 2 chiều trong trang web. Chúng ta cũng có thể dùng phương pháp Client Pull, ActiveX hay dùng JavaScript như đã học nơi chương Mười Ba (Gắn Nhạc/Âm Thanh Vào Trang Web). Nơi đây, chúng ta sẽ học dùng tag <A HREF=....> và tag <EMBED>.

Dùng Tag <A HREF=...>

Dùng điểm nối để gắn hình 3 chiều vào trang web vẫn được xem là thích hợp nhất đối với những tập tin .WRL lớn. Tương tự như các tập tin âm thanh hay phim ảnh, một tập tin .WRL cũng có thể rất lớn; do đó, khi gắn vào trang web chúng ta cũng nên nói cho độc giả biết về nội dung, kích thước và ước lượng thời gian lấy xuống (download), để độc giả khỏi "tức giận" khi phải lấy xuống một tập tin lớn mà không được báo trước. Sau đây là thí dụ về cách gắn tập tin thí dụ nơi đoạn 15.1 (*vrmldem7.wrl*). Trong thí dụ này, chúng ta đã dùng một tập tin nhỏ, không đòi hỏi thời gian lâu để lấy xuống, nên chúng ta bỏ bớt lời chú thích về tấm hình cho tập tin được ngắn gọn.

```
<HTML>
   <HEAD>
   <TITLE>Gan VRML Vao Trang Web</TITLE>
   </HEAD>
   <BODY>
   <P>Click on the link below to see a VRML file.</P>
   <P><A HREF="vrmldem7.wrl">A Rotating Box</A></P>
   </BODY>
</HTML>
```

Khi hiện lên màn hình, trang web trên sẽ nhìn như ở hình 15-5.

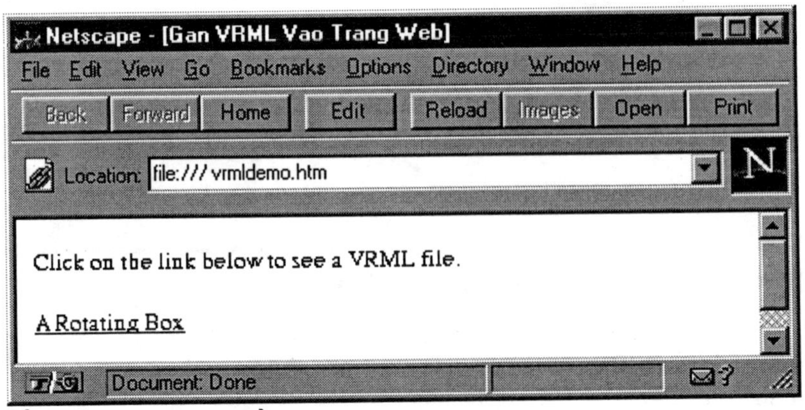

Hình 15-5: Điểm nối tới hình 3 chiều

Khi chúng ta nhấp chuột lên điểm nối, hình cái hộp sẽ được đọc vào và hiện lên màn hình như ở hình 15-1.

Dùng Tag <EMBED>

Thay vì dành nguyên trang web cho bức hình 3 chiều như khi dùng điểm nối, chúng ta có thể gắn gọn (embed) bức hình trong một khung bên trong trang web bằng tag <EMBED>, như trong thí dụ sau đây:

```
<HTML>
  <HEAD>
    <TITLE>Embed VRML Vao Trang Web</TITLE>
  </HEAD>
  <BODY>
  <P>Go ahead to drag the box by the left mouse button to see the
  effect.</P>
  <EMBED SRC="vrmldem7.wrl" WIDTH=200 HEIGHT=200>
  </BODY>
</HTML>
```

Khi hiện lên màn hình, trang web trên sẽ nhìn như sau:

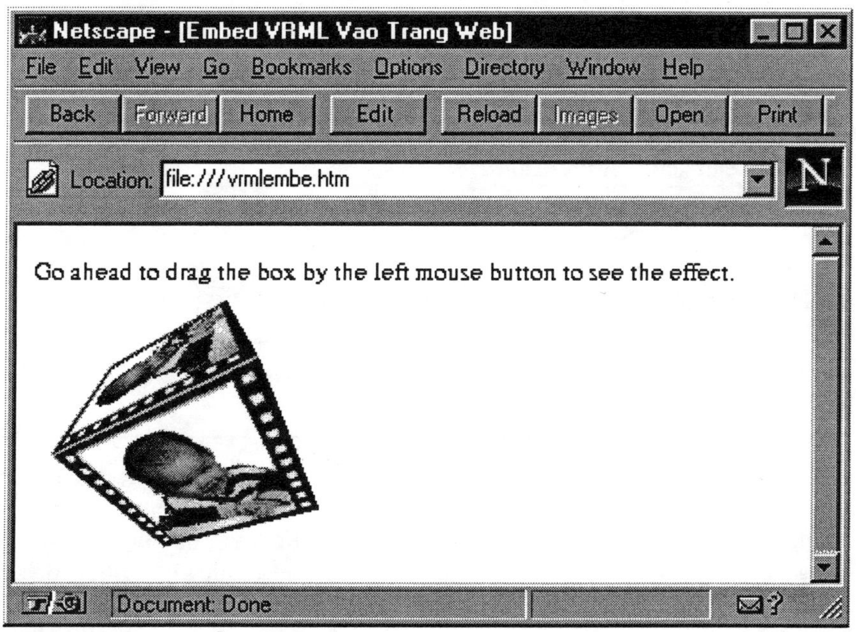

Hình 15-6: Embed hình 3 chiều vào trang web

Tag <EMBED> đã dùng hai thuộc tính WIDTH và HEIGHT để giới hạn bức hình vào một khu.

15.3 Plug-in Để Xem Hình 3 Chiều

Như đã đề cập nơi đoạn 15.1, muốn xem hình 3 chiều chúng ta phải có một VRML browser, hay một *plug-in* cho browser chúng ta đang có. Dùng VRML browser, chúng ta sẽ xem hình 3 chiều ở một màn hình rời, giống như khi xem phim bằng nhu liệu RealPlayer (chương Mười Bốn). Nếu dùng *plug-in*, chúng ta sẽ xem được hình 3 chiều ngay trong màn hình của browser hiện đang có.

Có rất nhiều *plug-in*, hay VRML browser, được phát miễn phí trên Internet. Các *plug-in* thông dụng nhất là Live3D của Netscape (home.netscape.com/eng/live3d/main_intro.htm), VRML Viewer của Microsoft (www.microsoft.com/vrml/toolbar/contents.htm) và Cosmo của Silicon Graphics (cosmo.sgi.com).

Cosmo Player là *plug-in* đầu tiên được phát ra có hỗ trợ VRML phiên bản 2.0. Hãng Netscape và Silicon Graphics sẽ cho nhập Cosmo Player và Live3D làm một, vào cuối năm 1997. Microsoft đã giới thiệu hai *plug-in* mới là WorldView (www.intervista.com) và Liquid Reality Composer (www.dimensionx.com). Chúng ta cũng có thể tìm thêm được các VRML Browser hay *plug-in* ở các địa chỉ sau:

- www.sdsc.edu/vrml/
- www.paragraph.com/forFree/
- www.digitalspace.com/avatars/vrml.html
- www.stars.com/Authoring/VRML/
- www.virtus.com
- webspace.sgi.com
- www.webdeveloper.com/categories/vrml/beginners_vrml.html

Lưu Ý: *Sau khi lấy VRML browser hay plug-in xuống, chúng ta cần phải cài đặt (install) chúng vào máy trước khi có thể dùng được.*

Mỗi VRML browser hay *plug-in* sẽ có một cách sử dụng khác nhau. Tựu trung, các browser sẽ cho chúng ta di chuyển chung quanh bức hình như là chúng ta nhìn vào bức hình từ xa. Chúng ta có thể nhìn bức hình từ trái qua phải, từ trên xuống dưới. Chúng ta cũng có thể xoay bức hình ở nhiều góc cạnh khác nhau để xem xét chung quanh. Chúng ta cũng có thể tới gần, lùi ra xa hay sờ vào một vật nào đó trong hình. Chúng ta có thể thay đổi ánh sáng hay chọn chỗ xem (view point) trong không gian 3 chiều. Tóm lại, sau khi đã quyết định dùng VRML browser hay *plug-in* loại nào, chúng ta nên tìm sự chỉ dẫn từ nhu liệu đó và làm quen với cách sử dụng chúng. Nếu cần thiết, chúng ta cũng nên nhắc nhở độc giả của chúng ta làm tương tự.

Dưới đây là cái nhìn của hai *plug-in* **Cosmo** và **Live3D**. Hãy để ý sự khác nhau nơi hàng mệnh lệnh mầu đen dưới đáy của browser.

Hình 15-7: Dùng plug-in Cosmo

Hình 15-8: Dùng plug-in Live3D

Khi chúng ta yêu cầu được xem một tấm hình 3 chiều, yêu cầu của chúng ta được gửi về máy chủ nơi chứa tấm hình. Máy chủ khi nhận được yêu cầu sẽ gửi tập tin hình về cho chúng ta. Tập tin hình 3 chiều này thường có tên nới rộng (extension) là

.WRL. Gửi kèm với tấm hình là MIME (Multipurpose Internet Mail Extension) type. *MIME type* cho tập tin **.WRL** là **x-world/x-vrml**. Đối với máy Macintosh, các tập tin hình 3 chiều có tên nới rộng là **.3dmf**, và *MIME type* là **x-world/x-3dmf**.

Khi browser nhận được *MIME type* kể trên, nó cho chạy nhu liệu để xem hình 3 chiều. Nhu liệu này là một VRML browser hay *plug-in* mà chúng ta vừa đề cập. VRML browser hay *plug-in* này có nhiệm vụ đọc tập tin VRML vào và diễn tả lại cảnh vật cho chúng ta xem.

15.4 Cách Tạo Một Tấm Hình 3 Chiều

Muốn tạo một bức hình 3 chiều, chúng ta phải dùng đến ngôn ngữ thảo trình Virtual Reality Modeling Language (VRML). VRML có hai phiên bản chính 1.0 và 2.0. Phiên bản 1.0 cho chúng ta tạo một hình 3 chiều nhưng là một hình "bất động", giống như các hình được tạo bởi nhu liệu QuickTimeVR hay ActiveAnimation. "Bất động" đây có nghĩa là hình 3 chiều mà chúng ta tạo được, cũng có đủ 3 chiều nhưng chúng ta chỉ có thể xem hình nó chứ không đụng vào các vật bên trong hình được. Các vật thể trong hình không chuyển động được, và cũng không có tiếng động.

Muốn có được những chuyển động, tiếng động, chúng ta phải dùng tới VRML phiên bản 2.0 hay mới hơn. Chính vì có sự sống trong hình 3 chiều qua việc sử dụng VRML 2.0 nên các hình 3 chiều này được xem như là "thế giới chuyển động" (moving world), hay "thế giới ảo tưởng" (virtual world). Ngôn ngữ thảo trình VRML 2.0 này được xem như là "ngôn ngữ diễn tả cảnh trí" (scene description language).

Nếu đem so sánh một tập tin hình 3 chiều (được ghi nơi đầu chương) và một trang web, chúng ta sẽ thấy cả hai na ná giống nhau. Chúng giống nhau ở chỗ cả hai đều là ngôn ngữ diễn tả. VRML diễn tả cảnh trí trong không gian 3 chiều. HTML diễn tả cách trình bầy trang web. Chính vì vậy, chúng ta có thể dùng bất cứ một nhu liệu *wordprocessor* nào để tạo chúng.

VRML không dùng tag để đánh dấu (markup) lối trình bầy như HTML, mà thay vào đó nó dùng các mệnh lệnh. Thí dụ, **transform**, **shape**, **rotation**. Giá trị của các mệnh lệnh này được viết trong các dấu ngoặc cong {}. Thoạt mới nhìn một tập tin VRML, chúng ta có thể hơi bối rối vì có quá nhiều dấu ngoặc cong. Nhưng khi nhìn quen, chúng ta sẽ thấy rằng chúng chẳng có gì quan trọng. Chúng ta chỉ việc sánh đôi (match) các cặp dấu ngoặc cong. Đừng để lẻ một dấu ngoặc nào là được.

Một tập tin .*WRL* được bắt đầu bằng hàng:

```
#VRML V1.0 ascii
```

hay

```
#VRML Draft #2 V2.0 utf8
```

hay

```
#VRML V2.0 utf8
```

#VRML cho biết tập tin này được viết bằng ngôn ngữ VRML. **Draft #2** cho biết tập tin này dựa trên bản thảo #2. **V1.0** hay **V2.0** cho biết tập tin này dựa trên phiên bản 1.0 hay 2.0. **ascii** cho biết tập tin này được viết dựa theo mã ascii. **utf8** cho biết tập tin này được viết dựa theo dạng utf8 (utf8-encoded format). Dạng utf8 theo định nghĩa của ISO là dạng đọc được bởi người bình thường (human readable).

Lưu Ý: *Chúng ta chỉ được có đúng một khoảng trống tương đương với một mẫu tự giữa các chữ trong dòng mở đầu trên mà thôi. Các chữ viết hoa và thường phải được đánh máy đúng như vậy. Sau các dòng chữ trên, chúng ta có thể viết thêm cái gì cũng được. Các chữ viết thêm đó không gây ảnh hưởng gì hết. Hay nói cách khác, các chữ viết thêm sau các chữ nơi dòng mở đầu trên đều được xem là lời ghi chú (comment).*

Theo sau dòng xác định dạng ghi trên là một chuỗi định nghĩa các phần tử trong hình, hay công thức toán học được áp dụng cho các phần tử đó. Một tập tin VRML không có dấu hiệu đánh dấu chấm dứt tập tin. Các lời ghi chú (comment) nếu có sẽ được bắt đầu bằng dấu #. VRML phân biệt chữ thường với chữ hoa; do đó, chúng ta cần chú ý, và ghi cho đúng các chữ hoa.

Thí dụ về một tập tin VRML như sau:

```
#VRML V1.0 ascii
DEF BackgroundColor Info { string "1 1 1" }
Texture2 {filename "alexfilm.gif"}
SpinGroup {
   rotation  0  1 .8 .07
   WWWAnchor { name "http://www.vnisoft.com"
   Cube {     width 32
              height 32
              depth 32
      }
  } #end of WWWAnchor
} #end of SpinGroup
```

Học tạo các hình 3 chiều bằng ngôn ngữ thảo trình VRML đã vượt ra khỏi nội dung của quyển sách này. Nơi đoạn kế, chúng ta sẽ học tạo vài hình căn bản, để chúng ta có khái niệm về VRML. Tác giả không có tham vọng hướng dẫn độc giả trở thành một lập trình viên VRML. Nếu muốn đi sâu về đề tài này, hãy tìm đọc các bài hướng dẫn (tutorial) trên Internet, ở các trang web như:

- "VRML2.0 Moving World Demonstration", demo.westlake.com/vrml2/index.html
- "VRML for Rocket Scientists, Astronomers, and Truck Drivers", www.stars.com/Authoring/VRML/
- "Here comes another one!!", www.neca.com/~vmis/sgivrml.htm
- "Community Place Development Tutorials", vs.spiw.com/vs/tutorials/maintext.htm

- "The Web in 3D: An Intro to VRML", www.webdeveloper.com/categories/vrml/vrml_rww_intro_vrml.html

hoặc tìm đọc sách về VRML như "The Annotated VRML 2.0 Reference Manual" của Rikk Carey và Gavin Bell[1], "VRML Clearly Explained" của John R. Vacca, "VRML 2.0 Handbook" (aw.com), "VRML 2.0 Sourcebook" (www.wiley.com).

15.5 Tạo Các Khối Hình Học 3 Chiều Đơn Giản

Chúng ta sẽ bắt đầu bằng thí dụ 1, tạo một hình khối vuông. Trước tiên hãy chạy bất kỳ một *wordprocessor*. Đánh máy đoạn mã theo sau. Khi hoàn tất thì cất nó dưới dạng *Text Document*, *Text Only* hay *ASCII Text*. Nhớ cho nó tên nới rộng là **.WRL**. Để xem được hình 3 chiều mà chúng ta sẽ tạo ra, chúng ta phải có một VRML browser hay *plug-in* cho browser của mình, như đã được đề cập nơi đoạn trên.

Hình Khối Vuông

Chúng ta hãy mở một tập tin mới và đánh vào đoạn mã sau đây. Xuống hàng hay thụt vào đầu hàng, khoảng cách lớn nhỏ không thành vấn đề. Trong các thí dụ dùng ở đây, chúng ta thụt vào đầu hàng và dùng khoảng cách để cho đoạn mã dễ đọc. Thật ra các khoảng cách đó không đóng một vai trò gì khác. (Thí dụ 1)

```
#VRML V1.0 ascii
   Cube {          width 32
                   height 32
                   depth 32
         }
```

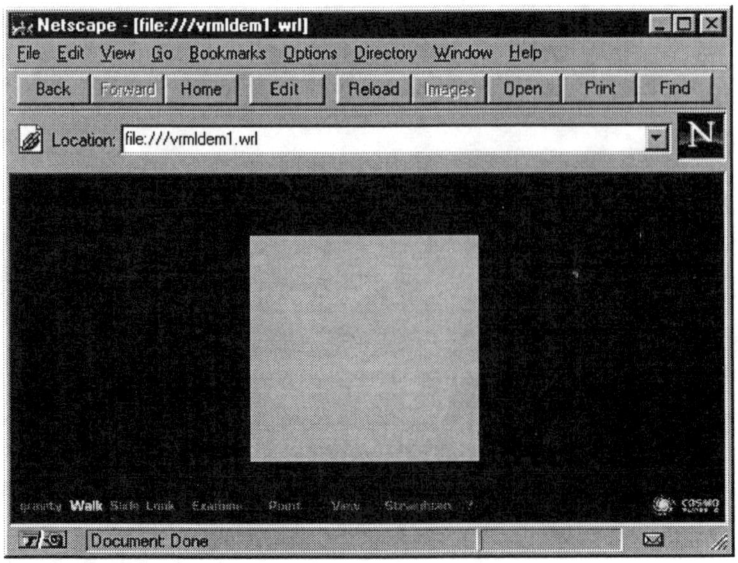

Hình 15-9: Thí dụ 1 - Hình khối vuông

Tập tin này khi được hiển thị nơi browser có VRML *plug-in* sẽ nhìn như ở hình 15-9. Nơi hình là một cái hộp khối vuông có các cạnh dài 32 đơn vị. Chúng ta có thể giả sử đơn vị ở đây là mét (meter). Thật sự, đơn vị đo chiều dài này được tính bằng phân tây (inch) hay mét (mét) không thành vấn đề. Như đã sắp đặt trước, các mặt của hình luôn có mầu xám. Nếu muốn đổi mầu của hình khối vuông thành mầu trắng, chúng ta sẽ viết như sau (thí dụ 2):

```
#VRML V1.0 ascii
    Material { diffuseColor 1 1 1 }
    Cube {          width 32
                    height 32
                    depth 32
        }
```

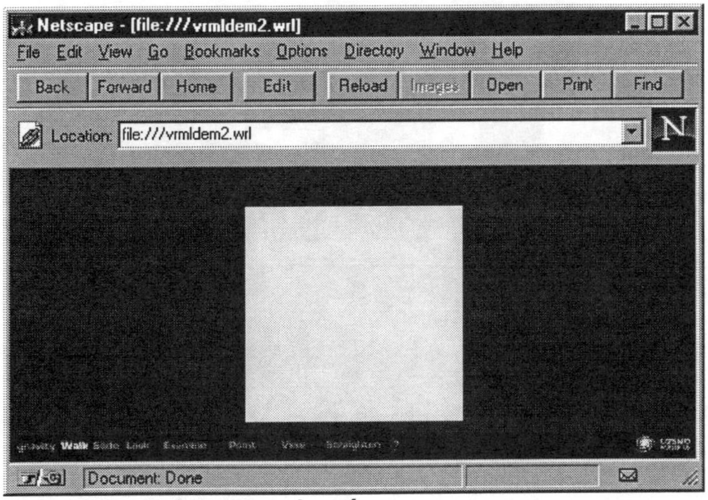

Hình 15-10: Thí dụ 2 - Hình khối vuông mầu trắng

Dòng `Material { diffuseColor 1 1 1 }` cho biết vật liệu (material) sẽ dùng là diffuseColor (mầu hấp thụ bởi một vật), có giá trị là 100% mầu đỏ, 100% mầu xanh lá cây và 100% mầu xanh dương. Các số diễn tả mầu được viết ở dạng fraction, từ 0.0 tới 1.0, tương đương với số phần trăm của mầu. 0.0 là 0%, 1.0 là 100%. Số thứ nhất chỉ mầu đỏ (red). Số thứ hai chỉ mầu xanh lá cây (green). Số thứ ba chỉ mầu xanh dương (blue), như chúng ta đã học nơi các chương trước.

Tập tin mới này khi được hiển thị trên màn hình sẽ nhìn như ở hình 15-10.

Hình Quả Cầu

Chúng ta sẽ mở một tập tin mới và đánh vào đoạn mã sau để tạo một hình quả cầu mầu trắng. (Thí dụ 3)

```
#VRML V1.0 ascii
  Material { diffuseColor 1 1 1 }
  Sphere { Radius 5 }
```

Tập tin mới này khi được hiển thị trên màn hình sẽ nhìn như sau:

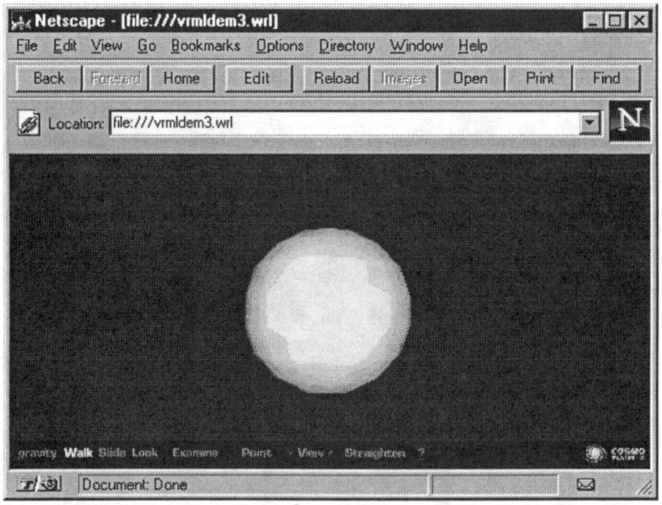

Hình 15-11: Thí dụ 3 - Hình quả cầu mầu trắng

Hình Trụ

Chúng ta sẽ mở một tập tin mới và đánh vào đoạn mã sau để tạo một hình trụ mầu trắng.

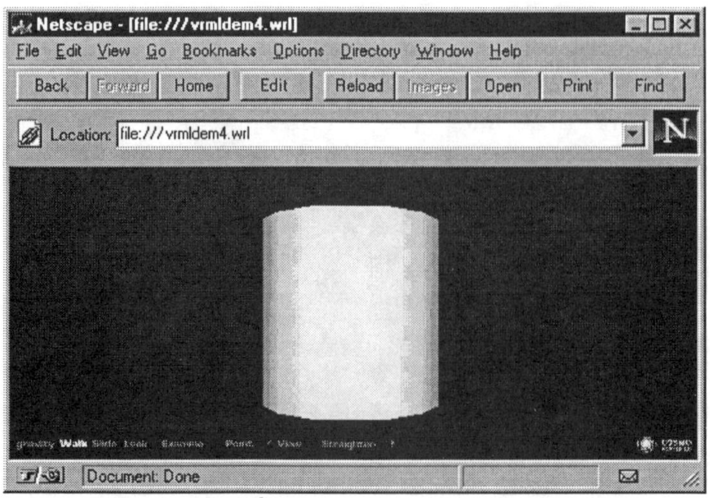

Hình 15-12: Thí dụ 4 - Hình trụ mầu trắng

```
#VRML V1.0 ascii
 Material { diffuseColor 1 1 1 }
 Cylinder {     radius 5
                 height 10
  }
```

Tập tin mới này khi được hiển thị trên màn hình sẽ nhìn như ở hình 15-12 (thí dụ 4).

Hình Trụ Có Dán Giấy Chung Quanh

Chúng ta sẽ mở một tập tin mới và đánh vào đoạn mã sau để tạo một hình trụ có dán giấy chung quanh. Giấy mà chúng ta dùng để bọc chung quanh hình trụ là một tấm hình ở dạng .GIF. Một ứng dụng thực tế của thí dụ này là dán nhãn (hoặc bao bì) chung quanh một hộp sữa đặc hay một lon nước. (Thí dụ 5)

```
#VRML V1.0 ascii
  Texture2 {filename "alexfilm.gif"}
  Cylinder {    radius 5
                 height 10}
```

Tập tin mới này khi được hiển thị trên màn hình sẽ nhìn như ở hình 15-13.

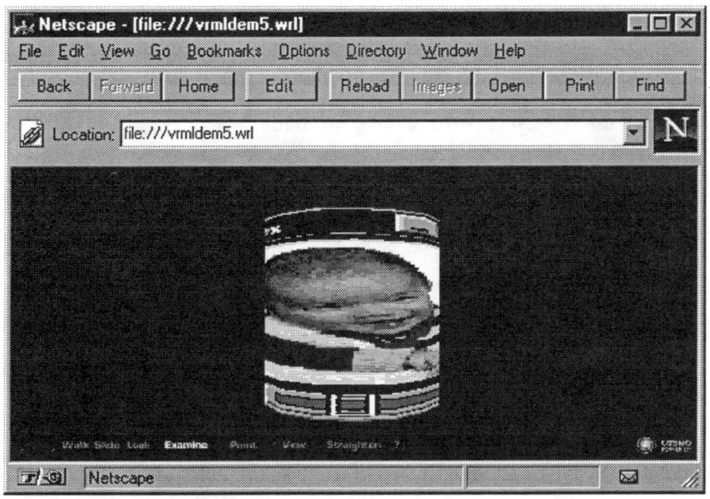

Hình 15-13: Thí dụ 5 - Hình trụ có bao bì

Hình Khối Vuông Có Dán Giấy Chung Quanh

Chúng ta sẽ mở một tập tin mới và đánh vào đoạn mã sau để tạo một hình khối vuông có dán giấy chung quanh. Giấy mà chúng ta dùng để bọc chung quanh hình khối vuông là một tấm hình ở dạng .GIF. Trong thí dụ này, chúng ta cũng đổi mầu của nền phía sau (background color) thành mầu trắng. (Thí dụ 6)

```
#VRML V1.0 ascii
   DEF BackgroundColor Info { string "1 1 1" }
   Texture2 {filename "alexfilm.gif"}
   Cube { width 32
                  height 32
                  depth 32
   }
```

Tập tin mới này khi được hiển thị trên màn hình sẽ nhìn như sau:

Hình 15-14: Thí dụ 6 - Hình khối vuông có bao bì

Cho Hình Tự Động Xoay

Chúng ta hãy dùng tập tin trong thí dụ 6 ở trên. Đánh thêm vào đoạn mã ghi đậm trong thí dụ sau để cho hình khối vuông tự động xoay chung quanh một trục đi ngang qua tọa độ (0, 1, 0.8) và tâm điểm. Mỗi bước qua, hình khối vuông sẽ nhích 0.7 radian. (Thí dụ 7)

```
#VRML V1.0 ascii
   DEF BackgroundColor Info { string "1 1 1" }
   Texture2 {filename "alexfilm.gif"}
   SpinGroup {
      rotation 0 1 .8 .07
      Cube {     width 32
                 height 32
                 depth 32
      }
   } #end of SpinGroup
```

Trong thí dụ này, chúng ta thêm đặc tính xoay tròn cho khối hình vuông (cube) qua lệnh **rotation** (xoay tròn). Tập tin mới này khi được hiển thị trên màn hình sẽ nhìn như sau:

Hình 15-15: Thí dụ 7 - Hình khối vuông tự động xoay

Dùng Hình 3 Chiều Làm Điểm Nối

Chúng ta hãy dùng tập tin trong thí dụ 7 ở trên. Đánh thêm vào đoạn mã ghi đậm trong thí dụ sau, để tạo một điểm nối ngay trên chiếc hộp vuông. Khi độc giả nhấp nút trái chuột (click left mouse button) lên hình, chúng ta sẽ được dẫn tới trang web khác. Trong thí dụ 8 này, trang web đó là trang nhà của VNI (www.vnisoft.com).

```
#VRML V1.0 ascii
   DEF BackgroundColor Info { string "1 1 1" }
   Texture2 {filename "alexfilm.gif"}
   SpinGroup {
      rotation 0 1 .8 .07
      WWWAnchor { name "http://www.vnisoft.com"
      Cube {     width 32
                 height 32
                 depth 32
      }
   } #end of WWWAnchor
} #end of SpinGroup
```

Tập tin mới này, khi được hiển thị trên màn hình sẽ nhìn như ở hình 15-16. Để ý, khi chúng ta đưa mũi tên (cursor) vào trong khung hình, địa chỉ của điểm nối sẽ hiện trên màn ảnh nếu dùng *plug-in* Live3D của Netscape. Nếu dùng CosmoPlayer, địa chỉ của điểm nối sẽ hiện nơi thanh hiện trạng (status bar) bên dưới browser.

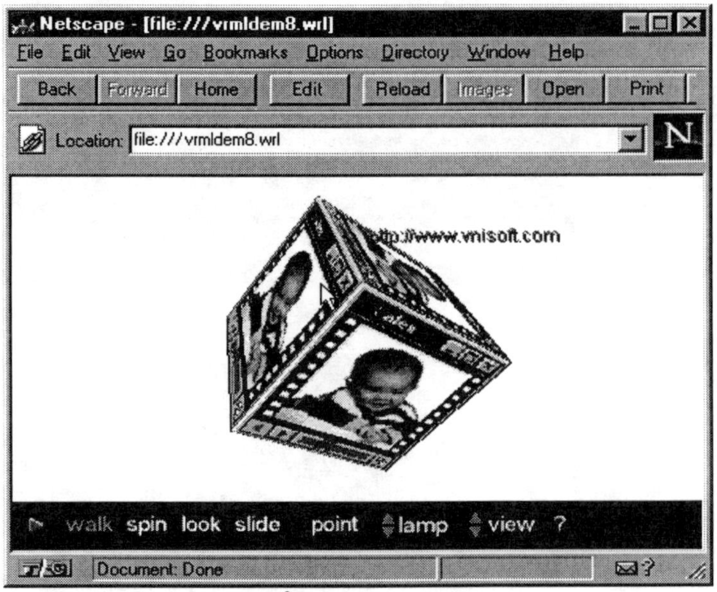

Hình 15-16: Thí dụ 8 - Dùng hình làm điểm nối

15.6 Các Nhu Liệu Tạo Hình 3 Chiều

Nơi đoạn trên, chúng ta đã học cách tạo những hình 3 chiều đơn giản. Một cảnh vật thật ngoài đời sẽ phức tạp hơn nhiều. Tuy nhiên, dù cảnh vật thật là hình gì đi nữa nó cũng được cấu tạo bởi những hình khối đơn giản mà chúng ta đã học. Thí dụ, chúng ta muốn tạo một căn nhà. Nếu để ý ngắm nhìn một căn nhà đang được xây, chúng ta sẽ thấy căn nhà được dựng lên từ những thanh gỗ, bức tường, viên gạch, cột trụ. Những vật dụng đó cũng có hình dáng của các hình khối đơn giản. Có một điều chúng ta phải công nhận là một căn nhà sẽ là một tập hợp của hàng chục, hàng trăm, hàng ngàn hình khối đơn giản ghép lại.

Khi đếm tới hàng ngàn hình khối đơn giản, chúng ta sẽ không khỏi rùng mình nếu phải tạo lại căn nhà đó bằng VRML và một nhu liệu thảo văn bản. Đối với những bức hình phức tạp như vậy, chúng ta hầu như không viết bằng tay mà dùng các nhu liệu chuyên môn về VRML để giúp chúng ta tạo hình cho mau chóng. Các nhu liệu tạo hình 3 chiều mà chúng ta thấy trên thị trường như:

- V-Realm Builder, giá khoảng $250. (www.ids-net.com)
- 3-D Website Builder, giá khoảng $119. (www.virtus.com)
- Ez3D VRML Author Pro, giá khoảng $2495. (www.radiance.com)
- Extreme 3D, giá khoảng $399. (www.macromedia.com/software.extreme3d/)
- Cosmo Worlds, giá khoảng $2300. (cosmo.sgi.com)
- SuperscapeVRT, giá khoảng $3995. (www.superscape.com)

- SiteSculptor, giá khoảng $49.95. (www.sitesculptor.com)

Giá bán có từ vài chục lên đến vài ngàn. Những nhu liệu đắt tiền sẽ cho chúng ta nhiều khả năng, và dễ dàng hơn trong việc tạo hình 3 chiều. Những nhu liệu rẻ tiền thường chỉ có những khả năng đơn giản. Để có đầy đủ hơn danh sách các nhu liệu tạo hình 3 chiều hãy tìm đọc "As The Worlds Turn, VRML Authoring and Modeling Software"[2], "VRML 2.0: A Brave New 3-D World" [3], hay tìm đến các địa chỉ sau:

- www5.zdnet.com/zdwebcat/content/vrml/authoring_toolbox.html
- www.hitl.washington.edu/projects/knowledge_base/authoring.html
- www.webdeveloper.com/categories/vrml/vrml_editors.html
- www.netscape.com/comprod/products/navigator/live3d/vrml_resources.html
- www.sdsc.edu/vrml/
- www.paragraph.com/forFree/

Lưu Ý: *Hầu hết các hãng trên đều cho lấy nhu liệu để sử dụng thử trong một thời gian ngắn.*

15.7 Tóm Tắt

Sự ra đời của VRML 2.0, "Moving World", đã mang đến cho chúng ta một kỹ thuật mới để trang trí trang web. Đó là những hình ảnh 3 chiều, hay nói đúng hơn là những thế giới 3 chiều. Chúng ta có thể tác động lên các vật thể trong hình. Các vật thể trong hình cũng có khả năng tác động lẫn nhau tạo nên một thế giới sống động.

Ngôn ngữ VRML giống với ngôn ngữ HTML ở một điểm là cả hai đều thuộc loại "ngôn ngữ diễn tả" (scripting language). Tức là, tập tin hình chỉ có nhiệm vụ diễn tả cảnh trí 3 chiều. Phần vẽ hình được dành cho VRML browser hay *plug-in*. Do đó, chúng ta có thể dùng bất cứ một nhu liệu soạn thảo văn bản nào để tạo tập tin hình, giống như chúng ta đã dùng nhu liệu soạn thảo văn bản để tạo trang web.

Các tập tin hình 3 chiều phải có tên nới rộng là .WRL. Muốn cho độc giả xem được hình 3 chiều, máy chủ của chúng ta phải được sắp đặt với *MIME type* và `x-world/x-vrml`. Muốn xem được hình, độc giả của chúng ta phải có VRML browser, hay VRML *plug-in* cho browser sẵn có.

Gắn một tấm hình 3 chiều vào trang web cũng được làm tương tự như chúng ta gắn âm thanh vào trang web. Chúng ta có thể dùng điểm nối (thích hợp nhất), dùng tag `<EMBED>`, dùng ActiveX, dùng JavaScript, hay phương pháp "Client Pull".

Nếu muốn đi sâu vào lãnh vực này, chúng ta hãy bắt đầu bằng cách học hỏi từ những trang web hướng dẫn (tutorial), thực hành, rồi đọc thêm sách chuyên đề về VRML. Cuối cùng, sử dụng các nhu liệu tạo hình 3 chiều để tạo cảnh trí 3 chiều. Chúng ta có thể lấy các phiên bản sử dụng thử của những nhu liệu đang bán trên thị trường. Sử dụng những nhu liệu này để biết thêm về cách tạo dựng hình 3 chiều, và tự tạo cho mình khả năng quyết định nhu liệu nào là thích hợp nhất với nhu cầu của chúng ta.

Khi bức hình 3 chiều trở nên phức tạp, tập tin hình cũng trở nên lớn. Do đó, thời gian lấy xuống cũng sẽ bắt đầu tăng, nhưng thời gian lấy xuống đó cũng vẫn không dài bằng thời gian browser của chúng ta chuẩn bị vẽ bức hình 3 chiều. Các bức hình 3 chiều đòi hỏi rất nhiều những phép toán hình học không gian 3 chiều, nên phần vẽ hình cũng lấy rất nhiều thời gian.

Đừng quên thăm viếng các trung tâm tài nguyên chuyên về VRML như "The VRML Consortium" (*vag.vrml.org/consort/*), "the VRML Repository" (*www.sdsc.edu/vrml/*), và "SGI VRML Page" (*vrml.sgi.com*). Đồng thời lấy xuống bản quy định (specification) về VRML ở địa chỉ *vag.vrml.org/VRML2.0/FINAL*.

15.8 Câu Hỏi & Trả Lời

1. Muốn xem được các hình 3 chiều chúng ta phải có máy điện toán như thế nào?

TL: Trước tiên, chúng ta phải có một VRML browser hay *plug-in*. Riêng về phần máy, chúng ta vẫn dùng máy điện toán như bình thường, nhưng nên nhanh một chút (486 66Mhz trở lên) và có tối thiểu 16M RAM. Lý do là những bức hình 3 chiều phức tạp đòi hỏi rất nhiều những tính toán từ CPU.

2. Có những nhóm tin nào trao đổi kinh nghiệm về VRML không?

TL: Có. Thí dụ như *alt.lang.vrml* hay *comp.lang.vrml*.

3. Một tập tin VRML dài quá có thể nén lại được không?

TL: Được. Phương pháp nén thường được dùng nhất là "gzip", "gzip compression", do Free Software Foundation phát hành. Các tập tin được nén với bằng phương pháp này có tên nới rộng là **.GZ**. Nếu dùng phương pháp này, chúng ta cũng phải thêm vào nơi máy chủ *MIME type* **application/x-gzip**. Về phía độc giả của chúng ta, VRML Viewer hay browser của họ phải nhận dạng được tập tin có tên nới rộng **.gz**. Chúng ta có thể tìm hiểu thêm về *gzip* ở trang nhà của *gzip* (The gzip home page) *http://www.gzip.org/*. Cú pháp của *gzip* (gzip syntax) có thể được tìm thấy ở địa chỉ *http://www.biophys.uni-duesseldorf.de/doc/gzip.html*.

4. Chúng ta có gắn nhạc vào hình 3 chiều được không?

TL: Được. Hãy tìm đọc bài "VRML Audio Tutorial" ở địa chỉ *www.dform.com/inquiry/tutorials/vrmlaudio/*.

5. Tôi đã xem thử một cái hình 3 chiều trên Internet bằng máy ở sở, trông rất tốt. Tại sao khi về nhà tôi lên xem lại thì lại không hiện ra gì hết?

TL: Có thể tấm hình 3 chiều đó được viết bằng VRML 2.0. Máy ở sở của chúng ta có *plug-in* hỗ trợ VRML 2.0, như Cosmo Player, nên chúng ta thấy được. Trong khi máy ở nhà chỉ có *plug-in* cho VRML 1.0, nên ở nhà chúng ta không nhìn thấy gì hết. Chúng ta hãy kiểm lại các phiên bản của *plug-in*. Muốn biết tập tin hình 3 chiều được viết bằng phiên bản VRML nào, hãy xem mã gốc (view source). Hàng đầu tiên của tập tin sẽ có chữ **V2.0** (phiên bản 2.0) hay **V1.0** (phiên bản 1.0).

6. Có nhu liệu vẽ hình 3 chiều nào cho miễn phí không?

TL: Có. Hãng Platinum có phát miễn phí nhu liệu VRCreator learning edition ở địa chỉ *http://www.platinum.com/products/appdev/vream/vrc_ps.htm.*

7. Tôi đã lấy xuống một *plug-in* để xem hình 3 chiều. Tôi đã thấy được hình, nhưng làm sao tôi di chuyển cảnh vật trong hình?

TL: Mỗi *plug-in* hay VRML Browser có một cách sử dụng khác nhau. Cách tốt nhất là tới các trang nhà của các nhu liệu đó để tìm tài liệu hướng dẫn. Nếu trên màn ảnh của *plug-in* hay browser có dấu chấm hỏi, hãy nhấp chuột vào đó để nhờ hướng dẫn. Nếu sử dụng Live3D của Netscape, hãy tìm đọc phần chỉ dẫn nơi trang web "Web Developer's Tips: Beginning VRML".[5]

15.9 Tài Liệu Tham Khảo

[1] Rikk Carey và Gavin Bell, "The Annotated VRML 2.0 Reference Manual," Addison-Wesley Developers Press, ISBN: 0-201-41974-2.

[2] Celia Skipton, "As The Worlds Turn, VRML Authoring and Modeling Software," New Media, May 5, 1997, pp. 63-67.

[3] Richard Karpinski, "VRML 2.0: A Brave New 3-D World," NetGuide , July 1997, pp. 122-126.

[4] Adrian Scott, "VRML/Java/Javascript FAQ," www.aereal.com/faq/.

[5] "Web Developer's Tips: Beginning VRML," www.webdeveloper.com/categories/vrml/beginners_vrml.html.

[6] Jay Lorenzo, "The Web in 3D: An Intro to VRML," www.webdeveloper.com/categories/vrml/vrml_rww_intro_vrml.html.

[7] Vijay Mukhi, Arsalan Zaidi, Sonal Kotecha, "Here comes another one!!," www.neca.com/~vmis/sgivrml.htm.

[8] "VRML for Rocket Scientists, Astronomers, and Truck Drivers," www.stars.com/Authoring/VRML/.

[9] "VRML2.0 Moving World Demonstration," Westlake Solutions, demo.westlake.com/vrml2/index.html.

[10] "Community Place Development Tutorials," vs.spiw.com/vs/tutorials/maintext.htm.

[11] "An Introduction To VRML," Netscape Communications Corp., www.netscape.com/comprod/products/navigator/live3d/intro_vrml.html

[12] Sue Wilcox, "Getting Wet with VRML, An Introduction to 3-D Web Development," Premiere Issue Web Informant , pp. 26-31.

[13] "The gzip home page," www.gzip.org.

[14] "Platinum CRCreator (product overview)," Platinum Technology, www.platinum.com/products/appdev/vream/vrc_ps.htm.

15.10 Tài Liệu Đọc Thêm

- "Introduction to VRML 2.0, On-Line Course Materials," www.sdsc.edu/siggraph96vrml/.
- "Viet Nam Architecture," www.viettouch.com/vietnam_architecture.html.
- "Manufacturers Information Net Resource Guide For Virtual Reality Modeling Language VRML," mfginfo.com/vrml/vrml.htm.
- "3DSite: Virtual Reality Modeling Language," www.3dside.com/cgi/VRML-index.html.
- "Simple Live3D Examples," www.netscape.com/comprod/products/navigator/live3d/examples/examples/examples.html.
- "Cool Worlds," www.netscape.com/comprod/products/navigator/live3d/cool_worlds.html.
- "Cool Worlds For Live3D 2.0," www.netscape.com/comprod/products/communicator/multimedia/live3d/cool_worlds/index.html.
- John R. Vacca, "VRML Clearly Explained," AP Professional, ISBN: 0-12-710008-3.
- "The Virtual Reality Modeling Language ISO/IEC DIS 14772-1," vrml.sgi.com/moving-worlds/.
- "All About VRML," www.digitalspace.com/avatars/vrml.html.
- "Fee Downloads," www.paragraph.com/forFree/.
- "The VRML Repository," www.sdsc.edu/vrml/.
- "VRML Resources," Netscape Communications Corp., www.netscape.com/comprod/products/navigator/live3d/vrml_resources.html.
- Scott Clark, "VRML Authoring & 3D Modeling Software," www.webdeveloper.com/categories/vrml/vrml_editors.html.
- "VRML: Authoring Tools," www.hitl.washington.edu/projects/knowledge_base/authoring.html.
- "VRML / Toolbox," www5.zdnet.com/zdwebcat/content/vrml/authoring_toolbox.html.
- "VRML Audio Tutorial," www.dform.com/inquiry/tutorials/vrmlaudio/.
- VRMLSite 3D on the Internet (trang nhà của báo VRMLSite Magazine), www.vrmlsite.com/.
- "Web Developer Library: Reference," Web Developer, www.webdeveloper.com/library/reference.html.

Chương 16

Truy Nhập Kế (Access Counter)

Gắn "Access Counter" vào trang web có thể là một phương pháp hay để đo lường số lần trang web của chúng ta được yêu cầu. Sự sử dụng *access counter* cũng có thể chỉ là một lối trang trí. Để có thể quyết định nên, hay không nên gắn *access counter* nơi trang web, chúng ta hãy đọc tiếp đoạn 16.1. Sau đó, chúng ta sẽ đi vào chi tiết về cách gắn *access counter* lên trang web. Tác giả xin dịch chữ "Access Counter" là Truy Nhập Kế.

Nơi chương này chúng ta sẽ học về:

- Nên hay không nên dùng access counter
- Làm thế nào để có một access counter
- Nguyên tắc làm việc của access counter
- Các Loại access counter
- Gắn access counter vào trang web

16.1 Nên Hay Không Nên Dùng Access Counter

Sau khi đã tạo được một trang web, chúng ta nôn nóng gửi nó lên máy chủ để góp mặt với cộng đồng Internet. Có lúc nào chúng ta tự hỏi "đã có bao nhiêu người tới xem trang web của mình?" Họ là ai? Đến từ đâu? Bao lâu họ đến một lần? Họ đã coi những trang web nào của chúng ta?

Đối với một người bình thường, những câu hỏi trên chỉ là một sự hiếu kỳ đột xuất. Nói cách khác, chúng ta chỉ muốn biết cho biết vậy thôi. Biết xong rồi thì để nó qua một bên và tiếp tục với những công việc hàng ngày. Đối với những cơ sở thương mại thì phần lớn họ thật sự muốn biết những điều trên. Không những thế, họ còn muốn biết từng ngày, từng giờ, từng tháng, từng năm. Họ còn muốn biết thời điểm nào có nhiều người tới nhất. Thời điểm nào có ít người tới nhất. Trung bình có bao nhiêu người tới thăm trang web trong cùng một giây, một phút. Họ muốn biết những điều này để làm gì?

Chắc chúng ta còn nhớ câu nói quen thuộc của người xưa "Biết địch biết ta, trăm trận đánh trăm trận thắng". Trên Internet thì chẳng có địch và cũng chẳng có đánh đấm gì cả! Nhưng ngụ ngôn này cho chúng ta biết rằng nếu là một cơ sở thương mại tức là họ phải có một thứ gì đó để bán. Lợi tức từ việc buôn bán đó là sự sống của họ. Do đó, họ phải biết quảng cáo. Khi đã dùng Internet để quảng cáo, tức thì họ muốn biết hiệu năng của sự quảng cáo đó. Mỗi ngày, mỗi tháng, mỗi năm họ muốn có câu trả lời cho những câu hỏi trên để họ lượng định về hiệu năng của lối quảng cáo, về khả năng của máy móc của họ đang có. Họ muốn biết những người lên Internet sẽ thích tìm những gì? Khi đến trang web của mình họ sẽ ở đó bao lâu? Họ có trở lại không? Những trang nào họ thích xem nhất và ở đó lâu nhất?

Nếu biết được khi nào có nhiều người đến thăm nhất và biết được chỗ yếu của máy chúng ta, chúng ta sẽ nâng cấp máy hay bổ túc thêm máy để thu hút thêm nhiều người đến thăm. Quan trọng nhất là chúng ta không nên để sự giới hạn về máy móc của chúng ta làm cản trở việc thăm viếng của những khách hàng. Nếu biết được trang web nào thường được xem nhất, chúng ta sẽ mang nó lên gần trang đầu để mọi người có thể thấy được ngay. Nếu biết được trang nào ít người đến thì chúng ta phải tự đặt câu hỏi tại sao?

Để có thể lượng định và đánh giá được hiệu quả của việc quảng cáo trên Internet, chúng ta cần đến một nhu liệu thuộc loại "Web Usage Tracking Tool", hay "Web Tracking Tool" (Thiết bị theo dõi việc sử dụng trang web), nếu chúng ta tự làm lấy. Nếu chúng ta không có khả năng tự làm lấy, chúng ta có thể thuê mướn dịch vụ theo dõi này. Các nơi cung cấp dịch vụ này cũng chẳng làm gì khác hơn là dùng một nhu liệu thuộc loại này để theo dõi sự truy nhập tới trang web của chúng ta. Các nhu liệu hay dịch vụ thuộc loại này cũng có nhiều cấp bậc. Những nhu liệu yếu kém sẽ chỉ có thể trả lời vài câu hỏi nêu trên. Những nhu liệu tối tân hơn có thể đo lường và theo dõi được nhiều hơn; do đó, nó có thể trả lời được nhiều câu hỏi nơi trên hơn.

Những nhu liệu theo dõi việc sử dụng trang web làm những gì? Có nhu liệu theo dõi từng chuyển động nơi mạch dẫn (data pipe). Theo dõi từng yêu cầu gửi đến. Theo dõi từng bước làm việc của máy chủ, từng gói dữ kiện được gửi ra. Có nhu liệu chỉ phân tích tập tin nhật ký (log) của máy chủ. Có nhu liệu chỉ theo dõi sự truy nhập đến trang web (phương pháp "hit counter"). Mỗi loại nhu liệu đều có cái hay cái dở của nó. Mỗi phương pháp thống kê hay theo dõi đều có ưu điểm và khuyết điểm của nó.

Đã có những lý luận thuận và chống việc thống kê và theo dõi này. Những lý luận thuận có cùng ý nghĩ với những gì chúng ta đã bàn qua. Những lý luận chống thì dựa trên những khuyết điểm của các phương pháp hay nhu liệu để đi đến kết luận là việc thống kê hay theo dõi này chỉ làm tốn tài chánh và thời gian. Chúng chẳng mang đến một kết quả đáng tin cậy nào.

Chúng ta hãy thử lắng nghe một lý luận chống đối việc thống kê và theo dõi sự truy nhập trang web bằng phương pháp "hit counter". Phương pháp này cài một tham chiếu nơi trang web. Mỗi khi trang web này được yêu cầu, tham chiếu đó sẽ chạy (run) một nhu liệu CGI (Common Gateway Interface) đặt nơi máy chủ. Nhu liệu này sẽ tăng số đếm lên một. Số đếm này được cất nơi một tập tin nơi máy chủ.

Phương pháp này cho chúng ta biết trang web này được yêu cầu bao nhiêu lần. Con số mà chúng ta có được qua phương pháp này có đáng tin cậy không? Phe chống đối đã lý luận như sau: Phương pháp này cho chúng ta biết trang web được yêu cầu bao nhiêu lần, nhưng không cho biết ai đã yêu cầu trang web này. Do đó, nếu cho rằng trang web của chúng ta đã được xem bởi 100 người và đi đến kết luận rằng lối quảng cáo này có hiệu quả, chúng ta đã quá chủ quan. Vì phương pháp này không biết được ai đã yêu cầu trang web, do đó con số 100 kia có thể là do một người yêu cầu. Theo lý luận của phe chống thì chúng ta chỉ có thể đi đến kết luận rằng đã có một hoặc nhiều hơn một người đã xem trang web của chúng ta. Theo Jeff Boldberg, tác giả của trang web "Why web usage statistics are (worse than) meaningless", nếu các thống kê hay sự theo dõi không mang đến một kết quả trung thực thì thà đừng có nó còn hơn.[2]

Tóm lại, nếu mục đích của việc sử dụng *access counter* là làm cho trang thêm phần phong phú thì chúng ta nên gắn. Nếu chúng ta chỉ cần một khái niệm đại khái về số lần trang web của chúng ta được đọc thì chúng ta cũng nên để. Nhưng nếu chúng ta cần biết chính xác bao nhiêu người khác nhau đã đọc trang web, thì theo Jeff Boldberg, chúng ta không nên gắn *access counter* làm gì cho mất công, và còn làm chậm đi việc tải trang web.

16.2 Làm Thế Nào Để Có Một Access Counter

Như đã được đề cập nơi trên, chúng ta có nhiều hơn một cách để có được một con số ước đoán số người tới thăm trang web của chúng ta. Một cách vắn tắt chúng ta có 4 cách như sau:

1. Sở làm hay công ty cung cấp dịch vụ Internet (ISP) cho chúng ta đã có dịch vụ này.
2. Mướn một công ty hay cá nhân nào đó làm giùm.
3. Nhờ một công ty hay cá nhân nào đó làm miễn phí.
4. Tự làm lấy.

Cách Thứ Nhất

Trước khi bắt tay vào tìm kiếm hay làm lấy *access counter*, chúng ta nên hỏi những người quản lý máy chủ của nơi chúng ta đặt các trang web. Nếu họ đã có dịch vụ cung cấp các bảng thống kê và theo dõi các truy nhập vào trang web miễn phí thì chúng ta chỉ cần yêu cầu và xin chỉ dẫn cách sử dụng là xong. Nếu họ đòi hỏi một lệ phí thì chúng ta rơi vào trường hợp thứ hai.

Cách này được xem là khá hữu hiệu, dễ làm và không mất tiền.

Cách Thứ Hai

Nếu không tìm thấy một nơi nào cho chúng ta sử dụng *access counter* miễn phí, không có điều kiện, chúng ta sẽ phải nghĩ tới cách thứ hai. Đó là mướn một công ty hay một cá nhân nào đó làm giùm. Lệ phí thay đổi tùy theo yêu cầu của chúng ta, và cũng thay đổi theo mỗi công ty hay cá nhân cung cấp dịch vụ. Thí dụ, công ty LiveCounter PnP (www.chami.com/prog/lc/pnp/) tính lệ phí $2US một tháng nếu trang web chúng ta có dưới 200 yêu cầu (page hit) một tháng, $4US nếu trang web có dưới 1000 yêu cầu một tháng. Liên lạc với LiveCounter PnP ở địa chỉ trên để biết thêm về các giá biểu và điều kiện.

Một danh sách dài các công ty cung cấp dịch vụ thống kê và theo dõi sự truy nhập trang web có thể được tìm thấy ở địa chỉ:

- http://guava.futuris.net/nickp/counter.html, và
- http://home/earthlink.net/~amp74/index.html.

Cách này cũng được xem là khá hữu hiệu, dễ làm, nhưng phải mất tiền.

Cách Thứ Ba

Nếu không có tài chánh để chi phí cho dịch vụ thống kê và theo dõi sự truy nhập trang web, chúng ta vẫn có cách để có được *access counter*. Đó là tìm các công ty cung cấp dịch vụ này một cách miễn phí. Có nơi cho chúng ta dịch vụ này miễn phí hoàn toàn. Cũng có nơi cho chúng ta dịch vụ này để đổi lấy quảng cáo. Tức là chúng ta có được *access counter*. Ngược lại, những ai tới coi trang web của chúng ta sẽ phải thấy cái quảng cáo của công ty đó. Các công ty này sẽ cung cấp cho chúng ta các nhu liệu để phục vụ việc thống kê và theo dõi sự truy nhập trang web của chúng ta. Các nhu liệu này được đặt nơi máy của họ. Họ sẽ chỉ dẫn cho chúng ta những gì phải làm để có được một *access counter* trên trang web của chúng ta.

Thí dụ về các công ty cho chúng ta dịch vụ thống kê miễn phí để đổi lấy quảng cáo như là:

- Web International (www.pagecount.com)
- WebTracker (www.fxweb.holowww.com/tracker/config.shtml)
- Information Access Technologies, Inc. (www.aaddzz.com/pages/counters)

Công ty Lanka Online (www.lankaonline.com/public/counter/) cho chúng ta dịch vụ *access counter* miễn phí, nhưng chúng ta phải làm một điểm nối từ trang web của chúng ta tới trang web của họ. Cách gắn *access counter* vào trang web qua công ty này sẽ được chỉ dẫn nơi đoạn sau. Muốn biết thêm về các công ty cho miễn phí *access counter*, hãy tìm đến địa chỉ:

- home/earthlink.net/~amp74/index.html, hay
- remcen.ehhs.cmich.edu/~cmslater/counters.html

Chúng ta cũng có thể tìm thấy các nhu liệu *access counter* được phát miễn phí (freeware). Thí dụ ở địa chỉ charon.assert.ee/counters.htm[11].

Cách này không mất tiền và cũng được xem là dễ làm, nhưng lại không hữu hiệu vì chúng ta lệ thuộc vào công ty đó. Thêm vào đó, không có một giao kèo nào để bảo đảm là công ty đó sẽ tiếp tục cho chúng ta sử dụng access counter của họ vào ngày mai.

Cách Thứ Tư

Chúng ta tự làm lấy *access counter*. Cách này hữu hiệu nhất và không tốn tiền nhưng đòi hỏi chúng ta rất nhiều thời gian. Nhất là đối với một người bình thường không biết gì về viết thảo trình điện toán cả. Muốn thảo một thảo trình *access counter* chúng ta phải biết máy chủ thuộc loại máy gì? Thí dụ Unix, Mac hay PC? Chúng ta cũng phải biết nhu liệu máy chủ thuộc loại nào? Thí dụ Apache, NCSA, EMWAC, Purveyor, SAIC, Microsoft IIS. Chúng ta cũng phải biết cách lập trình bằng ngôn ngữ lập trình hỗ trợ bởi máy chủ. Các ngôn ngữ lập trình thường được dùng để làm access counter nhất là Perl, Tcl, C hay C++.

Nếu chúng ta cảm thấy xa lạ với các loại máy, tên máy chủ hay tên của các ngôn ngữ lập trình trên thì cách tốt nhất là tránh xa cách thứ tư này. Nếu chúng ta muốn thử thách thì hãy bắt đầu bằng cách tìm những nơi nào trên Internet có cho miễn phí mã gốc của thảo trình *access counter*. Từ đó, chúng ta sẽ mổ sẻ chúng để học hỏi và tạo cho mình một *access counter* riêng.

Sau đây là một số nơi cho chúng ta mã gốc (source code) của các thảo trình *access counter*. Đối với hệ điều hành Unix chúng ta có:

- EasyCounter (www.bcpl.lib.md.us/~sandyste/ezcounter.html)
- CronCount (www.ee.pdx.edu/~maurice/CRONCOUNT/)
- Access_Count (members.aol.com/htmlguru/access_counts.html)
- Counter và Text Counter (www.worldwidemart.com/scripts/)

Đối với hệ điều hành Windows NT hay 95 chúng ta có:

- Web Page Counter (www.behold-software.com/counter/)
- WWW-page Access Counter (charon.assert.ee/counters.htm)

Đối với các hệ điều hành khác hãy tìm đến địa chỉ

- www.fccc.edu/users/muquit/Count.html.

16.3 Nguyên Tắc Làm Việc Của Access Counter

Mỗi *access counter* có một cách làm việc khác nhau. Chúng ta không có thời gian để tìm hiểu hết về chúng; do đó, chúng ta sẽ chỉ tìm hiểu về nguyên tắc làm việc chung của các loại *access counter* mà chúng ta thường thấy nhất trên các trang web. Cái nhìn của các *access counter* dùng trên trang web giống các hình sau:

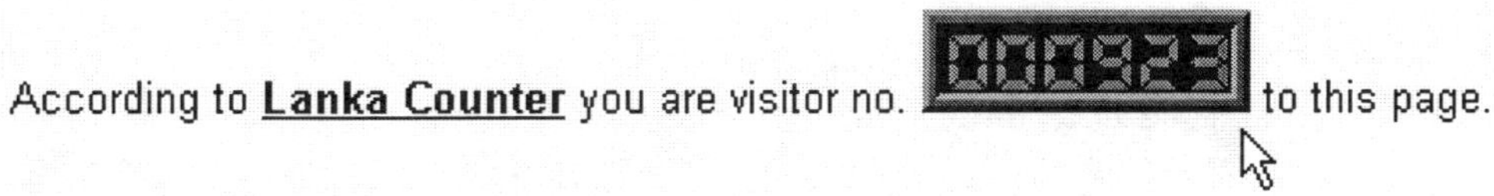

Hình 16-1: Thí dụ số một về access counter

Hình 16-2: Thí dụ số hai về access counter

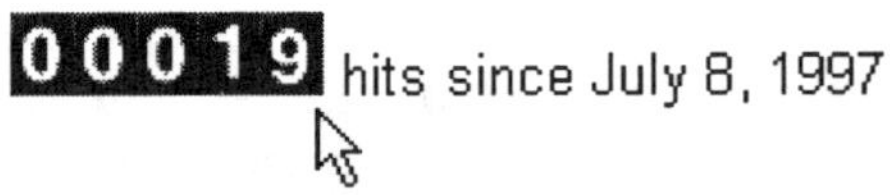

Hình 16-3: Thí dụ số ba về access counter

Nếu chúng ta xem phần mã gốc (view source) của các trang web này, chúng ta sẽ khó có thể tìm thấy một tag nào có vẻ là tag để làm *access counter*. Nếu cố gắng ghép các đoạn văn hay hình vẽ nhìn thấy nơi trang web với các tag trong phần mã gốc để loại bỏ những đoạn nào không phải là *access counter*, chúng ta sẽ còn lại một tag tương tự như sau: `<IMG SRC=".....">` hay một chuỗi các tag như `<IMG SRC="1.gif"><IMG SRC="8.gif"><IMG SRC="3.gif"><IMG SRC="0.gif"><IMG SRC="2.gif">`.

Đến đây chúng ta sẽ tự hỏi "không lẽ *access counter* là những tấm hình?" Để kiểm lại một lần nữa, chúng ta nhấp nút phải của chuột (right click) lên hình *access counter* nơi trang web. Nếu chúng ta nhận được một "popup menu" trong đó có hàng chữ, đại khái như "Save picture as", hay "Save Image as", thì đúng vậy, *access counter* mà chúng ta thấy là một hay một chuỗi bức hình. Đến đây, chúng ta lại càng ngạc nhiên hơn và tự hỏi "nếu *access counter* là bức hình thì làm sao nó biết là phải hiện ra bức hình số mấy?

Thật ra, nguyên tắc làm việc của *access counter* là như sau. Nơi trang web chúng ta muốn đặt một *access counter*, chúng ta viết một hàng lệnh như:

```
<IMG SRC="http://counter.telalink.net/cgi-bin/
  counter?mypage&width=5">
```

hay:

```
<IMG SRC="/cgi-bin/Count.cgi?df=mypage.dat">
```

hay:

```
<IMG SRC="/cgi-bin/counter.exe?link=mypage">
```

hay:

```
<!--#exec cgi="/scripts/textcounter/counter.pl"-->
```

Giá trị của thuộc tính `SRC` trong các thí dụ này khác nhau tùy theo từng *access counter* mà chúng ta dùng. Nói chung, chúng ta dùng tag `<IMG>` nhưng thuộc tính `SRC` không chỉ tới một bức hình mà chỉ tới một nhu liệu. Các nhu liệu này được gọi là CGI (Common Gateway Interface). Các nhu liệu này được viết bằng ngôn ngữ lập trình Perl, Tcl, C hay một ngôn ngữ nào đó, và được đặt nơi máy chủ nơi chúng ta để trang web, hay một máy chủ nào đó. Trong trường hợp thứ hai, chúng ta phải ghi đủ toàn bộ địa chỉ của nhu liệu và máy chủ như:

```
<IMG SRC="http://counter.telalink.net/cgi-bin/counter .....>
```

Chúng ta phần nào đoán được các nhu liệu này là CGI vì chúng được đặt trong ngăn (directory) *cgi-bin*. Khi chúng ta yêu cầu xem một trang web có chứa hàng mã trên, máy chủ nơi chứa trang web sẽ đọc trang web đó gửi về cho chúng ta. Trong khi đọc, nếu nó thấy hàng mã trên, nó sẽ chạy nhu liệu *access counter*. Trong các thí dụ trên, tên của các nhu liệu *access counter* là "*counter*", "*Counter.cgi*" hay "*counter.exe*". Tên của nhu liệu có thể là bất cứ tên gì. Khi nhu liệu *access counter* được chạy, nó lấy vào các tham số ghi sau dấu chấm hỏi như trong các thí dụ trên. Tiếp theo đó, nhu liệu *access counter* sẽ mở tập tin chứa số đếm của trang web; tăng số đếm lên một; cất tập tin đó lại chỗ cũ. Dựa trên con số mới này, nhu liệu đó sẽ ghép hình các con số, như *1.gif*, *3.gif*, thành một con số tương đương và đặt vào vị trí của tag `<IMG>` rồi gửi về cho chúng ta. Có nhu liệu không ghép hình các con số lại thành một tấm hình duy nhất mà gửi một chuỗi các hình con số về. Chính vì thế, khi trang web về đến máy của chúng ta thì chỉ còn là tag `<IMG>` với thuộc tính `SRC` chỉ tới một bức hình (hay một chuỗi các bức hình) mang số đếm của *access counter*.

Tóm lại, muốn đặt một *access counter* lên trang web của chúng ta, chúng ta cần phải có một chỗ để giữ số đếm cho trang web và một nhu liệu để tăng số đếm đó và ghép hình các con số gửi về theo trang web. Làm thế nào để có được nhu liệu *access counter* đã được bàn tới nơi đoạn 16.2. Làm thế nào để gắn *access counter* vào trang web sẽ được giải thích nơi đoạn 16.5.

16.4 Các Loại Counter

Khi nói tới counter cho trang web tức là chúng ta nói tới con số được ghi nơi trang web. Con số này ám chỉ số lần trang web đã được yêu cầu. Con số này có thể được ghi dưới dạng chữ hay hình. Thí dụ:

This page has been accessed **261585** times.

Hình 16-4: Text counter

Hình 16-5: Graphic counter

Do đó, trước khi đi kiếm nhu liệu *access counter* chúng ta nên quyết định trước chúng ta muốn dùng loại *counter* nào? *Counter* bằng chữ (text counter), hay *counter* bằng hình (graphic counter)? *Counter* bằng chữ sẽ được đọc nhanh hơn *counter* bằng hình. *Counter* bằng hình mà chỉ có một hình sẽ được đọc nhanh hơn là *counter* dùng một chuỗi hình.

16.5 Gắn Access Counter Vào Trang Web

Khi đọc tới đoạn này, tác giả xin giả sử là chúng ta đã có một nhu liệu *access counter*. Làm thế nào để có nó đã được bàn tới nơi đoạn 16.2. Chúng ta sẽ bàn về cách phối hợp nhu liệu đó với các HTML tag để thực hiện được một *access counter* cho trang web.

Nếu chúng ta viết lấy nhu liệu *access counter*, chúng ta hãy hỏi người quản lý máy chủ về chỗ để nhu liệu *access counter*. Chúng ta cần để nhu liệu *access counter* và những tập tin số cho các trang web vào đúng ngăn của chúng. Chúng ta cũng đừng quên đổi mốt (mode) của các nhu liệu *access counter* cho thích hợp. Thường, mốt thích hợp là mốt cho phép người ngoài chạy được nhu liệu *access counter* của chúng ta. Nếu chúng ta dùng hệ điều hành Unix, lệnh đổi mốt đó thường là:

```
chmod 755 /path/directory/
```

hay

```
chmod 777 /path/directory/
```

Nếu không hiểu được đoạn văn vừa rồi đã nói gì, chúng ta nên nhờ người quản lý máy chủ giúp chúng ta. Đừng thử làm lấy. Các lệnh này rất nguy hiểm. Nếu sử dụng sai chỗ, chúng ta có thể cho phép mọi người vào phá máy chủ. Chính vì sự nguy hiểm của việc dùng mệnh lệnh này sai chỗ, một số người quản lý máy chủ không cho phép chúng ta thực hiện những mệnh lệnh này. Thay vào đó, họ muốn chúng ta yêu cầu để họ làm.

Một khi chúng ta đã có nhu liệu *access counter* đặt ở đúng chỗ và đổi mốt để cho mọi người có thể chạy nó được, việc kế tiếp chúng ta sẽ làm là gọi nhu liệu đó từ trang web của chúng ta. Nếu không tự viết được các nhu liệu *access counter*, chúng ta hãy dùng các access counter cho dùng miễn phí trên Internet như đã được đề cập nơi đoạn 16.2, "Cách Thứ Ba". Một trong các *access counter* cho dùng miễn phí là CyberHits Counter của công ty CyberHits ở địa chỉ (www.freecounter.com). Khi tới trang nhà của công ty này, chúng ta lấy miễn phí counter, và được dẫn tới một trang web ghi danh như ở hình 16-6.

Hình 16-6: Ghi danh lấy access counter

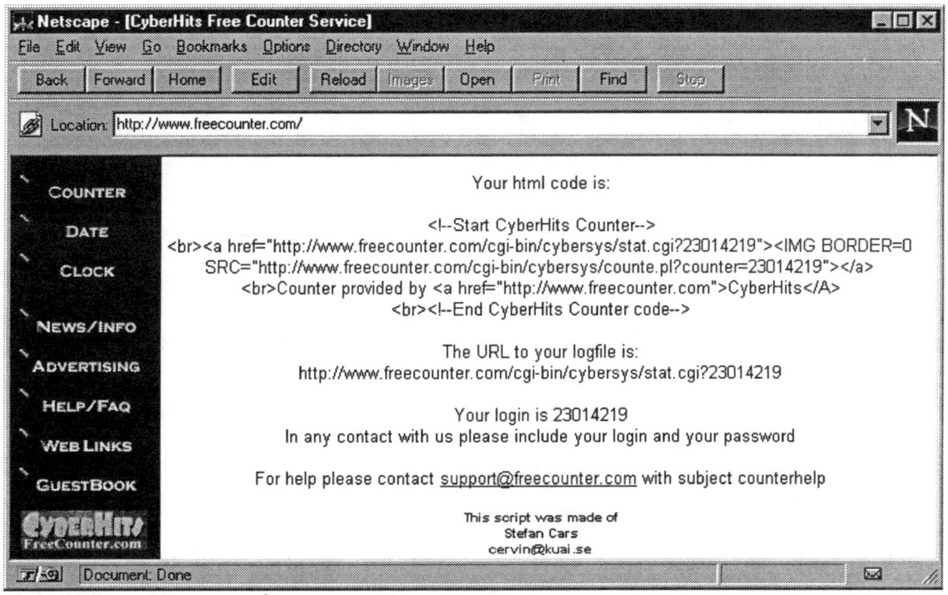

Hình 16-7: Phần mã gợi ý để ghi vào trang web

Chúng ta điền vào những ô trống với những chi tiết cần thiết rồi nhấn nút **Submit**. CyberHits liền cho tạo một tập tin *access counter* nơi máy chủ của họ và cho chúng ta biết những gì cần ghi nơi trang web của chúng ta để dùng được counter đó. Chúng ta cần chép toàn bộ những gì đã được gợi ý vào một trang web nào đó mà chúng ta muốn đặt counter. Màn ảnh chứa phần mã gợi ý của CyperHits nhìn như ở hình 16-7.

Một thí dụ khác về *access counter* miễn phí là Lanka Counter (www.lankaonline.com/public/counter/). Công ty Lanka Online này cho chúng ta dùng miễn phí và đòi hỏi chúng ta phải làm một điểm nối tới trang web của họ. Toàn bộ phần mã để gắn *access counter* của Lanka sẽ được ghi rõ nơi trang web của Lanka. Thí dụ về cách gắn đó như sau:

```
<P>According to <B><A
   HREF="http://www.lankaonline.com/public/counter"
   TARGET="_top">Lanka Counter</A></B> you are visitor no. <IMG
   SRC="http://lankaonline.com/public/counter/Count.cgi?df=hitcount&s
   t=1" HEIGHT=32 WIDTH=102> to this page. </P>
```

Trong phần mã gợi ý bởi công ty Lanka Online ở trên, chúng ta cần viết vào trang web y hệt như đã được gợi ý ngoại trừ nhóm chữ **df=hitcount**. "**df**" viết tắt của chữ "data file". Do đó, theo sau chữ **df=** chúng ta sẽ tự đặt cho chúng ta một "data file", một tên nào đó cho trang web của chúng ta. Trong thí dụ này, tác giả đã dùng tên là **hitcount**. Lanka Online không giải thích rõ nguyên tắc đặt tên như thế nào. Theo kinh nghiệm thì chúng ta sẽ tự đặt lấy một tên nào đó thật cá biệt cho trang web của chúng ta. Nguyên tắc này có thể thay đổi, hãy kiểm lại với công ty Lanka Online. Về kiểu số được dùng, chúng ta có nhiều lựa chọn, từ kiểu số, đến mầu sắc, v.v... Để biết thêm về các lựa chọn chúng ta có thể dùng, hãy đọc nơi trang web *http://lankaonline.com/public/counter/countoption.htm*.

Lưu Ý: *Trước khi sử dụng một access counter của người khác chúng ta hãy kiểm lại với họ để biết rằng dịch vụ đó có còn tiếp tục hay không? Tức là chúng ta có thể làm một cái counter mới cho chúng ta được không?*

Tóm lại, điểm chính trong việc phối hợp trang web của chúng ta với nhu liệu *access counter* là tag `<IMG...>` hay mã `<!-- exec .....>` mà chúng ta đã đọc nơi đoạn 16.3. Các tham số theo sau tên của nhu liệu *access counter* (theo sau dấu chấm hỏi) thay đổi tùy theo nhu liệu chúng ta dùng. Hãy liên lạc với chủ nhân của nhu liệu *access counter* đó để biết về cách gọi nhu liệu đó và các tham số có thể dùng được.

16.6 Lấy Hình Các Con Số Ở Đâu?

Đối với các *access counte*r bằng hình, hầu hết các tác giả của nhu liệu *access counter* đều đính kèm ít nhất một bộ hình các con số. Đồng thời hầu hết các nhu liệu *access counter* cũng cho chúng ta lựa chọn bộ hình số nào được dùng qua các tham số ghi nơi trang web. Nếu muốn tìm các kiểu hình số để dùng cho *access counter*, chúng ta có 3 cách:

1. Liên lạc với chủ nhân của *access counter* mà chúng ta đang dùng.

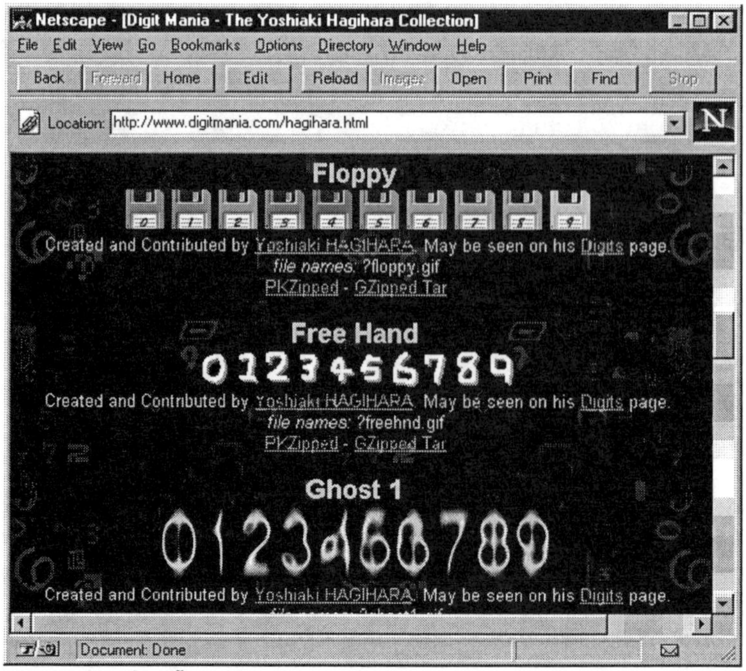

Hình 16-8: Nơi cho hình số miễn phí

2. Tìm đến các nơi cho miễn phí các bộ hình số như: *www.digitmania.com.*

3. Tự làm lấy.

Nếu tự làm lấy các hình số, chúng ta nên để ý tới kích thước và mầu sắc của hình. Kích thước nên chỉ vừa đủ lớn. Thường, các *access counter* cần nhiều hơn một con số. Càng nhiều số, tức là càng nhiều hình, nên sẽ cần lấy xuống nhiều hơn, lâu hơn. Nếu hình số có kích thước lớn, tốc độ lấy xuống sẽ còn chậm hơn nữa. Mầu sắc của các con số cũng rất quan trọng vì mầu sắc của nền của trang web có thể sẽ được thay đổi về sau. Để cho các hình số thích hợp với mọi trang web nhiều người đã dùng mầu sáng cho số và đóng khung các con số trong một khung mầu đậm.

16.7 Tóm Tắt

Nếu thật sự muốn biết về thống kê của việc truy nhập trang web, chúng ta nên tự làm lấy các nhu liệu *access counter* hay mướn dịch vụ *access counter* từ một công ty đáng tin tưởng. Nếu chỉ muốn biết đại khái về số lần trang web của chúng ta được yêu cầu, chúng ta có thể dùng các *access counter* miễn phí nhưng đòi hỏi một trao đổi về quảng cáo hay điểm nối. Nếu may mắn, chúng ta cũng có thể tìm được các *access counter* cho sử dụng hoàn toàn miễn phí.

Khi sử dụng một *access counter* của người khác và không có giao kèo hẳn hoi, chúng ta phải tự biết rằng một ngày nào đó *access counter* đó sẽ không còn sử dụng được nữa. Thêm vào đó, sự chính xác của *access counter* đó cũng không được bảo đảm. Muốn có được sự bảo đảm và chính xác chúng ta phải tự làm lấy các *access counter* cho chúng ta. Chúng ta có thể dùng một ngôn ngữ lập trình nào đó, thí dụ như Perl, Tcl, C, thích hợp với máy chủ của chúng ta. Nếu không tự viết lấy được, chúng ta vẫn có thể có được các nhu liệu *access counter* bằng cách lục lọi trên Internet. Sẽ có những công ty hay cá nhân phát miễn phí mã gốc của một số các *access counter.*

Khi có được một nhu liệu *access counter*, chúng ta phải đặt nó cùng tất cả các tập tin liên hệ vào đúng ngăn nào đó cho phép bởi người quản lý máy chủ. Thường ngăn đó được đặt tên là *cgi-bin.* Sau khi đặt các tập tin vào đúng ngăn, chúng ta cũng phải tự đổi mốt, hay nhờ người quản lý máy chủ đổi mốt cho các tập tin hay ngăn chứa các tập tin đó với mốt "chạy được" (executable) bởi mọi người.

16.8 Câu Hỏi & Trả Lời

1. Một *counter* có thể được dùng cho nhiều trang web được không?

TL: Được, nhưng các số đếm cho riêng từng trang web phải được giữ riêng biệt. Nếu chúng ta chứa số đếm cho trang web trong một tập tin, chúng ta phải có riêng từng tập tin cho mỗi trang web.

2. Có những chỗ nào cho chúng ta sử dụng *access counter* hoàn toàn miễn phí?

TL: Có nơi cho chúng ta mã gốc miễn phí. Có được mã gốc đó chúng ta phải biết "compile" và đặt nó nơi máy chủ cùng với những cài đặt cần thiết. Cũng có nơi cho sử dụng miễn phí *counter* ngay trên máy chủ của họ. Những nơi này có khi không hề phổ biến và cũng không hề chỉ dẫn cách sử dụng. Nếu may mắn tìm được, chúng ta cũng phải tự mò lấy cách sử dụng.

Thông thường, khi gặp một *counter* như vậy, chúng ta thử đổi tên của tập tin chứa số đếm. Đừng lẫn lộn tên của tập tin chứa số đếm, và tên của nhu liệu *counter*. Thí dụ, trong hàng lệnh dưới đây "counter" là tên của nhu liệu *counter*, "xxx" là tên của tập tin chứa số đếm. Chúng ta chỉ việc thay "xxx" bằng một tên riêng biệt cho mỗi trang web, và giữ yên tên "counter".

- http://counter.telalink.net/cgi-bin/counter?xxx&width=5

Các counter khác chúng ta có thể dùng là:

- http://www.uni-duesseldorf.de/cgi-bin/nph-count?width=5&link=xxx, hay
- http://www.newbrunswick.com/cgi-bin/Count.cgi?df=xxx.dat

Lưu Ý: *Chúng ta nhớ đổi tên "xxx" thành một tên nào đó thật cá biệt cho riêng chúng ta. Thí dụ: ~mly/index.htm, ~yourinitial/yourwebpage.htm. Chúng ta cũng đừng quên rằng khi sử dụng một counter của người khác và không có một giao kèo, counter đó có thể sẽ không chạy vào ngày mai.*

---

3. Làm sao biết được *counter* nào cho sử dụng hoàn toàn miễn phí?

TL: Hãy hỏi chủ nhân của *counter* đó. Nếu không hỏi được thì hãy dùng thử, nếu họ không than phiền gì thì chúng ta có thể tự cho là dùng được miễn phí. Muốn tìm các *counter* miễn phí, chúng ta tìm các trang web trên internet nào có gắn *counter*. Xem phần mã gốc (view source), và tìm các hàng lệnh tương tự như các hàng lệnh đã được đề cập nơi đoạn 16.3, hay tương tự như ở câu hỏi trên. Thử thay thế tên của tập tin số đếm, sau dấu chấm hỏi, và gắn nó vào trang web của chúng ta. Tiếp đến thử đọc (refresh) trang web của chúng ta vài lần xem số đếm có tăng không? Nếu có tăng thì *counter* này sử dụng được.

Thí dụ, trong trang web ở địa chỉ *www.newbrunswick.com* chúng ta tìm thấy hàng lệnh sau đây:

```
<img src="/cgi-bin/Count.cgi?df=citymarket.dat" align=absmiddle
width=102 height=32>
```

chúng ta hãy tạo một trang web tạm và nội dung của trang web chỉ có hàng lệnh trên. Chúng ta đổi "**citymarket.dat**" thành một tên nào đó (thí dụ: **xyz**) rồi cất ra đĩa và dùng *browser* đọc thử. Nếu *browser* hiện lên một khung hình có số như hình 16-9, chúng ta thử "reload/refresh" trang web đó vài lần nữa xem số có tăng hay không. Nếu hình số tiếp tục tăng, chúng ta biết được *counter* đó sử dụng được.

4. Trang web của tôi cũng tự động tăng số khi tôi xem. Như vậy, con số *counter* sẽ không còn chính xác. Có cách nào cho *counter* đừng tăng số khi chính mình đến xem trang web của mình?

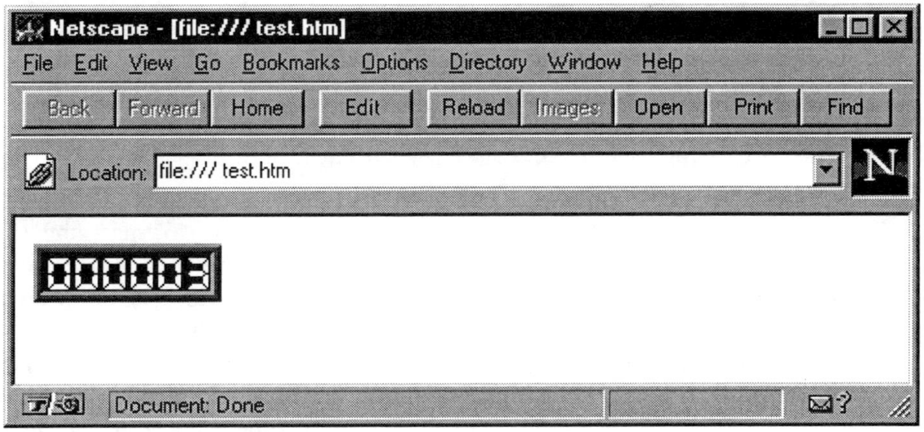

Hình 16-9: Thử một counter mới

TL: Có một số *access counter* làm được chuyện này. Thật sự làm được chuyện này hay không hoàn toàn tùy thuộc vào nhu liệu *access counter*. Nếu chúng ta tự viết lấy, chúng ta sẽ hoàn toàn kiểm soát được việc này. Còn không, chúng ta đành "bỏ mặc số phận" cho *counter* mà chúng ta mượn. Chính vì lý do này mà ông Jeff Goldberg đã nói rằng các *counter* làm việc không chính xác và khuyên chúng ta không nên tin tưởng quá vào các *counter*.[2]

5. Chúng ta nên đặt *counter* ở đâu trong trang web?

TL: Có hai ý kiến trái ngược nhau nhưng cái lý nào cũng có cái hay của nó. Có ý kiến cho là nên đặt *counter* ở ngay đầu trang, nhất là trước các tấm hình để phòng khi tấm hình đòi hỏi thời gian lấy xuống lâu, độc giả có thể sẽ nhấn nút **STOP** để ngưng lấy xuống. Khi đó *counter* đã được lấy xuống và đã tính lần lấy xuống này. Nếu chúng ta nghĩ rằng lần lấy xuống này chưa hoàn tất, và không kể thì chúng ta nên đặt *counter* ở cuối trang.

Một ý kiến khác gợi ý đặt *counter* ở cuối trang web là vì thường *counter* đòi hỏi một thời gian để máy chủ chạy nhu liệu *access counter*, và cập nhật số đếm trước khi gửi hình số đếm về cho chúng ta. Khi đó, nếu chúng ta để *counter* ở đầu trang, độc giả sẽ phải đợi cho hình số đếm hiện ra rồi mới thấy được phần nội dung của trang web. Nội dung của trang web mới là quan trọng. Đó mới là những gì độc giả muốn đọc. Khi đặt *counter* nơi đầu trang như vậy, chúng ta có thể tạo sự chờ đợi cho độc giả. Kết quả có thể làm cho độc giả nản lòng và không đọc nốt, hoặc không trở lại trang web của chúng ta nữa.

Tóm lại, tùy theo sở thích của chúng ta. Nếu chúng ta coi việc đếm số là quan trọng thì chúng ta đặt *counter* lên đầu trang. Ngược lại, chúng ta đặt counter nơi cuối trang.

6. Có trang web đã khoe rằng họ có cả trăm ngàn "hit" một ngày. Điều đó có tin được không?

TL: Có thể có và cũng có thể không. Nếu trang web của họ có một cái gì đó mà hầu hết mọi người lên Internet đều phải dùng đến thì con số trăm ngàn "hit" một ngày có thể là ít. Thí dụ về các trang web đó là các trang web của các trung tâm tìm tin (search engines). Mỗi khi chúng ta dùng trung tâm tìm tin để kiếm một trang web, đâu phải chúng ta tìm một lần là được ngay. Mỗi lần tìm như vậy, chúng ta cũng đã phải thử mấy lần. Lấy con số trăm ngàn đó chia cho "mấy lần" ở đây thì con số còn lại chẳng có bao nhiêu.

Ý kiến cho rằng con số đó không thể tin được cũng có lý do của nó. Tất cả mọi việc đếm số đều được làm nơi máy chủ. Thêm vào đó, máy chủ là của tư nhân do đó không ai ngoài chủ nhân của máy chủ có thể theo dõi được việc đếm số này. Ngay của nhu liệu đếm số cũng chẳng có ai kiểm lại xem nó có làm việc chính xác hay không, hay lô-gic của nó có hợp lý hay không. Một số counter khi được dùng lần đầu tiên có đòi hỏi chúng ta cho con số bắt đầu. Một số nhu liệu đếm số cũng cho phép chúng ta sửa đổi số đếm. Chính vì vậy, chúng ta có thể cho rằng số đếm ấy đã bị sửa đổi; do đó, không còn chính xác nữa.

Lưu Ý: *Nếu chúng ta đang có trương mục Internet với công ty CompuServe, công ty này cho chúng ta 5Mb để đặt trang web và còn cho chúng ta đặt counter miễn phí. Hãy tìm đọc các chỉ dẫn về cách dùng counter với CompuServe nơi bài viết COUNTER.TXT, nơi diễn đàn Internet Community (Internet Community forum), trang Member's Home Pages Library, hoặc tìm đến địa chỉ http://cgi.sprynet.com/csi-bin/register.cgi*

16.9 Tài Liệu Tham Khảo

[1] Julie Bort, "Web Tracking Tools Chart Internet ROI," Software Magazine , July 1997, pp. 65-67.

[2] Jeff Goldberg, "Why web usage statistics are (worse than) meaningless," www.cranfield.ac.uk/stats.

[3] "LiveCounter Plug and Play", www.chami.com/prog/lc/pnp/.

[4] Carl Tashian, "Access Counters," www.nashville.net/~carl/htmlguide/tricks.html.

[5] Sanford Morton, "A Text Hit Counter," www.halcyon.com/sandord/cgi/text_counter/.

[6] Digit Mania, www.digitmania.com/.

[7] "Amps Free Counters & Trackers," home.earthlink.net/~amp74/index.html.

[8] "Free Web Counter from CompuServe & OurWorld," COUNTER.TXT, CompuServe, Internet Community Forum, Member's Home Pages Library.

[9] "Free Counters," remcen.ehhs.cmich.edu/~cmslater/counters.html.

[10] "WebTracker," www.fxweb.holowww.com/trackers/config.shtml.

[11] Henn Saar, "Web Page Access Counters," charon.assert.ee/counters.htm.

16.10 Tài Liệu Đọc Thêm

- Nick Pisarro, "Nick's Guide to Web Counters," guava.futuris.net/nickp/counter.html.
- CountMania.com, www.countmania.com.
- Dave Central, "Programming - Web Page Counters," www.davecentral.com/cgicount.html.
- Yahoo, Computers and Internet:Internet:Wolrd Wide Web: Programming:Access Counts.
- CyberHits, www.freecounter.com/main.html.
- Stephen Turner, "Analog: a WWW server logfile analysis program," www.lightside.net/analog.
- Mahammad A Muquit, "WWW Homepage Access Counter and Clock!," www.fcc.edu/users/muquit/Count.htm.
- Matt Wright, "Matt Wright's Script Archive," www.worldwidemart.com/scripts/.
- Kevin Athey, "Web Page Counter," www.behold-software.com/counter/.
- Henn Saar, "Web Page Access Counters," charon.assert.ee/counters.htm.
- Sandra Steingart, "EasyCounter," www.bcpl.lib.md.us/~sandyste/ezcount.html.
- Maurice L. Marvin, "CronCount," www.ee.pdx.edu/~maurice/CRONCOUNT/.
- Chuck Musciano, "Adding Access Counts To Your Documents," members.aol.com/htmlguru/access_counts.html.
- David Whittemore, "How I put page access counters into my pages," purgatory.ecn.purdue.edu:20002/JBC/david/how.html.
- George Burgyan, "HTML Access Counter 4.0," www.webtools.org/counter/.
- Web Counter, www.digits.com.
- Georgia Institute of Technology, "So you want a counter on your page?" www.isye.gatech.edu/asksystems/webmaster/counter.html.
- Joe Burns, Ph.D., "The HTML Goodies Home Page - Thanks for stopping by..." www.htmlgoodies.com/

Chương 17

Cascading Style Sheet

Style sheet đã có mặt từ nhiều năm nay, nhưng style sheet chưa được phổ biến vì 2 lý do. Thứ nhất, nó phức tạp. Thứ hai, style sheet ít được hỗ trợ bởi các hãng chế browser. Lý do bị tẩy chay, không phải vì nó không có hiệu quả mà là vì nó khá phức tạp và đòi hỏi các hãng chế browser phải tốn công nhiều hơn. Các hãng chế browser đã tìm một lối thoát khác là hỗ trợ các mã nới rộng (extensions) của chính mình tự đặt ra. Lý do dễ hiểu là để nhanh chóng có mặt trên thị trường hầu có lợi về mặt kinh tế.

Có người cho rằng style sheet đòi hỏi chúng ta viết nhiều mã HTML hơn; do đó, trang web sẽ dài hơn và sẽ cần nhiều thời gian để download hơn. Điều này chỉ đúng có một nửa. Nếu nói rằng chúng ta phải viết nhiều mã HTML hơn thì điều này chỉ đúng nếu chúng ta có một hoặc vài trang web. Nhưng nếu chúng ta có nhiều trang web, và chúng ta thống nhất một lối trình bầy thì dùng style sheet có thể sẽ viết ít hơn. Nhất là nếu chúng ta có nhiều lối trình bầy phong phú. Nếu chỉ dùng các lối trình bầy đơn giản thì cũng chẳng cần tới style sheet. Chúng ta chỉ cần tới style sheet khi chúng ta muốn kiểm soát từng phần tử trong trang web (như lề, mầu sắc, phông chữ), và muốn mỗi phần tử đó có một lối trình bầy riêng biệt, sắc sảo. Về thời gian lấy xuống, browser sẽ phải mất thêm một ít thời gian để lấy thêm phần style sheet. Điều này không thể tránh được, nhưng hầu hết các browser đều có "cache". Tức là browser chỉ phải lấy style sheet xuống một lần. Những lần sau style sheet sẽ được lấy từ cache.

Nói về hiệu quả của style sheet, chúng ta sẽ thấy, nó thật là hữu dụng. Style sheet có thể được ví như là một cây đũa thần có thể làm cho trang web của chúng ta có lối trình bầy sắc sảo và cá biệt hơn. Tới đầu năm 1997, sau khi đã hoàn tất các extensions của mình, các hãng chế tạo browser đã quay lại hỗ trợ style sheet. Do đó, từ mùa hè 1997 trở đi, chúng ta sẽ thấy ngày càng nhiều trang web sử dụng style sheet xuất hiện. Chúng ta có thể tìm thấy các browser có hỗ trợ style sheet ở địa chỉ

Hình 17-1: Dùng style sheet, không dùng hình ảnh

http://www.w3.org/pub/WWW/Style/css/#browsers. Một số các browser đó là: Microsoft Internet Explorer 3.0, 4.0, Netscape Navigator 4.0, Arena, Emacs-w3, Amaya, Lexicon.

Style sheet hữu dụng như thế nào? Khả năng và giới hạn ra sao? Cách sử dụng như thế nào? Trước khi đi tìm câu trả lời cho các câu hỏi này, tác giả xin lưu ý rằng Style Sheet khá phức tạp. Nếu chúng ta đã có kinh nghiệm sử dụng nhu liệu để trình bầy báo chí, bản tin, sách vở thì sẽ hiểu ngay khi thấy cách dùng style sheet. Nếu chưa có kinh nghiệm trình bầy các ấn phẩm, chúng ta cần xem vài trang web đã dùng style sheet. Sau đó, thực tập vài lối trình bầy đơn giản với style sheet thì chúng ta sẽ hiểu ngay.

Style sheet là một công cụ trình bầy trang web. Nói như thế, chúng ta có thể hiểu rằng tất cả những tag dùng để trình bầy trang web mà chúng ta đã học trong các chương trước đều có thể được thay thế bằng style sheet. Do đó, giải thích hết các nguyên tắc, định nghĩa, và cách sử dụng style sheet đòi hỏi chúng ta phải có thêm hơn 10 chương nữa. Nếu các độc giả đã học và thực hành kỹ các chương trước, tới chương này tác giả đoán chắc là độc giả đã có đủ khả năng và bản lãnh để thu thập khái niệm về style sheet một cách nhanh chóng. Dĩ nhiên là chúng ta vẫn phải thực hành để thấu hiểu được cách sử dụng style sheet một cách dễ dàng. Tác giả sẽ tóm gọn các nguyên tắc, và trả lời các câu hỏi đã nêu trên trong một chương này. Sau đó, chúng ta hãy tham khảo thêm về style sheet từ bản quy định (specification) do Ủy Ban Tiêu Chuẩn (W3C) ấn hành ở địa chỉ *http://www.w3.org/pub/WWW/TR/REC-CSS1-961217*.

Trong chương này chúng ta sẽ tìm hiểu về:

- Lợi điểm của style sheet
- Nguyên tắc làm việc của style sheet
- Cấu trúc của style sheet
- Các loại selector
- Cách định nghĩa các selector
- Các loại style sheet
- Cách sử dụng style sheet
- Các thuộc tính và tag mới
- Ghi chú bên trong style sheet
- Các đặc tính của style sheet
- Những điều cần tránh khi sử dụng style sheet

17.1 Lợi Điểm Của Style Sheet

Lợi điểm của style sheet rất dễ thấy khi chúng ta cần phải lập đi lập lại một lối trình bầy nào đó. Lấy thí dụ, chúng ta muốn kẻ một đường ngang với bề rộng 50% của màn ảnh, bề cao 5 ảnh tố (pixel), luôn đặt ở giữa trang, chúng ta cần viết như sau:

```
<HR WIDTH="50%" SIZE=5 ALIGN=center>
```

Nếu trang web của chúng ta cần 5 đường kẻ như vậy, chúng ta phải lập lại toàn bộ phần mã kể trên 5 lần. Nếu chúng ta có nhiều trang web, và trang web nào cũng cần vài đường kẻ như vậy, chúng ta vẫn phải lập lại nguyên phần mã kể trên cho mỗi đường kẻ. Một ngày nào đó chúng ta đổi ý và muốn rằng bề cao của đừng kẻ chỉ có 3 ảnh tố (pixel) và bề rộng là 75% của màn ảnh. Nếu không sử dụng style sheet, chúng ta phải đi lại từng trang web, tìm từng chỗ có phần mã kể trên, và sửa từng hàng một. Lúc này, chúng ta sẽ ước gì chúng ta chỉ phải sửa một lần ở một chỗ, và các chỗ khác sẽ thừa hưởng những gì chúng ta vừa sửa (tự động sửa theo). Đây là lợi điểm của style sheet.

Style sheet còn cho chúng ta kiểm soát vị trí của từng phần tử trong trang web mà các tag HTML hiện nay không làm được. Thí dụ, chúng ta muốn hàng chữ đầu của trang web luôn cách lề trên là 50 ảnh tố (pixel) và trang web có lề trái là 60 ảnh tố. HTML cho đến nay không có một tag nào để tạo lề như kể trên. Đối với lề trái chúng ta có thể sử dụng các mánh khóe như dùng một hình ảnh trong suốt để đặt nơi lề trái, hay dùng các tag `<DD>`, `<BLOCKQUOTE>`, hay dùng `<table>`, `<frame>`, v.v.. Nhưng các mánh khóe đó làm sai lệch hẳn ý nghĩa của các tag được sử dụng. Thêm vào đó, với các tag như `<DD>`, `<BLOCKQUOTE>` chúng ta không kiểm soát chính xác được lề trái của trang web.

Nói chung, style sheet cho phép chúng ta tách rời phần nội dung và hình thức trình bầy của trang web. Chúng ta sẽ chỉ lập một style sheet, và áp dụng lối trình bầy được định nghĩa trong style sheet đó với tất cả các trang web của chúng ta. Nếu cần sửa đổi lối trình bầy, như trong các thí dụ kể trên, chúng ta chỉ sửa ở một chỗ (một style sheet). Tất cả các trang web sử dụng style sheet đó đều được tự động sửa theo.

Với style sheet, chúng ta có thể tự đặt ra các tag mới. Thí dụ, mỗi lần chúng ta muốn nhấn mạnh một chữ trong trang web, chúng ta muốn trình bầy chữ đó bằng phông chữ VNI-Helve, 14 point, in đậm và nghiêng, màu tím. Hãy tưởng tượng, nếu phải viết mã để thực hiện cho các điểm cần nhấn mạnh như trên trong vào chục trang web chúng ta sẽ phải viết bao nhiêu là mã. Với style sheet chúng ta sẽ tự lập ra tag:

```
NHANMANH { font: bold italic 14pt VNI-Helve; color:purple}
```

Trong trang web, khi chúng ta muốn nhấn mạnh một chữ nào chúng ta sẽ dùng tag `<NHANMANH>` như chúng ta đã dùng các tag khác, như:

```
Chúng ta <NHANMANH>cần biết</NHANMANH> rằng.
```

Style sheet còn có một tên gọi khác là Cascading Style Sheet (CSS). Chữ "**cascading**" ở đây cho biết chúng ta có thể có nhiều style sheet. Một trang web khi dùng nhiều hơn một style sheet sẽ thừa hưởng tất cả mọi tag mới được xác định trong tất cả các style sheet được dùng. Như vậy, chúng ta có thể lập một style sheet chung cho tất cả các trang web của hãng, với lề trái là 40 ảnh tố (pixel) với tên là *corporate.css*. Rồi mỗi đơn vị trong hãng có thêm style sheet của riêng mình. Thí dụ, đơn vị A có style sheet xác định lề trên của trang web là 50 ảnh tố (pixel) và đặt tên style sheet là *departmentA.css*. Đơn vị B có style sheet xác định lề trên của trang web là 30 ảnh tố (pixel) và đặt tên style sheet là *departmentB.css*.

Nếu các trang web của đơn vị A dùng cả hai style sheet *corporate.css* và *departmentA.css* thì các trang web đó đều có lề trái là 40 ảnh tố (pixel) và lề trên là 50 ảnh tố. Trong khi đó nếu các trang web của đơn vị B dùng cả hai style sheet *corporate.css* và *departmentB.css* thì các trang web đó đều có lề trái là 40 ảnh tố và lề trên là 30 ảnh tố. Nếu hãng đổi ý, đổi lề trái là 30 ảnh tố, chúng ta chỉ cần thay đổi ở một chỗ trong style sheet *corporate.css* thế là tất cả trang web của hãng đều có lề trái thay đổi. Nhưng mỗi đơn vị A hay B đều giữ được lề trên của mình. Nếu đơn vị A thay đổi lề trên lên 80 ảnh tố thì chỉ có các trang web của đơn vị A bị thay đổi. Các trang web của đơn vị B vẫn giữ nguyên.

17.2 Nguyên Tắc Làm Việc Của Style Sheet

Qua các thí dụ trên, chúng ta thấy rằng chúng ta có thể có nhiều hơn một style sheet. Chúng ta dùng style sheet để sửa đổi các đặc tính của một tag có sẵn hay tạo tag mới. Các phần tử chính của style sheet là các luật lệ trình bầy (style rule). Luật lệ trình bầy có thể được cất riêng trong một tập tin rời rồi đính kèm nó với trang web, hay được viết ngay bên trong trang web. Cách thức sử dụng style sheet sẽ được giải thích nơi phần sau.

Nếu dùng một style sheet rời, chúng ta sẽ phải báo cho trang web biết là có đính kèm một style sheet bằng tag `<LINK>`, hay dùng lệnh `@IMPORT` nơi trong phần <HEAD> của trang web, như (thí dụ 17.2.1):

```
<HEAD>
   <TITLE>Example of using style sheet</TITLE>
   <LINK REL=StyleSheet HREF="corporate.css" TYPE="text/css"
   MEDIA=screen>
</HEAD>
```

Hay (thí dụ 17.2.2):

```
<HEAD>
   <TITLE>Example of using style sheet</TITLE>
   <STYLE TYPE="text/css">
      <@IMPORT "corporate.css">
   </STYLE>
</HEAD>
```

Nếu dùng style sheet bên trong trang web, chúng ta sẽ phải ghi các luật lệ trình bầy (style rule) bên trong tag `<STYLE>...</STYLE>`, như (thí dụ 17.2.3):

```
<HEAD>
   <TITLE>Example of using style sheet</TITLE>
   <STYLE TYPE="text/css" MEDIA=screen>
   <!--
```

```
        BODY {background: white; color: black}
        STRONG {font-family: serif}
        .note {margin-left: 5em; margin-right: 5em}
    -->
    </STYLE>
</HEAD>
```

Khi trang web được lấy xuống, nếu browser thấy tag <LINK> hay <STYLE> nó sẽ đọc thêm style sheet nếu là tập tin rời. Các luật lệ trình bầy (style rule) được xác định nơi style sheet sẽ được ghi nhớ. Khi xuống phần <BODY>, nếu một tag nào đó giống với một tag đã được xác định trong style sheet, các luật lệ đó sẽ được áp dụng.

Nếu chúng ta đính kèm nhiều hơn một style sheet, và các style sheet đó đều xác định một luật lệ mới cho một tag nào đó. Browser sẽ theo nguyên tắc *"luật lệ sau áp chế luật lệ trước"*. Như trong thí dụ nơi trang trước, nếu style sheet của toàn hãng xác định lề trái là 30 ảnh tố (pixel), và trang web của đơn vị A xác định lề trái là 50 ảnh tố, lề trái của trang web sẽ là 50 ảnh tố nếu chúng ta viết (thí dụ 17.2.4):

```
<HEAD>
    <TITLE>Example of using style sheet</TITLE>
    <LINK REL=StyleSheet HREF="corporate.css" TYPE="text/css"
    MEDIA=screen>
    <LINK REL=StyleSheet HREF="departmentA.css" TYPE="text/css"
    MEDIA=screen>
</HEAD>
```

Ngược lại, lề trái của trang web sẽ là 30 ảnh tố nếu chúng ta viết (thí dụ 17.2.5):

```
<HEAD>
    <TITLE>Example of using style sheet</TITLE>
    <LINK REL=StyleSheet HREF="departmentA.css" TYPE="text/css"
    MEDIA=screen>
    <LINK REL=StyleSheet HREF="corporate.css" TYPE="text/css"
    MEDIA=screen>
</HEAD>
```

Chuyện gì sẽ xảy ra khi browser của chúng ta không hỗ trợ style sheet? Như chúng ta đã biết, đa số các browser sẽ bỏ lơ các tag mà chúng không hiểu. Trong thí dụ trên, chúng ta đã dùng tag <LINK> để giới thiệu style sheet. Tuy tag đó trông có vẻ rườm rà, có nhiều thuộc tính, nhưng đối với các browser nó vẫn được xem như là một tag <LINK>. Khi browser không hiểu về tag này, nó sẽ bỏ lơ toàn bộ các thuộc tính bên trong tag cũng như nó bỏ lơ tag đó.

Riêng đối với thí dụ 17.2.3 (nơi trang trước), chúng ta dùng tag <STYLE>...</STYLE>. Bên trong cặp tag này, chúng ta định nghĩa lại các tag **BODY**, **STRONG** và định nghĩa tag mới **.note**. Đối với cặp tag <STYLE> và </STYLE>, chúng ta có thể đoán ra ngay là chúng sẽ bị bỏ lơ bởi các browser không hỗ trợ style sheet. Thế còn các tag **BODY**, **STRONG** và **.note** thì sao? Câu trả lời là dĩ nhiên là các browser sẽ không bỏ qua vì lối viết của chúng giống như là chúng ta đang viết một đoạn văn. Các tag đó không được kẹp giữa dấu < và dấu >. Vì thế đối với các browser không hỗ trợ style sheet, các hàng chữ này sẽ được hiện ra giống như mọi đoạn văn khác. Đây là điều mà chúng ta không muốn thấy. Do đó, chúng ta nên kẹp các hàng chữ này giữa dấu <!-- và --> (tag comment). Các browser có hỗ trợ style sheet sẽ hiểu được tất cả những gì được viết giữa cặp tag `<STYLE>...</STYLE>`. Trong khi đó, các browser không hỗ trợ style sheet thì xem các hàng chữ đó như là một lời ghi chú, và bỏ qua tất cả những gì được viết bên trong tag ghi chú đó.

Như đã trình bầy nơi phần trước, chúng ta có thể tự đặt ra các tag mới. Chuyện gì sẽ xẩy ra nếu tag mới đó trùng tên với một tag đã có sẵn? Hay nói cách khác là chúng ta định nghĩa lại một tag nào đó. Khi đó, nguyên tắc *"luật lệ sau áp chế luật lệ trước"* sẽ được áp dụng. Các tag đã có sẵn được xem như là đã được định nghĩa trước; do đó, các định nghĩa mới mà chúng ta ghi nơi style sheet sẽ thay thế các định nghĩa cũ. Hay nói cách khác là các tag được định nghĩa lại sẽ hành xử theo định nghĩa mới được ghi nơi style sheet.

17.3 Cấu Trúc Của Style Sheet

Style sheet dù là một tập tin rời, hay được viết bên trong trang web cũng là một tập hợp các luật lệ trình bầy. Nếu là một tập tin rời, nội dung của tập tin đó là một danh sách các luật lệ trình bầy (style rule). Nếu gắn style sheet ngay trong trang web, các luật lệ trình bầy phải được ghi ở giữa cặp tag `<STYLE>...</STYLE>`, và phải được ghi trong phần `<HEAD>...</HEAD>`. Khi dùng tag `<STYLE>`, chúng ta phải dùng thuộc tính `TYPE="text/css"`. Thuộc tính này cho biết, chúng ta đang muốn dùng Cascading Style Sheet (css). Trong tương lai, có thể sẽ có thêm nhiều loại style sheet khác.

Mỗi luật lệ trình bầy đều gồm hai phần. Phần một là *selector*. Tên của *selector* có thể là tên của một tag đã có sẵn hay là một tên mới hoàn toàn. Phần hai là một chuỗi các đặc tính (property) của tag đó.

Ghi Chú: *Đối với style sheet, các tag có sẵn của HTML cũng được xem là các selector. Điều này chỉ đi có một chiều. Tức là, tất cả các tag có sẵn của HTML như* `BODY, P, A, STRONG`*, đều là selector của style sheet, nhưng không phải tất cả các selector được định nghĩa trong style sheet đều là tag. Nơi các thí dụ sau, chúng ta sẽ thấy có một số selector được dùng như là tag, nhưng có một số selector lại được dùng như là thuộc tính.*

Tên của *selector* có thể được đặt với bất cứ tên gì, và là một chữ liền nhau. Chữ thường hay chữ hoa đều cùng nghĩa như nhau. Tên của *selector* chỉ được có các mẫu tự từ A tới Z, số từ 0 tới 9, các mẫu tự trong bảng Unicode có số thứ tự từ 166 tới 255, dấu gạch ngang (-). Các tên của *selector* không được bắt đầu bằng dấu gạch ngang, số. Thí dụ về các tên hợp lệ như: `body, strong, em, P, note, abc23, code.html, \3BA`. Các tên sau đây không hợp lệ: `23abc, *street, -name`.

Các đặc tính (property) của *selector*--phần hai--được viết bên trong cặp dấu ngoặc cong { và }. Thí dụ: `{text-indent: 3em}`. Một tag có thể có nhiều hơn một đặc tính. Thí dụ: `{font-size: small; color: blue}`. Các đặc tính được chia cách bởi dấu chấm phẩy.

Mỗi đặc tính gồm hai phần. Phần một là tên của đặc tính. Phần hai là giá trị của đặc tính. Thí dụ, trong phần định nghĩa trên, `color` là đặc tính. Giá trị của đặc tính đó là `blue`.

Tên các đặc tính này đã được xác định sẵn bởi Ủy Ban Tiêu Chuẩn. Nghĩa là mỗi tag phải được phân định về loại. Mỗi loại chỉ có được một số đặc tính. Các đặc tính này đã được xác định trước bởi Ủy Ban Tiêu Chuẩn. Tóm lại, tên của *selector* thì muốn đặt sao cũng được, nhưng tên của các đặc tính thì không. Tương tự, các giá trị của đặc tính cũng được giới hạn ở một số giá trị đã được đặt sẵn. Phân loại *selector*, các đặc tính và giá trị đã được đặt sẵn sẽ được bàn rộng thêm nơi phần sau.

Sau đây là một thí dụ về cách viết style sheet bên trong trang web:

```
<HTML>
<HEAD>
<STYLE TYPE="text/css"><!--
BODY {
   color: #000;
   background: #FFF;
   margin-left: 7%;
   font-family: verdana, helvetica, sans-serif;}
H1, H2 {
   margin-left: -6%;
   color: #900;}
A:link { color: #900;}
A:visited, A:active { color: #009; }
.hide {
   display: none;
   color: white;}
SPAN.date {
   font-style: italic;
   font-size: 0.5em;}
BLOCKQUOTE {
   margin-left: 4em;
   margin-right: 4em;
   font-style: italic;}
```

```
#s1 {
   color: #DDD;
   font: 100px Impact, sans-serif;}
#p1 {
    margin-top: -30px;
    text-align: right;}
--></STYLE>
<TITLE>Web Style Sheets</TITLE>
</HEAD>
<BODY>
    ...
</BODY>
</HTML>
```

Trong thí dụ này, chúng ta đã định nghĩa một số *selector* trùng tên với các tag như `BODY, H1, H2, A, BLOCKQUOTE`, và tạo các *selector* mới như `hide, SPAN, #s1, #p1`.

Ghi Chú: *Khi tạo một selector trùng tên với một tag, chúng ta thầm hiểu rằng chúng ta muốn định nghĩa lại cách dùng tag đó.*

17.4 Các Loại Selector

Các *selector* được chia làm 4 loại: Selector, Class Selector, ID Selector và Contextual Selector.

Selector

Tất cả các tag mà chúng ta đã dùng đều là *selector*. *Selector* là một tên chúng ta dùng để gán cho một cách trình bầy nào đó. Thí dụ:

```
EM { color:green }
P { margin-left: 10px }
```

EM và P là các *selector*.

Class Selector

Mỗi *selector* có thể có nhiều lớp khác nhau. Tức là, chúng ta có thể phân biệt kỹ thêm về lối trình bầy của từng selector. Thí dụ:

```
NHANMANH.code { color: purple }
```

```
NHANMANH.name { color: green }
```

NHANHMANH là selector. *Selector* này có hai lớp khác nhau. Lớp *code* sẽ được trình bầy với màu tím (purple). Lớp *regular* sẽ được trình bầy với màu xanh lá cây (green). Tức là, nếu chúng ta dùng tag NHANMANH.code để nhấn mạnh cho các mã trong bài viết thì các mã này có mầu tím (purple). Khi chúng ta dùng tag NHANMANH.name để nhấn mạnh cho các tên (danh từ riêng) trong bài viết thì các tên ấy có màu xanh lá cây (green). Tóm lại, chúng ta có một selector để dùng cho việc nhấn mạnh một nhóm chữ nào đó trong bài viết. Nhưng nếu nhóm chữ đó là mã thì nó được viết bằng mầu tím. Còn nếu nhóm chữ đó là tên của một người nào đó thì nó được viết bằng mầu xanh lá cây.

Trong thí dụ trên, lớp **.code** và lớp **.name** chỉ được áp dụng với tag NHANMANH. Nếu chúng ta định nghĩa một lớp (class) như sau:

```
.GHICHU { font: 14pt }
```

Lớp **.GHICHU** này có thể được áp dụng với bất kỳ một *selector* nào.

Chúng ta chỉ có được một bậc cho mỗi lớp. Thí dụ:

```
NHANMANH.name.code
```

là không hợp lệ vì nó có hai bậc .name rồi .code.

ID Selector

Các *ID selector* được dùng để định nghĩa một tag có ý nghĩa đặc biệt nào đó. Nhìn chung thì nó tương tự như mọi *selector*, nhưng về cách sử dụng thì nó khác (xem cách sử dụng nơi đoạn sau). Các *ID selector* được đánh dấu bằng một dấu #. Thí dụ:

```
#abc23 { letter-spacing: 0.1em }
```

Chúng ta nên tránh dùng các *ID selector* này càng nhiều càng tốt.

Contextual Selector

Contextual selector là một chuỗi các *selector*. Các *selector* trong *contextual selector* được cách nhau bởi một dấu trống (white space). Thí dụ:

```
P U { color: red }
```

P U là *contextual selector*. Nó gồm hai *selector* P và U. **P** ám chỉ tag <P> để đánh dấu đoạn văn. **U** ám chỉ tag <U> để gạch dưới một nhóm chữ. *Contextual selector* này muốn nói rằng các chữ được gạch dưới nếu ở bên trong một đoạn văn sẽ có mầu đỏ. Các chữ được gạch dưới nếu không ở trong một đoạn văn thì vẫn giữ nguyên mầu của nó. Thí dụ, nếu chúng ta trình bầy như sau:

```
<P>Đoạn văn này dùng <U>contextual selector</U></P>
```

Chữ **contextual selector** sẽ được gạch dưới và có mầu đỏ. Còn nếu chúng ta viết:

```
<H1>Tựa đề có dùng đến <U>contextual selector</U> không?</P>
```

Chữ **contextual selector** sẽ vẫn được gạch dưới nhưng mầu sắc thì không hề thay đổi.

17.5 Cách Định Nghĩa Các Selector

Đọc qua hai đoạn trước, chúng ta một phần nào đoán được cách định nghĩa một *selector*. Định nghĩa của một *selector* được viết như đã trình bầy trong đoạn "Cấu Trúc Của Style Sheet"; đó là *selector* theo sau là các đặc tính được viết trong dấu ngoặc cong {}. Nếu có nhiều hơn một đặc tính, chúng ta dùng dấu chấm phẩy để phân cách các đặc tính. Thí dụ như:

```
BLOCKQUOTE {
   margin-left: 4em;
   margin-right: 4em;
   font-style: italic;}
```

dấu chấm phẩy cuối cùng được viết tùy ý. Tên các đặc tính phải là một trong những tên đã được đặt sẵn trong bản quy định (specification) do Ủy Ban Tiêu Chuẩn (W3C) ấn hành ở địa chỉ *http://www.w3.org/pub/WWW/TR/REC-CSS1-961217*. Sau mỗi đặc tính là dấu hai chấm. Tiếp theo là giá trị của đặc tính đó. Các giá trị cũng phải theo quy định của bản quy định do Ủy Ban Tiêu Chuẩn ấn hành.

Grouping

Nếu nhiều *selector* có cùng một định nghĩa chúng ta có thể nhóm chúng lại với nhau. Thí dụ như:

```
H1, H2, H3 {
   color: blue;
   font-family: serif}
```

Định nghĩa này cho biết các tựa dùng với tag `<H1>`, `<H2>` và `<H3>` sẽ có mầu xanh dương và dùng phông chữ trong nhóm serif. Lối viết trên tương đương với lối viết sau đây:

```
H1 {
   color: blue;
   font-family: serif}

H2 {
   color: blue;
   font-family: serif}

H3 {
   color: blue;
   font-family: serif}
```

Trong thí dụ trên, chúng ta thấy các đặc tính cũng có thể được nhóm lại với nhau. Thí dụ:

```
H3 {
   color: blue;
   font-family: serif}
```

tương đương với lối viết:

```
H3 {color: blue}

H3 {font-family: serif}
```

Có một số đặc tính mà các giá trị của chính nó đã được nhóm lại với nhau. Thí dụ như:

```
P { font: italic 10pt VNI-Times }
```

Đặc tính **font** kể trên có 3 giá trị: italic, 10pt và VNI-Times.

Inheritance

Tính thừa hưởng (inheritance) đã có sẵn nơi HTML. Nếu để ý, chúng ta thấy một khi đã chọn mầu cho chữ với thuộc tính **TEXT=#FFFFFF** trong tag <BODY>, tất cả các chữ bên trong trang web sẽ có cùng một mầu với mầu mà chúng ta đã chọn. Trừ khi chúng ta trực tiếp đổi mầu của một nhóm chữ qua tag <FONT COLOR=...>.

Nói cách khác, một khi chúng ta đã sắp đặt một lối trình bầy cho một tag bên ngoài. Những tag bị kẹp bên trong sẽ thừa hưởng tất cả các lối trình bầy mà tag bên ngoài có. Trừ khi chúng ta đổi lại lối trình bầy cho các tag kẹp bên trong. Thí dụ, trong nhóm mã sau đây:

```
<FONT COLOR=#FF0000>đổi mầu của chữ thành mầu đỏ. Chỗ <STRONG>nhấn
   mạnh</STRONG> này vẫn mang mầu đỏ.</FONT>
```

Tag <STRONG> được dùng bên trong tag đổi mầu <FONT COLOR=#FF0000>, cho nên chữ nhấn mạnh vẫn mang mầu đỏ (thừa hưởng mầu đỏ).

Tính thừa hưởng vẫn được áp dụng với style sheet. Tuy nhiên, style sheet có một số đặc tính chỉ dùng cho một *selector* nào đó, và đặc tính này không truyền qua các *selector* dùng sau đó. Thí dụ như đặc tính **margin-top** của *selector* **BODY**. Đặc tính này dùng để chừa lề trên của trang web. Tất cả các tag kẹp giữa tag <BODY> và </BODY> đều không thừa hưởng đặc tính này.

Style sheet cho phép chúng ta dùng phần trăm làm giá trị cho một số đặc tính. Như trong thí dụ sau đây:

```
P { font-size: 10pt }

P { line-height: 140% }
```

Cả hai luật lề trình bầy này đều dùng selector **P** (paragraph). Nơi hàng thứ hai, chúng ta đặt bề cao (line-height) của các hàng chữ khi dùng tag <P> là 140%. Do tính thừa hưởng, 140% ở đây có nghĩa là 140% của 10pt. Tức là bề cao của các hàng chữ là 14pt.

17.6 Các Loại Style Sheet

Theo như bản quy định về style sheet, chúng ta có 3 nhóm style sheet:

1. Style sheet được cung cấp bởi tác giả của trang web. Style sheet này được lấy xuống cùng với trang web.
2. Style sheet được dùng như là mặc định (default) nơi browser. Style sheet này được cung cấp bởi hãng chế browser.
3. Style sheet được cung cấp bởi độc giả. Độc giả có thể tự làm lấy style sheet của mình và áp dụng style sheet đó với bất cứ trang web nào, qua việc lựa chọn style sheet nơi browser.

Bản quy định cũng cho biết, độc giả cũng có thể tắt hết style sheet. Tuy nhiên, những đặc tính này có được hỗ trợ hay không còn tùy vào từng browser.

Các style sheet được phân làm 3 loại:

Persistent

Persistent style sheet luôn được dùng bất kể sự lựa chọn của độc giả. Khi dùng tag `<LINK>` hay `<STYLE>`, nếu chúng ta không dùng thuộc tính `TITLE=`, không đặt tên cho style sheet, style sheet đó sẽ được xem là *persistent*. Thí dụ:

```
<LINK HREF="xxx.css" REL=StyleSheet>
```

Default

Default style sheet là style sheet được dùng khi trang web được lấy xuống. Style sheet này có thể được thay thế bởi một *alternate style sheet* theo ý muốn của độc giả. Khi chúng ta dùng thuộc tính `TITLE=`, style sheet đó được xem là mặc định (default).

```
<LINK HREF="xxx.css" REL=StyleSheet TITLE="UnameIt">
```

Alternate Styles

Chúng ta dùng thuộc tính `REL="Alternate StyleSheet"` với tag `<LINK>` hay `<STYLE>` để xác định style sheet là *alternate style sheet.*

```
<LINK HREF="xxx.css" REL="Alternate StyleSheet" TITLE="UnameIt">
```

Do độc giả có thể lựa chọn style sheet của riêng mình, chúng ta có thể đính kèm theo trang web nhiều hơn một style sheet. Thông thường, trong đó chúng ta có một *default style sheet* và nhiều *alternate style sheet*. Thí dụ:

```
<LINK HREF="canban1.css" REL="Alternate StyleSheet" TITLE="Căn Bản">

<LINK HREF="canban2.css" REL="Alternate StyleSheet" TITLE="Căn Bản
   Nới Rộng">
```

```
<LINK HREF="canban3.css" REL="Alternate StyleSheet" TITLE="Căn Bản
   Nới Rộng">

<LINK HREF="canban1.css" REL=StyleSheet TITLE="Dùng Chung">
```

Nơi thí dụ trên, chúng ta có 3 style sheet: Căn Bản, Căn Bản Nới Rộng và Dùng Chung. Style sheet "Căn Bản Nới Rộng" gồm 2 tập tin. Khi chúng ta dùng cùng tên (TITLE=) cho hai hay nhiều tập tin, chúng ta vẫn chỉ có một style sheet. Các luật lệ trình bầy (style rule) trong tập tin thứ hai (viết sau) sẽ thay thế các điều lệ trình bầy được định nghĩa trong tập tin thứ nhất, nếu trùng tên. Nếu không, tất cả các điều lệ trình bầy đều được áp dụng.

Trong thí dụ trên, style sheet "Dùng Chung" sẽ được dùng (default). Độc giả có thể thay style sheet đó bằng một trong hai alternate style sheet, "Căn Bản" hay "Căn Bản Nới Rộng".

Lưu Ý: *Sự thay đổi style sheet này được hỗ trợ hay không còn tùy mỗi browser.*

17.7 Cách Sử Dụng Style Sheet

Có 4 cách dùng style sheet với trang web.

LINK Tới External Style Sheet

Dùng tag `<LINK>` để nối (link) trang web với một style sheet ngoài (external style sheet). Đây là cách hay nhất khi chúng ta có nhiều hơn một trang web, và muốn các trang web có cùng một lối trình bầy. Các style sheet ngoại có thể được đặt với bất kỳ một tên gì, nhưng tên nới rộng (extension) nên được đặt là **.CSS**. **CSS** ám chỉ đây là một style sheet. **CSS** viết tắt của chữ (**C**ascading **S**tyle **S**heet). Trong style sheet ngoại chúng ta chỉ liệt kê các định nghĩa. Không dùng các tag HTML, như <HTM>, <HEAD>, <BODY>.

Tag <LINK> được đặt trong phần HEAD như sau:

```
<HEAD>

<TITLE>Web page's title goes here</TITLE>

<LINK REL=StyleSheet HREF="name_of_your_style_sheet.css"
   TYPE="text/css" MEDIA=screen TITLE="your_choice">

</HEAD>
```

Tag `<LINK>` không cần tag đóng, giống như tag `<IMG>`. Thuộc tính `REL=StyleSheet` cần được viết y hệt như vậy. Chữ *StyleSheet* không phân biệt chữ thường hay chữ hoa nhưng phải viết dính nhau. `REL` cho biết tập tin "*name_of_your_style_sheet.css*" có liên hệ (RELationship) StyleSheet với trang web. Giá trị của thuộc tính `HREF=` là tên đầy đủ, với cả lộ trình (path) nếu cần thiết, của style sheet. Thuộc tính `TYPE="text/css"` cần được viết y hệt như vậy. "*text/css*" cho biết style sheet là một *text file*.

Thuộc tính `MEDIA=` cho biết style sheet này đã được soạn đặc biệt cho loại máy phóng ảnh nào. Các giá trị của `MEDIA` là:

- Print: để in ra máy in.
- Screen: để hiển thị trên màn ảnh.
- Projection: để hiển thị qua máy phóng ảnh.
- Braille: để hiển thị trên các máy đọc cho người mù.
- Aural: để hiển thị qua các máy trợ thính tai, như speech synthesizer, hearing aids.
- All: để hiện thị trên tất cả mọi máy (dạng mặc định)

Nếu thuộc tính `MEDIA` có nhiều hơn một giá trị, các giá trị đó được tách rời bởi dấu phẩy và được viết trong ngoặc kép như sau:

```
MEDIA="screen, print, projection"
```

Viết Nơi Đầu Trang Web

Style Sheet có thể được viết ngay bên trong trang web, trong phần HEAD. Khi đó, chúng ta cần tới tag `<STYLE>...</STYLE>`. Xem thí dụ nơi đoạn 17.3, "Cấu Trúc Của Style Sheet", về cách viết. Thuộc tính `TYPE`, `TITLE` và `MEDIA` cũng có cùng cấu trúc như khi dùng style sheet ngoại vừa đề cập nơi trên. Các thuộc tính `REL` và `HREF` không được áp dụng trong trường hợp này.

Nhập Từ Một Style Sheet Ngoại

Như đã đề cập từ đầu chương, dùng style sheet sẽ có một cái lợi là khi cần thay đổi một lối trình bầy, chúng ta chỉ cần sửa ở một chỗ. Trong trường hợp này, thay vì liệt kê tất cả các luật lệ trình bầy trong cùng trang web, chúng ta cũng vẫn dùng tag `<STYLE>...</STYLE>`, nhưng một phần các luật lệ trình bầy được "nhập" (import) từ một style sheet ngoại. Thí dụ về cách viết đó như sau:

```
<STYLE TYPE="text/css" MEDIA="screen, print">
  <!--
  @IMPORT URL(http://www.site.com/astyle.css);
  @IMPORT URL(/stylesheet/additionalstyle.css);
  H1 {color: blue}
  -->
  </STYLE>
```

Cách viết tập tin style sheet được nhập ở đây cũng giống như cách viết các style sheet ngoại đã đề trong các đoạn trước. Chúng ta có thể import bao nhiêu style sheet cũng được, nhưng cần để ý đến thứ tự liệt kê các style sheet. Nếu có sự trùng tên nơi các *selector* thì *selector* trong style sheet được liệt kê sau sẽ thay thế các *selector* trong các style sheet được liệt kê trước. Chúng ta cũng có thể định nghĩa thêm các luật lệ trình bầy bên trong tag <STYLE> nhưng các luật lệ này phải được viết sau tất cả các lệnh @IMPORT.

Lưu Ý: *Để tránh trường hợp các browser cũ, không hỗ trợ style sheet, hiển thị các lệnh @IMPORT cũng như các luật lệ trình bầy chúng ta nên đặt chúng bên trong cặp tag ghi chú* <!-- -->

Định Nghĩa Trong Cùng Hàng

Các luật lệ trình bầy có thể được định nghĩa bên trong các tag khi cần thiết. Lúc này, chúng ta sẽ dùng thuộc tính STYLE bên trong các tag. Thí dụ như:

```
<P STYLE="color: red; font-family: 'New Helvetica', serif">Đoạn văn
   này có mầu đỏ và dùng phông chữ VNI-Times nếu trong máy có phông
   chữ này.</P>
```

Thuộc tính STYLE này áp dụng cho tất cả mọi tag dùng trong phần BODY, kể cả tag <BODY>. Chúng ta có thể dùng bất cứ một luật lệ trình bầy nào mà style sheet cho phép. Nếu có nhiều hơn một luật lệ trình bầy, chúng ta dùng dấu chấm phẩy để phân cách các luật lệ. Nếu dấu ngoặc kép đã được dùng một lần thì các dấu ngoặc kép bên trong phải được đổi thành dấu ngoặc đơn. Như trong thí dụ trên, **New Helvetica** được đặt trong dấu ngoặc đơn.

Cách dùng style sheet kiểu này nên được tránh càng nhiều càng tốt. Với lối viết này, chúng ta trộn hỗn hợp nội dung của trang web và cách thức trình bầy. Lối viết này, nghịch lại với mục đích của style sheet. Do đó, chúng ta chỉ dùng lối viết này chỉ khi nào thật sự cần thiết.

17.8 Các Thuộc Tính Và Tag Mới

Để hỗ trợ style sheet một cách hữu hiệu HTML đã được tăng cường theo các thuộc tính và tag mới như sau:

STYLE

Như trong thí dụ vừa kể, trong đoạn trên chúng ta đã thấy cách sử dụng STYLE như là một thuộc tính. STYLE cũng là tên của một tag mới như chúng ta đã dùng trong đoạn 17.7.

CLASS

Style Sheet đã sử dụng một loại *selector* mới đó là "Class Selector", như đã đề cập trong đoạn 17.4, "Các Loại Selector". Muốn dùng *selector* này, chúng ta cần một thuộc tính mới tên là CLASS. Hay nói cách khác, chúng ta dùng thuộc tính CLASS để xác định các *class selector* muốn dùng trong các tag, trong phần BODY. Thí dụ, nếu chúng ta đã định nghĩa *class selector* `.warning` như sau:

```
P.warning { font-weight: bold; color: red }
```

thì chúng ta sẽ dùng thuộc tính `CLASS` như sau:

```
<P CLASS=warning>Mỗi browser sẽ hỗ trợ style sheet đến một mức khác
  nhau và có thể có những ảnh hưởng khác nhau.</P>
```

ID

Style Sheet đã sử dụng một loại *selector* mới đó là "Id Selector", như đã đề cập trong đoạn 17.4, "Các Loại Selector". Muốn dùng *selector* này chúng ta cần một thuộc tính mới tên là `ID`. Hay nói cách khác, chúng ta dùng thuộc tính `ID` để xác định các *ID selector* muốn dùng trong các tag, trong phần BODY. Thí dụ, nếu chúng ta đã định nghĩa *ID selector* `#a1` như sau:

```
#a1 { font-weight: bold; color: red }
```

thì chúng ta sẽ dùng thuộc tính `ID` như sau:

```
<P ID=a1>Dùng thuộc tính ID.</P>
```

SPAN

Tag `<SPAN>...</SPAN>` được thêm vào HTML như là một tag trung lập. Nói cách khác, tự nó `<SPAN>` chẳng làm cái gì hết. Chúng ta phải định nghĩa nó trước trong style sheet rồi mới dùng nó được. Hoặc chúng ta dùng tag `<SPAN>` để áp dụng các thuộc tính *class*, *id* hay *style* cho các luật lệ trình bầy được định nghĩa trong style sheet. Thí dụ về cách dùng tag `<SPAN>` như sau:

```
<HTML>

<HEAD>
  <TITLE>Cách Dùng tag SPAN</TITLE>
  <STYLE TYPE="text/css" MEDIA=screen>
  <!--
  .bigfirst {font: 14pt}
  -->
  </STYLE>

</HEAD>

<BODY>
  <P><SPAN CLASS=bigfirst>Chữ</SPAN> đầu tiên được viết bằng phông
  cỡ lớn. <SPAN STYLE="font: VNI-Times">Dùng tag SPAN để dùng thuộc
  tính STYLE</SPAN>.</P>

</BODY>

</HTML>
```

Tag <SPAN> cần có tag đóng </SPAN>, và nó được xếp vào lớp Text-Level. Giống như các tag thuộc Text-Level khác như <B>, <STRONG>, <S>, <EM>, v.v..

DIV

Tag <DIV> giống như tag <SPAN> nhưng lại thuộc lớp *Block-Level*, giống như tag <UL>, <OL>, <DL>. Chữ **DIV** viết tắt của chữ **DIVision**. Chúng ta dùng tag này để thay đổi lối trình bầy cho cả một phần của trang web. Một phần ở đây có thể là một nhóm các đoạn văn, tựa, bảng, như một chương, một phần của quyền sách. Thí dụ về cách dùng tag <DIV> như sau:

```
<DIV CLASS=ChuongPhuLuc>
    <H1>Phu Luc</H1>
    <P>Nếu để ý có lẽ chúng ta sẽ thấy là từ phiên bản 3.2 của HTML
    chúng ta đã có tag DIV, nhưng tag này chỉ có một thuộc tính là
    ALIGN. </P>
    <P>Style sheet giới thiệu 3 thuộc tính mới đó CLASS, STYLE và ID.
    Cách dùng 3 thuộc tính này đã được trình bầy nơi trang trước.</>
</DIV>
```

17.9 Ghi Chú Bên Trong Style Sheet

Ký hiệu dùng để viết các lời ghi chú bên trong style sheet không giống với tag ghi chú (**<!-- -->**) mà chúng ta thường dùng. Lý do cũng dễ hiểu, chúng ta đã dùng tag ghi chú bên trong tag <STYLE>...</STYLE> để các browser cũ không bị "hóc" với những luật lệ trình bầy. Lối viết các lời ghi chú bên trong style sheet được dùng giống như trong ngôn ngữ lập trình C như sau:

```
/* lời ghi chú được ghi giữa hai ký hiệu này */
```

17.10 Pseudo-Classes và Pseudo-Elements

Những tag, luật lệ trình bầy, và selector mà chúng ta đã học qua trong các đoạn trước đã quá đủ để chúng ta tạo ra những lối trình bầy cá biệt, bắt mắt và phong phú. Tuy nhiên, người dùng đã đòi hỏi một lối trình bầy mà các tag, selector đã có không làm được. Chính vì thế, style sheet đã phải nới rộng thêm cho hai định nghĩa đặc biệt. Đó là *Pseudo-classes* (lớp ảo) và *Pseudo-elements* (phần tử ảo). Các định nghĩa này có khái niệm rất trừu tượng. Chúng không giống như các tag bình thường.

Thông thường, mỗi tag hay selector định nghĩa duy nhất một lối trình bầy. Thí dụ như làm đậm chữ, tag <STRONG> hay tag <B>. Nhóm chữ nào được kẹp giữa các tag đó thì được làm đậm. Nếu không thì nhóm chữ vẫn được hiển thị bình thường. Tương tự như khi chúng ta dùng tag <FONT COLOR=...> để đổi mầu một nhóm chữ. Nếu không dùng tag <FONT COLOR=...> thì mầu của chữ vẫn bình thường. Nếu dùng tag đó thì mầu được đổi thành một mầu nào đó. Thí dụ mầu đỏ.

Trường hợp đặc biệt mà chúng ta muốn nói tới là mầu của điểm nối (links). Chúng ta muốn lần đầu mới được hiển thị, điểm nối có mầu xanh da trời. Khi trỏ (cursor) được đặt lên điểm nối thì điểm nối đó đổi thành mầu đỏ. Sau khi đã nhấp chuột lên điểm nối một lần, mầu của nó được đổi thành mầu tím. Điểm đặc biệt ở đây là mầu sắc của điểm nối thay đổi theo hành động của chúng ta. Muốn làm được điều này chúng ta cần tới *Pseudo-class* để định nghĩa một loại selector mới.

Pseudo-element được dùng cho các phần nhỏ của một phần tự (element). Trong khi đó, *Pseudo-class* cho phép chúng ta dùng style sheet để phân biệt giữa các phần tử (element).

Lưu Ý: *Có một số browser không hỗ trợ các Pseudo-class và Pseudo-element này.*

Pseudo-class Cho Điểm Nối

Mầu của điểm nối thường được xác định bởi các browser. Mỗi browser có thể có một bộ mầu khác nhau. Có browser cho phép chúng ta lựa chọn mầu chúng ta thích. Nếu dùng style sheet, chúng ta sẽ dùng đến *Pseudo-class* để diễn tả lối trình bầy điểm nối này như sau:

```
A:link { color: blue }
A:visited { color: purple }
A:active { color: red }
```

Hãy để ý tới lối viết các *Pseudo-class*. Chữ đầu tiên là *selector* (trong trường hợp này là A). Theo sau là dấu hai chấm rồi tới tên của *class*. Các định nghĩa bên trong dấu { và } không bắt buộc phải là mầu (color). Chúng ta có thể dùng bất cứ một đặc tính nào mà style sheet cho phép, như font-size, font-weight.

Tên các *class* `link`, `visited`, `active` phải được viết y hệt như vậy. Chúng ta cũng cần chú ý rằng bản quy định của style sheet không bắt buộc các browser phải hiển thị lại những gì đã được hiển thị. Thay đổi mầu hay phông chữ, cỡ chữ của một nhóm chữ đã được hiển thị đòi hỏi browser phải hiển thị lại. Do đó, việc làm này hoàn toàn tùy vào browser. Có browser hỗ trợ *Pseudo-class* này, có browser không.

Các *Pseudo-class* này không thể được sử dụng như cách sử dụng các *class selector* bình thường. Luật lệ trình bầy (style rule) mà chúng ta viết trong thí dụ dưới đây không có một ảnh hưởng gì hết:

```
<A CLASS=link>...</A>
```

Chúng ta chỉ cần viết:

```
<A> ... </A>
```

như khi không có style sheet. Tên của các *Pseudo-class* có thể được viết thường hay viết hoa. *Pseudo-class* cũng có thể được dùng trong các *Contextual selector* như:

```
A:link IMG { border: blue }
```

Pseudo-class cũng có thể được dùng chung với các *class* bình thường như:

```
A.external:active { color: green }

<A CLASS=external HREF="http://vnisoft.com">link to external site</A>
```

Khi dùng chung với *class* bình thường tên của *Pseudo-class* phải được viết sau cùng.

Pseudo-element Cho Hàng Đầu Của Một Đoạn Văn

Khi cần có một lối trình bầy đặc biệt cho hàng đầu của một đoạn văn (thường được dùng bởi các tờ báo) chúng ta sẽ dùng đến "first-line" *Pseudo-element* này. Cách định nghĩa *Pseudo-element* này như sau:

```
<STYLE TYPE="text/css">
  P:first-line { font-style: italic }

</STYLE>
```

Cách dùng "first-line" *Pseudo-element* trên như sau:

```
<P>Hàng đầu của đoạn văn sẽ được viết với dạng nghiêng.

</P>
```

Đoạn văn trên khi được hiển thị sẽ nhìn như sau nếu câu đầu tận cùng sau chữ "văn":

Hàng đầu của đoạn văn
sẽ được viết với dạng nghiêng.

"first-line" *Pseudo-element* chỉ được dùng chung với các *block-level element* (áp dụng cho một nhóm).

Pseudo-element Cho Mẫu Tự Đầu Của Một Đoạn Văn

Khi cần có một lối trình bầy đặc biệt cho mẫu tự đầu của một đoạn văn (thường được dùng bởi các tờ báo) chúng ta sẽ dùng đến "first-letter" *Pseudo-element* này. Cách định nghĩa *Pseudo-element* này như sau:

```
<STYLE TYPE="text/css">
  P:first-letter { font-size: 200% }

</STYLE>
```

Cách dùng "first-letter" *Pseudo-element* trên như sau:

```
<P>Mẫu tự đầu của đoạn văn sẽ được viết với cỡ chữ gấp đôi cỡ chữ bình
  thường.

</P>
```

Đoạn văn trên khi được hiển thị sẽ nhìn như sau:

Mẫu tự đầu của đoạn văn sẽ được viết với cỡ
chữ gấp đôi cỡ chữ bình thường.

Khi dùng "first-letter" *Pseudo-element* chúng ta cẩn thận trọng nếu ngôn ngữ chúng ta đang dùng không phải là tiếng Anh. Thí dụ trong tiếng Việt chữ **Â** được coi là một mẫu tự, nhưng nếu browser không hiểu tiếng Việt, nó sẽ coi đây là 2 mẫu tự.

"first-letter" *Pseudo-element* chỉ được dùng chung với các *block-level element* (áp dụng cho một nhóm). *Pseudo-element* cũng có thể được dùng chung với các *class* bình thường như:

```
P.initial:first-letter { color: green }

<P CLASS=inital>Đoạn văn đầu</P>
```

Khi dùng chung với *class* bình thường tên của *Pseudo-element* phải được viết sau cùng. Tương tự như khi chúng ta dùng chung với các *Contextual selector* như:

```
BODY P:first-letter { color: blue }
```

Chúng ta có thể dùng nhiều hơn một *Pseudo-element* cùng một lúc. Thí dụ như:

```
P { color: blue; font-site: 10pt }
  P:first-letter { color: green; font-size: 200% }
  P:first-line { color: red }
```

17.11 Cascade

Trong đoạn 17.7 về cách sử dụng style sheet, chúng ta đã biết rằng chúng ta có thể sử dụng nhiều hơn một style sheet. Ngay cả khi chúng ta chỉ có một style sheet, đoạn 17.6, "Các Loại Style Sheet" cũng đã cho thấy ngoài style sheet do tác giả của trang web xác định, browser cũng có thể có một style sheet mặc định (default). Có browser còn cho độc giả chọn lấy một style sheet của chính mình. Khi mà chúng ta có nhiều hơn một style sheet như vậy, style sheet nào sẽ có ảnh hưởng cao hơn style sheet nào?

Để thống nhất việc xác định ưu tiên giữa ảnh hưởng của các style sheet, bản quy định về Cascading Style Sheet đã quy định rằng:

1. Các luật lệ trình bầy do tác giả của trang web đặt ra sẽ có ưu tiên hơn các luật lệ trình bầy do độc giả chọn.
2. Các luật lệ trình bầy của tác giả của trang web và của độc giả đều có ưu tiên hơn của browser.
3. Nếu lệnh @IMPORT được dùng, các luật lệ trình bầy trong style sheet được nhập vào sẽ có ưu tiên thấp hơn các luật lệ trình bầy được ghi trong cùng một style sheet. Để tránh lẫn lộn, bản quy định cũng ghi rằng các lệnh @IMPORT phải được ghi trước các luật lệ trình bầy trong cùng một trang web.
4. Trong cùng một style sheet, luật lệ được ghi sau sẽ có ảnh hưởng cao hơn luật lệ được ghi trước nếu trùng tên.
5. Trong cùng một style sheet, luật lệ nào được ghi chi tiết hơn sẽ có ảnh hưởng cao hơn. Công thức tính "chi tiết" được ghi như sau: **(a)** Các *ID selector* có hệ

số 100. **(b)** Các *Class*, *Pseudo-class*, *Pseudo-element* có hệ số 10. **(c)** các selector có hệ số 1. Cộng hết các giá trị lại. Luật lệ nào có trị số cao hơn sẽ có ảnh hưởng hơn. Thí dụ:

```
LI {...}                /* có trị số 1              */
UL LI {...}             /* có trị số 1+1 = 2        */
OL UL LI {...}          /* có trị số 1+1+1 = 3      */
LI.first {...}          /* có trị số 1+10 = 11      */
UL OL LI.first {...}    /* có trị số 1+1+1+10 = 13  */
#ab442 {...}            /* có trị số 100            */
```

6. "Inline" style rule (định nghĩa trong cùng hàng) sẽ có trị số tương đương với các *ID selector*. Thí dụ:

```
<STYLE TYPE="text/css">
          #x73 { color: blue }
   </STYLE>

<P ID=x73 STYLE="color: red">...
```

Dấu **...** ở đây sẽ có mầu đỏ vì `STYLE="color: red"` được định nghĩa cùng hàng, nên có trị số tương đương với `ID selector x73`, nhưng được viết sau `ID selector x73` nên có ảnh hưởng hơn.

! IMPORTANT

Một luật lệ trình bầy có thể được nâng cao tầm ảnh hưởng nếu chúng ta nhấn mạnh bằng lệnh "**! important**" như sau:

```
H1 {color: blue ! important; background: white}
P {font-size: 12pt ! important; font-style: italic }
```

Trong thí dụ trên, các luật lệ nào được nhấn mạnh bằng lệnh "**! important**" sẽ có tầm ảnh hưởng được nâng cao. Các luật lệ còn lại vẫn có tầm ảnh hưởng như bình thường. Nếu luật lệ trình bầy của độc giả chọn có tầm ảnh hưởng được nhấn mạnh, nó sẽ có ưu tiên hơn luật lệ trình bầy (không được nhấn mạnh) của tác giả. Nếu luật lệ trình bầy của tác giả cũng được nhấn mạnh thì luật lệ đó vẫn sẽ có ảnh hưởng hơn.

17.12 Các Đặc Tính Của Style Sheet

17.12.1 Font Property

Bản quy định định nghĩa 6 đặc tính về phông chữ như sau: font-family, font-style, font-variant, font-weight, font-size và font.

Chúng ta cần lưu ý rằng, tên của phông chữ cũng như họ (family) của phông chữ không có thống nhất giữa các phông chữ hiện hành. Cùng một phông chữ nhưng mỗi máy điện toán, hay mỗi nhu liệu có thể gọi bằng một tên khác nhau. Ngay cả dạng (style) của chữ cũng có tên khác nhau. Thí dụ: *italic* còn được gọi oblique, slanted, incline, cursive hay Kursiv. Do đó, mỗi browser sẽ có quyết định khác nhau về cách xử lý các sự khác biệt này.

Nếu chúng ta dùng một đặc tính nào đó mà browser không hỗ trợ, browser sẽ cố gắng thay vào đó một đặc tính tương tự hay bỏ lơ luôn.

font-family

Thí dụ về cách viết:

```
BODY {font-family: helvitica, san-serif}
```

Các giá trị của font-family gồm có:

- Tên của một phông chữ nào đó (thí dụ: VNI-Times),

  hay các họ của phông chữ (font family) như:
- serif (thí dụ: Times)
- sans-serif (td: Helvetica)
- cursive (td: Zapf-Chancery)
- fantasy (td: Western)
- monospace (td: Courier)

Giá trị mặc định (default) tùy thuộc vào từng browser.

Chúng ta có thể liệt kê nhiều hơn một giá trị. Các giá trị được phân cách bởi dấu phẩy. Thông thường, chúng ta sẽ liệt kê các tên phông trước, cuối cùng trong danh sách là một họ của font (font family) như kể trên. Nếu tên của phông chữ có khoảng trống ở giữa, chúng ta phải viết nó trong ngoặc kép. Thí dụ như "`VNI-Internet Mail`".

font-style

Thí dụ về cách viết:

```
BODY {font-style: italic}
```

Các giá trị của font-style gồm có:

`normal, italic,` hay `oblique`

Giá trị mặc định (default) là **normal**.

Oblique đôi khi còn được viết là Slanted, Incline. Italic đôi khi còn được viết là Cursive hay Kursiv. Các chữ này được lấy từ các tiếng nước ngoài có cùng nghĩa với oblique và italic.

font-variant

Thí dụ về cách viết:

```
BODY {font-variant: small-caps}
```

Các giá trị của font-variant gồm có:

`normal` hay `small-caps`

Giá trị mặc định (default) là **normal**.

`Small-caps` font được viết hoàn toàn bằng chữ hoa nhưng ở kích thước nhỏ như chữ thường.

font-weight

Thí dụ về cách viết:

```
BODY {font-weight: normal}
```

Các giá trị của font-weight gồm có:

`normal, bold, bolder, lighter, 100, 200, 300, 400, 500, 600, 700, 800, 900`

Giá trị mặc định (default) là **normal**.

Các số từ 100 tới 900 là thứ tự về độ đậm lợt của phông chữ. Normal tương đương với 400. Bold tương đương với 700. Những chữ còn lại có giá trị một trong những số còn lại. Cường độ đậm nhạt còn tùy vào browser. Các số trên cho biết phông chữ có cường độ đậm, thí dụ, 700 sẽ ít nhất là đậm bằng hay hơn phông chữ có cường độ 600.

Các chữ "**lighter**", "**bolder**" có giá trị tương đối với cường độ của chữ vừa được dùng trước đó. Do đó, chúng ta khó mà biết được cường độ đậm chính xác của chữ. Muốn cho chắc chắn, chúng ta nên dùng các số trong thước đo từ 100 tới 900.

font-size

Thí dụ về cách viết

```
BODY {font-size: 12pt}
   BLOCKQUOTE {font-size: larger}
H1 {font-size: 150%}
EM {font-size: 1.5em}
```

Các giá trị của font-size gồm có:

`<absolute-size>, <relative-size>, <length>`, hay `<percentage>`

Giá trị mặc định (default) là **medium**.

`<absolute-size>` là một giá trị tuyệt đối tính bằng point (pt) hay pixel (px). Thí dụ: 12pt, 8px. Hãy đọc thêm về các đơn vị nơi đoạn sau. Chúng ta cũng có thể dùng các chữ như sau: `xx-small, x-small, small, medium, large, x-large, xx-large`. Giá trị chính xác của các chữ này tùy thuộc vào mỗi browser.

<relative-size> là một giá trị tương đối với kích thước của phông chữ đang được áp dụng. Các giá trị được dùng là smaller hay larger. Nếu kích thước của phông chữ đang được dùng là medium thì larger sẽ tương đương với kích thước của cỡ large. Smaller sẽ tương đương với kích thước của cỡ small.

<length> được tính bằng "**em**" hay "**ex**". "**em**" là chiều cao của phông chữ đang được dùng. "**ex**" là chiều cao của chữ **x** của phông chữ đang được dùng.

<percentage> là một giá trị phần trăm của kích thước của phông chữ đang được áp dụng. Thí dụ: **120%**. Nếu kích thước của phông chữ đang được dùng là 10pt thì 120% tương đương với 12pt.

font

Thí dụ về cách viết:

```
BODY {font: 12pt/14pt bold italic "VNI-Times, serif}
```

"font" là lối viết tắt của tất cả các đặc tính liên hệ tới phông chữ vừa kể trên. Các giá trị của font gồm có:

```
<font-style>, <font-variant>, <font-weight>, <font-size>,
/<line-height>, <font-family>
```

Xem lại cách biểu thị giá trị cho các đặc tính này nơi các trang trước. Đặc biệt trong đặc tính font này chúng ta có thêm một giá trị mới đó là /<line-height>. Giá trị này cho biết bề cao của hàng chữ (tất cả các chữ trong hàng). Nếu sử dụng giá trị này, chúng ta phải bắt đầu bằng dấu /. Như trong thí dụ trên, 14pt là bề cao của hàng chữ. Chúng ta không nhất thiết phải liệt kê hết các giá trị. Các giá trị không được đề cập tới sẽ được xem như có giá trị mặc định (default value).

17.12.2 Color và Background Property

Foreground color và background color được định nghĩa riêng biệt. Foreground color có tính thừa kế, trong khi background color thì không. Tính thừa kế đây có nghĩa là nếu chúng ta đã xác định mầu cho tag thuộc nhóm block-level thì các tag thuộc nhóm text-level sẽ vẫn giữ mầu đó, trừ khi chúng ta thay đổi. Thí dụ, nếu chúng ta đổi mầu cho đoạn văn, bằng tag <P>, là mầu đỏ, thì bên trong đoạn văn đó các chữ được làm đậm, nghiêng, gạch dưới, v.v. đều vẫn có mầu đỏ.

color

Thí dụ về cách viết:

```
P {color: red}

PRE {color: rgb( 255, 15, 0) }
```

Chúng ta có 5 cách để diễn tả mầu:

- Tên của mầu: thí dụ red, olive, blue

- Bộ 3 #rgb: thí dụ #fb0, #0f0
- Bộ 6 #rrggbb: thí dụ #ffbb00, #00ff00
- Số nguyên: thí dụ rgb(255, 124, 0)
- Phần trăm: thí dụ rgb(100%, 80%, 0%)

Giá trị mặc định (default) tùy thuộc vào browser.

Xem phụ lục B để biết thêm về các tên mầu. Như chúng ta đã biết, trong HTML các mầu sắc được diễn tả bằng số trong hệ số 16 (hexadecimal). Style sheet cho phép chúng ta diễn tả mầu bằng số trong hệ số thập phân. Dù dùng hệ số nào đi nữa, mầu vẫn được diễn tả bằng ba mầu đỏ (red), xanh lá cây (green) và xanh da trời (blue). Trong thí dụ trên, **#fb0** tương đương với **#ffbb00**. Chứ không phải **#f0b000**. Nếu hệ số 16, chúng ta phải bắt đầu bằng dấu #. Nếu dùng hệ số 10 hay phần trăm, chúng ta phải liệt kê các mầu red, greeen, blue theo thứ tự, được cách nhau bởi dấu phẩy và được kẹp trong dấu ngoặc.

Nếu chúng ta dùng một trị giá mầu lớn hơn 255 hay 100%, các browser sẽ thay giá trị đó bằng 255 hay 100%. Thí dụ:

```
EM {color: rgb(310,0,0)} hay EM {color: rgb(120%,0,0)}
```

tương đương với `EM {color: rgb(255,0,0)`.

Bộ 3 #rgb là lối viết tắt của Bộ 6 #rgb. Khi đổi một số từ Bộ 3 #rgb ra Bộ 6 #rgb, chúng ta lập lại các con số của từng mầu. Thí dụ #rgb sẽ là #rrggbb.

background-color

Thí dụ về cách viết:

```
P {background-color: red}

PRE {background-color: rgb( 255, 15, 0) }
```

Các giá trị của background-color gồm có:

```
<color> hay transparent
```

Cách diễn tả mầu cũng tương tự như cách diễn tả mầu nơi đặc tính "color" đã ghi trên.

Giá trị mặc định (default) là **transparent**.

background-image

Thí dụ về cách viết:

```
BODY {background-image: url(hình.gif)}

P {background-image: NONE}
```

Các giá trị của background-image gồm có:

```
<url> hay NONE
```

Giá trị mặc định (default) là **NONE**.

Địa chỉ của bức hình được dùng làm background-image được ghi như sau: **url(** *địa_chỉ_của_hình* **)**.

background-repeat

Thí dụ về cách viết:

```
BODY {background-repeat: repeat}
```

Các giá trị của background-repeat gồm có:

`repeat, repeat-x, repeat-y` hay `no-repeat`

Giá trị mặc định (default) là **repeat**.

Nếu một bức hình được dùng làm background-image, giá trị của "background-repeat" sẽ cho biết bức hình đó sẽ được lập lại như thế nào, nếu cần thiết. Giá trị `repeat` cho biết bức hình sẽ được lập lại cả hai chiều ngang và dọc. Giá trị `repeat-x` (`repeat-y`) cho biết bức hình sẽ được lập lại theo chiều ngang (dọc). Với giá trị `no-repeat` bức hình sẽ không được lập lại.

background-attachment

Thí dụ về cách viết:

```
BODY {background-attachment: fixed}
```

Các giá trị của background-attachment gồm có:

`scroll,` hay `fixed`

Giá trị mặc định (default) là **scroll.**

Nếu một bức hình được dùng làm background-image, giá trị của "background-attachment" sẽ cho biết bức hình đó sẽ được gắn cố định (fixed), hay xê dịch (scroll) tùy theo nội dung của trang web.

background-position

Thí dụ về cách viết:

```
BODY {background-position: center}
```

Các giá trị của background-position gồm có:

`<percentage>, <length>, <position>`

Giá trị mặc định (default) là **0%, 0%.**

Nếu một bức hình được dùng làm background-image, giá trị của "background-position" sẽ cho biết vị trí lúc ban đầu của bức hình. Thông thường, chúng ta sẽ dùng một cặp số hay chữ để xác định vị trí của bức hình. Thí dụ **0% 0%** hay **20pt 40pt**, hay **top center**.

Nếu chúng ta chỉ ghi có một số hay chữ, số hay chữ đó chỉ vị trí theo bề ngang (horizontal position). Nếu ghi cả hai số hay chữ, số ghi bề ngang sẽ được ghi trước. Chúng ta có thể dùng lẫn lộn chữ và số, như `top 50%`, hay lẫn lộn các loại đơn vị, như `30pt 50%`. Chúng ta có thể dùng số âm như `-30pt`.

Nếu chúng ta dùng chữ, các vị trí sẽ được hiểu như sau:

- "top left" hay "left top" tương đương với "0% 0%".
- "top", "top center" hay "center top" tương đương với "50% 0%".
- "right top" hay "top right" tương đương với "100% 0%".
- "left", "left center" hay "center left" tương đương với "0% 50%".
- "center" hay "center center" tương đương với "50% 50%".
- "right", "right center" hay "center right" tương đương với "100% 50%".
- "bottom left" hay "left bottom" tương đương với "0% 100%".
- "bottom", "bottom center" hay "center bottom" tương đương với "50% 100%".
- "bottom right" hay "right bottom" tương đương với "100% 100%".

background

Thí dụ về cách viết:

```
BODY {background: url(hinh.gif) red repeat fixed}
```

"background" là lối viết tắt của tất cả các đặc tính liên quan tới background. Các giá trị của background cũng là các giá trị của từng đặc tính kể trên. Chúng ta dùng đặc tính này để tóm gọn tất cả các đặc tính liên quan tới background trong cùng một chỗ.

17.12.3 Text Property

Các đặc tính thuộc nhóm này được áp dụng cho chữ hay khoảng trống giữa các chữ.

word-spacing

Thí dụ về cách viết:

```
H1 {word-spacing: 0.5em}
```

Các giá trị của word-spacing gồm có:

`normal`, hay `<length>`

Giá trị mặc định (default) là **normal.**

Đặc tính này xác định khoảng cách giữa các chữ trong hàng. Chúng ta có thể dùng số âm nơi một số browser. Đặc tính này có thể đối chọi với đặc tính `align`.

letter-spacing

Thí dụ về cách viết:

```
H1 {letter-spacing: 0.5em}
```

Các giá trị của letter-spacing gồm có:

`normal`, hay `<length>`

Giá trị mặc định (default) là **normal.**

Đặc tính này xác định khoảng cách giữa các mẫu tự trong một chữ. Đặc tính này có thể đối chọi với đặc tính align.

text-decoration

Thí dụ về cách viết:

```
A:link, A:visited {text-decoration: underline}
```

Các giá trị của text-decoration gồm có:

`none`, `underline`, `overline`, `line-through`, hay `blink`

Giá trị mặc định (default) là **none.**

vertical-align

Thí dụ về cách viết:

```
H1 {vertical-align: top}
```

Các giá trị của vertical-align gồm có:

`baseline`, `sub`, `super`, `top`, `text-top`, `middle`, `bottom`, `text-bottom`, hay `<percentage>`

Giá trị mặc định (default) là **baseline.**

Đặc tính ảnh hưởng lên vị trí dọc (vertical position) của tag được sử dụng. Nếu `<percentage>` được sử dụng, giá trị này dựa trên "line-height" (bề cao của hàng). Giá trị được sử dụng ở đây sẽ thay đổi cạnh đáy của chữ, hay hình được đặt trong hàng. Chúng ta có thể dùng số âm. Thí dụ `-100%` có nghĩa là hạ thấp cạnh đáy xuống một hàng. Có nghĩa là chữ sẽ được ghi ở hàng dưới.

text-transform

Thí dụ về cách viết:

```
H1 {text-transform: uppercase}
```

Các giá trị của text-transform gồm có:

`capitalize`, `uppercase`, `lowercase`, hay `none`

Giá trị mặc định (default) là **none.**

Capitalize sẽ viết hoa mẫu tự đầu của chữ. Uppercase viết hoa tất cả các mẫu tự. Lowercase viết thường tất cả các mẫu tự. Trên nguyên tắc cách viết hoa các mẫu tự tùy thuộc vào từng ngôn ngữ. Thí dụ, trong tiếng Việt chữ "**Ấn**" khi được Capitalize các dấu bên trên chữ A phải được nâng cao cho thích hợp và vẫn xem chữ **Ấ** như là một mẫu tự chứ không phải 3. Nhưng sự hỗ trợ các đặc tính này hoàn toàn tùy thuộc vào các browser. Nếu browser không hỗ trợ các đặc tính này, nó sẽ đối xử mọi giá trị giống như giá trị **none**.

text-align

Thí dụ về cách viết:

```
H1 {text-align: right}
```

Các giá trị của text-align gồm có:

`left`, `right`, `center`, hay `justify`

Giá trị mặc định (default) tùy thuộc vào browser.

Giá trị `left` sẽ sắp chữ hay hình về bên trái. Giá trị `right` sẽ sắp chữ hay hình về bên phải. Giá trị `center` đặt chữ hay hình ngay giữa. Giá trị `justify` thì tùy thuộc vào từng ngôn ngữ, vì ngôn ngữ của chúng ta viết từ trái qua phải nhưng cũng có ngôn ngữ viết từ phải qua trái. Nếu `justify` không được hỗ trợ, các browser sẽ thay thế nó bằng `left` hay `right` tùy theo ngôn ngữ.

text-indent

Thí dụ về cách viết:

```
BLOCKQUOTE {text-indent: 5em}
```

Các giá trị của text-indent gồm có:

`<length>`, hay `<percentage>`

Giá trị mặc định (default) là **0**.

Đặc tính này sẽ thụt vào đầu dòng hàng chữ đầu tiên của đoạn văn. Nếu chúng ta dùng giá trị âm (thí dụ: `-3cm`) chúng ta sẽ có thụt ra đầu dòng (outdent).

line-height

Thí dụ về cách viết:

```
P {line-height: 1.2em}
```

Các giá trị của line-heig' : gồm có:

`normal`, `<number>`, `<length>`, hay `<percentage>`

Giá trị mặc định (default) là **normal**.

Đặc tính này xác định khoảng cách giữa các đường *baseline*. Khi một số `<number>` được dùng, *line-height* sẽ là cỡ của phông chữ hiện tại nhân với con số đó. Thí dụ: `line-height: 1.2` khi cỡ chữ là 10pt chúng ta sẽ được line-height là 12pt. Line-height không được là số âm. Giá trị `normal` sẽ dùng line-height đã được xác định bởi browser. Mỗi browser sẽ có một cách diễn tả khác nhau; do đó, chúng ta không đoán trước được giá trị chính xác. Thông thường, các browser sẽ dùng cỡ chữ 10pt làm chuẩn.

17.12.4 Box Property

Các đặc tính thuộc nhóm này sẽ ảnh hưởng tới các lề, khoảng cách giữa lề và các hình hay chữ gần đó. Chúng ta có thể kiểm soát từng lề, như lề trái, lề trên, hay tất cả bốn lề cùng một lúc. Các đặc tính này cũng cho ta kiểm soát bề dầy cũng như mầu sắc của các lề.

margin-top

Thí dụ về cách viết:

```
H1 {margin-top: 5em}
```

Các giá trị của margin-top gồm có:

`<length>`, `<percentage>`, hay `auto`

Giá trị mặc định (default) là **0**.

Đặc tính này xác định lề trên của chữ hay hình được dùng. Chúng ta có thể dùng số âm.

Lưu Ý: *1em bằng cỡ chữ đang dùng. Nếu cỡ chữ đang dùng là 12pt thì 1em=12pt.*

---

margin-right

Thí dụ về cách viết:

```
H1 {margin-right: 12%}
```

Các giá trị của margin-right gồm có:

`<length>`, `<percentage>`, hay `auto`

Giá trị mặc định (default) là **0**.

Đặc tính này xác định lề phải của chữ hay hình được dùng. Chúng ta có thể dùng số âm.

margin-bottom

Thí dụ về cách viết:

```
H1 {margin-bottom: 20px}
```

Các giá trị của margin-bottom gồm có:

<length>, <percentage>, hay auto

Giá trị mặc định (default) là **0**.

Đặc tính này xác định lề dưới của chữ hay hình được dùng. Chúng ta có thể dùng số âm.

margin-left

Thí dụ về cách viết:

```
H1 {margin-left: 2em}
```

Các giá trị của margin-left gồm có:

<length>, <percentage>, hay auto

Giá trị mặc định (default) là **0**.

Đặc tính này xác định lề trái của chữ hay hình được dùng. Chúng ta có thể dùng số âm.

margin

Thí dụ về cách viết:

```
BODY {margin: 2em, 3px}
```

Các giá trị của margin-left gồm có:

<length>, <percentage>, hay auto

Giá trị mặc định (default) tùy vào browser.

Đặc tính này là lối viết tắt. Chúng ta dùng đặc tính này để xác định tất cả các lề của chữ hay hình được dùng. Chúng ta có thể dùng số âm.

Các giá trị được viết nơi đặc tính này phải theo thứ tự lề trên, lề phải, lề dưới, rồi đến lề trái. Nếu chúng ta chỉ dùng một số, số đó được áp dụng cho tất cả các lề. Nếu chúng ta dùng nhiều hơn một số, các số bị thiếu sẽ được lấy từ lề đối diện. Thí dụ:

```
BODY {margin: 3em} /*cả bốn lề đều là 3em*/

BODY {margin: 1em, 2em} /*lề trên và dưới có giá trị 1em. Lề phải và
   trái có giá trị 2em*/

BODY {margin: 1em, 2em, 3em} /*lề trên là 1em, lề phải là 2em, lề dưới
   là 3em, lề trái bằng lề phải tức là 2em*/
```

padding-top

Thí dụ về cách viết:

```
BLOCKQUOTE {padding-top: 0.5em}
```

Các giá trị của padding-top gồm có:

`<length>`, hay `<percentage>`

Giá trị mặc định (default) là **0**.

Đặc tính này xác định khoảng cách giữa lề trên và chữ hay hình được dùng. Padding không được dùng số âm.

padding-right

Thí dụ về cách viết:

```
BLOCKQUOTE {padding-right: 10px}
```

Các giá trị của padding-right gồm có:

`<length>`, hay `<percentage>`

Giá trị mặc định (default) là **0**.

Đặc tính này xác định khoảng cách giữa lề phải và chữ hay hình được dùng. Padding không được dùng số âm.

padding-bottom

Thí dụ về cách viết:

```
BLOCKQUOTE {padding-bottom: 10px}
```

Các giá trị của padding-bottom gồm có:

`<length>`, hay `<percentage>`

Giá trị mặc định (default) là **0**.

Đặc tính này xác định khoảng cách giữa lề dưới và chữ hay hình được dùng. Padding không được dùng số âm.

padding-left

Thí dụ về cách viết:

```
BLOCKQUOTE {padding-left: 20%}
```

Các giá trị của padding-left gồm có:

`<length>`, hay `<percentage>`

Giá trị mặc định (default) là **0**.

Đặc tính này xác định khoảng cách giữa lề trái và chữ hay hình được dùng. Padding không được dùng số âm.

padding

Thí dụ về cách viết:

```
BODY {padding: 2em, 3px}
```

Các giá trị của margin-padding gồm có:

<length>, <percentage>, hay auto

Giá trị mặc định (default) tùy vào browser.

Đặc tính này là lối viết tắt. Chúng ta dùng đặc tính này để xác định tất cả khoảng cách giữa các lề và chữ hay hình được dùng. Padding không được dùng số âm.

Các giá trị được viết nơi đặc tính này phải theo thứ tự lề trên, lề phải, lề dưới, rồi đến lề trái. Nếu chúng ta chỉ dùng một số, số đó được áp dụng cho tất cả các lề. Nếu chúng ta dùng nhiều hơn một số, các số bị thiếu sẽ được lấy từ lề đối diện. Thí dụ:

```
BODY {padding: 3em} /*cả bốn lề đều có khoảng cách 3em từ lề tới chữ
   hay hình*/
BODY {padding: 1em, 2em} /*lề trên và dưới có khoảng cách 1em từ lề
   tới chữ hay hình, lề phải và trái có khoảng cách 2em từ lề tới chữ
   hay hình*/
```

border-top-width

Thí dụ về cách viết:

```
P {border-top-width: thick}
```

Các giá trị của border-top-width gồm có:

thin, medium, thick, hay <length>

Giá trị mặc định (default) là **medium**.

Đặc tính này xác định bề dầy của lề trên. Bề dầy tương đương với các giá trị thin, medium và thick tùy thuộc vào browser, nhưng chúng ta biết chắc rằng thin <= medium <= thick. Chúng ta không được dùng số âm.

border-right-width

Thí dụ về cách viết:

```
P {border-right-width: thin}
```

Các giá trị của border-bottom-width gồm có:

thin, medium, thick, hay <length>

Giá trị mặc định (default) là **medium**.

Đặc tính này xác định bề dầy của lề phải. Bề dầy tương đương với các giá trị thin, medium và thick tùy thuộc vào browser, nhưng chúng ta biết chắc rằng thin <= medium <= thick. Chúng ta không được dùng số âm.

border-bottom-width

Thí dụ về cách viết:

```
P {border-bottom-width: thick}
```

Các giá trị của border-bottom-width gồm có:

thin, medium, thick, hay <length>

Giá trị mặc định (default) là **medium**.

Đặc tính này xác định bề dầy của lề dưới. Bề dầy tương đương với các giá trị thin, medium và thick tùy thuộc vào browser, nhưng chúng ta biết chắc rằng thin <= medium <= thick. Chúng ta không được dùng số âm.

border-left-width

Thí dụ về cách viết:

```
P {border-left-width: thick}
```

Các giá trị của border-left-width gồm có:

thin, medium, thick, hay <length>

Giá trị mặc định (default) là **medium**.

Đặc tính này xác định bề dầy của lề trái. Bề dầy tương đương với các giá trị thin, medium và thick tùy thuộc vào browser, nhưng chúng ta biết chắc rằng thin <= medium <= thick. Chúng ta không được dùng số âm.

border-width

Thí dụ về cách viết:

```
BODY {boder-width: 2em, 3px}
```

Các giá trị của border-width gồm có:

thin, medium, thick, hay <length>

Giá trị mặc định (default) tùy vào browser.

Đặc tính này là lối viết tắt. Chúng ta dùng đặc tính này để xác định bề dầy của các lề. Chúng ta không được dùng số âm.

Các giá trị được viết nơi đặc tính này phải theo thứ tự lề trên, lề phải, lề dưới, rồi đến lề trái. Nếu chúng ta chỉ dùng một số, số đó được áp dụng cho tất cả các lề. Nếu chúng ta dùng nhiều hơn một số, các số bị thiếu sẽ được lấy từ lề đối diện.

border-color

Thí dụ về cách viết:

```
P {border-color: red}
```

Các giá trị của border-color gồm có:

```
<color>
```

Giá trị mặc định (default) là **mầu đang được dùng**.

Đặc tính này xác định mầu của các lề. Chúng ta có thể đổi mầu cho từng lề bằng cách liệt kê thứ tự các mầu theo thứ tự lề trên, lề phải, lề dưới và lề trái. Thí dụ:

```
H1 {border-color: red blue green black}
```

Lề trên mầu đỏ. Lề phải mầu xanh da trời, lề dưới mầu xanh lá cây. Lề trái mầu đen. Nếu chúng ta bỏ xót một mầu nào, lề đó sẽ lấy mầu của lề đối diện.

border-style

Thí dụ về cách viết:

```
#ab22 {border-style:solid dotted}
```

Các giá trị của border-style gồm có:

`none, dotted, dashed, solid, double, groove, ridge, inset,` hay `outset.`

Giá trị mặc định (default) là **none.**

Đặc tính này xác định loại đường kẻ được dùng để vẽ lề.

Chúng ta có thể xác định loại đường kẻ cho từng lề bằng cách liệt kê thứ tự các loại đường kẻ theo thứ tự lề trên, lề phải, lề dưới và lề trái. Tương tự như border-color, nếu chúng ta bỏ xót một giá trị nào, giá trị đó sẽ được giả sử giống như giá trị của lề đối diện. Hình dạng của từng loại đường kẻ còn tùy thuộc vào từng browser. Nếu một loại đường kẻ nào đó không được hỗ trợ, chúng ta sẽ được thay thế bằng đường kẻ loại `solid`.

border-top

Thí dụ về cách viết:

```
P {border-top: thin solid red}
```

Các giá trị của border-top gồm có:

`<border-top-width>, <border-style>,` và `<border-color>`

Giá trị mặc định (default) tùy vào browser.

Đây là lối viết tắt. Chúng ta dùng đặc tính này để xác định tất cả các đặc tính ảnh hưởng tới lề trên cùng một lúc. Trong thí dụ trên, chúng ta cho biết `border-width` là *thin*, `border-style` là *solid*, và `border-color` là *red*. Lưu ý, trong đặc tính này `<border-style>` và `<border-color>` chỉ được có một giá trị, vì đặc tính này chỉ áp dụng cho một lề.

border-right

Thí dụ về cách viết:

```
P {border-right: thin solid red}
```

Các giá trị của border-right gồm có:

`<border-right-width>, <border-style>, và <border-color>`

Giá trị mặc định (default) tùy vào browser.

Đây là lối viết tắt. Chúng ta dùng đặc tính này để xác định tất cả các đặc tính ảnh hưởng tới lề phải cùng một lúc. Trong thí dụ trên, chúng ta cho biết `border-width` là *thin*, `border-style` là *solid*, và `border-color` là *red*. Lưu ý, trong đặc tính này `<border-style>` và `<border-color>` chỉ được có một giá trị, vì đặc tính này chỉ áp dụng cho một lề.

border-bottom

Thí dụ về cách viết:

```
P {border-bottom: thin solid red}
```

Các giá trị của border-bottom gồm có:

`<border-bottom-width>, <border-style>, và <border-color>`

Giá trị mặc định (default) tùy vào browser.

Đây là lối viết tắt. Chúng ta dùng đặc tính này để xác định tất cả các đặc tính ảnh hưởng tới lề dưới cùng một lúc. Trong thí dụ trên, chúng ta cho biết `border-width` là *thin*, `border-style` là *solid*, và `border-color` là *red*. Lưu ý, trong đặc tính này `<border-style>` và `<border-color>` chỉ được có một giá trị, vì đặc tính này chỉ áp dụng cho một lề.

border-left

Thí dụ về cách viết:

```
P {border-left: thin solid red}
```

Các giá trị của border-left gồm có:

`<border-left-width>, <border-style>, và <border-color>`

Giá trị mặc định (default) tùy vào browser.

Đây là lối viết tắt. Chúng ta dùng đặc tính này để xác định tất cả các đặc tính ảnh hưởng tới lề trái cùng một lúc. Trong thí dụ trên, chúng ta cho biết `border-width` là *thin*, `border-style` là *solid*, và `border-color` là *red*. Lưu ý, trong đặc tính này `<border-style>` và `<border-color>` chỉ được có một giá trị, vì đặc tính này chỉ áp dụng cho một lề.

border

Thí dụ về cách viết:

```
P {border: solid red}
```

Các giá trị của border gồm có:

```
<border-width>, <border-style>, và <border-color>
```

Giá trị mặc định (default) tùy vào browser.

Đây là lối viết tắt. Chúng ta dùng đặc tính này để xác định tất cả các đặc tính ảnh hưởng tới tất cả các lề cùng một lúc. Trong thí dụ trên, chúng ta cho biết `border-width` là *thin*, `border-style` là *solid*, và `border-color` là *red*. Lưu ý, trong đặc tính này `<border-style>` và `<border-color>` chỉ được có một giá trị, vì đặc tính này chỉ áp dụng cho một lề.

width

Thí dụ về cách viết:

```
IMG {width: 50px}
```

Các giá trị của width gồm có:

```
<length>, <percentage>, hay auto
```

Giá trị mặc định (default) là **auto**.

Đặc tính này có thể được áp dụng với chữ, nhưng thường chúng ta chỉ dùng với hình ảnh. Chúng ta dùng đặc tính này để phóng lớn/nhỏ (scaling) một bức hình. Chúng ta không được dùng giá trị âm cho đặc tính này.

height

Thí dụ về cách viết:

```
IMG {height: 50px}
```

Các giá trị của height gồm có:

```
<length> hay auto
```

Giá trị mặc định (default) là **auto**.

Đặc tính này có thể được áp dụng với chữ, nhưng thường chúng ta chỉ dùng với hình ảnh. Chúng ta dùng đặc tính này để phóng lớn/nhỏ (scaling) một bức hình. Chúng ta không được dùng giá trị âm cho đặc tính này.

float

Thí dụ về cách viết:

```
IMG {float: left}
```

Các giá trị của float gồm có:

```
left, right hay none
```

Giá trị mặc định (default) là **none**.

Nếu giá trị none được dùng, hình ảnh sẽ được xem như là một ký tự và được kèm trong hàng như mọi ký tự khác. Nếu giá trị left được dùng, bức hình sẽ được đặt sát lề trái và chữ sẽ được viết tiếp theo bên phải của bức hình. Ngược lại, nếu giá trị right được dùng, bức hình sẽ được đặt sát lề phải và chữ sẽ được viết bên lề trái của hình. Thông thường, đặc tính này được dùng cho hình ảnh nhưng chúng ta có thể dùng nó với chữ.

clear

Thí dụ về cách viết:

```
IMG.alone {clear: left}
```

Các giá trị của clear gồm có:

```
left, right, both, hay none
```

Giá trị mặc định (default) là **none**.

Đặc tính này sẽ ngăn cấm chữ hay hình được đặt bên lề tương đương với giá trị được đề cập. Trong thí dụ trên, không có một chữ hay hình nào được đặt bên trái của bức hình khi chúng ta dùng tag `<IMG CLASS=alone>`.

17.13 Đơn Vị Được Dùng Trong Style Sheet

Đơn Vị Chiều Dài

Một đơn vị có thể được bắt đầu bằng một dấu + (cộng) hay dấu - (trừ). Theo sau là một con số (số nguyên hay số thập phân), và tận cùng là tên của đơn vị. Tên của đơn vị được viết tắt bằng 2 ký tự. Nếu con số là 0, chúng ta không cần thiết phải viết tên đơn vị.

Một số đặc tính của style sheet cho phép chúng ta dùng số âm. Tuy nhiên, nếu chúng ta dùng số âm cho một đặc tính không chấp nhận số âm, giá trị đó sẽ được thay bằng số 0, hay một giá trị nào đó được chọn bởi browser.

"Đơn vị chiều dài" có thể được diễn tả như là một giá trị tuyệt đối (absolute), hay một giá trị tương đối (relative). Các giá trị tương đối được tính dựa trên giá trị đang được sử dụng lúc bấy giờ. Một điểm lợi của việc sử dụng giá trị tương đối là các sự sắp xếp sẽ được thay đổi theo tỷ lệ khi phải thay đổi hình thức hiển thị (thí dụ từ màn hình qua máy in).

Thí dụ về các giá trị tương đối:

```
0.5em, 2ex, 10px
```

em chỉ bề cao của phông chữ đang dùng. **ex** chỉ bề cao của chữ x của phông chữ đang dùng. **px** chỉ ảnh tố (pixel), một chấm trên màn hình. Thí dụ, nếu phông chữ đang dùng có cỡ phông là 20pt, thì 0.5em tương đương với 10pt.

Thí dụ về các giá trị tuyệt đối:

```
10pt, 0.5in, 3cm, 4mm, 2pc
```

pt chỉ cỡ chữ (72pt = 1in). **in** chỉ 1 đơn vị phân tây (inch). 1in=2.54cm. **cm** chỉ đơn vị tính bằng centimeter. **mm** chỉ đơn vị tính bằng millimeter. **pc** chỉ đơn vị tính bằng pica (1pc=12pt).

Đơn Vị Phần Trăm

Một đơn vị phần trăm có thể được bắt đầu bằng một dấu **+** (cộng) hay dấu **-** (trừ). Theo sau là một con số (số nguyên hay số thập phân), và tận cùng là dấu phần trăm "**%**"

Đơn vị phần trăm luôn được tính trên một "đơn vị chiều dài" nào đó đang được dùng. Thông thường, "đơn vị phần trăm" được tính trên cỡ chữ của phông chữ hiện tại. Thí dụ: 120%, 90%. Nếu cỡ chữ hiện tại là 10pt thì 120% tương đương với cỡ chữ 12pt.

Đơn Vị Mầu

Đơn vị mầu là các chữ hay số dùng để diễn tả một mầu sắc nào đó. 16 tên mầu trong bảng 16-mầu của hệ điều hành Windows là: aqua, black, blue, fuchsia, gray, green, lime, maroon, navy, olive, purple, red, silver, teal, white và yellow. Xem phụ lục B để biết tên gọi của các mầu khác.

Khi sử dụng đơn vị mầu bằng số, chúng ta sẽ dùng hệ số thập phân (hệ số 10) hay hệ số thập lục phân (hệ số 16). Bình thường, trong lối đếm số hàng ngày chúng ta dùng hệ số thập phân. Tức là, khi viết số, số bên phải sẽ đi từ 0 tới 9 rồi trở lại 0. Máy điện toán lại dùng hệ số thập lục phân thay vì hệ số thập phân. Tức số bên phải sẽ đi từ 0 tới 15 rồi mới trở lại số 0. Các số từ 10 tới 15 được viết bằng chữ. Chữ A tương đương với số 10, B=11, C=12, D=13, E=14, và F=15.

Trong máy điện toán muốn diễn tả một mầu chúng ta cần ba mầu đỏ, xanh lá cây và xanh dương (red, green, blue). Mỗi mầu trong bộ ba đó sẽ có cường độ từ 0 tới 255 (trong hệ số thập phân). Bằng cách thay đổi cường độ của các mầu căn bản này chúng ta có thể tạo ra hơn 16 triệu mầu khác nhau. Từ đó, chúng ta có thể đoán rằng, để có thể đạt được một mầu chính xác theo ý chúng ta, chúng ta nên dùng số để diễn tả mầu thay vì bằng chữ. Chúng ta không có đủ 16 triệu chữ để diễn tả mầu.

Cách diễn tả mầu bằng số được chia làm 3 loại:

Bộ 6 Theo Hệ Thập Lục Phân

Trong "bộ 6 theo hệ thập lục phân" chúng ta có 3 cặp số để diễn tả các mầu đỏ, xanh lá cây và xanh dương như sau: rr, gg và bb. r, g, b là các số trong hệ thập lục phân. Thí dụ như mầu đỏ là #ff0000, mầu xanh lá cây là #00ff00, mầu xanh dương là #0000ff, mầu đen là #000000 và mầu trắng là #ffffff.

Chúng ta bắt đầu bộ số bằng dấu #, theo sau là các số diễn tả từng mầu căn bản. Thí dụ, để có được mầu hồng (pink) chúng ta lấy nhiều mầu đỏ (`ff` cho mầu đỏ), một ít mầu xanh lá cây (`c0` cho mầu xanh lá cây) và một ít mầu xanh dương (`cb` cho mầu xanh dương). Chúng ta có mầu hồng = #ffc0cb.

Nếu cặp số diễn tả cho một mầu căn bản có hai số giống nhau, chúng ta có thể viết tắt thành một số. Thí dụ, `ff` có thể được viết là `f`, `bb` được viết là `b`, `88` được viết là `8`. Từ đó, chúng ta có được "bộ 3 theo hệ thập lục phân. Thí dụ, `#bb9922` được viết là `#b92`. `#ffee00` được viết là `#fe0`.

Bộ 3 Theo Hệ Thập Phân

Nếu dùng số theo hệ thập phân chúng ta sẽ diễn tả các mầu căn bản như sau: rgb(rrr, ggg, bbb). Ở đây rrr là số từ 0 tới 255 cho mầu đỏ. ggg là số từ 0 tới 255 cho mầu xanh lá cây. bbb là số từ 0 tới 255 cho mầu xanh dương. Thí dụ như mầu đỏ là rgb(255, 0, 0), mầu xanh lá cây là rgb(0, 255, 0), mầu xanh dương là rgb(0, 0, 255), mầu đen là rgb(0, 0, 0) và mầu trắng là rgb(255, 255, 255).

Bộ 3 Tính Theo Phần Trăm

Nếu dùng số phần trăm, chúng ta cũng sẽ bắt đầu dãy số bằng ba mẫu tự rgb như cách viết trong "bộ 3 theo hệ thập phân), nhưng thay vì diễn tả các mầu căn bản bằng số từ 0 tới 255, chúng ta cho biết số phần trăm. 100% tương đương với 255 (hay #ff). Thí dụ như mầu đỏ là rgb(100%, 0%, 0%), mầu xanh lá cây là rgb(0%, 100%, 0%), mầu xanh dương là rgb(0%, 0%, 100%), mầu đen là rgb(0%, 0%, 0%) và mầu trắng là rgb(100%, 100%, 100%).

17.14 Những Điều Cần Tránh Khi Sử Dụng Style Sheet

Style sheet cho phép chúng ta kiểm soát vị trí, mầu sắc, cỡ chữ, phông chữ của từng phần tử trong trang web. Nếu chúng ta dùng đúng thì sẽ đạt được những lối trình bầy rất hoa mỹ, nhưng ngược lại nếu chúng ta dùng sai thì có thể làm cho trang web của chúng ta như là một mớ chỉ rối. Thế nào là dùng sai? Sau đây là một số điều chúng ta nên để ý khi sử dụng style sheet:

- Tránh dùng lề âm để viết chữ chồng lên nhau. Nếu browser không hỗ trợ số âm, kết quả sẽ không thể lường trước được.
- Tránh dùng ảnh tố (pixel) làm đơn vị để chọn cỡ chữ vì kích thước của màn ảnh thay đổi được, và số ảnh tố cho mỗi màn ảnh khác nhau tùy theo các hệ điều hành (PC, Macintosh, Unix). Nên dùng các đơn vị tương đối như EM.

- Tránh phóng lớn/nhỏ hình ảnh bằng style sheet. Mặc dù bản quy định nói rằng chúng ta làm được, nhưng hầu hết các browser đều có công thức phóng lớn/nhỏ khác nhau nên kết quả khó mà lường được.
- Tránh dùng Small-caps, overline, và oblique vì hầu hết các browser không hỗ trợ các kiểu này.
- Tránh dùng đường kẻ dotted và dashed khi dùng đường viền vì hầu hết các browser không hỗ trợ các kiểu này.
- Cẩn thận khi dùng các đơn vị tuyệt đối. Trang web có thể được nhìn rất đẹp trên màn ảnh, nhưng khi in ra giấy thì rất xấu, vì màn ảnh có 75dpi (dot per inch) trong khi các máy in cho phép chúng ta chọn 300dpi, 600dpi hay hơn.
- Tránh dùng style sheet để tạo ảnh hưởng bóng cho chữ (drop shadow).

Hãy xem thí dụ 17-2, về việc dùng style sheet tạo ảnh hưởng bóng (drop shadow) cho chữ. Thí dụ này được tìm thấy nơi trang web Microsoft's CSS Gallery (http://www.microsoft.com/typography/css/gallery/slide7.htm). Nếu browser không hỗ trợ style sheet, hay style sheet bị thay đổi, trang web này sẽ được thấy như ở hình 17-3.

Hình 17-2: Dùng style sheet tạo drop shadow

Ngoài những điều cần tránh kể trên, chúng ta cũng nên xem lại các browser hiện hành xem chúng có hỗ trợ style sheet hay không, và hỗ trợ đến mức nào. Chúng ta cần để ý rằng, chúng ta làm trang web cho độc giả đọc chứ không phải cho chúng ta đọc. Do đó, chỉ dùng style sheet nếu biết chắc rằng browser của các độc giả có hỗ trợ style sheet. Hãy liên lạc với các hãng sản xuất browser để biết về khả năng hỗ trợ style sheet nơi browser của họ, hay tìm hiểu thêm nơi trang web *browserwatch.internet.com.*

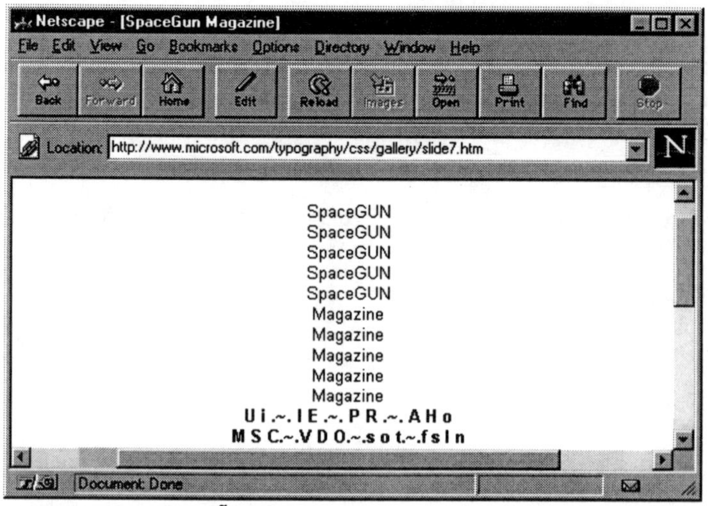

Hình 17-3: Style sheet không được hỗ trợ

17.15 Tóm Tắt

Style sheet là một công cụ trình bầy trang web. Nó cho chúng ta khả năng định nghĩa lại, hay định nghĩa thêm các tag HTML. Chúng ta có thể dùng style sheet để dịch lại các tên tag ra tiếng Việt cho người Việt dùng. Chúng ta có thể tạo thêm ảnh hưởng cho một lối trình bầy. Nói chung, nếu tất cả các browser đều hỗ trợ style sheet, chúng ta sẽ không còn lệ thuộc vào các browser, vì lối trình bầy nào chúng ta cũng có thể tạo được bằng style sheet.

Style sheet còn giúp chúng ta thống nhất được các lối trình bầy trang web khi chúng ta có nhiều hơn một trang web. Nhất là khi chúng ta có nhiều trang web, và mỗi nhóm trang web có một lối trình bầy nhất định. Với đặc tính "cascading" (thừa kế), chúng ta chỉ cần lập ra một style sheet với lối trình bầy cá thể cho mỗi nhóm, và một style sheet với lối trình bầy chung cho tất cả các nhóm. Khi trình bầy trang web, chúng ta chỉ cần đính kèm style sheet này vào trang web là chúng ta thống nhất được lối trình bầy. Thêm vào đó, với lối dùng style sheet này, nếu cần thay đổi lối trình bầy, chúng ta chỉ cần thay đổi ở một chỗ mà tạo được ảnh hưởng tới tất cả các trang web.

Style sheet, trên nguyên tắc, cho chúng ta kiểm soát về lối trình bầy trang web, như vị trí, mầu sắc, kiểu cọ, kích thước của từng phần tử trong trang web. Tuy nhiên, không phải browser nào cũng hỗ trợ đầy đủ tất cả những điều được ghi ra nơi bản quy định về style sheet do Ủy Ban Tiêu Chuẩn ấn hành. Trong hai hình ảnh dưới đây, chúng ta sẽ thấy một trang web dùng style sheet sẽ được nhìn như thế nào khi browser không hỗ trợ style sheet.

Nói chung, khi sử dụng style sheet chúng ta sẽ chú trọng tới phần nội dung của những gì chúng ta muốn phổ biến trong trang web, còn phần hình thức trình bầy thì ghi ở style sheet. Từ phiên bản 4.0 trở đi, browser Internet Explorer và Netscape

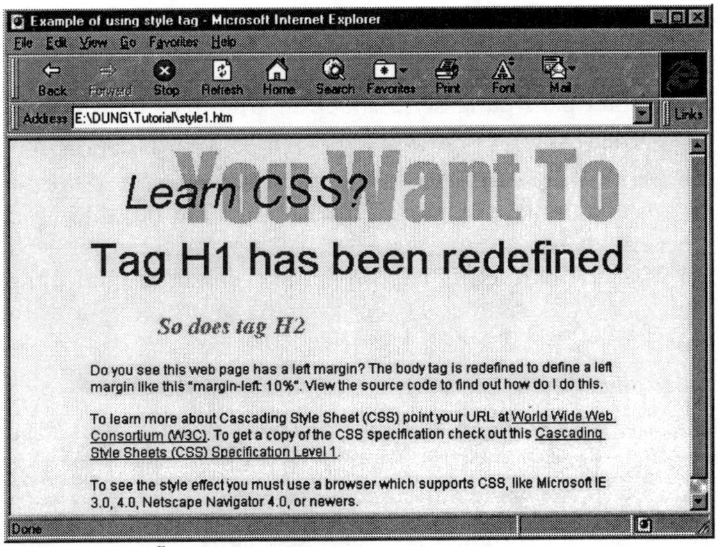

Hình 17-4: Style sheet được hỗ trợ bởi browser

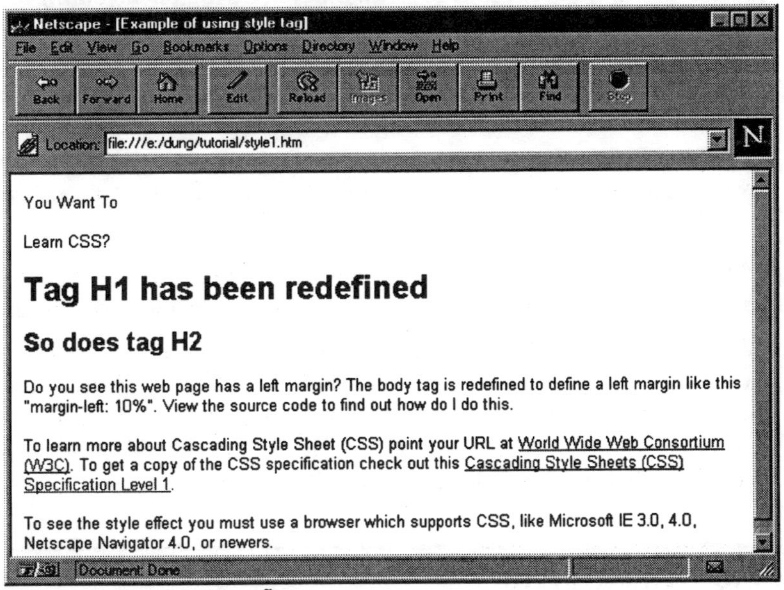

Hình 17-5: Style sheet không được hỗ trợ

Communicator bắt đầu hỗ trợ style sheet. Muốn tìm hiểu thêm về style sheet chúng ta hãy tìm đọc mã gốc (source code) của các trang web dùng style sheet. Thí dụ như ở địa chỉ *www.microsoft.com/typography/css/gallery*, *www.w3.org/pub/WWW*, hay *www.pantos.org/atw/35412.html*.

Muốn biết những đặc tính nào của Style Sheet được hỗ trợ hoặc không được hỗ trợ bởi Internet Explorer, xin đọc thêm "A User's Guide to Style Sheets" ở địa chỉ *www.microsoft.com/WORKSHOP/AUTHOR/css/CSS.HTM*.

17.16 Câu Hỏi & Trả Lời

1. Có cần thiết phải dùng style sheet để trình bầy trang web không?

TL: Không. Chúng ta chỉ cần dùng tới style sheet nếu chúng ta muốn sửa đổi hay thêm ảnh hưởng tới các tag HTML đang có sẵn, hay tạo một tag mới có ảnh hưởng tương đương với vài tag cũ hợp lại. Thí dụ, thường chúng ta viết tựa cho đoạn văn, chúng ta dùng tag <H2>. Chúng ta cũng muốn viết nghiêng tựa đó và dùng mầu đỏ. Nếu dùng các tag có sẵn chúng ta phải dùng đến 3 tag để tạo ảnh hưởng này. Nếu dùng style sheet, chúng ta có thể sửa đổi tag <H2> hay tạo một tag mới bao gộp cả 3 ảnh hưởng vừa kể.

2. Làm sao biết được browser nào có hỗ trợ style sheet?

TL: Theo dõi báo chí, hoặc tìm nơi trang web của Ủy Ban Tiêu Chuẩn (www.w3.org/pub/WWW/Style/css/), nơi trang web *browserwatch.internet.com* hoặc hỏi trực tiếp các hãng sản xuất browser.

3. <DIV> và <SPAN> khác nhau như thế nào?

TL: Cả hai đều được xem như là "container". Có nghĩa là chúng ta dùng chúng để **trình bầy một nhóm chữ**, nhưng <DIV> có tầm vóc rộng hơn. <DIV> dùng để **trình bầy một nhóm lớn các đoạn văn** như chương mục lục, phần tài liệu tham khảo. Còn <SPAN> được dùng để **trình bầy một nhóm nhỏ các chữ.** Thí dụ như làm nổi bật một nhóm chữ trong câu văn:

```
<SPAN STYLE="background: yellow; color: red; font-weight: bold">Lưu
Ý:</SPAN> không phải browser nào cũng hỗ trợ toàn bộ các đặc tính
của style sheet mà chúng ta học ở đây.
```

4. Tôi dùng style sheet để chừa lề cho trang web. Tại sao browser của tôi (Internet Explorer 3.01) lại chừa lề khác với browser của một số độc giả của tôi.

TL: Các độc giả đó có lẽ đã dùng Internet Explorer 3.0. Browser Internet Explorer 3.0 đã có lỗi là không tính đúng kích thước của lề nếu chúng ta dùng nhiều hơn một lề. Lỗi này đã được sửa từ phiên bản 3.01 trở đi. Tuy nhiên, vì một số độc giả vẫn còn dùng phiên bản 3.0; do đó, để thống nhất lối trình bầy, chúng ta chỉ nên chừa lề một lần và ghi thuộc tính chừa lề đó nơi tag <BODY>.

17.17 Tài Liệu Tham Khảo

[1] "Cascading Style Sheets, Level 1, W3C Recommendation 17 Dec 1996," www.w3.org/TR/REC-CSS1-961217.

[2] "HTML and Style Sheets, W3C Working Draft 24-Mar-1997," www.w3.org/TR/WD-style-970324.

[3] Handan Selamoglu, "A User's Guide to Style Sheets," www.microsoft.com/WORKSHOP/AUTHOR/css/CSS.HTM.

[4] "CSS Printing Extensions," www.w3.org/TR/WD-print.

[5] "Aural Cascading Style Sheets (ACSS), W3C Working Draft 30-June-1997," www.w3.org/TR/WD-acss.

[6] "Dynamic HTML," Netscape Communications Corp., home.netscape.com/comprod/products/communicator/features/Dynamic_HTML.html.

[7] "Style Sheets (CSS)," Design Consulting Ltd., webcom.net/~gmc/html/body_style_sheets.html.

17.18 Tài Liệu Đọc Thêm

- "Web Style Sheets," www.w3.org/Style/.
- "Technical Reports & Publications," www.w3.org/TR/.
- "CSS (Cascading Style Sheets)," www.sgmlopen.org/sgml/docs/bosak22_.htm.
- "Support for Cascading Style Sheets, Level 1 in Microsoft Internte Explorer 3.0, Win32 Version," www.shadow.net/%7Ebraden/nostyle/ie3.html.
- "Welcome to the Dynamic HTML Zone," www.dhtmlzone.com.
- "Internet Explorer 4.0 Technologies," Microsoft, www.microsoft.com/workshop/prog/ie4/ie4-left.htm.
- Andrew King, "Cascading Style Sheets," webreference.com/dev/style/.
- Alan Taylor, "The Evolution of Style Sheets," webreference.com/dev/style/evolution.html.

Chương 18

JavaScript

Học thảo trang web bằng ngôn ngữ lập trình JavaScript sẽ đòi hỏi chúng ta một quyển sách nữa dầy như quyển sách này để có thể cắt nghĩa hết mọi khả năng và từng hàm số (function) của ngôn ngữ JavaScript. Tác giả không có tham vọng giải thích tất cả trong một chương. Tuy nhiên, nếu không nói về JavaScript thì quyển sách sẽ mang một thiếu xót, vì JavaScript đóng một vai trò quan trọng trong việc tạo trang web. Nếu độc giả muốn tìm hiểu sâu về JavaScript, tác giả khuyến khích nên đọc thêm các sách chuyên đề về JavaScript. Nơi chương này, chúng ta sẽ chỉ học viết các đoạn mã ngắn viết bằng JavaScript để thực hiện một số các kỹ xảo mà ngôn ngữ HTML không thể làm được.

Lưu Ý: *Chương này sẽ khó hiểu nếu độc giả chưa có kinh nghiệm về thảo trình. Trong trường hợp đó, chúng ta nên thử dùng các thí dụ trong chương này nơi trang web, rồi đem thử nghiệm chúng. Qua các kết quả đạt được nơi trang web chúng ta dần dần sẽ hiểu về cách dùng JavaScript cho việc tạo trang web.*

Chúng ta sẽ học về:

- Khái niệm về JavaScript
- Hiển thị ngày và giờ
- Tìm biết loại browser và phiên bản
- Mở một khung browser mới
- Hiển thị tình trạng nơi thanh hiện trạng
- Chạy chữ
- Kiểm chứng các giá trị được điền nơi form
- Chọn trang web muốn xem từ một danh sách
- Đổi mầu của nền
- Đổi hình dynamically
- Điền lần cập nhật cuối
- Khi nào chúng ta không nên dùng JavaScript

18.1 Khái Niệm Về JavaScript

JavaScript Là Gì?

JavaScript là một ngôn ngữ lập trình do hãng Netscape chế ra. So sánh về cú pháp (syntax) của JavaScript và Java thì chúng rất giống nhau. Giống đến độ nếu đem một thảo trình nhỏ được viết bằng JavaScript ra so với một thảo trình được viết bằng Java, chúng giống nhau từng chữ một. Tuy vậy, JavaScript vẫn không phải là Java. Java là một ngôn ngữ lập trình do hãng Sun chế ra. Ngôn ngữ Java là một ngôn ngữ tổng quát (general) dùng để thảo đủ mọi ứng dụng. Trong khi đó JavaScript chỉ dùng để điều khiển hay bổ túc chức năng cho các trang web. Thí dụ như chạy chữ, thay hình ảnh, đổi mầu nền, hiển thị ngày giờ, kiểm lỗi nơi form.

Các thảo trình được soạn bằng ngôn ngữ Java cũng có thể được dùng trong trang web. Nhưng khi gắn vào trang web, thảo trình đó phải được "compile" và đặt nơi máy chủ. Trong trang web chúng ta sẽ nhắc tới thảo trình đó với cái tên chung là "applet". Trong khi đó, khi sử dụng JavaScript chúng ta sẽ viết toàn bộ phần mã ngay trong trang web, hoặc đính kèm vào trang web.

JavaScript đã có mặt từ phiên bản 2.0 của browser Netscape Navigator. Browser này cũng có nhiều phiên bản cho các loại máy khác nhau như Windows, Unix, Macintosh. Do đó, JavaScript được coi là khá phổ biến. Cũng vì thế mà hầu hết các browser ngày nay đều hỗ trợ JavaScript. Tuy nhiên, ngoại trừ các browser của Netscape, các browser khác chỉ hỗ trợ đến một phần nào mà thôi. Nói cách khác, một thảo trình JavaScript có thể chạy rất tốt nơi browser của Netscape nhưng khi chạy nơi một browser khác, thí dụ Microsoft Internet Explorer, có thể sẽ bị báo là có lỗi. Tưởng cũng nên nhắc lại là Microsoft có riêng Visual Basic Script cho browser Internet Explorer của họ. Visual Basic Script chỉ chạy trong browser của Microsoft và cho đến khi sách này được viết thì nó cũng chỉ chạy với hệ điều hành Windows mà thôi.

Lưu Ý: *JavaScript được dùng ở hai nơi. Một dùng để viết cho máy chủ (server-based application JavaScript) và một dùng để viết cho browser (client-side JavaScript). Chúng ta sẽ chỉ học về JavaScript dùng cho browser trong chương này.*

Chạy JavaScript

Chúng ta có thể dùng JavaScript để trang trí thêm hay bổ túc chức năng cho trang web. Nhưng để thấy được toàn bộ các kỹ xảo do JavaScript mang lại chúng ta phải có một "Browser hiểu-JavaScript" (JavaScript-enabled browser), thí dụ như Netscape Navigator 2.0 hay mới hơn, hoặc Microsoft Internet Explorer 3.0 hay mới hơn.

Đặt JavaScript Trong Trang Web

Thảo trình viết bằng JavaScript được đặt ngay trong trang web. Phần thảo trình nào có ảnh hưởng tại chỗ (in-line JavaScript) sẽ được đặt ngay nơi chúng ta muốn hiển thị kết quả của nó. Thí dụ, một trang web sẽ được đọc và hiển thị từ trên xuống dưới. Nếu chúng ta muốn dùng JavaScript để hiển thị ngày giờ hiện tại ngay nơi hàng cuối của trang web thì chúng ta viết đoạn mã bằng ngôn ngữ JavaScript ngay cuối trang web, trước tag `</BODY>`.

Phần thảo trình nào không có ảnh hưởng tại chỗ sẽ được ghi nơi đầu trang web. Thí dụ như đoạn mã của các function sẽ được viết bên trong cặp tag `<HEAD>...</HEAD>`, hay ngay dưới tag `<BODY>`, trước mọi tag khác trong phần BODY. Xem thí dụ nơi các trang sau.

Khi browser đọc và hiển thị trang web nó sẽ đọc từ trên xuống, đọc tới đâu hiển thị tới đó. Các đoạn mã được viết bằng JavaScript kèm trong trang web cũng sẽ được thông dịch (interpret) tại chỗ, và hiển thị kết quả ngay tại chỗ nó được viết, nếu phần mã đó có ảnh hưởng tại chỗ. Nếu phần mã đó không có ảnh hưởng tại chỗ, nội dung của nó sẽ được ghi nhớ, và browser sẽ tạm thời bỏ lơ nó.

4 Cách Đặt JavaScript

Chúng ta đặt JavaScript trong trang web theo 4 cách sau đây:

- Bên trong cặp tag `<SCRIPT>...</SCRIPT>`
- Đặt trong tập tin ngoại rồi đính kèm theo trang web
- Dùng JavaScript như là giá trị của thuộc tính trong các tag
- Dùng JavaScript để xử lý các biến cố (handling events)

Trong <SCRIPT>...</SCRIPT>

Sau đây là một thí dụ về cách dùng JavaScript bên trong cặp tag `<SCRIPT>...</SCRIPT>`. Lối này thường được dùng nhất. Trong các thí dụ nơi trang sau chúng ta sẽ dùng lối dùng này:

```
<BODY>
   <SCRIPT LANGUAGE="JavaScript">
   document.write("viết bằng JavaScript")
   </SCRIPT>
</BODY>
```

Trong Tập Tin Ngoại

Sau đây là một thí dụ về cách dùng JavaScript trong tập tin ngoại và đính kèm nó trong trang web. Thảo trình sau đây được đặt trong một tập tin tên *sample.js*:

```
function sayHello (name) {
   alert ('hello '+name)
}
```

Trong trang web chúng ta đính kèm tập tin đó như sau:

```
<HEAD>
   <!-- normal tags go here -->
   <SCRIPT SRC="sample.js"> ... </SCRIPT>
</HEAD>
```

Phương pháp này thích hợp nếu chúng ta muốn dùng một đoạn mã JavaScript cho nhiều hơn một trang web. Tag đóng `</SCRIPT>` bắt buộc phải có. Tập tin ngoại phải có tên nới rộng (extension) là **.JS**. Máy chủ phải xác định *MIME type* cho các tập tin này là "application/x-javascript".

Giá Trị Của Thuộc Tính

Sau đây là thí dụ dùng JavaScript như là giá trị của thuộc tính trong các tag. Lối dùng này giống như khi chúng ta dùng các ký hiệu đặc biệt, xem đoạn 5.8, "Viết Các Ký Hiệu Đặc Biệt".

```
<IMG SRC="&{nơi_đặt_bức_hình};">
```

nơi_đặt_bức_hình là một biến số (variable) phải được xác định trước đó.

Xử Lý Các Biến Cố

Sau đây là thí dụ cách dùng JavaScript để xử lý các biến cố (handling events):

```
<FORM>

<INPUT TYPE="button" VALUE="New Window"
  onClick="window.open('newdoc.htm', 'newWindow')">

</FORM>
```

Khi đặt đoạn mã trên trong trang web chúng ta sẽ có một nút bấm như ở hình 18-1. Khi chúng ta bấm lên nút bấm đó, một khung browser mới sẽ được mở ra để hiển thị trang web **newdoc.htm**. Khung mới này có tên là **newWindow** như chúng ta đã đặt tên nó trong lệnh **onClick**.

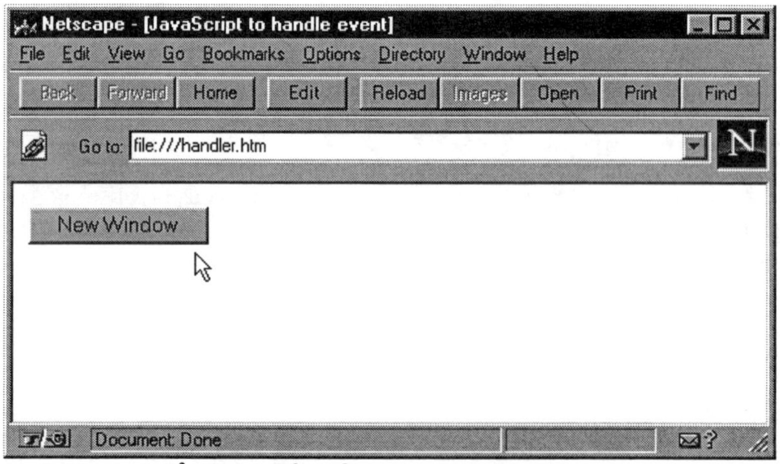

Hình 18-1: Dùng JavaScript để xử lý biến cố

Dấu JavaScript

Nói riêng về browser của Netscape, như chúng ta đã biết, JavaScript chỉ mới có từ phiên bản 2.0 của Netscape Navigator trở đi. Có nghĩa là, những ai sử dụng các browser của Netscape với phiên bản cũ hơn sẽ gặp trở ngại. Nói chung về các browser thì không phải browser nào cũng hỗ trợ JavaScript. Điều này đưa đến một yêu cầu là khi dùng JavaScript chúng ta muốn trang web của chúng ta phải được thấu hiểu thông suốt bởi mọi browser. Browser nào hỗ trợ JavaScript thì diễn dịch nó. Còn nếu không hỗ trợ nó thì bỏ qua và diễn dịch những tag HTML còn lại.

Để đáp ứng được yêu cầu này, Netscape đã đưa một giải pháp là chúng ta dấu JavaScript bên trong tag ghi chú **<!-- ... -->**. Thí dụ về một trang web dùng JavaScript như sau:

```
<HTML>
   <HEAD>
   <TITLE>Thi du ve JavaScript</TITLE>
   </HEAD>
   <BODY>
   Chữ bình thường trong trang web.<BR>
   <SCRIPT LANGUAGE-"JavaScript">
   <!--
   // Hide from old browsers
   document.write("Chữ viết bằng JavaScript.")
   // End hiding from old browsers -->
   </SCRIPT>
   Chữ bình thường tiếp tục.
   </BODY>
</HTML>
```

Đối với một browser không hỗ trợ JavaScript nó sẽ không hiểu tag `<SCRIPT ...>` và `</SCRIPT>`. Do đó, hai tag này sẽ được bỏ qua. Riêng đối với các hàng lệnh được viết bằng JavaScript như:

```
// Hide from old browsers
document.write("Chữ viết bằng JavaScript.")
// End hiding from old browsers
```

chúng được ghi trong tag ghi chú **<!-- -->**; do đó, cũng được bỏ qua. Kết quả chúng ta chỉ thấy được hai hàng chữ sau đây trong trang web:

```
Chữ bình thường trong trang web.
Chữ bình thường tiếp tục.
```

Ghi Chú: *Hàng chữ được bắt đầu bằng dấu // là lời ghi chú của JavaScript cho một hàng ghi chú. Nếu lời ghi chú dài hơn một hàng, chúng ta kẹp lời ghi chú trong cặp dấu /* */.*

Đối với browser hỗ trợ JavaScript nó sẽ hiểu được tất cả những gì chúng ta ghi trong trag web đó. Do đó, khi hiển thị trang web chúng ta sẽ thấy ba hàng như sau:

```
Chữ bình thường trong trang web.
Chữ viết bằng JavaScript.
Chữ bình thường tiếp tục.
```

18.2 Hiển Thị Ngày và Giờ

Đoạn này, chúng ta sẽ dùng JavaScript để hiển thị ngày giờ hiện tại. Toàn bộ phần mã (code) được đính kèm nơi đĩa, dưới tên *datetim1.htm*. Lời giải thích đã được ghi ngay trong phần mã.

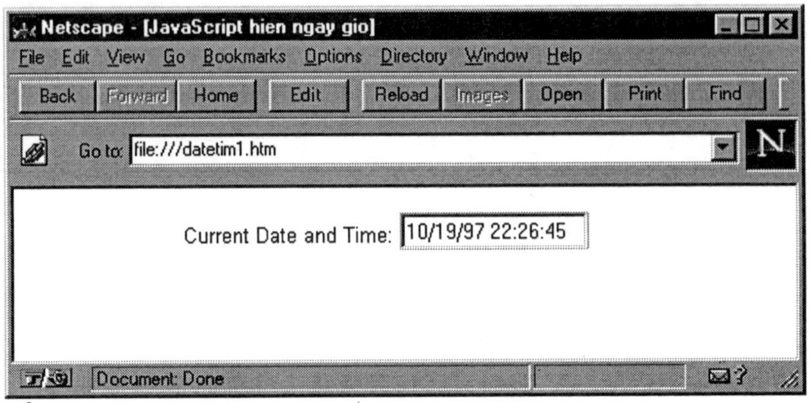

Hình 18-2: Hiển thị ngày và giờ

```
<HTML>
  <HEAD>
  <TITLE>JavaScript hien ngay gio</TITLE>
  </HEAD>
  <!-- Start timer when this page is loaded -->
  <BODY onLoad="startClock()">
  <SCRIPT LANGUAGE="JavaScript">
  <!--
  // Hide from old browsers
  var vTimerID = null;
  var vTimerRunning = false;

  function showTime () {
  // Get the system date and time
  var vDate = new Date()
  // Display the date and time in the right format
  document.clockForm.ngay.value = vDate.toLocaleString()
  // Rerun function showTime() after 1 second
  vTimerID = setTimeout("showTime()",1000)
  vTimerRunning = true
```

```
    }

    function stopClock() {
    if (vTimerRunning) clearTimeout(vTimerID);
    vTimerRunning = false;
    }

    function startClock() {
    // Make sure the timer is stopped
    stopClock();
    // Now, start the timer
    showTime();
    }
    // End hiding from old browsers -->
    </SCRIPT>

    <CENTER>
    <FORM NAME="clockForm">
    Current Date and Time:
    <INPUT TYPE="text" NAME="ngay" SIZE=15>
    </FORM>

    </CENTER>
    </BODY>
</HTML>
```

Nếu muốn tách rời ngày và giờ làm hai phần, và muốn hiển thị giờ theo lối 12 tiếng thay vì 24 tiếng, chúng ta sửa trang web trên một chút như sau. Trang web này được đính kèm trong đĩa, dưới tên *datetim2.htm*.

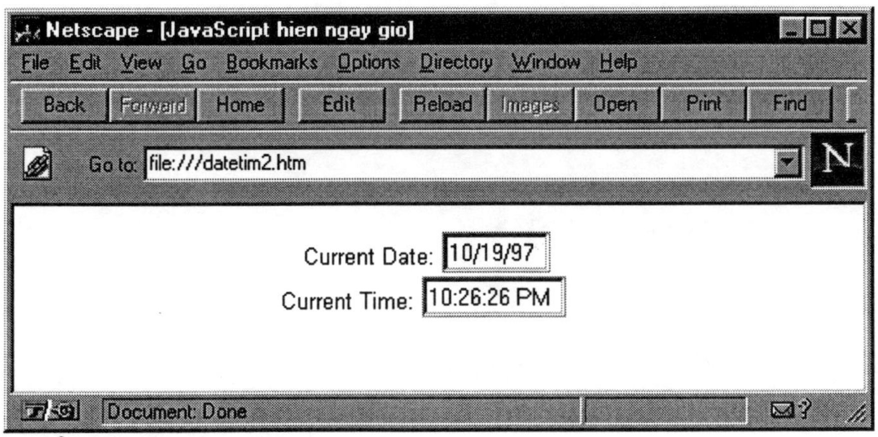

Hình 18-3: Hiển thị ngày và giờ riêng ra

```
<HTML>
   <HEAD>
   <TITLE>JavaScript hien ngay gio</TITLE>
   </HEAD>
   <!-- Start timer when this page is loaded -->
   <BODY onLoad="startClock()">
   <SCRIPT LANGUAGE="JavaScript">
   <!--
   // Hide from old browsers
   var vTimerID = null;
   var vTimerRunning = false;

   function showTime () {
   // Get the system date and time
   var vDate = new Date()
   // Break it out into hour, minute, second
   var vHour = vDate.getHours()
   var vMinute = vDate.getMinutes()
   var vSecond = vDate.getSeconds()
   // Convert to 12 hour format
   var vTime = ((vHour > 12) ? vHour - 12 : vHour)
   vTime += ((vMinute < 10) ? ":0" : ":") + vMinute
   vTime += ((vSecond < 10) ? ":0" : ":") + vSecond
   vTime += (vHour >= 12) ? " PM" : " AM"

   // Display the date and time
   document.clockForm.ngay.value = vDate.toLocaleString()
   document.clockForm.gio.value = vTime

   // Rerun function showTime() after 1 second
   vTimerID = setTimeout("showTime()",1000)
   vTimerRunning = true
   }

   function stopClock() {
   if (vTimerRunning) clearTimeout(vTimerID);
   vTimerRunning = false;
   }

   function startClock() {
   // Make sure the timer is stopped
   stopClock();
   // Now, start the timer
   showTime();
```

```
    }
    // End hiding from old browsers -->
    </SCRIPT>

    <CENTER>
    <FORM NAME="clockForm">
    Current Date:
    <INPUT TYPE="text" NAME="ngay" SIZE=7><BR>
    Current Time:
    <INPUT TYPE="text" NAME="gio"  SIZE=10>
    </FORM>
    </CENTER>
    </BODY>
</HTML>
```

18.3 Tìm Biết Loại Browser Và Phiên Bản

Đoạn này, chúng ta sẽ dùng JavaScript để tìm biết loại browser và phiên bản đã được dùng để đọc trang web của chúng ta. Toàn bộ phần mã (code) được đính kèm nơi đĩa, dưới tên *jvbrowse.htm.* Lời giải thích đã được ghi ngay trong phần mã.

```
<HTML>
    <HEAD>
    <TITLE>JavaScript tim biet loai browser va phien ban</TITLE>
    </HEAD>
    <BODY>
    <SCRIPT LANGUAGE="JavaScript">
    <!--
    // Hide from old browsers
```

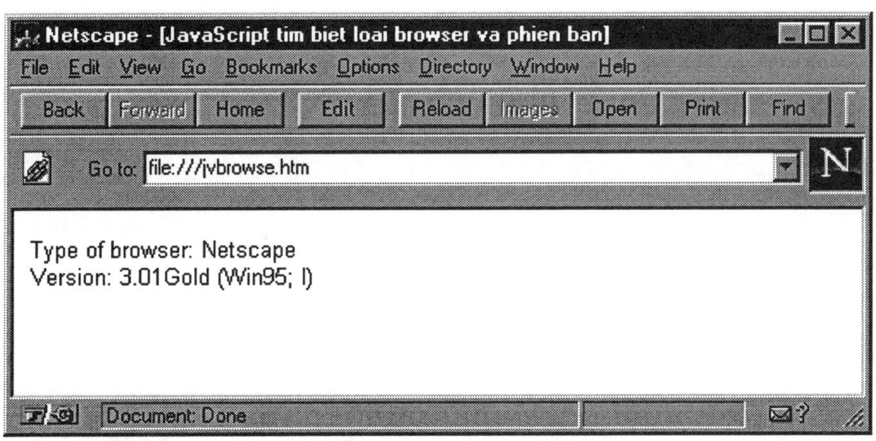

Hình 18-4: Tìm biết browser và phiên bản

```
    document.write('Type of browser: '+ navigator.appName)
    document.write('<BR>')
    document.write('Version:'+ navigator.appVersion)
    // End hiding from old browsers -->
    </SCRIPT>
    </BODY>
</HTML>
```

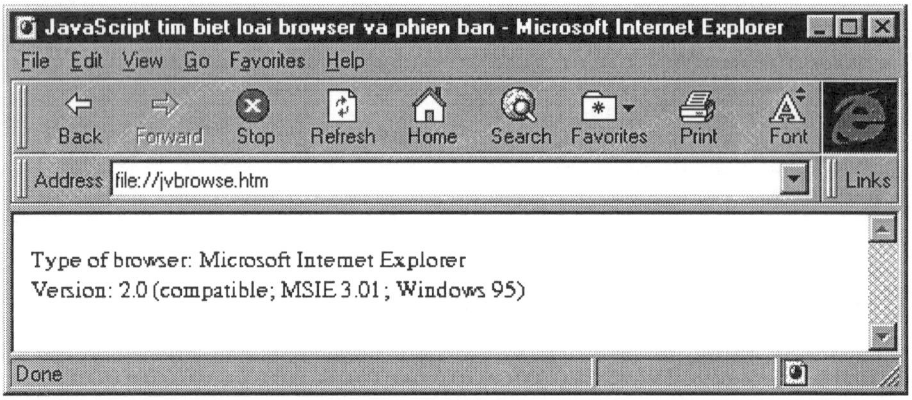

Hình 18-5: Tìm biết browser và phiên bản

18.4 Mở Một Khung Browser Mới

Đoạn này, chúng ta sẽ dùng JavaScript để mở một khung browser mới để hiển thị một trang web khác. Toàn bộ phần mã (code) được đính kèm nơi đĩa, dưới tên *jvwindow.htm*.

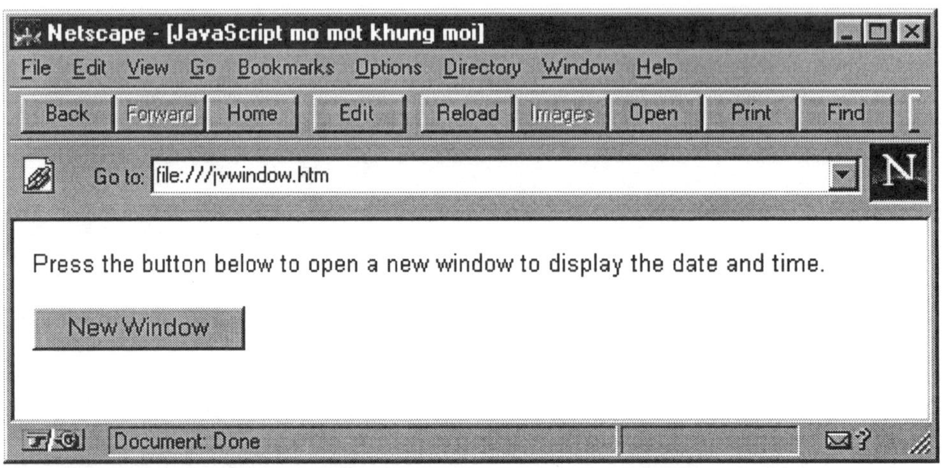

Hình 18-6: Mở một khung browser mới

```
<HTML>
   <HEAD>
   <TITLE>JavaScript mo mot khung moi</TITLE>
   </HEAD>
   <BODY>
   Press the button below to open a new window to display the date and
   time.<BR>
   <FORM>
   <INPUT TYPE="button" VALUE="New Window"
   onClick="window.open('datetim2.htm', 'newWindow')">
   </FORM>
   </BODY>
</HTML>
```

Nơi trang web trên, nếu chúng ta bấm nút "NewWindow" một khung mới sẽ hiện ra như ở hình 18-3.

18.5 Hiển Thị Tình Trạng Nơi Thanh Hiện Trạng

Đoạn này, chúng ta sẽ dùng JavaScript để hiển thị lời ghi chú khi độc giả đặt con trỏ (cursor) lên trên một điểm nối. Toàn bộ phần mã (code) được đính kèm nơi đĩa, dưới tên *jvstatus.htm*.

```
<HTML>
   <HEAD>
   <TITLE>JavaScript display on status bar</TITLE>
   </HEAD>
   <BODY>
   <A HREF="datetim2.htm"
      onMouseOver="self.status=.'Click on the link to see date and time';
   return true"
```

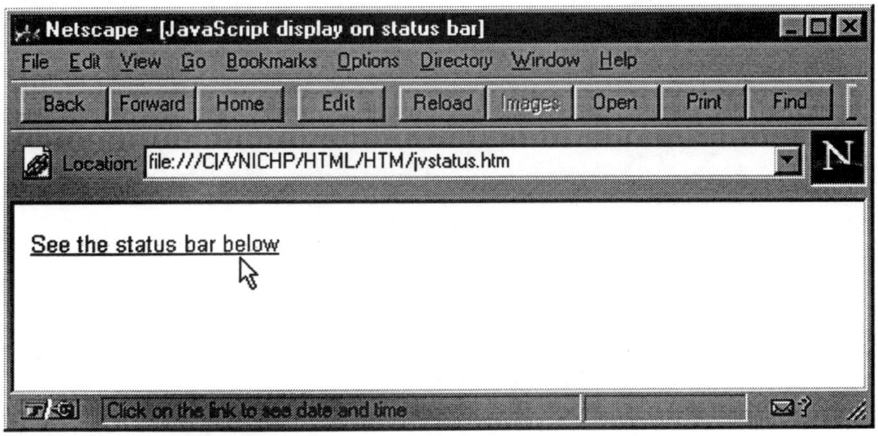

Hình 18-7: Ghi chú nơi status bar

```
      onMouseOut="self.status=''">
    See the status bar below</A>
    </BODY>
</HTML>
```

Nơi trang wèb trên, nếu chúng ta nhấp chuột lên điểm nối browser sẽ hiển thị trang web như ở hình 18-3.

18.6 Chạy Chữ

Chạy chữ bên trong trang web và nơi thanh hiện trạng đã được bàn tới nơi chương Mười Hai, "Chạy Chữ và Banner". Hãy đọc đoạn 12.5.

18.7 Kiểm Chứng Các Giá Trị Được Điền Nơi Form

Thêm form vào trang web đã được bàn kỹ nơi chương Mười Một. Nơi đoạn này chúng ta sẽ tìm hiểu về cách dùng JavaScript để kiểm chứng các giá trị được điền nơi form. Vì giới hạn của chương, chúng ta sẽ tạo một form đơn giản với một câu hỏi về tên của độc giả và nút Submit. Nếu chúng ta nhấn nút Submit với khung hỏi tên bỏ trống, JavaScript sẽ không chấp nhận và nhắc chúng ta phải cho biết tên.

Trong thí dụ này, chúng ta cũng học thêm cách nhắc độc giả bằng cách hiện thị lời nhắc nơi thanh tình trạng (status bar) khi độc giả đặt con trỏ (cursor) vào khung điền tên. Điều này được thực hiện bởi nhóm mã sau đây: `onFocus="self.status='Enter your full name'"`. Trang web này được đính kèm trong đĩa dưới tên *jvform.htm*.

Hình 18-8: Kiểm chứng giá trị điền nơi form

```
<HTML>
    <HEAD>
    <TITLE>JavaScript kiem chung gia tri dien noi form</TITLE>
    <SCRIPT LANGUAGE="JavaScript">
    <!--
```

```
        // Hide from old browsers
        function validateName( theName ) {
           if (theName=="") {
                       alert('Name is required!')
                       return false
           } else return true
        }
        // End hiding from old browsers -->
        </SCRIPT>
        </HEAD>
        <BODY>
        <FORM NAME="myForm" METHOD="POST"
           ACTION="mailto:your.address@goes.here"
           onSubmit=" return validateName(document.myForm.name.value)">

        Please enter your name: <BR>
        <INPUT TYPE="text" NAME="name" VALUE=" " WIDTH=20
        onFocus="self.status=
                       'Enter your full name'"> <BR>

        <INPUT TYPE="submit" NAME="submit" VALUE="Submit">
        </FORM>
        </BODY>
     </HTML>
```

Trang web trên khi được chạy sẽ nhìn như ở hình 18-8.

Nếu chúng ta nhấn nút **Submit** ngay mà không điền gì nơi hàng hỏi tên, chúng ta sẽ nhận được một khung nhắc nhở tương tự như ở hình 18-9 hay 18-10, tùy theo browser chúng ta dùng.

Hình 18-9: Khung nhắc của Netscape Navigator

Lưu Ý: *Trong hàm validateName, chúng ta chỉ kiểm xem khung tên có bỏ trống hay không. Nếu chúng ta đánh vào những khoảng trống (dùng space bar), hàm này sẽ nghĩ tên của chúng ta là những khoảng trống. Do đó, nó vẫn coi là đúng và không nhắc*

Hình 18-10: Khung nhắc của Internet Explorer

chúng ta cho biết tên nữa. Điều này không hợp lý cho lắm, nhưng phần mã để kiểm kỹ hơn xin được dành làm bài thực tập cho quý độc giả.

Tâm điểm của đoạn mã này là nhóm chữ `onSubmit="return validateName(document.myForm.name.value)"`. Khi chúng ta nhấn nút **Submit**, lệnh **onSubmit** sẽ được thi hành. Lệnh này sẽ gọi hàm **validateName** và chuyển giá trị được điền nơi khung **name** cho hàm đó. Hàm **validateName** lúc đó sẽ so sánh xem giá trị được chuyển đó có gì bên trong không. Nếu không có thì báo (alert) cho biết cần phải điền tên (Name is required!), và không gửi thơ đi. Nếu tên được điền, nó sẽ được gửi trong thơ tới địa chỉ của chúng ta, ghi ở `ACTION="mailto:your.address@goes.here"`.

18.8 Chọn Trang Web Muốn Xem Từ Một Danh Sách

Trong đoạn này, chúng ta sẽ liệt kê những điểm nối trong khung lựa chọn (select). Muốn tới trang web được nhắm tới, chúng ta chọn tên của trang web trong khung lựa chọn rồi nhấn nút **GO**.

Cách gọi hàm số (function) trong thí dụ này cũng tương tự như cách gọi trong các thí dụ trước. Điểm chính trong thí dụ này là lệnh `window.location=`. Khi chúng ta gán một URL cho lệnh này, lập tức browser sẽ lấy trang web được ám chỉ bởi URL đó

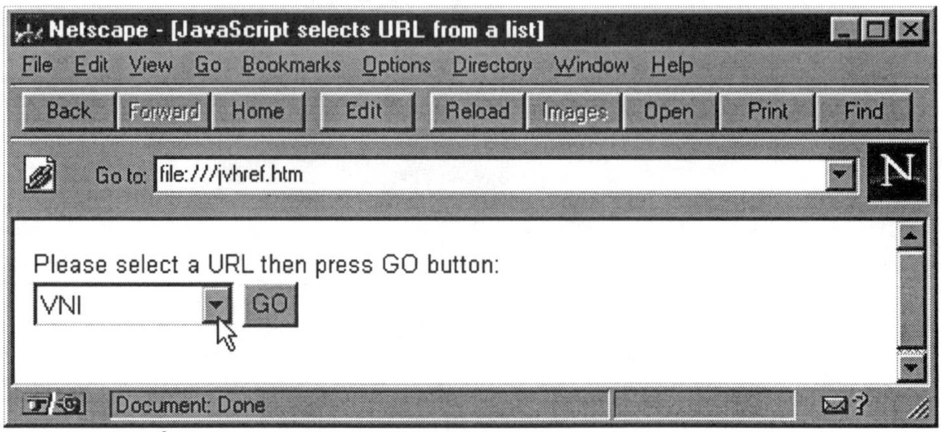

Hình 18-11: Chọn điểm nối từ khung lựa chọn

xuống. Giống như khi chúng ta nhấp chuột lên một điểm nối. Toàn bộ đoạn mã được viết như sau (trang web này được đính kèm trong đĩa dưới tên *jvhref.htm*):

```
<HTML>
   <HEAD>
   <TITLE>JavaScript selects URL from a list</TITLE>
   <SCRIPT LANGUAGE="JavaScript">
   <!--
   // Hide from old browsers
   function branch( f ) {
      window.location =  f.selectUrl.options[f.selectUrl.
      selectedIndex].valuevalidateName( theName )
   {
   // End hiding from old browsers -->
   </SCRIPT>
   </HEAD>
   <BODY>
   <FORM>
   Please select a URL then press GO button: <BR>
   <SELECT NAME="selectUrl">
   <OPTION SELECTED VALUE="http://vnisoft.com">VNI
   <OPTION VALUE="http://www.vinet.com">Vinet
   <OPTION VALUE="http://www.lottolink.com">Lotto Results
   </SELECT>
   <INPUT TYPE="BUTTON" VALUE="GO" onClick="branch(this.form)">
   </FORM>
   </BODY>
</HTML>
```

18.9 Đổi Mầu Của Nền

Trong đoạn này, chúng ta sẽ dùng lệnh `document.bgColor` để đổi mầu của nền của trang web. Chúng ta sẽ đặt 3 khung điền số cho ba mầu: đỏ, xanh lá cây và xanh dương. Khi điền số, chúng ta phải dùng số theo hệ thập lục phân (hệ số 16 - Hexadecimal). Để trang web tự động đổi mầu nền khi chúng ta di chuyển cursor ra khỏi khung điền mầu, chúng ta dùng đến lệnh `onBlur`. Phần mã (code) của trang web này được đính kèm nơi đĩa dưới tên *jvcolor.htm.*

```
<HTML>
   <HEAD>
   <TITLE>JavaScript changes background color</TITLE>
   <SCRIPT LANGUAGE="JavaScript">
   <!--
   // Hide from old browsers
   function setColor() {
```

```
    var hexCode
    with (document.colorForm.elements) {
       hexCode=red.value+green.value+blue.value
      }
    document.bgColor=hexCode
    }
    // End hiding from old browsers -->
    </SCRIPT>
    </HEAD>
    <BODY>
    <FORM NAME="colorForm">
    <CENTER>Enter color values in HEX then move the cursor out of the
    field<BR>
    Red: <INPUT TYPE="TEXT" NAME="red" VALUE="FF" SIZE=2
    onBlur=setColor()>
    Green: <INPUT TYPE="TEXT" NAME="green" VALUE="FF" SIZE=2
    onBlur=setColor()>
    Blue: <INPUT TYPE="TEXT" NAME="blue" VALUE="FF" SIZE=2
    onBlur=setColor()>
    </CENTER>
    </FORM>
    </BODY>
</HTML>
```

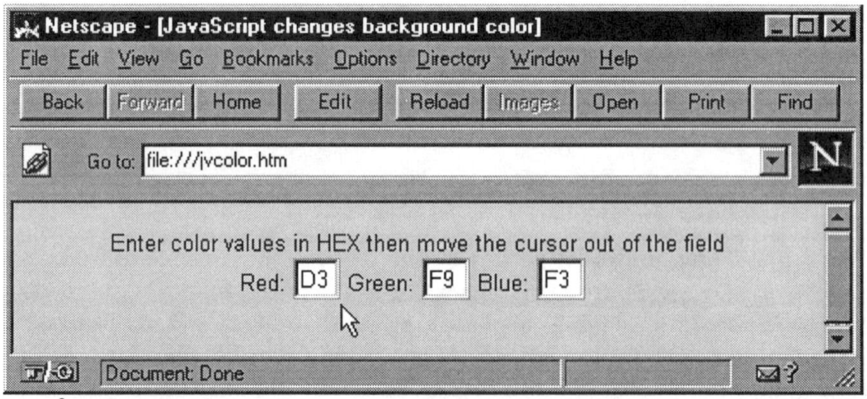

Hình 18-12: Đổi mầu của nền

18.10 Đổi Hình "Dynamically"

Trong thí dụ này, chúng ta sẽ thực hiện một kỹ xảo tuyệt vời với browser Netscape Navigator, nhưng rất tiếc là nó không chạy được với browser Internet Explorer (IE) version 3.01a hay cũ hơn. Do đó, một số mã đã được viết thêm vào để giới hạn nó chỉ cho chạy với Netscape Navigator phiên bản 3.0 hay mới hơn. Lý do của sự ép buộc này là Microsoft Internet Explorer không hỗ trợ JavaScript 100%. Tuy nhiên, nếu có cơ hội, chúng ta cũng nên thử nghiệm lại với Internet Explorer phiên bản 4.0 hay mới hơn. Hy vọng trong tương lai Microsoft sẽ hỗ trợ JavaScript 100% để thí dụ này có thể chạy tốt với Microsoft Internet Explorer.

Chúng ta sẽ đặt hai bức hình trong trang web. Khi di chuyển mouse ngang qua bức hình, nội dung nơi bức hình sẽ thay đổi. Toàn bộ phần mã của trang web được cất nơi đĩa đính kèm dưới tên *jvimage.htm*.

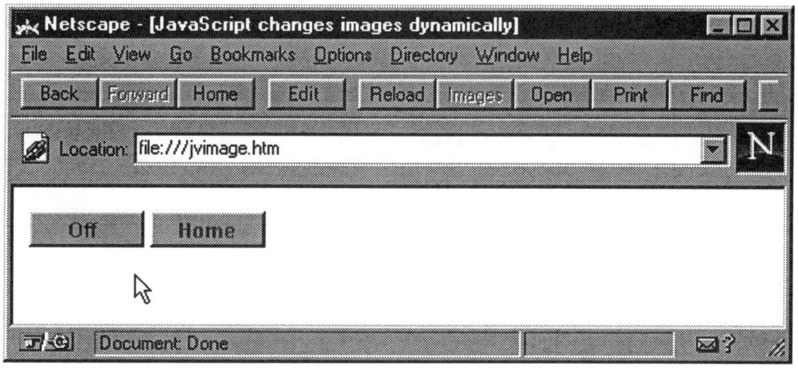

Hình 18-13: Khi mouse ở ngoài bức hình

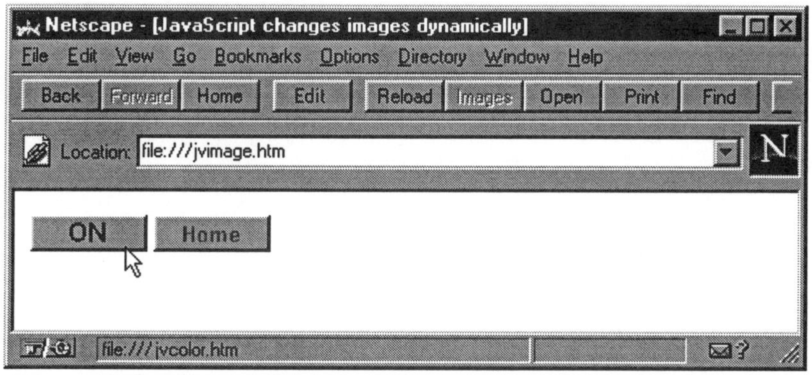

Hình 18-14: Khi mouse ở trên bức hình

```
<HTML>
   <HEAD>
   <TITLE>JavaScript changes images dynamically </TITLE>
   <SCRIPT LANGUAGE="JavaScript">
   <!--
   // Hide from old browsers
   // Does browser support full Javascript?
   app = navigator.appName;
   ver = navigator.appVersion;
```

```
mac = ver.indexOf("Macintosh")>0;
win = ver.indexOf("Win")>0;
versionNum = parseFloat(ver);
isOK=((app=="Netscape") && (versionNum >= 3) ||
    ((mac) && (app=="Microsoft Internet Explorer") && (versionNum >=
3.01)) ||
    ((win) && (app=="Microsoft Internet Explorer") && (versionNum >=
4)) );

if (isOK) {
    // Initialize images
    var normal = new MakeArray(2)
    var over = new MakeArray(2)
    normal[0].src = "off.gif"
    normal[1].src = "home1.gif"
    over[0].src = "on.gif"
    over[1].src = "home2.gif"
}

function MakeArray(n) {
    // Return an array of images
    this.length = n
    for (var i = 0; i<=n; i++) { this[i] = new
    Image() }
    return this
}

function msover(num) {
if (isOK) {
    // Assign images when the mouse is over buttons
    document.images[num].src = over[num].src
}
}

function msout(num) {
    // Assign images when the mouse is out of buttons
    document.images[num].src = normal[num].src
}
// End hiding from old browsers -->
</SCRIPT>
</HEAD>
<BODY>
<A HREF="jvcolor.htm" onMouseOver="msover(0)"
onMouseOut="msout(0)">
```

```
    <IMG SRC="off.gif" BORDER=0></A>
    <A HREF="jvhref.htm" onMouseOver="msover(1)"
    onMouseOut="msout(1)">
    <IMG SRC="home1.gif" BORDER=0></A>
    </BODY>
</HTML>
```

18.11 Điền Lần Cập Nhật Cuối

Thí dụ sau đây sẽ tự động cập nhật trang web, cho biết lần cuối trang web được cập nhật là lúc nào. Thí dụ này dựa trên lệnh `lastModified`. Toàn bộ phần mã của trang web được cất nơi đĩa đính kèm dưới tên *jvlastup.htm*.

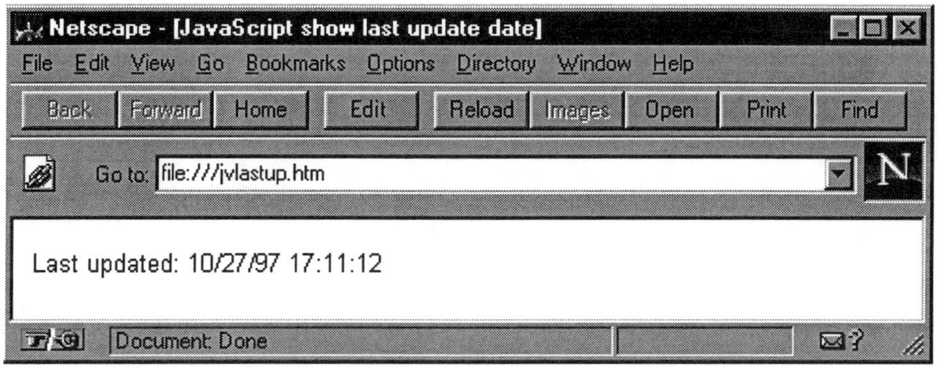

Hình 18-15: Tự điền lần cuối cập nhật

```
<HTML>
    <HEAD>
    <TITLE>JavaScript show last update date</TITLE>
    </HEAD>
    <BODY>
    Last update:
    <SCRIPT LANGUAGE="JavaScript">
    <!--
    document.write(document.lastModified)
    // End hiding from old browsers -->
    </SCRIPT>
    </BODY>
</HTML>
```

18.12 Khi Nào Chúng Ta Không Nên Dùng JavaScript

JavaScript đã được chế ra để bổ túc cho ngôn ngữ thảo trình HTML, nhưng tiếc rằng không phải browser nào cũng hỗ trợ nó 100%. Điều này gây cho chúng ta nhiều trở ngại; do đó, chúng ta phải cẩn thận hơn khi dùng JavaScript. Trở ngại này càng trở nên tồi tệ hơn khi hãng Microsoft vì muốn cạnh tranh với hãng Netscape nên đã chế ra một ngôn ngữ mới tên là JScript. JScript và JavaScript có phần hơi giống nhau, nên một số thảo trình JavaScript chạy được trên cả hai browser Netscape Navigator và Internet Explorer.

Tóm lại, vì không biết được độc giả của chúng ta sẽ dùng browser nào để xem trang web của chúng ta, chúng ta nên thận trọng khi muốn dùng JavaScript. Chúng ta nên thử nghiệm chúng trên càng nhiều browser càng tốt. Nếu gặp một trường hợp JavaScript của chúng ta không chạy, chúng ta hãy giới hạn nó bằng cách chỉ chạy nó nếu chúng ta biết chắc được browser đó có hỗ trợ những lệnh JavaScript mà chúng ta dùng. Xem thí dụ ở đoạn 18.10.

18.13 Tóm Tắt

JavaScript do Netscape đề xướng. Microsoft cũng đề xướng một ngôn ngữ tương tự là JScript, và một ngôn ngữ mới VBScript. Ngôn ngữ đề xướng bởi Microsoft chỉ chạy trên hệ Windows. Trong khi đó JavaScript chạy trên nhiều hệ khác nhau như Windows, Macintosh, Unix. JavaScript được xem là ngôn ngữ phổ biến nhất để bổ túc chức năng cho trang web. Khi dùng JavaScript, chúng ta có thể viết riêng ở ngoài (tập tin ngoại) rồi đính kèm với trang web, hay viết ngay trong trang web.

JavaScript được viết trong phần HEAD, trong phần BODY như là những nhóm mã riêng biệt, hay viết ngay trong các tag như là một thuộc tính. Khi viết như là một nhóm mã riêng biệt, chúng ta đặt các mã JavaScript bên trong cặp tag `<SCRIPT>...</SCRIPT>`. Tag `<SCRIPT>` có một thuộc tính là LANGUAGE. Giá trị của thuộc tính này là tên của ngôn ngữ mà chúng ta dùng. Trong trường hợp này là JavaScript. Nếu mã được viết bằng VBScript chúng ta sẽ viết `LANGUAGE="VBScript"`.

JavaScript chỉ bắt đầu có từ Netscape Navigator phiên bản 2.0 trở lên; do đó, khi viết JavaScript, chúng ta nên dấu phần mã của nó trong tag ghi chú `<!-- ... -->`. Nếu cần ghi chú trong trang web, chúng ta dùng ký hiệu `//` nếu lời ghi chú nằm gọn trong một hàng; dùng cặp ký hiệu `/* */` nếu lời ghi chú dài hơn một hàng.

Vì giới hạn của quyển sách, nơi chương này chúng ta chỉ học viết những đoạn mã thường được dùng trên Internet. Nếu muốn học thêm về JavaScript, chúng ta nên tìm đọc một quyển sách chuyên đề về JavaScript, xem đoạn 18.16, "Tài Liệu Đọc Thêm", hay tìm đến các trang web sau đây:

- 24-Hour JavaScripts, www.javascripts.com/
- Cut'nPaste JavaScript, www.infohiway.com/javascript/indexf.htm
- Hotsyte, www.serve.com/hotsyte

- JAS's International JavaScript Resources, www.ios.com/~jas/jas.htm
- JavaScript Guide, developer.netscape.com/library/documentation/communicator/jsguide4/index.htm
- JavaScript Planet, www.geocities.com/SiliconValley/7116
- JS Resources A 2 Z, www.ibic.com/java
- Ron's JavaScript Resources, w3.one.net/~ronlwzz/JavaScript.htm
- JavaShareware.com, www.javashareware.com/jscript.html.

18.14 Câu Hỏi & Trả Lời

1. Làm sao để lấy được các JavaScript?

TL: Khi đang xem các trang web, chọn xem mã gốc (view source), và tìm xem trong mã gốc có lệnh JavaScript nào không. Nếu có thì in phần mã gốc đó ra, hoặc cắt và dán các lệnh JavaScript ra ngoài.

2. Làm sao để dấu JavaScript để người khác khỏi lấy?

TL: Nếu chúng ta viết JavaScript ngay trong trang web, chúng ta không dấu nó được. Trong trường hợp đó ai cũng có thể lấy JavaScript của chúng ta. Chúng ta có hai cách để dấu. Một là viết trong một tập tin ngoại. Hai là nếu máy chủ của chúng ta cho phép dùng "Server Side script" (như Livewire Javascript), chúng ta nên dùng cách này, vì trong cách này JavaScript sẽ được thông dịch trước khi được gửi về browser, nên độc giả không biết được là trang web của chúng ta dùng JavaScript.

3. JavaScript có phải là Java không?

TL: Không. Tuy hai tên có phần giống nhau.

4. Có dùng Visual Basic Script thay cho JavaScript được không?

TL: Được. Nhưng cho đến bây giờ thì VBScript chỉ chạy trên các máy dùng hệ điều hành của Microsoft.

5. Dùng Java để viết trang web được không?

TL: Nếu dùng Server Side JavaScript, chúng ta có thể viết toàn bộ trang web bằng JavaScript, giống như là các nhu liệu CGI (Common Gateway Interface). Nếu dùng Client Side JavaScript thì chúng ta phải điền các tag căn bản như `<HTML>`, `<HEAD>`, `<BODY>` rồi tất cả phần còn lại dùng JavaScript qua lệnh `document.write`.

6. JavaScript đặt nơi phần `<HEAD>` hay trong phần `<BODY>`?

TL: Đặt ở đâu cũng được, nếu là nhóm mã riêng biệt. Nếu dùng như một thuộc tính thì phải đặt ngay trong tag liên hệ. Tốt nhất nên đặt JavaScript function trong phần <HEAD>. Điều này rất có lợi khi đăng ký trang web với các trạm tìm địa chỉ. Hãy đọc thêm nơi chương Hai Mươi Hai, đoạn 22.3, "Thông Báo Tới Các Trạm Tìm Địa Chỉ".

7. ECMAScript là gì? Có liên hệ với JavaScript như thế nào?

TL: ECMAScript là JavaScript phiên bản 1.1, của Netscape, được Hiệp Hội Các Nhà Sản Xuất Máy Điện Toán Âu Châu (The European Computer Manufacturers Association) sửa lại và đệ trình cho Tổ Chức Tiêu Chuẩn Quốc Tế (ISO) xin làm bản tiêu chuẩn cho JavaScript. JScript của Microsoft cũng dựa trên JavaScript. JavaScript phiên bản 1.2 của Netscape cũng dựa trên JavaScript. Tuy nhiên, hai bản này không giống với ECMAScript. Theo xu hướng hiện nay, thì ECMAScript sẽ có nhiều cơ hội được chọn làm bản tiêu chuẩn hơn. Muốn tìm hiểu thêm về ECMAScript, hãy tìm đọc các bài viết ở các địa chỉ sau:

- ECMAScript Standard Documentation, www.ecma.ch/stand/ecma-262.htm.
- ECMAScript in a Nutshell, www.netscapeworld.com/nw-07-1997/nw-07-javascript.html.
- ECMAScript. It's the standard JavaScript, but..., www.wcmh.com/Itparts/discuss/discuss24.htm.
- Focus on JavaScript, javascript.miningco.com/
- JScript gets standardized, www.itparts.com/Itparts/reviews/be23.htm.
- Microsoft Scripting, www.microsoft.com/scripting/
- JavaScript Documentation, developer.netscape.com/library/documentation/javascript.html.
- Web Publishers Tools and Utilities, www.webpub.com/tools/htmlspec.html.

18.15 Tài Liệu Tham Khảo

[1] "Netscape's JavaScript Authoring Guide," Netscape Communication Corp., home.netscape.com/eng/mozilla/Gold/handbook/javascript/.

[2] Stefan Koch, "Voodoo's Introduction to JavaScript," rummelplatz.uni-mannheim.de/~skoch.

[3] Steve Thompson, "Introduction to JavaScript," www.starts.com/Authoring/JavaScript/Intro/.

[4] Robert Young, "Non-Programmers Guide to JavaScript," www.hardlink.com/~robyoung/javatour/.

[5] Varun Ganapath, "JavaScript for Anyone," www.ziplink.net/~varun/js.htm.

[6] Thomas Powell, "JavaScript: Beyond the Gimmicks," NETGUIDE, April 1997.

18.16 Tài Liệu Đọc Thêm

- Netscape JavaScript, "developer.netscape.com/library/documentation/javascript.html.
- JavaScript Authoring Resources, www.stars.com/Authoring/JavaScript/Resources.html.
- "JavaScript Tip of the Week, "www.webreference.com/javascript.
- David Flanagan, "JavaScript: The Definitive Guide," O'Reilly & Associates, www.ora.com.
- Annette Hamilton, "Java Junkies Stock Up Here," www.anchordesk.com/story/story_1600.html.
- "Java User Tips And Tricks," www.zdnet.com/products/javauser/tips.html.
- Danny Goodman, "JavaScript Handbook," IDG Books, www.idgbooks.com.
- Gordon McComb, "JavaScript Sourcebook," John Wiley & Sons, www.wiley.com.
- Tomer Shiran, www.geocities.com/~yehuda/.
- "MouseOver 2," www.widearea.co.uk/designer/source2.html.
- Robert B. Hess, "A Quote Engine," www.microsoft.com/workshop/author/other/quoteserver.htm.
- Charles C. Goodin, "JavaScript: Simple Little Things To Add To Your Pages," tanega.com/java/java.html.

Chương 19

Đưa Tiếng Việt Vào Trang Web

Nơi chương Bốn, đoạn 4.1, "Dùng Tiếng Việt Trong Các Trang Web", chúng ta đã học về cách hiển thị tiếng Việt trong trang web. Nơi chương này, chúng ta sẽ tìm hiểu thêm về cách đưa tiếng Việt vào trang web. Hay nói cách khác, tìm hiểu làm sao để đánh được chữ Việt trong trang web.

Muốn đánh được chữ Việt trong trang web, chúng ta cần phải có phông chữ Việt. Hiện nay có rất nhiều bộ chữ Việt đang được dùng trên các máy điện toán, nhưng bộ chữ Việt của VNI được xem là hoàn chỉnh và thích hợp nhất trong ứng dụng làm trang web. Thêm vào đó, bộ chữ Việt VNI còn có ấn bản cho cả 4 hệ điều hành DOS, Windows, Macintosh, và Unix. VNI có phát miễn phí phông chữ Việt để sử dụng cho trang web, và các nhu liệu chuyển đổi trang web từ các phông chữ Việt khác ra phông chữ Việt của VNI. Muốn lấy xuống (download) các nhu liệu và phông chữ Việt của VNI miễn phí, hãy tìm đến địa chỉ *http://vnisoft.com.*

Vì bộ chữ Việt của VNI được xem là hoàn chỉnh và thích hợp nhất trong ứng dụng làm trang web, chúng ta sẽ tập trung vào việc sử dụng bộ chữ Việt của VNI. Nếu có được các bộ chữ Việt khác, cách đưa tiếng Việt vào trang web cũng sẽ tương tự. Có khác chăng chỉ là vị trí các nút dấu, và sự thiếu sót ký tự trong các bảng chữ.

Trong chương này chúng ta sẽ học về:

- Đánh chữ Việt bằng VNI Tân Kỳ
- Đánh chữ Việt bằng VNI-Word Tân Kỳ cho DOS
- Làm trang web tiếng Việt khi không có bộ chữ Việt
- Các chức năng tân tiến của VNI Tân Kỳ 32 mới
- Cách đánh chữ Việt của VNI

19.1 Đánh Chữ Việt Bằng VNI Tân Kỳ

Đoạn này áp dụng cho những ai đã có bộ chữ Việt VNI Tân Kỳ cho các phiên bản của Windows, Macintosh, hay Unix. Nếu không có bộ chữ Việt này, chúng ta hãy đọc đoạn 19.2, "Đánh chữ Việt Bằng VNI Tân Kỳ Cho DOS". Trong đoạn này, chúng ta sẽ dùng hệ điều hành Windows 95 làm thí dụ. Khi đọc đoạn này, chúng ta nên hiểu là nó áp dụng cho mọi hệ điều hành Windows, Macintosh và Unix.

Thảo Một Trang Web Mới

Một khi đã có bộ chữ Việt VNI Tân Kỳ cho Windows, chúng ta có thể đánh chữ Việt trong tất cả mọi nhu liệu được viết đúng theo tiêu chuẩn của Windows. Trong đó kể cả nhu liệu xử lý văn bản WordPad, và các nhu liệu đặc chế để soạn thảo trang web. Khi cần đánh chữ Việt, trước tiên chúng ta phải biết được là phông chữ Việt đã được cài vào trong máy. Khi chạy nhu liệu xử lý văn bản, chúng ta cần chọn đúng phông chữ Việt. Sau đó, chúng ta sẽ đánh máy như bình thường. Khi nào cần đánh chữ Việt, chúng ta sẽ đánh theo lối đánh thích hợp với phông chữ mà chúng ta dùng.

Thí dụ, sau khi chạy WordPad, nơi khung chọn phông chữ, chúng ta chọn phông chữ Việt **VNI-Times** như ở hình 19-1.

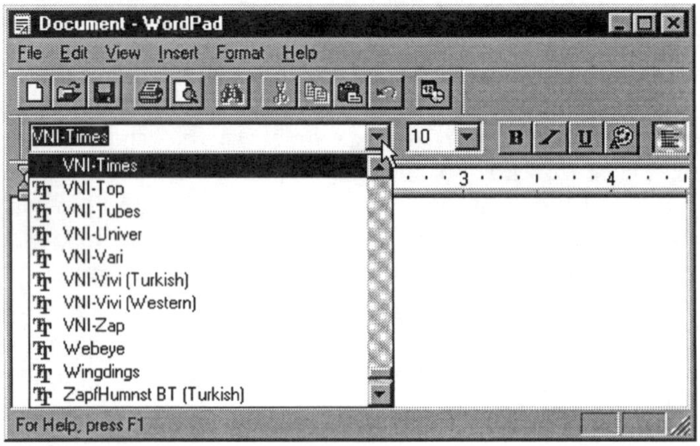

Hình 19-1: Chọn phông chữ

Lưu Ý: *Nếu không thấy khung chọn phông chữ nơi hàng nút trên, chúng ta lên menu* **View** *và chọn mục* **Format Bar** *để cho hiện thanh* **Format**. *Một cách chọn phông chữ nữa là lên menu* **Format** *và chọn mục* **Font**.

Sau khi phông chữ đã được chọn, chúng ta sẽ thảo trang web như bình thường. Khi nào cần đánh chữ Việt thì vẫn đánh như bình thường. Như trong hình 19-2.

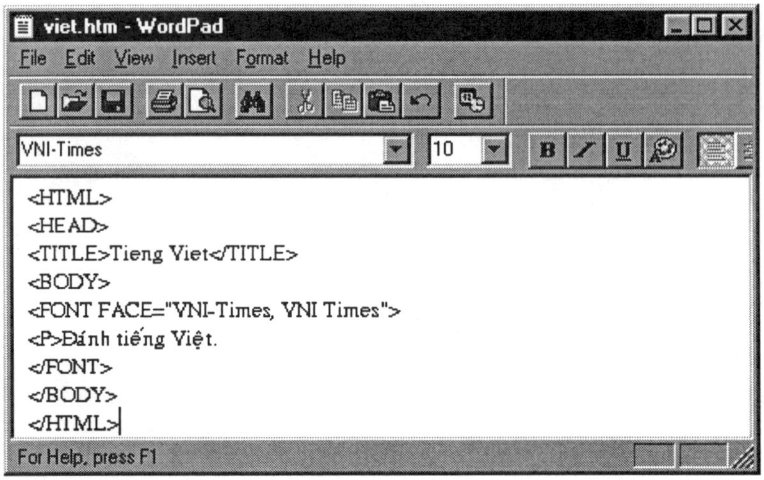

Hình 19-2: Thảo trang web

Nhắc lại, tuy rằng chúng ta đánh chữ Việt nơi trang web của chúng ta, muốn bảo đảm độc giả của chúng ta sẽ thấy chữ Việt mà không phải chọn phông mặc định (default font) nơi browser, chúng ta nên kèm các chữ tiếng Việt bên trong tag `<FONT FACE="VNI-Times, VNI Times">` và `</FONT>`. `<FONT FACE="VNI-Times, VNI Times">` nói cho browser biết là dùng phông chữ **VNI-Times** hay **VNI Times** để hiển thị trang web. Tên phông chữ VNI-Times được dùng cho hệ điều hành Windows. Tên phông chữ VNI Times được dùng cho các hệ điều hành khác. Vì chúng ta không biết được độc giả của chúng ta sẽ dùng hệ điều hành nào, nên chúng ta phải ghi hết cả hai tên trong trang web của chúng ta.

Chúng ta không nhất thiết phải dùng kiểu chữ VNI-Times. Chúng ta có thể dùng bất cứ kiểu chữ nào. Nếu muốn nâng cao cơ hội trang web của chúng ta được nhiều người nhìn thấy đúng, chúng ta chỉ nên dùng các kiểu mà VNI cho miễn phí trên Internet. Đó là **VNI-Times**, **VNI-Helve**, **VNI-Aptima**, và **VNI-Internet Mail**. Hãy lên trang web của VNI (http://vnisoft.com/english/download.html) để biết các phông chữ nào hiện đang được cho miễn phí.

Trang web nơi hình 19-2, khi được đọc nơi browser sẽ thấy như ở hình 19-3.

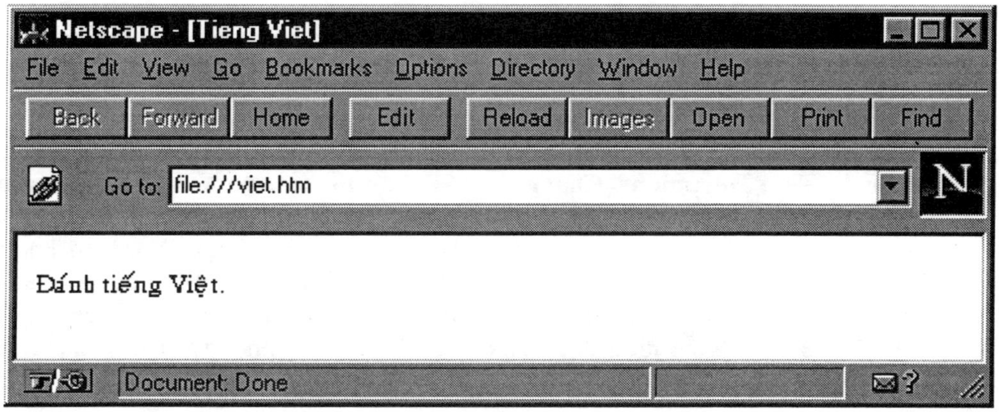

Hình 19-3: Cái nhìn của trang web nơi hình 19-2

Lưu Ý: *Chúng ta không đánh dấu chữ Việt trên thanh tựa (title bar) được vì Windows dùng System Font nơi thanh tựa này. Chúng ta có thể thay System Font bằng phông chữ Việt được, nhưng hành động đó có thể gây ra nhiều biến chứng (side effect) khi chạy các nhu liệu khác.*

Sửa Một Trang Web Có Sẵn

Khi cần sửa nội dung bằng tiếng Việt của một trang web có sẵn, chúng ta cũng sẽ mang trang web vào một nhu liệu xử lý văn bản hay một nhu liệu chuyên dùng để thảo trang web nào đó. Trước khi làm điều đó, chúng ta nên tìm hiểu thêm về những ảnh hưởng có thể xảy ra khi dùng lẫn lộn nhiều nhu liệu để sửa trang web tiếng Việt.

Sau đây, chúng ta hãy xem hình ảnh của trang web nơi hình 19-2 khi được mang vào lại trong WordPad để sửa.

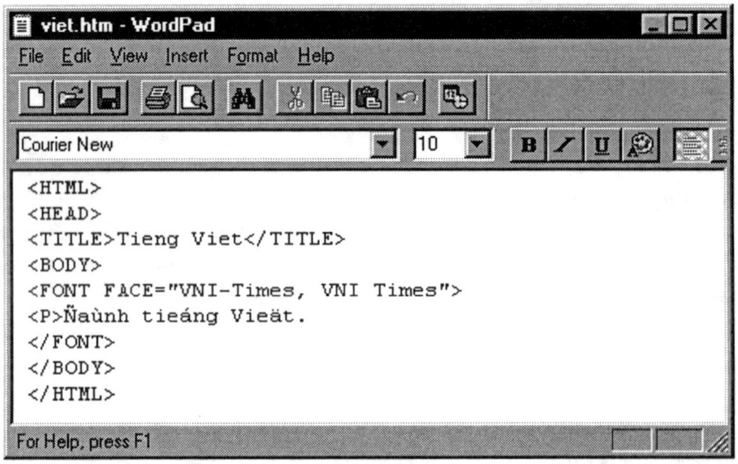

Hình 19-4: Dùng WordPad sửa trang web nơi hình 19-2

Để ý nơi hàng thứ 6, các chữ Việt đã bị đổi. Đồng thời phông chữ được chọn cũng bị đổi (trong thí dụ này là **Courier New**.) Lý do là khi cất trang web, chúng ta đã chọn lối cất là **Text Document**. Chúng ta phải chọn lối này để WordPad không thêm các lời ghi chú của nó vào trang web. Làm như vậy, WordPad cũng sẽ không cất tên phông chữ vào trang web. Do đó, khi mang trang web trở lại, WordPad không còn nhớ là trang web này lúc trước đã dùng phông **VNI-Times**. WordPad đã gán đại một phông chữ cho nó là **Courier New**. Phông chữ **Courier New** không phải là phông chữ Việt; do đó, đã không hiện đúng chữ Việt. Muốn đổi phông trở lại, chúng ta vô menu **Edit**, và chọn mục **Select All**, rồi đổi phông chữ cho toàn trang web thành phông chữ Việt như cũ.

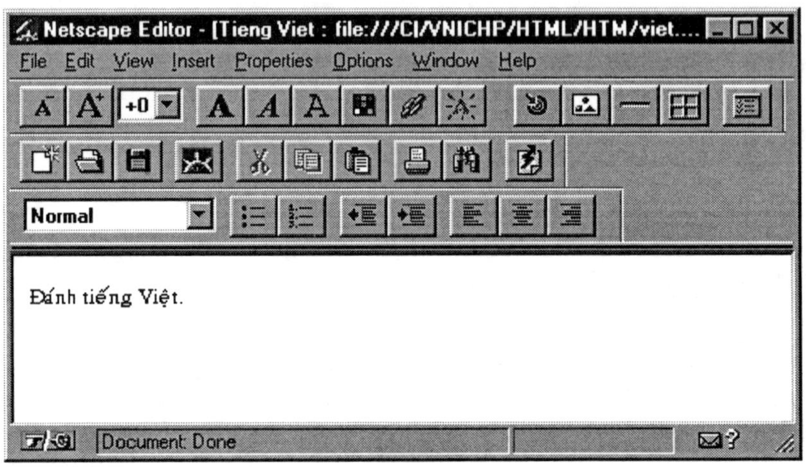

Hình 19-5: Dùng NC Gold sửa trang web nơi hình 19-2

Nếu trang web nơi hình 19-2 được mang một nhu liệu chuyên để thảo trang web, thí dụ như Netscape Navigator Gold, chúng ta có thể thấy như ở hình 19-5.

Chữ Việt hiện ra rất đúng và chúng ta sẽ sửa đổi chữ Việt như bình thường. Lý do là Netscape Navigator Gold đã được viết đúng cho Windows 95; do đó, nó hiểu được phông chữ Việt. Chúng ta cũng đánh chữ Việt trong nhu liệu này như mọi nhu liệu cho Windows 95 khác.

Nếu sau khi cất trang web này trở lại và chúng ta lại dùng WordPad để sửa trang web, thay vì dùng Netscape Navigator Gold. Trang web nơi hình 19-2 nay sẽ nhìn như ở hình 19-6. Hãy để ý hàng thứ 6 và 7. Câu tiếng Việt của chúng ta đã bị đổi lần nữa. Trong trường hợp này, Netscape Navigator Gold đã cất tiếng Việt theo lối viết các ký tự đặc biệt. Do đó, chúng ta rất khó sửa bằng nhu liệu xử lý văn bản. Tốt nhất là chúng ta hãy dùng lại nhu liệu Netscape Navigator Gold để sửa. Đọc thêm về các ký tự đặc biệt nơi đoạn 5.8, "Viết Các Ký Tự Đặc Biệt".

Tóm lại, chúng ta nên tránh dùng lẫn lộn các nhu liệu để sửa trang web tiếng Việt, để tránh các trường hợp kể trên. Nhất là một khi đã đưa trang web tiếng Việt vào một nhu liệu chuyên môn để thảo trang web. Nhiều phần trăm là nó sẽ cất ra theo lối viết các ký tự đặc biệt.

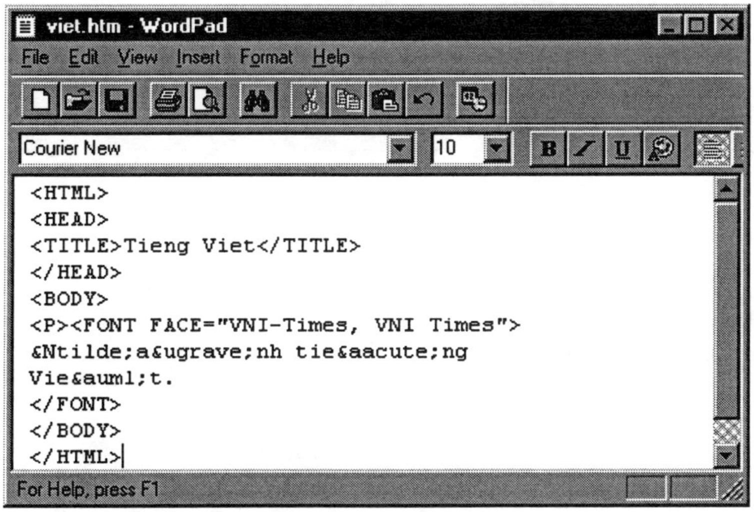

Hình 19-6: Trang web dùng các ký tự đặc biệt

19.2 Đánh Chữ Việt Bằng VNI-Word Tân Kỳ Cho DOS

VNI có cho miễn phí bộ chữ Việt VNI-Word Tân Kỳ cho DOS. Nhu liệu này chạy tốt trong Windows với một điều kiện là nó phải được chạy ở chế độ "toàn màn hình" (full screen mode). Nhu liệu này được phát miễn phí; do đó, chúng ta sẽ không thể gọi để xin chỉ dẫn về cách sử dụng. Nhu liệu này cũng không có sách hướng dẫn; tuy nhiên, ngay trong nhu liệu đã có phần hướng dẫn cách sử dụng. Chúng ta hãy học cách sử dụng từ đó. Nơi trang web trên, chúng ta còn tìm thấy các bài viết giới thiệu về nhu liệu và các chức năng của nhu liệu.

Chúng ta có thể đã có VNI-Word trong máy nếu chúng ta đã cài bộ nhu liệu VNI Tân Kỳ for Windows. Để kiểm lại xem máy của chúng ta đã có VNI-Word Tân Kỳ cho DOS chưa, chúng ta đánh các mệnh lệnh sau đây nơi MS-DOS window, nhấn nút **Enter** sau mỗi hàng lệnh:

```
c:
cd \
dir vniword.exe /s
```

Nếu trong số những câu trả lời của máy có hàng chữ **File Not Found**. Máy của chúng ta chưa có VNI-Word Tân Kỳ cho DOS. Ngược lại chúng ta thấy tên nhu liệu được liệt kê với ngày giờ và kích thước được tạo. Thí dụ như:

```
VNIWORD  EXE   152960  10-13-96  5:16P  VNIWORD.EXE
```

Nếu máy của chúng ta đã có VNIWORD.EXE, chúng ta hãy kiểm lại ngày nhu liệu được tạo. Nếu ngày được tạo sớm hơn ngày 13 tháng 10 năm 1996, có thể chúng ta đã có phiên bản cũ. Hãy lên trang nhà của VNI để lấy xuống phiên bản mới hơn.

Lưu Ý: *Trong bộ đĩa cài đặt VNI Tân Kỳ for Windows 95/NT phiên bản 4.0 trở đi, nhu liệu VNI-Word đã được gọi tên là VNI-Word 3.2. Nếu đã có VNI-Word 3.2, chúng ta cũng nên lấy bản VNI-Word Tân Kỳ cho DOS nơi trang nhà của VNI để dùng cho mục đính thảo trang web.*

Lấy VNI-Word

Hướng URL về địa chỉ *http://vnisoft.com/english/forusers.htm* và nhấp chuột lên điểm nối **Download**. Khi được hỏi về nơi cất nhu liệu, chúng ta cho biết nơi cất là **Desktop**, để dễ kiểm soát. Sau khi hoàn tất việc lấy xuống (download), nơi màn hình **Desktop** sẽ có một hình tượng (icon) như sau:

Hình 19-7: Hình tượng của nhu liệu setup VNI-Word

Nhấp nút trái của chuột thật nhanh hai lần (double click) lên hình tượng đó để cài đặt VNI-Word Tân Kỳ. Màn ảnh lúc bấy giờ sẽ có mầu xanh dương và phía trên sẽ được thấy như ở hình 19-8.

Kế tiếp, chúng ta được hỏi về ngăn cất. Nếu không biết chọn ngăn nào, hãy giữ lấy những sắp đặt mặc định và nhấn nút **OK**.

Hình 19-8: Màn hình cài đặt VNI-Word Tân Kỳ

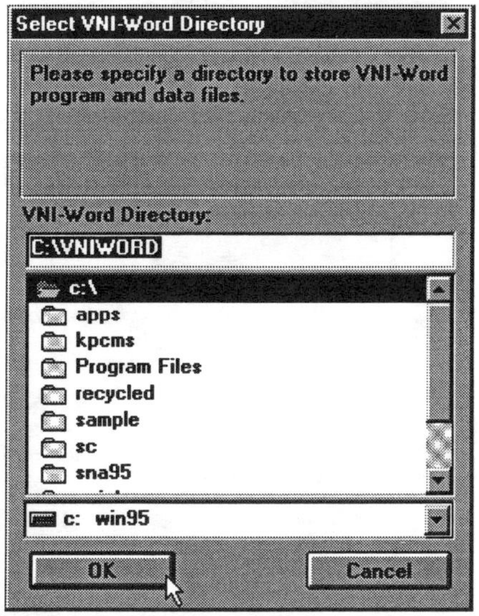

Hình 19-9: Chọn ngăn cất nhu liệu

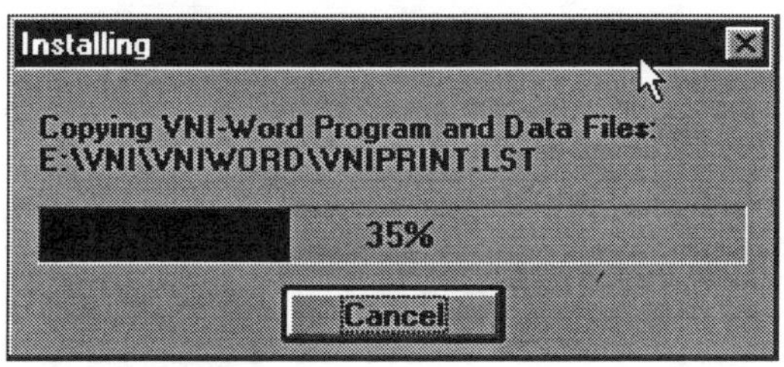

Hình 19-10: Khung báo đang cài đặt nhu liệu

Trong lúc nhu liệu đang được cài đặt, chúng ta sẽ thấy một khung báo như ở hình 19-10. Nếu muốn hủy bỏ việc cài đặt thì nhấn nút **Cancel**, còn không thì cứ để yên cho nhu liệu cài đặt làm việc. Nếu không có gì trở ngại, chúng ta sẽ được báo cho biết là việc cài đặt đã hoàn tất. Nhấn nút **OK** để tiếp tục. Màn hình cài đặt sẽ đóng lại, để lộ khung chứa các hình tượng của VNI. Số lượng hình tượng khác nhau tùy theo chúng ta có những nhu liệu nào của VNI.

Trước khi chạy nhu liệu VNI-Word, chúng ta nên kiểm lại cho chắc rằng nó sẽ chạy ở chế độ "toàn màn hình" (full Screen Mode). Nhấp nút phải của chuột lên hình tượng của VNI-Word, rồi chọn mục **Properties**.

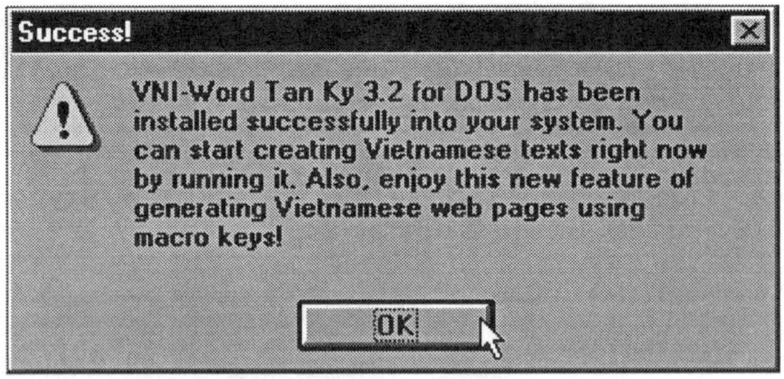

Hình 19-11: Khung báo đã hoàn tất việc cài đặt

Hình 19-12: Khung chứa các hình tượng của VNI

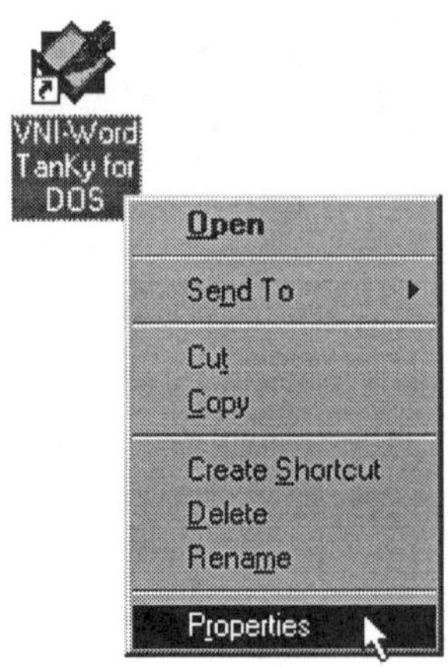

Hình 19-13: Kiểm lại sắp đặt của nhu liệu

Chọn tab **Screen**, rồi kiểm lại cho chắc là **Full-screen** đã được chọn. Khi hoàn tất, nhấn nút **OK**. Chúng ta đã hoàn tất việc cài đặt và sẵn sàng để chạy nhu liệu

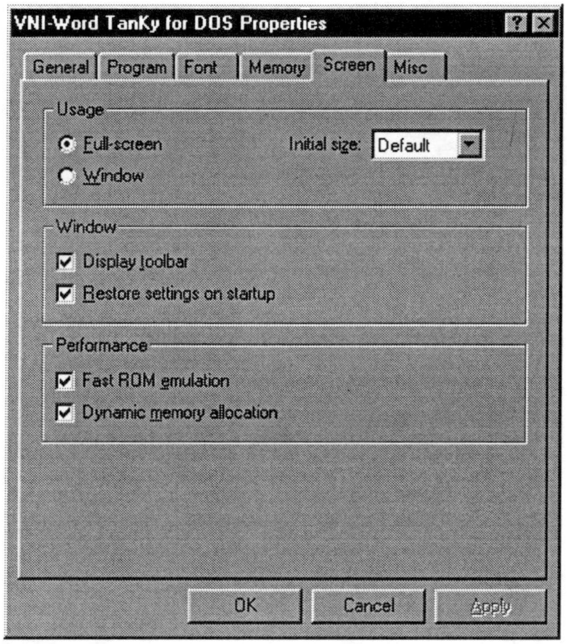

Hình 19-14: Chọn Full-Screen

VNI-Word. Chúng ta có thể xóa bỏ nhu liệu cài đặt **Setupvnw.exe** nếu không cần nó nữa.

Muốn chạy nhu liệu VNI-Word, chúng ta nhấp đúp nút trái của chuột (double click) lên hình tượng (icon) **VNI-Word Tan Ky for DOS**. Màn hình lúc ấy sẽ nhìn như ở hình 19-15.

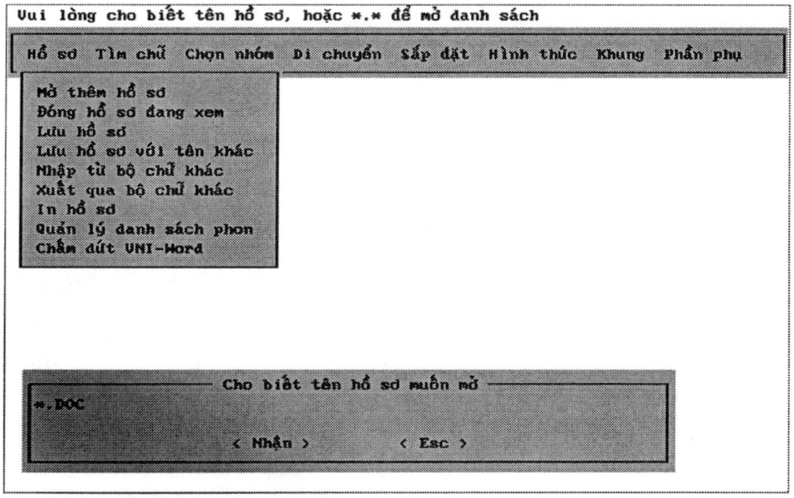

Hình 19-15: Màn ảnh đầu tiên của VNI-Word

Nếu muốn mở tập tin mới, chúng ta hãy nhấn nút **Esc**, và màn hình của VNI-Word sẽ hiện ra như ở hình 19-16.

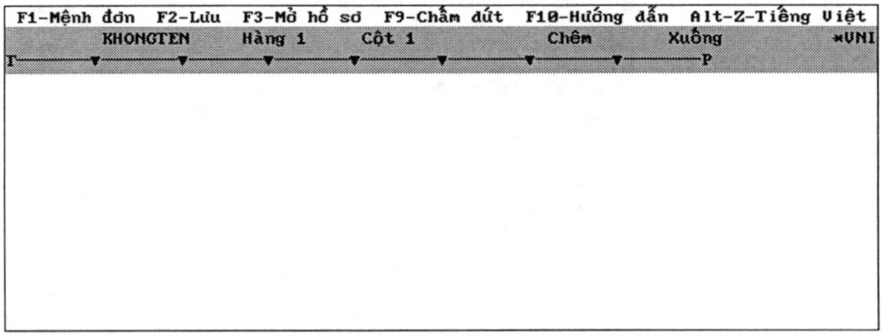

Hình 19-16: Màn hình của VNI-Word

Bật Mốt Chữ Việt

Hãy để ý nơi góc trên bên phải của màn ảnh xem có dấu hiệu ***VNI** hay không? Có dấu hiệu ***VNI** có nghĩa là chúng ta đã sẵn sàng để đánh chữ Việt. Nếu không, chúng ta hãy nhấn **Alt-z**. Nhấn nút **Alt-z** để tắt/bật mốt chữ Việt.

Trước khi chúng ta dùng VNI-Word để thảo trang web, chúng ta nên nhớ rằng các tập tin HTML phải được cất với tên nới rộng (file extension) là **.htm**. Vì nhu liệu VNI-Word chạy ở chế độ DOS nên tên nới rộng chỉ được tối đa 3 ký tự. Thêm vào đó, tên của tập tin sẽ được viết hoa. Nếu chúng ta chỉ dùng VNI-Word để đánh máy tạm, rồi sau này sẽ cắt dán phần nội dung vào trang web thì việc đổi tên không cần thiết. Nhưng nếu chúng ta viết toàn bộ trang web bằng VNI-Word (dĩ nhiên là được) thì khi trở ra Windows, chúng ta cần đổi tên tập tin thành dạng viết thường nếu cần thiết.

Thảo Trang Web Mới

Để bắt đầu thảo trang web, chúng ta hãy nhấn nút **Alt-F1** để VNI-Word điền sẵn cho chúng ta những tag HTML cần thiết cho một trang web. Tiếp đến, chúng ta thay thế phần tựa (title) của trang web cho thích hợp, và điền vào phần thân bài (body) những gì cần thiết cho trang web của chúng ta. Trong hình 19-17 là một thí dụ. Khi hoàn tất, chúng ta nhấn nút **F1** để gọi mệnh đơn, rồi chọn mệnh đơn (menu) **Hồ Sơ**, mục **Xuất qua bộ chữ khác**. Khi được hỏi về bộ chữ, chúng ta chọn **VNI-HTML for WWW**.

Kế tiếp, chúng ta sẽ được hỏi về tên của hồ sơ mới. Trong thí dụ này, chúng ta cho biết là **vietword.htm**. Trang web này được đính kèm nơi đĩa dưới tên **vietword.htm**. Khi hiển thị trang web này trong browser, nó sẽ được nhìn như ở hình 19-20.

Lưu Ý: *Chúng ta cần phải xuất trang web ra dạng VNI-HTML for WWW, để trang web đổi bảng chữ từ VNI-ASCII ra VNI-ANSI. Windows 95 dùng bảng chữ VNI-ANSI, trong khi đó DOS dùng bảng chữ VNI-ASCII. Khi xuất như vậy, ký hiệu cuối hàng* *cũng bị đổi. Do đó, trang web của chúng ta có thể sẽ có những ô vuông ngoài ý muốn như ở hình 19-20.*

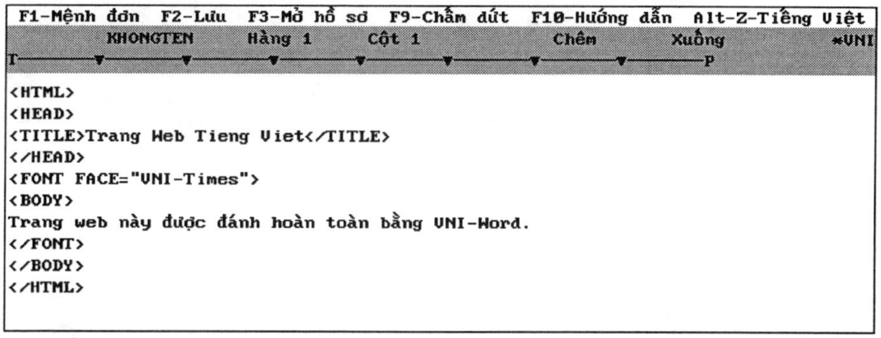

Hình 19-17: Thảo trang web mới

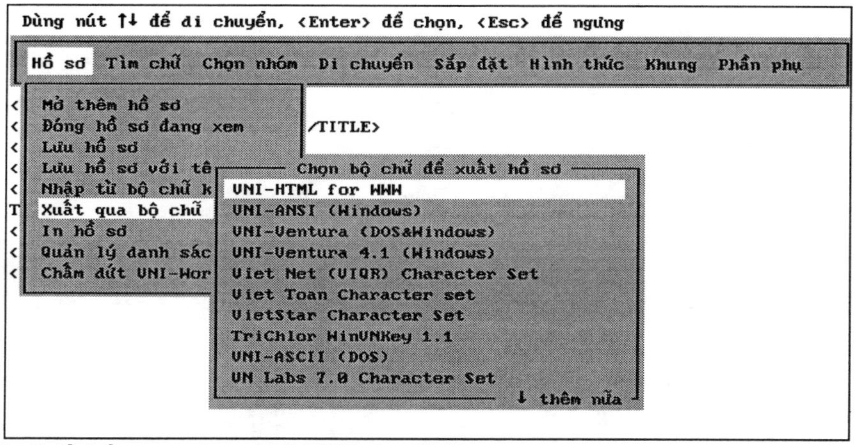

Hình 19-18: Xuất hồ sơ ra dạng VNI-HTML for WWW

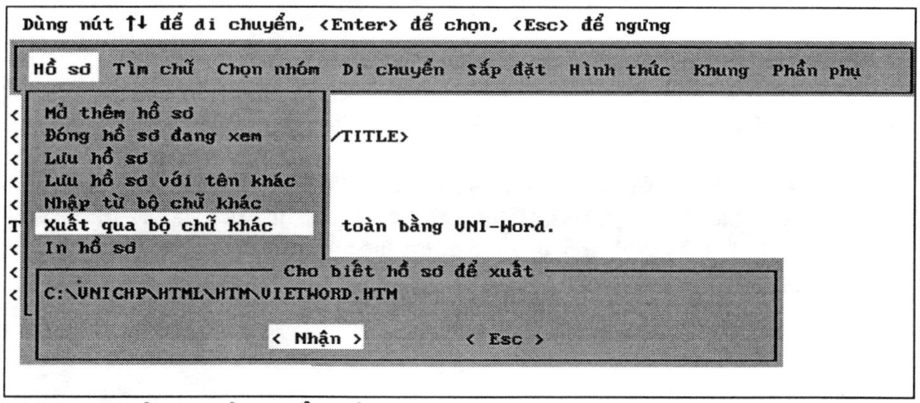

Hình 19-19: Cho biết tên hồ sơ để xuất

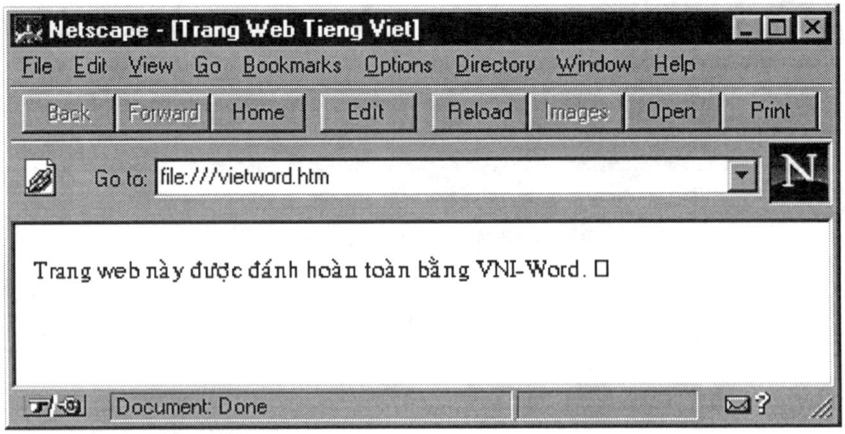

Hình 19-20: Trang web tiếng Việt

Sửa Trang Web Bằng VNI-Word

Bình thường khi sửa một hồ sơ, chúng ta sẽ mở hồ sơ đó, sửa phần nội dung, rồi cất nó ra lại. Vì trang web của chúng ta đã được "xuất" để đổi bảng chữ từ VNI-ASCII ra VNI-ANSI, khi cần sửa, chúng ta phải "nhập" nó trở lại, để đổi bảng chữ ngược trở lại VNI-ASCII trước khi sửa. Nếu chúng ta mở trực tiếp mà không nhập hồ sơ, trang web của chúng ta sẽ được thấy như ở hình 19-21:

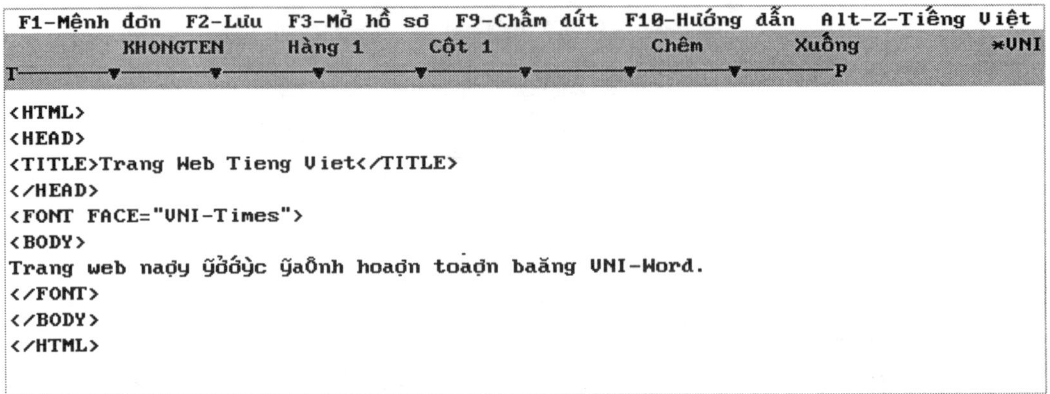

Hình 19-21: Mở trang web cũ một cách bình thường

Hãy so sánh phần nội dung (body) của hình 19-21 với phần nội dung của hình 19-17 để thấy sự khác biệt. Sau khi sửa xong, chúng ta lại phải xuất trang web ra dạng **VNI-HTML for WWW** trở lại. Để thực hiện thao tác nhập, chúng ta nhấn nút **F1** để gọi mệnh đơn (menu), chọn mục **Hồ Sơ** (mục đầu tiên, bên trái), chọn **Nhập từ bộ chữ khác**, cho biết tên hồ sơ, rồi chọn dạng **VNI-HTML for WWW**.

Khi hoàn tất trang web, nhấn nút **F9** để đóng nhu liệu và trở về Windows.

Lưu Ý: *VNI-Word có khả năng đánh tiếng Việt ngay mà không cần đổi phông chữ. Nhưng nếu đánh tiếng Việt trong trang web, chúng ta đừng quên thêm tag <FONT FACE="VNI-Times, VNI Times"> để nhắc browser dùng đúng phông chữ Việt.*

Sau Hậu Trường

Có lẽ chúng ta cũng thắc mắc tại sao khi bắt đầu một trang web mới, chúng ta lại phải nhấn **Alt-F1**, như đã nói nơi tiểu đoạn "Thảo Trang Web Mới"? Thật ra chúng ta không phải dùng đến nút **Alt-F1** này. Chúng ta có thể tự đánh lấy các tag HTML như chúng ta đã từng làm. VNI-Word có hỗ trợ vĩ lệnh (macro), và VNI đã cài sẵn một số vĩ lệnh để làm trang web cho chúng ta. Thí dụ, **Alt-F1** sẽ điền các tag cần thiết để lập trang web. Do đó, trước khi bắt đầu, chúng ta đã nhấn **Alt-F1** để đỡ mất công đánh máy. Rồi điền phần nội dung của trang web vào những chỗ thích hợp. VNI-Word là một nhu liệu xử lý văn bản giống như WordPad; do đó, chúng ta cũng dùng nó để làm trang web như đã làm nơi WordPad.

Bên cạnh **Alt-F1**, VNI-Word còn có các vĩ lệnh khác như:

Vĩ Lệnh (macro)	**Nội Dung**
Alt-F1	Các thẻ HTML cần thiết
Alt-F2	Danh sách có thứ tự (OL)
Alt-F3	Danh sách không có thứ tự (UL)
Alt-F4	Điểm Nối (A HREF=..)
Alt-F5	Hình ảnh (IMG SRC=...)
Alt-F6 - Alt-F10	<Còn Bỏ Trống>

Tạo Vĩ Lệnh Mới

Các vĩ lệnh từ **Alt-F6** tới **Alt-F10** có thể còn bỏ trống; do đó, chúng ta có thể dùng nó nếu muốn. Thí dụ, nếu muốn tạo vĩ lệnh **Alt-F6** để điền các tag làm bảng, chúng ta làm theo các bước như sau:

1. Nhấn nút **F1** để gọi thanh mệnh đơn (menu).
2. Chọn mục **Phần phụ**, nơi cực phải. Rồi tiếp tục chọn các tiểu mục: **Nút tích ...**, **Ghi nút tích**. Màn ảnh lúc này sẽ trở lại bình thường, ngoại trừ nơi thanh menu bên trên, giữa F9 và F10, sẽ có ký hiệu **>Ghi<**. **Ký hiệu** này hiện ra, cho biết VNI-Word đã sẵn sàng để ghi nhớ những gì chúng ta sẽ đánh kế tiếp.

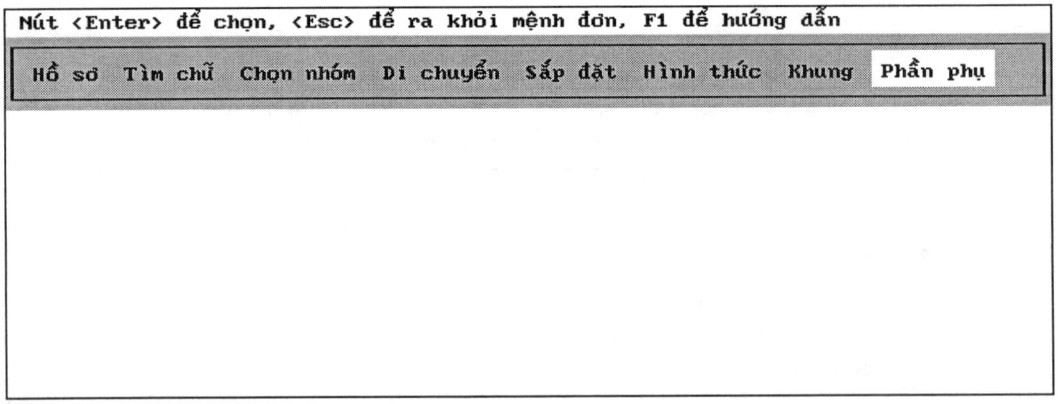

Hình 19-22: Gọi thanh menu

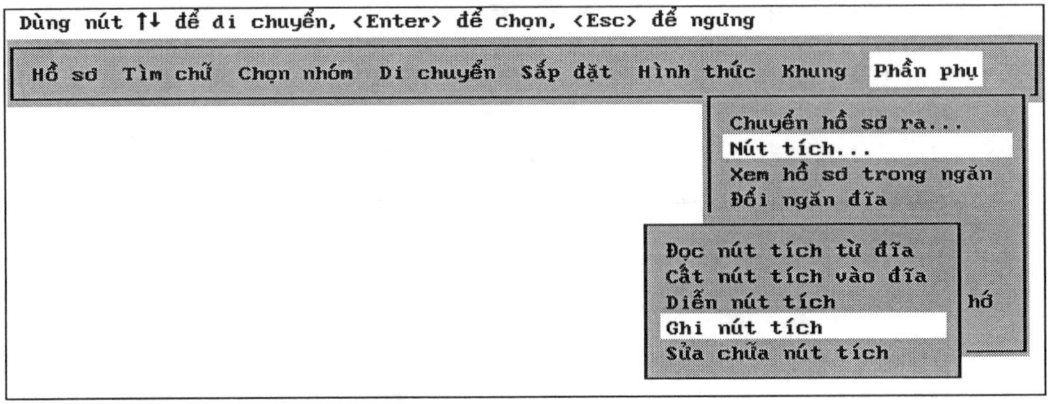

Hình 19-23: Chọn ghi nút tích

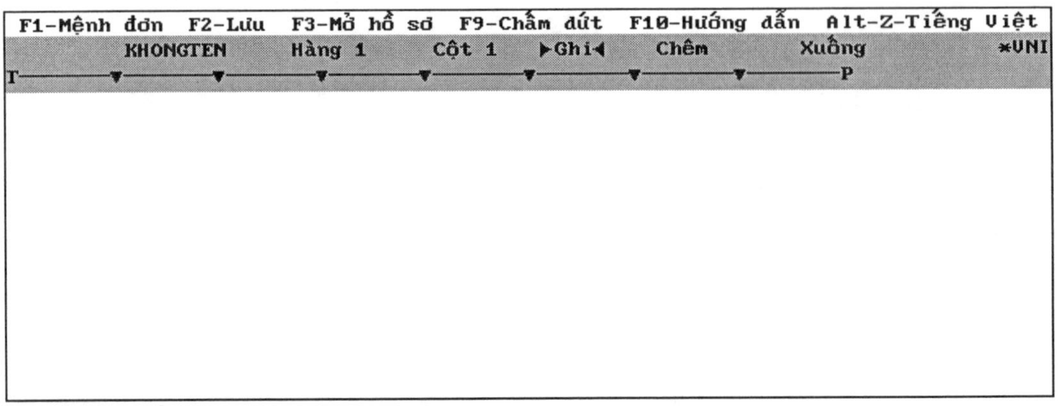

Hình 19-24: Dấu hiệu >Ghi< hiện ra

3. Chúng ta đánh vào những tag HTML cần thiết để làm một bảng, xem hình 19-25. Khi hoàn tất, nhấn nút **Alt-M** để chấm dứt phần ghi. Ký hiệu **>Ghi<** sẽ biến mất.

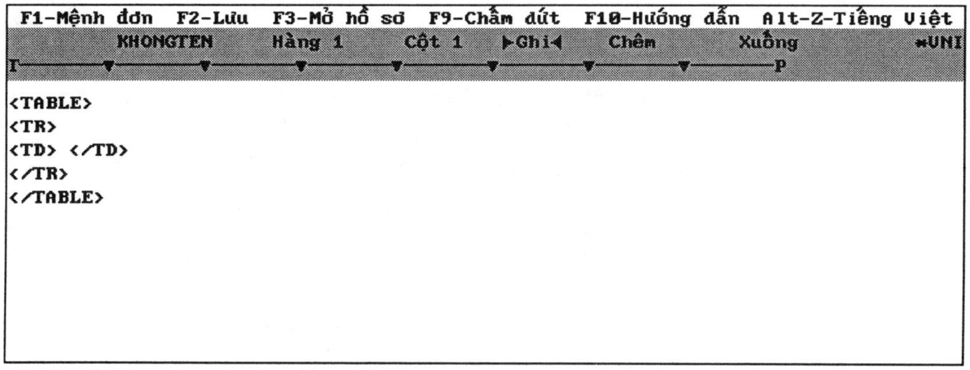

Hình 19-25: Đánh máy các tag làm bảng

Hình 19-26: Chọn menu nút tích

4. Một danh sách nút tích (tức vĩ lệnh) sẽ hiện ra. Trong thí dụ này, chúng ta chọn ô thứ 6, rồi nhấn nút **Enter**.

5. Chúng ta sẽ được hỏi về tên của nút tích. Trong trường hợp này, hãy đặt tên là **Table**, rồi nhấn nút **Enter**.

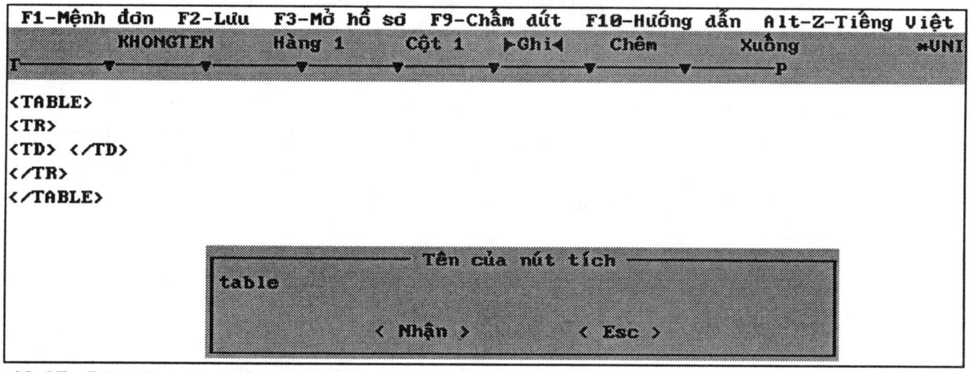

Hình 19-27: Đặt tên cho nút tích mới

6. Thử nghiệm lại vĩ lệnh **Alt-F6** bằng cách, ở màn hình chính của VNI-Word, nhấn nút **Alt-F6**.

Chúng ta có thể sửa hay thay đổi các vĩ lệnh bất cứ lúc nào, bằng các bước tương tự như vừa làm. Nếu cảm thấy cần sự giúp đỡ, chúng ta chỉ có một nguồn giúp đỡ duy nhất là những sự chỉ dẫn đã có ghi sẵn trong VNI-Word. Phần giúp đỡ này cũng không được đầy đủ lắm. Vì đây là một nhu liệu miễn phí nên chúng ta cũng chẳng mong đợi gì hơn. Muốn gọi sự chỉ dẫn từ VNI-Word, chúng ta nhấn nút **F10**.

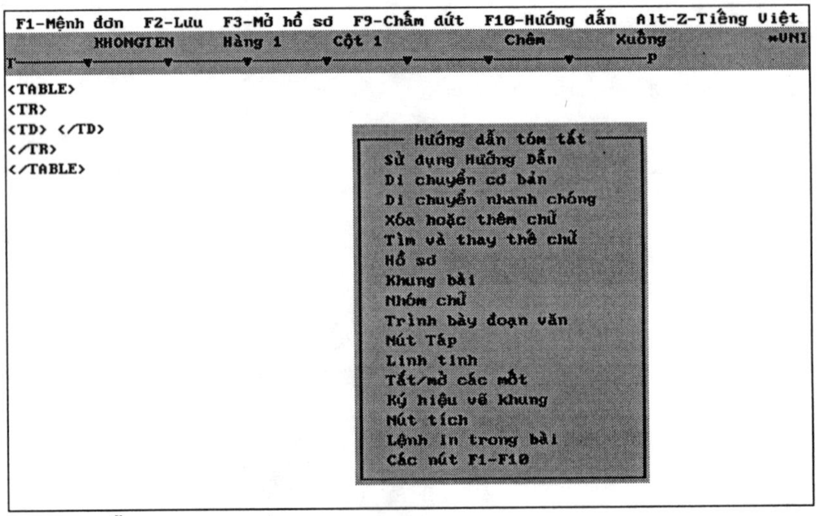

Hình 19-28: Xin chỉ dẫn từ VNI-Word

19.3 Làm Trang Web Tiếng Việt Khi Không Có Bộ Chữ Việt

Nếu chúng ta không có bộ chữ Việt, không muốn lấy xuống bộ chữ Việt VNI Tân Kỳ cho DOS, mà vẫn muốn làm trang web tiếng Việt, chúng ta phải làm một cách nào đó để có được phần nội dung đánh máy bằng tiếng Việt. Muốn làm được điều đó, chúng ta có 2 cách:

1. Đánh chữ Việt bằng các ký tự đặc biệt. Chúng ta phải có bảng chữ của bộ chữ Việt VNI-ANSI (http://www.vnisoft.com/english/vnichar.htm). Cho mỗi nguyên âm có dấu tiếng Việt, chúng ta phải dò xem nó nằm ở vị trí nào trong bảng chữ và dùng lối viết ký tự đặc biệt để diễn tả nó. Thí dụ, để đánh được chữ **Đ**, trong bảng chữ VNI-ANSI, chữ **Đ** nằm ở ô 209. Trong trang web, chúng ta sẽ viết **Ñ**.
2. Chúng ta nhờ một người nào đó đánh máy phần nội dung tiếng Việt giùm rồi đưa chúng ta bài viết đó. Chúng ta sẽ mở bài viết đó rồi cắt và dán nó vào đúng vị trí nơi trang web. Với phương pháp này, chúng ta dĩ nhiên là sẽ không đọc được tiếng Việt trong lúc cắt dán. Do đó, chúng ta nên tìm ra một phương pháp nào đó để biết được vị trí đầu và cuối của đoạn chữ mà chúng ta muốn đưa vào trang web, để cắt cho đúng chỗ.

Lưu Ý: *Chúng ta cũng đừng quên kẹp đoạn chữ tiếng Việt giữa tag <FONT FACE="VNI-Times, VNI Times"> và </FONT>.*

19.4 Các Chức Năng Tân Tiến Của VNI Tân Kỳ 32 Mới

VNI Tân Kỳ 32 phiên bản 4.0 trở đi có một số chức năng rất tiện dụng đối với nhu cầu làm trang web. Chúng ta sẽ lần lượt làm quen với những chức năng đó.

1. Bộ Từ Điển Chính Tả 2001:

Đây là lần đầu tiên bộ Từ Điển Chính Tả (TĐCT 2001) được đính kèm với bộ chữ Việt của VNI. TĐCT 2001 là một nhu liệu rời khỏi bộ chữ Việt; do đó, muốn sử dụng nó chúng ta phải chạy nó trước. Chúng ta có hai cách để tra chữ.

Cách thứ nhất, nơi màn hình của TĐCT 2001, khi chúng ta muốn tra chữ nào thì chỉ việc đánh chữ đó vào. Thí dụ, nếu chúng ta không biết chữ "diển tả" viết có đúng không? Dùng dấu hỏi hay dấu ngã? Chúng ta đánh chữ đó vào. TĐCT 2001 sẽ liệt kê hết các chữ có âm tương tự với các thí dụ để chúng ta biết chữ nào là đúng.

Cách thứ hai, một khi TĐCT 2001 đã được chạy, chúng ta cất nó qua một bên và làm việc với nhu liệu xử lý văn bản, như WordPad, như bình thường. Khi gặp một chữ cần tra khảo, thí dụ chữ "diển tả", chúng ta chọn (highlight) chữ đó rồi nhấn nút **Ctrl-?** (Ctrl và dấu chấm hỏi) ngay nơi nhu liệu xử lý văn bản đang dùng. TĐCT 2001 sẽ thức dậy, và thực hiện việc tra chữ cho chúng ta, như là chúng ta đánh thẳng chữ "diển tả" vào TĐCT 2001 ở cách thứ nhất.

TĐCT 2001 nhận biết được những lỗi chính tả thường mắc phải do thói quen của từng miền. Thí dụ, như **s/x**, **ch/tr**, **hỏi/ngã**. TĐCT 2001 sẽ nhắc nhở, và giải thích cách dùng chữ của từng trường hợp.

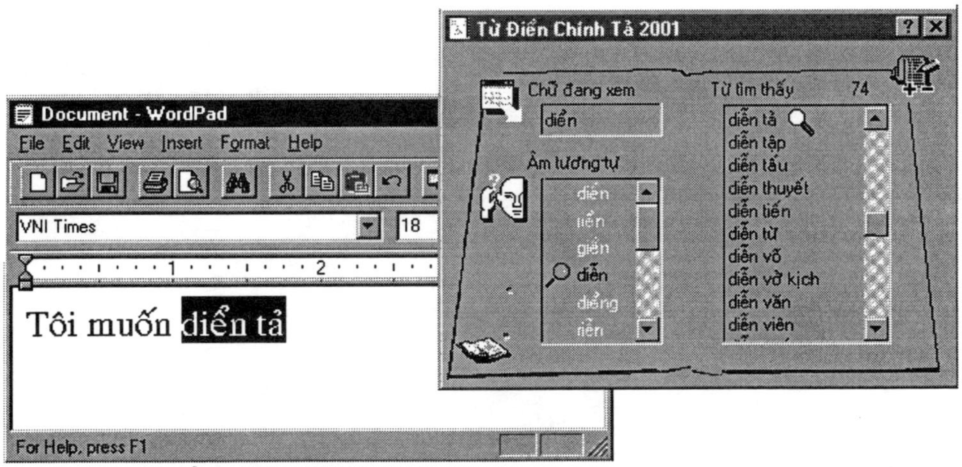

Hình 19-29: Tra chữ bằng TĐCT 2001

2. Chuyển mã (thay bảng chữ):

Hiện nay, có rất nhiều bảng chữ Việt, của hơn 10 hãng, bên cạnh bộ chữ của VNI, đang lưu hành trên Internet. Việc thống nhất các bộ chữ là một điều không tưởng. Do đó, nhu cầu chuyển mã (thay bảng chữ) từ bộ chữ Việt này ra bộ chữ Việt khác là một điều cần thiết. Chức năng chuyển mã này là một ưu điểm của VNI Tân Kỳ 32. Chúng ta không cần biết bài viết cũ dùng bảng chữ nào. Chúng ta có thể chuyển mã ra mã dùng bảng chữ VNI-ANSI trong nháy mắt và ngay tại chỗ, trong WordPad hay bất kỳ một nhu liệu nào.

Một thí dụ thực tiễn của việc chuyển mã là nếu chúng ta đã có một trang web tiếng Việt trên Internet mà bảng chữ bị thiếu chữ. Nói cách khác, nếu trang web của chúng ta không thể đánh được chữ Ơ, hay một chữ nào đó, vì dùng phải bảng chữ dở, hoặc trang web của chúng ta đang dùng lối đánh VIQR, với các dấu +, ?, (, ^ nằm bên phải của chữ, chúng ta muốn khắc phục lỗi đó. Chúng ta chỉ cần dùng phương pháp chuyển mã này. Mang trang web vào trong một nhu liệu xử lý văn bản, như WordPad. Giữ nút **Shift** xuống, và nhấp nút trái chuột vào trang web, trong nháy mắt trang web của chúng ta đã được đổi qua dùng bảng mã đầy đủ, VNI-ANSI.

3. Dùng tốc ký để đánh chữ của hơn 40 ngôn ngữ khác bên cạnh tiếng Việt:

Ngoài tiếng Việt, VNI Tân Kỳ 32 còn cho chúng ta đánh được chữ của hơn 40 ngôn ngữ khác trên thế giới. Thí dụ, như Lào, Cam-bốt, Nga, Albania, Latin. Nếu chúng ta dự định thầu làm trang web cho các cơ sở thương mại thì chức năng này thật là hợp lý. Dịch vụ làm trang web của chúng ta không chỉ bị giới hạn trong tiếng Việt và tiếng Anh.

Vì bàn phím của máy điện toán chỉ giới hạn ở các ký tự Latin; do đó, chúng ta không đánh trực tiếp được các ký tự tượng hình như tiếng Lào, Cam-bốt. Chúng ta sẽ dùng đến lối đánh tốc ký. Tức là chúng ta gán một hay một chuỗi mẫu tự nào đó để có được các mẫu tự tương đương trong các tiếng nước khác. Lối đánh này tương tự như lối đánh tiếng Tầu và Nhật đang được dùng hiện nay.

4. Dùng tốc ký để đánh các ký tự đặc biệt:

Cũng cùng lối đánh tốc ký này, chúng ta có thể đánh trực tiếp các ký tự đặc biệt mà chúng ta đã đọc nơi đoạn 5.8, "Viết Các Ký Tự Đặc Biệt", như dấu Copyright, Trademark.

19.5 Cách Đánh Chữ Việt Của VNI

Bộ chữ Việt VNI Tân Kỳ cho phép chúng ta sắp đặt vị trí các nút dấu theo ý muốn. Nếu chúng ta chưa thay đổi vị trí các nút dấu thì các dấu chữ Việt của VNI được sắp ở các vị trí sau đây:

Hình 19-30: Vị trí các dấu chữ Việt của VNI

Dấu sắc ở nút số 1 (hàng nút số trên cùng của hàng chữ QWERTY). Dấu huyền ở nút số 2, v.v.. Đọc tới đây, có lẽ chúng ta không khỏi thắc mắc nếu chúng ta nhấn nút số 1 thì chúng ta sẽ được số 1 hay dấu sắc? Câu trả lời là tùy lúc. Chúng ta nên nhớ rằng, dấu của tiếng Việt phải được bỏ trên nguyên âm, ngoại trừ dấu gạch ngang của chữ Đ. Do đó, nếu bình thường chúng ta nhấn nút số 1 thì chúng ta được số 1, nhưng nếu trước đó chúng ta đã đánh một nguyên âm nào đó thì lần nhấn nút số 1 này sẽ cho ra dấu sắc. Thí dụ, muốn đánh chữ **Á**, chúng ta đánh:

Hình 19-31: Đánh chữ Á

Muốn đánh chữ **Đ**, chúng ta đánh:

Hình 19-32: Đánh chữ Đ

Muốn đánh chữ **Ắ**, chúng ta đánh:

Hình 19-33: Đánh chữ Ắ

Trong trường hợp một chữ có hai dấu như chữ **Ắ**, chúng ta có thể bỏ dấu nào trước cũng được. Trong thí dụ trên, chúng ta cũng có thể đánh:

Hình 19-34: Đánh chữ Ắ

Muốn đánh chữ **Ự**, chúng ta đánh:

Hình 19-35: Đánh chữ Ự

Nếu chúng ta nhấn nút số **1** sau một phụ âm, chúng ta sẽ chỉ được phụ âm. Thí dụ, nếu chúng ta nhấn nút **T** rồi số **1** chúng ta chỉ được chữ **T**. Nếu chúng ta được chữ **T** và số **1**, như **T1** có lẽ chúng ta đang có bộ chữ Việt VNI phiên bản cũ.

19.6 Tóm Tắt

Chúng ta có 4 cách đưa tiếng Việt vào trang web. Theo thứ tự từ dễ dàng và thuận tiện, chúng ta có, dùng bộ chữ Việt VNI Tân Kỳ, dùng bộ nhu liệu xử lý văn bản VNI-Word Tân Kỳ for DOS, nhờ người khác đánh máy giùm rồi cắt và dán vào trang web, dùng phương pháp đánh các ký tự đặc biệt đã học nơi chương Năm, đoạn 5.8.

Để trang web của chúng ta tự động hiện đúng tiếng Việt, chúng ta phải kẹp các chữ tiếng Việt giữa tag `<FONT FACE="VNI-Times, VNI Times">` và `</FONT>`. Nếu toàn trang web của chúng ta dùng tiếng Việt, chúng ta đặt tag `<FONT FACE="VNI-Times, VNI Times">` ngay sau tag `<BODY>` và đặt tag `</FONT>` ngay trước tag `</BODY>`.

Độc giả của chúng ta muốn đọc được trang web được viết bằng tiếng Việt như chúng ta muốn, họ phải có đúng phông chữ Việt mà chúng ta đã ghi trong tag `<FONT>` nơi trên. Do đó, nơi trang web, chúng ta đừng quên nói cho độc giả biết là chúng ta dùng bộ chữ Việt nào và lấy bộ chữ Việt đó ở đâu. Thí dụ:

```
Best viewed with bộ chữ Việt của <A
HREF="http://vnisoft.com/english/download.htm"> VNI</A>
```

Nơi trang web *http://vnisoft.com/english/webmain.htm* của VNI có chỉ dẫn về cách làm điểm nối tới chỗ lấy phông chữ của VNI.

19.7 Câu Hỏi & Trả Lời

1. Tôi có thể dùng bộ chữ VISCII, hay VPS, để đánh chữ Việt trong trang web không?

TL: Được, nhưng hãy thử trước vì các bảng chữ này có thể thiếu chữ.

2. Tại sao không dùng bộ chữ VISCII hay VPS? Các bộ chữ này cho miễn phí trên Internet.

TL: Ngoại trừ điểm yếu là thiếu chữ, các phông chữ này dùng rất tốt và còn cho miễn phí. Nhưng nếu nói về miễn phí thì phông chữ Việt của VNI cũng cho miễn phí. Trong khi đó phông chữ Việt của VNI lại rất đầy đủ, không thiếu mẫu tự nào.

3. Tôi không có bộ chữ Việt nào hết. Tôi nhờ người khác đánh máy nội dung trang web bằng bộ chữ Việt VNI, làm sao tôi đưa bài viết đó vào trang web?

TL: Chúng ta dùng phương pháp cắt dán. Chúng ta chạy hai bản của WordPad, một bản mở bài viết, một bản dùng để thảo trang web. Trong khi thảo trang web, chỗ nào chúng ta muốn viết tiếng Việt thì sao lại (copy) nơi bài viết và dán (paste) qua trang web. Chúng ta cũng đừng quên kẹp đoạn văn tiếng Việt giữa các tag `<FONT FACE="VNI-Times">` và `</FONT>` như đã được đề cập nơi đoạn 19.1.

4. Tôi đã đánh chữ Việt thẳng vào trang web nhìn rất rõ nhưng khi đưa lên Internet bạn tôi nói là đọc không được?

TL: Khi chúng ta soạn thảo trang web bằng tiếng Việt, trong máy của chúng ta đã có phông chữ Việt; do đó, chúng ta không gặp trở ngại gì hết. Khi độc giả của chúng ta xem trang web tiếng Việt, họ phải đạt được một trong 3 điều kiện sau đây:

a) Có phông chữ tiếng Việt trong máy của họ.

b) Nếu chúng ta quên không dùng tag `<FONT FACE="VNI-Times, VNI Times">` độc giả của chúng ta, ngoài việc có phông chữ VNI-Times hay VNI Times còn phải sắp đặt trong browser. Nói cho browser biết là dùng phông chữ VNI-Times, hay VNI Times làm phông chữ mặc định (default font).

c) Có VNI-WebEye (có phát miễn phí ở trang nhà của VNI -- *http://vnisoft.com*).

5. Tôi dùng bộ chữ Việt VNI để làm trang web, làm sao để có được một cái nút để độc giả nhấn vào và lấy xuống phông chữ Việt.

TL: VNI đã có trang web chỉ làm việc đó ở địa chỉ *http://vnisoft.com/english/vniftp.htm*. Trong đĩa đính kèm cũng có một trang web dưới tên *vnitftp.htm*, và các hình ảnh cần thiết (*unix.gif, win.gif, apple.gif, icodownl.gif, vnifont.gif, fontsample.gif, download.gif*). Chúng ta hãy chuyển trang web đó và tất cả những tập tin hình liên hệ lên máy chủ. Sau đó, nơi trang web mà chúng ta muốn độc giả lấy phông chữ, chúng ta làm một điểm nối tới trang web *vniftp.htm*. Thí dụ, điểm nối có thể được làm như sau:

```
<A HREF="vniftp.htm">Download VNI fonts</A>
```

Cho đơn giản, chúng ta hãy chép nguyên văn đoạn mã trên vào trang web của chúng ta. Ở đây, chúng ta giả sử rằng trang web *vniftp.htm* và trang web chứa điểm nối ở cùng một ngăn. Nếu khác ngăn, chúng ta cần sửa đổi lộ trình (path) dẫn tới trang web *vniftp.htm* cho thích hợp. Trang web *vniftp.htm*, khi hiện ra trên màn ảnh sẽ nhìn như sau:

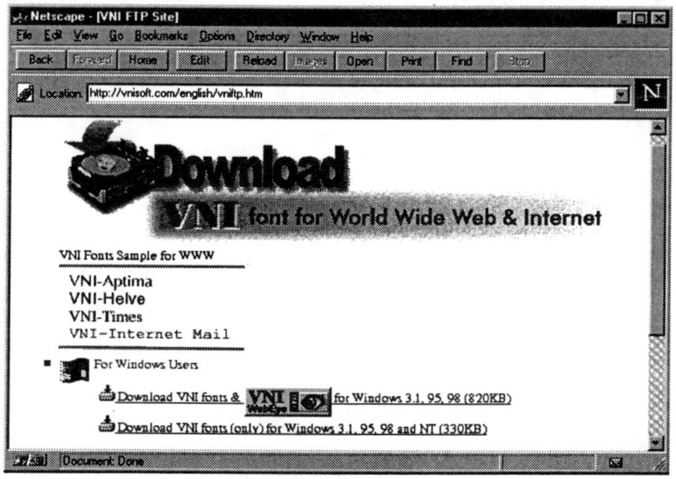

Hình 19-36: Trang web download phông chữ Việt VNI

Một trang web tương tự cũng có thể được tìm thấy nơi trạm Báo Người Việt *http://kicon.com/NguoiViet/vniftp.htm*. Trang web này tương tự như trang web nơi hình trên. Chúng có cùng tên, nhưng trang web nơi trạm Báo Người Việt đã được sắp đặt hơi khác một chút. Tuy nhiên, cả hai đều mang cùng mục đích.

19.8 Tài Liệu Tham Khảo

[1] Văn Hải Lý, "VNI Tân Kỳ 4.0 for Win32 Có Gì Mới?"

[2] "Convert Your Vietnamese Web Pages To VNI," www.vnisoft.com/vietnamese/webmast.html.

[3] "Tips for Making Your Web Pages Better," www.vnisoft.com/vietnamese/webtips.htm.

[4] "VNI Character Sets," www.vnisoft.com/vietnamese/vnichar.htm.

[5] "For VNI Users Only," www.vnisoft.com/vietnamese/forusers.htm.

[6] Vũ Tuy Hòa, "Giới Thiệu VNI-Word Tân Kỳ," www.vnisoft.com/vietnamese/wrdintro.htm.

[7] "Đặc Điểm Của VNI-Word Tân Kỳ for DOS," www.vnisoft.com/vietnamese/feature.htm.

[8] Dung Quoc Vu, "Cẩm Nang Lên Lưới Internet," VNI Publishing, 1996, ISBN: 0-96-54744-0-2.

19.9 Tài Liệu Đọc Thêm

- "WWW & VPS Fonts," www.vps.org/font_inst.html.
- "The VIQR Convention," www.vietstd.org/document/viqr.htm.
- "Using Downloadable Fonts," developer.netscape.com/library/documentation/communicator/dynhtml/webfont1.htm.

Chương 20

Gửi Trang Web Lên Máy Chủ

Một khi đã làm được các trang web, ước muốn kế tiếp của chúng ta sẽ là phổ biến trang web đó lên Internet. Nơi chương này, chúng ta sẽ học về cách gửi trang web của chúng ta lên Internet. Muốn làm được điều đó trước tiên chúng ta phải có nơi để đặt trang web. Nếu chưa có chỗ để trang web, chúng ta hãy đọc tiếp chương Hai Mươi Mốt, "Tìm Chỗ Để Trang Web."

Trước khi bắt đầu gửi trang web lên Internet, chúng ta cần kiểm lại những thứ cần có như sau:

- Biết rằng chúng ta có chỗ để đặt trang web.
- Địa chỉ FTP của máy chủ của nơi đặt trang web. Thí dụ: **ftp.vinet.com**.
- Tên để dùng máy (User Name) và mật mã (Password) nếu cần thiết.
- Kích thước của chỗ chứa _____ Mbyte.
- Biết đầy đủ nơi cất trang web để gửi lên Internet và các hình ảnh liên hệ.
- Một nhu liệu nào đó có khả năng gửi trang web từ một máy qua một máy khác qua Internet.

Có rất nhiều nhu liệu giúp chúng ta gửi trang web từ máy của chúng ta tới máy chủ qua Internet. Chúng ta hãy hỏi nơi cho chúng ta đặt trang web xem họ có đòi hỏi chúng ta phải dùng một nhu liệu nào không? Thí dụ, nếu chúng ta có trương mục Internet với công ty CompuServe, họ có phát ra một nhu liệu để gửi trang web của riêng họ.

Ghi Chú: *Nếu đang có trương mục với CompuServe, hãy ghi tên vào (sign on) rồi* `go HPWIZ`*, lấy xuống nhu liệu Publish Wizard.*

Có công ty dùng ngay browser để gửi trang web. Cũng có công ty cho chúng ta dùng bất kỳ nhu liệu nào. Thí dụ, GeoCities cho chúng ta dùng browser để gửi trang web. Đồng thời GeoCities cũng gợi ý chúng ta dùng Netscape Navigator Gold. Trong những trường hợp như vậy, chúng ta có thể đã có nhu liệu rồi. Thí dụ, nếu chúng ta đang dùng nhu liệu Netscape Navigator Gold phiên bản 3.01, nhu liệu này đã có khả năng gửi trang web tới máy chủ qua Internet. Nếu chưa có một nhu liệu có khả năng để gửi trang web nào cả, chúng ta có thể dùng một nhu liệu chuyên môn để làm việc đó, như WS_FTP của hãng IPswitch.

20.1 Dùng Netscape Navigator Pro 3.01

Chúng ta có thể dùng bất cứ phiên bản nào của Netscape Navigator có khả năng xuất bản (publish) trang web lên Internet--gửi trang web tới máy chủ. Trong thí dụ này, chúng ta dùng phiên bản 3.01.

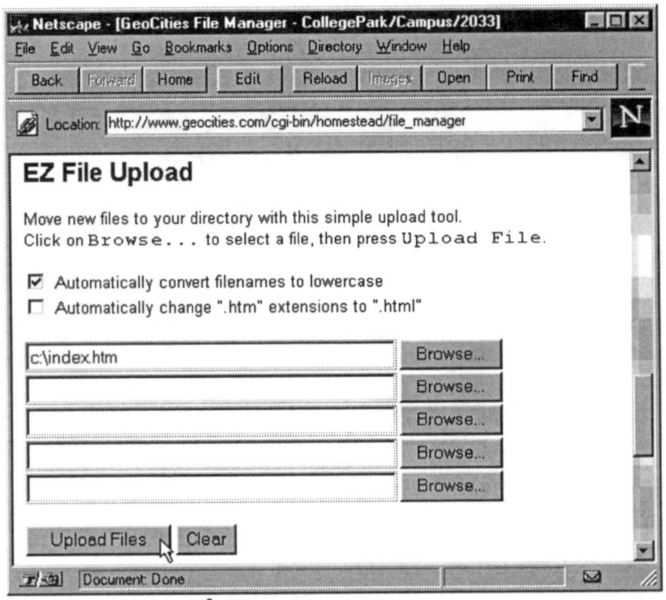

Hình 20-1: GeoCities dùng browser để gửi trang web

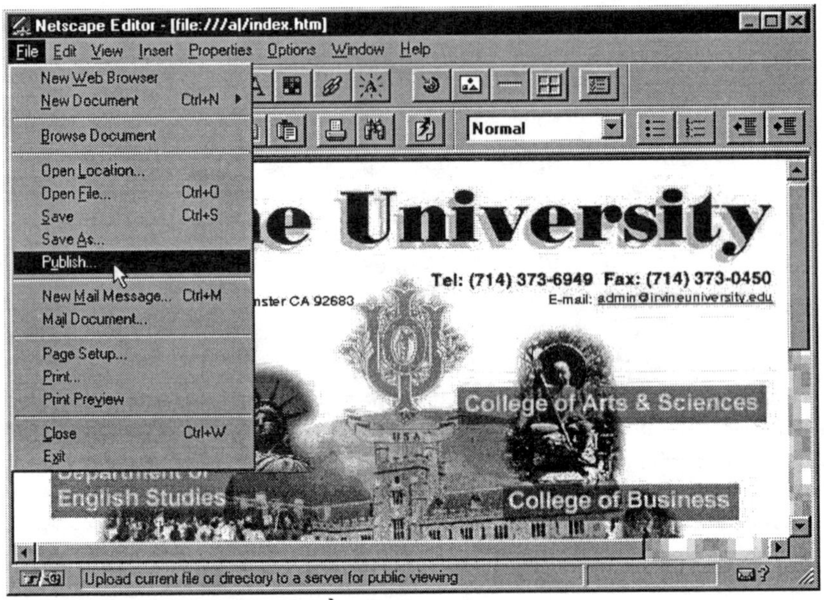

Hình 20-2: Gửi trang web lên máy chủ bằng Netscape

Nhu liệu Netscape Navigator Pro 3.01 có thể được lấy miễn phí từ trang nhà của hãng Netscape (http://www.netscape.com/comprod/mirror/index.html). Sau khi lấy nhu liệu xuống máy, chúng ta cần cài (install) nó vào máy trước khi có thể xử dụng. Khi dùng Netscape Navigator để gửi trang web, chúng ta chạy nhu liệu đó, rồi:

1. Lên menu **File**, chọn **Open File in Editor** để mở trang web mà chúng ta muốn gửi tới máy chủ. Nhu liệu Netscape Editor sẽ được chạy.
2. Sau khi đã mang trang web vào Netscape Editor, lên menu **File**, chọn **Publish...**(hình 20-2). Một khung đối thoại sẽ hiện ra như ở hình 20-3.

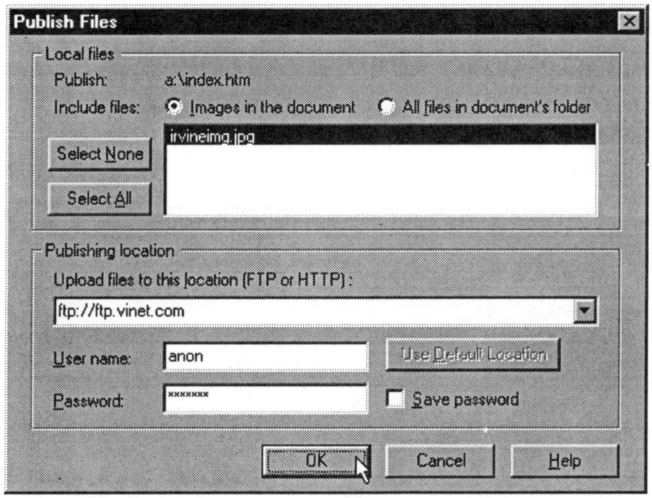

Hình 20-3: Điền các chi tiết cần thiết

3. Nơi phần trên, **Local Files**, chúng ta chọn những tập tin phụ thuộc của tập tin đang định gửi qua máy chủ. Nơi phần dưới, **Publishing Location**, chúng ta điền địa chỉ URL dẫn tới máy chủ, tên dùng, và mật mã rồi nhấn nút **OK**.

Khi nhu liệu Netscape gửi trang web ra ngoài, nó sẽ báo cho chúng ta biết là việc gửi này sẽ không an toàn. Mật mã mà chúng ta điền nơi khung trước có thể bị dòm ngó bởi người lạ. Nơi khung này chúng ta nhấn nút **Continue** để tiếp tục.

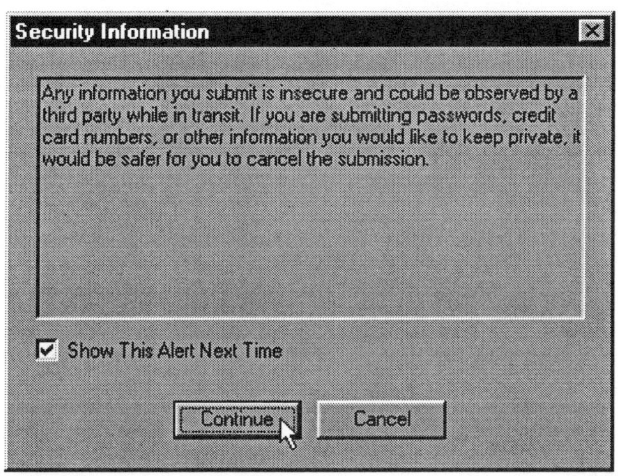

Hình 20-4: Khung báo tin của Netscape Editor

20.2 Dùng Nhu Liệu WS_FTP

Nhu liệu này có thể lấy miễn phí từ trang web của IPswitch ở địa chỉ *http://www.ipswitch.com*. Nhu liệu này có nhiều phiên bản do đó có thể mỗi người chúng ta có một phiên bản khác nhau. Trong thí dụ này, chúng ta sẽ dùng phiên bản WS_FTP95 LE. Nhu liệu này có thể được nén bằng nhu liệu PKZIP để cho kích thước tập tin nhỏ lại, nhằm giảm bớt thời gian lấy xuống (download). Nếu máy của chúng ta chưa có nhu liệu PKZIP, của hãng PKWare, chúng ta hãy đi lấy nhu liệu PKZIP trước, ở địa chỉ *http://www.pkzip.com*. Cài nhu liệu PKZIP vào máy trước, rồi hãy lấy nhu liệu WS_FTP.

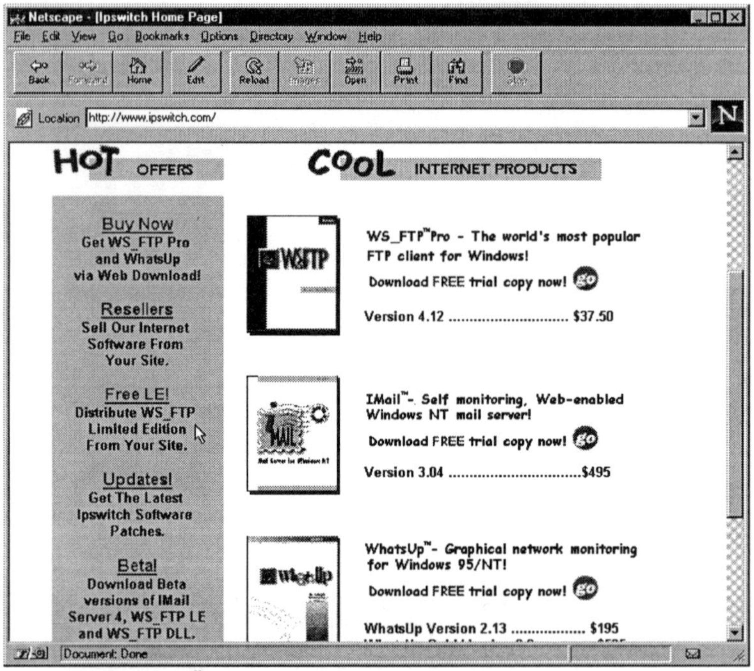

Hình 20-5: Lấy nhu liệu FTP miễn phí

Mới chạy nhu liệu WS_FTP lần đầu, nhu liệu này có thể chưa có tên của máy chủ, nơi mà chúng ta cần. Chúng ta cần phải thêm tên của máy chủ vào nhu liệu WS_FTP trước khi chúng ta có thể liên lạc với máy chủ đó. Nơi khung **Session Properties** (hình 20-6) chúng ta:

1. Nhấn nút **New**.
2. Đánh tên của máy chủ nơi hàng **Profile Name:**. Tên này chỉ để cho chúng ta dễ nhớ cho nên chúng ta đặt tên gì cũng được.
3. Nơi hàng **Host Name/Address:** chúng ta điền địa chỉ của máy chủ. Thí dụ: **ftp.vinet.com**.

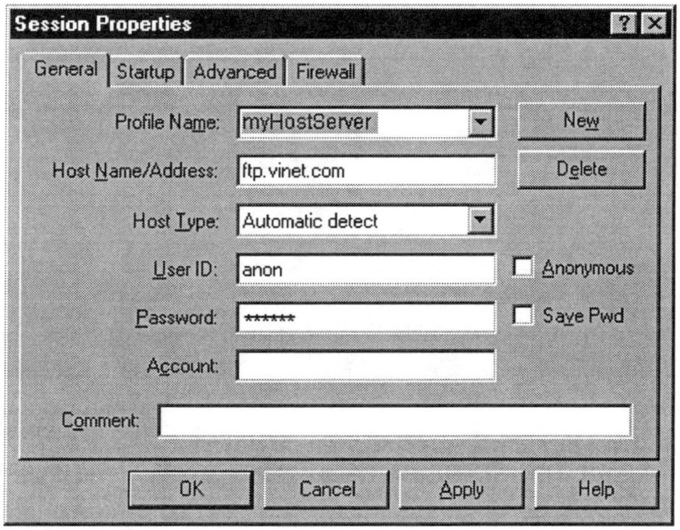

Hình 20-6: Lập một profile mới cho máy chủ

4. Nơi hàng **Host Type:**, nếu biết được thể loại của máy chủ thì chúng ta chọn ở đây. Nếu không biết thì cứ giữ lấy sắp đặt sẵn là **Automatic detect** (tự xác định).

5. Điền phần **User ID** và **Password** nếu máy chủ của chúng ta đòi hỏi. Trong thí dụ này User ID là *anon*, nhưng chúng ta phải thay nó bằng User ID mà công ty cung cấp nơi đặt trang web đã cho chúng ta. Khi điền mật mã (password), nhu liệu sẽ hiện ra các dấu * thay thế cho các mã số chúng ta đánh vào. Mục đích

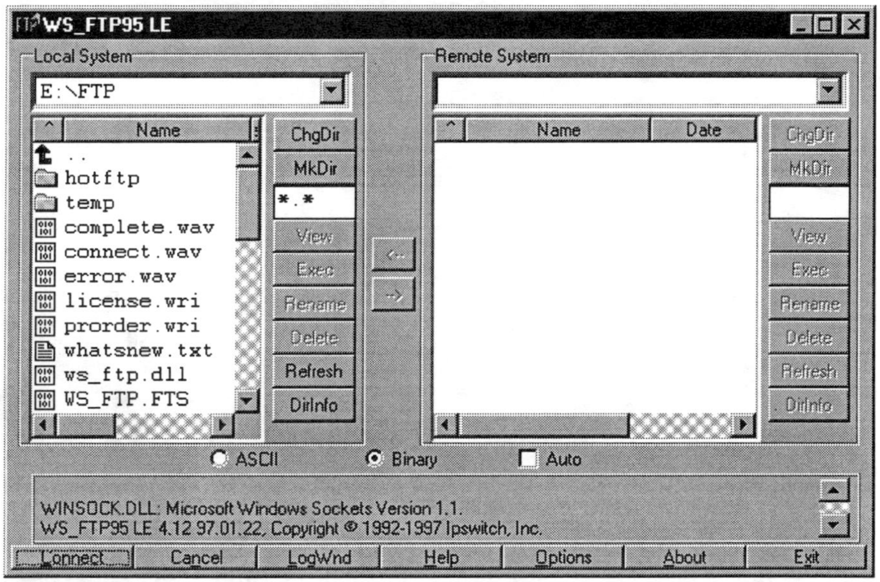

Hình 20-7: Màn ảnh chính của nhu liệu WS_FTP

là để bảo vệ mật mã tránh khỏi bị nhìn lén bởi mọi người chung quanh. Đừng ngạc nhiên khi thấy các dấu này hiện ra.

6. Khi hoàn tất, nhấn nút **Apply** để nhu liệu nhớ lấy những gì chúng ta vừa điền. Chúng ta cần nhấn nút này sau mỗi lần sửa đổi các chi tiết nơi trên. Nếu không, những sửa đổi đó chỉ có tính cách tạm thời.
7. Nhấn nút **OK** để bắt đầu liên lạc với máy chủ. Khi này màn ảnh chính của nhu liệu WS_FTP sẽ hiện ra. Màn ảnh này bao gồm 3 phần chính:
   - Khung bên trái là các ngăn (directory) nơi máy của chúng ta.
   - Khung bên phải là các ngăn nơi máy chủ.
   - Khung bên dưới (trên hàng nút) là khung tình trạng.

20.3 Gửi Tập Tin Tới Máy Chủ Bằng WS_FTP

Nơi nhu liệu Netscape Navigator Gold, khi chúng ta gửi trang web, nó sẽ tự động đính kèm hết các tập tin phụ thuộc. Nhu liệu WS_FTP thì không làm như thế. Chúng ta phải tự nhớ và tìm các tập tin đó và gửi chúng qua máy chủ.

1. Chọn một hay nhiều tập tin từ máy của chúng ta (khung bên trái).
2. Chọn ngăn nơi máy chủ (khung bên phải), nơi mà chúng ta sẽ gửi các trang web và hình ảnh của chúng ta tới.

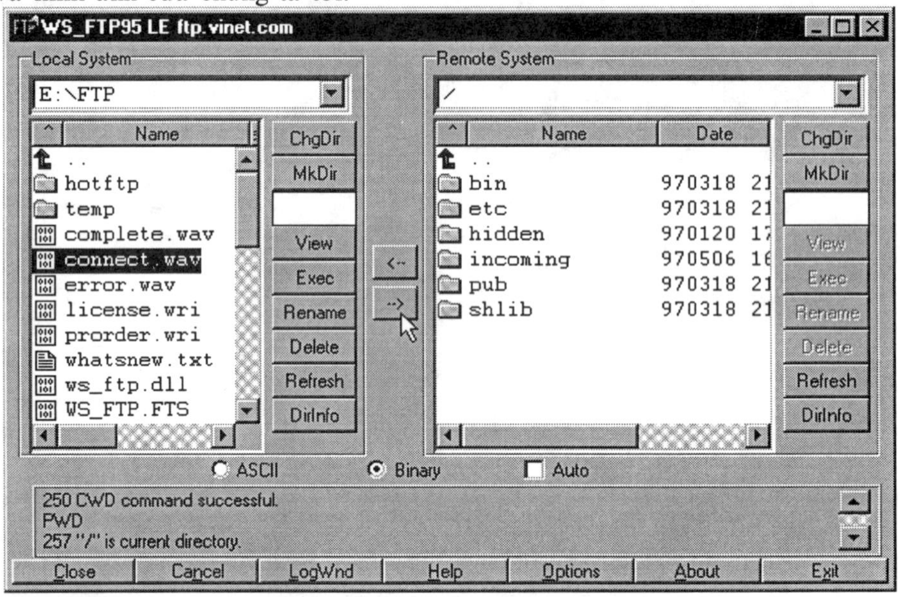

Hình 20-8: Gửi các tập tin qua máy chủ

3. Nhấn nút **-->** (mũi tên chỉ qua phải). Các tập tin mà chúng ta chọn nơi khung bên trái sẽ được gửi tới máy chủ. Khung bên phải sẽ tự điều chỉnh với các tập tin mới nhận được.

4. Khi hoàn tất nhấn nút **Close** nơi góc trái, bên dưới.

Khi chúng ta gửi trang web qua máy chủ, chúng ta đã cất các trang web đó nơi một ngăn (directory) của một máy điện toán mà công ty cho chỗ chúng ta đặt trang web đã sắp đặt trước. Có trường hợp khi chúng ta ghi tên vào (sign on) máy chủ, chúng ta sẽ được tự động đưa đến đúng ngăn đó. Tuy nhiên, cũng có công ty đòi hỏi chúng ta phải tạo một ngăn với một tên nào đó, rồi từ đó mỗi lần gửi trang web qua máy chủ, chúng ta phải bỏ đúng vào các ngăn đó thì trang web đó mới hiện lên trên Internet. Thí dụ, có công ty bắt chúng ta phải đặt hết các trang web ở ngăn *my_www*. Trong trường hợp đó, nơi lần đầu tiên lên máy chủ, nếu ngăn đó chưa có, chúng ta phải tạo lấy (create). Nhu liệu WS_FTP cho chúng ta tạo ngăn (create subdirectory), dùng nút **MkDir** nơi bên phải của màn ảnh. Nhu liệu Netscape Navigator Gold lại không có khả năng tạo ngăn mới nên trong trường hợp này chúng ta không dùng Netscape Navigator Gold được.

Lưu Ý: *Nếu chúng ta muốn thiết lập một hệ thống các trang web, chúng ta cần phải chọn một trang web nào đó làm trang nhà (trang gốc -- home page). Một số máy chủ, như máy của công ty Vinet, đòi hỏi trang nhà phải mang tên index.htm hay index.html. Do đó, chúng ta có thể phải đổi tên của một trang web nào đó thành index.htm hay index.html. Có nơi đòi hỏi trang nhà phải có một tên nào đó, chẳng hạn như homepage.htm.*

Chúng ta cần kiểm soát lại tất cả các cầu nối dẫn tới trang nhà này. Tên của trang web này bây giờ đã được đổi thành index.htm hay index.html, hay một tên nào đó. Nếu muốn tránh việc đổi tên một trang web để khỏi phải sửa đổi tên các cầu nối nơi các trang khác, chúng ta nên lập nên một trang nhà mới. Trang nhà này nhỏ, đơn giản nhưng bắt mắt và được dùng như là một trang mục lục (index page). Trang mục lục này xác định trang nhà của chúng ta rồi liệt kê những điểm nối tới các trang khác. Một thí dụ của trang nhà loại này là trang nhà của Little Saigon Net (http://www.littlesaigon.com).

20.4 Lấy Lại Tập Tin Từ Máy Chủ Bằng WS_FTP

Nhiệm vụ chính của nhu liệu WS_FTP là chuyển tập tin từ một máy qua một máy khác qua Internet. Do đó, chúng ta cũng có thể dùng nhu liệu WS_FTP để lấy tập tin từ Internet ngược về máy của chúng ta. Khi nào chúng ta cần làm điều đó? Tthí dụ, ở sở làm chúng ta đã làm một trang web và gửi lên máy chủ, cho hiện ra trên Internet. Khi về nhà chúng ta phát giác là có lỗi chính tả. Thay vì phải đợi tới ngày may vô sở mới có tập tin gốc để sửa và gửi lên lại, chúng ta ở nhà dùng WS_FTP liên lạc với máy chủ rồi lấy tập tin có lỗi chính tả đó xuống máy ở nhà. Sau đó, chúng ta sẽ sửa các lỗi chính tả, rồi lại gửi tập tin đó qua máy chủ lại. Khi gửi lần thứ hai, nếu tập tin này trùng tên với một tên đã có sẵn nơi máy chủ, tập tin mới sẽ thay thế tập tin đã có sẵn.

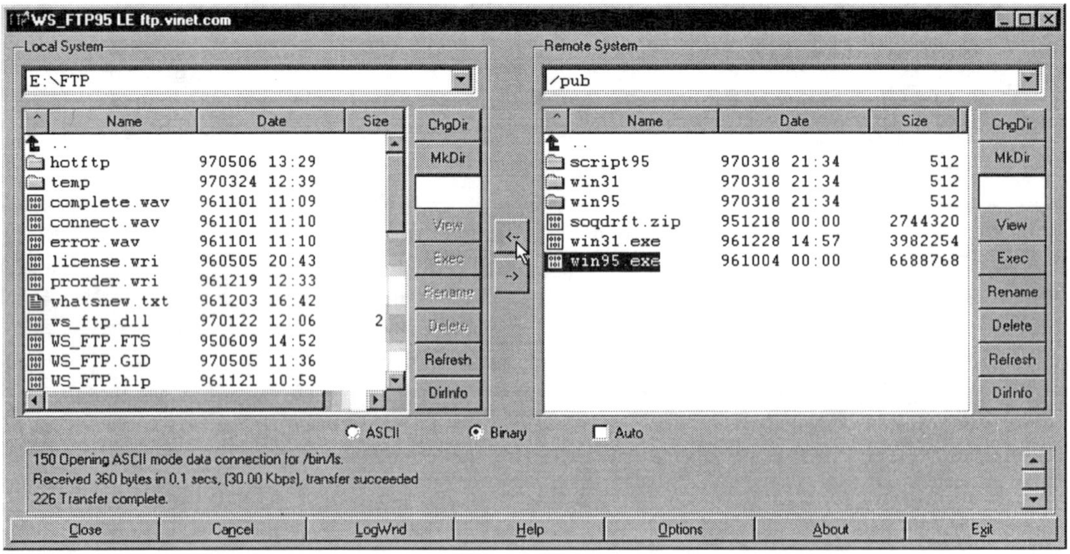

Hình 20-9: Lấy các tập tin từ máy chủ

Lưu Ý: *Trong những trường hợp gửi lên và lấy xuống ở hai máy như vậy, chúng ta sẽ có nhiều hơn một bản gốc của trang web. Do đó, chúng ta phải giải quyết làm sao để tránh lẫn lộn các bản gốc, không biết bản nào là mới nhất.*

20.5 Câu Hỏi & Trả Lời

1. Trong các nhu liệu dùng để gửi trang web qua máy chủ, nhu liệu nào tốt nhất?

TL: Chúng ta nên biết rằng có một số nhu liệu thảo trang web cũng có khả năng gửi trang web tới máy chủ, nhưng đa số chúng không có khả năng tạo ngăn (create subdirectory). Do đó, chúng ta còn bị lệ thuộc vào công ty cung cấp chỗ đặt trang web. Muốn cho chắc ăn, chúng ta dùng một nhu liệu chuyên môn FTP (File Transfer Program) như WS_FTP.

2. Có cách nào cho nhu liệu FTP tự động tìm đến các ngăn cần đến mỗi khi ghi tên vào máy chủ?

TL: Có một số nhu liệu có khả năng này. Thí dụ, nhu liệu WS_FTP, nơi khung Session Properties, phần Advanced, cho chúng ta chọn ngăn nơi máy chúng ta (local) và ngăn nơi máy chủ (host server). Khi chúng ta ghi tên vào máy chủ, nhu liệu này sẽ tự động chuyển tới các ngăn này.

3. Tôi dùng nhu liệu WS_FTP. Tôi đã ghi danh vào máy chủ và gửi trang web lên máy chủ. Tôi vẫn để yên nhu liệu WS_FTP như vậy, và quay trở lại làm tiếp trang web thứ hai. Khi hoàn tất trang web thứ hai tôi trở lại WS_FTP để gửi trang web nhưng lần này thí nó không chịu gửi nữa. Chuyện gì xảy ra?

TL: Có một số nhu liệu, như WS_FTP, sau một thời gian không dùng, nó sẽ tự động cắt liên lạc, mặc dù chúng ta vẫn đang chạy nó. Mỗi lần như vậy, chúng ta sẽ thấy lời ghi chú nơi khung tình trạng. Do đó, chúng ta cần để ý tới khung tình trạng. Trong trường hợp này, chúng ta phải ghi tên (sign on) vào máy chủ lần nữa.

Khi chúng ta đã ghi tên vào máy chủ, nút dưới cùng, bên trái, sẽ được ghi là **Close**. Nhưng khi nhu liệu cắt liên lạc với máy chủ, nút này sẽ được đổi thành **Connect**. Nhấp nút trái của chuột vào nút **Connect** này để ghi danh vào máy chủ lại.

Chương 21

Chỗ Để Trang Web

Không cần phải nói chắc ai trong chúng ta cũng hiểu chỗ ở cuối cùng của các trang web phải là một chỗ nào đó trên Internet. Nơi đó, các trang web của chúng ta sẽ được mọi người đến xem. Chỗ nào đó mà chúng ta nói tới ở đây là một máy chủ (server), một máy điện toán được dùng để chứa trang web và được nối thẳng với Internet.

21.1 Chỗ Để Trang Web Mất Tiền

Hiện nay, hầu hết các công ty cung cấp dịch vụ Internet (Internet Services Provider) đều cho chúng ta khoảng 1 hay 2 Mbyte để đặt trang web. Muốn biết cho chắc, hãy liên lạc với công ty cung cấp trương mục Internet của mình. Bên cạnh các công ty đó còn có một số công ty chỉ chuyên cho mướn chỗ để đặt trang web, không cung cấp dịch vụ Internet. Dịch vụ được cung cấp bởi các công ty loại này được gọi là "web hosting" hay "domain hosting", và được gọi chung là dịch vụ mướn chỗ (hosting service). Nếu mướn chỗ đặt trang web với một công ty cung cấp dịch vụ mướn chỗ loại này chúng ta phải tự tìm lấy một cách nào đó để lên Internet để xem trang web của chính mình. Muốn biết làm sao để lên được Internet, hãy tìm đọc sách "Cẩm Nang Lên Lưới Internet"[1].

Khi đã thu tiền, dĩ nhiên là các công ty, dù là cung cấp dịch vụ Internet hay cung cấp chỗ để trang web, đều phải cạnh tranh nhau. Họ cạnh tranh nhau ở những gì họ có thể cho chúng ta. Thí dụ, số lượng chỗ chứa, 5MB (Megabyte), 10MB, 20MB, 50MB; tổng số lưu lượng giao thông mỗi tháng, 1000MB, 2000MB; có sẵn một số thảo trình CGI như đếm số người tới thăm trang web, sổ ký tên (guest book); số hộp thư được dùng; lệ phí cài đặt (setup fee); lệ phí hàng tháng, $35, $50, $80.

Khi tìm chỗ để trang web, chúng ta nên lựa chọn cho kỹ, cân nhắc trên các điều kiện và dịch vụ họ cho chúng ta, kể cả tiền lệ phí cài đặt và lệ phí hàng tháng. Muốn tìm các công ty cho mướn chỗ để trang web, chúng ta hãy tìm đọc trên báo chí hay dùng các trạm tìm địa chỉ (search engine) trên Internet để tìm. Hãy dùng các chữ chính (keyword) như "web hosting", "domain hosting".

21.2 Chỗ Để Trang Web Miễn Phí

Dù có hay không có trương mục Internet, chúng ta vẫn có thể kiếm chỗ để trang web không mất tiền. Đọc tới đây chắc chúng ta cũng sẽ thắc mắc chẳng lẽ lại có ai bỏ tiền ra mua máy để cho người khác dùng miễn phí? Có hay không điều đó không cần thiết, miễn là nếu họ cho chỗ miễn phí và chúng ta cần chỗ để trang web là được.

Nếu là trường học, các trường sẽ cho học sinh đặt trang web cho đến khi học sinh không còn học nữa. Nếu là các công ty, thường thì họ cho chỗ đặt trang web miễn phí là để làm tăng số lượng giao thông tới máy của họ. Từ đó, họ sẽ đi tìm quảng cáo từ các công ty khác. Trong trường hợp này, chúng ta sẽ bị bắt buộc phải đặt mẫu quảng cáo của họ trên trang web của chúng ta. Có trường hợp, chúng ta phải ghi rõ là trang web này được cho đặt miễn phí bởi công ty nào đó, và phải làm một điểm nối tới trang web của công ty đó. Có công ty cho chúng ta miễn phí vài trang. Nếu có hơn số trang quy định, chúng ta phải trả một lệ phí.

Dù muốn hay không, một khi đã lấy chỗ cho đặt trang web miễn phí, thì chúng ta phải chịu mọi điều kiện mà họ đặt ra. Nếu không chấp nhận, hay không tuân theo các điều kiện của họ, chỉ có một hình phạt duy nhất là họ sẽ không cho chúng ta để trang web nữa.

Muốn tìm các công ty cho chỗ để trang web miễn phí, chúng ta hãy tìm đọc trên báo chí hay dùng các trạm tìm địa chỉ (search engine) trên Internet để tìm. Hãy dùng các chữ chính (keyword) như: "free web hosting", "free homepage", "free homepages", "free webpage", "free webpages".

21.3 Tóm Tắt

Nếu cần một chỗ để trang web, chúng ta không nhất thiết phải mất tiền nếu chúng ta biết cách. Hãy dùng các trung tâm tìm địa chỉ trên Internet để tìm các công ty cho đặt trang web miễn phí. Có nơi cho chúng ta để trang web miễn phí nếu trang web đó giới thiệu về tôn giáo. Cũng có nơi cho chúng ta để trang web miễn phí nếu trang web của chúng ta nhằm mục đích giáo dục trẻ em. Nói chung, dù có bất cứ mục đích gì chúng ta cũng hãy thử tìm trên Internet, biết đâu sẽ có chỗ cho chúng ta đặt trang web miễn phí.

21.4 Câu Hỏi & Trả Lời

1. Những nơi nào cho chúng ta đặt trang web miễn phí?

TL: Các công ty cho chỗ đặt trang web miễn phí thường được biết đến như:

- GeoCities (www.geocities.com/join/freehp.html)
- VietNet (www.vnet.org/indexmain.html)
  cho các tổ chức bất vụ lợi của người Việt Nam
- SureSite (www.suresite.com/free/create.html)
- Angelfire Communications (www.angelfire.com/register.shtml)
- Allfaiths Press (interinc.com/Allfaiths/)
  cho các tổ chức tôn giáo bất vụ lợi
- Sri Lanka (infolanka.com/org/freeweb.html)
  cho các đoàn thể bất vụ lợi

Muốn có đầy đủ hơn danh sách các nơi cho chỗ đặt trang web miễn phí, hãy tìm đến các trang web sau:

- www.namviet.net/free-url.html
- remcen.ehhs.cmich.edu/~cmslater/webpages.html
- home.inreach.com/holloway/sites.htm

- www.telechoiceonline.com/~mwrjj/freespace.html

Lưu Ý: *Không có gì bảo đảm rằng các công ty này vẫn còn cho hoặc sẽ cho mãi mãi chỗ để đặt trang web miễn phí. Chúng ta hãy liên lạc với họ để biết rõ chi tiết.*

21.5 Tài Liệu Tham Khảo

[1] Dung Q. Vu, "Cẩm Nang Lên Lưới Internet," VNI Publishing, 1996, ISBN: 0-9654744-0-2.

[2] "Join GeoCities: Free Homepages," www.geocities.com/join/freehp.html.

[3] "Create a Free Web Page from SureSite," www.suresite.com/free/create.html.

[4] "Register for Free Home Page at Angelfire Communications," www.angelfire.com/register.shtml.

[5] "Allfaiths Press Terms & Conditions," interinc.com/Allfaiths/Terms.html.

[6] "Free Web Pages to Sri Lanka Related Non-Profit (Charity) Organizations," infolanka.com/org/freeweb.html.

[7] "Free Homepages, Free Webpages," remcen.ehhs.cmich.edu/~cmslater/webpages.html.

[8] "Helpful Links in Building a Web Site - Free Web Sites," home.inreach.com/holloway/sites.htm.

[9] "Free Web Pages Web Space Home Page Free Web Page Providers," www.telechoiceonline.com/~mwrjj/freespace.html.

Chương 22

Quảng Bá Trang Web

Một khi đã đưa trang web lên Internet, chúng ta mong rằng càng nhiều người đến xem trang web của chúng ta càng tốt. Nếu chúng ta chỉ âm thầm đặt trang web lên Internet thì có lẽ chỉ có chúng ta biết. Chúng ta phải làm sao để mọi người biết đến chỗ để trang web của chúng ta? Bình thường như khi mở một cửa tiệm buôn bán, ít nhất chúng ta cũng có một buổi khai trương, mời bạn bè, bà con đến dự để mong rằng những người đó sau này sẽ giới thiệu thêm bạn bè, thân thuộc, của họ. Rồi chúng ta đăng quảng cáo trên báo, trên đài phát thanh, trên đài truyền hình, hoặc có thể, in bích chương hay truyền đơn để phân phát ở những chỗ đông người.

Nơi chương này, chúng ta sẽ tìm hiểu về các lối quảng bá một trang web trên Internet. Bên cạnh các lối quảng bá vừa nói ở trên, chúng ta còn có 5 cách quảng bá trang web của chúng ta trên Internet.

- Gửi điện thư (E-mail) cho mọi người
- Trao đổi điểm nối với các trang web đang có trên Internet
- Thông báo sự hiện hữu của chúng ta với các trạm tìm địa chỉ (search engines)
- Thông báo tới các nhóm tin (newsgroup)
- Thông báo tới các nhà xuất bản sách báo

22.1 Gửi Điện Thư Cho Mọi Người

Gửi thư thường, qua bưu điện, tới mọi người mà chúng ta biết để báo cho họ biết rằng chúng ta đã có trang web mới cũng là một điều rất hay, nhưng việc làm này khá tốn kém. Chúng ta đã biết gửi điện thư (E-mail) trên Internet không mất tiền; do đó, ý kiến gửi thư thông báo này vẫn có kết quả. Chỉ khác là chúng ta gửi bằng điện thư thay vì thư thường qua bưu điện.

Khi gửi bằng điện thư, chúng ta sẽ bị xót ra một số người vì họ không dùng Internet hay không có hộp thư. Điều này mới nghĩ thì thấy là có gì thiếu xót, nhưng nghĩ cho kỹ thì chẳng có gì thiếu xót. Đối với những người không dùng Internet, và không có hộp thư thì chúng ta quảng bá tới họ làm gì. Dù họ có biết họ cũng chẳng có cách nào đến xem trang web của chúng ta.

Khi đã quyết định quảng bá bằng lối dùng điện thư, chúng ta sẽ phải đi đến một thắc mắc khác. Đó là gửi cho ai? Địa chỉ điện thư lấy ở đâu? Những người chúng ta muốn gửi có hai loại. Những người chúng ta biết và những người chúng ta không biết. Thường những người chúng ta biết thì chúng ta dễ dàng có địa chỉ E-mail của họ. Nếu chúng ta chưa có sưu tầm địa chỉ E-mail của những người quen, chúng ta nên bắt đầu từ bây giờ. Tương lai gần đây chúng ta sẽ cần tới các địa chỉ đó.

Đối với những người chúng ta không quen thì làm sao lấy được địa chỉ E-mail của họ? Trên Internet, nếu chúng ta tìm kiếm, sẽ có những công ty chuyên bán các nhu liệu hay các dịch vụ gọi là "gửi điện thư sỉ" (bulk mailer, hay bulk E-mail software). Thí dụ như FloodGate và Goldrush (www.netfree.com/Home.html). Họ sưu tầm địa chỉ của tất cả mọi người, không phân biệt phái tính, sở thích gì hết. Đối với họ, mỗi địa

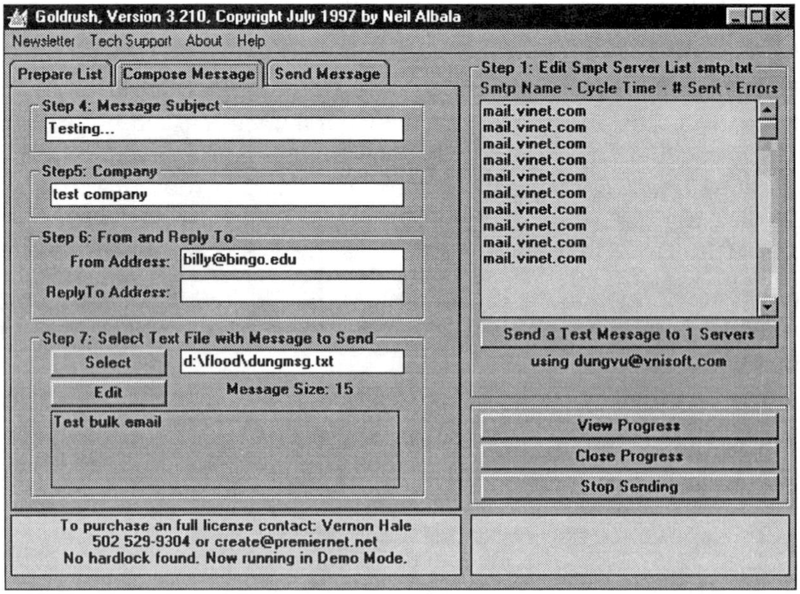

Hình 22-1: Nhu liệu gửi điện thư sỉ Goldrush

chỉ điện thư là một nguồn lợi cho họ. Do đó, họ tìm đủ mọi cách để thâu thập các địa chỉ điện thư. Có hai cách thâu thập địa chỉ điện thư: hợp pháp và bất hợp pháp.

Thâu thập địa chỉ hợp pháp tức là họ đến các danh bạ của các công ty, trường học, hay hội đoàn (các listserver) để lấy các địa chỉ điện thư. Thí dụ, chúng ta có thể tìm đến trang web của trường đại học UC Davis, tìm phần danh bạ của nhân viên (Staff Directory). Chúng ta có ngay một danh sách địa chỉ điện thư của toàn bộ nhân viên của trường, hay ít ra cũng của một phân khoa nào đó. Một cách khác là chúng ta có thể thảo một nhu liệu, lần mò hết các trang web, theo các điểm nối, hay các máy Quản Lý Tên (Domain Name Server) rồi thâu thập các địa chỉ điện thư trên các trang web đó. Nếu để ý, chúng ta sẽ thấy hầu hết các trang web hay có hàng chữ "E-mail address", "contact", hay "for information". Theo sau những chữ này, hay dấu dưới hình thức điểm nối, là một địa chỉ điện thư.

Thâu thập địa chỉ bất hợp pháp tức là chúng ta lén lút ngăn chận các điện thư trao đổi trên Internet, rồi tìm nơi hàng "**To:**" hay "**CC:**". Mỗi điện thư được gửi đi có ít nhất hai địa chỉ điện thư. Một của người gửi và một của người nhận. Trở lại vấn đề tìm địa chỉ điện thư của người lạ, chúng ta có thể mua nhu liệu hay mướn dịch vụ "gửi sỉ" (bulkmail) để phổ biến trang web của chúng ta tới cho mọi người biết. Nếu dự định phổ biến bằng phương pháp này, chúng ta nên chuẩn bị lá thư thông báo sao cho nhã nhặn. Ít nhất trong câu đầu tiên cũng xin lỗi là đã làm phiền họ. Chúng ta hãy đặt chúng ta vào vị trí của người nhận thư. Chúng ta nghĩ sao khi mỗi ngày nhận được vài chục lá thư quảng cáo như vậy?

22.2 Trao Đổi Điểm Nối Với Các Trang Web Trên Internet

Nếu đã có cơ hội ngao du trên Internet nhiều chắc chúng ta cũng đã từng gặp các trang web nó mời gọi chúng ta trao đổi điểm nối. Thí dụ, nơi trang web *www.wam.umd.edu/%7Eandrewb/phoshops.html*, là một danh sách các tiệm phở Việt Nam trên toàn thế giới. Họ không có khả năng sưu tầm đầy đủ danh sách, do đó họ yêu cầu nếu ai biết có biết tiệm phở nào thì giới thiệu cho họ. Nếu trang web của chúng ta giới thiệu về một tiệm phở, hay một nhà hàng có bán phở thì chúng ta còn trông đợi gì nữa mà không thông báo cho chủ nhân trang web đó để họ thêm địa chỉ trang web của chúng ta vào danh sách của họ. Đây là một lối quảng cáo không mất tiền!

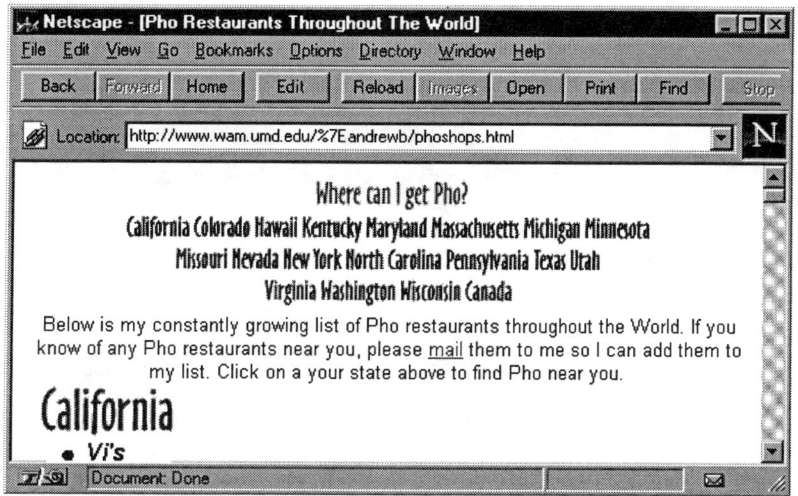

Hình 22-2: Cho điểm nối tới các tiệm phở

Chúng ta cũng có thể gửi điện thư tới người quản lý các trang web và nói với họ rằng trang web của chúng ta rất hay, hợp với dịch vụ của họ và gợi ý họ làm một điểm nối tới trang web của chúng ta. Mong rằng họ sẽ đồng ý. Chúng ta cũng có thể tham gia vào các câu lạc bộ, hay các nhóm để trao đổi điểm nối. Thí dụ, nếu chúng ta có trang web với GeoCities, chúng ta có thể phổ biến trang web của chúng ta với các thành viên bên trong nhóm GeoCities miễn phí.

Trao Đổi Băng Chữ Miễn Phí

Một hình thức trao đổi điểm nối khác là trao đổi băng chữ (banner). Nguyên tắc trao đổi rất đơn giản. Thứ nhất, chúng ta ghi tên tham dự nhóm. Thứ hai, chúng ta làm và nộp một băng chữ theo tiêu chuẩn của nhóm đặt ra. Thứ ba, mỗi lần chúng ta hiển thị một băng chữ của người nào trong nhóm, chúng ta được điểm (credit). Số điểm mà chúng ta có sẽ cho chúng ta cơ hội hiện băng chữ của chúng ta trên trang web của các nhóm viên khác. Có nơi tính theo tỷ lệ 3:5, có nơi tính theo tỷ lệ 1:2. Thí dụ, LinkExchange tính theo tỷ lệ 1:2. Có nghĩa là nếu trang web của chúng ta hiện 1000 băng chữ thì chúng ta có 500 điểm, và băng chữ của chúng ta sẽ được hiện ra 500 lần nơi trang web của các nhóm viên khác.

Thí dụ về các nhóm trao đổi băng chữ như là VietLink[1]LinkExchange[2], WebRing[4], Net-On[3]. Nhóm VietLink dành riêng cho các trang web liên quan tới Việt Nam, "nhằm phát huy văn hóa Việt và là cầu nối tới mọi người Việt trên Mạng Lưới Toàn Cầu."[1] Ngoài nhóm VietLink còn có các nhóm cho người Việt như: Vietnamese WebRing[5], VN Ring[6].

Sau đây là một số các băng chữ của các nơi cho trao đổi băng chữ. Địa chỉ của họ được ghi nơi đoạn 22.11, "Tài Liệu Đọc Thêm".

Hình 22-3: Băng chữ của VietLink

Hình 22-4: Băng chữ của LinkExchange

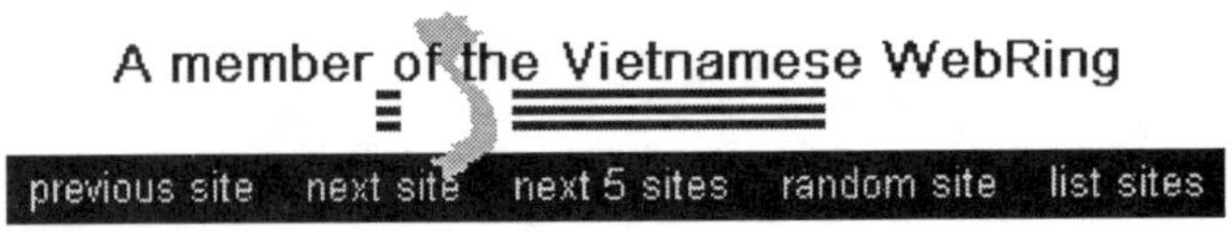

Hình 22-5: Băng chữ của Vietnamese WebRing

Hình 22-6: Băng chữ của GSAnet Banner Swap

Hình 22-7: Băng chữ của bannerCAST

Hình 22-8: Băng chữ của Net-On

Hình 22-9: Băng chữ của SmartClicks

Mướn Chỗ Để Băng Chữ

Ngoài những nơi cho trao đổi băng chữ miễn phí, trên Internet cũng có những công ty cho mướn dịch vụ quảng cáo bằng băng chữ. Tức là chúng ta trả tiền quảng cáo. Các công ty này có thể cũng là những công ty cho trao đổi điểm nối miễn phí kể trên. Thí dụ, chúng ta trả tiền $20 cho 1000 lần băng chữ của chúng ta sẽ được hiện lên nơi các trang web của người khác.

Trong trường hợp này, chúng ta sẽ phải làm một băng chữ. Chúng ta cũng có thể mướn họ làm băng chữ cho chúng ta. Băng chữ đó khi được đặt trên trang web của người khác sẽ là một điểm nối tới trang web của chúng ta.

Sau đây là thí dụ về các công ty cung cấp dịch vụ quảng cáo bằng băng chữ:

- www.safe-audit.com/main/welcome.cfm
- www.adclub.net/banner/club.htm

Hình 22-10: Băng chữ của TradeBanners

Hình 22-11: Băng chữ của BannerSwap

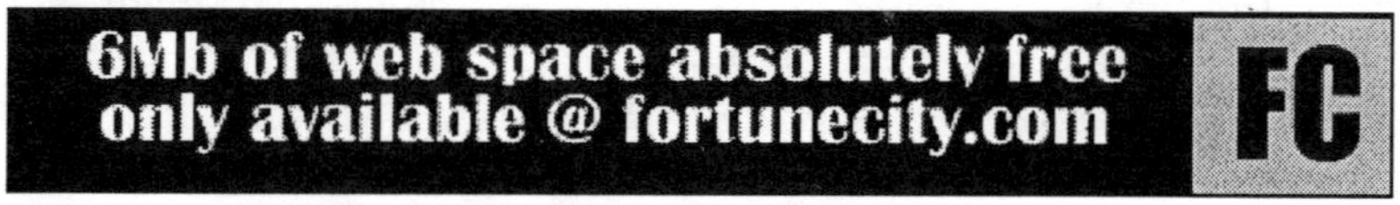

Hình 22-12: Băng chữ của GSAnet Banner Swap

Lưu Ý: *Đối với những công ty nhận tiền quảng cáo, họ cần chỗ để đăng quảng cáo. Do đó, nếu chúng ta muốn kiếm tiền, chúng ta cũng thể cho họ để băng chữ quảng cáo nơi trang web của chúng ta. Thí dụ về các công ty loại này như: 204.120.126.139/banner.htm, www.eads.com/hs/hsfaq.htm.*

22.3 Thông Báo Tới Các Trạm Tìm Địa Chỉ

Các trạm tìm địa chỉ (search engines) là kim chỉ nam cho những người du ngoạn trên Internet. Hầu như ai lên Internet cũng phải nhờ các trạm tìm địa chỉ tìm cho những trang web liên hệ tới những gì mình muốn tìm. Do đó, nếu trang web của chúng ta được đăng ký với những trạm tìm địa chỉ thì cơ hội được mọi người biết tới sẽ tăng

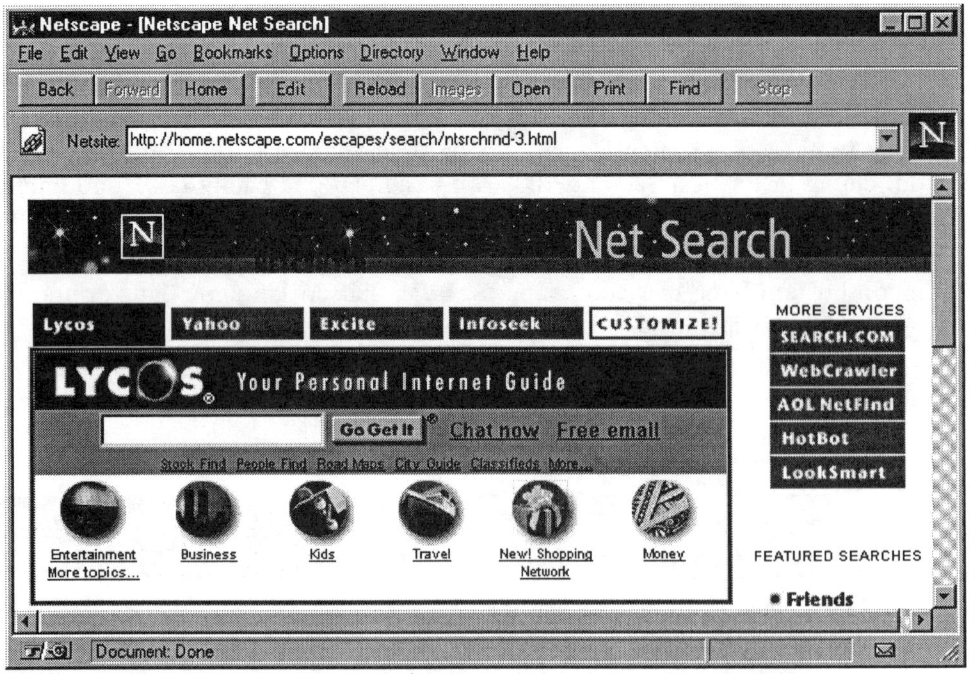

Hình 22-13: Các trạm tìm địa chỉ

gấp bội. Theo như hãng Digital cho biết, chỉ trong vòng 3 tuần đầu ra mắt đã có hơn hai triệu yêu cầu được gửi đến nhờ tìm địa chỉ[7].

Mỗi trạm tìm địa chỉ có số lượng yêu cầu mỗi ngày khác nhau. Có nơi có vài chục ngàn yêu cầu một ngày. Cũng có nơi có vài trăm ngàn yêu cầu một ngày. Nếu chịu bỏ ra một số chi phí chúng ta có thể mua được những bản báo cáo của các trạm tìm địa chỉ đó để biết được những loại trang web nào được mọi người tìm đến nhiều nhất, vào thời điểm nào, từ những nơi nào. Nói chung, chúng ta có thể có được mọi thống kê về nhu cầu của những người lên Internet nếu chúng ta muốn. Đối với một thương gia các thống kê này rất là quan trọng. Còn đối với chúng ta thì sao? Có lẽ chỉ có chúng ta là biết rõ nhu cầu của mình nhất.

Biết được các trạm tìm địa chỉ sẽ là một công cụ tốt để phổ biến trang web của mình tới độc giả, chúng ta sẽ phải làm gì để trang web của chúng ta được đăng ký với các trạm địa chỉ và luôn được giới thiệu tới độc giả? Trước khi đi tìm câu trả lời cho câu hỏi này, chúng ta nên tìm hiểu thêm về các trạm tìm địa chỉ, các thể loại, làm thế nào để được tham dự, điều kiện để được tham gia, và cách sắp hạng các trang web.

Các Thể Loại

Hiện nay có vài trăm trạm tìm địa chỉ trên khắp thế giới. Mỗi trạm được lập ra với một mục đích khác nhau, và có điều kiện thâu nhận trang web khác nhau. Có trạm tìm địa chỉ được dùng để tìm địa chỉ điện thư như *www.four11.com.* Có trạm tìm địa chỉ chỉ tìm các điện thư trao đổi nơi các nhóm tin, như *www.dejanews.com.* Nơi đây,

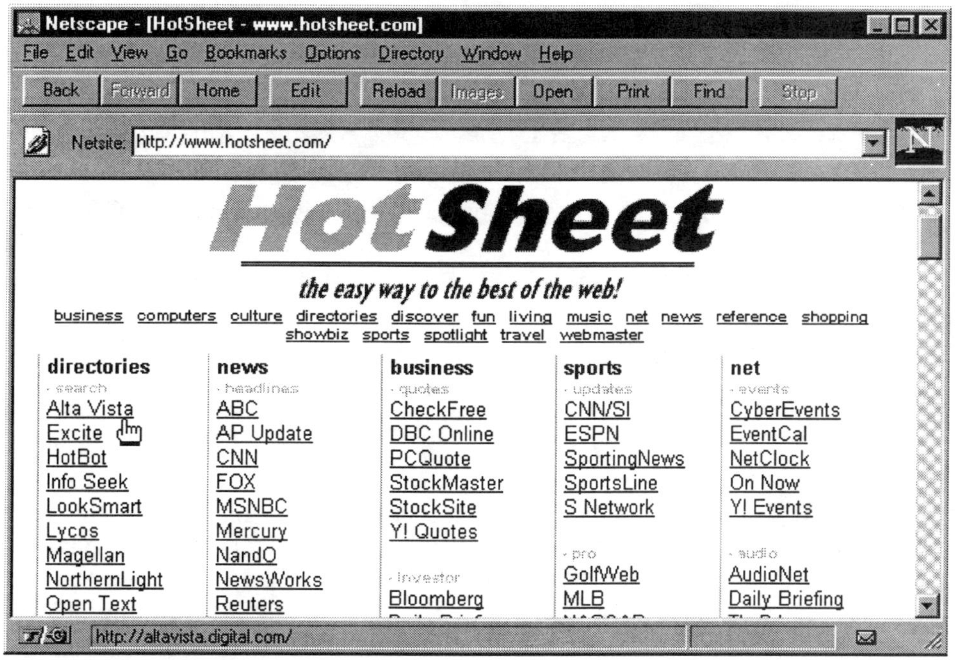

Hình 22-14: Danh sách các trạm tìm địa chỉ

chúng ta chỉ tập chung vào các trạm tìm địa chỉ chỉ tìm những trang web. Muốn có một danh sách các trạm tìm địa chỉ, hãy tìm đến các trang web như:

- www.hotsheet.com
- www.ntg-campus.com/ntg/public.htm
- www.sitehost.net/list.htm
- www.net-promote.com/promote-it.html
- www.netcreations.com/postmaster/thelist.html
- www.thewebpage.com/bssco/engines.htm

Riêng về các trạm tìm địa chỉ chỉ tìm trang web, chúng ta có 4 thể loại:

- **Các Trang Web Mới (What's New Web Pages):** Các trạm tìm địa chỉ thuộc thể loại này chỉ liệt kê trang web của chúng ta trong một thời gian rất ngắn, chỉ một hay vài ngày. Thí dụ về các trạm loại này là Netscape What's New (www.netscape.com/home/whats-new.html), Open Market (www.directory.net), EPage Classifieds ở mục "web announcement" (ep.com).
- **Web Directories:** Các trạm tìm địa chỉ thuộc thể loại này liệt kê các trang web theo loại, thí dụ như theo vùng, theo chủ đề, theo mẫu tự, và chúng giữ các trang web ở một thời gian lâu hơn, có thể là vài tháng hay vài năm. Thí dụ về các trạm loại này là Yahoo (www.yahoo.com), Infoseek (www.infoseek.com), Internet Mall (www.mecklerweb.com/imall/), The Virtual Tourist (wings.buffalo.edu/world/), 123 India (www.123india.com).

- **<u>Web Search Engines:</u>** Các trạm tìm địa chỉ thuộc thể loại này không phân chia các trang web theo loại mà để chung hết chúng lại, và cho chúng ta tìm địa chỉ dựa trên những chữ chính (keywords) hay tựa (title) tìm thấy trong trang web. Thí dụ về các trạm loại này là Lycos (www.lycos.com), Alta Vista (www.altavista.digital.com), WebCrawler (webcrawler.com).
- **<u>Phối Hợp Giữa Web Directories và Web Search Engines</u>:** Các trạm thuộc thể loại này sử dụng cả hai phương pháp Web Directory và Web Search Engine. Thí dụ về trạm loại này là WWLib (www.scit.wlv.ac.uk/wwlib).

Làm Thế Nào Để Được Tham Dự

Mỗi trạm tìm địa chỉ có một cách thâu nhận khác nhau, nhưng tựu trung chỉ có hai cách chính: tự ghi tên, trạm gửi "nhện máy" đến. Tùy theo các trạm tìm địa chỉ, "nhện máy" có thể được gọi là "spider", "crawler" hay "robot".

- **<u>Tự ghi tên:</u>** đối với các trạm tìm địa chỉ loại này, như Yahoo (www.yahoo.com), Yellow Pages (www.mcp.com/nrp/wwwyp/submit.html) chúng ta phải tự đăng ký từng trang web chúng ta có. Nơi các trạm đó có một mẫu đơn, chúng ta phải điền đầy đủ các chi tiết cần thiết rồi nộp lại. Các trạm này sẽ dùng những gì chúng ta cung cấp để phân loại và liệt kê các trang web của chúng ta nơi máy của họ.
- **<u>Trạm gửi nhện máy đến:</u>** đối với các trạm tìm địa chỉ loại này, như WebCrawler (webcrawler.com), Lycos (www.lycos.com), chúng ta chỉ cần cho biết URL của trang web chính. Trạm sẽ gửi nhện máy tới trang web đó, rồi lần mò theo các điểm nối để đến tất cả các trang web của chúng ta.

Điều Kiện Để Được Tham Gia

Điều kiện để các trạm tìm địa chỉ thâu nhận các trang web của chúng ta thay đổi tùy theo từng trạm. Có trạm chỉ nhận các trang web có quảng cáo sản phẩm, như Internet Mall (www.mecklerweb.com/imall/). Có trạm chỉ nhận trang web của chúng ta nếu là trang web mới, như Open Market (www.directory.net). Có trạm chỉ nhận các trang web mà họ cảm thấy hay, thích hợp với chủ trương của họ, như Netscape What's New (www.netscape.com/home/whats-new.html). Có trạm chỉ nhận những trang web có liên quan tới Việt Nam, như Vietnamese Link (www.vietbay.com/link/). Cũng có trạm nhận tất cả các trang web, không phân biệt gì hết, như Yahoo, Infoseek (www.infoseek.com).

Được thâu nhận vào các trạm tìm địa chỉ là một điểm lợi cho chúng ta. Nhưng có những trường hợp chúng ta nhờ trạm tìm địa chỉ tìm giúp, thí dụ như tìm chữ "**Hanoi**", các trạm tìm địa chỉ trả lời cho chúng ta một danh sách dài từ vài chục tới vài trăm ngàn trang web có chữ "Hanoi" trong đó. Nếu trang web của chúng ta nằm càng gần cuối danh sách thì cơ hội trang web đó được thăm viếng càng ít. Có thể nói là nếu trang web của chúng ta được sắp hạng trên 10 là cơ hội trang web của chúng ta được thăm viếng đã giảm xuống còn dưới 10%. Chính vì thế mà hầu hết mọi người đều tìm đủ mọi cách để đưa trang web của mình lên trên đầu của danh sách.

Với nhu cầu đó, nhiều người đã tìm cách "lừa" các trạm tìm địa chỉ. Cách lừa đảo hay "gian xảo" này được gọi là "spamming practices". Vài lối "gian xảo" thường được thấy như khai man về nội dung của trang web, hay lập lại các chữ chính (keywords) nhiều lần liên tục. Thí dụ về khai man nội dung trang web như dùng các chữ "tình dục" (sex), "cách làm giầu" (how to get rich), "miễn phí" (free) để lôi cuối mọi người nhưng thật ra trang web chẳng đề cập gì tới các đề tài đó. Thí dụ về lập lại các chữ chính như trong lệnh `<META name="keywords" content="stamp, stamp, stamp, stamp, stamp, stamp, stamp, stamp">` chúng ta lập lại chữ "stamp" nhiều lần.

Các "gian xảo" này đã có hiệu lực trong những năm đầu, nhưng nay đã có phản ứng ngược. Một số lớn các trạm tìm địa chỉ đã được điều chỉnh để nhận biết được các loại "gian xảo" này. Nếu sự "gian xảo" được phát hiện, trạm tìm địa chỉ sẽ trừng phạt bằng cách loại bỏ các trang web cố tình lừa đảo đó, hoặc loại bỏ toàn bộ các trang web có cùng gốc với trang web đó (exclude the whole site).

Cách Sắp Hạng Các Trang Web

Như vừa nói ở trên, khi các trạm tìm địa chỉ đệ trình danh sách các trang web cho chúng ta, chúng sắp hạng các trang web theo sự thích đáng (relevance). Trang web nào có sự thích đáng cao sẽ được đưa lên đầu danh sách. Công thức để đánh giá sự thích đáng này thay đổi tùy theo từng trạm tìm địa chỉ, và đối với mỗi trạm nó thay đổi theo thời gian. Do đó, không có gì bảo đảm rằng một trang web đứng đầu bảng ngày hôm nay sẽ tiếp tục đứng đầu bảng ngày mai.

Cho đến nay, các công thức đó đã được thay đổi nhiều lần nhưng tựu trung chúng vẫn dựa trên các yếu tố sau đây:

- Tựa của trang web, kẹp giữa tag `<TITLE>` và `</TITLE>`
- Nội dung của trang web
- Các chữ chính (keywords) được liệt kê trong tag `<META name="keywords" ...>`
- Lời miêu tả trang web (description) được ghi trong tag `<META name="description" ...>`
- Các tiểu tựa trong trang web
- 200 ký tự đầu tiên sau tag `<BODY>`
- Số điểm nối từ các trang web khác dẫn tới trang web của chúng ta

Các Chiến Thuật Để Quảng Bá Trang Web

Dựa trên các yếu tố được dùng để sắp hạng các trang web, chúng ta sẽ bàn đến các chiến thuật để làm tăng thứ hạng của trang web của chúng ta nơi các trạm tìm địa chỉ. Sau đây là những việc chúng ta nên làm để làm tăng sự chính đáng của các trang web của chúng ta:

1. Trước tiên chúng ta cần thông hiểu về cách làm việc của các trạm tìm địa chỉ. Chúng ta cũng nên thường xuyên theo dõi về cách đánh giá sự chính đáng của các trạm tìm địa chỉ đối với các trang web. Thời gian cập nhật cơ sở dữ liệu của các trạm tìm địa chỉ khác nhau; do đó, thời gian để trang web của chúng ta được liệt kê trong cơ sở dữ liệu của các trạm tìm địa chỉ cũng khác nhau. Có trạm chỉ cần 1 ngày, nhưng cũng có trạm đòi hỏi từ 6 tới 8 tuần lễ. Muốn tìm hiểu rõ về các trạm tìm địa chỉ, hãy tìm đến trang web *www.searchenginewatch.com.*

2. Đăng ký các trang web của chúng ta với càng nhiều trạm tìm địa chỉ càng tốt. Nếu không có điều kiện, ít nhất chúng ta cũng phải đăng ký với các trạm được biết đến nhiều nhất. Muốn biết các trạm nào được sử dụng nhiều nhất, hãy theo dõi tin tức, báo chí, tạp chí hay thăm hỏi những người dùng Internet. Trạm nào được nhắc tới nhiều nhất là trạm nổi tiếng nhất, được nhiều người dùng nhất. Một ý kiến khác là hãy tìm xem trạm nào có nhiều điểm nối dẫn đến nhất. Điều này hơi khó làm. Tuy nhiên, một điều chúng ta có thể làm được là tìm nơi các browser nổi tiếng. Nếu một trạm tìm địa chỉ nào được giới thiệu hay có điểm nối từ ngay các browser nổi tiếng thì trạm đó có nhiều cơ hội được mọi người biết đến. Thí dụ về các trạm nổi tiếng là:
   - Yahoo (www.yahoo.com)
   - Infoseek (www.infoseek.com)
   - Alta Vista (www.altavista.digital.com)
   - Lycos (www.lycos.com)

Hình 22-15: Các trạm tìm địa chỉ nơi Nescape

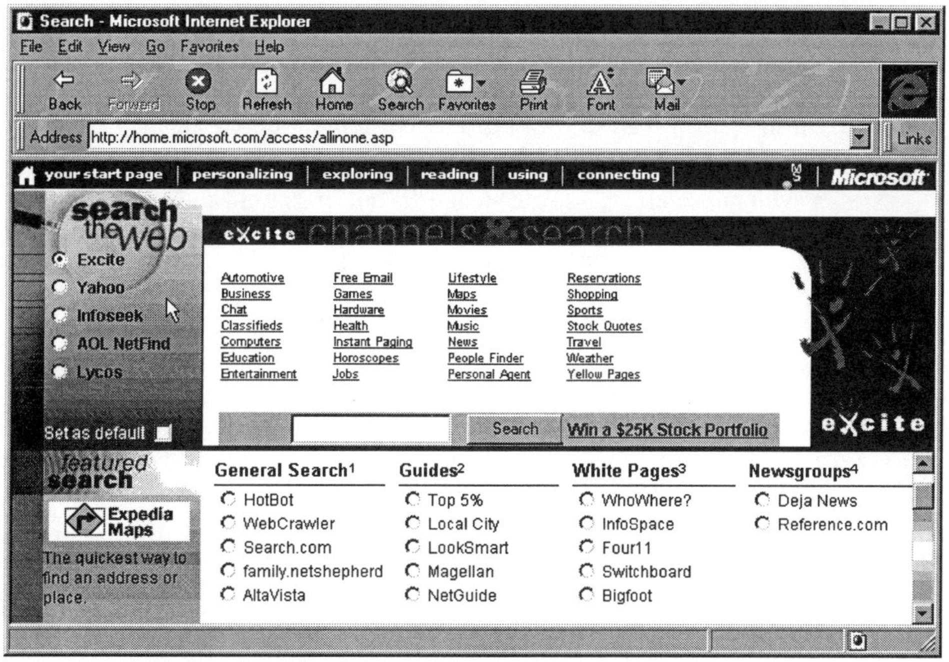

Hình 22-16: Các trạm tìm địa chỉ nơi Internet Explorer

- WebCrawler (webcrawler.com)
- Excite (www.excite.com)
- HotBot (www.hotbot.com).

3. Đăng ký càng nhiều trang web càng tốt nếu trạm tìm địa chỉ cho phép. Đối với các trạm tìm địa chỉ dùng "nhện máy" thường họ chỉ yêu cầu chúng ta đăng ký một địa chỉ gốc. Từ đó, "nhện máy" sẽ lần mò đến các trang web khác, theo các điểm nối. Không có gì bảo đảm rằng các "nhện máy" đó sẽ thăm viếng hết các trang web của chúng ta. Do đó, nếu việc đăng ký nhiều trang web không được xem là một hành động "gian xảo" thì chúng ta nên làm, đừng đợi các "nhện máy". Đối với các trạm tìm địa chỉ dùng phương pháp "Tự ghi tên", chúng ta sẽ phải tự ghi tên từng trang web. Do đó, chúng ta không mong đợi rằng tất cả các trang web của chúng ta đều được các trạm tìm địa chỉ biết tới. Đối với các trạm loại này, chúng ta cũng nên kiểm lại xem sự việc đăng ký nhiều trang web có bị xem là một hành động "gian xảo" hay không.

4. Đăng ký lại các trang web nếu có sự thay đổi về nội dung. Mỗi khi thay đổi, có thể chỉ vài chữ, trang web của chúng ta có thể đã thay đổi nội dung. Có một số trạm tìm địa chỉ sẽ tự động phái "nhện máy" tới từng trang web để xem trang web có gì thay đổi từ lần đăng ký trước. Nếu trang web đã được thay đổi, "nhện máy" sẽ đăng ký lại trang web này. Tuy nhiên, công thức xác định có sự thay đổi mỗi lúc một khác. Ngay cả thời khóa biểu và lộ trình của các "nhện máy" cũng thay đổi luôn và không có gì bảo đảm là chúng sẽ đến trang web của chúng ta

đúng thời hạn. Do đó, chúng ta đừng trông đợi vào "nhện máy", hãy tự đăng ký lại các trang web nếu có sự thay đổi. Đối với các trạm tìm địa chỉ không dùng "nhện máy", sự đăng ký các trang web hoàn toàn là do chúng ta quyết định. Do đó, đừng ngần ngại đăng ký lại mỗi khi trang web có sự thay đổi.

5. Đăng ký lại các trang web sau một thời gian nào đó. Không có gì bảo đảm rằng trang web của chúng ta sẽ được các trạm tìm địa chỉ giữ vĩnh viễn. Do đó, chúng ta cần kiểm lại thường xuyên xem trang web của chúng ta có còn được giới thiệu bởi các trạm tìm địa chỉ hay không. Nếu thấy các trang web của chúng ta không còn giữ được vị trí tối ưu nơi các trạm tìm địa chỉ, chúng ta nên đăng ký lại. Có thể chúng ta cần sửa đổi nội dung, tựa, lời miêu tả hay các chữ chính rồi đăng ký lại. Chúng ta nên biết rằng các trang web trên mạng lưới toàn cầu thay đổi thường xuyên. Có thể một thời gian nào đó sau khi chúng ta vừa đăng ký trang web của chúng ta, có hàng trăm, hàng ngàn trang web mới xuất hiện, được đăng ký, và có nội dung tương tự với cái của chúng ta. Trang web của chúng ta có thể đã bị đẩy xuống hạng thấp hơn.

6. Nhiều trạm tìm địa chỉ đã phân hạng sự chính đáng dựa trên tựa của trang web. Tựa của trang web là hàng chữ được kẹp giữa tag `<TITLE>` và `</TITLE>`. Tựa này được hiện trên thanh tựa, trên cùng của browser. Thanh tựa chỉ cho chúng ta chỗ cho khoảng 60 mẫu tự; do đó, chúng ta nên chuẩn bị cho kỹ. Với từng đó chỗ, chúng ta phải đặt một cái tựa sao cho nó nói hết được những điểm chính trong trang web của chúng ta.

7. Có trạm tìm địa chỉ đọc hết nội dung của từng trang web, và lấy ra những chữ chính trong trang web để phân hạng sự chính đáng của trang web. Có những trạm tìm địa chỉ có người đứng ra đọc từng trang web để phân hạng. Do đó, phần nội dung của trang web cũng cần ngắn gọn nhưng đầy đủ. Đừng bao gồm quá nhiều đề tài, dịch vụ hay sản phẩm không có liên hệ gì với nhau trong cùng một trang web.

8. Các chữ chính (keywords) được liệt kê trong tag `<META name="keywords" ...>` cũng đóng một phần không ít trong việc phân hạng các trang web. Có trạm tìm địa chỉ không coi các chữ này là quan trọng vì nó đọc hết toàn bộ nội dung của trang web. Tuy nhiên, đa số các trạm đều xem nặng các chữ chính này. Chúng ta liệt kê những chữ chính trong tag `<META name="keywords"...>` như sau:

```
<META name="keywords" content="các chữ chính được ghi ở đây và được
  cách nhau bởi dấu phẩy">
```

Tag <META ...> phải được ghi trong phần <HEAD> của trang web. Thí dụ như tag <META ...> sau đây được dùng cho trang web quảng cáo về dịch vụ và sản phẩm giầy:

```
<HEAD>
<META name="keywords" content="shoe, shoe repair, leather shoe,
shoe design, hand made shoe, shoe for less">
</HEAD>
```

Số lượng các chữ chính được liệt kê ở đây thay đổi tùy theo từng trạm tìm địa chỉ. Có trạm giới hạn ở bốn chữ. Có trạm giới hạn ở 1000 ký tự. Có trạm không phân biệt chữ thường và chữ hoa, có trạm phân biệt chữ thường và chữ hoa. Trong trường hợp gặp phải trạm phân biệt chữ thường và chữ hoa, chúng ta cần phải lập lại các chữ chính bằng cách viết hoa các chữ cho hợp với lối viết thường ngày, để hy vọng rằng trang web của chúng ta luôn được xem là chính đáng, hợp với các yêu cầu của độc giả.

Khi liệt kê các chữ chính, chúng ta nên dùng các chữ nào thật là chi tiết, rõ ràng. Tránh dùng các chữ đơn. Thí dụ, nếu chúng ta dùng chữ chính là "US", hay "law", trang web của chúng ta sẽ phải cạnh tranh với hàng triệu, triệu trang web khác có một trong hai chữ, hoặc có cả hai chữ "US" và "law". Nếu trang web của chúng ta giới thiệu về dịch vụ cố vấn luật pháp thương mại Hoa Kỳ, chúng ta nên dùng các chữ như "US trading advisory, US trading law, US business law, doing business in US", thay vì "US, trading, law, business".

Chúng ta cũng nên dùng các chữ đồng nghĩa hoặc các từ được dùng khác nhau trong cùng một ngôn ngữ. Thí dụ, như nếu chúng ta dùng chữ "shoe color" (color là chữ dùng ở Mỹ), có thể chúng ta phải dùng thêm chữ "shoe colour" (colour là chữ dùng ở Anh). Vì không biết chắc rằng mỗi trạm tìm địa chỉ sẽ nhận bao nhiêu chữ chính, chúng ta nên sắp thứ tự các chữ chính theo tầm quan trọng. Chữ nào quan trọng nhất ghi trước, chữ nào ít quan trọng hơn ghi sau. Nếu trạm tìm địa chỉ có giới hạn ở số chữ thì các chữ quan trọng nhất sẽ được chọn.

9. Bên cạnh các chữ chính, lời miêu tả trang web (description) được ghi trong tag `<META name="description" ...>` cũng rất quan trọng. Nhiều trạm tìm địa chỉ đã dùng lời miêu tả này như là lời tóm tất, giới thiệu về trang web. Chúng ta ghi lời miêu tả trang web trong tag `<META name="discription"...>` như sau:

```
<META name="descriptoin" content="Lời tóm tắt về trang web">
```

Tag <META ...> phải được ghi trong phần <HEAD> của trang web. Thí dụ như tag <META ...> sau đây được dùng cho trang web quảng cáo về dịch vụ làm giầy, sửa giầy và bán giầy:

```
<HEAD>
<META name="description" content="We custom-make leather shoes at
the lowest price. A lot of designs available. We also repair shoe.">
</HEAD>
```

Chiều dài của lời giới thiệu thay đổi tùy theo từng trạm tìm địa chỉ. Có trạm giới hạn ở 200 chữ. Có trạm giới hạn ở 50 chữ.

10. Có một số trạm tìm địa chỉ chọn các chữ chính từ các tiểu tựa trong trang web. Các tiểu tựa được trình bầy bằng tag <H#>. Ở đây # là các số từ 1 tới 6. Xem đoạn 4.2, "Viết Tựa Chính Cho Trang Web".

11. Một số trạm tìm địa chỉ thay vì dùng lời miêu tả để giới thiệu về trang web, đã dùng khoảng 200 ký tự đầu tiên sau tag <BODY>. "Nhện máy" của các trạm tìm địa chỉ này sẽ loại bỏ hết các tag và chỉ giữ lại khoảng 200 ký tự đầu sau tag <BODY>. Trang web của chúng ta có thể gặp trở ngại đối với các trạm tìm địa

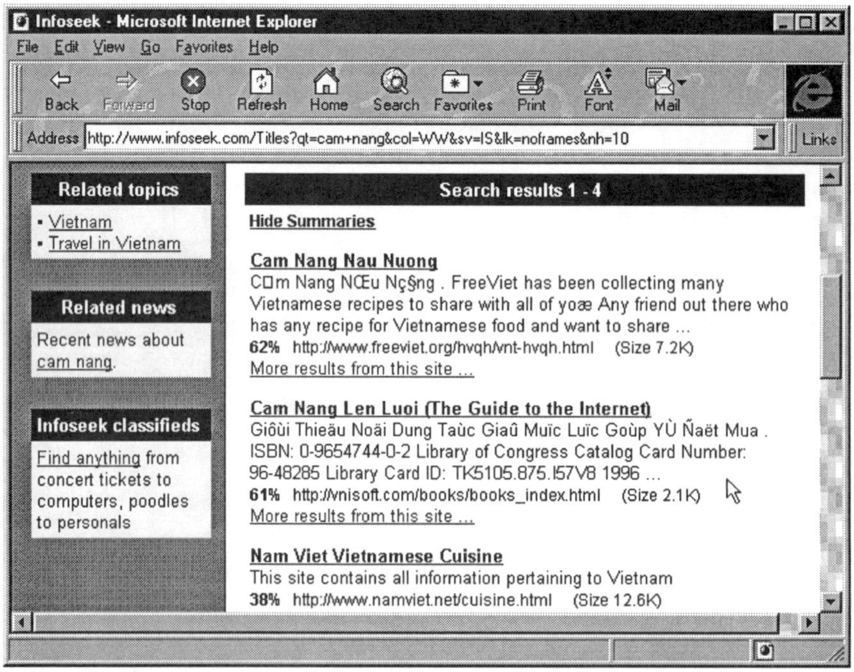

Hình 22-17: Dùng khoảng 200 ký tự đầu

chỉ loại này, nếu trang web của chúng ta được bắt đầu bằng một tấm hình lớn và chỉ có những điểm nối, không có một chữ nào giới thiệu về trang web. Khi trang web của chúng ta được đệ trình cho độc giả, độc giả sẽ không biết trang web của chúng ta giới thiệu về cái gì. Nên nhớ rằng lời giới thiệu chỉ có chữ, không dùng hình ảnh. Nếu dùng hình ảnh trong trang web, chúng ta nên dùng thuộc tính ALT để ghi chữ thay cho hình. Xem thêm về thuộc tính này nơi chương Tám, "Thêm Hình Ảnh Vào Trang Web".

Trở ngại này cũng bị gặp phải nếu trang web của chúng ta dùng FRAME. Các trang web dùng frame sẽ không có phần nội dung, ngoại trừ các tag <FRAMESET> và <FRAME>. Trong trường hợp này, chúng ta nên tóm tắt phần nội dung trong tag <NOFRAME>. Cho đến bây giờ chỉ có Excite, Lycos và Infoseek là hiểu tag frame. Do đó, nếu muốn đạt được vị trí cao trong mọi trạm tìm địa chỉ chúng ta không nên dùng FRAME.

12. Số điểm nối từ các trang web khác dẫn tới trang web của chúng ta đã được coi rất trọng đối với một số trạm tìm địa chỉ. Họ cho rằng trang web nào được nhiều người giới thiệu tức trang web đó quan trọng. Do đó, chúng ta đừng quên kết thêm bạn trên Internet. Hãy đọc thêm đoạn 22.2, "Trao Đổi Điểm Nối Với Các Trang Web Trên Internet".

13. Chúng ta cũng đừng quên học hỏi từ các trang web đứng đầu danh sách. Phân tích các trang web của họ dựa trên các yếu tố kể trên. Chúng ta chỉ nên bắt chước chứ không nên "lấy cắp nguyên văn". Hãy để ý xem các chữ chính của họ dùng, cách đặt tựa, cách trình bầy trang web. Chúng ta càng nên nghiên cứu kỹ hơn các trang web đó nếu nó thuộc về một trong những người cạnh tranh thương mại với chúng ta.

14. Phân loại rõ ràng các sản phẩm, dịch vụ. Giới thiệu mỗi sản phẩm hay dịch vụ trên mỗi trang web khác nhau. Đối với các trạm tìm địa chỉ chỉ dùng "nhện máy" để đọc toàn bộ nội dung trang web, nó sẽ sắp hạng các trang web dựa trên số lần các chữ chính được xuất hiện trong trang web. Nếu trang web giới thiệu nhiều sản phẩm, hay dịch vụ, trang web đó sẽ có nhiều loại chữ chính. Các chữ chính đó lại không có liên hệ gì với nhau thành ra các chữ chính đều được sắp hạng ngang nhau, hay nói cách khác trang web của chúng ta không có gì nổi bật.

15. Tạo trang web riêng cho từng trạm tìm địa chỉ. Đây là một điều không ai muốn làm, nhưng nếu chúng ta coi việc chiếm lĩnh vị trí cao trong từng danh sách sắp hạng của các trạm tìm địa chỉ là quan trọng thì chúng ta phải tạo trang web riêng cho từng trạm tìm địa chỉ. Nắm bắt công thức sắp hạng của từng trạm rồi sửa đổi trang web chỉ để chiếm lĩnh vị trí cao trong trạm tìm địa chỉ đó. Mỗi trạm tìm địa chỉ, chúng ta chỉ cần một trang web. Rồi từ trang web đó, chúng ta đặt điểm nối tới các trang web thật của chúng ta. Cách này đòi hỏi rất nhiều thời giờ và công sức. Chúng ta cũng phải cập nhật hóa các trang web liên tục để bảo vệ vị trí cao của chúng.

16. Nếu chúng ta có được sổ nhật ký của máy chủ cho các trang web của chúng ta. Chúng ta nên phân tích cuốn sổ ấy để tìm hiểu về cách mọi người tìm đến các trang web của chúng ta. Từ đó, chúng ta sửa đổi trang web sao cho thích hợp, đáp ứng lối tìm của đa số mọi người.

Đăng Ký Với Các Trạm Tìm Địa Chỉ

Có 4 cách đăng ký các trang web với các trạm tìm địa chỉ: mướn các trung tậm dịch vụ đăng ký giùm, mua nhu liệu đăng ký để đăng ký, nhờ các trung tâm dịch vụ đăng ký miễn phí, tự đăng ký với từng trung tâm tìm địa chỉ.

Mướn Các Trung Tậm Dịch Vụ Đăng Ký Giùm: Nếu không có nhiều thời giờ, chúng ta có thể mướn các trung tâm dịch vụ đăng ký để đăng ký giùm chúng ta. Chúng ta dễ dàng tìm thấy các trung tâm này trên Internet bằng các chữ chính như: "web promotion", "web position", "search submission". Thí dụ về các trung tâm này là:

- Submit-it (www.submit-it.com)
- Promote-It! (www.net-promote.com/promote-it.html)
- PostMaster2 (netcreations.com/postmaster/index.html)
- A1 Web Page Promotions (www.a1co.com/index.html)
- AAA Internet Promotions (www.websitepromote.com)
- Register-It! (www.register-it.com/addurl)
- ADS-Enterprises (www.ads-ent.com/promote.htm)
- ADD-IT (www.mach10.com/addit/addit.html)

Lệ phí từ khoảng $20US tới vài trăm US. Số lượng các trạm tìm địa chỉ mà các trung tâm này đăng ký giùm chúng ta thay đổi tùy theo từng trung tâm. Có dịch vụ chỉ phục vụ một lần, có dịch vụ là một giao kèo một năm hay hơn. Ở những giao kèo kéo dài nhiều ngày, thường thì sau mỗi chu kỳ nào đó, họ sẽ lại đăng ký lại các trang web của chúng ta.

Mua Nhu Liệu Đăng Ký Để Đăng Ký: Nếu muốn tự đăng ký lấy nhưng không có nhiều thời giờ đi từng trạm tìm địa chỉ, chúng ta hãy tìm mua các nhu liệu chuyên về đăng ký các trang web. Mỗi nhu liệu sẽ nhắm tới một số trạm tìm địa chỉ khác nhau. Số lượng trạm tìm địa chỉ được đăng ký cũng khác nhau. Giá tiền cho một bộ thay đổi từ vài chục tới vài trăm đô-la. Có nhu liệu cho chúng ta sử dụng thử, nhưng giới hạn sự đăng ký ở vài trạm mà thôi. Thí dụ về các nhu liệu này là:

- 9x WebSpider (www.gkweb.com/spider)
- SubmitSpider (www.suzton.com/SubmitSpider/)
- CyberPromoter (cyber-sleuth.com/promoter)
- the Viper Spider (www.thewebpage.com/bssco/index.htm)
- Web Promotion Spider (www.beherenow.com/spider/)

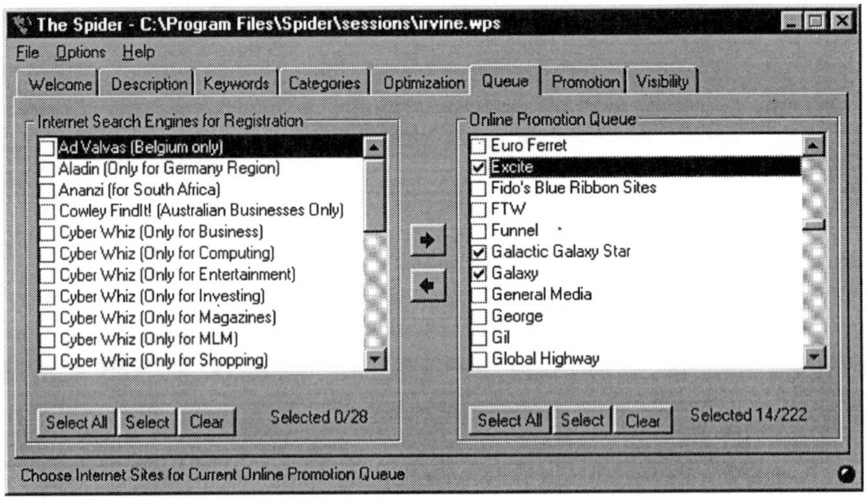

Hình 22-18: Nhu liệu đăng ký The Spider

Đa số các nhu liệu này cho chúng ta đăng ký tới nhiều trạm tìm địa chỉ. Có nhu liệu quảng cáo là sẽ đăng ký tới hơn 700 trạm tìm địa chỉ. Điều này không thể tin được vì trong số hơn 700 đó có khá nhiều những trạm tìm địa chỉ đã ngưng hoạt động. Có một số nhu liệu loại này cũng giúp chúng ta đăng ký tới các nhóm tin hay các báo quảng cáo miễn phí.

Nhờ Các Trung Tâm Dịch Vụ Đăng Ký Miễn Phí: Ngoài các trung tâm dịch vụ đăng ký mất tiền, chúng ta cũng tìm thấy khá nhiều những trung tâm dịch vụ đăng ký miễn phí. Một số trung tâm dịch vụ đăng ký lấy tiền cũng cho đăng ký miễn phí nhưng chỉ với một số ít trạm mà thôi. Thí dụ, Submit-it cho chúng ta đăng ký miễn phí khoảng 18 trạm. Nếu muốn đăng ký với nhiều trạm tìm địa chỉ hơn chúng ta phải trả lệ phí. Register-it! cho chúng ta đăng ký 16 trạm miễn phí. Ngoài hai trung tâm trên, chúng ta còn tìm thấy các trung tâm như:

- Add Me (www.addme.com)
- Add It (wwwliquidimaging.com/submit/)
- Qwik Launch (www.qwiklaunch.com)
- onLine Business (online-biz.com/promote/)
- 6-in-1 (www.mmgco.com/t1006in1.html)
- Internet Marketing Agent (www.jayde.com/subtop11.html)

Để có một danh sách đầy đủ hơn, hãy tìm đọc "The Practical Guide to Announcing Your World Wide Web Page"[7].

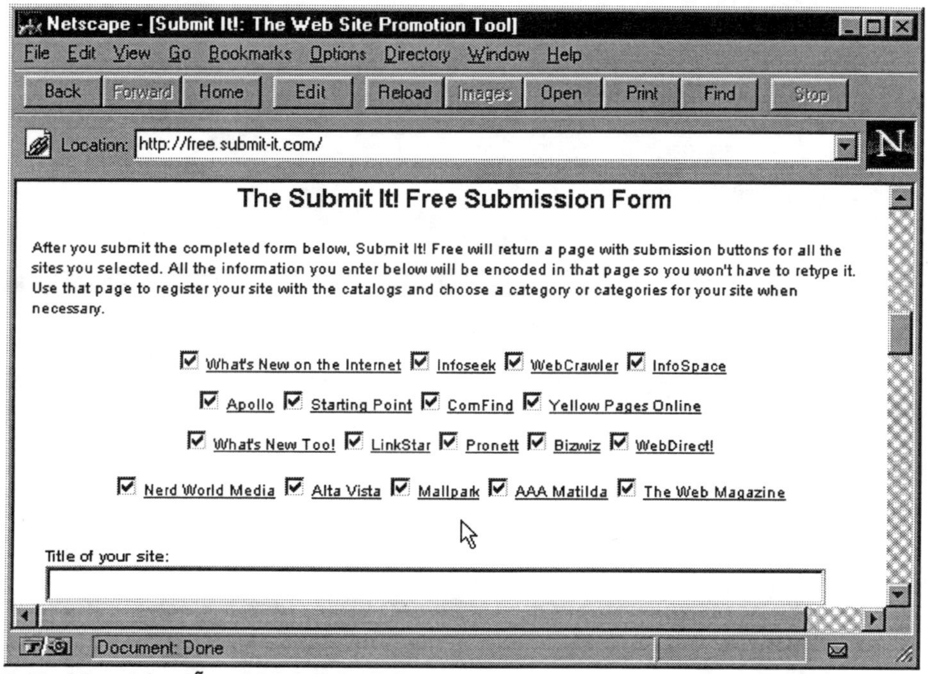

Hình 22-19: Đăng ký miễn phí tại Submit-it

Tự Đăng Ký Với Từng Trạm Tìm Địa Chỉ: Nếu có thời giờ học hỏi cách làm việc của từng trạm tìm địa chỉ, chúng ta sẽ có cơ hội gò trang web cho sát với cách làm việc của từng trạm để nâng cao vị trí của mình trong các trạm. Thông thường, hầu hết các trạm tìm địa chỉ đều cho chúng ta tự đăng ký lấy. Hãy tìm nơi trang web của họ xem có chỗ nào ghi hay để hình "**Add URL**". Nhấp chuột vào đó sẽ dẫn chúng ta tới trang web đăng ký. Sau đây là địa chỉ của một số trạm cho chúng ta tự đăng ký lấy:

- www.excite.com/Info/add_url.html

- www.netmall.com/add/index.html
- www.whowhere.com/AddUpdate
- www.mckinley.com/magellan/Info/addsite.html
- www.lycos.com/addasite.html
- www.lexiconn.com/dir/addurl.cgi
- www.geocities.com/Tokyo/Flats/5275/personal_hp_list.htm
- www.jayde.com/submit.html
- in-119.infospace.com/info/submit.htm
- www.hotbot.com/addurl.html
- www.mcp.com/nrp/wwwyp/submit.html
- www.vietbay.com/link/
- www.nyp.com/
- newtoo.manifest.com/WhatsNew/Too/submit.html
- wwwmcbcs.colorado.edu/home/mcbryan/WWWWadd.html
- www.123india.com/
- www.123add-it.com/
- 205.254.252.37/cgi-bin/hli.exe/w2g-bin/su.qry?function=form

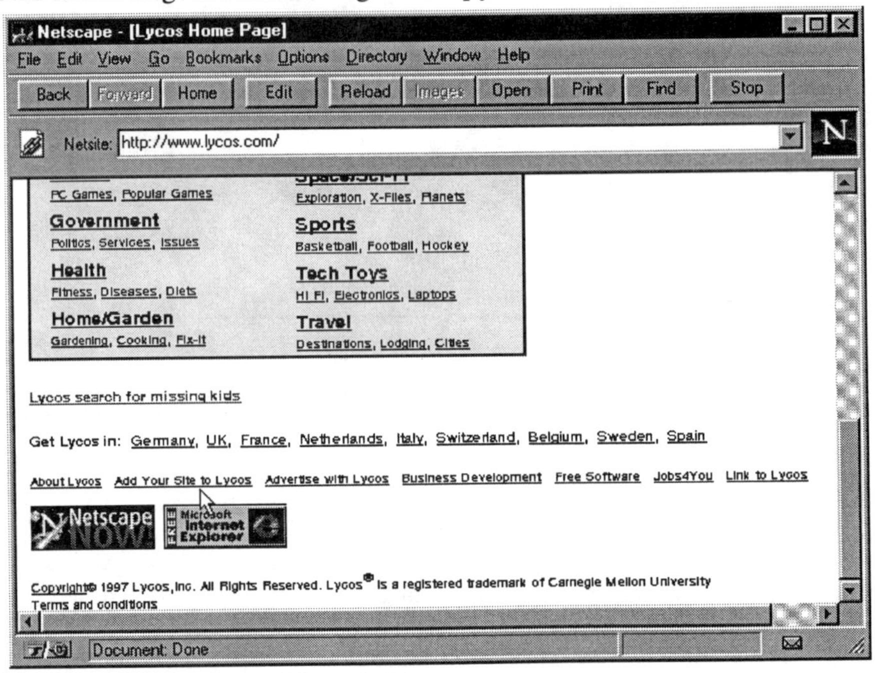

Hình 22-20: Đăng ký trang web nơi trạm Lycos

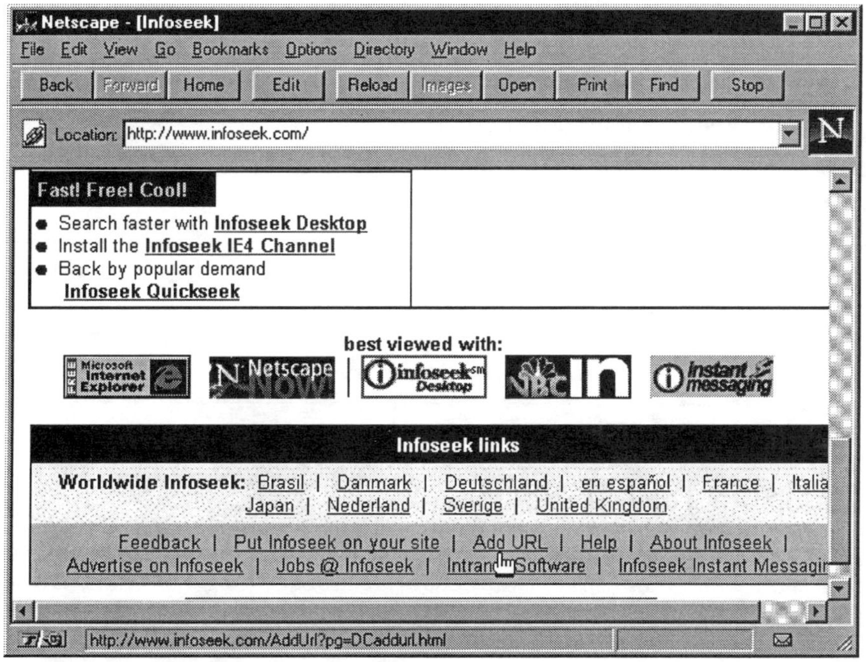

Hình 22-21: Đăng ký trang web nơi trạm Infoseek

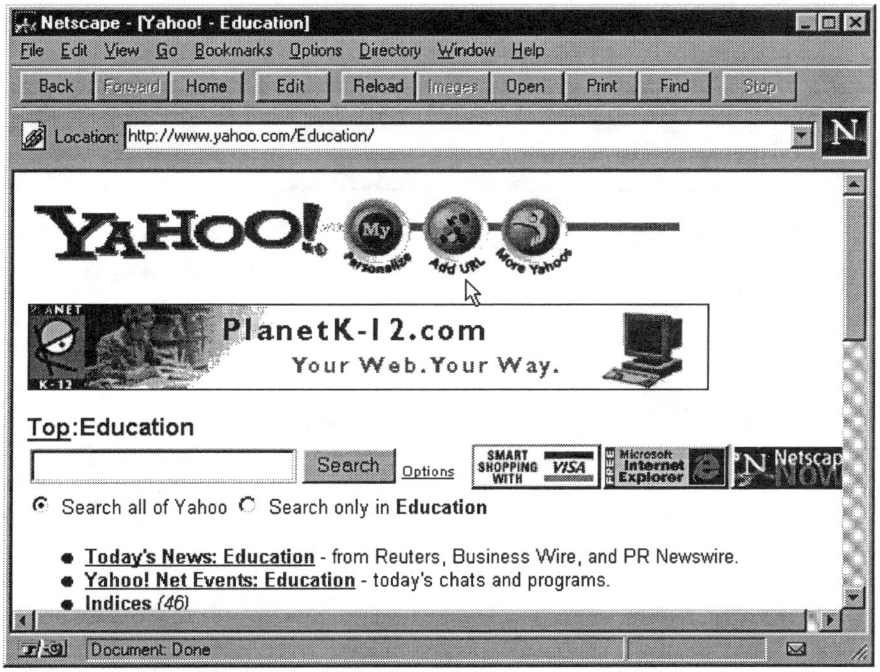

Hình 22-22: Đăng ký trang web nơi trạm Yahoo

- addurl.com/index.html?c=0&l=english
- www.freelinks.com/submit.html
- add.yahoo.com/fast/add?

Để có một danh sách đầy đủ hơn, hãy tìm đến A1 Web Page Promotions (www.a1co.com/index.html). Nơi đây có liệt kê khoảng 650 trạm cho đăng ký miễn phí.

Lưu Ý: *Đối với các trạm tìm địa chỉ thuộc loại Web Directory, chúng đòi hỏi chúng ta phải chọn chủ đề hay đề mục chính rồi mới được đăng ký. Thí dụ như Yahoo, chúng ta phải chọn đề mục chính. Khi đó, chúng ta mới được dẫn tới các trang web trong. Chỉ trong những trang web ở sâu bên dưới mới có nút "Add URL".*

22.4 Thông Báo Tới Các Nhóm Tin

Trên Internet có những nhóm tin (newsgroup) chỉ trao đổi với nhau về những trang web mới. Các nhóm tin này đón chào tất cả các trang web mới. Do đó, chúng ta cũng không nên bỏ qua việc thông báo tới các nhóm tin này. Trước khi gửi thư thông báo tới các nhóm tin này, hãy ít nhất tham gia (subscribe) vào nhóm tin của họ, xem các thể lệ của họ và các thư trao đổi của họ xem chúng ta phải làm những gì. Chúng ta sẽ tiết kiệm được rất nhiều thời gian nếu hiểu về họ. Các nhóm tin này bao gồm cả các nhóm thông báo qua thư (newsletters). Sau đây là danh sách các nhóm tin:

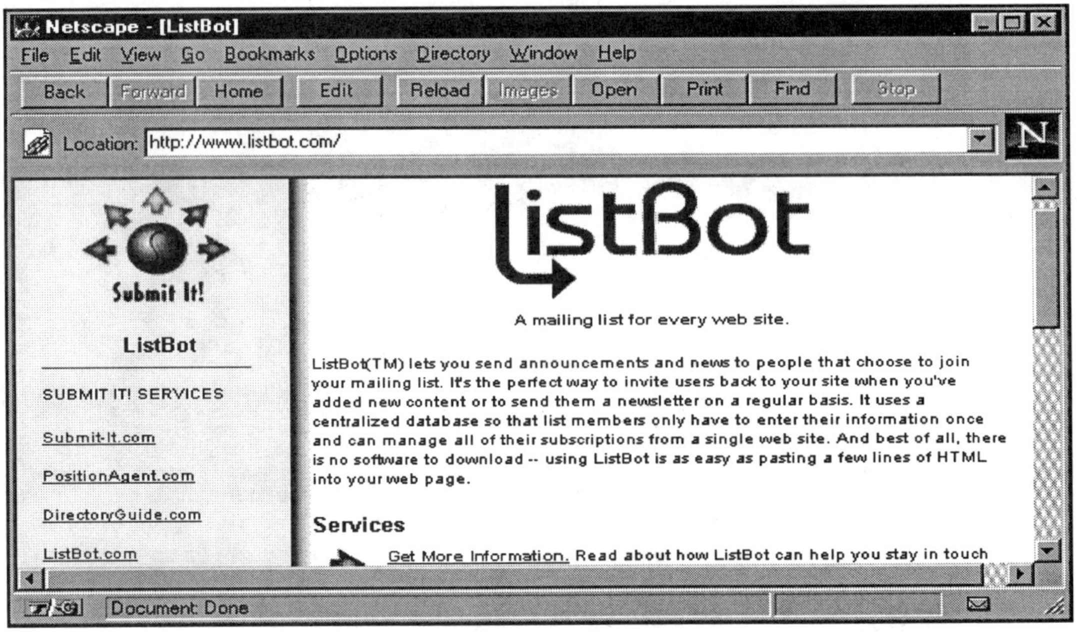

Hình 22-23: Thông báo tới nhóm viên qua thư

- comp.infosystems.www.announce (boutell.com/%7Egrant/charter.html)
- Net-Happenings (www.mid.net:80/NET/)
- Net Surfer Digest (www.netsurf.com/nsd/index.html)
- Scout Report (rs.internic.net/scout_report-index.html)
- New Products News (gửi email tới Robert Baker, rbaker@delphi.com, để xin chỉ dẫn)

22.5 Thông Báo Tới Các Nhà Xuất Bản Sách Báo

Có một số sách báo ra hàng tuần, hay hàng tháng, có trang thông báo các trang web mới. Nhà xuất bản của các sách báo này rất cần các trang web mới để sách báo của họ có cái để đăng; do đó, chúng ta cũng không nên bỏ qua cơ hội. Sau đây là một số các sách báo có đăng các trang web mới:

- "New Riders Official World Wide Web Yellow Pages" (www.mcp.com/nrp/wwwyp)
- "Walking the World Wide Web" (www.vmedia.com/shannon/shannon.html)
- "Internet Roadside Attractions" (www.vmedia.com/ira.html)
- "Free Stuff from the World Wide Web" (www.coriolis.com/coriolis)
- "What's on the Internet" (gửi email tới P00553@psilink.com)
- "Netguide" (techweb/cmp.com/ng)
- "Internet User" (gửi email tới vertigo@well.com)

22.6 Sơ Lược Về Các Trạm Tìm Địa Chỉ Quan Trọng

Alta Vista

Ra mắt tháng 12 năm 1995. Quản lý bởi hãng Digital Equipment Corporation. Tổng kê (catalog) từng trang web thay vì nguyên trạm (entire site). Đây là một trạm tìm địa chỉ lớn nhất, làm việc nhanh nhất. Nó tổng kê cả những điện thư trao đổi trong các nhóm tin. Tháng 6 năm 1996, Alta Vista hợp tác với Yahoo và được chọn là một trong những trạm tìm địa chỉ được giới thiệu trước tiên bởi Yahoo. (Xem thêm nơi Yahoo.)

Cơ sở dữ liệu hiện có khoảng 30 triệu mục (item). Nhện máy lân la khoảng 3 triệu trang web mỗi ngày. Thời gian chờ đợi để được thâu nhận là 1 ngày nếu ghi danh trực tiếp, 1 tới 3 tháng nếu chờ đợi nhện máy tới thăm. Không hiểu các tag làm frame. Hiểu các điểm nóng trên hình. Hiểu các tag <META>. Alta Vista rất chú trọng tới các chữ chính (keywords). Danh sách các chữ chính có thể lên đến 1024 ký tự (character). Nếu trang web có ghi tựa, Alta Vista sẽ ghi tựa nơi bản báo cáo. Nếu không, nó sẽ ghi là "No title" (không có tựa). Nếu không có ghi lời miêu tả, Alta Vista sẽ lấy vài hàng chữ đầu trong trang web. Nhận chữ ghi nơi thuộc tính ALT của hình. Không đọc các lời ghi chú (comments) ghi trong tag <!-- -->.

Hình 22-24: Trạm tìm địa chỉ Alta Vista

AOL NetFind

Ra mắt tháng 3 năm 1997. Tuy mang tên khác và có cái nhìn khác nhưng AOL NetFind chính là Excite Search. Hay nói cách khác nó dùng chung cơ sở dữ liệu và công thức đánh giá với Excite Search.

Excite Search

Ra mắt cuối năm 1995. Phát triển rất nhanh bằng cách thu mua các trạm tìm tin khác. Tháng 7 năm 1996, mua trạm tìm tin Magellan. Tháng 11 năm 1996, mua trạm tìm tin WebCrawler. Excite Search đã tuyên bố là sẽ vượt qua mặt Yahoo. Ngoài Search Engines, Execite cũng có Web Directory. Khi nhận được đơn tham gia của chúng ta, Excite sẽ cử nhân viên đến xem và đánh giá các trang web trước khi thâu nhận vào Web Directory. Trạm tìm tin Magellan và WebCrawler tuy nằm dưới mái nhà của Excite Search nhưng cho đến nay vẫn làm việc một cách độc lập. Excite cũng tổng kê cả các điện thư nơi nhóm tin và các quảng cáo trên các trang web.

Cơ sở dữ liệu hiện có khoảng 55 triệu mục (item). Nhện máy lân la khoảng 3 triệu trang web mỗi ngày. Thời gian chờ đợi để được thâu nhận là khoảng 3 tuần dù ghi danh trực tiếp hay chờ đợi nhện máy tới thăm. Hiểu các tag làm frame, nhưng không thâu nhận các trang web chỉ có frame, ngoại trừ chúng ta có dùng tag <NOFRAMES>. Không hiểu các điểm nóng trên hình (image map). Không hiểu các tag <META>. Nếu

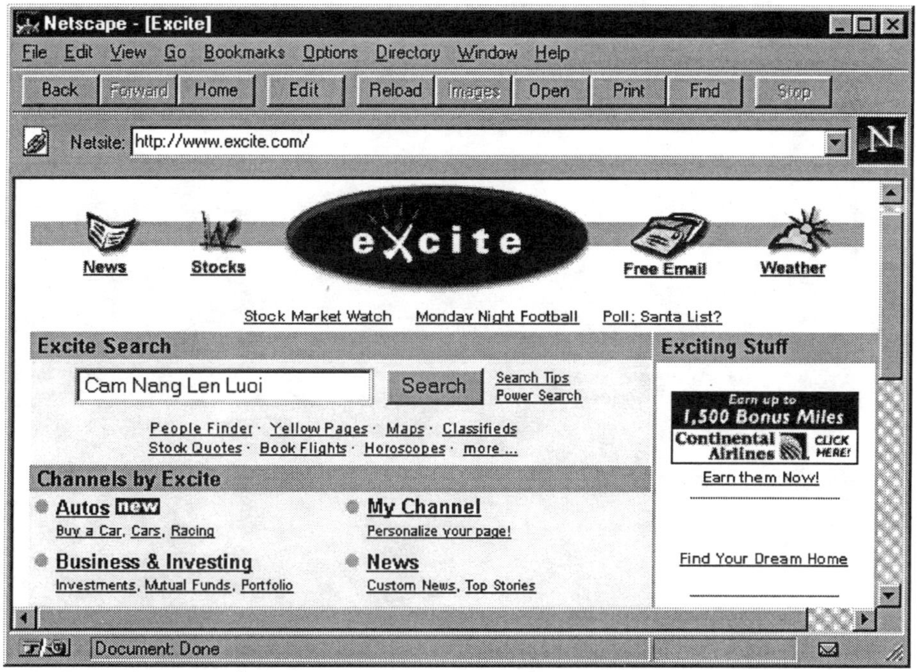

Hình 22-25: Trạm tìm địa chỉ Excite

trang web có ghi tựa, nó sẽ ghi tựa nơi bản báo cáo. Nếu không, nó sẽ ghi là "Untitle" (không có tựa). Các ý chính trong trang web được dùng để đánh giá. Không nhận chữ ghi nơi thuộc tính ALT của hình. Không đọc các lời ghi chú (comments) ghi trong tag <!-- -->.

HotBot

Ra mắt tháng 5 năm 1996. Dùng kỹ thuật tổng kê (cataloging technique) của Inktomi, nhưng không phải là Inktomi (trạm tìm tin Inktomi của trường đại học UC Berkeley). Được xem là trạm tìm địa chỉ mới nhất.

Cơ sở dữ liệu hiện có khoảng 55 triệu mục (item). Nhện máy lân la khoảng 10 triệu trang web mỗi ngày. HotBot đã tự cho là một trạm tìm địa chỉ lớn nhất (có nhiều mục nhất). Tuy nhiên, Northern Web đã cho rằng HotBot đã quản lý tồi cơ sở dữ liệu của họ. HotBot giữ tất cả mọi phiên bản của cùng một trang web thay vì cập nhật với trang web mới nhất[9]. Thời gian chờ đợi để được thâu nhận là từ 1 đến 2 ngày nếu ghi danh trực tiếp, khoảng 2 tuần nếu chờ đợi nhện máy tới thăm. Không hiểu các tag làm frame. Không hiểu các điểm nóng trên hình (image map). Hiểu các tag <META>. Nếu trang web có ghi tựa, nó sẽ ghi tựa nơi bản báo cáo. Nếu không, nó sẽ ghi URL. Nếu không có ghi lời miêu tả, nó sẽ lấy vài hàng chữ đầu trong trang web. Nhận chữ ghi nơi thuộc tính ALT của hình. Nhận cả các lời ghi chú (comments) ghi trong tag <!-- -->.

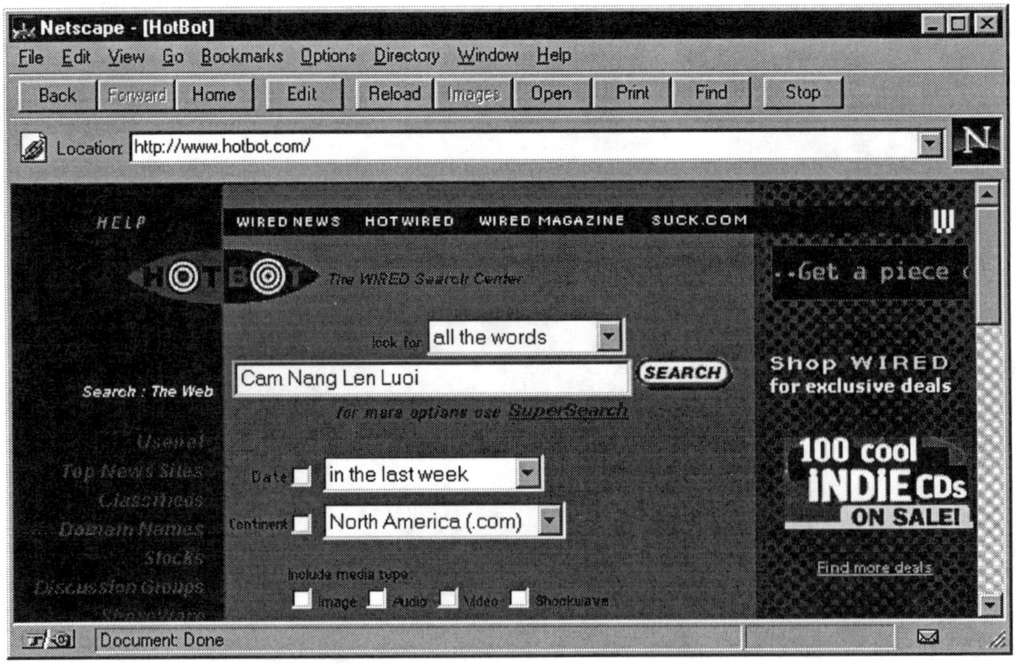

Hình 22-26: Trạm tìm địa chỉ HotBot

Infoseek

Ra mắt vào đầu năm 1995. Rất là nổi tiếng. Khi mới ra mắt, Infoseek chỉ có khả năng tổng kê khoảng 2 triệu URL. Đến năm 1996, Infoseek cho ra mắt một kỹ thuật mới với tên "Ultrasmart/Ultraseek" có khả năng tổng kê hơn 50 triệu URL. Tương tự như Excite, Infoseek cũng cử người đọc và lượng định các trang web. Muốn tham gia với Infoseek chúng ta phải tự ghi danh lấy. Nếu chúng ta muốn ghi danh nhiều trang web cùng một lúc, hãy gửi E-mail với danh sách tất cả các URL, mỗi URL một hàng, về địa chỉ www-request@infoseek.com.

Cơ sở dữ liệu hiện có khoảng 30 triệu mục (item). Thời gian chờ đợi để được thâu nhận chỉ trong vòng vài phút nếu ghi danh trực tiếp, 1 tới 2 tháng nếu chờ đợi nhện máy tới thăm. Khi ghi danh trực tiếp, Infoseek cập nhật cơ sở dữ liệu của nó rất nhanh, như đã nói, chỉ trong vòng vài phút; do đó, chúng ta nên đợi điền đầy đủ các tag <META> trước khi đăng ký. Nếu không, nhện máy của Infoseek sẽ tới trước khi chúng ta hoàn tất trang web. Trong trường hợp này, trang web của chúng ta sẽ bị đánh giá rất thấp. Infoseek Hiểu các tag làm frame. Hiểu các điểm nóng trên hình. Hiểu các tag <META>. Danh sách các chữ chính có thể lên đến 1000 ký tự (character). Nếu trang web có ghi tựa, nó sẽ ghi tựa nơi bản báo cáo. Nếu không, nó sẽ lấy hàng đầu tiên trong trang web. Nếu không có ghi lời miêu tả, nó sẽ lấy 200 ký tự đầu trong trang web. Nhận chữ ghi nơi thuộc tính ALT của hình. Hiểu các lời ghi chú (comments) ghi trong tag <!-- -->.

Hình 22-27: Trạm tìm địa chỉ Infoseek

LookSmart

Ra mắt tháng 10 năm 1996. Hỗ trợ bởi tạp chí Reader's Digest. Tuy ra sau, nhưng LookSmart đã tạo được uy tín để được giới thiệu ngay trong trang web tìm địa chỉ của Netscape. LookSmart có phần lượng định giống như Infoseek và HotBot. Riêng về

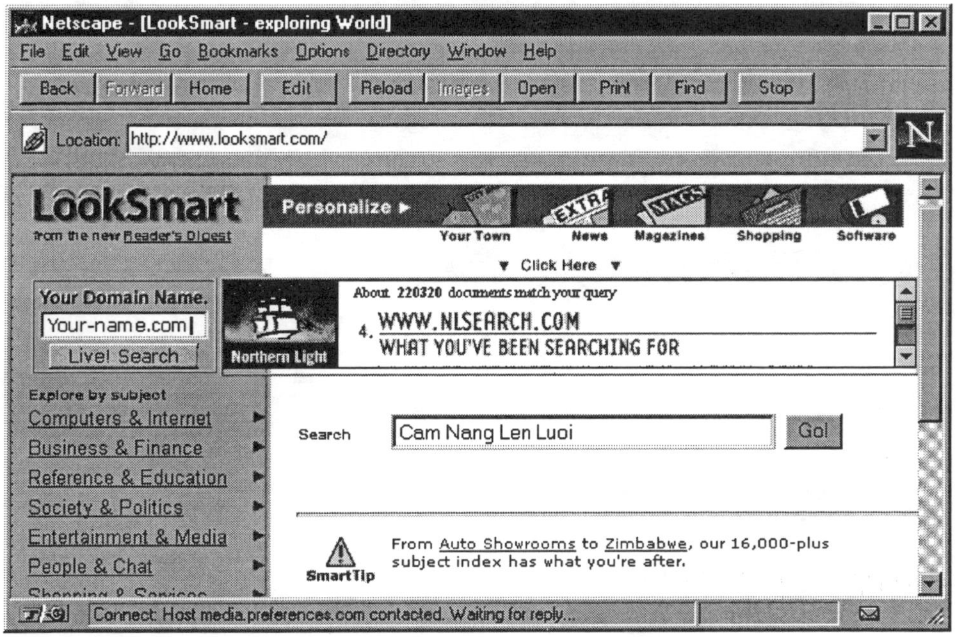

Hình 22-28: Trạm tìm địa chỉ LookSmart

phần cơ sở dữ liệu thì dùng chung với Alta Vista.

Lycos

Ra mắt từ tháng 5 năm 1994. Một trong những trạm tìm địa chỉ lâu đời nhất; rất có uy tín và nổi tiếng. Tổng kê tất cả các trang web thay vì chỉ giới hạn ở trạm (web site). Lycos vừa mới nhập chung với Point Communications. Nay nó có 3 danh sách khác nhau trong cùng một trạm. Đó là Lycos, the Point top 5% và dịch vụ tổng kê dưới tên A2Z Directory. Dịch vụ này ra đời từ tháng 2 năm 1996. Lycos lựa chọn các trang web hay nhất trong cơ sở dữ liệu của nó để liệt kê trong A2Z Directory. Chúng ta không ghi danh trực tiếp với A2Z Directory được.

Cơ sở dữ liệu hiện có khoảng 30 triệu mục (item). Nhện máy lân la khoảng 6 tới 10 triệu trang web mỗi ngày. Thời gian chờ đợi để được thâu nhận từ 1 tới 2 tuần dù ghi danh trực tiếp hay chờ đợi nhện máy tới thăm. Hiểu các tag làm frame. Không hiểu các điểm nóng trên hình. Hiểu một phần nào các tag <META>. Nếu trang web có ghi tựa, nó sẽ ghi tựa nơi bản báo cáo. Nếu không, nó sẽ lấy hàng đầu tiên trong trang web. Không hiểu tag miêu tả. Lấy nội dung từ ngay trong trang web. Nhận chữ ghi nơi thuộc tính ALT của hình. Không hiểu các lời ghi chú (comments) ghi trong tag <!-- -->.

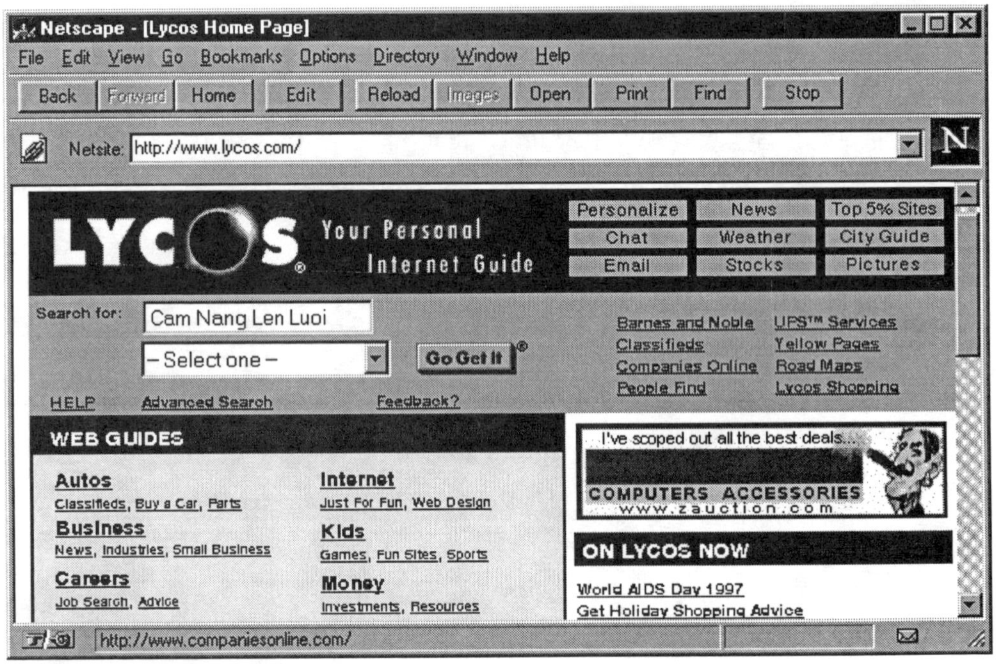

Hình 22-29: Trạm tìm địa chỉ Lycos

SEARCH.COM

Ra mắt vào tháng 3 năm 1996, do CNET làm chủ. Tháng 5 năm 1997 đã được thay đổi hầu như toàn bộ, và dựa trên kỹ thuật của Infoseek. Khi chúng ta nhờ tìm địa chỉ với các từ tổng quát thì SEARCH.COM dùng Infoseek, nhưng khi chúng ta tìm theo chủ đề thì nó dựa trên cơ sở dữ liệu của riêng nó. Cơ sở dữ liệu này được cập nhật bằng nhện máy, lân la tới các trang web đã được đăng ký nơi Infoseek.

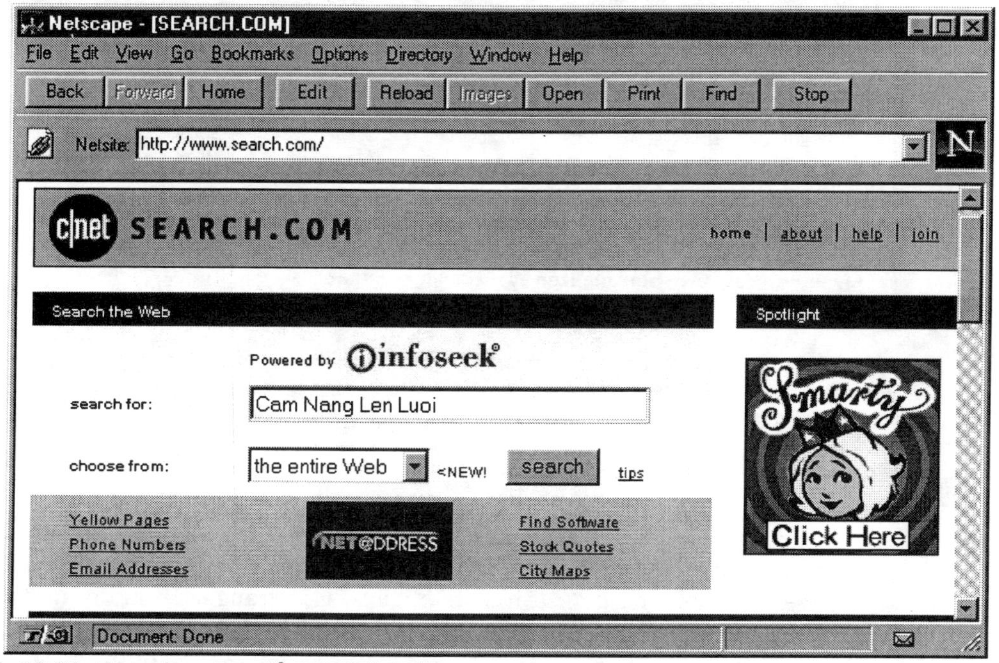

Hình 22-30: Trạm tìm địa chỉ SEARCH.COM

WebCrawler

Xuất hiện từ tháng 4 năm 1994. Mới đầu nó chỉ là một dự án nghiên cứu của trường đại học Washington (University of Washington). Hãng AOL (America Online) mua lại vào tháng 3 năm 1995, và được sử dụng rất nhiều cho tới tháng 11 năm 1996. Sau đó thì bị mua lại bởi Excite. Tuy nhiên, WebCrawler vẫn được hoạt động một cách độc lập. WebCrawler cũng có Web Directory, dưới tên WebCrawler Select.

Cơ sở dữ liệu hiện chỉ có khoảng 2 triệu mục (item). Thời gian chờ đợi để được thâu nhận là từ 1 tới 3 tuần nếu ghi danh trực tiếp. Không có nhện máy. Không hiểu các tag làm frame. Hiểu các điểm nóng trên hình. Hiểu các tag <META>. Nếu trang web có ghi tựa, nó sẽ ghi tựa nơi bản báo cáo. Nếu không, nó sẽ ghi URL.. Nếu không có ghi lời miêu tả, nó sẽ lấy 275 ký tự đầu trong trang web. Nhận chữ ghi nơi thuộc tính ALT của hình. Không hiểu các lời ghi chú (comments) ghi trong tag <!-- -->.

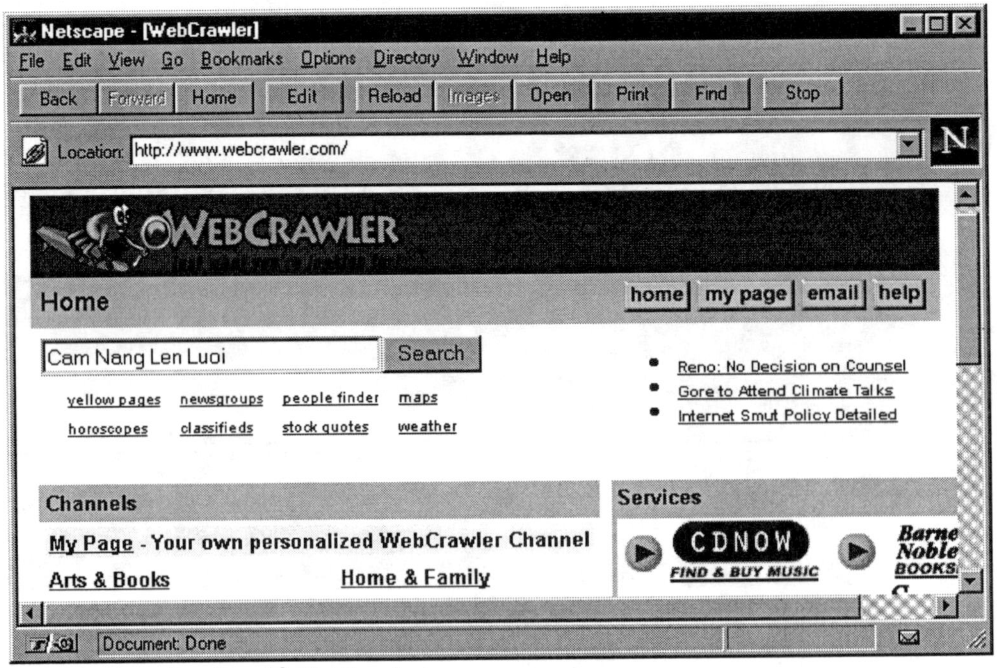

Hình 22-31: Trạm tìm địa chỉ WebCrawler

Yahoo

Ra đời vào cuối năm 1994. Là một trong những Web Directory lâu đời nhất, rất nổi tiếng và thông dụng. Tháng 3 năm 1996, Yahoo cho ra đời một trạm tìm địa chỉ cho các trang web của trẻ em, dưới tên Yahooligans. Các trang web muốn được ghi tên tham dự vào bảng tổng kê (directory) của Yahoo, phải được phân loại trước. Yahoo không có nhện máy, chỉ hoàn toàn dựa vào sự đăng ký trực tiếp; do đó, có một số trang web không hiện ra trong bản báo cáo của Yahoo. Biết được điểm yếu đó, Yahoo đã cho chúng ta dùng các trạm tìm địa chỉ khác ngay trong Yahoo, thí dụ như Alta Vista, để tìm tiếp tục tìm.

Yahoo đánh giá trang web của chúng ta dựa trên các chữ ghi nơi tựa, lời miêu tả và URL. Khi Yahoo gửi bản báo cáo về cho chúng ta nó xếp thứ tự các trang web theo thứ tự chữ cái. Do đó, nếu chúng ta đặt tựa cho trang web, càng bắt đầu bằng các ký tự gần về đầu bảng mẫu tự càng tốt. Yahoo chỉ nhận một URL cho mỗi trạm web (web site). Nếu chúng ta đăng ký nhiều hơn một trang web (nhiều hơn một URL) dẫn tới trạm web của chúng ta, bất kể là các trang web phụ hay trang web chính, chúng ta có thể bị phạt.

Hình 22-32: Trạm tìm địa chỉ Yahoo

22.7 Tóm Tắt

Ngoài các lối quảng bá thông thường như quảng cáo trên tivi, đài phát thanh, báo chí, bích chương, truyền đơn, chúng ta còn có 5 cách quảng bá trang web của chúng ta trên Internet.

- Gửi điện thư (E-mail) cho mọi người
- Trao đổi điểm nối với các trang web đang có trên Internet
- Thông báo sự hiện hữu của chúng ta với các trạm tìm địa chỉ (search engines)
- Thông báo tới các nhóm tin (newsgroup)
- Thông báo tới các nhà xuất bản sách báo

Trước khi bắt tay vào việc quảng bá trang web, chúng ta cần chuẩn bị một chút để cho việc quảng bá của chúng ta có hiệu quả. Sau đây là một vài gợi ý về các việc chúng ta cần làm:

- **Chúng ta phải có chỗ để trang web**. Điều này dường như là hiển nhiên nhưng chúng ta cũng vẫn phải nhắc tới. Chỗ để trang web của chúng ta, ít ra cũng phải tồn tại cho đến lúc chúng ta đăng ký xong các trang web. Nếu không, các "nhện máy" sẽ không tìm đến được các trang web của chúng ta.
- **Các trang web phải được hoàn tất và sẵn sàng để trình làng**. Có một số trạm tìm địa chỉ sẽ đặt các đơn yêu cầu đổi địa chỉ hay cập nhật trang web xuống tận cuối. Họ ưu tiên cho việc đăng ký các trang web mới. Thêm vào đó,

nếu trang web của chúng ta chưa hoàn tất, nhất là thiếu các yếu tố quan trọng để đưa các trang web của chúng ta lên hạng cao thì chúng ta hãy khoan đăng ký. Chờ đến khi chúng ta có một trang web đầy đủ chi tiết. Dĩ nhiên là không có trang web nào là hoàn tất 100% vì nếp sống tự nhiên của Internet là thay đổi hàng ngày, hàng giờ. Chúng ta nên ước lượng thế nào là đầy đủ rồi hãy đăng ký trang web.

- Chúng ta **nên tìm hiểu về các trạm tìm địa chỉ, về cách làm việc của họ**. Nắm được yếu tố này sẽ giúp chúng ta cải tiến trang web để luôn đạt được vị trí cao trong các bản báo cáo.
- **Luôn ghi rõ địa chỉ điện thư (E-mail) và số phone của chúng ta nếu có**. Mục đích của việc đặt trang web lên Internet là quảng bá về chúng ta hay dịch vụ, sản phẩm của chúng ta; do đó, địa chỉ liên lạc với chúng ta rất quan trọng.
- **Chuẩn bị trước cách quảng bá lên Internet**. Nếu làm được hết các cách đã được đề cập trong các đoạn trước thì rất tốt. Nếu không, hãy chọn ra cách nào thích hợp nhất và làm trước. Rồi từ từ khi có thời gian thì thực hiện những cách còn lại.
- Việc chuẩn bị quảng bá trang web không bắt đầu sau khi chúng ta hoàn tất các trang web mà phải bắt đầu trước hoặc trong lúc chúng ta đang làm trang web. Như đã đề cập trong các đoạn trước, một số trạm tìm địa chỉ dựa trên nội dung của trang web. Do đó, chúng ta phải **chuẩn bị nội dung sao cho ngắn gọn nhưng đầy đủ**.
- Chúng ta cũng đừng quên **chọn cho mỗi trang web một tựa (title) thật sát với trang web**, và phải dùng những chữ mà mọi người sẽ nghĩ tới khi muốn tìm trang web giống như của chúng ta. Rất nhiều trạm tìm địa chỉ dùng tựa để tổng kê (catalog) trang web.
- Sau tựa là lời miêu tả (description) về trang web. **Lời miêu tả cũng phải ngắn gọn nhưng đầy đủ**. Chọn lời miêu tả dưới 200 ký tự. Nếu lời miêu tả có nhiều câu, đặt câu nào quan trọng nhất lên trước, để nếu có trạm tìm địa chỉ nào lấy ít hơn 200 ký tự thì lời miêu tả của chúng ta vẫn có hiệu quả.
- Tiếp sau lời miêu tả, chúng ta cũng phải **chuẩn bị các chữ chính (keyword)**. Rất đông các trạm tìm địa chỉ dùng các chữ chính để phân hạng các trang web. Chúng ta nên chọn các chữ kép, dùng những từ mà chúng ta nghĩ là mọi người sẽ phải dùng để tìm các trang web thuộc lại như của chúng ta. Chúng ta cũng nên liệt kê những từ đồng nghĩa, hay những từ liên hệ. Có một số trạm tìm địa chỉ phân biệt chữ thường và chữ hoa; do đó, chúng ta phải ghi lại cả chữ thường và hoa như chúng ta thường viết tay. Giới hạn các chữ chính trong vòng 1000 ký tự. Cũng đừng quên đưa các chữ chính quan trọng nhất lên đầu danh sách.
- Chúng ta cũng **đừng quên tạo các điểm nối giữa các trang web** để liên kết các trang web lại. Một số các trạm tìm địa chỉ dùng "nhện máy" để lần mò qua các trang web. Nếu các trang web của chúng ta được liên kết lại, chúng sẽ có nhiều cơ hội được đăng ký.

- Nếu chúng ta dự định dùng frame, JavaScript, hay hình ảnh và điểm nóng, chúng ta nên nghĩ lại. Chúng ta nên có các trang web tương đương, nhưng **không dùng frame, JavaScript, hình ảnh và điểm nóng**. Lý do, vì một số trạm tìm địa chỉ không hiểu các tag frame, hình ảnh hoặc chỉ lấy 200 chữ đầu trong trang web. Nếu 200 chữ đầu là đoạn mã của JavaScript, hay tag làm frame, hay hình ảnh thì chúng ta sẽ bị mất đi cơ hội được đăng ký với thứ hạng cao.

Chú Ý: *Nếu trang web của chúng ta có tiếng Việt, chúng ta nên cân nhắc kỹ xem các chữ chính, lời miêu tả và tựa của trang web nên hay không nên được viết bằng tiếng Việt. Lý do là một số trạm tìm địa chỉ sẽ không cho chúng ta tìm bằng tiếng Việt. Trong trường hợp này, mọi người sẽ dùng tiếng Việt không bỏ dấu như trong các hình dưới đây.*

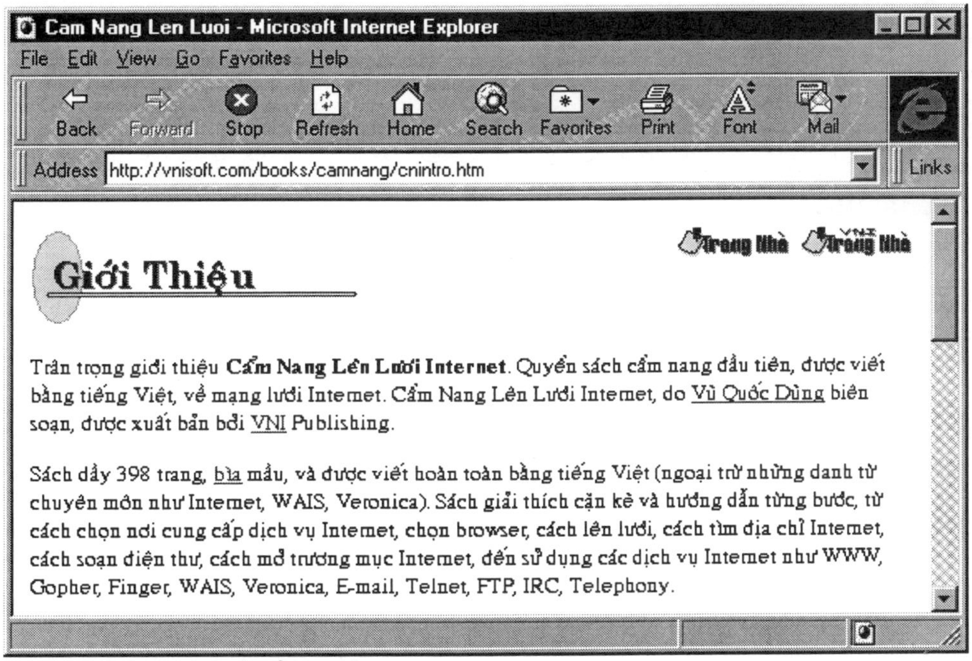

Hình 22-33: Trang web viết bằng tiếng Việt

Ghi Chú: *Nếu không có nhiều thời giờ, chúng ta nên bỏ ra ít tiền để nhờ các công ty cung cấp dịch vụ quảng cáo làm giùm. Thời gian bỏ ra để đăng ký với các trạm tìm địa chỉ phải mất vài giờ. Tuy nhiên, tác giả cũng khuyến khích nên tự đăng ký vài trạm tìm địa chỉ để biết cách đăng ký.*

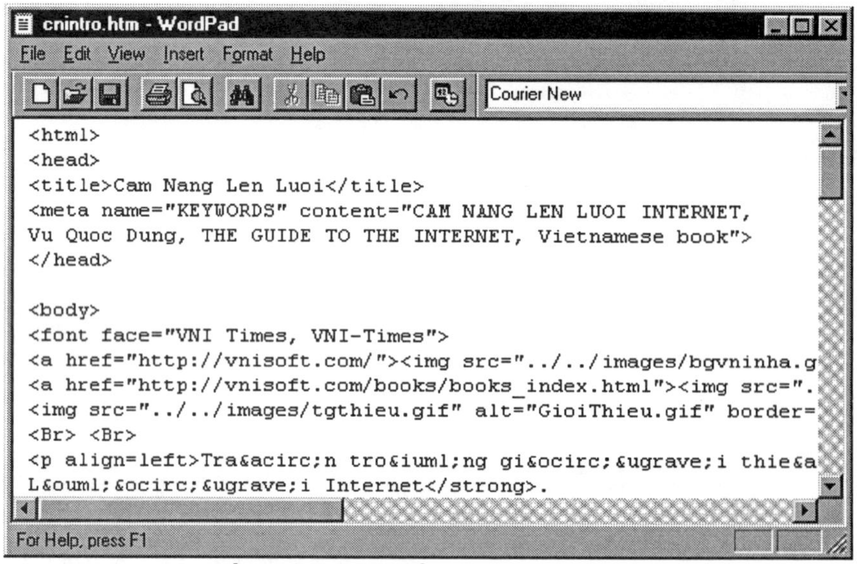

Hình 22-34: Chữ chính dùng tiếng Việt không dấu

22.8 Câu Hỏi & Trả Lời

1. Có chỗ nào cho điểm nối tới trang web của chúng ta miễn phí?

TL: Hãy dùng trung tâm tìm địa chỉ để tìm với chữ chính "free link". Dưới đây là một vài chỗ cho điểm nối tới trang web của chúng ta miễn phí:

- www.vietscape.com/links_page/links.html
- www.ad-onweb.com/vietlinks/
- www.vnet.org/vnnews/index.html
- www.icestorm.com/freeforall.html
- homepages.whowhere.com/bin/showpage.pl?add
- 198.80.94.66/links/links.html
- www.toocool.com/guest/cool_add.htm

Nơi địa chỉ *www.bcl.net/~jtreese/promo/free.html* là một danh sách rất dài các nơi cho điểm nối tới trang web của chúng ta. Chúng ta cũng có thể liên lạc bạn bè, người quen hoặc với chủ nhân các trang web. Thông báo và gợi ý họ tạo điểm nối tới trang web của chúng ta. Có thể chúng ta cũng phải trao đổi điểm nối tới với họ. Nghĩa là trang web của chúng ta có điểm nối tới trang web của họ, và ngược lại trang web của họ cũng có điểm nối dẫn tới trang web của chúng ta.

2. Tag <META ...> nên được đặt trước hay sau tag <TITLE>?

TL: Đặt trước hay sau cũng được, miễn là trong phần <HEAD>.

3. Chúng ta có cần thiết đăng ký với hết các trạm tìm địa chỉ?

TL: Không cần thiết. Lý do thứ nhất, số lượng các trạm tìm địa chỉ cứ thay đổi luôn. Chúng ta không biết chắc được có bao nhiêu trạm đang hoạt động. Thứ hai, mỗi trạm có điều kiện thâu nhận khác nhau. Có thể trang web của chúng ta không thích hợp với trạm đó. Trong trường hợp này, dù chúng ta có cố gắng đến đâu trang web của chúng ta cũng bị loại. Có thể không bị loại bỏ ngay lập tức nhưng có thể chỉ vài ngày sau đó. Tốt nhất là trước tiên chúng ta chỉ nhắm vào các trạm tìm địa chỉ chính, nổi tiếng, nhiều người sử dụng. Thí dụ về các trạm nổi tiếng là:

- Yahoo (www.yahoo.com)
- Alta Vista (altavista.digital.com)
- Lycos (www.lycos.com)
- AOL NetFind (www.aol.com/netfind/)
- Excite Search (www.excite.com)
- HotBot (www.hotbot.com)
- Infoseek (www.infoseek.com)
- SEARCH.COM (www.search.com)
- LookSmart (www.looksmart.com)
- WebCrawler (www.webcrawler.com)

Để có được một danh sách cập nhật hơn hãy viếng thăm trang web "*The Major Search Engines*"[8].

4. Tôi đã đăng ký trang web của tôi vài lần với Infoseek cho hơn một tháng nay nhưng sao nó vẫn không được liệt kê trong danh sách của Infoseek?

TL: Trước tiên, hãy kiểm lại xem trang web của chúng ta có được làm theo những điều đã bàn trong đoạn tóm tắt hay không. Nhất là để ý xem trang web của chúng ta có tựa (title), lời miêu tả (description), các chữ chính, 200 chữ đầu của trang web có nói lên ý chính của trang web hay không? Khi đăng ký trang web chúng ta có bắt đầu URL bằng **http://** không? URL có được ghi đúng không? Máy chủ có hoạt động khi "nhện máy" đến thăm các trang web không? Chúng ta có tìm cách "lừa đảo" (spam) các trạm tìm địa chỉ không? Chúng ta có đăng ký lại trang web trong cùng một ngày không? Có thể trạm tìm địa chỉ đã phạt chúng ta vì chúng ta "lừa" nó hay đã đăng ký cùng trang web nhiều lần trong vòng thời gian ngắn.

Nếu chúng ta đã làm đầy đủ những thứ kể trên mà các trang web của chúng ta vẫn không được thâu nhận thì chúng ta hãy kiểm xem nơi máy chủ, chỗ chúng ta để trang web, có tập tin *robots.txt* hay không. Nếu không, hãy hỏi người quản lý máy chủ xem họ có gắn tập tin này nơi máy chủ không. Nếu có, hãy xem nội dung của tập tin này. Tập tin *robots.txt* được dùng để nói cho các "nhện máy" biết là trang web nào thì được đọc và trang web nào thì không.

Khi "nhện máy" đến trạm web (web site) của chúng ta, việc trước tiên nó làm là kiểm xem có tập tin *robots.txt* không. Nếu trong ngăn của chúng ta có tập tin *robots.txt* và tập tin này không cho phép "nhện máy" đọc các trang web thì các trang web của chúng ta sẽ không được thâu nhận. Muốn tìm hiểu thêm về *robots.txt* hãy tìm đọc "Robots Exclusion"[13].

Nếu chúng ta không tìm thấy tập tin *robots.txt* thì kiểm lại các trang web một lần nữa xem có dùng tag `<META NAME="ROBOTS" CONTENT="NOINDEX, NOFOLLOW">` không. Nếu có thì hãy bỏ tag này ra.

Có trường hợp, không phải tại chúng ta làm sai, hay tại máy chủ của chúng ta ngăn cấm "nhện máy", mà tại các trạm tìm địa chỉ không muốn đăng ký cho chúng ta. Theo ông Danny Sullivan, chủ nhân của trạm www.searchenginewatch.com, cho biết, nếu máy chủ của chúng ta đã từng có những trang web tìm cách "lừa đảo", các trạm tìm địa chỉ có thể đã liệt kê tên của máy chủ đó vào sổ đen. Chẳng may trang web của chúng ta "thật thà" nhưng được đặt trong một máy chủ có tên trong sổ đen, nó sẽ không được thâu nhận.

Trường hợp này cũng xảy ra cho các máy chủ cho miễn phí chỗ để trang web với mục đích thâu tiền quảng cáo. Thí dụ như GeoCities.com, với hơn 500 ngàn trang nhà, đã không kiểm soát được những người cố tình "lừa đảo". Một vài con sâu như vậy đã làm rầu nồi canh. Trạm Infoseek đã liệt kê GeoCities.com vào sổ đen, và không nhận các đăng ký từ máy chủ này. Trạm Alta Vista và HotBot cũng đã từng liệt kê máy chủ CompuServe và America Online vào sổ đen.

Muốn biết các trang web của chúng ta có được thâu nhận hay không, hãy dùng các trang web kiểm địa chỉ (CheckURL Status page) để kiểm xem URL chính dẫn tới các trang web của chúng ta có được thâu nhận bởi các trạm tìm địa chỉ hay không. Nếu nghĩ rằng trang web của chúng ta "thật thà" mà vẫn không được thâu nhận, hãy đăng ký bằng cách gửi E-mail cho trạm tìm địa chỉ, thay vì đăng ký từ trang web.

Lưu Ý: *Mỗi "nhện máy" có một cách làm việc khác nhau. Có thể chúng cũng nhìn tập tin "robots.txt" một cách khác nhau.*

---

5. Có cách nào biết được những ai đã đến thăm trang web của chúng ta?

TL: Chúng ta có thể gắn một sổ ghi tên (guest book) như đã bàn nơi chương Mười Một. Phương pháp này không được chính xác vì có người không thích ghi tên vào sổ địa chỉ. Phương pháp bảo đảm nhất là phân tích nơi sổ nhật ký (log) của máy chủ. Hãy hỏi người quản lý máy chủ cho xem sổ nhật ký, phần nói về các trang web của chúng ta. Có thể họ sẽ tính lệ phí. Cũng có máy chủ cho chúng ta xem sổ nhật ký miễn phí. Trên Internet cũng có những nhu liệu phân tích sổ nhật ký. Hãy nhờ các trạm tìm địa chỉ tìm những chữ chính như "traffic analysis", "log analysis", "log file analysis". Đồng thời cũng đọc thêm "Measuring Link Popularity"[14].

22.9 Tài Liệu Tham Khảo

[1] "Welcome to VietLink Homepage," www.viet-ne.org/vietlink/.

[2] "LinkExchange," www.linkexchange.com.

[3] "Net-On's Banner Exchange," www.net-on.com:81/banner/terms.htm.

[4] "Webring - the Shape of Things to Come," webring.org/.

[5] "The Vietnamese WebRing," www.xuviet.org/ring/.

[6] "The VN Ring," members.tripod.com/~nana_t_tran/index-2.html.

[7] Steve Maher, "The Practical Guide to Announcing Your World Wide Web Page," www.lawworld.com/pracprof/announce/, p.2.

[8] Danny Sullivan, "The Major Search Engines," searchenginewatch.com/major.htm.

[9] "Search Engine Tutorial For Web Designers," Northern Webs, www.northernwebs.com/set/set05.html#hotbot.

[10] Danny Sullivan, "Search Engines Features Chart," searchenginewatch.com/features.htm.

[11] "Infoseek: Adding Your Site to Infoseek," www.infoseek.com/Help?sv=IS&lk=noframes&pg=meta_tag.html#INDEX.

[12] Steve Rosenthal, "I'm on the List," NewMedia, August 4, 1997, pp.73-74.

[13] "Robots Exclusion," info.webcrawler.com/mak/projects/robots.exclusion.html.

[14] "Measuring Link Popularity," searchenginewatch.com/popularity.htm.

[15] "How Search Engines Rank Web Pages," searchenginewatch.com/rank.htm.

[16] "What is Spamming?" www.infoseek.com/Help?=pg=spam.html.

[17] "The Traffic Builder - Online Marketing Newsletter, Relevance," www.websitepromote.com/resources/builder/relevance.html.

[18] "Publicize Your Web Page," www.telechoiceonline.com/~mwrjj/submit.html.

22.10 Tài Liệu Đọc Thêm

- "GSAnet Banner Swap," bs.gsanet.com/gsa_bs/.
- "bannerCAST - home," bannerCAST.com/.
- "NBE info," www.net-on.net/banner2/info.htm.
- "SmartClicks -- Free Targeted Web Advertising!" www.smartclicks.com/.
- "Welcome to BannerSwap," www.bannerswap.com/.
- "Welcome to TradeBanners!" resource-marketing.com/banner.html.
- "Link Encyclopedia," www.concentric.net/~Yorkhill/.
- "Welcome to Banner Bazaar.com," www.bannerbazaar.com/.

- "Publicize Your Web Page," www.telechoiceonline.com/~mwrjj/submit.html.
- "The Web Robots Database," info.webcrawler.com/mak/projects/robots/active.html.
- "The Web Robots FAQ...," info.webcrawler.com/mak/projects/robots/faq.html.
- "Search Engines And Frames," searchenginewatch.com/frames.htm.
- "META Tagging for Search Engines," WWW.Stars.com/Location/Meta/Tag.html.

Chương 23

Dynamic HTML và HTML 4.0

Trang web, hay nói đúng hơn là ngôn ngữ thảo trang web HTML cũng là một phần của cuộc sống của chúng ta. Nó cũng phải thay đổi theo thời gian. Những tag ít được sử dụng sẽ bị sa thải. Những tag nào chưa được hoàn chỉnh sẽ được hoàn chỉnh. Những tag mới cũng sẽ ra đời để cho chúng ta nhiều khả năng làm cho trang web thêm phong phú hơn. Trước khi chấm dứt bài học về tạo trang web, chúng ta cũng cần biết về tương lai của trang web, hay ngôn ngữ thảo trang web HTML sẽ đi về đâu. Ít nhất là trong vài năm sắp tới.

23.1 "Dynamic" HTML

Sau nhiều lần tạo trang web chắc chúng ta cũng thấy rằng hầu hết các trang web đều là trang web cố định (static). Cố định như là trang giấy này. Những gì chúng ta ghi ở đây đều nằm yên một chỗ. Chúng ta chẳng tác động gì được lên nó. Đa số mọi người chấp nhận với tính cố định của trang web. Nhưng một số ít các nhà thảo trang web (web master) "cấp tiến" muốn trang web phải năng động hơn. Họ đã nghĩ ra, hay đòi hỏi có được những đồ nghề để làm cho trang web thêm linh hoạt, bắt mắt. Thí dụ, họ muốn gắn hình hoạt họa lên trang web. Họ muốn làm băng chữ chạy quanh trên màn ảnh. Họ muốn chiếu phim, xem ảnh 3 chiều (3-D). Họ muốn một bức tranh được đổi hình khi con trỏ (cursor) được đặt lên bức tranh. Từ phiên bản HTML 3.2, chúng ta đã làm được những điều này qua việc sử dụng "animation GIF", "banner", ActiveX, JavaScript, "plug-in".

Các nhà thảo trang web (web master) "cấp tiến" vẫn không vừa lòng với những gì đã có, họ đòi hỏi thêm. Họ muốn trang web được linh động hơn (more dynamic) nữa. Họ muốn sắp đặt các phần tử trong trang web thật chính xác hơn, tới từng ảnh tố (pixel). Họ muốn các trang web của họ làm phải dùng phông chữ bắt mắt của họ. Nếu máy của độc giả không có phông chữ đó, trang web tự động lấy xuống phông chữ đó từ máy chủ. Tóm lại, họ muốn một kỹ thuật mới gọi là Dynamic HTML (DHTML). Dynamic HTML là một tổng hợp gồm ngôn ngữ HTML, Cascading Style Sheet, và JavaScript. Dynamic HTML cho họ thêm nhiều công cụ để họ thỏa mãn tính mạo hiểm và đầy sáng tạo của họ.

Để đáp ứng nhu cầu đòi hỏi phải có một DHTML, Microsoft và Netscape đều đã cùng đề nghị ra những phương pháp kiểu mẫu. Cả hai đều dựa trên bản quy định Cascading Style Sheet level 1 (CSS1) và bản nháp của tập tài liệu "Positioning HTML with Cascading Style Sheets" do World Wide Web Consortium (W3C) đề ra. Nhưng tiếc thay, hai nhân vật chính trong trận chiến browser đã không có cùng một lối suy nghĩ. Mỗi công ty đã đi một đường khác nhau, để rồi bỏ lại chúng ta với một sự lựa chọn lớn lao. Đó là phải chọn một trong hai.

Phiên bản DHTML của Microsoft nới rộng phiên bản HTML 3.2 để hỗ trợ thêm cho ngôn ngữ "script", như là JScript, VBScript, và "ActiveX controls", hay Java Applet, để có thể "dynamically" thay đổi cách trình bầy trang web nơi phía máy của người sử dụng. Tức là, sau khi trang web đã được mang xuống máy của chúng ta. (Tác giả xin nhắc lại rằng JScript là phiên bản JavaScript của Microsoft, gần giống với JavaScript của Netscape). Microsoft muốn dùng DHTML để tạo những nhu liệu ứng dụng trên web có cùng cái nhìn và làm việc như là những nhu liệu hiện đang có trên Windows.

Phiên bản DHTML của Netscape tập trung vào kỹ thuật JavaScript Accessible Style Sheets (JASS) của riêng họ. Netscape nới rộng ngôn ngữ "script" để kiểm soát từng mệnh lệnh trong Style Sheet, và giới thiệu thêm một tag mới. Đó là tag `<LAYER>`. Tag `<LAYER>` cho chúng ta tạo một trang web có nhiều lớp. Mỗi lớp có thể dùng bất cứ một tag HTML nào đang có. Tag này còn có các thuộc tính cho chúng ta thay đổi mầu sắc của nền, chữ, thay đổi tính trong suốt (tranparency), và thay đổi vị trí của từng phần tử trên từng lớp.

Nescape chủ trương dùng JavaScript như là công cụ để làm cho trang web thêm "dynamic". Trong khi Microsoft chủ trương cho phép trang web thay đổi lối trình bầy bên phía máy người sử dụng (client-side), không cần phải yêu cầu một trang mới từ máy chủ, thì Netscape lại không cho phép trang web được thay đổi lối trình bầy sau khi đã được hiển thị trên màn ảnh. Trừ khi trang web đó được tái hiển thị "refresh".

Tag `<LAYER>` (lớp) của Netscape cho chúng ta trình bầy trang web như là chúng ta có một bộ bài mà các lá bài có thể là trong suốt hay đặc kín. Chúng ta có thể xào các lớp lên, và chọn vị trí cho bất kỳ một lớp nào, nằm trên cùng, nằm dưới, nằm giữa, hay nằm ở một vị trí nào. Chúng ta có thể di chuyển từng lớp riêng biệt trên màn ảnh, hay thay đổi thứ tự của các lớp để tạo một cảm giác như là đang xem hình hoạt họa. Microsoft không hỗ trợ tag `<LAYER>` này.

Phiên bản DHTML của Microsoft cho chúng ta tạo những cơ sở dữ liệu (database) và liên kết các phần tử trong trang web, như các field của form, hay các ô của bảng với từng field trong cơ sở dữ liệu, mà không cần phải có CGI. Netscape chưa đưa ra ý kiến về kỹ thuật này. Để hỗ trợ cho kỹ thuật này, Microsoft đã phát ra các "ActiveX Control" để liên kết trang web với cơ sở dữ liệu. Chúng ta có thể dùng kỹ thuật này để tạo các ca-ta-lô và phiếu mua hàng trên trang web.

23.2 Tiêu Chuẩn Hóa Ngôn Ngữ HTML

Ai trong chúng ta cũng có thể tự chế ra các tag mới hay sửa đổi các tag có sẵn. Muốn làm được như vậy, chúng ta chỉ cần cho ra hay sửa đổi cú pháp của ngôn ngữ HTML, rồi làm ra một browser để diễn tả được tag mới đó. Tuy nhiên, việc làm này không mấy ai làm được. Do đó, phần lớn các tag mới hay các sửa đổi tag cũ đều do các hãng chế tạo browser đưa ra. Ngày nay, hai hãng chế tạo browser lớn nhất, có số browser được nhiều người sử dụng nhất, là Microsoft và Netscape.

Microsoft và Netscape là hai con hổ trong chiến trường browser. Không ai chịu thua ai. Họ luôn luôn nâng cấp browser của họ và sửa đổi hay thêm tag HTML mới. Có một điểm tiêu cực trong cuộc chiến này là các tag mới của các công ty này đưa ra không có tương đương với nhau. Tức là, Microsoft đưa ra một tag nhưng browser của Netscape không hỗ trợ tag đó. Ngược lại, Netscape cũng đưa ra tag mới nhưng browser của Microsoft không hiểu được các tag đó. Có khi cả hai đều đưa ra cùng một tag, nhưng tag đó lại không tương thích với nhau. Có nghĩa là nếu trang web của chúng ta dùng tag đó. Không có gì bảo đảm rằng tag đó sẽ được hiển thị giống nhau trên cả hai browser. Điều này đưa đến một trở ngại, và chúng ta cũng đã thấy là hiện nay đã có một số trang web trên Internet đã được viết làm hai ấn bản. Một cho những ai dùng browser của Microsoft, và một cho những ai dùng browser của Netscape.

Từ đó, chúng ta thấy rằng tiêu chuẩn hóa ngôn ngữ HTML là một nhu cầu. Nó sẽ mang lại nhiều lợi ích cho người tạo trang web như chúng ta. Chúng ta chỉ cần làm một trang web mà nó được xem bởi tất cả mọi người. Việc tiêu chuẩn hóa này đã được giao phó cho cơ quan World Wide Web Consortium (W3C). Cơ quan này là một cơ quan bất vụ lợi, có nhiệm vụ tiêu chuẩn hóa tất cả những gì liên hệ tới Mạng Lưới Toàn Cầu. Trong đó có ngôn ngữ thảo trang web HTML. Phiên bản HTML mới nhất mà W3C vừa công nhận và khuyến khích mọi người sử dụng là phiên bản HTML 4.0. Để biết thêm về W3C, việc làm của họ, và có được những bản quy định tiêu chuẩn của các vấn đề liên quan tới Mạng Lưới Toàn Cầu, chúng ta hãy liên lạc với họ ở địa chỉ *www.w3.org*.

23.3 HTML 4.0

Đây là phiên bản mới nhất của HTML vừa được phổ biến bởi W3C. Phiên bản này là phiên bản HTML 3.2 được cập nhật hóa với các tag mới được giới thiệu bởi Microsoft và Netscape. Tuy nhiên, không phải bất kỳ một tag mới nào của Microsoft hay Netscape đưa ra đều được đưa vào phiên bản HTML 4.0. Phiên bản tiêu chuẩn HTML 4.0 do W3C đưa ra là mẫu số chung của tất cả những đề nghị mới. Những tag nào được ghi vào bản tiêu chuẩn HTML 4.0 của W3C sẽ có nhiều cơ hội được hỗ trợ bởi tất cả mọi browser.

Các ảnh hưởng chính của HTML 4.0 đối với trang web của chúng ta như sau:

<OBJECT>

Tag `<OBJECT>` do Microsoft đề nghị đã được công nhận. Tag này, trong tương lai, có thể được dùng để đặt tất cả những vật gì không phải là chữ vào trang web. Thí dụ như phim ảnh, âm thanh, applet. Trong phiên bản 4.0, tag `<IMG>` vẫn còn được giữ để gắn hình vào trang web, nhưng theo cái nhìn của Microsoft thì hình ảnh không phải là chữ; do đó, nên dùng tag `<OBJECT>` để cho thống nhất hơn. Trong tương lai, có thể tag `<IMG>` sẽ bị đào thải. Sau đây là thí dụ về cách gắn hình vào trang web bằng cách dùng tag `<OBJECT>`:

```
<OBJECT DATA="http://vnisoft.com/image/hinh.gif" TYPE="image/GIF">
```

so với lối cũ, hình được gắn như sau:

```
<IMG SRC="http://vnisoft.com/image/hinh.gif">
```

Nhìn kỹ cách dùng tag `<OBJECT>`, tag này có thuộc tính `TYPE=`. Thuộc tính này được dùng để xác định "*MIME type*" cho vật được đề cập trong tag. Có người cho rằng như vậy chúng ta sẽ không còn phải dùng đến *plug-in*, vì bất cứ vật gì cũng có thể được gắn trong trang web qua tag `<OBJECT>`, và dùng thuộc tính `TYPE=` để xác định "*MIME type*". Điều này chỉ đúng một phần, vì các vật mà chúng ta muốn gắn vào trang web như VRML, phim ảnh, là do các hãng khác làm ra; do đó, các hãng làm browser như Microsoft và Netscape không kiểm soát được họ. Các browser chỉ có thể hiểu được các "*MIME type*" có sẵn. Các "*MIME type*" mới ra sau sẽ không được hỗ trợ bởi browser; do đó, chúng ta vẫn cần đến các *plug-in*.

<FORM>

Tag <FORM> đã được hoàn chỉnh hơn trong phiên bản 4.0. Với phiên bản 3.2 hiện nay, chúng ta không có nhiều kiểm soát đối với form. Chúng ta không làm được các nút đi tắt (shortcut) như chúng ta vẫn thường thấy trên các nhu liệu ngày nay. Chúng ta không làm cho ô điền (field) chỉ hiện ra nhưng không cho viết đè lên (protected field). Phiên bản 4.0 cho chúng ta làm được các điều đó. Chúng ta còn làm được nhiều nút mới, thay vì chỉ có hai nút **Submit** và **Reset**. Chúng ta có thể làm cho một số ô, hay nút ngưng hoạt động (disable) dựa trên các dữ kiện cho bởi độc giả. Chúng ta cũng có thể kiểm lỗi những gì độc giả đang đánh vào.

<TABLE>

Tag <TABLE> cũng đã được hoàn chỉnh. Trong phiên bản 4.0, chúng ta nhiều khả năng kiểm soát lối trình bầy bảng và nội dung bên trong bảng hơn. Chúng ta có thể sắp đặt các chữ trong ô dựa theo vị trí của một ký tự nào đó. Thí dụ, làm cho tất cả các số thập phân được sắp ngay hàng trên các dấu chấm. Chúng ta có khả năng kiểm soát từng đường kẻ giữa các hàng hay cột, qua thuộc tính RULES và FRAMES. Chúng ta có thể dùng thuộc tính mới COLGROUP để chia bảng thành nhiều nhóm. Mỗi nhóm có lối trình bầy khác nhau. Chúng ta cũng có thêm thuộc tính tag <THEAD>, <TFOOT>, và <TBODY> để chia bảng làm ba phần. Phần "header" và "footer" được giữ cố định, nhưng phần "body" thì có thể cuộn lên xuống như ở frame.

<IFRAMES>

Trong phiên bản 3.2, các frame mà chúng ta tạo ra phải dính vào một lề nào đó của màn ảnh. Trong phiên bản 4.0, chúng ta có tag mới là <IFRAME>. Tag này cho chúng ta làm một frame "nổi" (floating). Có nghĩa là chúng ta có thể đặt frame ở bất cứ nơi đâu như là chúng ta đặt hình ảnh. Thí dụ về cách dùng tag <IFRAME> như sau:

```
<IFRAME SRC="trangwebkhac.html" WIDTH=200 HEIGHT=300
  SCROLLING="auto" FRAMEBORDER="2"></IFRAME>
```

Với tag <IFRAME> này, chúng ta có thêm khả năng hiển thị nhiều hơn một trang web cùng một lúc, và tự do hơn trong việc sắp đặt vị trí của frame. Tag <IFRAME> dùng lại hầu hết các thuộc tính của tag <FRAME> ngoại trừ thuộc tính NORESIZE. Vì frame được gắn giữa trang như vậy không thể bị thay đổi kích thước.

Cascading Style Sheet

Phiên bản 4.0 hỗ trợ hầu hết các lối trình bầy dùng "Cascading Style Sheet" (CSS) mà chúng ta đã học ở chương Mười Bẩy. Chúng ta sẽ có thể thống nhất cách dùng phông chữ, mầu sắc và lối trình bầy trong tất cả các trang web chỉ với một "Cascading Style Sheet". HTML 4.0 cũng hỗ trợ "Internationalization of the HyperText Markup Language", và bảng mã ISO/IEC:10646. Từ đó, chúng ta có thể làm trang web cho nhiều ngôn ngữ mà không phải lo ngại về phông và bảng chữ.

23.4 Tóm Tắt

Ngôn ngữ thảo trang web HTML luôn thay đổi. Thông thường thì khoảng 1 năm tới 1 năm rưỡi là nó được điều chỉnh một lần bởi cơ quan W3C. Các công ty làm browser như Micrsoft và Netscape cũng không ngừng nâng cấp các browser của họ và giới thiệu tag mới. Các tag mới cho chúng ta nhiều công cụ để trình bầy trang web hơn. Tuy nhiên, sự phát triển không đồng đều giữa ngôn ngữ tiêu chuẩn HTML, và các browser đã tạo ra nhiều trở ngại hơn là lợi ích cho chúng ta. Do đó, trước khi chúng ta dùng một tag mới hay một tag chỉ được hỗ trợ bởi một browser hay một thiểu số browser, chúng ta nên cân nhắc kỹ. Trang web của chúng ta có thể sẽ đẹp hơn, "cool" hơn, nhưng đồng thời cũng đưa một số độc giả của chúng ta vào bóng tối, vì browser của họ không hỗ trợ các tag mới mà chúng ta dùng.

23.5 Câu Hỏi & Trả Lời

1. XML là gì? Nó ảnh hưởng lên HTML như thế nào?

TL: XML là chữ viết tắt của Extensible Markup Language. Đây là một bản quy định cách tạo ngôn ngữ "Markup", mà HTML là một sản phẩm của nó. XML cho chúng ta nhiều kiểm soát lên các tag hơn, nhưng cũng khó viết browser để hỗ trợ các tag của XML hơn. Do đó, HTML cũng như VRML chỉ là một bản thu hẹp của XML. Các tiến triển của HTML đều nằm trong phạm vi bản quy định XML.

2. Dynamic HTML có phải là HTML 4.0 không?

TL: Không. Dynamic HTML ám chỉ một kỹ thuật, dùng HTML, JavaScript, ActiveX hay bất kỳ một kỹ xảo nào để làm cho trang web thêm "dynamic". HTML 4.0 đã có thêm các tag làm cho trang web thêm "dynamic", nhưng HTML 4.0 vẫn là phiên bản HTML chính.

23.6 Tài Liệu Tham Khảo

[1] Neil Randall, "Web Markup Matures with HTML 4.0," PC Magazine, November 18, 1987.

[2] "Dynamic HTML: The Future of the Web," HTMLUser DHTML 101, www.zdnet.com/products/htmluser/dhtmlintro.html.

[3] Aaron Weiss, "Dynamic HTML, More Power in Your Browser?" Internet World, June 1997, pp 50-53.

[4] Wayne Edwards, "W3C Publishes Draft of HTML 4.0," PC Today, September, 1997, p.6.

[5] "Dynamic HTML," home.netscape.com/comprod/communicator/features/Dynamic_HTML.html.

[6] Aaron Weiss, "Peeling Back the Layers," Internet World, August 1997, pp. 88-91.

[7] "HTML 4.0 Press Release," www.w3.org/Press/HTML4-REC.

23.7 Tài Liệu Đọc Thêm

- "Dynamic HTML in Netscape Communicator," developer.netscape.com/library/documentation/communicator/dynhtml/index.htm.
- "Dynamic Documents," developer.netscape.com/library/documentation/htmlguid/dynamic.htm.

Phụ Lục

Phụ Lục A

TÓM TẮT CÁC LỆNH HTML

Ghi Chú: *Một số tag HTML ghi dưới đây chỉ mới được thêm vào trong bản quy định các tag HTML phiên bản 4.0. Chúng ta sẽ chú trọng tới các tag được hỗ trợ bởi hai loại browser phổ biến nhất là Microsoft Internet Explorer và Netscape. Nếu một tag hay thuộc tính được hỗ trợ bởi tất cả các browser, nó sẽ không được ghi chú gì hết. Nếu một tag hay thuộc tính chỉ được hỗ trợ bởi một loại browser hay phiên bản của browser trở đi thì sẽ được ghi chú bằng các ký hiệu viết cao, nhỏ như sau: [IE3], [IE], [N2], [N3]. IE viết tắt của Internet Explorer, N viết tắt của Netscape. Số theo sau là số phiên bản. Thí dụ, [N3] có nghĩa là được hỗ trợ bởi Netscape từ phiên bản 3.0 trở đi. Tuy nhiên, vì các browser được nâng cấp liên tục; do đó, có thể một tag được ghi ở đây là N3. Nhưng IE4 hay các phiên bản mới hơn cũng hỗ trợ nó. Tốt nhất là chúng ta nên kiểm nghiệm trên các browser để biết xác thực sự hỗ trợ của các browser.*

!--

<!-- .. -->

Các chữ được kẹp giữa hai dấu này là lời ghi chú của tác giả của trang web. Lời ghi chú có thể là một hàng, hay một đoạn văn nhiều hàng. Các browser sẽ không hiển thị các lời ghi chú này trên màn ảnh.

Thí dụ:

```
<!--Đây là một lời ghi chú.
   Lời ghi chú này sẽ không hiện ra trên màn ảnh.-->
```

!DOCTYPE

<!DOCTYPE>

Cho biết trang web dùng các tag HTML dựa trên phiên bản nào. !DOCTYPE nếu được dùng phải được đặt nơi hàng đầu tiên của trang web.

Thí dụ:

```
<!DOCTYPE HTML PUBLIC "-//W3C//DTD HTML 3.2//EN">
```

A

<A
CLASS=loại
HREF=điểm nối
ID=giá trị
NAME=tên
onClick=function
onMouseOut=function
onMouseOver=function
REL[IE3]=SAME|NEXT|PARENT|PREVIOUS
REV[IE3]=giá trị
STYLE=kiểu
TARGET=window
TITLE[IE2]=tựa>

</A>

Viết tắt của chữ "anchor" (cái neo). Bắt buộc phải có tag đóng.

CLASS=loại
: Cho biết "class" của tag này trong trang web.

HREF=điểm nối
: Xác định điểm nối tới một trang web hay một tập tin. Địa chỉ của trang web phải được viết đúng theo dạng URL. Địa chỉ của tập tin được viết giống như khi chúng ta dùng để gọi tập tin. Nếu lộ trình (path) của điểm nối không được ghi ra, browser sẽ giả dụ rằng trang web hay tập tin được ghi nơi đây ở cùng ngăn với trang web.

ID=giá trị
: Gán một giá trị để xác định phần tử này trong trang web.

NAME=tên
: Gán một tên để xác định phần tử này trong trang web.

onClick=function
: Khi nhấp chuột lên điểm nối, function được ghi ở đây sẽ được gọi.

onMouseOut=function
: Khi dời chuột ra khỏi điểm nối, function được ghi ở đây sẽ được gọi.

onMouseOver=function
: Khi đặt chuột lên điểm nối, function được ghi ở đây sẽ được gọi.

REL=SAME|NEXT|PARENT|PREVIOUS
: Xác định quan hệ giữa các điểm nối. Giá trị mặc định là SAME.

  SAME: Tác giả của trang web được nối tới cũng là tác giả của trang web này.

NEXT: Trang web được nối tới là một trang kế của trang này.
PARENT: Trang hiện tại là trang chính của trang được nối tới.
PREVIOUS: Trang web được nối tới là trang trước của trang này.

REV=giá trị
Xác định quan hệ ngược lại với REL.

STYLE=kiểu
Xác định kiểu trình bầy.

TARGET=window
Cho biết trang web được nối tới sẽ được hiển thị nơi một window hay frame khác. Nếu trang web hiện tại đang dùng FRAME, "window" ở đây sẽ là tên của một frame nào đó. Chữ "window" cần được thay thế bởi một trong những giá trị sau đây:

window: Trang web được nối tới sẽ được hiển thị nơi một window khác. Tên của "window" phải được bắt đầu bằng một chữ cái và khác 4 tên đặc biệt dưới đây.
_blank: Hiển thị trang web được nối tới trong một window mới. Window mới này sẽ không có tên.
_parent: Hiển thị trang web được nối tới nơi window "parent" của trang web hiện tại.
_self: Hiển thị trang web được nối tới trong cùng một window với trang web này.
_top: Hiển thị trang web được nối tới với toàn bộ phần khung của window. Các frame sẽ bị loại bỏ.

TITLE=tựa
Xác định tựa sẽ được hiện ra nơi thanh tựa khi điểm nối này được chọn.

Chúng ta không thể lồng (nest) một điểm nối bên trong một điểm nối.

Các thí dụ:

```
<A HREF="http://www.vnisoft.com"> Điểm nối này dẫn tới
   trang nhà của VNI.</A>

<A HREF="index.htm">Điểm nối này dẫn tới trang web
   index.htm trong cùng ngăn với trang web này.</A>

<A TARGET="benphai" HREF="noidung.htm">Điểm nối này sẽ
   hiện trang web noidung.htm nơi khung bên phải của
   frame.</A>

<A NAME="info">Dùng</A> tag này để đánh dấu một điểm
   trong trang web. Khi chúng ta muốn tạo một điểm nối
   tới điểm này chúng ta viết <A
   HREF="têntrangweb.htm#info>. Khi độc giả nhấp chuột
   lên điểm nối này, browser bắt đầu hiển thị từ đoạn văn
```

```
được đánh dấu "info" chứ không phải đoạn văn đầu tiên
của trang web.
```

ADDRESS

<ADDRESS>
</ADDRESS>

Dùng để trình bầy địa chỉ. Chữ được kẹp giữa hai tag này sẽ được viết nghiêng (italic). Bắt buộc phải có tag đóng.

Thí dụ:

```
<ADDRESS>chữ này sẽ được viết nghiêng</ADDRESS>
```

APPLET

<APPLET
ALIGN=LEFT|CENTER|RIGHT|TOP|MIDDLE|BOTTOM
ALT=alternateText
CODE=appletFile
CODEBASE=codebaseURL
DOWNLOAD=n
HEIGHT=pixels
HSPACE=pixels
NAME=appletInstancename
TITLE=text
VSPACE=pixels
WIDTH=pixels>
...
<PARAM NAME=Attributename ...>
...
</APPLET>

Cài một Java applet vào trong trang web. Bắt buộc phải có tag đóng. Applet được giả sử là nằm cùng ngăn với trang web, trừ khi thuộc tính CODEBASE= được dùng. Nếu thuộc tính CODEBASE= được dùng, nó xác định vị trí của applet.

ALIGN=LEFT|CENTER|RIGHT|TOP|MIDDLE|BOTTOM

Sắp đặt khung hiển thị Applet đối với chữ chung quanh. Giá trị mặc định là LEFT.

LEFT: Khung applet được sắp bên trái của dòng.
CENTER: Khung applet được đặt ở giữa giòng.
RIGHT: Khung applet được đặt ở bên phải của dòng.
TOP: Đỉnh của khung applet được đặt ngang với đỉnh của chữ chung quanh.
MIDDLE: Đỉnh của khung applet được đặt ngang với điểm giữa của chữ chung quanh.

BOTTOM: Đáy của khung applet được đặt ngang với đáy của chữ chung quanh.

ALT=alternateText
Xác định chữ sẽ được dùng khi browser không hỗ trợ Java.

CODE=appletFile
Xác định tên của Java applet.

CODEBASE=codebaseURL
Xác định ngăn gốc của Java applet.

DOWNLOAD=n
Xác định thứ tự để được lấy xuống.

HEIGHT=pixels
Xác định bề cao của khung hiển thị applet, tính bằng ảnh tố.

HSPACE=pixels
Xác định khoảng cách hai bên khung applet, tính bằng ảnh tố.

NAME=appletInstanceName
Xác định tên của một applet đối với các applet khác trong cùng một trang web.

PARAM NAME=AttributeName
Các trị số sẽ được chuyển tới applet. Chúng ta có thể không có, có một, hay nhiều PARAM NAME= bên trong tag mở của APPLET.

TITLE=text
Xác định tựa cho applet.

VSPACE=pixels
Xác định khoảng cách bên trên khung applet, tính bằng ảnh tố.

WIDTH=pixels
Xác định bề rộng của khung hiển thị applet, tính bằng pixel.

Thí dụ:

```
<APPLET CODEBASE="applets/javaapps"
       CODE=JavaDemo.class
       WIDTH=100
       HEIGHT=200>

<PARAM NAME=text value="một giá trị nào đó.">

<IMG SRC=logo.gif ALT="Huy hiệu">

</APPLET>
```

AREA

<AREA
ALT=chữ

CLASS=loại
COORDS=tọa độ
HREF=url
ID=giá trị
NAME[N3]=giá trị
NOHREF
NOTAB[IE2]
onMouseOut[N3]=function
onMouseOver[N3]=function
SHAPE=dạng
STYLE=css1 properties
TABINDEX[IE2]=n
TARGET=window
TITLE[IE2]=tựa>

Xác định hình dạng của điểm nóng trên một bức hình, dùng phương pháp "Client-side".

ALT=chữ
: Xác định chữ được hiện ra trong trường hợp browser không hỗ trợ hình ảnh.

CLASS=loại
: Cho biết bức hình thuộc loại nào.

COORDS=tọa độ
: Xác định các tọa độ của điểm nóng.

HREF=url
: Xác định trang web được nối tới tại điểm nóng.

ID=giá trị
: Gán một giá trị để xác định điểm nóng trong trang web.

NAME=tên
: Gán một giá trị để xác định điểm nóng trong trang web.

NOHREF
: Cho biết nếu nhấp chuột vào vị trí này sẽ không có gì xảy ra.

NOTAB
: Không tính khu này trong thứ tự của nút tab.

onMouseOut=function
: Khi dời chuột ra khỏi điểm nối, function được ghi ở đây sẽ được gọi.

onMouseOver=function
: Khi đặt chuột lên điểm nối, function được ghi ở đây sẽ được gọi.

SHAPE=dạng

Cho biết dạng của điểm nóng. Dạng phải là một trong những giá trị sau đây:

RECT: Hình chữ nhật, cần bốn tọa độ x1, y1, x2, và y2. Đây là dạng mặc định.
RECTANGLE: Hình chữ nhật, cần bốn tọa độ x1, y1, x2, và y2.
CIRC: Hình tròn, cần hai tọa độ của tâm điểm: centerx, centery, và bán kính.
CIRCLE: Hình tròn, cần hai tọa độ của tâm điểm: centerx, centery, và bán kính (radius).
POLY: Hình đa giác, cần ít nhất là 3 cặp tọa độ.
POLYGON: Hình đa giác, cần ít nhất là 3 cặp tọa độ.

STYLE=css1 properties

Xác định lối trình bầy.

TABINDEX=n

Xác định vị trí trong thứ tự ngừng của nút Tab.

TARGET=window

Cho biết trang web được nối tới sẽ được hiển thị nơi một window hay frame khác. Nếu trang web hiện tại đang dùng FRAME, "window" ở đây sẽ là tên của một frame nào đó. Chữ "window" cần được thay thế bởi một trong những giá trị sau đây:

window: Trang web được nối tới sẽ được hiển thị nơi một window khác. Tên của "window" phải được bắt đầu bằng một chữ cái và khác 4 tên đặc biệt dưới đây.
_blank: Hiển thị trang web được nối tới trong một window mới. Window mới này sẽ không có tên.
_parent: Hiển thị trang web được nối tới nơi window "parent" của trang web hiện tại.
_self: Hiển thị trang web được nối tới trong cùng một window với trang web này.
_top: Hiển thị trang web được nối tới với toàn bộ phần khung của window. Các frame sẽ bị loại bỏ.

TITLE=chữ

Xác định lời ghi chú khi khung giúp đỡ được hiện ra.

Các thí dụ:

```
<AREA SHAPE="RECT" COORDS="10, 3, 90, 75"
  HREF="http://www.vnisoft.com">

<AREA SHAPE="RECT" COORDS="10, 3, 90, 75" NOHREF>

<AREA TARGET="khungphải" HREF="home.htm" SHAPE="CIRC"
  COORDS="100, 100, 40">
```

B

<B>
</B>

Chữ được kẹp giữa hai tag này sẽ được làm đậm.

Thí dụ:

```
<B>Các chữ này được viết đậm.</B>
```

BASE

<BASE
HREF=url
TARGET=window>

Xác định URL đến ngăn gốc của trang web.

HREF=url
Xác định URL của trang web.

TARGET=window
Cho biết trang web được nối tới sẽ được hiển thị nơi một window, hay frame khác. Nếu trang web hiện tại đang dùng FRAME, "window" ở đây sẽ là tên của một frame nào đó. Chữ "window" cần được thay thế bởi một trong những giá trị sau đây:

window: Trang web được nối tới sẽ được hiển thị nơi một window khác. Tên của "window" phải được bắt đầu bằng một chữ cái và khác 4 tên đặc biệt dưới đây.
_blank: Hiển thị trang web được nối tới trong một window mới. Window mới này sẽ không có tên.
_parent: Hiển thị trang web được nối tới nơi window "parent" của trang web hiện tại.
_self: Hiển thị trang web được nối tới trong cùng một window với trang web này.
_top: Hiển thị trang web được nối tới với toàn bộ phần khung của window. Các frame sẽ bị loại bỏ.

Các thí dụ:

```
<BASE HREF="http:// www.vnisoft.com/index.htm">

<BASE HREF="http:// www.vnisoft.com/index.htm"
  TARGET="khungphai">
```

BASEFONT

<BASEFONT
COLOR=tên mầu
NAME=tên
SIZE=n>

Xác định các giá trị của phông chữ căn bản. Các giá trị này sẽ được dùng nếu các chữ trong trang web không được định dạng (format) bởi "style sheet", hay tag <FONT>.

COLOR=tên mầu
  Xác định mầu của chữ.

NAME=tên
  Xác định tên của phông chữ.

SIZE=n
  Xác định cỡ chữ của phông chữ. Số n là từ 1 tới 7. Giá trị mặc định là 3. 1 là nhỏ nhất, 7 là lớn nhất. Nếu trong trang web chúng ta đổi cỡ chữ của phông chữ theo lối tương đối (relative), thí dụ <FONT SIZE=+3>, cỡ chữ này dựa trên phông chữ căn bản chúng ta ghi ở đây.

Thí dụ:

```
<BASEFONT SIZE=2>Chữ này có cỡ chữ là 2.
<FONT SIZE=+4>Chữ này có cỡ chữ là 6.</FONT>
<FONT SIZE=-1>Chữ này có cỡ chữ là 1.</FONT>
```

BGSOUND[IE2]

<BGSOUND
LOOP=n
SRC=url>

Dùng nhạc làm nhạc đệm cho trang web. Các dạng nhạc căn bản là .WAV, .AU hay MIDI.

LOOP=n
  Xác định bản nhạc sẽ được lập lại mấy lần. Nếu LOOP=-1, hay LOOP=INFINITE bản nhạc sẽ được lập lại mãi mãi (indefinitely).

SRC=url
  Xác định địa chỉ của tập tin nhạc.

BIG

<BIG>
</BIG>

Tăng cỡ chữ lên một cỡ.

Thí dụ:

```
<BIG>Chữ này sẽ lớn hơn chữ chung quanh nó.</BIG>
```

BLINK

<BLINK>
</BLINK>

Nhấp nháy chữ.

Thí dụ:

```
<BLINK>Chữ này được nhấp nháy.</BLINK>
```

BLOCKQUOTE

<BLOCKQUOTE>
</BLOCKQUOTE>

Thụt vào lề cả hai bên lề trái và phải. Bắt buộc phải có tag đóng. Tag này được dùng để ghi các lời trích dẫn. Tag này cũng được dùng để tạo ảnh hưởng thụt vào lề.

Thí dụ:

```
<P>Đọc lời trích dẫn sau đây:
  <BLOCKQUOTE>"Lời trích"</BLOCKQUOTE>
```

BODY

<BODY
ALINK=tên mầu
BACKGROUND=url
BGCOLOR=tên nầu
BGPROPERTIES[IE2]=FIXED
CLASS=loại
ID=giá trị
LEFTMARGIN[IE2]=n
LINK=tên mầu
onBlur=function
onFocus=function
onLoad=function
onUnLoad=function
LANG[N4]=iso
STYLE=css1 properties
TEXT=tên mầu
TOPMARGIN[IE2]=n
VLINK=tên mầu>

</BODY>

Đánh dấu điểm bắt đầu và chấm dứt của phần nội dung. Chúng ta cũng dùng tag này để đổi mầu chữ, nền, dùng hình ảnh làm nền, xác định lề trên và lề trái của trang web. Bắt buộc phải có tag đóng.

ALINK=tên mầu
: Xác định mầu của đểm nối khi con trỏ (cursor) nằm ngay trên điểm nối.

BACKGROUND=url
Xác định địa chỉ của bức hình được dùng làm hình nền.

BGCOLOR=tên mầu
Đổi mầu của nền của trang web. Tên mầu có thể được ghi bằng số hệ thập lục phân, số hệ thập phân hay tên bằng chữ. Hãy xem thêm nơi phụ lục B.

BGPROPERTIES=FIXED
Cho biết hình dùng làm hình nền sẽ được giữ yên một chỗ, không lập lại khi trang web được cuộn qua trang khác.

CLASS=loại
Cho biết loại định dạng nào sẽ được dùng.

ID=giá trị
Gán một giá trị để xác định phần tử này trong trang web.

onBlur=function
Khi window không được chọn (lost focus), function được ghi ở đây sẽ được gọi.

onFocus=function
Khi window được chọn (has focus), function được ghi ở đây sẽ được gọi.

onLoad=function
Khi trang web vừa được lấy xuống, function được ghi ở đây sẽ được gọi.

onUnLoad=function
Khi trang web bị thay thế, function được ghi ở đây sẽ được gọi.

LANG[N4]=iso
Cho biến tên của bảng mẫu tự, theo tiêu chuẩn ISO, sẽ được dùng.

LEFTMARGIN=n
Xác định lề trái của trang web. Thay thế giá trị mặc định đang được dùng. Nếu số n bằng không, lề trái sẽ là cạnh trái của khung.

LINK=tên mầu
Xác định mầu của điểm nối khi chưa được gọi lần nào. Tên mầu có thể được ghi bằng số hệ thập lục phân, số hệ thập phân hay tên bằng chữ. Hãy xem thêm nơi phụ lục B.

STYLE=css1 properties
Xác định lối trình bầy.

TEXT=tên mầu
Xác định mầu của chữ trong trang web. Tên mầu có thể được ghi bằng số hệ thập lục phân, số hệ thập phân hay tên bằng chữ. Hãy xem thêm nơi phụ lục B.

TOPMARGIN=n

Xác định lề trên của trang web. Thay thế giá trị mặc định đang được dùng. Nếu số n bằng không, lề trên sẽ là đỉnh của khung.

VLINK=tên mầu

Xác định mầu của điểm nối khi đã được đến một lần. Tên mầu có thể được ghi bằng số hệ thập lục phân, số hệ thập phân hay tên bằng chữ. Hãy xem thêm nơi phụ lục B.

Các thí dụ:

```
<BODY BACKGROUND="hìnhnền.gif" BGPROPERTIES=FIXED
  BGCOLOR=#FFFFFF TEXT=#000000 LINK=#ff6600
  VLINK=#330099>

<HTML><BODY>Phần nội dung của trang web</BODY></HTML>
```

BR

<BR
CLASS=loại
CLEAR=NONE|LEFT|RIGHT|ALL>

Xuống hàng nhưng không bắt đầu một đoạn văn mới. Khoảng cách giữa các hàng vẫn nhỏ như nhau.

CLASS=loại

Cho biết "class" của tag này trong trang web.

CLEAR=NONE|LEFT|RIGHT|ALL

Xuống hàng và chừa trống cho đến khi lề được hiện ra. Giá trị mặc định là NONE.

NONE: Chữ theo sau sẽ ở ngay hàng dưới.
LEFT: Chữ theo sau sẽ ở ngay hàng dưới khi nào lề trái của trang web hiện ra.
RIGHT: Chữ theo sau sẽ ở ngay hàng dưới khi nào lề phải của trang web hiện ra.
ALL: Chữ theo sau sẽ ở ngay hàng dưới khi nào cả hai lề trái và lề phải của trang web hiện ra.

Thí dụ:

```
<P>Tên:<BR>
  Địa Chỉ:</P>
```

CAPTION

<CAPTION
ALIGN=CENTER|LEFT|RIGHT|BOTTOM^{N3}|TOP^{N3}
VALIGN^{IE2}=TOP|BOTTOM>

</CAPTION>

Xác định lời ghi chú cho một bảng (table). Tag này chỉ được dùng bên trong cặp tag <TABLE> và </TABLE>. Bắt buộc phải có tag đóng.

ALIGN=CENTER|LEFT|RIGHT

Sắp đặt lời ghi chú nơi bảng. Giá trị mặc định là CENTER.

CENTER: Lời ghi chú được ghi ở giữa.
LEFT: Lời ghi chú được ghi ở bên trái.
RIGHT: Lời ghi chú được ghi ở bên phải.
TOP: Lời ghi chú được ghi ở trên bảng.
BOTTOM: Lời ghi chú được ghi ở dưới bảng.

VALIGN=TOP|BOTTOM

Sắp đặt lời ghi chú nơi bảng. Giá trị mặc định là TOP.

TOP: Lời ghi chú được ghi ở trên bảng.
BOTTOM: Lời ghi chú được ghi ở dưới bảng.

Thí dụ:

```
<TABLE>
   <CAPTION VALIGN=BOTTOM>
      Lời ghi chú này được ghi bên dưới bảng.
   </CAPTION>
   <TR>
    ....
   </TR>
</TABLE>
```

CENTER

<CENTER>
</CENTER>

Đặt chữ và hình, được kẹp ở giữa hai tag này, ở giữa dòng. Bắt buộc phải có tag đóng.

Thí dụ:

```
<CENTER>Hàng chữ này được đặt ở giữa dòng</CENTER>
```

CITE

<CITE>
</CITE>

Dùng để ghi lời trích dẫn. Bắt buộc phải có tag đóng.

Thí dụ:

```
<CITE>Lời trích dẫn</CITE>
```

CODE

<CODE>
</CODE>

Ghi thí dụ của các mã thảo chương. Phần mã được ghi bằng chữ nhỏ. Phông chữ mặc định là phông chữ dạng cố định. Bắt buộc phải có tag đóng.

Thí dụ:

```
<CODE>Chữ được ghi nhỏ và bằng phông chữ dạng cố
   định.</CODE>
```

COL[IE2]

<COL
ALIGN=LEFT|CENTER|RIGHT
SPAN=n>

Xác định thuộc tính của một hay nhiều cột. Dùng chung với tag COLGROUP để xác định thuộc tính cho các cột trong nhóm cột. Tag này chỉ có giá trị nếu được dùng bên trong một bảng. Không cần tag đóng. Microsoft cũng không khuyến khích dùng tag đóng cho tag này. Ảnh hưởng tạo ra bởi các thuộc tính được xác định nơi tag này sẽ thay các ảnh hưởng tạo ra bởi các thuộc tính của tag <COLGROUP>.

ALIGN=CENTER|LEFT|RIGHT

Xác định vị trí của chữ bên trong cột. Giá trị mặc định là CENTER.

CENTER: Chữ được đặt ở giữa cột.
LEFT: Chữ được đặt bên lề trái của cột.
RIGHT: Chữ được đặt bên lề phải của cột.

SPAN=n

Cho biết các thuộc tính sẽ có ảnh hưởng lên bao nhiêu cột.

Thí dụ:

```
<TABLE>
   <COLGROUP>
      <COL ALIGN=RIGHT>
      <COL ALIGN=LEFT>
   <COLGROUP>
      <COL ALIGN=CENTER>
   <TBODY>
      <TR>
      <TD>Cột đầu tiên trong nhóm và chữ được sắp đặt theo
   lề phải.</TD>
      <TD>Cột thứ hai trong nhóm và chữ được sắp đặt theo
   lề trái.</TD>
```

```
    <TD>Cột này thuộc về nhóm khác và chữ được sắp đặt
nơi giữa cột.</TD>
    </TR>
  </TABLE>
```

COLGROUP[IE2]

<COLGROUP
HALIGN=CENTER|LEFT|RIGHT
SPAN=n
VALIGN=MIDDLE|TOP|BOTTOM
WIDTH=n>

Xác định thuộc tính của một hay nhiều cột. Tag này chỉ có giá trị nếu được dùng bên trong một bảng. Không cần tag đóng. Microsoft cũng không khuyến khích dùng tag đóng cho tag này. Nếu các cột bên trong nhóm được trình bầy khác nhau, có các thuộc tính khác nhau, chúng ta nên dùng thêm tag <COL> để ghi thuộc tính cho từng cột.

HALIGN=CENTER|LEFT|RIGHT

Xác định vị trí của chữ bên trong cột theo bề ngang. Giá trị mặc định là CENTER.

CENTER: Chữ được đặt ở giữa cột.
LEFT: Chữ được đặt bên lề trái của cột.
RIGHT: Chữ được đặt bên lề phải của cột.

SPAN=n

Cho biết các thuộc tính sẽ có ảnh hưởng lên bao nhiêu cột. "n" là một số nguyên dương.

VALIGN=MIDDLE|TOP|BOTTOM

Xác định vị trí của chữ bên trong cột theo bề dọc. Giá trị mặc định là MIDDLE.

MIDDLE: Chữ được đặt ở giữa cột.
TOP: Chữ được đặt ở từ cạnh trên của cột.
BOTTOM: Chữ được đặt ở sát cạnh đáy của cột.

WIDTH=n

Cho biết bề rộng của cột, tính bằng ảnh tố hay phần trăm.

Thí dụ:

```
<TABLE>
  <COLGROUP ALIGN=RIGHT>
  <COLGROUP SPAN=2 ALIGN=LEFT>
  <TBODY>
    <TR>
    <TD>Cột này là của nhóm đầu tiên và chữ được sắp
  đặt theo lề phải.</TD>
```

```
<TD>Cột này là của nhóm thứ hai và chữ được sắp đặt theo lề phải.</TD>
<TD>Cột này là của nhóm thứ hai và chữ được sắp đặt theo lề phải.</TD>
</TR>
</TABLE>
```

COMMENT[IE2]

<COMMENT>
</COMMENT>

Dùng để ghi chú. Browser sẽ không hiển thị những lời ghi chú kẹp giữa hai tag này. Tag này được giữa lại để bảo đảm sự thích nghi với các browser cũ. Các phiên bản mới dùng tag <!-- .. --> để ghi chú.

Thí dụ:

```
<COMMENT>Lời ghi chú.</COMMENT>
```

DD

<DD
CLASS=loại
ID=giá trị
STYLE=css1 properties>

Dùng để ghi lời giải nghĩa cho một từ. Lời giải nghĩa sẽ được thụt vào đầu dòng.

CLASS=loại
    Cho biết "class" của tag này trong trang web.

ID=giá trị
    Gán một giá trị để xác định phần tử này trong trang web.

STYLE=css1 properties
    Xác định lối trình bầy.

Thí dụ:

```
<DL>
  <DT>Cẩm Nang Lên Lưới
    <DD>Sách căn bản về Internet của Vũ Quốc Dũng
  <DT>VNI
    <DD>Công ty nhu liệu tiếng Việt
</DL>
```

DFN

<DFN>
</DFN>

Xác định một định nghĩa.

Thí dụ:

```
<DFN>ISP là chữ viết tắt của Internet Service
   Provider.</DFN>
```

DIR

<DIR
COMPACT>

</DIR>

Xác định một danh mục. Mỗi mục bên trong danh mục được đánh dấu bằng tag <LI>. Bắt buộc phải có tag đóng.

COMPACT
: Giảm khoảng cách giữa các hàng bên trong danh mục.

Thí dụ:

```
<DIR>
   <LI>Cam
   <LI>Táo
   <LI>Mận
   <LI>Bưởi
</DIR>
```

DIV

<DIV
ALIGN=LEFT|CENTER|RIGHT|JUSTIFY[IE2]
CLASS=loại
ID=giá trị
LANG=iso
NOWRAP[IE2]
STYLE[N4]=css1 properties>

</DIV>

Đánh dấu một phần (division) của trang web. Thí dụ, một chương, một phụ lục, tiểu mục. Bắt buộc phải có tag đóng.

ALIGN=LEFT|CENTER|RIGHT|JUSTIFY
: Xác định cách sắp đặt theo bề ngang của trang web. Giá trị mặc định là LEFT.

  LEFT: Các chữ được sắp đều lề trái.
  CENTER: Các chữ được sắp giữa dòng.
  RIGHT: Các chữ được sắp đều lề phải.
  JUSTIFY: Các chữ được sắp đều hai bên lề.

CLASS=loại
: Cho biết "class" của tag này trong trang web.

ID=giá trị
Gán một giá trị để xác định phần tử này trong trang web.

LANG=iso
Cho biết ngôn ngữ được dùng. iso ở đây là số mã của ngôn ngữ theo tiêu chuẩn của ISO.

NOWRAP
Cho biết browser đừng tự xuống dòng các dòng chữ dài hơn bề rộng của trang web.

STYLE=css1 properties
Xác định lối trình bầy.

Thí dụ:

```
<DIV>
  Dòng chữ này là một phần của trang web.
</DIV>
<DIV ALIGN=CENTER>
  Đây là một phần khác của trang web. Phần này được đặt
  giữa dòng.
</DIV>
```

DL

<DL
CLASS=loại
COMPACT
ID=giá trị
STYLE=css1 properties>

</DL>

Xác định nhóm chữ được ghi bên trong là một danh sách các định nghĩa (definition list). Các mục bên trong danh sách này sẽ được ghi bởi tag <DT> (directory term--chữ được định nghĩa) và tag <DD> (directory definition--lời giải nghĩa). Các lời giải nghĩa sẽ được thụt vào hàng. Bắt buộc phải có tag đóng.

Xem thêm các tag <DT> và <DD> để biết cách viết các chữ được định nghĩa và lời giải nghĩa.

CLASS=loại
Cho biết "class" của tag này trong trang web.

ID=giá trị
Gán một giá trị để xác định phần tử này trong trang web.

COMPACT
Giảm khoảng cách giữa các hàng bên trong danh sách.

STYLE=css1 properties
Xác định lối trình bầy.

Thí dụ:

```
<DL>
   <DT>WebEye
      <DD>Nhu liệu xem trang web tiếng Việt.
   <DT>WebNote
      <DD>Nhu liệu viết điện thư tiếng Việt.
</DL>
```

DT

<DT>

Xác định một chữ cần được định nghĩa. Được dùng với tag <DL>.

Thí dụ:

```
<DL>
   <DT>WebEye
      <DD>Nhu liệu xem trang web tiếng Việt.
   <DT>WebNote
      <DD>Nhu liệu viết điện thư tiếng Việt.
</DL>
```

EM

<EM>
</EM>

Nhấn mạnh một nhóm chữ. Các browser thường ghi nhóm chữ này ở dạng nghiêng (italic). Bắt buộc phải có tag đóng.

Thí dụ:

```
<EM>Chữ này được nhấn mạnh bằng cách viết nghiêng.</EM>
```

EMBED

<EMBED
HEIGHT=n
NAME=tên
[optional parameter="giá trị"]
PALETTE[IE3]=#rgb|#rgb
SRC=url
UNITS[IE3]=PIXELS|EN
WIDTH=n>

</EMBED>

Đặt một "object" vào trang web. Microsoft gợi ý dùng tag <OBJECT> để đặt một "object" vào trang web. Tag <EMBED> được dùng để thích nghi với các browser cũ. Tuy nhiên, Nescape vẫn dùng tag này thay vì tag <OBJECT>. Bắt buộc phải có tag đóng.

HEIGHT=n
: Xác định bề cao, tính bằng ảnh tố (pixel). "n" là một số nguyên dương.

NAME=tên
: Đặt tên cho "object".

optional parameter="giá trị"
: Xác định các trị số không bắt buộc phải có cho "object". Nhóm thuộc tính này thay đổi theo từng loại "plug-in". Thí dụ, khi dùng tag <EMBED> để gắn nhạc RealAudio, RealAudio giới thiệu các thuộc tính mới như AUTOSTART, LOOP, CONTROLS. Trong thí dụ dưới, AUTOSTART và PLAYBACK là các thuộc tính được giới thiệu thêm, và không bắt buộc phải có. Muốn biết thêm về các thuộc tính mới này, chúng ta phải theo dõi các gợi ý của các plug-in.

PALETTE=#rgb|#rgb
: Chọn mầu cho tiền cảnh (foreground) và nền (background). Nhóm rgb đầu xác định mầu cho tiền cảnh. Nhóm rgb thứ hai xác định mầu cho nền. Thí dụ: PALETTE=#aa0000|#001100 xác định mầu cho tiền cảnh là đỏ và mầu cho nền là xanh lá cây. Xem thêm về cách ghi mầu ở phụ lục B.

SRC=url
: Xác định tên của tập tin cung cấp dữ kiện cho "object".

UNITS=PIXELS|EN
: Xác định đơn vị sẽ được dùng cho các thuộc tính HEIGHT= và WIDTH=.

  PIXELS: là giá trị mặc định.
  EN: Bằng nửa kích thước của chữ. Thí dụ, nếu cỡ chữ là 10 point thì EN bằng 5 point.

WIDTH=n
: Xác định bề rộng của khung chứa object, tính bằng ảnh tố (pixels).

Thí dụ:

```
<EMBED SRC="phim.avi" WIDTH=80 HEIGHT=170
  AUTOSTART="TRUE" PLAYBACK="FALSE">
```

FONT

<FONT
COLOR=tên mầu
FACE=tên phông chữ
POINT_SIZE[N4]=n
SIZE[IE2]=n
WEIGHT[N4]=n>

Xác định cỡ, kiểu, và mầu của chữ.

COLOR=tên mầu
: Xác định tên mầu. Tên mầu có thể được ghi bằng số hệ thập lục phân, số hệ thập phân hay tên bằng chữ. Hãy xem thêm nơi phụ lục B.

FACE="tên [,tên2[,tên3]]"
: Xác định các kiểu phông chữ. Chúng ta có thể chọn một danh sách các phông chữ. Nếu máy có phông thứ nhất thì phông đó sẽ được dùng. Nếu không, phông chữ kế tiếp sẽ được dùng. Nếu máy không có các phông chữ như đã ghi ở đây, một phông mặc định sẽ được dùng. Phông mặc định này được chọn bởi độc giả, nơi browser.

POINT-SIZE=n
: Xác định chính xác cỡ chữ, tính bằng "point-size".

SIZE=n
: Xác định cỡ phông từ 1 tới 7 (7 là lớn nhất). 3 là giá trị mặc định. Dấu cộng hay dấu trừ cũng được dùng để cho biết cỡ chữ tương đối so với BASEFONT hiện tại. Mỗi một lần đổi cỡ chữ dùng lối tương đối, cỡ chữ đều được tính từ BASEFONT. Do đó, nếu chúng ta ghi hai <FONT SIZE="+1"> liền nhau cỡ chữ vẫn là +1 chứ không phải +2.

WEIGHT=n
: Xác định độ đậm lợt của phông chữ. Số "n" là một trong các số sau đây: 100, 200, 300, 400, 500, 600, 700, 800, 900. Độ đậm trung bình là 400.

Thí dụ:

```
<FONT FACE="VNI-Times, VNI Times" COLOR="Brown"
   SIZE=+1>Chữ này được đổi phông chữ, mầu chữ và cỡ
   chữ.</FONT>
```

FORM

<FORM
ACTION=url
ENCTYPE[N3]=MINEtype

METHOD=GET|POST
NAME[N3]=tên
onSubmit=function
onReset[N3]=function
TARGET[IE3]=window>

</FORM>

Cho biết đây là một form. Bắt buộc phải có tag đóng.

ACTION=url
Xác định thảo trình CGI ở sẽ được dùng để xử lý các dữ kiện từ form. Nếu không được xác định, trang web chứa form này sẽ được dùng.

ENCTYPE=MINEtype
Xác định loại MINE type của của các dữ kiện sẽ được gửi đi. Dùng chung với METHOD=POST. MINE type phải là một trong hai loại sau đây:

application/x-www-form-urlencoded: Đây là giá trị mặc định.
multipart/form-data: Được dùng khi INPUT TYPE=FILE.

METHOD=GET|POST
Chọn cách gửi dữ kiện từ form về máy chủ. Giá trị mặc định là GET.

GET: Kèm các dữ kiện vào địa chỉ URL giống như khi chúng ta nhấp chuột vào điểm nối.
POST: Gửi dữ kiện như là một tập tin đính kèm.

NAME=tên
Gán cho form một tên để có thể tham chiếu từ JavaScript.

onSubmit=function
Khi nút Submit được nhấn xuống, function được ghi ở đây sẽ được gọi.

onReset=function
Khi nút Reset được nhấn xuống, function được ghi ở đây sẽ được gọi.

TARGET=window
Cho biết trang web được nối tới sẽ được hiển thị nơi một window hay frame khác. Nếu trang web hiện tại đang dùng FRAME, "window" ở đây sẽ là tên của một frame nào đó. Chữ "window" cần được thay thế bởi một trong những giá trị sau đây:

window: Trang web được nối tới sẽ được hiển thị nơi một window khác. Tên của "window" phải được bắt đầu bằng một chữ cái và khác 4 tên đặc biệt dưới đây.
_blank: Hiển thị trang web được nối tới trong một window mới. Window mới này sẽ không có tên.

_parent: Hiển thị trang web được nối tới nơi window "parent" của trang web hiện tại.
_self: Hiển thị trang web được nối tới trong cùng một window với trang web này.
_top: Hiển thị trang web được nối tới với toàn bộ phần khung của window. Các frame sẽ bị loại bỏ.

Thí dụ:

```
<FORM TARGET="khung phải"
  ACTION="http://www.vnisoft.com/cgi-bin/get">
  ...
</FORM>
```

FRAME

<FRAME
ALIGN[IE3]=LEFT|CENTER|RIGHT|TOP|BOTTOM
FRAMEBORDER=1|0[IE3] hay yes|no[N3]
BORDERCOLOR[N3]=tên mầu
MARGINHEIGHT=height
MARGINWIDTH=width
NAME=tên
NORESIZE
SCROLLING=yes|no hay auto[N3]
SRC=address>

Xác định một khung trong bộ frame. Không có tag đóng.

ALIGN=LEFT|CENTER|RIGHT|TOP|BOTTOM

Xác định vị trí của khung đối với các chữ chung quanh nó. Giá trị mặc định là LEFT.

LEFT: Khung sẽ được vẽ sát bên trái. Chữ sẽ được viết tiếp bên phải của khung.
CENTER: Các chữ chung quanh khung sẽ được đặt ngang với đường ngang qua điểm giữa của khung.
RIGHT: Khung sẽ được vẽ sát bên phải. Chữ sẽ được viết tiếp bên trái của khung.
TOP: Các chữ chung quanh sẽ được sắp bắt đầu từ đỉnh của khung.
BOTTOM: Các chữ chung quanh sẽ được sắp bắt đầu từ đáy của khung.

FRAMEBORDER=1|0 hay (yes|no)

Kẻ đường viền chung quanh khung nếu giá trị là 1 hay "yes". Bỏ đường viền nếu giá trị bằng 0 hay "no".

BORDERCOLOR=tên mầu

Xác định tên mầu. Chỉ có hiệu lực khi dùng chung với

FRAMEBORDER=yes. Tên mầu có thể được ghi bằng số hệ thập lục phân, số hệ thập phân hay tên bằng chữ. Hãy xem thêm nơi phụ lục B.

MARGINHEIGHT=height
Xác định bề cao của khung, tính bằng ảnh tố (pixels).

MARGINWIDTH=width
Xác định bề rộng của khung, tính bằng ảnh tố (pixels).

NAME=tên
Đặt tên cho khung.

NORESIZE
Cho browser biết là không cho phép độc giả đổi kích thước của khung đã được định sẵn.

SCROLLING=yes|no|auto
Hiển thị, hay không hiển thị thanh cuộn nơi khung. Netscape dùng thêm giá trị auto. Auto có nghĩa là thanh cuộn sẽ hiện ra khi cần thiết.

SRC=address
Địa chỉ của trang web sẽ được hiển thị nơi khung.

Thí dụ:

```
<FRAME FRAMEBORDER=0 SCROLLING=NO SRC="mụclục.htm">
```

FRAMESET

<FRAMESET
BORDER[N3]=n
BORDERCOLOR[N3]=tên mầu
COLS=col-widths
FRAMEBORDER[IE3]=1|0 hay yes|no[N3]
FRAMESPACING[IE3]=spacing
onBlur[N3]=function
onFocus[N3]=function
onLoad[N3]=function
onUnload[N3]=function
ROWS=row-heights>

</FRAMESET>

Cho biết trang web sẽ dùng khung. Chúng ta có thể dùng tag <FRAMESET> bên trong tag <FRAMESET> để tạo khung bên trong khung. Bắt buộc phải có tag đóng.

BORDER=n
Xác định bề dầy của đường viềng chung quanh khung, tính bằng ảnh tố (pixels). Giá trị mặc định là 5.

BORDERCOLOR=tên mầu

Xác định tên mầu. Chỉ có hiệu lực nếu khung có đường viền. Tên mầu có thể được ghi bằng số hệ thập lục phân, số hệ thập phân hay tên bằng chữ. Hãy xem thêm nơi phụ lục B.

COLS=col-widths

Chia các khung theo cột. Xác định số cột bằng số con số ghi nơi đây. Kích thước của các cột được ghi bằng số phần trăm (%), số ảnh tố (pixels), hay dấu *.

FRAMEBORDER=1|0 hay yes|no

Kẻ đường viền chung quanh khung nếu giá trị là 1, hay "yes". Bỏ đường viền nếu giá trị bằng 0, hay "no".

FRAMESPACING=spacing

Chừa khoảng trống giữa các khung, tính bằng ảnh tố (pixels).

onBlur=function

Khi frame không được chọn (lost focus), function được ghi ở đây sẽ được gọi.

onFocus=function

Khi frame được chọn (has focus), function được ghi ở đây sẽ được gọi.

onLoad=function

Khi frame vừa được điền nội dung, function được ghi ở đây sẽ được gọi.

onUnLoad=function

Khi frame bị thay thế nội dung, function được ghi ở đây sẽ được gọi.

ROWS=row-heights

Chia các khung theo hàng. Xác định số hàng bằng số con số ghi nơi đây. Kích thước của các hàng được ghi bằng số phần trăm (%), số ảnh tố (pixels), hay dấu *.

Hai thuộc tính FRAMEBORDER= và FRAMESPACING= thừa hưởng giá trị từ tag <FRAMESET>. Chúng ta chỉ cần ghi nó một lần cho tag <FRAMESET> ngoài cùng. Ảnh hưởng của nó sẽ có hiệu lực với tất cả các <FRAME> ghi bên trong. Dấu * có nghĩa là "phần còn lại".

Thí dụ:

```
<FRAMESET SCROLLING=YES COLS="30%, *">
  <FRAME SRC="mụclục.htm">
  <FRAME SCROLLING="YES" SRC="nộidung.htm"
  FRAMESPACING=3>

</FRAMESET>
```

Hn

<Hn
ALIGN=LEFT|CENTER|RIGHT>

</Hn>

Ghi tựa lớn. Tag đóng bắt buộc phải có.

n
: Xác định cỡ tựa. Số n đi từ 1 tới 6. H1 là lớn nhất. H6 là nhỏ nhất.

ALIGN=LEFT|CENTER|RIGHT
: Sắp đặt tựa theo bề ngang của dòng. Giá trị mặc định là LEFT.

  LEFT: Tựa được ghi sát lề trái.
  CENTER: Tựa được đặt giữa hàng.
  RIGHT: Tựa được ghi sát lề phải.

Thí dụ:

```
<H1>WebEye, Mắt Việt Xuyên Mạng</H1>
```

HEAD

<HEAD>
</HEAD>

Đánh dấu phần đầu của trang web. Bắt buộc phải có tag đóng.

Thí dụ:

```
<HEAD>
   <TITLE>Cam Nang Len Luoi</TITLE>

</HEAD>
```

HR

<HR
ALIGN=LEFT|CENTER|RIGHT
CLASS=loại
COLOR[IE2]=tên mầu
ID=giá trị
NOSHADE
SIZE=n
STYLE=css1 properties
WIDTH=n>

Kẻ một đường ngang.

ALIGN=CENTER|LEFT|RIGHT
: Sắp đặt đường kẻ ngang trong hàng. Giá trị mặc định là CENTER.

CENTER: Đường kẻ được vẽ giữa hàng.
LEFT: Đường kẻ được vẽ từ lề trái.
RIGHT: Đường kẻ được vẽ từ lề phải.

COLOR=tên mầu
Xác định tên mầu. Tên mầu có thể được ghi bằng số hệ thập lục phân, số hệ thập phân hay tên bằng chữ. Hãy xem thêm nơi phụ lục B.

CLASS=loại
Cho biết "class" của tag này trong trang web.

ID=giá trị
Gán một giá trị để xác định phần tử này trong trang web.

NOSHADE
Vẽ đường kẻ không có bóng (shadow).

SIZE=n
Bề cao của đường kẻ, tính bằng ảnh tố (pixels).

STYLE=css1 properties
Xác định lối trình bầy.

WIDTH=n
Bề ngang của đường kẻ, tính bằng ảnh tố (pixels), hay phần trăm của trang web. Nếu muốn ghi phần trăm, chúng ta phải ghi dấu % đằng sau con số.

Thí dụ:

```
<HR SIZE=3 WIDTH=90% NOSHADE>
```

HTML

<HTML>

</HTML>

Cho biết tập tin này là một trang web. Tag mở phải được đặt sau tag <!DOCTYPE>, nếu tag <!DOCTYPE> được dùng. Tag đóng được ghi cuối trang.

Thí dụ:

```
<HTML>
   <BODY>
   <P>Đây là nội dung của trang web.
   </BODY>

</HTML>
```

I

<I>
</I>

Viết nghiêng chữ (italic).

Thí dụ:

```
<I>Chữ này được viết nghiêng.</I>
```

IFRAME^IE3

<IFRAME
ALIGN=LEFT|CENTER|RIGHT|TOP|BOTTOM
FRAMEBORDER=1|0
HEIGHT=n
MARGINHEIGHT=height
MARGINWIDTH=width
NAME=tên
SCROLLING=yes|no
SRC=address
WIDTH=width>

</IFRAME>

Xác định một khung nổi (floating frame). Bắt buộc phải có tag đóng.

ALIGN=LEFT|CENTER|RIGHT|TOP|BOTTOM

Xác định vị trí của khung đối với các chữ chung quanh nó. Giá trị mặc định là LEFT.

LEFT: Khung sẽ được vẽ sát bên trái. Chữ sẽ được viết tiếp bên phải của khung.
CENTER: Các chữ chung quanh khung sẽ được đặt ngang với đường ngang qua điểm giữa của khung.
RIGHT: Khung sẽ được vẽ sát bên phải. Chữ sẽ được viết tiếp bên trái của khung.
TOP: Các chữ chung quanh sẽ được sắp bắt đầu từ đỉnh của khung.
BOTTOM: Các chữ chung quanh sẽ được sắp bắt đầu từ đáy của khung.

FRAMEBORDER=1|0 hay (yes|no)

Kẻ đường viền chung quanh khung nếu giá trị là 1, hay "yes". Bỏ đường viền nếu giá trị bằng 0, hay "no".

HEIGHT=n

Xác định bề cao của frame, tính bằng ảnh tố (pixel).

MARGINHEIGHT=height

Xác định bề cao của lề, tính bằng ảnh tố (pixels).

MARGINWIDTH=width

Xác định bề ngang của lề, tính bằng ảnh tố (pixels).

NAME=tên

Đặt tên cho khung.

SCROLLING=yes|no

Hiển thị hay không hiển thị thanh cuộn nơi khung.

SRC=address

Địa chỉ của trang web sẽ được hiển thị nơi khung.

WIDTH=width

Bề ngang của khung, tính bằng ảnh tố (pixels).

Thí dụ:

```
<IFRAME FRAMEBORDER=0 SCROLLING=NO
  SRC="sach.htm"></IFRAME>
```

IMG

<IMG
ALIGN=TOP|MIDDLE|CENTER|BOTTOM|LEFT|RIGHT
ALT=text
BORDER=n
CLASS=loại
CONTROLS[IE2]
DYNSRC[IE2]=url
HEIGHT=n
HSPACE=n
ID=giá trị
ISMAP=image
LOOP[IE2]=n
LOWSRC[N2]=url
onAbort[N3]=function
onError[N3]=function
onLoad[N3]=function
SRC=url
START[IE2]=start-event
STYLE=css1 properties
SUPPRESS[N4]=suppressOrNot
TITLE[IE2]=text
USEMAP=url
VSPACE=n
WIDTH=n>

Đặt hình vào trang web. Browser của Netscape hiển thị được các hình ảnh dạng GIF, JPEG, XPM (X PixMap), XBM (X BitMap).

ALIGN=TOP|MIDDLE|CENTER|BOTTOM|LEFT|RIGHT

Sắp hình đối với các chữ chung quanh. Giá trị mặc định là TOP.

TOP: Các chữ chung quanh sẽ được bắt đầu ngang đỉnh của hình.
MIDDLE: Các chữ chung quanh sẽ được bắt đầu ngang giữa của hình.

CENTER: Các chữ chung quanh sẽ được bắt đầu ngang với điểm giữa của hình.
BOTTOM: Các chữ chung quanh sẽ được bắt đầu ngang với đáy của hình.
LEFT: Hình sẽ được đặt sát lề trái.
RIGHT: Hình sẽ được đặt sát lề phải.

ALT=text
Xác định chữ thay thế hình, trong trường hợp hình không được hiển thị.

BORDER=n
Xác định bề dầy của đường viền kẻ chung quanh hình. Nếu hình là một điểm nối, đường viền sẽ có mầu của mầu điểm nối. Nếu hình không là điểm nối, đường viền sẽ vô hình.

CLASS=loại
Cho biết "class" của tag này trong trang web.

CONTROLS
Nếu đây là một đoạn phim thì dàn kiểm soát (control panel) sẽ được hiện ra ngay bên dưới.

DYNSRC=url
Xác định địa chỉ của đoạn phim hay hình ảnh 3 chiều (VRML). DYNSRC viết tắt của chữ "Dynamic Source".

HEIGHT=n
Xác định bề cao của khung đặt hình. Nếu bề cao thật của bức hình khác với số n, bức hình sẽ được co hay giãn cho vừa với khung. Khung hình sẽ được vẽ trước khi hình được lấy xuống (download).

HSPACE=n
Khoảng trống hai bên bức hình, tính bằng ảnh tố (pixel).

ID=giá trị
Gán một giá trị để xác định phần tử này trong trang web.

ISMAP=image
Dùng bức hình để tạo điểm nóng theo kiểu "Server-side". Khi độc giả nhấp chuột lên điểm nóng, tọa độ tại chỗ nhấp chuột sẽ được gửi về máy chủ để xác định trang web nào sẽ được gửi ra.

LOOP=n
Xác định số lần đoạn phim sẽ được chiếu. Nếu LOOP=-1, hay LOOP=INFINITE đoạn phim sẽ được lập lại mãi mãi.

LOWSRC=url
Xác định địa chỉ của tập tin hình có phẩm chất thấp. Tập tin này sẽ được lấy xuống và hiển thị trước, trong khi đang lấy xuống tập tin hình được ghi nơi thuộc tính SRC.

onAbort=function
Xác định "function" sẽ được gọi khi chúng ta ngưng (terminate) việc lấy hình xuống.

onError=function
Xác định "function" sẽ được gọi khi có trục trặc xảy ra trong khi đang lấy hình xuống. Thí dụ như URL không đúng, hay tập tin hình bị hư.

onLoad=function
Xác định "function" sẽ được gọi khi hình đang được lấy xuống.

SRC=url
Xác định địa chỉ của tập tin hình.

START=start-event
Xác định khi nào đoạn phim được ghi nơi thuộc tính DYNSRC= sẽ bắt đầu được trình chiếu. "start-event" phải là một trong những giá trị sau:

FILEOPEN: Bắt đầu chiếu khi đoạn phim được lấy xuống. Đây là giá trị mặc định (default).
MOUSEOVER: Bắt đầu chiếu khi con trỏ được di chuyển ngang qua hình.

Chúng ta có thể dùng cả hai giá trị cùng một lúc. Trong trường hợp đó phải được cách nhau bằng dấu phẩy.

STYLE=css1 properties
Xác định lối trình bầy.

SUPPRESS=suppressOrNot
Cho biết cái khung chứa hình (place-holder icon) có được hiện ra hay không khi hình đang được lấy xuống, và lời nhắc nhở (tool tip) có hoạt động (active) hay không. Nếu lời nhắc nhở có hoạt động, khi chúng ta đặt con trỏ lên hình, những gì ghi nơi thuộc tính ALT sẽ được hiện ra. Thuộc tính này sẽ bị vô hiệu lực nếu chúng ta sắp đặt nơi browser là không tự động lấy hình, và khung chứa hình luôn luôn hiện ra. Giá trị của suppressOrNot là TRUE hay FALSE:

TRUE: khung chứa hình và lời nhắc nhở sẽ không hoạt động.
FALSE: khung chứa hình và lời nhắc nhở hoạt động.

USEMAP=url
Dùng bức hình để tạo điểm nóng theo kiểu "Client-side". Khi độc giả nhấp chuột lên điểm nóng, tọa độ tại chỗ nhấp chuột sẽ được dùng để xác định trang web nào sẽ được gửi ra.

VSPACE=n
Khoảng trống bên trên và dưới bức hình, tính bằng ảnh tố (pixel).

WIDTH=n

Xác định bề rộng của khung đặt hình. Nếu bề rộng thật của bức hình khác với số n, bức hình sẽ được co hay giãn cho vừa với khung. Khung hình sẽ được vẽ trước khi hình được lấy xuống (download).

Thí dụ:

```
<IMG SRC=hinhbia.bmp WIDTH=100 HEIGHT=140>
```

ILAYER[N4]

<ILAYER ...>
</ILAYER>

Dùng để nhích một phần tử (hình, đường kẻ, chữ, ...) trong trang web ra khỏi vị trí tự nhiên trong hàng của nó. Tag này dùng tất cả các thuộc tính của tag <LAYER>. Bắt buộc phải có tag đóng.

Nếu browser của chúng ta không hiểu tag <LAYER>, có thể nó sẽ không hiển thị bất cứ cái gì chúng ta kẹp giữa cặp tag <LAYER> </LAYER> này. Cũng có thể browser sẽ hiển thị tất cả các phần tử của trang web bên trong cặp tag này theo thứ tự và bỏ lơ tất cả mọi cách trình bầy "layer".

Thí dụ:

```
<ILAYER TOP=20 LEFT=30>Nhóm chữ này bị nhích đi 20 ảnh tố
   (pixel) xuống và 30 ảnh tố qua trái của vị trí đúng ra
   nó phải được đặt.</ILAYER>
```

INPUT

<INPUT
ALIGN[IE2]=TOP|MIDDLE|BOTTOM|LEFT|RIGHT
CHECKED
CLASS=loại
ID=giá trị
MAXLENGTH=length
NAME=tên
NOTAB[IE2]
onBlur=function
onChange=function
onClick=function
onFocus=function
onSelect=function
SIZE=size
SRC=url
STYLE=css1 properties
TABINDEX=n

TITLE=text
TYPE=TEXT|TEXTAREA|PASSWORD|CHECKBOX|RADIO|SUBMIT|RESET|FILE|HIDDEN|IMAGE|BUTTON
VALUE=giá trị>

Xác định một phần tử của form.

ALIGN=TOP|MIDDLE|BOTTOM|LEFT|RIGHT
Sắp ô điền đối với các chữ chung quanh. Giá trị mặc định là TOP.

TOP: Các chữ chung quanh sẽ được bắt đầu ngang đỉnh của ô.
MIDDLE: Các chữ chung quanh sẽ được bắt đầu ngang giữa của ô.
BOTTOM: Các chữ chung quanh sẽ được bắt đầu ngang với đáy của ô.
LEFT: Các chữ sẽ được đặt bên trái của ô.
RIGHT: Các chữ sẽ được đặt bên phải của ô.

CHECKED
Đánh dấu check box hay radio button như là đã được chọn, nơi lần hiện đầu tiên. Chỉ có hiệu lực với check box và radio button.

CLASS=loại
Cho biết "class" của tag này trong trang web.

ID=giá trị
Gán một giá trị để xác định phần tử này trong trang web.

MAXLENGTH=length
Cho biết số chữ tối đa có thể điền trong ô.

NAME=tên
Xác định tên của ô.

NOTAB
Cho biết ô sẽ không được coi là một điểm ngừng của "tab".

onBlur=function
Xác định "function" sẽ được gọi khi con trỏ (cursor) ra khỏi ô.

onChange=function
Xác định "function" sẽ được gọi khi nội dung của ô bị thay đổi.

onClick=function
Xác định "function" sẽ được gọi khi nhấp chuột vào ô.

onFocus=function
Xác định "function" sẽ được gọi khi con trỏ (cursor) vào ô.

onSelect=function
Xác định "function" sẽ được gọi khi ô được chọn.

SIZE=size
Xác định bề rộng của ô (tính bằng ký tự). Riêng đối với ô loại

TEXTAREA, cả bề rộng và bề cao sẽ được ghi theo lối: "*bề rộng, bề cao*".

SRC=url
: Xác định địa chỉ của bức hình nếu TYPE=IMAGE.

STYLE=css1 properties
: Xác định lối trình bầy.

TABINDEX=n
: Xác định thứ tự ngừng của tab.

TITLE=text
: Xác định tựa.

TYPE=loại
: Xác định loại ô nào sẽ được dùng. Giá trị mặc định là TEXT.

TEXT: Dùng cho ô chữ chỉ có một hàng. Dùng chung với thuộc tính SIZE= và MAXLENGTH=.
TEXTAREA: Dùng cho ô chữ có nhiều hàng.
PASSWORD: Giống như giá trị TEXT, ngoại trừ chữ được đánh vào sẽ được thay bằng dấu *.
CHECKBOX: Dùng làm ô đánh dấu (check box).
RADIO: Dùng để chọn một giá trị trong một danh sách các lựa chọn. Các radio button field trong cùng một nhóm phải có cùng tên nơi thuộc tính NAME=. Chỉ có giá trị của ô được đánh dấu sẽ được gửi ra. Radio buttons bắt buộc phải dùng chung với thuộc tính VALUE=.
SUBMIT: Nút để nạp form. Dùng thuộc tính VALUE= để làm nhãn ghi trên nút. Nếu thuộc tính NAME= được dùng, khi nạp form, giá trị của thuộc tính NAME= và VALUE= sẽ được gửi ra. Nếu thuộc tính NAME= không được dùng, nạp form sẽ gửi ra giá trị của nút này.
RESET: Khi nút "reset" được nhấn giá trị của các ô trong form sẽ được trở lại nguyên thủy như lúc mới hiện ra lần đầu. Dùng thuộc tính VALUE= để làm nhãn ghi trên nút.
FILE: Dùng để nạp một tập tin.
HIDDEN: Ô không được hiện ra nhưng giá trị của nó vẫn được gửi ra khi nạp form. Dùng thuộc tính này để gửi ra những dữ kiện đặc biệt của riêng ta.
IMAGE: Đặt một bức hình, khi độc giả nhấp chuột lên hình, form sẽ được nạp ngay lập tức. Tọa độ của điểm nhấp chuột sẽ được gửi ra cùng với các giá trị của các ô khác trong form. Tọa độ x sẽ được gửi ra với ký hiệu ".x" kèm theo, và tọa độ y sẽ được gửi ra với ký hiệu ".y" kèm theo. Thuộc tính VALUE= không có hiệu lực với TYPE=IMAGE. Địa chỉ bức hình được ghi nơi thuộc tính SRC=.
BUTTON: Ô được hiển thị như một nút bấm.

VALUE=giá trị

Xác định giá trị mặc định của các ô ghi chữ hay số. Thuộc tính này cũng được dùng để xác định giá trị sẽ được gửi ra khi ô chỉ nhận giá trị "yes" hay "no" (như check box).

Thí dụ:

```
<FORM ACTION="/cgi-bin/survey" METHOD=POST>
  <P>Tên<BR>
  <INPUT NAME="CONTROL1" TYPE=TEXT VALUE="tên">
  <P>MậtMã<BR>
  <INPUT TYPE="PASSWORD" NAME="CONTROL2">
  <P>Mầu<BR>
  <INPUT TYPE="RADIO" NAME="CONTROL3" VALUE="0"
  CHECKED>Đỏ
  <INPUT TYPE="RADIO" NAME="CONTROL3" VALUE="1">Xanh Lá
  Cây
  <INPUT TYPE="RADIO" NAME="CONTROL3" VALUE="2">Xanh
  Dương
  <P>Ghi Chú:<BR>
  <INPUT TYPE="TEXTAREA" NAME="CONTROL4" SIZE="20,5"
  MAXLENGTH="250">
  <P><INPUT TYPE="SUBMIT" VALUE="OK"><INPUT
  TYPE="RESET" VALUE="Reset">
</FORM>
```

ISINDEX

<ISINDEX
ACTION[IE2]=url
PROMPT=prompt-text>

Cho biết sự có mặt của một "searchable index". Khi độc giả điền vào ô và nhấn nút gửi, các chữ ghi nơi ô sẽ được dùng làm chữ chính (keyword) để tìm.

ACTION=url

Xác định thảo trình CGI sẽ nhận dữ kiện được chuyển về.

PROMPT=prompt-text

Xác định lời nhắc bên cạnh ô điền chi tiết.

Thí dụ:

```
<ISINDEX ACTION="/cgi-bin/search" PROMPT="cho biết chữ
  muốn tìm">
```

KBD

<KBD>
</KBD>

Cho biết chữ được đánh từ bàn phím (keyboard). Chữ được hiển thị bằng phông dạng cố định (fixed-width) và đậm. Bắt buộc phải có tag đóng.

Thí dụ:

```
<KBD>Đánh đoạn này từ bàn phím</KBD>
```

LAYER[N4]

<LAYER
ABOVE=tên của layer
BACKGROUND=url của một bức hình
BELOW=tên của layer
BGCOLOR=tên mầu
CLIP="n,n,n,n"
HEIGHT=n
ID=tên của layer
LEFT=n
onBlur=function
onFocus=function
onLoad=function
onMouseOver=function
onMouseOut=function
PAGEX
PAGEY
SRC=url
VISIBILITY=SHOW|HIDDEN|INHERIT
Z-INDEX=n>

</LAYER>

Được dùng để sắp đặt vị trí của các phần tử trong trang web cho chính xác. Thường được dùng chung với các tag trong Cascading Style Sheet. Bắt buộc phải có tag đóng. Các lớp (layer) được tạo ra bởi tag này có thể được chồng lên nhau (overlap), nhìn xuyên qua (transparent) hay che kín (opaque), hiện (visible) hoặc ẩn (invisible). Chúng cũng có thể được lồng vào nhau (nested).

Nếu browser của chúng ta không hiểu tag <LAYER>, có thể nó sẽ không hiển thị bất cứ cái gì chúng ta kẹp giữa cặp tag <LAYER> </LAYER> này. Cũng có thể browser sẽ hiển thị tất cả các phần tử của trang web bên trong cặp tag này theo thứ tự, và bỏ lơ tất cả mọi cách trình bầy "layer".

ABOVE=tên của layer
Cho biết "layer" đang được tạo sẽ nằm dưới "layer" được đề cập nơi thuộc tính này. Không được dùng chung thuộc tính này với thuộc tính BELOW hay Z-INDEX.

BACKGROUND=url của một bức hình
Xác định bức hình sẽ được dùng để làm hình nền.

BELOW=tên của layer
Cho biết "layer" đang được tạo sẽ nằm trên "layer" được đề cập nơi thuộc tính này. Không được dùng chung thuộc tính này với thuộc tính ABOVE hay Z-INDEX.

BGCOLOR=tên mầu
Xác định tên mầu. Tên mầu có thể được ghi bằng số hệ thập lục phân, số hệ thập phân hay tên bằng chữ. Hãy xem thêm nơi phụ lục B.

CLIP="n,n,n,n"
Xác định khuôn hình chữ nhật để có thể nhìn qua được (viewable area). Kích thước của khuôn có thể nhỏ hơn bề rộng và bề cao của "layer". Mỗi số **n** ở đây xác định một số, tính bằng ảnh tố (pixel). Phải có đủ bộ bốn con số.

HEIGHT=n
Bề cao của "layer" tính bằng số ảnh tố (pixel) hay số phần trăm. Nếu là số phần trăm, phải được theo sau bởi dấu %. Số phần trăm này được tính theo "layer" chứa đựng nó nếu là "layer" con của một "layer" khác, hay được tính theo bề rộng của trang web, nếu là "layer" đầu tiên.

ID=tên của layer
Gán một tên để xác định layer này trong trang web.

LEFT=n
Xác định vị trí ngang tính từ lề trái của góc trên, bên trái của "layer".

onBlur=function
Function được ghi ở đây sẽ được gọi nếu thanh chớp (cursor) bị mang ra khỏi "layer" này.

onFocus=function
Function được ghi ở đây sẽ được gọi nếu thanh chớp (cursor) được đặt vào "layer" này.

onLoad=function
Function được ghi ở đây sẽ được gọi khi "layer" này được mang xuống từ máy chủ.

onMouseOver=function

Khi mang chuột vào "layer" này, function được ghi ở đây sẽ được gọi.

onMouseOut=function

Khi dời chuột ra khỏi "layer", function được ghi ở đây sẽ được gọi.

PAGEX

Xác định vị trí ngang tương đối (relative) của "layer" với trang web.

PAGEY

Xác định vị trí dọc tương đối (relative) của "layer" với trang web.

SRC=url

Xác định địa chỉ của một trang web được dùng để đặt lên "layer".

VISIBILITY=SHOW|HIDDEN|INHERIT

Xác định tư thế ẩn/hiện của "layer".

SHOW: Sẽ cho hiện "layer".
HIDDEN: Sẽ dấu "layer".
INHERIT: Sẽ dùng tư thế ẩn/hiện của "layer" chứa nó (parent layer).

Z-INDEX=n

Xác định thứ tự của "layer" khi chồng lên nhau. Số n phải là số nguyên dương lớn hơn số không. "Layer" nào có số n lớn sẽ ở trên "layer" có số n nhỏ hơn. Không được dùng chung với thuộc tính ABOVE và BELOW.

Thí dụ:

```
<LAYER ID="layer1" TOP=100 LEFT=30 WIDTH=200 HEIGHT=360
  BGCOLOR="RED"> <P>Đây là layer 1</P></LAYER>

<LAYER ID="layer2" TOP=150 LEFT=80 WIDTH=200 HEIGHT=360
  BGCOLOR="WHITE"> <P>Đây là layer 2</P></LAYER>
```

LI

<LI
CLASS=loại
ID=giá trị
STYLE=css1 properties
TYPE=type
VALUE=n>

Cho biết một mục trong danh sách. Dùng trong các tag <DIR>, <MENU>, <OL>, hay <UL>.

CLASS=loại

Cho biết "class" của tag này trong trang web.

ID=giá trị
  Gán một giá trị để xác định phần tử này trong trang web.

STYLE=css1 properties
  Xác định lối trình bầy.

TYPE=type
  Cho biết lối hiển thị mục. Nếu tag <LI> được dùng trong tag <OL>, "type" phải là một trong những giá trị sau:

  A: Dùng chữ hoa.
  a: Dùng chữ thường.
  I: Dùng số La Mã hoa.
  i: Dùng số La Mã thường.
  1: Dùng số. Giá trị mặc định

  Nếu tag <LI> được dùng trong tag <UL>, "type" phải là một trong những giá trị sau:

  CIRCLE: Vòng tròn đen.
  DISC: Vòng tròn trắng. Giá trị mặc định
  SQUARE: Hình vuông đen.

VALUE=n
  Thay đổi số bắt đầu của mục.

Thí dụ:

```
<OL>
   <LI TYPE=1>Táo
   <LI>Cam
   <LI>Bưởi
</OL>
```

LINK

<LINK
HREF[IE3]=url
REL=forward link type
REV[IE3]=reverse link type
SRC=url
TITLE[IE3]=tựa
TYPE[IE3,N4]=loại>

Tạo một sự liên hệ giữa các trang web. Tag <LINK> nếu được dùng phải được ghi trong phần HEAD. Chúng ta có thể dùng nhiều tag <LINK> cùng một lúc.

HREF=url
  Xác định trang web có liên hệ tới trang web này.

REL=forward link type
    Cho biết trang web được chỉ tới có ảnh hưởng lên trang web này.

REV=reverse link type
    Ngược lại với thuộc tính REL=.

SRC=url
    Xác định trang "style sheet" được dùng với trang web này.

TITLE=tựa
    Cho biết tựa. Tựa này nên có, nếu chúng ta muốn tạo menu khi dùng "alternative styles".

TYPE=loại
    Xác định dạng và các trị số trong trường hợp dùng "style sheet". Cho phép browser tự động bỏ lơ các tag hay thuộc tính nó không hiểu mà không cần phải gọi về máy chủ hỏi thêm chi tiết.

Thí dụ:

```
<LINK HREF="http://www.vnisoft.com/stylesheet.css">
```

LISTING

<LISTING>
</LISTING>

Hiển thị chữ bằng phông chữ dạng cố định.

Thí dụ:

```
<LISTING>dùng phông chữ dạng cố định</LISTING>
```

MAP

<MAP
NAME=tên>

</MAP>

Xác định các điểm nóng khi dùng loại "Client-side". Dùng chung với tag <AREA>.

NAME=tên
    Tên của bảng tọa độ.

Thí dụ:

```
<MAP NAME="bảng tọa độ">
    <AREA ... >
    <AREA ... >
</MAP>
```

MARQUEE[IE2]

<MARQUEE
ALIGN=LEFT|CENTER|RIGHT|TOP|BOTTOM
BEHAVIOR=loại
BGCOLOR=tên mầu
DIRECTION=hướng đi
HEIGHT=n
HSPACE=n
LOOP=n
SCROLLAMOUNT=n
SCROLLDELAY=n
VSPACE=n
WIDTH=n>

</MARQUEE>

Tạo một chạy chữ.

ALIGN=LEFT|CENTER|RIGHT|TOP|BOTTOM

Xác định vị trí của marquee. Giá trị mặc định là LEFT.

LEFT: Marquee sẽ được bắt đầu từ lề trái.
CENTER: Marquee sẽ được đặt giữa hàng.
RIGHT: Marquee sẽ được hiện sát lề phải.
TOP: Các chữ chung quanh sẽ được sắp ngang đỉnh của marquee
BOTTOM: Các chữ chung quanh sẽ được sắp ngang đáy của marquee.

BEHAVIOR=loại

Cho biết loại chạy chữ. Loại chạy chữ phải là một trong những giá trị sau:

SCROLL: Chạy chữ từ một bên qua hết bên kia rồi lại bắt đầu lại. Đây là giá trị mặc định.
SLIDE: Chạy chữ từ một bên và ngừng ngay khi chữ ở đầu kia đụng lề bên kia.
ALTERNATE: Dội qua dội lại hai bên lề.

BGCOLOR=tên mầu

Xác định mầu nền của marquee. Tên mầu có thể được ghi bằng số hệ thập lục phân, số hệ thập phân hay tên bằng chữ. Hãy xem thêm nơi phụ lục B.

DIRECTION=hướng đi

Xác định hướng đi của chữ. Hướng đi là qua trái (LEFT) hay qua phải (RIGHT). Giá trị mặc định là LEFT, nghĩa là đi từ phải qua trái.

HEIGHT=n

Xác định bề cao của dòng chạy chữ, tính bằng ảnh tố (pixel). Nếu muốn diễn tả bằng phần trăm thì phải theo sau số **n** bằng dấu phần trăm (%).

HSPACE=n
: Xác định khoảng trống hai bên của marquee, tính bằng ảnh tố (pixels).

LOOP=n
: Xác định số lần chữ được chạy. Nếu LOOP=-1, hay LOOP=INFINITE, chữ sẽ được chạy mãi mãi.

SCROLLAMOUNT=n
: Xác định số ảnh tố (pixels) mỗi lần nhích đi.

SCROLLDELAY=n
: Xác định thời gian nghỉ giữa các lần nhích. Thời gian tính bằng phần ngàn của giây (milliseconds).

VSPACE=n
: Xác định khoảng trống bên trên và dưới của marquee, tính bằng ảnh tố (pixels).

WIDTH=n
: Bề rộng của khung chạy chữ. Tính bằng số ảnh tố (pixels) hay phần trăm của bề rộng của trang web. Nếu dùng phần trăm thì phải có dấu % theo sau con số.

Thí dụ:

```
<MARQUEE DIRECTION=LEFT BEHAVIOR=SCROLL SCROLLAMOUNT=10
  SCROLLDELAY=200>
  Chữ được chạy

</MARQUEE>
```

MENU

<MENU
COMPACT>

</MENU>

Xác định một thư mục. Bắt buộc phải có tag đóng.

COMPACT
: Giảm khoảng cách giữa các hàng bên trong thư mục.

Thí dụ:

```
<MENU>
  <LI>Mục đầu tiên.
  <LI>Mục thứ hai.

</MENU>
```

META

<META
CHARSET[IE2]=charset
CONTENT=description
HTTP-EQUIV=response
NAME=description
URL[IE2]=url>

Cho biết thêm chi tiết về trang web cho các browser, trạm tìm địa chỉ hay các nhu liệu khác. Thí dụ: `<META HTTP-EQUIV=REFRESH CONTENT=2>` sẽ nói cho browser biết là đọc lại (refresh) trang web này sau 2 giây. Thuộc tính REFRESH cho biết phải đọc lại trang web. Thuộc tính CONTENT cho biết thời gian chờ tính bằng giây. Nếu thuộc tính URL được dùng, trang web được chỉ tới sẽ được lấy xuống. Nếu không có thuộc tính URL, chính trang web này sẽ được lấy xuống.

CHARSET=charset
: Cho biết bảng chữ nào đã được dùng để thảo trang web này. Thuộc tính HTTP-EQUIV vẫn được dùng để thay thế thuộc tính này. Xem thí dụ thứ 2 theo sau.

CONTENT=description
: Ghi nội dung chúng ta muốn nói. Có thể dùng chung với thuộc tính URL, và ngày và giờ để biết khi nào trang web sẽ được lấy xuống lại (reload).

HTTP-EQUIV=response
: Kèm theo những gì ghi trong thuộc tính này với lời yêu cầu trang web khi gửi về máy chủ. Những lời ghi chú này sẽ là những mệnh lệnh cho nhu liệu tiếp nhận ở máy chủ.

NAME=description
: Xác định loại mệnh lệnh. Các loại mệnh lệnh thường thấy là: charset, category, classification, author, keywords, description, generator.

URL=url
: Cho biết địa chỉ URL của trang web.

Các thí dụ:

Nếu trang web có các hàng:

```
<META HTTP-EQUIV="Expires"
  CONTENT="Wed, 24 Dec 1997 19:20:02 GMT">

<META HTTP-EQUIV="Keywords" CONTENT="Law study, Legal
  advice, School of Law">
```

```
<META HTTP-EQUIV="Reply-to"
  content="vni@vnisoft.com">
```

thì máy chủ sẽ đính kèm các chi tiết sau:

Expires: Wed, 24 Dec 1997 19:20:02 GMT
Keywords: Law study, Legal advice, School of Law
Reply-to: vni@vnisoft.com

như là một phần của sự hồi đáp do sự yêu cầu của các lệnh GET hay HEAD của trang web.

Thí dụ sau chỉ cách dùng chính xác cách xác định bảng chữ.

```
<META HTTP-EQUIV="Content-type"
   CONTENT="text/html; charset=Windows-1251">

<HTML>
  <HEAD>
  <META HTTP-EQUIV="REFRESH" CONTENT=2>
  <TITLE>Lấy xuống lại</TITLE>
  </HEAD>
  <BODY>
  <P>Trang web này sẽ được lấy xuống lại (reload) mỗi
  hai giây.
  </BODY>
</HTML>
```

Thí dụ này cho hiển thị một trang web khác sau 5 giây.

```
<HTML>
  <HEAD>
  <META HTTP-EQUIV="REFRESH" CONTENT="5;
  URL=http://www.vnisoft.com/camnang.htm">
  <TITLE>Lấy trang web khác</TITLE>
  </HEAD>
  <BODY>
  <P>Sau năm giây, lấy trang web mới ở địa chi
  "http://www.vnisoft.com/camnang.htm".
  </BODY>
</HTML>
```

Thí dụ này ghi các chữ chính (keyword) và lời miêu tả (description) về trang web, dùng cho các trạm tìm địa chỉ (search engines).

```
<HTML>
  <HEAD>
  <META NAME="description" CONTENT="Lời tả về trang web
  ở đây">
  <META NAME="keywords" CONTENT="các chữ chính được ghi
```

```
    ở đây, cách nhau bằng dấu phẩy">
    <TITLE>Tựa của trang web</TITLE>
    </HEAD>
</HTML>
```

MULTICOL

<MULTICOL>
COLS=n
GUTTER=n
WIDTH=n>
</MULTICOL>

Chia trang web làm nhiều cột. Chữ sẽ được chia đều cho các cột.

COLS=n
: Xác định số cột. Thuộc tính này bắt buộc phải có.

GUTTER=n
: Xác định khoảng cách, tính bằng số ảnh tố (pixel), giữa các cột. Giá trị mặc định là 10 ảnh tố (pixel).

WIDTH=n
: Xác định bề rộng của các cột, tính bằng số ảnh tố (pixel).

Thí dụ:

```
<MULTICOL COLS=2 GUTTER=15>
  Dòng chữ này được chia đều cho hai cột, với khoảng
  cách là 15 ảnh tố giữa hai cột.
</MULTICOL>
```

NOBR

<NOBR>
</NOBR>

Tắt mốt xuống hàng. Các hàng dài hơn bề rộng của trang web sẽ không được tự động xuống hàng.

Thí dụ:

```
<NOBR>Dòng này sẽ không được tự động xuống hàng khi hiển
  thị nơi màn ảnh, cho dù nó dài bao nhiêu.</NOBR>
```

NOFRAME

<NOFRAME>
</NOFRAME>

Cho biết phần nội dung ghi trong tag này chỉ được thấy nếu browser không hỗ trợ frame. Các browser có hỗ trợ frame sẽ không hiện các chữ được ghi giữa tag mở và tag đóng NOFRAME.

Thí dụ:

```
<FRAMESET>
   <NOFRAME>Quý vị cần có một browser hỗ trợ
  frame!</NOFRAME>
</FRAMESET>
```

NOLAYER[N4]

<NOLAYER ...>

<NOLAYER>

Dùng để tạo phần trang web tương đương, trong trường hợp tag <LAYER> không được hỗ trợ. Bắt buộc phải có tag đóng. Thông thường khi dùng tag <LAYER> hay tag <ILAYER>, chúng ta dùng thuộc tính SRC để xác định phần trang web được đặt trên "layer". Đồng thời, dùng cặp tag <NOLAYER> này để nói cho độc giả biết là browser của họ phải có hỗ trợ "layer" mới xem được trang web này.

Thí dụ:

```
<LAYER SRC="phần_trang_web_cho_layer.htm"></LAYER>
<NOLAYER>Cần phải có browser hỗ trợ "layer" để xem trang
  web này</NOLAYER>
```

NOSCRIPT[N3]

<NOSCRIPT>
</NOSCRIPT>

Ghi phần nội dung cho các browser không hiểu tag <SCRIPT>.

Thí dụ:

```
<NOSCRIPT>
   Những browser nào hỗ trợ script sẽ bỏ qua những gì
  được ghi giữa cặp tag &lt;NOSCRIPT&gt; này.
</NOSCRIPT>
```

OBJECT[IE3,N4]

<OBJECT
ALIGN=LEFT|TEXTTOP|MIDDLE|TEXTMIDDLE|BASELINE|
TEXTBOTTOM|CENTER|RIGHT
BORDER[IE3]=n
CLASSID=url
CODEBASE=url
CODETYPE[IE3]=codetype
DATA=url
DECLARE[IE3]
HEIGHT=n

HSPACE[IE3]=n
ID[N4]=giá trị
NAME[IE3]=url
NOTAB[IE3]
SHAPES[IE3]
STANDBY[IE3]=message
TABINDEX[IE3]=n
TITLE[IE3]=text
TYPE=loại
USEMAP=url
VSPACE[IE3]=n
WIDTH=n>

</OBJECT>

Gắn một "object", như là một bức hình, một tập tin, một Java applet vào trang web. Một "object" có thể là bất kỳ một phần tử nào trong trang web. Chúng ta có thể lồng "object" bên trong "object". Bắt buộc phải có tag đóng.

ALIGN=LEFT|TEXTTOP|MIDDLE|TEXTMIDDLE|BASELINE|TEXTBOTTOM|CENTER|RIGHT

Sắp đặt các chữ chung quanh "object". Giá trị mặc định là LEFT.

LEFT: Đặt "object" sát lề trái và chữ chạy chung quanh nó.
TEXTTOP: Các chữ chung quanh được đặt ngang với đỉnh của "object".
MIDDLE: Đặt "object" giữa dòng và chữ chạy chung quanh nó.
TEXTMIDDLE: Các chữ chung quanh được đặt ngang với điểm giữa của "object".
BASELINE: Đáy của "object" ngang với đáy của chữ chung quanh nó.
TEXTBOTTOM: Các chữ chung quanh được đặt ngang với đáy của "object".
CENTER: Các chữ chung quanh được đặt ngang với đường ngang qua tâm của "object".
RIGHT: Đặt "object" sát lề phải và chữ chạy chung quanh nó.

BORDER=n

Xác định bề rộng của đường viền nếu "object" được dùng làm điểm nối.

CLASSID=url

Căn cước xác định "object". Cú pháp (syntax) của URL thay đổi tùy theo loại "object". Thí dụ, chúng ta dùng CLASSID="CLSID:class-identifier" để đăng ký các "ActiveX controls".

CODEBASE=url
Xác định địa chỉ căn bản của "object". Cú pháp (syntax) của URL thay đổi tùy theo từng "object".

CODETYPE=codetype
Xác định loại "Internet media" của "object".

DATA=url
Xác định tập tin dữ kiện (data) cho "object". Cú pháp (syntax) của URL thay đổi tùy theo loại "object".

DECLARE
Khai báo "object" nhưng không tạo nó. Dùng cách này để tạo tham chiếu (cross-references) tới "object" trong trang web, hay dùng "object" như là một trị số (parameter) cho một "object" khác.

HEIGHT=n
Xác định bề cao của khung chứa, tính bằng ảnh tố (pixel).

HSPACE=n
Xác định khoảng trống hai bên "object".

ID=giá trị
Gán một giá trị để xác định "object" trong trang web.

NAME=url
Cho biết tên của object khi nạp như là một phần của form.

NOTAB
Cho biết ô sẽ không được coi là một điểm ngừng của nút "tab".

SHAPES
Cho biết "object" là một điểm nối có hình dạng (shaped hyperlinks).

STANDBY=message
Hiện "message" này trong lúc đang lấy "object" xuống.

TABINDEX=n
Xác định vị trí của "object" này trong thứ tự ngừng của nút "tab".

TITLE=text
Cho biết tựa của "object".

TYPE=loại
Xác định loại MIME type của "data".

USEMAP=url
Xác định sơ đồ điểm nóng (image map) để dùng với "object".

VSPACE=n
Xác định khoảng trống bên trên và dưới "object".

WIDTH=n
Xác định bề rộng của khung chứa "object".

Thí dụ:

```
<OBJECT
   ALIGN=left
   CLASSID="clsid:1a4da620-6217-11cf-be62-0080c72edd2d"
   WIDTH=96 HEIGHT=90%
   BORDER=0
   ID=WhateverName> <!--name of the object-->
   <PARAM NAME="ScrollStyleX" VALUE="circular">
</OBJECT>
```

OL

<OL
CLASS=loại
COMPACT
ID=giá trị
START=n
STYLE=css1 properties
TYPE=kiểu thứ tự>

</OL>

Xác định một danh sách có thứ tự.

CLASS=loại
    Cho biết "class" của tag này trong trang web.

COMPACT
    Giảm khoảng cách giữa các hàng bên trong danh sách (list).

ID=giá trị
    Gán một giá trị để xác định phần tử này trong trang web.

START=n
    Xác định số bắt đầu cho danh sách.

STYLE=css1 properties
    Xác định lối trình bầy.

TYPE=kiểu thứ tự
    Cho biết lối hiển thị mục. Kiểu thứ tự phải là một trong những giá trị sau:

A: Dùng chữ hoa.
a: Dùng chữ thường.
I: Dùng số La Mã hoa.
i: Dùng số La Mã thường.
1: Dùng số (giá trị mặc định).

Các thí dụ:

```
<OL>
   <LI>Mục thứ nhất.
   <LI>Mục thứ nhì.
</OL>
<OL START=3>
   <LI>Mục thứ 3.
</OL>
<OL TYPE=A>
   <LI>Mục A.
</OL>
```

OPTION

<OPTION
SELECTED
VALUE=giá trị>

Cho biết đây là một lựa chọn trong một "list box". Dùng để ghi các lựa chọn trang tag <SELECT> khi lập form.

SELECTED
: Cho biết mục này đã được chọn như là một mặc định (default). Nếu không có thuộc tính này, mục đầu tiên trong danh sách sẽ được coi là mặc định.

VALUE=giá trị
: Cho biết giá trị sẽ được cho ra khi mục được chọn.

Thí dụ:

```
<SELECT NAME="trái cây" SIZE="1">
    <OPTION VALUE="1">Cam
    <OPTION VALUE="2">Táo
    <OPTION VALUE="3" SELECTED>Mận
</SELECT>
```

Khi "Mận" được chọn, "list box" này sẽ cho ra số 3.

P

<P
ALIGN=LEFT|CENTER|RIGHT
CLASS=loại
ID=giá trị
LANG=iso
STYLE=css1 properties>

Xuống hàng và cho biết đây là một đoạn văn mới. Không cần thiết phải có tag đóng </P>.

ALIGN=LEFT|CENTER|RIGHT

Sắp đặt đoạn văn. Giá trị mặc định là LEFT.

LEFT: Đoạn văn được làm bằng lề trái (left-justify).
CENTER: Đoạn văn được đặt giữa dòng.
RIGHT: Đoạn văn được làm bằng lề phải (right-justify).

CLASS=loại

Cho biết "class" của tag này trong trang web.

ID=giá trị

Gán một giá trị để xác định phần tử này trong trang web.

LANG=iso

Cho biến tên của bảng mẫu tự, theo tiêu chuẩn ISO, sẽ được dùng.

STYLE=css1 properties

Xác định lối trình bầy.

Thí dụ:

```
<P>Đây là một đoạn văn.</P>
```

PARAM

<PARAM
NAME=tên
TYPE[IE3]=loại
VALUE=giá trị
VALUETYPE[IE3]=loại>

Ghi trị số cho một "object". Không cần thiết phải có tag đóng. Tag này chỉ được dùng trong tag <OBJECT>.

NAME=tên

Xác định tên của trị số.

TYPE=loại

Xác định loại "Internet media".

VALUE=giá trị

Xác định giá trị của trị số này. Giá trị được chuyển nguyên văn vào "object" trừ khi giá trị là ký hiệu chữ số (numeric character entities). Nó sẽ được thay thế bằng ký tự tương đương.

VALUETYPE=loại

Xác định cách hiểu nghĩa của giá trị. Loại của trị số phải là:

DATA: Giá trị là dữ kiện (data). Đây là loại mặc định.
REF: Giá trị là một địa chỉ URL.
OBJECT: Giá trị là địa chỉ của một "object" trong cùng trang web này.

PLAINTEXT

<PLAINTEXT>
</PLAINTEXT>

Cho biết đoạn văn bên trong cần được hiển thị y nguyên, đừng diễn dịch các tag HTML nếu có. Đoạn văn này được ghi bằng phông chữ dạng cố định. Cần phải có tag đóng.

Thí dụ:

```
<PLAINTEXT>Cách dùng tag <A> như sau: <A
  HREF="camnang.htm">Thí dụ về điểm nối.</A>

</PLAINTEXT>
```

PRE

<PRE
COLS=n
WRAP>

</PRE>

Cho biết đoạn văn bên trong cần được hiển thị y nguyên, đừng thay đổi nó, và được hiển thị bằng phông chữ dạng cố định. Cần phải có tag đóng. Có tác dụng tương tự như tag <PLAINTEXT>.

COLS=n
: Xác định số ký tự trong một hàng.

WRAP
: Cho phép browser xuống hàng các hàng dài hơn khung browser.

Thí dụ:

```
<PRE>PRE viết tắt của chữ Pre-formated</PRE>
```

S

<S>
</S>

~~Gạch ngang~~ qua chữ. Cần phải có tag đóng.

Thí dụ:

```
<S>Chữ này có đường kẻ gạch ngang qua.</S>
```

SAMP

<SAMP>
</SAMP>

Xác định đoạn chữ mẫu (sample), và được hiển thị bằng cỡ chữ nhỏ hơn. Nếu thuộc tính FACE= không được dùng trong tag <FONT> trước đó, phông chữ dạng cố định sẽ được dùng. Cần phải có tag đóng.

Thí dụ:

```
<SAMP>Đây là một đoạn chữ mẫu.</SAMP>
```

SCRIPT

<SCRIPT
LANGUAGE=scripting language
SRC[N3]=url

</SCRIPT>

Xác định đoạn mã được thảo bằng ngôn ngữ lập trình VBScript hay JavaScript. Bắt buộc phải có tag đóng.

LANGUAGE=scripting language
Cho biết ngôn ngữ lập trình được dùng để viết đoạn mã kẹp ở giữa đoạn mã này được ghi bên trong tag ghi chú (<!-- ... -->) để cho các browser không hỗ trợ tag này sẽ không hiển thị nó.

SRC=url
Địa chỉ của một tập tin ngoại (external file) chứa thảo trình.

Thí dụ:

```
<SCRIPT language="JavaScript">
    ...
</SCRIPT>
```

SELECT

<SELECT
NAME=tên
SIZE=n>

</SELECT>

Cho biết một "list box" hay một "drop-down list". Dùng chung với tag <OPTION>.

NAME=tên
Xác định tên cho "list box" hay "drop-down list".

SIZE=n
Xác định bề cao của ô chứa "list box" hay "drop-down list".

Thí dụ:

```
<SELECT NAME="trái cây" SIZE="1">
    <OPTION VALUE="1">Cam
    <OPTION VALUE="2">Táo
    <OPTION VALUE="3" SELECTED>Mận
</SELECT>
```

SERVER^N3

<SERVER>
</SERVER>

Kẹp các lệnh của JavaScript sẽ được thực hiện bên phí máy chủ (Server-side JavaScript). Các lệnh này được thực hiện trước khi trang web được gửi lại cho chúng ta.

Thí dụ:

```
<P>Địa chi IP của bạn là
  <SERVER>write(request.ip);</SERVER>
```

SMALL

<SMALL>
</SMALL>

Giảm cỡ chữ xuống một cỡ.

Thí dụ:

```
<SMALL>Chữ này được ghi ở cỡ nhỏ hơn.</SMALL>
```

SPACER^N3

<SPACER
ALIGN=TOP|MIDDLE|CENTER|BOTTOM|LEFT|RIGHT
HEIGHT=n
SIZE=n
TYPE=type
WIDTH=n>

Tạo một khoảng trống (white space). Khoảng trống luôn có dạng hình chữ nhật giống như bức hình dùng ở tag <IMG>.

ALIGN=TOP|MIDDLE|CENTER|BOTTOM|LEFT|RIGHT
Sắp khoảng trống với các chữ chung quanh. Giá trị mặc định là TOP.

TOP: Các chữ chung quanh sẽ được bắt đầu ngang đỉnh của khoảng trống.
MIDDLE: Các chữ chung quanh sẽ được bắt đầu ngang giữa của khoảng trống.
CENTER: Các chữ chung quanh sẽ được bắt đầu ngang với điểm giữa của khoảng trống.
BOTTOM: Các chữ chung quanh sẽ được bắt đầu ngang với đáy của khoảng trống.
LEFT: Khoảng trống sẽ được đặt sát lề trái.
RIGHT: Khoảng trống sẽ được đặt sát lề phải.

HEIGHT=n
Xác định bề cao của khoảng trống, tính bằng số ảnh tố (pixel).

SIZE=n
Xác định bề rộng của khoảng trống nếu TYPE=HORIZONTAL, hoặc bề cao của khoảng trống nếu TYPE=VERTICAL. Số n được tính bằng số ảnh tố (pixel).

TYPE=type
Xác định loại khoảng trống được dùng. "type" ở đây phải là một trong các giá trị sau:

HORIZONTAL: Tạo khoảng trống giữa các chữ trong hàng.
VERTICAL: Tạo khoảng trống giữa các hàng.
BLOCK: Tạo một khoảng trống, như là một bức hình "tàn hình".

WIDTH=n
Xác định bề rộng của khoảng trống, tính bằng số ảnh tố (pixel).

Thí dụ:

```
<SPACER SIZE=30 TYPE="HORIZONTAL">
```

SPAN[IE3]

<SPAN
STYLE=css1 properties>

</SPAN>

Áp dụng lối trình bầy cho chữ hay các phần tử khác trong trang web. SPAN có thể được dùng để thay đổi lối trình bầy trong phạm vi nhỏ, bằng cách kèm theo thuộc tính STYLE=. Bắt buộc phải có tag đóng.

STYLE=css1 properties
Xác định lối trình bầy.

Thí dụ:

```
<SPAN STYLE="margin-left: 1.0in">Đoạn văn này được thụt
  vào lề 1 phân tây.</SPAN>
```

STRIKE

<STRIKE>
</STRIKE>

~~Gạch ngang~~ qua chữ. Cần phải có tag đóng.

Thí dụ:

```
<STRIKE>Chữ này có đường kẻ gạch ngang qua.</STRIKE>
```

STRONG

<STRONG>
</STRONG>

Nhấn mạnh nhóm chữ. Chữ sẽ được hiển thị đậm (bold). Cần phải có tag đóng.

Thí dụ:

```
<STRONG>Chữ được in đậm (bold)</STRONG>
```

STYLE[IE3]

<STYLE
TITLE=title
TYPE=MIME loại>

</STYLE>

Dùng để ghi lối trình bầy. Lối trình bầy này sẽ có ảnh hưởng cao hơn các lối trình bầy mặc định, hay lối trình bầy qua việc chỉ định tập tin trình bầy rời (linked style sheets). Bắt buộc phải có tag đóng. Microsoft Internet Explorer hỗ trợ hầu hết các cú pháp được quy định trong bản quy định CSS1. Netscape từ phiên bản 4 trở đi mới bắt đầu hỗ trợ tag này.

TITLE=tựa
: Xác định tựa cho lối trình bầy này.

TYPE=MIME type
: Xác định loại tập tin.

Thí dụ:

```
<HTML>
   <HEAD>
   <STYLE>
   BODY {background: gray; color: black}
   H1 {font: 12pt VNI-Times bold}
   P {font: 10pt Arial; text-indent: 0.5in}
   A {text-decoration: none; color: red}
   </STYLE>
   <BODY>
   <H1>Nền của trang web này mầu xám. Chữ mầu đen.  Dòng
   chữ này được trình bầy theo lối H1. Tức là 12-point
   phông VNI-Times đậm.</H1>
   <P>Dòng này được trình bầy ở cỡ chữ 10-point, phông
   Arial và lề trái thụt vào 0.5 phân tây (inch).
   <P>Điểm nối được ghi bằng mầu đỏ.
   <BODY>
```

```
<HTML>
```

SUB

<SUB>
</SUB>

Hiển thị theo lối viết thấp xuống (subscript). Cần phải có tag đóng.

Thí dụ:

```
<SUB>Chữ này được ghi thấp xuống</SUB>
```

SUP

<SUP>
</SUP>

Hiển thị theo lối viết cao lên (superscript). Cần phải có tag đóng.

Thí dụ:

```
<SUP>Chữ này được ghi cao lên</SUP>
```

TABLE

<TABLE
ALIGN=LEFT|RIGHT| CENTER|BLEEDLEFT|BLEEDRIGHT[IE3]
|JUSTIFY[IE3]
BACKGROUND[IE3]=url
BGCOLOR[N3,IE2]=tên mầu
BORDER=n
BORDERCOLOR[IE2]=tên mầu
BORDERCOLORDARK[IE2]=tên mầu
BORDERCOLORLIGHT[IE2]=tên mầu
CELLPADDING=n
CELLSPACING=n
CLASS[IE4,N4]=loại
CLEAR[IE3]=LEFT|RIGHT|ALL|NO
COLS=n
FRAME[IE3]=frame-type
HSPACE[N3]=n
ID=giá trị
NOWRAP[IE3]
RULES[IE3]=rule-type
STYLE[IE4,N4]=css1 properties
VALIGN[IE4]=TOP|MIDDLE|BOTTOM|BASELINE
VSPACE[N3]=n
WIDTH=n>

</TABLE>

Xác định bảng (table). Dùng chung với các tag <TR>, <TD>, và <TH>. Bắt buộc phải có tag đóng.

Các tag <THEAD>, <TBODY>, <TFOOT>, <COLGROUP>, và <COL> do Microsoft đề nghị có thể được dùng chung với tag <TABLE>.

ALIGN=LEFT|CENTER|RIGHT|BLEEDLEFT|BLEEDRIGHT|JUSTIFY
Xác định sự sắp đặt bảng theo bề ngang. Giá trị mặc định là LEFT.

LEFT: Bảng được đặt sát lề trái.
CENTER: Bảng được đặt giữa trang.
RIGHT: Bảng được đặt sát lề phải. Nếu bề ngang của bảng nhỏ hơn bề ngang của trang web, chữ sẽ được ghi tiếp bên trái của bảng.
BLEEDLEFT: Bảng lấn qua lề trái của trang web.
BLEEDRIGHT: Bảng lấn qua lề phải của trang web.
JUSTIFY: Bảng được kéo ngang để đụng hai bên lề.

BACKGROUND=url
Xác định một hình nền cho bảng. Bức hình sẽ được sắp như là lót gạch làm nền cho chữ và hình trong bảng.

BGCOLOR=tên mầu
Xác định mầu của nền. Tên mầu có thể được ghi bằng số hệ thập lục phân, số hệ thập phân hay tên bằng chữ. Hãy xem thêm nơi phụ lục B.

BORDER=n
Xác định bề dầy của đường viền chung quanh bảng, tính bằng ảnh tố (pixels). Giá trị mặc định là số không, tức là không có đường viền.

BORDERCOLOR=tên mầu
Xác định mầu của đường viền. Tên mầu có thể được ghi bằng số hệ thập lục phân, số hệ thập phân hay tên bằng chữ. Hãy xem thêm nơi phụ lục B. Phải được dùng chung với thuộc tính BORDER.

BORDERCOLORDARK=tên mầu
Xác định một mầu độc lập với hai mầu dùng để kẻ đường viền 3 chiều (3-D border), ngược lại với thuộc tính BORDERCOLORLIGHT. Phải được dùng chung với thuộc tính BORDER. Tên mầu có thể được ghi bằng số hệ thập lục phân, số hệ thập phân hay tên bằng chữ. Hãy xem thêm nơi phụ lục B.

BORDERCOLORLIGHT=tên mầu
Xác định một mầu độc lập với hai mầu dùng để kẻ đường viền 3 chiều (3-D border), ngược lại với thuộc tính

BORDERCOLORDARK. Phải được dùng chung với thuộc tính BORDER. Tên mầu có thể được ghi bằng số hệ thập lục phân, số hệ thập phân hay tên bằng chữ. Hãy xem thêm nơi phụ lục B.

CELLPADDING=n

Xác định khoảng trống, tính bằng ảnh tố (pixels), giữa hai cạnh bên của một ô (cell) với chữ bên trong ô.

CELLSPACING=n

Xác định khoảng cách, tính bằng ảnh tố (pixels), giữa các ô (cell), đường biên giới giữa các ô.

CLEAR=NO|LEFT|RIGHT|ALL

Sắp đặt các chữ theo sau bảng. Giá trị mặc định là NO.

NO: Chữ được hiển thị tiếp theo bên cạnh của bảng.
LEFT: Chữ được hiển thị nơi lề trái, ngay dưới bảng.
RIGHT: Chữ được hiển thị nơi lề phải, ngay dưới bảng.
ALL: Chữ được hiển thị tiếp theo bên dưới bảng.

CLASS=loại

Cho biết "class" của tag này trong trang web.

COLS=n

Xác định số cột bên trong bảng.

FRAME=frame-type

Xác định cạnh nào của đường viền được vẽ. "frame-type" phải là một trong những giá trị sau:

BORDER: Các cạnh chung quanh bảng. Đây là giá trị mặc định (default).
VOID: Bỏ hết các cạnh chung quanh bảng.
ABOVE: Vẽ cạnh trên của bảng.
BELOW: Vẽ cạnh dưới của bảng.
HSIDES: Vẽ cạnh trên và dưới của bảng.
LHS: Vẽ cạnh bên trái của bảng.
RHS: Vẽ cạnh bên phải của bảng.
VSIDES: Vẽ cạnh trái và phải của bảng.
BOX: Vẽ tất cả các cạnh chung quanh bảng.

HSPACE=n

Xác định khoảng cách bề ngang giữa các cạnh bên của bảng và các chữ chung quanh bảng.

ID=giá trị

Gán một giá trị để xác định phần tử này trong trang web.

NOWRAP

Không tự động xuống hàng các chữ bên trong ô, nếu nó vượt quá lề phải.

RULES=rule-type

Xác định các đường biên giới giữa các ô có được vẽ hay không. "Rule-type" phải là một trong những giá trị sau:

NONE: Không kẻ một đường nào hết. Đây là giá trị mặc định (default).
GROUPS: Vẽ đường kẻ ngang, phân chia các nhóm. Các nhóm được xác định bởi tag <THEAD>, <TBODY>, <TFOOT>, và <COLGROUP>.
ROWS: Vẽ đường kẻ ngang các hàng.
COLS: Vẽ đường kẻ dọc các cột.
ALL: Vẽ tất cả các đường kẻ dọc và ngang.

STYLE=css1 properties

Xác định lối trình bầy.

VALIGN=TOP|MIDDLE|BOTTOM|BASELINE

Xác định sự sắp đặt bảng theo bề dọc. Giá trị mặc định là TOP.

TOP: Bảng được đặt sát lề trên.
MIDDLE: Bảng được đặt ở giữa theo chiều dọc.
BOTTOM: Bảng được đặt sát lề dưới
BASELINE: Cạnh dưới của bảng được đặt ngang với cạnh dưới của chữ chung quanh.

VSPACE=n

Xác định khoảng cách bề dọc giữa các cạnh trên và dưới của bảng và các chữ chung quanh bảng.

WIDTH=n

Bề rộng của bảng, tính bằng số ảnh tố (pixels) hay phần trăm. Nếu là phần trăm thì số n phải được theo sau bởi dấu phần trăm (%).

Thí dụ:

```
<TABLE BORDER=1 WIDTH=80%>
  <THEAD>
  <TR>
     <TH>Heading 1</TH>
     <TH>Heading 2</TH>
  </TR>
  <TBODY>
  <TR>
     <TD>Hàng 1, Cột 1.</TD>
     <TD>Hàng 1, Cột 2.</TD>
  </TR>
  <TR>
     <TD>Hàng 2, Cột 1.</TD>
     <TD>Hàng 2, Cột 2.</TD>
```

```
    </TR>
    </TABLE>
```

TBODY[IE2]

<TBODY
CLASS=loại
ID=giá trị
STYLE=css1 properties>

</TBODY>

Tạo nhiều nhóm trong bảng khi cần có đường kẻ ngang phân chia các nhóm. Bắt buộc phải có tag đóng. Nếu tag <THEAD> và <TFOOT> không được dùng thì chúng ta không cần dùng tag <TBODY> này. Chúng ta có thể dùng nhiều tag <TBODY> trong một bảng để chia bảng thành nhiều nhóm hàng (group of rows).

CLASS=loại
    Cho biết "class" của tag này trong trang web.

ID=giá trị
    Gán một giá trị để xác định phần tử này trong trang web.

STYLE=css1 properties
    Xác định lối trình bầy.

Thí dụ:

```
<TABLE>
  <THEAD>
  <TR>
     ...
  </TR>
  <TBODY>
  <TR>
     ...
  </TR>
  </TBODY>
</TABLE>
```

TD

<TD
ALIGN=CENTER|LEFT|RIGHT|JUSTIFY[IE2]
BACKGROUND[IE2]=url
BGCOLOR[IE2,N3]=tên mầu
BORDERCOLOR[IE2]=tên mầu
BORDERCOLORDARK[IE2]=tên mầu
BORDERCOLORLIGHT[IE2]=tên mầu
CLASS[IE4,N4]=loại

COLSPAN=n
HEIGHT=n
ID[IE4,N4]=giá trị
NOWRAP
ROWSPAN=n
STYLE[IE4,N4]=css1 properties
VALIGN=MIDDLE|TOP|BOTTOM|BASELINE
WIDTH=n> ... </TD>

Tạo một ô trong bảng. Phải có tag đóng. Tag này phải được dùng bên trong tag <TR> (tạo hàng). Các thuộc tính không cần phải có. Trong trường hợp đó, các ảnh hưởng sẽ được thừa hưởng từ tag <TR> hay tag <TABLE>.

ALIGN=CENTER|LEFT|RIGHT|JUSTIFY
: Xác định cách sắp chữ theo bề ngang trong ô. Giá trị mặc định là CENTER.

CENTER: Chữ được đặt giữa ô.
LEFT: Chữ được đặt sát lề trái của ô.
RIGHT: Chữ được đặt sát lề phải của ô.
JUSTIFY: Chữ được đặt đều hai bên lề.

BACKGROUND=url
: Xác định một hình nền cho bảng. Bức hình sẽ được sắp như là lót gạch, làm nền cho chữ và hình trong ô.

BGCOLOR=tên mầu
: Xác định mầu của nền. Tên mầu có thể được ghi bằng số hệ thập lục phân, số hệ thập phân hay tên bằng chữ. Hãy xem thêm nơi phụ lục B.

BORDERCOLOR=tên mầu
: Xác định mầu của đường viền. Tên mầu có thể được ghi bằng số hệ thập lục phân, số hệ thập phân hay tên bằng chữ. Hãy xem thêm nơi phụ lục B. Phải được dùng chung với thuộc tính BORDER. Phải được dùng chung với thuộc tính BORDER= của tag <TABLE>.

BORDERCOLORDARK=tên mầu
: Xác định một mầu độc lập với hai mầu dùng để kẻ đường viền 3 chiều (3-D border), ngược lại với thuộc tính BORDERCOLORLIGHT. Phải được dùng chung với thuộc tính BORDER. Tên mầu có thể được ghi bằng số hệ thập lục phân, số hệ thập phân hay tên bằng chữ. Hãy xem thêm nơi phụ lục B. Phải được dùng chung với thuộc tính BORDER= của tag <TABLE>.

BORDERCOLORLIGHT=tên mầu
: Xác định một mầu độc lập với hai mầu dùng để kẻ đường viền 3 chiều (3-D border), ngược lại với thuộc tính

BORDERCOLORDARK. Phải được dùng chung với thuộc tính BORDER. Tên mầu có thể được ghi bằng số hệ thập lục phân, số hệ thập phân hay tên bằng chữ. Hãy xem thêm nơi phụ lục B. Phải được dùng chung với thuộc tính BORDER= của tag <TABLE>.

CLASS=loại

Cho biết "class" của tag này trong trang web.

COLSPAN=n

Kéo ngang ô qua nhiều cột. Số cột được xác định bởi số n. Khi dùng thuộc tính này, chúng ta phải bỏ bớt số cặp tag <TD>, </TD> làm ô trong cùng hàng.

HEIGHT=n

Xác định bề cao của ô trong bảng, tính bằng ảnh tố (pixel).

ID=giá trị

Gán một giá trị để xác định phần tử này trong trang web.

NOWRAP

Không tự động xuống hàng các chữ bên trong ô nếu nó vượt quá lề phải.

ROWSPAN=n

Kéo dọc ô này xuống các ô bên dưới. Số ô được xác định bởi số n. Khi dùng thuộc tính này, chúng ta phải bỏ bớt số cặp tag <TD>, </TD> làm ô trong các hàng dưới.

STYLE=css1 properties

Xác định lối trình bầy.

VALIGN=MIDDLE|TOP|BOTTOM|BASELINE

Xác định cách sắp chữ theo bề dọc trong ô. Giá trị mặc định là MIDDLE.

MIDDLE: Chữ được đặt giữa ô.
TOP: Chữ được đặt sát với lề trên của ô.
BOTTOM: Chữ được đặt sát với lề dưới của ô.
BASELINE: Chữ được đặt sát với lề dưới của ô.

WIDTH=n

Xác định bề rộng của ô, tính bằng số ảnh tố (pixels).

Thí dụ:

```
<TABLE BORDER=1 WIDTH=80%>
  <TR>
     <TD>Hàng 1, Cột 1.</TD>
     <TD>Hàng 1, Cột 2.</TD>
  </TR>
  <TR>
     <TD>Hàng 2, Cột 1.</TD>
```

```
      <TD>Hàng 2, Cột 2.</TD>
   </TR>
</TABLE>
```

TEXTAREA

<TEXTAREA
COLS=n
NAME=tên
ROWS=n
WRAP[N2]=style>

</TEXTAREA>

Tạo một ô điền nhiều hàng trong form (multiple-lines field). Bắt buộc phải có tag đóng. Những chữ nào được ghi bên giữa tag mở và tag đóng sẽ là giá trị mặc định của ô này.

COLS=n
: Xác định bề rộng của ô, tính bằng số ký tự.

NAME=tên
: Xác định tên của ô.

ROWS=n
: Xác định bề cao của ô, tính bằng số ký tự.

WRAP=style
: Sắp đặt lối xuống hàng giữa ô TEXTAREA. "style" phải là một trong các kiểu sau đây:

OFF: Không có xuống hàng.
VIRTUAL: Xuống hàng nơi màn ảnh nhưng khi gửi dữ kiện về máy chủ thì không xuống hàng.
PHISICAL: Xuống hàng nơi màn ảnh và cả khi gửi dữ kiện về máy chủ.

Thí dụ:

```
<FORM>
   <TEXTAREA COLS=50 NAME="ghichú" ROWS=6>
   Lời ghi chú mặc định. </TEXTAREA>
</FORM>
```

TFOOT[IE2]

<TFOOT
CLASS=loại
ID=giá trị
STYLE=css1 properties>

</TFOOT>

Xác định "footer" của bảng. Dùng tag <TFOOT> để lập lại các "footers" khi bảng bị ngăn cách bởi đường ngăn trang, hay cho tựa của bảng khi phần thân (body) được hiển thị với thanh cuộn (scrolling bar). Tag này không cần thiết phải có. Nếu có, nó phải được ghi trong tag <TABLE>, và không cần thiết phải có tag đóng.

CLASS=loại
    Cho biết "class" của tag này trong trang web.

ID=giá trị
    Gán một giá trị để xác định phần tử này trong trang web.

STYLE=css1 properties
    Xác định lối trình bầy.

Thí dụ:

```
<TABLE>
  <TBODY>
    <TR>
    ...
    </TR>
  <TFOOT>
    <TR>
    ...
    </TR>

</TABLE>
```

TH

<TH
ALIGN=CENTER|LEFT|RIGHT|JUSTIFY[IE2]
BACKGROUND[IE2]=url
BGCOLOR[IE2,N3]=tên mầu
BORDERCOLOR[IE2]=tên mầu
BORDERCOLORDARK[IE2]=tên mầu
BORDERCOLORLIGHT[IE2]=tên mầu
CLASS[IE4]=loại
COLSPAN=n
HEIGHT=n
ID[IE4]=giá trị
NOWRAP
ROWSPAN=n
STYLE[IE4]=css1 properties
VALIGN=TOP|MIDDLE|BOTTOM|BASELINE
WIDTH=n> ... </TH>

Tạo hàng, hay cột tựa (row hay column heading) cho bảng. Tương tự như tag <TD>, nhưng chữ ghi trong phần tựa này sẽ được biên đậm để phân biệt với chữ trong phần thân. Không cần tag đóng. Tag này phải được dùng bên trong tag <TR> (tạo hàng). Các thuộc tính không cần phải có. Trong trường hợp đó, các ảnh hưởng sẽ được thừa hưởng từ tag <TR> hay tag <TABLE>.

ALIGN=CENTER|LEFT|RIGHT|JUSTIFY

Xác định cách sắp chữ theo bề ngang trong ô tựa. Giá trị mặc định là CENTER.

CENTER: Chữ được đặt giữa ô.
LEFT: Chữ được đặt sát lề trái của ô.
RIGHT: Chữ được đặt sát lề phải của ô.
JUSTIFY: Chữ được đặt đều hai bên lề.

BACKGROUND=url

Xác định một hình nền cho bảng. Bức hình sẽ được sắp như là lót gạch làm nền cho chữ và hình trong hàng tựa.

BGCOLOR=tên mầu

Xác định mầu của nền. Tên mầu có thể được ghi bằng số hệ thập lục phân, số hệ thập phân hay tên bằng chữ. Hãy xem thêm nơi phụ lục B.

BORDERCOLOR=tên mầu

Xác định mầu của đường viền. Tên mầu có thể được ghi bằng số hệ thập lục phân, số hệ thập phân hay tên bằng chữ. Hãy xem thêm nơi phụ lục B. Phải được dùng chung với thuộc tính BORDER trong tag <TABLE>.

BORDERCOLORDARK=tên mầu

Xác định một mầu độc lập với hai mầu dùng để kẻ đường viền 3 chiều (3-D border), ngược lại với thuộc tính BORDERCOLORLIGHT. Phải được dùng chung với thuộc tính BORDER trong tag <TABLE>. Tên mầu có thể được ghi bằng số hệ thập lục phân, số hệ thập phân hay tên bằng chữ. Hãy xem thêm nơi phụ lục B.

BORDERCOLORLIGHT=tên mầu

Xác định một mầu độc lập với hai mầu dùng để kẻ đường viền 3 chiều (3-D border), ngược lại với thuộc tính BORDERCOLORDARK. Phải được dùng chung với thuộc tính BORDER trong tag <TABLE>. Tên mầu có thể được ghi bằng số hệ thập lục phân, số hệ thập phân hay tên bằng chữ. Hãy xem thêm nơi phụ lục B.

CLASS=loại

Cho biết "class" của tag này trong trang web.

COLSPAN=n

Kéo ngang ô qua nhiều cột. Số cột được xác định bởi số **n**. Khi dùng thuộc tính này, chúng ta phải bỏ bớt số cặp tag <TD>, </TD> làm ô trong cùng hàng.

HEIGHT=n
Xác định bề cao của ô.

ID=giá trị
Gán một giá trị để xác định phần tử này trong trang web.

NOWRAP
Không tự động xuống hàng các chữ bên trong ô nếu nó vượt quá lề phải.

ROWSPAN=n
Kéo dọc ô này xuống nhiều hàng. Số hàng được xác định bởi số **n**. Khi dùng thuộc tính này, chúng ta phải bỏ bớt số cặp tag <TD>, </TD> làm ô trong các hàng dưới.

STYLE=css1 properties
Xác định lối trình bầy.

VALIGN=TOP|MIDDLE|BOTTOM|BASELINE
Xác định cách sắp chữ theo bề dọc trong ô. Giá trị mặc định là TOP.

TOP: Chữ được đặt sát với lề trên của ô.
MIDDLE: Chữ được đặt giữa ô.
BOTTOM: Chữ được đặt sát với lề dưới của ô.
BASELINE: Chữ được đặt sát với lề dưới của ô.

WIDTH=n
Xác định bề rộng của ô, tính bằng số ảnh tố (pixels).

Thí dụ:

```
<TABLE BORDER=1 WIDTH=80%>
  <TH>
     <TD>Tựa, Cột 1.</TD>
     <TD>Tựa, Cột 2.</TD>
  </TH>
  <TR>
     <TD>Hàng 1, Cột 1.</TD>
     <TD>Hàng 1, Cột 2.</TD>
  </TR>
</TABLE>
```

THEAD[IE2]

<THEAD
ALIGN=LEFT|CENTER|RIGHT|JUSTIFY
CLASS=loại
ID=giá trị

STYLE=css1 properties
VALIGN= MIDDLE|TOP|BOTTOM>

Xác định phần tựa của bảng. Dùng tag <THEAD> để lập lại các "header" khi bảng bị ngăn cách bởi đường ngăn trang, hay cho tựa của bảng khi phần thân (body) được hiển thị với thanh cuộn (scrolling bar). Tag này không cần thiết phải có. Nếu có, nó phải được ghi trong tag <TABLE>, và không cần thiết phải có tag đóng.

ALIGN=CENTER|LEFT|RIGHT|JUSTIFY

Xác định cách sắp chữ theo bề ngang trong ô của phần tựa. Giá trị mặc định là CENTER.

CENTER: Chữ được đặt giữa ô.
LEFT: Chữ được đặt sát lề trái của ô.
RIGHT: Chữ được đặt sát lề phải của ô.
JUSTIFY: Chữ được đặt đều hai bên lề.

CLASS=loại

Cho biết "class" của tag này trong trang web.

ID=giá trị

Gán một giá trị để xác định phần tử này trong trang web.

STYLE=css1 properties

Xác định lối trình bầy.

VALIGN=MIDDLE|TOP|BOTTOM

Xác định cách sắp chữ theo bề dọc trong ô. Giá trị mặc định là TOP.

MIDDLE: Chữ được đặt giữa ô.
TOP: Chữ được đặt sát với lề trên của ô.
BOTTOM: Chữ được đặt sát với lề dưới của ô.

Thí dụ:

```
<TABLE>
  <THEAD>
     <TR>
     ...
     </TR>
  <TBODY>
     <TR>
     ...
     </TR>
</TABLE>
```

TITLE

<TITLE>
</TITLE>

Xác định tựa của trang web. Tag này chỉ có hiệu lực khi đặt trong phần <HEAD> của trang web. Bắt buộc phải có tag đóng.

Thí dụ:

```
<HEAD>
   <TITLE>Tựa của trang web</TITLE>
</HEAD>
```

TR

<TR
ALIGN=CENTER|LEFT|RIGHT|JUSTIFY[IE2]
BGCOLOR[IE2,N3]=tên mầu
BORDERCOLOR[IE2]=tên mầu
BORDERCOLORDARK[IE2]=tên mầu
BORDERCOLORLIGHT[IE2]=tên mầu
CLASS[IE4,N4]=loại
ID[IE4,N4]=giá trị
NOWRAP[IE2]
STYLE[IE4,N4]=css1 properties
VALIGN=MIDDLE|TOP|BOTTOM|BASELINE>

</TR>

Tạo một hàng trong bảng.

ALIGN=CENTER|LEFT|RIGHT|JUSTIFY

Xác định cách sắp chữ theo bề ngang trong hàng. Giá trị mặc định là CENTER.

CENTER: Chữ trong hàng được đặt giữa.
LEFT: Chữ trong hàng được đặt sát lề trái.
RIGHT: Chữ trong hàng được đặt sát lề phải.
JUSTIFY: Chữ trong hàng được đặt đều hai bên lề.

BGCOLOR=tên mầu

Xác định mầu của nền. Tên mầu có thể được ghi bằng số hệ thập lục phân, số hệ thập phân hay tên bằng chữ. Hãy xem thêm nơi phụ lục B.

BORDERCOLOR=tên mầu

Xác định mầu của đường viền. Tên mầu có thể được ghi bằng số hệ thập lục phân, số hệ thập phân hay tên bằng chữ. Hãy xem thêm nơi phụ lục B. Phải được dùng chung với thuộc tính BORDER trong tag <TABLE>.

BORDERCOLORDARK=tên mầu

Xác định một mầu độc lập với hai mầu dùng để kẻ đường viền 3 chiều (3-D border), ngược lại với thuộc tính BORDERCOLORLIGHT. Phải được dùng chung với thuộc tính

BORDER trong tag <TABLE>. Tên mầu có thể được ghi bằng số hệ thập lục phân, số hệ thập phân hay tên bằng chữ. Hãy xem thêm nơi phụ lục B.

BORDERCOLORLIGHT=tên mầu
Xác định một mầu độc lập với hai mầu dùng để kẻ đường viền 3 chiều (3-D border), ngược lại với thuộc tính BORDERCOLORDARK. Phải được dùng chung với thuộc tính BORDER trong tag <TABLE>. Tên mầu có thể được ghi bằng số hệ thập lục phân, số hệ thập phân hay tên bằng chữ. Hãy xem thêm nơi phụ lục B.

CLASS=loại
Cho biết "class" của tag này trong trang web.

ID=giá trị
Gán một giá trị để xác định phần tử này trong trang web.

NOWRAP
Không tự động xuống hàng các chữ bên trong ô nếu nó vượt quá lề phải.

STYLE=css1 properties
Xác định lối trình bầy.

VALIGN=MIDDLE|TOP|BOTTOM|BASELINE
Xác định cách sắp chữ theo bề dọc trong hàng. Giá trị mặc định là MIDDLE.

MIDDLE: Chữ trong hàng được đặt ở giữa.
TOP: Chữ trong hàng được đặt sát với lề trên của ô.
BOTTOM: Chữ trong hàng được đặt sát với lề dưới của ô.
BASELINE: Chữ trong hàng được đặt sát với lề dưới của ô.

Thí dụ:

```
<TABLE BORDER=1 WIDTH=80%>
  <TR>
     <TD>Hàng 1, Cột 1.</TD>
     <TD>Hàng 1, Cột 2.</TD>
  </TR>
  <TR>
     <TD>Hàng 2, Cột 1.</TD>
     <TD>Hàng 2, Cột 2.</TD>
  </TR>
</TABLE>
```

TT

<TT>
</TT>

Hiển thị chữ theo kiểu "Tele". Chữ được hiển thị bằng phông chữ dạng cố định. Bắc buộc phải có tag đóng.

Thí dụ:

```
<TT>Chữ được hiển thị bằng phông chữ dạng cố định</TT>
```

U

<U>
</U>

Gạch dưới chữ. Bắc buộc phải có tag đóng.

Thí dụ:

```
<U>Chữ được gạch dưới</U>
```

UL

<UL
CLASS=loại
COMPACT
TYPE[N2]=bullet
ID=giá trị
STYLE=css1 properties>

</UL>

Xác định một danh sách không có thứ tự. Mỗi mục trong danh sách được đánh dấu đầu dòng (bullet). Bắt buộc phải có tag đóng.

CLASS=loại
Cho biết "class" của tag này trong trang web.

COMPACT
Giảm khoảng cách giữa các hàng bên trong danh sách (list).

TYPE=bullet
"Bullet" được dùng để đánh dấu đầu dòng. "Bullet" phải là một trong những giá trị sau:

CIRCLE: Vòng tròn đen.
DISC: Vòng tròn trắng.
SQUARE: Hình vuông đen.

ID=giá trị
Gán một giá trị để xác định phần tử này trong trang web.

STYLE=css1 properties
Xác định lối trình bầy.

Thí dụ:

```
<UL TYPE="SQUARE">
   <LI>Mục thứ nhất.
   <LI>Mục thứ nhì.
</UL>
```

VAR

<VAR>
</VAR>

Cho biết chữ được ghi là các biến số (variable). Chữ được hiển thị ở phông chữ dạng cố định và cỡ nhỏ. Bắt buộc phải có tag đóng.

Thí dụ:

```
Cho biết giá trị của <VAR>biến số</VAR> nơi đây:
```

WBR

<WBR>

Dùng để xuống hàng bên trong tag <NOBR>.

Thí dụ:

```
<NOBR>Xuống hàng ngay đây<WBR> mặc dùng hàng chữ chưa
   đụng lề phải của trang web.</NOBR>
```

XMP

<XMP>
</XMP>

Ghi các lời thí dụ bằng phông chữ dạng cố định (fixed). Tag đóng bắt buộc phải có.

Thí dụ:

```
<XMP>Đây là lời thí dụ.</XMP>
```

Chú Ý: *Muốn tìm hiểu thêm về các tag HTML hãy hướng địa chỉ về một trong những địa chỉ sau:*
_ *www.zdnet.com/products/htmluser/href/*
_ *uts.cc.utexas.edu/%7Echurchh/htmlqref.html*
_ *www.sandia.gov/sci_compute/html_ref.html*
_ *www.w3.org/TR/REC-html32.html*
_ *www.w3.org/TR/PR-html40/*
_ *www.terminalp.com/htmlib/*

Phụ Lục B

BẢNG MẦU VÀ TÊN MẦU

B.1 Bảng Mầu

Hầu hết các máy browser đều có một bảng mầu. Bảng mầu được dùng giống như bảng mẫu tự. Khi máy browser hiển thị một bức hình, bên trong tập tin hình sẽ ghi rõ là chỗ nào sẽ tô mầu gì. Browser lúc bấy giờ mới tham chiếu với bảng mầu. Nếu mầu được yêu cầu có trong bảng mầu, browser sẽ lấy mầu từ bảng mầu và tô vào bức hình. Nếu mầu được yêu cầu không có trong bảng mầu, browser sẽ hoặc là thay thế mầu đó bằng một mầu khác có trong bảng mầu, hay "dither" mầu để cố gắng có được một mầu tương tự như mầu được yêu cầu. Công thức "dither" thường là lấy hai mầu gần giống với mầu được yêu cầu rồi đặt xen kẽ nhau từng ảnh tố (pixel) một.

Quyết định thay thế mầu hay "dither" mầu khi bảng mầu không có mầu được yêu cầu thường được sắp đặt nơi browser. Hay nói cách khác, chúng ta sẽ lựa chọn một trong hai cách và nói cho browser biết chúng ta chọn cách nào. Bảng mầu có nhiều kích thước khác nhau: 16 mầu, 256 mầu (16 x 16 = 256), hay 16,777,216 triệu mầu (256 x 256 x 256 = 16,777,216). Kích thước của bảng mầu khác nhau tùy theo thẻ hình của chúng ta, và tùy theo từng máy. Khi một bức hình bị "dither", mầu của bức hình sẽ không còn chính xác. Do đó, khi chúng ta tạo hình cho trang web, chúng ta nên dùng các mầu có trong bảng mầu để chánh cho hình bị đổi mầu.

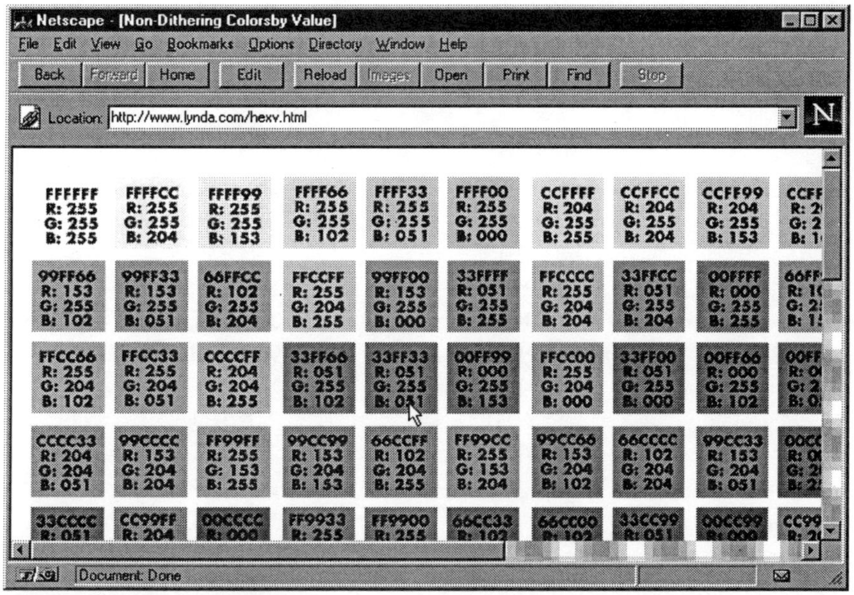

Hình B-1: Bảng mầu (không "dither")

Làm thế nào để biết được một mầu nào sẽ được ghi trong bảng mầu là một điều khó. Như đã nói ở trên, bảng mầu thay đổi tùy theo từng máy. Đối với các máy dùng hệ điều hành Windows, Microsoft có đưa ra một bảng mầu gọi là mầu tiêu chuẩn cho Windows (Windows default colors). Các nhu liệu vẽ hình có cho chúng ta thay đổi bảng mầu này theo sở thích (custom color). Do đó, chúng ta cũng chẳng có hy vọng gì hơn để biết được mầu nào sẽ có trong bảng mầu. Đây là chưa kể cùng một nhu liệu như Netscape nhưng ở mỗi một hệ điều hành khác nhau lại có một bảng mầu khác nhau.

B.2 Tên Mầu

Các browser cho chúng ta đổi mầu của chữ cũng như nền của trang web. Bảng mầu dùng cho chữ và nền này thường là bảng mầu tiêu chuẩn (default color table). Bảng mầu này có 256 mầu. Đếm từ 0 tới 255 trong hệ số thập phân. Tuy nhiên, khi ghi mầu nơi các thuộc tính đổi mầu chúng ta phải ghi bằng số trong hệ thập lục phân (hệ số 16), theo dạng như sau: #RRGGBB hay "Tên Mầu". Netscape đã đặt tên cho 216 mầu (không dither). 40 mầu còn lại sẽ bị "dither". Các browser mới sau này cũng hỗ trợ các tên mầu này của Netscape; do đó, chúng ta có thể yên tâm khi dùng các tên mầu sau đây khi cần nói về mầu cho chữ và nền của trang web. Các mầu này được sắp thứ tự theo tên:

Tên Mầu	**Số Thập Lục Phân**	**Số Thập Phân**
AliceBlue	#F0F8FF	240,248,255
AntiqueWhite	#FAEBD7	250,235,215
Aqua	#00FFFF	0,255,255
Aquamarine	#7FFFD4	127,255,212
Azure	#F0FFFF	240,255,255
Beige	#F5F5DC	245,245,220
Bisque	#FFE4C4	255,228,196
Black	#000000	0,0,0
BlanchedAlmond	#FFEBCD	255,235,205
Blue	#0000FF	0,0,255
BlueViolet	#8A2BE2	138,43,226
Brown	#A52A2A	165,42,42
BurlyWood	#DEB887	222,184,135
CadetBlue	#5F9EA0	95,158,160
Chartreuse	#7FFF00	127,255,0
Chocolate	#D2691E	210,105,30
Coral	#FF7F50	255,127,80
CornflowerBlue	#6495ED	100,149,237
Cornsilk	#FFF8DC	255,248,220
Crimson	#DC143C	220,20,60
Cyan	#00FFFF	0,255,255

DarkBlue	#00008B	0,0,139
DarkCyan	#008B8B	0,139,139
DarkGoldenrod	#B8860B	184,134,11
DarkGray	#A9A9A9	169,169,169
DarkGreen	#006400	0,100,0
DarkKhaki	#BDB76B	189,183,107
DarkMagenta	#8B008B	139,0,139
DarkOliveGreen	#556B2F	85,107,47
DarkOrange	#FF8C00	255,140,0
DarkOrchid	#9932CC	153,50,204
DarkRed	#8B0000	139,0,0
DarkSalmon	#E9967A	233,150,122
DarkSeaGreen	#8FBC8F	143,188,143
DarkSlateBlue	#483D8B	72,61,139
DarkSlateGray	#2F4F4F	47,79,79
DarkTurquoise	#00CED1	0,206,209
DarkViolet	#9400D3	148,0,211
DeepPink	#FF1493	255,20,147
DeepSkyBlue	#00BFFF	0,191,255
DimGray	#696969	105,105,105
DodgerBlue	#1E90FF	30,144,255
FireBrick	#B22222	178,34,34
FloralWhite	#FFFAF0	255,250,240
ForestGreen	#228B22	34,139,34
Fuchsia	#FF00FF	255,0,255
Gainsboro	#DCDCDC	220,220,220
GhostWhite	#F8F8FF	248,248,255
Gold	#FFD700	255,215,0
Goldenrod	#DAA520	218,165,32
Gray	#808080	128,128,128
Green	#008000	0,128,0
GreenYellow	#ADFF2F	173,255,47
Honeydew	#F0FFF0	240,255,240
HotPink	#FF69B4	255,105,180
IndianRed	#CD5C5C	205,92,92
Indigo	#4B0082	75,0,130
Ivory	#FFFFF0	255,255,240
Khaki	#F0E68C	240,230,140
Lavender	#E6E6FA	230,230,250
LavenderBlush	#FFF0F5	255,240,245
LawnGreen	#7CFC00	124,252,0
LemonChiffon	#FFFACD	255,250,205
LightBlue	#ADD8E6	173,216,230

LightCoral	#F08080	240,128,128
LightCyan	#E0FFFF	224,255,255
LightGoldenrodYellow	#FAFAD2	250,250,210
LightGreen	#90EE90	144,238,144
LightGrey	#D3D3D3	211,211,211
LightPink	#FFB6C1	255,182,193
LightSalmon	#FFA07A	255,160,122
LightSeaGreen	#20B2AA	32,178,170
LightSkyBlue	#87CEFA	135,206,250
LightSlateGray	#778899	119,136,153
LightSteelBlue	#B0C4DE	176,196,222
LightYellow	#FFFFE0	255,255,224
Lime	#00FF00	0,255,0
LimeGreen	#32CD32	50,205,50
Linen	#FAF0E6	250,240,230
Magenta	#FF00FF	255,0,255
Maroon	#800000	128,0,0
MediumAquamarine	#66CDAA	102,205,170
MediumBlue	#0000CD	0,0,205
MediumOrchid	#BA55D3	186,85,211
MediumPurple	#9370DB	147,112,219
MediumSeaGreen	#3CB371	60,179,113
MediumSlateBlue	#7B68EE	123,104,238
MediumSpringGreen	#00FA9A	0,250,154
MediumTurquoise	#48D1CC	72,209,204
MediumVioletRed	#C71585	199,21,133
MidnightBlue	#191970	25,25,112
MintCream	#F5FFFA	245,255,250
MistyRose	#FFE4E1	255,228,225
Moccasin	#FFE4B5	255,228,181
NavajoWhite	#FFDEAD	255,222,173
Navy	#000080	0,0,128
OldLace	#FDF5E6	253,245,230
Olive	#808000	128,128,0
OliveDrab	#6B8E23	107,142,35
Orange	#FFA500	255,165,0
OrangeRed	#FF4500	255,69,0
Orchid	#DA70D6	218,112,214
PaleGoldenrod	#EEE8AA	238,232,170
PaleGreen	#98FB98	152,251,152
PaleTurquoise	#AFEEEE	175,238,238
PaleVioletRed	#DB7093	219,112,147
PapayaWhip	#FFEFD5	255,239,213

PeachPuff	#FFDAB9	255,218,185
Peru	#CD853F	205,133,63
Pink	#FFC0CB	255,192,203
Plum	#DDA0DD	221,160,221
PowderBlue	#B0E0E6	176,224,230
Purple	#800080	128,0,128
Red	#FF0000	255,0,0
RosyBrown	#BC8F8F	188,143,143
RoyalBlue	#4169E1	65,105,225
SaddleBrown	#8B4513	139,69,19
Salmon	#FA8072	250,128,114
SandyBrown	#F4A460	244,164,96
SeaGreen	#2E8B57	46,139,87
Seashell	#FFF5EE	255,245,238
Sienna	#A0522D	160,82,45
Silver	#C0C0C0	192,192,192
SkyBlue	#87CEEB	135,206,235
SlateBlue	#6A5ACD	106,90,205
SlateGray	#708090	112,128,144
Snow	#FFFAFA	255,250,250
SpringGreen	#00FF7F	0,255,127
SteelBlue	#4682B4	70,130,180
Tan	#D2B48C	210,180,140
Teal	#008080	0,128,128
Thistle	#D8BFD8	216,191,216
Tomato	#FF6347	255,99,71
Turquoise	#40E0D0	64,224,208
Violet	#EE82EE	238,130,238
Wheat	#F5DEB3	245,222,179
White	#FFFFFF	255,255,255
WhiteSmoke	#F5F5F5	245,245,245
Yellow	#FFFF00	255,255,0
YellowGreen	#9ACD32	154,205,50

Lưu Ý:

Các tên trên đây chỉ là các tên chính. Có một số mầu còn được chia ra vài cấp bậc nữa. Thí dụ như mầu Antique White được chia làm 5 cấp bậc khác nhau, mỗi cấp bậc chỉ hơi khác nhau có một chút.

AntiqueWhite	#FAEBD7	250,235,215
AntiqueWhite1	#FFEFDB	255,239,219
AntiqueWhite2	#EEDFCC	238,223,204

AntiqueWhite3	#CDC0B0	205,192,176
AntiqueWhite4	#8B8378	139,131,120

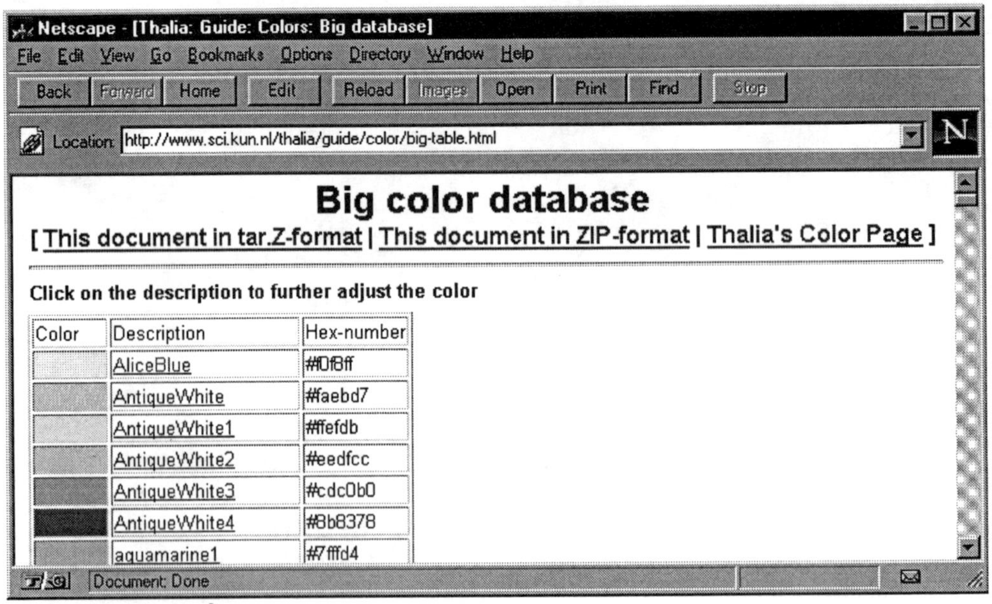

Hình B-2: Bảng tên mầu

Hãy tìm đọc thêm các bài viết như:

- "A Standard Default Color Space for the Internet-sRGB" (www.w3.org/pub/WWW/Graphics/Color/sRGB.html)
- "The International Color Consortium" (www.color.org)
- "The WDVL: Color/Colour" (WWW.Stars.com/Authoring/Graphics/Colour/)
- "The 256, oops, 216 colors of Netscape" (www.connect.hawaii.com/hc/webmasters/Netscape.colors.html)
- "Graphics: Netscape Color Tables" (www.sun.com/styleguide/tables/TECHNOTE_3.html)

Phụ Lục C

BẢNG CHỮ

Khi trình bầy trang web, nếu vì một lý do nào đó chúng ta không thể đánh các mẫu tự trực tiếp, chúng ta sẽ phải dùng các ký hiệu trong các bảng chữ sau đây để thế vào. Chúng ta cũng dùng các ký hiệu đó để thế cho các ký hiệu không thể đánh trực tiếp từ bàn đánh chữ (keyboard). Thí dụ như dấu © hay ®. Cách dùng các ký hiệu đó như sau:

- Nếu dùng mã số, các ký hiệu phải bắt đầu bằng cặp dấu **&#**, rồi theo sau bởi một con số và dấu chấm than. Thí dụ, thay vì đánh dấu <, chúng ta viết **<**.
- Nếu dùng mã HTML, các ký hiệu phải bắt đầu bằng dấu &, tiếp theo là mã HTML và dấu chấm phẩy. Thí dụ, thay vì đánh dấu <, chúng ta viết **<**.

Lưu Ý: *Muốn có bảng chữ Việt VNI hãy tìm đến trang web http://www.vnisoft.com/english/vnichar.htm.*

C.1 Các Ký Hiệu Thường Dùng

Chữ	Mã Số	HTML	Chú Thích
<	<	<	Less than
>	>	>	Greater than
"	"	"	Quotation mark
&	&	&	Ampersand
©	©	©	Copyright
®	®	®	Registered trademark
™	™		Trademark
			Non-breaking Space
«	«	«	Left angle quote, guillemot left
»	»	»	Right angle quote, guillemot right
°	°	°	Degree sign
¿	¿	¿	Inverted question mark
£	&#16;	£	Pound sterling
¤	¤	¤	General currency sign
¥	¥	¥	Yen sign

C.2 Bảng Chữ ISO Latin-1 (ISO Latin-1/8859-1 Character Set)

Chữ	Mã Số	HTML	Chú Thích
À	À	À	Capital A, grave accent
à	à	à	Small a, grave accent
Á	Á	Á	Capital A, acute accent
á	á	á	Small a, acute accent
Â	Â	Â	Capital A, circumflex
â	â	â	Small a, circumflex
Ã	Ã	Ã	Capital A, tilde
ã	ã	ã	Small a, tilde
Ä	Ä	Ä	Capital A, diæresis / umlaut
ä	ä	ä	Small a, diæresis / umlaut
Å	Å	Å	Capital A, ring
å	å	å	Small a, ring
Æ	Æ	Æ	Capital AE ligature
æ	æ	æ	Small ae ligature
Ç	Ç	Ç	Capital C, cedilla
ç	ç	ç	Small c, cedilla
È	È	È	Capital E, grave accent
è	è	è	Small e, grave accent
É	É	É	Capital E, acute accent
é	é	é	Small e, acute accent
Ê	Ê	Ê	Capital E, circumflex
ê	ê	ê	Small e, circumflex
Ë	Ë	Ë	Capital E, diæresis / umlaut
ë	ë	ë	Small e, diæresis / umlaut
Ì	Ì	Ì	Capital I, grave accent
ì	ì	ì	Small i, grave accent
Í	Í	Í	Capital I, acute accent
í	í	í	Small i, acute accent
Î	Î	Î	Capital I, circumflex
î	î	î	Small i, circumflex
Ï	Ï	Ï	Capital I, diæresis / umlaut
ï	ï	ï	Small i, diæresis / umlaut
Đ	Ð	Ð	Capital Eth, Icelandic
đ	ð	ð	Small eth, Icelandic
Ñ	Ñ	Ñ	Capital N, tilde
ñ	ñ	ñ	Small n, tilde
Ò	Ò	Ò	Capital O, grave accent
ò	ò	ò	Small o, grave accent
Ó	Ó	Ó	Capital O, acute accent

ó	ó	ó	Small o, acute accent
Ô	Ô	Ô	Capital O, circumflex
ô	ô	ô	Small o, circumflex
Õ	Õ	Õ	Capital O, tilde
õ	õ	õ	Small o, tilde
Ö	Ö	Ö	Capital O, diæresis / umlaut
ö	ö	ö	Small o, diæresis / umlaut
Ø	Ø	Ø	Capital O, slash
ø	ø	ø	Small o, slash
Ù	Ù	Ù	Capital U, grave accent
ù	ù	ù	Small u, grave accent
Ú	Ú	Ú	Capital U, acute accent
ú	ú	ú	Small u, acute accent
Û	Û	Û	Capital U, circumflex
û	û	û	Small u, circumflex
Ü	Ü	Ü	Capital U, diæresis / umlaut
ü	ü	ü	Small u, diæresis / umlaut
Ý	Ý	Ý	Capital Y, acute accent
ý	ý	ý	Small y, acute accent
•	Þ	Þ	Capital Thorn, Icelandic
•	þ	þ	Small thorn, Icelandic
ß	ß	ß	Small sharp s, German sz
ÿ	ÿ	&yum;	Small y, diæresis / umlaut

Lưu Ý: *Nếu chúng ta dùng tiếng Việt nơi trang web để kẹp các mẫu tự trong bảng mã ISO Latin-1, bằng cách dùng tag <FONT FACE="...."> và </FONT>, hình dạng của các mẫu tự có thể bị thay đổi. Sự thay đổi này là do bộ chữ Việt mà chúng ta dùng đã thay hình của mẫu tự tại vị trí đó. "...." là tên của một bộ phông chữ Việt nào đó.*

Phụ Lục D

DUYỆT LẠI TRANG WEB (VALIDATING HTML)

D.1 Tự Duyệt Lại Trang Web

Lưu Ý: *Duyệt lại trang web ở đây ý muốn nói là duyệt lại cách viết các tag HTML., chứ không phải kiểm lỗi chính tả nội dung của trang web.*

Sau khi thảo xong một trang web, như đã nhắc từ các chương đầu, chúng ta nên dùng nhiều browser để kiểm nghiệm xem trang web của chúng ta có điều gì sai sót. Đây là hình thức duyệt lại trang web hay nhất. Như chúng ta đã biết, HTML có rất nhiều phiên bản. Để biết chắc rằng trang web của chúng ta theo đúng ngữ pháp của phiên bản nào, chúng ta phải duyệt lại bằng tay. Tức là chúng ta phải đối chiếu từng tag HTML với bản quy định do Ủy Ban Tiêu Chuẩn đưa ra. Điều này rất mất thì giờ và thường ít ai muốn làm. Thật ra cũng chẳng ai thèm để ý là trang web của chúng ta dựa theo tiêu chuẩn nào. Họ chỉ cần biết là trang web của chúng ta có đẹp mắt và đầy đủ chi tiết hay không.

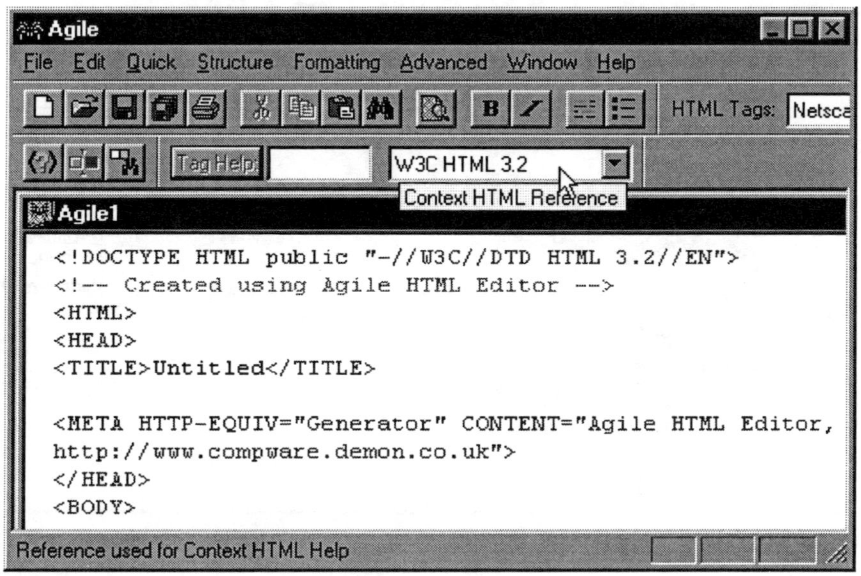

Hình D-1: Function duyệt nơi nhu liệu Agile

Nếu vì một lý do nào chúng ta phải xác định phiên bản được dùng, tốt nhất chúng ta nên tìm thử xem các nhu liệu soạn trang web mà chúng ta có có *function* này không. Thí dụ, nhu liệu thảo trang web HotMetal Pro của SoftQuad (www.softquad.com) hay Agile HTML Editor (www.compware.demon.co.uk) cho chúng ta duyệt lại trang web xem có đúng tiêu chuẩn W3C HTML 3.2 hay Internet Explorer.

D.2 Nhờ Các Trạm Duyệt Lại Trang Web

Trên Internet cũng có những trạm duyệt lại trang web. Thí dụ như:

- Doctor HTML (www2.imagiware.com/RxHTML)
- WebTech's Validation Service (www.webtechs.com/html-val-svc)
- The Weblint Gateway (www.khoros.unm.edu/staff/neilb/weblint/gateways.html)

Cách dùng các trạm duyệt lại trang web này rất đơn giản. Nơi trạm duyệt lại trang web, chúng ta cho biết địa chỉ URL của trang web chúng ta muốn duyệt. Trạm duyệt lại trang web sẽ đọc trang web đó, duyệt lại và đệ trình cho chúng ta một bản báo cáo các lỗi nếu có. Có khi các trạm duyệt lại trang web cũng cho chúng ta biết trang web này dựa theo của phiên bản HTML nào.

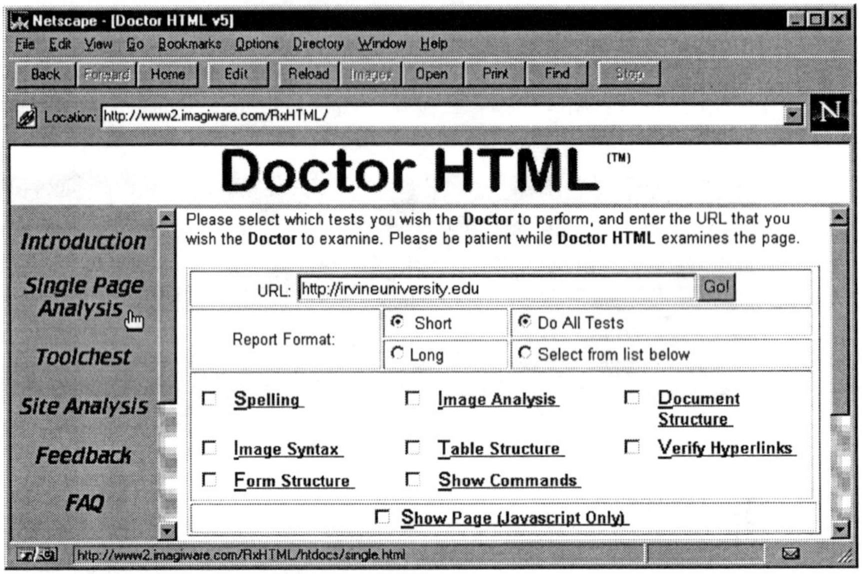

Hình D-2: Trạm duyệt lại trang web Doctor HTML

D.3 Nhờ Nhu Liệu Kiểm Lỗi

Chúng ta cũng có thể tìm thấy các nhu liệu duyệt lại trang web độc lập. Thí dụ như:

- CSE 3310 HTML Validator của Albert Wiersch (www.tetrion.com/htmlvalidator.html)
- HTML PowerTools của OppoSite Software (www.opposite.com)
- HTML Validator của Spyglass (www.spyglass.com/products/validator)
- Linkbot của Tetranet (www.linkbot.com/linkbot-info.htm)
- Link Test của CyberSpyder (www.cyberspyder.com/cslnkts1.html)
- Missinglink của Radical Solutions, Inc. (www.rsol.com/ml/)
- Bobby của Cast Bobby (www.cast.org/bobby/)
- A Kinder, Gentler Validator của Gerald Oskoboiny (ugweb.cs.ualberta.ca/~gerald/validate/)
- Ivry của Preston Crow (www.cs.dartmouth.edu/~crow/lvrfy.html)

Mỗi nhu liệu thường có khả năng kiểm một số lỗi khác nhau. Thí dụ, MissingLink chỉ kiểm xem các điểm nối trong trang web của chúng ta có bị gẫy hay không. Trong khi đó, Linkbot ngoài khả năng kiểm các điểm nối, nó còn có thể chỉ ra cho chúng ta biết các trang web nào có thể sẽ lấy nhiều thời gian để hiện ra nơi browser. Một số nhu liệu bị giới hạn là chỉ kiểm được đến một phiên bản HTML nào đó mà thôi.

Nói chung, một nhu liệu tốt phải duyệt nơi các tag HTML, đọc hết các hình để biết chắc các hình có ở đó, và kiểm về cấu trúc của các tag HTML để biết rằng các tag không bị thiếu đầu, thiếu đuôi. Đối với các bảng (table), các nhu liệu cũng nên kiểm về sự dư thừa hay thiếu các hàng hay cột (tag <TR>, <TD>). Một nhu liệu tốt cũng phải kiểm chứng các điểm nối, biết chắc không có điểm nối nào bị gẫy.

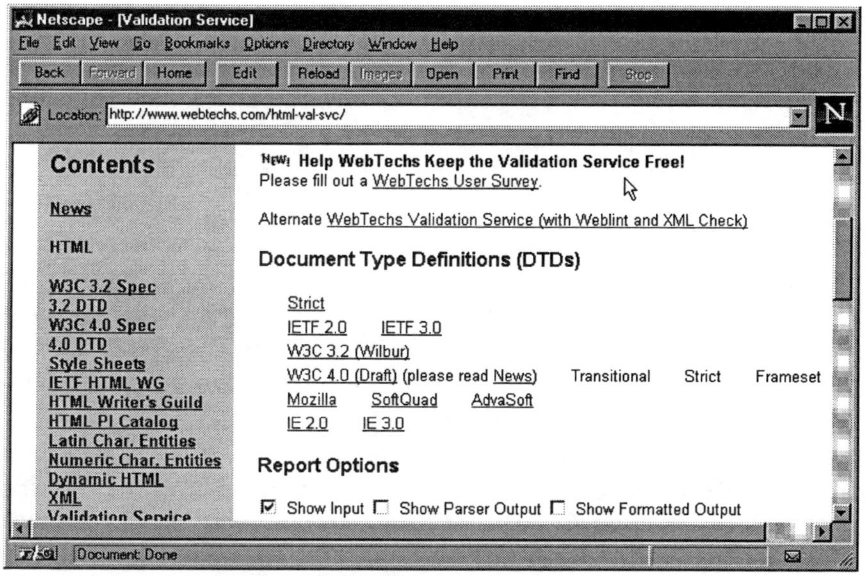

Hình D-3: Trạm duyệt lại trang web của WebTech

D.4 Bản Quy Định Cú Pháp HTML

Cú pháp của các tag HTML được định nghĩa trong một bản quy định (specification) dưới tên gọi là DTD, viết tắt của chữ Document Type Definitions. Bản quy định này có nhiều phiên bản do Ủy Ban Tiêu Chuẩn hay các công ty đưa ra. Muốn có đầy đủ các bản tiêu chuẩn hãy tìm đến trang web của Ủy Ban Tiêu Chuẩn (www.w3.org/TR/), hay trang web WebTechs HTML Repository (www.webtechs.com/html/index.html).

Làm sao để biết được trang web của chúng ta đáp ứng được bản quy định nào? Nếu chúng ta tự thảo bằng tay, thì câu trả lời là chỉ có chúng ta biết. Cách duy nhất mà chúng ta có thể trả lời được câu hỏi này là tự kiểm, như đã đề cập nơi đoạn D-1. Nếu chúng ta dùng các nhu liệu thảo trang web, thí dụ như Netscape Navigator Gold, PageMill, hay Agile, các nhu liệu này sẽ ghi nơi hàng đầu tiên của trang web một hàng lệnh như sau:

```
<!DOCTYPE HTML PUBLIC "-//W3C//DTD HTML 3.2//EN">
```

hay

```
<!DOCTYPE HTML PUBLIC "-//IETF//DTD HTML 2.0//EN">
```

DOCTYPE viết tắt của chữ Document Type (loại tập tin). Các chữ trong ngoặc kép theo sau chữ PUBLIC chỉ bản quy định và phiên bản nào trang web này đã tuân theo. W3C ám chỉ Ủy Ban Tiêu Chuẩn (World Wide Web Consortium). IETF ám chỉ Internet Engineering Task Force (www.ietf.cnri.reston.va.us).

Ngoài các nhóm chữ trong ngoặc kép trên, chúng ta còn thấy các nhóm chữ như:

```
"-//IETF//DTD HTML//EN"
"-//IETF//DTD HTML 2.0//EN"
"-//IETF//DTD HTML Level 2//EN"
"-//Microsoft//DTD Internet Explorer 2.0//EN"
"-//W3C//DTD HTML 3.2//EN"
"-//W3C//DTD HTML 3.2 Draft//EN"
"-//Spyglass//DTD HTML 2.0 Extended//EN"
```

Trên đây chỉ là vài thí dụ. Chúng ta có thể tìm thấy rất nhiều các nhóm chữ khác. Tựu chung, dấu // được dùng như dấu ngắt câu. Chữ kẹp giữa dấu // đầu tiên là tên của công ty hay nhóm. Chữ kẹp giữa dấu // kế tiếp cho biết là trang web dựa trên bản tiêu chuẩn nào, phiên bản mấy. Thí dụ, **2.0** là phiên bản 2.0, **Draft** là phiên bản nháp, **Extended** là phiên bản nới rộng.

Một số lớn các trạm duyệt lại, hay các nhu liệu duyệt lại sẽ dựa trên các hàng lệnh này để duyệt lại trang web của chúng ta. Nếu chúng ta tự viết tay trang web mà muốn nhờ các trạm duyệt lại kiểm chứng giùm, chúng ta nên thêm vào nơi đầu trang web một hàng lệnh tương tự như đã kể. Chúng ta sẽ phải tự chọn nhóm, và phiên bản nào chúng ta muốn gán cho trang web.

Phụ Lục E

DỊCH NGHĨA CÁC DANH TỪ CHUYÊN MÔN

Access: Truy cập/truy nhập.

Account: Trương mục.

Admin: Viết tắt của chữ Administrator (người quản lý)

AIFF: Một dạng file âm thanh của MacIntosh.

Analog-to-Digital Converter: Thiết bị chuyển đổi từ làn sóng tương tự ra làn sóng số tự.

Animation: Động ảnh, hình hoạt họa.

Apache Server: Máy chủ Apache được xem là phổ biến nhất ngày nay. Một biến hóa của máy chủ hệ NCSA. Được phát miễn phí ở địa chỉ *www.apache.org*.

Applet: Một nhu liệu được gắn vào trang web để thực hiện một việc làm nào đó. Applet có thể được viết bằng các ngôn ngữ lập trình như C, C++, Visual Basic. Applet do Microsoft đề xướng; do đó, hiện nay chỉ được hỗ trợ bởi các hệ điều hành của Microsoft, thí dụ như Windows 95, NT. Applet được gắn vào trang web dưới hình thức một "object". Applet không phải là Scriplet. Xem thêm về Scriplet.

Archie: Một dịch vụ/nhu liệu ứng dụng để tìm tài liệu và những trạm phục vụ FTP trên Internet. Chúng ta tìm tài liệu từ chủ đề, tựa, hay chữ chính (keyword).

Article: Bản tin; Mục tin; Mẩu tin.

ASCII: Bảng mã tiếng Anh tiêu chuẩn dùng cho máy điện toán cá nhân, cũng được dùng để chỉ dạng chữ căn bản của các tập tin.

ATM (Asynchronous Transfer Mode): Một tiêu chuẩn quốc tế dùng phương pháp "cell relay" để chuyên chở mọi dạng dữ kiện (âm thanh, chữ, hình ảnh, phim ảnh).

Attribute: Thuộc tính

AU Format: Một dạng file âm thanh của Unix.

Author: Tác giả.

Background: Nền.

BBS (Bulletin Board System): Một máy phục vụ cho phép chúng ta gọi/nối vào để sử dụng một số dịch vụ như: ghi danh, điện thư, thu thập tài liệu, phím đàm. Một số các máy phục vụ loại này đã được nối vào Internet.

Binary: Hệ nhị phân.

Bit: Đơn vị thông tin ở hệ nhị phân. Một con số 0 hoặc số 1.

Bookmark: Một chức năng tìm thấy trong các browser, cho phép chúng ta ghi nhớ những địa chỉ Internet mà chúng ta thường tới.

Browser: Nhu liệu để đọc các trang web. Còn được xem như là một nhu liệu để lên lưới.

Byte: Một đơn vị thông tin để diễn tả một mẫu tự (thí dụ mẫu tự A) trong máy điện toán. 1 Byte bằng 8 bit.

Cello: Một browser cho Windows.

CERN (Counseil European pour la Recherche Nucleaire): Trung Tâm Nghiên Cứu Nguyên Tử Hạch Nhân của Âu Châu.

CERN Server: Máy chủ thuộc hệ CERN do cơ quan W3C quản lý.

CGI (Common Gateway Interface): Một giao diện để máy chủ chuyển dữ kiện giữa trang web và thảo trình CGI.

CGI Script: Thảo trình CGI. Một thảo trình dùng CGI. Thảo trình này có thể được viết bằng bất cứ ngôn ngữ lập trình nào, như C, C++, PERL, Visual Basic.

Character: Một ký tự, có thể là một mẫu tự hay một con số.

Character Set: Bảng ký tự, bảng chữ.

Chimera: Một browser cho Unix.

Client: Khách; ám chỉ một nhu liệu khi nối với một máy chủ để truy cập tài liệu.

Cookies: Những nhu liệu viết riêng cho Internet (applets) dưới dạng trang web. Ứng dụng của những nhu liệu này là tham vấn người sử dụng và thu thập những thông tin từ người sử dụng. Loại nhu liệu này thường được dùng trong các giao dịch thương mại, hay thăm dò ý kiến.

Compress: Nén các tập tin cho nhỏ lại.

Computer: Máy điện toán; máy vi tính.

Communication Program: Nhu liệu truyền thông.

Conventional Dialup: Gọi điện thoại theo lối thường, giống như gọi điện thoại từ máy điện thoại. Chỉ dùng cách gọi điện thoại này nếu có trương mục loại "Shell Account".

cps (Characters Per Second): Số lượng ký tự được trao đổi trong một giây. Một ký tự thường là 8-bit data.

Cryptolope: Từ được phối hợp từ hai chữ "cryptographic" (mật mã) và "envelopes" (bao thư). Các cryptolope cho phép những người đang giữ bản quyền về một tài liệu nào đó gửi tài liệu đó ra và thu tiền lệ phí sử dụng những tài liệu đó.

Dedicated Connection: Sự kết nối giữa một máy điện toán tới một máy điện toán khác qua đường dây điện thoại. Sự kết nối này là thường trực, lúc nào cũng sẵn sàng cho việc trao đổi thông tin.

Decompress: Gỡ rời các tập tin đã được nén. Biến các tập tin đã được nén trở lại dạng nguyên thủy.

Description: Lời miêu tả.

DHTML: Một kỹ thuật dùng ngôn ngữ HTML và các ngôn ngữ bổ túc như JavaScript, ActiveX để làm cho trang web thêm phần sống động. Các browser hỗ trợ DHTML sẽ không đòi hỏi chúng ta phải có thêm plug-in.

Dial-up Connection: Sự kết nối giữa một máy điện toán tới một máy điện toán khác qua đường dây điện thoại. Sự kết nối này chỉ được thiết lập khi cần thiết trao đổi thông tin.

DNS (Domain Name System): Một hệ thống tra tìm tên của máy chủ và địa chỉ IP của máy chủ. Cho biết tên của máy chủ, thí dụ *www.vnisoft.com*, chúng ta biết được địa chỉ IP của máy chủ, thí dụ 207.206.0.16, hay ngược lại.

Domain: Vùng.

Download: Viễn nạp, nạp xuống, chép xuống, tải xuống, lấy xuống.

DSSSL (Document Style Semantics and Specification Language): Là một ngôn ngữ lập trình, giống như các ngôn ngữ lập trình hiện nay, như C, Pascal. DSSSL được dùng để tạo các nhu liệu ứng dụng cho WWW. DSSSL không cùng họ với JavaScript. JavaScript là một "scripting language", trong khi đó DSSSL là một programming language. Muốn biết thêm về DSSSL, hãy tìm đọc "The Final DSSSL Draft" ở địa chỉ *occam.sjf.novell.com/dsssl/dsssl96*.

ECMAScript: ECMA là chữ viết tắt của The European Computer Manufacturers Association. ECMAScript là JavaScript phiên bản 1.1 của Netscape đã được ECMA sửa đổi, và đệ trình cho ISO để xin làm tiêu chuẩn. Muốn biết thêm về bản quy định của ECMAScript hãy tìm đến trang nhà của ECMA ở địa chỉ *www.ecma.ch/stand/ecma-262.htm*.

E-mail: Điện thư.

FAQ (Frequently Asked Questions): Các câu hỏi thường gặp, hay một tập tài liệu về các câu hỏi và trả lời thường hay gặp. Tập tài liệu này nhằm giúp cho những người mới hiểu biết mau chóng hơn.

Finger: Một dịch vụ/nhu liệu dùng trên Internet để tìm hiểu về một người hay một trạm nào đó trên Internet qua địa chỉ điện thư hay tên trạm.

Foreground: tiền cảnh, hình phía trước, những cái gì ở phía trước.

Frame: Khung, khuôn.

Frame Relay: Một nghi thức trao đổi giữa các thiết bị điện tử với nhau. Thí dụ giữa máy chủ và các máy chuyển vận (router).

FTP (File Transfer Protocol): Nghi thức TCP/IP, dùng để chuyển một tập tin từ một máy điện toán qua một máy điện toán khác. Đôi khi còn được dùng thế cho chữ File Transfer Program (nhu liệu chuyển tin, dùng File Transfer Protocol).

Gateway Computer: Máy tiếp vận.

GIF (Graphic Interchange Format): Một loại tập tin hình ảnh sáng chế bởi hãng CompuServe. Hầu hết các hình ảnh dùng trên Internet thuộc về dạng này.

Gopher: Một nhu liệu ứng dụng/dịch vụ để tìm tài liệu trên Internet. Nhu liệu này dùng thư mục (menu) làm chuẩn.

Graphics Tool: Nhu liệu vẽ hình.

Helper/Helper App: Một nhu liệu bổ sung ứng dụng cho các nhu liệu khác. Trong ứng dụng của Internet, các nhu liệu này bổ sung ứng dụng cho các browser. Thí dụ, nếu browser của chúng ta không có khả năng xem phim, khi gắn thêm Helper để xem phim, browser của chúng ta sẽ có thêm khả năng xem phim.

Home Page: Trang nhà (hay trang gốc). Trang chính của mỗi trạm web. Đôi khi còn được viết là homepage.

Hostlist: Một chức năng tìm thấy trong các browser, cho phép chúng ta ghi nhớ những địa chỉ Internet mà chúng ta thường tới.

Host Site: Xem "Web Site".

HTML (Hypertext Markup Language): Ngôn ngữ lập trình HTML, dùng để thảo các trang web.

HTTP (Hypertext Transfer Protocol): Nghi thức chuyển trang Web trên Internet. Nghi thức này giúp cho chúng ta thấy được các trang web trên WWW. Nghi thức này được trao đổi giữa các máy điện toán. Là người sử dụng đầu cuối, chúng ta không cần biết về nghi thức này.

Hyperlink/Hotlink: Cầu nối giữa các trang web, giúp chúng ta di chuyển từ một trang web qua một trang web khác một cách dễ dàng. Các hyperlink/hotlink này thường được dấu dưới các chữ được gạch dưới hay sau các hình ảnh hay hình tượng (icon).

Hyperdocument/Hypermedia Document: Các tập tin có khả năng chứa chữ, hình ảnh, phim ảnh hay âm thanh. Còn được gọi là "Siêu Văn Bản".

Icon: Hình tượng. Một bức hình nhỏ tượng trưng cho một nhu liệu, hay thảo trình.

Interlace: Xen kẽ, đan xen kẽ.

Internet: Sự kết nối, hay liên lạc giữa hai hay nhiều mạng lưới máy điện toán. Còn được gọi là 'Liên Mạng''.

Internet Address: Địa chỉ trên Internet.

InterNIC (Internet Network Information Center): Một cơ quan quản lý và cung cấp dịch vụ đăng ký tên máy chủ và các dịch vụ liên hệ. Địa chỉ của InterNIC là *http://rs.internic.net*, (703) 742-4777.

IP (Internet Protocol): Nghi thức chuyển tin Internet.

IRC (Internet Relay Chat): Phím đàm/Bút đàm/Tán ngẫu. Một dịch vụ "hội đàm" trên Internet. Chúng ta dùng dịch vụ này để trao đổi tin tức với mọi người trên Internet bằng cách đánh máy những gì mình muốn nói, thay vì nói chuyện thẳng vào máy.

ISDN (Integrated Services Digital Network): Mạng Số Tự Dịch Vụ Tổng Hợp cho phép nhiều người sử dụng chung một đường dây (điện thoại). ISDN còn cho phép sử dụng đường dây để chuyển nhiều loại dạng tin khác nhau, như âm thanh, phim ảnh hay văn bản.

ISO (the International Organization for Standardization): Tổ Chức Tiêu Chuẩn Quốc Tế.

ISP (Internet Service Provider): Công ty hay nơi cung cấp các dịch vụ Internet cho chúng ta.

Java: Một ngôn ngữ lập trình để thảo các nhu liệu "chạy" trên Internet. Ngôn ngữ này được sáng chế bởi công ty Sun.

JavaScript: Một ngôn ngữ lập trình được sáng chế bởi công ty Netscape Communications Corp.. Ngôn ngữ này được dùng để kiểm soát (control) và kích hoạt (activate) các nhu liệu viết bằng ngôn ngữ Java.

JPEG (Join Photographic Experts Group): Một thuật toán để nén các hình ảnh; cũng dùng để chỉ dạng tập tin chứa hình ảnh.

KB (Kilobyte): 1024 byte nhưng thường được gọi tắt là một ngàn byte.

Kbps (Kilobit per second): Một ngàn bit mỗi giây.

Keyword: Chữ chính.

Link: (xem Hyperlink)

Lynx: Một nhu liệu truy cập Internet ở dạng chữ, cho hệ điều hành UNIX hay DOS.

Mail Server: Trạm phục vụ thư.

MB (Megabyte): Một triệu byte.

Mbps (Million bits per second): Một triệu bit mỗi giây.

MIME (Multipurpose Internet Mail Extensions): Một dạng nối rộng của các điện thư. Một điện thư thông thường chỉ có chữ (text). Nếu một điện thư được tạo với dạng MIME, ngoài phần nội dung của lá thư, điện thư đó còn kèm thêm dữ kiện cho biết dạng (chữ, hình ảnh, hay âm thanh) của lá thư và nhu liệu nào có thể dùng được để đọc lá thứ đó.

Modem: Một thiết bị dùng để trao đổi tin tức giữa hai máy điện toán. Modem là từ phối hợp của **mo**dulator và **dem**odulator. Modulator là một thiết bị có khả năng đổi tín hiệu từ dạng tuần tự (anolog) ra dạng nhị phân (digital). Demodulator có khả năng đổi tín hiệu ngược lại từ dạng nhị phân ra dạng tuần tự.

Mosaic: Một loại browser có giao diện hình ảnh.

MPEG (Motion Picture Experts Groups): Một thuật toán để nén các phim ảnh hay âm thanh; cũng dùng để chỉ dạng tập tin chứa phim ảnh hay âm thanh.

Multimedia: Đa phương diện.

NCSA (National Center for Supercomputing Applications): Trung Tâm Quốc Gia Về Nhu Liệu Ứng Dụng Cho Máy Điện Toán Cỡ Lớn. Đặt tại trường đại học Illinois ở Urbana-Champaign.

NCSA Server: Máy chủ thuộc hệ NCSA do cơ quan NCSA quản lý.

Net Browser: (xem browser).

Network: Mạng lưới máy điện toán.

Network News Transfer Protocol (NNTP): Nghi thức chuyển tin tức.

News Host: Máy phục vụ tin tức.

Newsgroup: Nhóm tin; chỉ các nhóm người sử dụng Internet để trao đổi tin tức.

NNTP (Net News Transfer Protocol): Một nghi thức để trao đổi tin tức (USENET News Groups) giữa các máy.

NSP (National Service Provider): Công ty hay nơi cung cấp các dịch vụ Internet có tầm vóc quốc gia.

Pack: Gói lại; Gói nhiều tập tin lại thành một.

Packet: Gói/Túi.

Path: Lộ trình.

Ping: Một nhu liệu để kiểm xem một trạm trên Internet có đang hoạt động hay không.

Pixel: Ảnh tố.

Plug-in: Một nhu liệu phụ, nhu liệu nhỏ bổ túc chức năng cho một nhu liệu khác.

PNG (Portable Network Graphics): Đọc là Ping. Dạng tập tin hình mới, do W3C đề xướng để thay dạng GIF.

POP (Point of Presence): Thường được dùng trong hệ thống điện thoại để chỉ một trạm, một dịch vụ hay một máy.

POP3 (Post Office Protocol): Một nghi thức để trao đổi điện thư. Thư của người gửi sẽ được cất nơi máy chủ cho đến khi người nhận đến lấy. Hầu hết những ai lên Internet đều dùng nghi thức này để lấy thư.

PPP (Point-to-Point Protocol): Một nghi thức liên lạc trên Internet. Một khi đã nối với Internet bằng cách gọi điện thoại, máy dùng nghi thức này sẽ trở thành một trạm trên Internet. Nghi thức này mới và hiệu quả hơn nghi thức SLIP.

Promotion: Sự quảng bá, quảng cáo.

Protocol: Nghi thức/Thủ tục. Phần đầu của URL để chỉ loại dịch vụ Internet sẽ dùng.

Protocol Dialup: Gọi điện thoại theo nghi thức. Chỉ dùng cách gọi điện thoại này nếu có trương mục loại SLIP hay PPP.

RealAudio: Một Helper App cho phép chúng ta nghe các tập tin âm thanh (sound files) với thời gian thực (nghe như chúng ta nghe từ máy phát thanh hay tivi).

Refresh: Làm mới lại, lấy trang web xuống lại một lần nữa.

Register: Đăng ký.

RFC (Request for Comments): Các bản dự thảo được phát ra để xin ý kiến.

RGB (Red Green Blue): Ba mầu chính để hòa mầu trên các màn hình mầu. Thay đổi cường độ của 3 mầu này, chúng ta có thể tạo ra hàng triệu mầu khác nhau.

Router: Thiết bị chuyển tiếp, dùng để chuyển tin trong các mạng lưới máy tính.

Rule: Đường kẻ. (Horizontal Rule: Đường kẻ ngang).

Scriplet: Đây là một kỹ thuật mới được đề xướng bởi Microsoft trong Microsoft Internet Explorer, phiên bản 4.0. Kỹ thuật này cho chúng ta dùng trang web như một Applet. Scriplet không phải là Applet. Scriplet là một trang web được gắn vào trang web để thực hiện một việc làm nào đó. Scriplet được gắn vào trang web dưới hình thức một "object", giống như chúng ta gắn Applet vào trang web. Xem thêm về Applet.

Search Engine: Trạm tìm địa chỉ. Máy tìm các tập tin hay địa chỉ trên Internet, dựa trên các chữ chính (keyword) được cung cấp.

Serial Port: Cổng truyền thông nối tiếp, thường thấy đằng sau các máy PC.

Server: Máy chủ. Một máy trên Internet, phục vụ những yêu cầu gửi đến từ các máy khách (client).

Server Admin: Viết tắt của chữ Server Administrator (người quản lý máy chủ.

Service Provider: (xem Internet Service Provider)

Shell Account: Một loại trương mục Internet, chỉ dùng với nhu liệu truyền thông. Khi nối với Internet qua trương mục loại này, máy của chúng ta chỉ có thể trao đổi các văn bản bằng chữ.

Specification: Bản quy định.

SLIP (Serial Line Internet Protocol): Nghi thức liên lạc trên Internet. Một khi đã nối với Internet bằng cách gọi điện thoại, máy dùng nghi thức này sẽ trở thành một trạm trên Internet. Nghi thức này thông dụng vì là nghi thức đầu tiên được phát minh cho nhiệm vụ này, nhưng yếu hơn nghi thức PPP. Đang dần dần bị thay thế bởi nghi thức PPP.

SMTP (Simple Mail Transfer Protocol): Nghi thức chuyển thư đơn giản. Các thư gửi theo nghi thức này chỉ có chữ. Nếu muốn gửi hình ảnh, phim ảnh hay âm thanh, chúng ta phải dùng nghi thức MIME.

Syntax: Cú pháp.

T1: Đường dây điện thoại có thể truyền được đến 1.544 Mbps.

T3: Đường dây điện thoại có thể truyền được đến 44.7 Mbps.

Table: Bảng.

Tag: Thẻ, lệnh.

TCP/IP (Transmission Control Protocol/Internet Protocol): Tập hợp của hai nghi thức TCP và IP. Nghi thức này cho phép chúng ta liên lạc, trao đổi giữa các máy điện toán không cùng một mạng lưới. TCP/IP cũng là nghi thức chính cho các trao đổi trên Internet.

Telnet: Một dụng cụ/dịch vụ cho phép một máy điện toán nối với một máy điện toán khác, và dùng máy đó như máy của mình.

Terminal Emulation Program: Nhu liệu mô phỏng đầu cuối, dùng để nối với một máy điện toán khác qua đường dây điện thoại.

TIFF (Tag Image File Format): Một dạng tập tin chứa hình ảnh.

Tile: Lát/sắp như là lát/sắp gạch, viên này cạnh viên kia, khi đụng lề bên kia thì xuống hàng kế tiếp.

Title: Tựa, hàng tít lớn.

Transparence: Trong suốt, nhìn xuyên qua được.

Uncompress: Gỡ rời các tập tin đã được nén. Biến các tập tin đã được nén trở lại dạng nguyên thủy.

Unpack: Gỡ bung; Gỡ bung tập tin đã được gói để có được các tập tin ở dạng nguyên thủy.

Upload: Nạp lên, chép lên, tải lên.

URL (Uniform Resource Locator): Phương pháp tìm tin đồng nhất. Dùng để xác định loại tin và tập tin trên Internet.

USENET (User Network): Mạng lưới các nhóm tin.

User Account: (xem Account).

User ID: Tên người sử dụng.

VBScript: Tương tự như JavaScript. Ngôn ngữ lập trình này được sáng chế bởi công ty Microsoft.

VRML (Virtual Reality Modeling Language): Một ngôn ngữ lập trình cho phép chúng ta lập nên những không gian 3 chiều. Những ứng dụng được thiết lập bởi ngôn ngữ này, khi được thực thi nơi máy điện toán sẽ cho chúng ta thấy một không gian 3 chiều nơi màn hình. Trong đó, chúng ta có thể di chuyển và tác động lên những hình vật bên trong như chúng ta làm việc ngoài đời thật.

W3C (World Wide Web Consortium): Ủy ban đặc trách về World Wide Web. Địa chỉ là www.w3c.org.

WAIS (Wide-Area Information Server): (đọc là Way-z) Một dịch vụ/nhu liệu trên Internet, loại khách/chủ (client/server) cho phép chúng ta tìm kiếm tài liệu từ các cơ sở dữ liệu/thư viện dữ liệu.

WAV: Một dạng tập tin âm thanh của hệ Windows.

Web Authoring Tool: Nhu liệu chuyên thảo/tạo trang web.

Web Browser: (xem browser).

Web Master: Người trông coi một trạm trên Internet hay người thiết kế các trang web.

Web Server: Máy web chủ. Còn được gọi là máy phục vụ mạng. Cung cấp tài nguyên theo yêu cầu từ các browser.

Web Site: Trạm web. Một trạm trên Internet; nơi đó có một hay nhiều trang web của một cá nhân, nhóm người, hay công ty. Các trang web của trạm được đặt trong một máy chủ (web server). Một web server có thể chứa nhiều trang web của nhiều trạm web khác nhau.

WHOIS: Nhu liệu tra tìm tư liệu về một tên người hay tên cơ quan.

WWW (World Wide Web): Mạng lưới các trang web toàn cầu. Còn được gọi là "Mạng Toàn Cầu".

XML (Extensible Markup Language): Một bản quy định cách tạo ngôn ngữ "Markup", mà HTML là một sản phẩm của nó.

Tài Liệu Đọc Thêm

Muốn biết thêm về những từ ngữ, cũng như những kỹ thuật mới liên quan tới Internet, hướng URL về những địa chỉ sau đây:

- http://java.sun.com/aboutJava/index.html
- http://java.sun.com:80/products/apiOverview.html
- http://developer.netscape.com/library/one/index.html
- http://www.microsoft.com/workshop/
- http://www.microsoft.com/intdev/controls/controls.htm
- http://www.allinfosys.com/admin/glossary/default.htm

Phụ Lục F

CÁC BÀI MẪU TỪ ĐĨA ĐÍNH KÈM

Nơi đĩa đính kèm là các tập tin HTML và các tập tin phụ thuộc đã được dùng để làm các bài mẫu, bài thực tập và thí dụ trong sách này. Muốn sử dụng các cập tin trong đĩa đính kèm chúng ta có thể sử dụng trực tiếp (đọc trực tiếp) từ đĩa. Tuy nhiên, thời gian đọc từ đĩa rời rất chậm. Muốn đọc cho nhanh hơn hãy mang tất cả các tập tin này vào đĩa cố định trong máy, ở một ngăn nào đó. Tác giả gợi ý là hãy tạo một ngăn tên HOCWEB ở đĩa C, rồi chép tất cả các tập tin vào ngăn đó.

Lưu Ý: *Đĩa kèm theo sách đã được sao lại (duplicate), bởi một công ty chuyên nghiệp, từ một đĩa gốc của tác giả. Nếu đĩa bị hư hay vì một lý do nào đó các tập tin không đọc được hay thiếu xót, xin quý vị hãy lên Internet, về địa chỉ* **www.vnisoft.com/books/webpage.htm**, *để lấy xuống những tập tin thay thế. Nếu một tập tin nào bị thiếu, chúng ta cũng sẽ tới địa chỉ đó để lấy. Thêm vào đó, vì giới hạn của đĩa, một số tập tin quá lớn, như các tập tin nhạc mydemo.wav (1.3M), mydemo2.wav (661K) đã được cắt ngắn. Nếu muốn lấy tập tin gốc ở kích thước lớn này, chúng ta cũng lấy xuống từ địa chỉ đó.*

Chương 4

address.htm	address1.htm	bold.htm	boldital.htm
doanvan1.htm	fonface1.htm	fonface2.htm	fontsize.htm
hrule.htm	hrules.htm	italic.htm	khochu.htm
pre.htm	sach1.htm	special.htm	tuachinh.htm
tuachin2.htm	tuatacgi.htm	underli.htm	

Chương 5

dl.htm	listlist.htm	ol.htm	ol_skip.htm
ol_start.htm	ol_type.htm	tm&reg.html	ul.htm

Chương 6

bortable.htm	nobtable.htm	padtable.htm	simtable.htm

Chương 7

linkloca.htm	linkmail.htm	links.htm

Chương 8

backgr1.gif	backgr2.gif	backgr3.gif	backgr4.gif
backgr5.gif	backgr6.gif	backgr7.gif	bg.gif
bgr.htm	bgr1.gif	bgr1.htm	bgr2.gif

bgr2.htm bgr4.gif bgr4.htm bgr5.htm
blank.gif image13.gif tranpa.htm transpa2.gif
transpa3.gif

Chương 9

autosou2.htm autosoun.htm frame1.htm frame2
frame3.htm frame4.htm frame5.htm frame6
furelise.mid loa.gif sound.htm tada.wa

Chương 10

cern.map cernmap.htm imagemap.gif imagem
ncsa.map ncsamap.htm

Chương 12

banner2.htm banner3.htm ban_sbar.htm camnar
camnang.bmp chaychu.htm flash1.htm flashpr
lightbox.htm marqtext.htm marqueex.htm masque
webpage.gif

Chương 13

consoles.htm liveaudi.htm mydemo.htm mydem
mydemo.rpm mydemo.swf mydemo.wav mydem
mydemo2.htm mydemo2.rpm shockwav.htm

Chương 14

alex.avi alex.mov alex.rm alex.rpr
alex2.rpm phimavi.htm phimmov.htm phimrpr

Chương 15

alexfilm.gif vrmldem1.wrl vrmldem2.wrl vrmlder
vrmldem4.wrl vrmldem5.wrl vrmldem6.wrl vrmlder
vrmldem8.wrl vrmldemo.wrl vrmldemo.htm vrmleml
vrmltest.wrl

Chương 18

datetim1.htm datetim2.htm datetime.htm handler
home1.gif home2.gif jvbrowse.htm jvcolor.h
jvform.htm jvhref.htm jvimage.htm jvlastup
jvstatus.htm jvwindow.htm off.gif off1.gif
on.gif

Chương 19

apple.gif download.gif icodownl.gif fontsample.gif
unix.gif viet.htm vietword.htm vnifont.gif
win.gif

Chỉ Mục

A

B

C

D

E

F

G

H

I

J

K

L

M

N

O

P

Q

R

S

T

U

V

W

X